ਰਾਜਲਨੀਤੀ

ਲੋਕ ਵਿਵਹਾਰ

(ਪ੍ਰਸਿੱਧ ਬਣੋ, ਸਫਲ ਬਣੋ)

ਰਾਜਲ ਗੁਪਤਾ

ਡਾਇਮੰਡ ਬੁੱਕਸ

ਲੇਖਕਾਧੀਨ

ਪ੍ਰਕਾਸ਼ਕ : ਡਾਇਮੰਡ ਪਾਕੇਟ ਬੁੱਕਸ (ਪ੍ਰਾਈਵੇਟ) ਲਿਮਟਿਡ
X-30 ਓਖਲਾ ਇੰਡਸਟਰੀਅਲ ਏਰੀਆ ਫੇਜ਼-II
ਨਵੀਂ ਦਿੱਲੀ-110020

ਫ਼ੋਨ : 011-40712200

ਈਮੇਲ : wecare@diamondbooks.in

ਵੈਬਸਾਈਟ : www.diamondbooks.in

ਸੰਸਕਰਣ : 2026

ਮੁਦ੍ਰਕ : ਰੈਪ੍ਰੋ (ਭਾਰਤ)

Rajal Neeti : Lok Vyavhar Lokpriye Bane, Safal Bane

ਰਾਜਲਨੀਤੀ ਲੋਕ ਵਿਵਹਾਰ : ਰਾਜਲ ਗੁਪਤਾ

ਅਨੁਵਾਦਕ: ਸਵਨੀਤ ਕੌਰ

By : Rajal Gupta

"ਸਮਰਪਣ"

"ਇਹ ਕਿਤਾਬ ਮੇਰੇ ਪਰਿਵਾਰ ਨੂੰ ਸਮਰਪਿਤ ਹੈ,
ਹਾਲਾਤ ਕਿੰਨੇ ਵੀ ਨਾਜ਼ੁਕ ਰਹੇ ਹੋਣ
ਹਮੇਸ਼ਾ ਮੇਰੇ ਨਾਲ ਖੜ੍ਹੇ ਰਹਿਣ ਲਈ ਤੁਹਾਡਾ ਸਭ ਦਾ
ਬਹੁਤ ਬਹੁਤ ਧੰਨਵਾਦ!"

ਕ੍ਰਮ

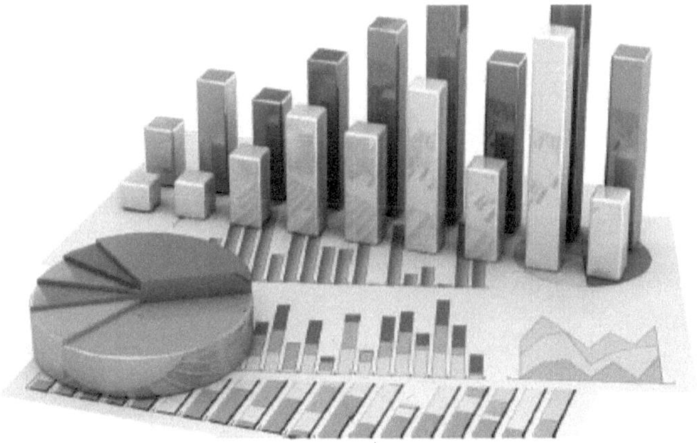

ਅੰਕੜੇ

- ਖੋਜ ਦੇ ਅਨੁਸਾਰ, ਤੁਹਾਡੀ ਸਿੱਖਿਆ/ਡਿਗਰੀ ਤੁਹਾਡੀ ਸਫਲਤਾ ਵਿੱਚ ਸਿਰਫ 15 ਪ੍ਰਤੀਸ਼ਤ ਭੂਮਿਕਾ ਨਿਭਾਉਂਦੀ ਹੈ ਜਦੋਂ ਕਿ ਤੁਹਾਡੀ ਸਫਲਤਾ ਵਿੱਚ 85 ਪ੍ਰਤੀਸ਼ਤ ਭੂਮਿਕਾ ਤੁਹਾਡੇ ਜਨਤਕ ਵਿਵਹਾਰ ਦੇ ਹੁਨਰ 'ਤੇ ਨਿਰਭਰ ਕਰਦੀ ਹੈ।
- ਖੋਜ ਦੇ ਅਨੁਸਾਰ, ਹਰ ਸਾਲ 90 ਪ੍ਰਤੀਸ਼ਤ ਕਰਮਚਾਰੀਆਂ ਨੂੰ ਜਨਤਕ ਵਿਵਹਾਰ ਕਲਾ ਦੀ ਘਾਟ ਕਾਰਨ ਨੌਕਰੀ ਤੋਂ ਕੱਢ ਦਿੱਤਾ ਜਾਂਦਾ ਹੈ ਕਿਉਂਕਿ ਇਹ ਲੋਕ ਦੂਜਿਆਂ ਨਾਲ ਚੰਗੀ ਤਰ੍ਹਾਂ ਨਾਲ ਮੇਲ ਮਿਲਾਪ ਨਹੀਂ ਬਿਠਾ ਪਾਉਂਦੇ।
- ਖੋਜ ਦੇ ਅਨੁਸਾਰ, ਜਨਤਕ ਵਿਵਹਾਰ ਦੀ ਕਲਾ ਦੀ ਘਾਟ ਦੇ ਕਾਰਨ,ਜਿਨ੍ਹਾਂ ਲੋਕਾਂ ਦੇ ਬਹੁਤੇ ਜਾਣ-ਪਛਾਣ ਵਾਲੇ ਜਾਂ ਸ਼ੁਭਚਿੰਤਕ ਨਹੀਂ ਹੁੰਦੇ, ਉਨ੍ਹਾਂ ਨੂੰ ਡਿਪਰੈਸ਼ਨ ਅਤੇ ਮਾਨਸਿਕ ਬਿਮਾਰੀ ਦਾ ਸ਼ਿਕਾਰ ਹੋਣ ਦੀ ਸੰਭਾਵਨਾ ਸਭ ਤੋਂ ਜ਼ਿਆਦਾ ਹੁੰਦੀ ਹੈ।
- ਖੋਜ ਦੇ ਅਨੁਸਾਰ, ਜੋ ਲੋਕ ਜਨਤਕ ਵਿਵਹਾਰ ਦੀ ਕਲਾ ਵਿੱਚ ਨਿਪੁੰਨ ਹੁੰਦੇ ਹਨ, ਉਹ ਵਧੇਰੇ ਅਮੀਰ ਅਤੇ ਖੁਸ਼ ਹੁੰਦੇ ਹਨ।

ਮੁਖਬੰਧ

"ਰਾਜਲਨੀਤੀ ਟਾਇਮ ਮੈਨੇਜਮੈਂਟ" ਅਤੇ "ਰਾਜਲਨੀਤਿ ਸਟ੍ਰੇਸ ਮੈਨੇਜਮੈਂਟ" ਲਿਖਣ ਤੋਂ ਬਾਅਦ ਮੇਰੇ ਮਨ ਵਿੱਚ ਇੱਕ ਵਿਚਾਰ ਆਇਆ ਕਿ ਮੈਨੂੰ ਆਪਣੀ ਅਗਲੀ ਕਿਤਾਬ ਲਈ ਕਿਹੜਾ ਵਿਸ਼ਾ ਚੁਣਨਾ ਚਾਹੀਦਾ ਹੈ?

ਟਾਇਮ ਮੈਨੇਜਮੈਂਟ ਅਤੇ ਸਟ੍ਰੇਸ ਮੈਨੇਜਮੈਂਟ ਤੋਂ ਇਲਾਵਾ, ਉਹ ਕਿਹੜਾ ਵਿਸ਼ਾ ਹੈ ਜੋ ਹਰ ਵਿਅਕਤੀ ਲਈ ਸਫਲ ਹੋਣ ਲਈ ਬਹੁਤ ਜ਼ਰੂਰੀ ਹੈ।

ਮੈਂ ਕੁਝ ਦਿਨਾਂ ਤੱਕ ਇਸ ਸਵਾਲ ਬਾਰੇ ਸੋਚਦਾ ਰਿਹਾ, ਫਿਰ ਮੈਂ ਆਪਣੇ ਆਪ ਨੂੰ ਪੁੱਛਿਆ ਕਿ

- ਮੈਂ ਆਪਣੇ ਆਪ ਨੂੰ ਸਫਲ ਕਦੋਂ ਸਮਝਣਾ ਸ਼ੁਰੂ ਕੀਤਾ?
- ਕਦੋਂ ਮੇਰੇ ਅੰਦਰ ਬਹੁਤ ਜ਼ਿਆਦਾ ਆਤਮ-ਵਿਸ਼ਵਾਸ ਆਇਆ?
- ਮੈਂ ਕਦੋਂ ਆਪਣੇ ਬਾਰੇ ਚੰਗਾ ਮਹਿਸੂਸ ਕਰਨਾ ਸ਼ੁਰੂ ਕੀਤਾ?

ਅਤੇ ਫਿਰ ਮੈਨੂੰ ਯਾਦ ਆਇਆ ਕਿ ਇਹ ਉਦੋਂ ਹੋਇਆ ਜਦੋਂ ਮੈਂ ਜਨਤਕ ਵਿਵਹਾਰ ਦੀਆਂ ਕਲਾਵਾਂ ਵਿੱਚ ਮੁਹਾਰਤ ਹਾਸਲ ਕਰਨੀ ਸ਼ੁਰੂ ਕੀਤੀ ਸੀ।

ਜਦੋਂ ਮੈਂ ਜਨਤਕ ਗੱਲਬਾਤ ਦੀ ਕਲਾ ਵਿੱਚ ਨਿਪੁੰਨ ਹੋਇਆ , ਨਾ ਸਿਰਫ਼ ਮੇਰਾ ਆਤਮ-ਵਿਸ਼ਵਾਸ ਤੇਜ਼ੀ ਨਾਲ ਵਧਿਆ, ਸਗੋਂ ਲੋਕਾਂ ਨਾਲ ਮੇਰਾ ਤਾਲਮੇਲ ਵੀ ਸੁਧਰਿਆ, ਮੇਰੇ ਜਾਣ-ਪਛਾਣ ਦਾ ਦਾਇਰਾ ਵਧਦਾ ਗਿਆ, ਮੇਰੀ ਪ੍ਰਸਿੱਧੀ ਵਧਦੀ ਗਈ, ਅਤੇ ਮੈਂ ਵਧੇਰਾ ਖੁਸ਼ ਅਤੇ ਸਫਲ ਹੁੰਦਾ ਗਿਆ।

ਜਿਵੇਂ ਕਿ ਮੈਂ ਪਹਿਲਾਂ ਹੀ ਆਂਕੜਿਆਂ ਵਿੱਚ ਦੱਸਿਆ ਹੈ, ਸਾਡੀ ਵਿਦਿਅਕ ਯੋਗਤਾ ਸਾਡੀ ਸਫਲਤਾ ਦੇ ਸਿਰਫ 15 ਪ੍ਰਤੀਸ਼ਤ ਲਈ ਜ਼ਿੰਮੇਵਾਰ ਹੈ ਜਦੋਂ ਕਿ ਜਨਤਕ ਵਿਵਹਾਰ ਦੀ ਕਲਾ ਸਾਡੀ ਸਫਲਤਾ ਦੇ 85 ਪ੍ਰਤੀਸ਼ਤ ਲਈ ਜ਼ਿੰਮੇਵਾਰ ਹੈ।

ਤੁਸੀਂ ਅਤੇ ਮੈਂ ਸਫਲ ਹੋਣਾ ਚਾਹੁੰਦੇ ਹਾਂ, ਜ਼ਿੰਦਗੀ ਵਿੱਚ ਅੱਗੇ ਵਧਣਾ ਚਾਹੁੰਦੇ ਹਾਂ ਅਤੇ ਖੁਸ਼ ਰਹਿਣਾ ਚਾਹੁੰਦੇ ਹਾਂ, ਲੋਕਾਂ ਤੋਂ ਸਮਰਥਨ ਪ੍ਰਾਪਤ ਕਰਨਾ ਚਾਹੁੰਦੇ ਹਾਂ, ਪ੍ਰਸਿੱਧ ਹੋਣਾ ਚਾਹੁੰਦੇ ਹਾਂ, ਤਾਂ ਆਓ ਅਸੀਂ ਸਫਲ ਹੋਣ ਵੱਲ ਵਧੀਏ ਅਤੇ ਅਜਿਹੀ ਮਹੱਤਵਪੂਰਨ ਕਲਾ ਵਿੱਚ ਨਿਪੁੰਨ ਬਣੀਏ, ਜੋ ਸਾਡੀ ਸਫਲਤਾ ਲਈ 85 ਪ੍ਰਤੀਸ਼ਤ ਜ਼ਿੰਮੇਵਾਰ ਹੈ, ਆਓ, "ਰਾਜਲਨੀਤੀ ਲੋਕ ਵਿਵਹਾਰ " ਵਿੱਚ ਤੁਹਾਡਾ ਸਵਾਗਤ ਹੈ।

ਰਾਜਲਨੀਤੀ ਲੋਕ ਵਿਵਹਾਰ ਨੂੰ ਲਾਗੂ ਕਰਨ ਦੇ ਲਾਭ

- ਤੁਸੀਂ 85% ਸਫਲਤਾ ਲਈ ਜ਼ਿੰਮੇਵਾਰ ਗੁਣ ਸਿੱਖੋਗੇ ਤਾਂ ਜੋ ਤੁਸੀਂ ਤੇਜ਼ੀ ਨਾਲ ਸਫਲ ਹੋ ਸਕੋ।
- **ਸਮਾਂ ਬਚੇਗਾ**: ਤੁਹਾਨੂੰ ਲੋਕਾਂ ਤੋਂ ਜਲਦੀ ਸਹਿਯੋਗ ਮਿਲੇਗਾ ਅਤੇ ਤੁਹਾਡੇ ਔਖੇ ਕੰਮ ਵੀ ਆਸਾਨੀ ਨਾਲ ਹੋਣ ਲੱਗ ਪੈਣਗੇ।
- ਜਨਤਕ ਵਿਵਹਾਰ ਦੀ ਕਲਾ ਤੁਹਾਨੂੰ ਇੱਕ ਚੰਗਾ ਇਨਸਾਨ ਬਣਾਏਗੀ।
- ਜਨਤਕ ਵਿਵਹਾਰ ਇੱਕ ਮੁਫ਼ਤ ਕਲਾ ਹੈ ਜੋ ਤੁਹਾਨੂੰ ਅਮੀਰ ਬਣਾਉਣ ਵਿੱਚ ਮਦਦ ਕਰੇਗੀ।
- **ਜਨਤਕ ਆਚਰਣ ਦੀ ਕਲਾ ਤੁਹਾਨੂੰ ਸਿਰਫ਼ ਅਮੀਰ ਹੀ ਨਹੀਂ ਬਣਾਏਗੀ ਸਗੋਂ ਤੁਹਾਡੇ ਪੈਸੇ ਦੀ ਵੀ ਬਚਤ ਕਰੇਗੀ:** ਤੁਹਾਡੇ ਸ਼ੁਭਚਿੰਤਕ ਵਧਣਗੇ ਅਤੇ ਤੁਹਾਡੇ ਨੁਕਸਾਨ ਵੀ ਘੱਟ ਹੋਣਗੇ।
- **ਵਧੀ ਹੋਈ ਪ੍ਰਸਿੱਧੀ**: ਤੁਹਾਡੇ ਚੰਗੇ ਅਤੇ ਨਿਮਰ ਵਿਵਹਾਰ ਦੇ ਕਾਰਨ, ਲੋਕ ਤੁਹਾਨੂੰ ਬਹੁਤ ਪਸੰਦ ਕਰਨਗੇ ਅਤੇ ਤੁਹਾਡੀ ਪ੍ਰਸਿੱਧੀ ਵਧੇਗੀ।
- **ਤੁਸੀਂ ਵਧੇਰੇ ਉਤਸ਼ਾਹੀ ਅਤੇ ਖੁਸ਼ ਰਹੋਗੇ**: ਕਿਉਂਕਿ ਤੁਸੀਂ ਹਮੇਸ਼ਾ ਉਤਸ਼ਾਹੀ ਰਹੋਗੇ, ਇਸ ਲਈ ਦੂਜੇ ਲੋਕ ਵੀ ਤੁਹਾਡੇ ਉਤਸ਼ਾਹ ਤੋਂ ਸੰਕਰਮਿਤ ਹੋਣਗੇ। ਜਦੋਂ ਤੁਸੀਂ ਦੂਜਿਆਂ ਨੂੰ ਜੋਸ਼ ਅਤੇ ਉਤਸ਼ਾਹ ਨਾਲ ਭਰ ਦਿਓਗੇ, ਤਾਂ ਤੁਹਾਡੀ ਜ਼ਿੰਦਗੀ ਵੀ ਬਹੁਤ ਖੁਸ਼ੀ ਨਾਲ ਭਰ ਜਾਵੇਗੀ।

- **ਵਧਿਆ ਹੋਇਆ ਆਤਮ-ਵਿਸ਼ਵਾਸ**: ਜਦੋਂ ਤੁਸੀਂ ਜਨਤਕ ਤੌਰ 'ਤੇ ਗੱਲਬਾਤ ਕਰਨ ਦੀ ਕਲਾ ਵਿੱਚ ਨਿਪੁੰਨ ਹੋ ਜਾਂਦੇ ਹੋ, ਤਾਂ ਤੁਹਾਡਾ ਆਤਮ-ਵਿਸ਼ਵਾਸ ਵੀ ਕਈ ਗੁਣਾ ਵੱਧ ਜਾਂਦਾ ਹੈ।
- ਤੁਹਾਡੇ ਲੋਕਾਂ ਦਾ ਨੈੱਟਵਰਕ ਵੱਡਾ ਹੋਵੇਗਾ, ਅਤੇ ਕਿਸੇ ਅਣਜਾਣ ਜਾਂ ਨਵੇਂ ਖੇਤਰ ਵਿੱਚ ਜਾਣਾ ਆਸਾਨ ਹੋਵੇਗਾ।
- **ਪਰੋਪਕਾਰ**: ਤੁਸੀਂ ਲੋਕਾਂ ਨੂੰ ਉਤਸ਼ਾਹਿਤ ਕਰੋਗੇ, ਉਨ੍ਹਾਂ ਵਿੱਚ ਵਿਸ਼ਵਾਸ ਜਗਾਉਗੇ , ਅਤੇ ਅਜਿਹਾ ਕਰਕੇ ਤੁਸੀਂ ਦੁਨੀਆ ਦੇ ਬਹੁਤ ਸਾਰੇ ਲੋਕਾਂ ਦਾ ਭਲਾ ਕਰੋਗੇ।

ਜੇ ਮੈਂ ਇਹ ਕਰ ਸਕਦਾ ਹਾਂ, ਤਾਂ ਤੁਸੀਂ ਵੀ ਕਰ ਸਕਦੇ ਹੋ

ਤੁਸੀਂ ਸੁਣਿਆ ਹੋਵੇਗਾ ਕਿ ਤਜਰਬੇ ਤੋਂ ਵਧੀਆ ਕੋਈ ਅਧਿਆਪਕ ਨਹੀਂ ਹੈ, ਅਤੇ ਹੁਣ ਮੈਂ ਤੁਹਾਡੇ ਨਾਲ ਆਪਣਾ ਤਜਰਬਾ ਸਾਂਝਾ ਕਰਨ ਜਾ ਰਿਹਾ ਹਾਂ ਕਿ ਜੇਕਰ ਮੈਂ ਜਨਤਕ ਗੱਲਬਾਤ ਦੀ ਕਲਾ ਵਿੱਚ ਜ਼ੀਰੋ ਤੋਂ ਸਿਖਰ ਤੱਕ ਪਹੁੰਚ ਸਕਦਾ ਹਾਂ ਤਾਂ ਯਕੀਨਨ ਤੁਸੀਂ ਵੀ ਪਹੁੰਚ ਸਕਦੇ ਹੋ।

ਇਹ ਮੇਰੇ ਸਕੂਲ ਦੇ ਦਿਨਾਂ ਦੀ ਗੱਲ ਹੈ, ਮੈਂ ਪੜ੍ਹਾਈ ਵਿੱਚ ਬਹੁਤ ਕਮਜ਼ੋਰ ਸੀ, ਮੈਂ ਛੇਵੀਂ ਜਮਾਤ ਵਿੱਚ ਫੇਲ੍ਹ ਹੋ ਗਿਆ ਸੀ ਅਤੇ ਸਾਡੇ ਸਮਾਜ ਵਿੱਚ ਇੱਕ ਵਿਸ਼ਵਾਸ ਹੈ ਕਿ ਜੇਕਰ ਤੁਸੀਂ ਪੜ੍ਹਾਈ ਵਿੱਚ ਚੰਗੇ ਨਹੀਂ ਹੋ ਤਾਂ ਤੁਸੀਂ ਜ਼ਿੰਦਗੀ ਵਿੱਚ ਕੁਝ ਵੀ ਨਹੀਂ ਕਰ ਸਕੋਗੇ, ਪੜ੍ਹਾਈ ਦੇ ਨਾਲ-ਨਾਲ ਖੇਡਾਂ ਜਾਂ ਕਿਸੇ ਹੋਰ ਚੀਜ਼ ਵਿੱਚ ਵੀ ਮੇਰਾ ਪ੍ਰਦਰਸ਼ਨ ਚੰਗਾ ਨਹੀਂ ਸੀ।

ਇਸ ਤੋਂ ਇਲਾਵਾ, ਜੇਕਰ ਅਸੀਂ ਆਪਣੀ ਬਾਹਰੀ ਦਿੱਖ ਬਾਰੇ ਗੱਲ ਕਰੀਏ, ਤਾਂ ਮੈਂ ਬਹੁਤ ਪਤਲਾ ਸੀ, ਮੇਰੀਆਂ ਐਨਕ ਮੇਰੇ ਚਿਹਰੇ ਨਾਲੋਂ ਥੋੜ੍ਹੀ ਛੋਟੀ ਸੀ, ਮੇਰੇ ਦੰਦ ਟੇਢੇ ਅਤੇ ਬਾਹਰ ਨਿਕਲੇ ਹੋਏ ਸਨ, ਗੱਲ ਕਰਦੇ ਸਮੇਂ ਮੈਨੂੰ ਲੱਗਦਾ ਸੀ ਕਿ ਲੋਕਾਂ ਦਾ ਧਿਆਨ ਮੇਰੇ ਨਾਲੋਂ ਮੇਰੇ ਦੰਦਾਂ 'ਤੇ

ਜ਼ਿਆਦਾ ਸੀ, ਇਸ ਲਈ ਮੈਂ ਮੁਸਕਰਾਂਦਾ ਨਹੀਂ ਕਿ ਲੋਕ ਮੇਰੇ ਟੇਢੇ ਦੰਦ ਨਾ ਦੇਖ ਲੈਣ, ਇਸ ਲਈ ਕੁਦਰਤੀ ਤੌਰ 'ਤੇ ਮੇਰਾ ਆਤਮਵਿਸ਼ਵਾਸ ਘੱਟ ਗਿਆ ਅਤੇ ਮੈਂ ਬਹੁਤ ਸ਼ਰਮੀਲਾ ਅਤੇ ਡਰਪੋਕ ਹੁੰਦਾ ਚਲਾ ਗਿਆ। ਮੇਰੇ ਲਈ ਆਪਣੇ ਆਪ ਨੂੰ ਪ੍ਰਗਟ ਕਰਨਾ ਅਤੇ ਦੂਜੇ ਲੋਕਾਂ ਨੂੰ ਮਿਲਣਾ ਬਹੁਤ ਮੁਸ਼ਕਲ ਸੀ।

ਮੇਰੇ ਅੰਦਰ ਆਤਮਵਿਸ਼ਵਾਸ ਦੀ ਇੰਨੀ ਕਮੀ ਸੀ ਕਿ ਛੋਟੇ-ਛੋਟੇ ਕੰਮ ਜੋ ਦੂਜਿਆਂ ਨੂੰ ਬਹੁਤ ਆਸਾਨ ਲੱਗਦੇ ਹਨ ਜਿਵੇਂ ਕਿ ਸਾਈਕਲ ਚਲਾਉਣਾ, ਦੁਕਾਨ ਤੋਂ ਕਰਿਆਨੇ ਦਾ ਸਮਾਨ ਖਰੀਦਣਾ, ਲੋਕਾਂ ਨਾਲ ਆਪਣੀ ਜਾਣ-ਪਛਾਣ ਕਰਵਾਉਣਾ, ਮੈਨੂੰ ਉਨ੍ਹਾਂ ਨੂੰ ਕਰਨ ਵਿੱਚ ਬਹੁਤ ਮੁਸ਼ਕਲ ਆਉਂਦੀ ਸੀ। ਮੈਨੂੰ ਯਾਦ ਹੈ ਜਦੋਂ ਮੈਂ ਸੱਤਵੀਂ ਜਮਾਤ ਵਿੱਚ ਸੀ, ਮੈਂ ਆਪਣੀ ਮਾਂ ਨੂੰ ਆਪਣੇ ਦੋਸਤ ਨੂੰ ਸਾਡੇ ਲੈਂਡਲਾਈਨ ਤੋਂ ਫ਼ੋਨ ਕਰਨ ਲਈ ਕਹਿੰਦਾ ਸੀ ਅਤੇ ਉਸਨੂੰ ਫ਼ੋਨ 'ਤੇ ਆਉਣ ਲਈ ਕਹਿੰਦਾ ਸੀ, ਇਸ ਸ਼ਰਤ 'ਤੇ ਕਿ ਮੈਂ ਸਿਰਫ਼ ਤਾਂ ਹੀ ਫ਼ੋਨ 'ਤੇ ਗੱਲ ਕਰਾਂਗਾ ਜੇਕਰ ਮੇਰਾ ਦੋਸਤ ਲਾਈਨ 'ਤੇ ਹੋਵੇ। ਇਸਦਾ ਸਿੱਧਾ ਮਤਲਬ ਸੀ ਕਿ ਜੇਕਰ ਕੋਈ ਹੋਰ ਫ਼ੋਨ ਚੁੱਕਦਾ ਹੈ, ਤਾਂ ਮੇਰੇ ਕੋਲ ਆਪਣਾ ਜਾਣ-ਪਛਾਣ ਕਰਵਾਉਣ ਅਤੇ ਆਪਣੇ ਦੋਸਤ ਨੂੰ ਫ਼ੋਨ ਤੇ ਬੁਲਾਉਣ ਦਾ ਭਰੋਸਾ ਨਹੀਂ ਸੀ ਅਤੇ ਇਸ ਲਈ ਤੁਸੀਂ ਕਲਪਨਾ ਕਰ ਸਕਦੇ ਹੋ ਕਿ ਉਸ ਸਮੇਂ ਮੇਰੇ ਲਈ ਨਵੇਂ ਲੋਕਾਂ ਨਾਲ ਗੱਲ ਕਰਨਾ ਲਗਭਗ ਅਸੰਭਵ ਸੀ।

- **ਉਹ ਮੇਰੀ ਉਸ ਸਮੇਂ ਦੀ ਸਥਿਤੀ ਸੀ। ਅੱਜ ਮੇਰੇ ਮੌਜੂਦਾ ਹਾਲਾਤ ਕੀ ਹਨ?**

ਪਰਮਾਤਮਾ ਦੀ ਕਿਰਪਾ ਨਾਲ, ਮੈਂ ਅੱਜ ਸਭ ਤੋਂ ਵੱਧ ਵਿਕਣ ਵਾਲਾ ਭਾਰਤੀ ਲੇਖਕ ਹਾਂ। ਮੇਰੀ ਕਿਤਾਬ 14 ਤੋਂ ਵੱਧ ਭਾਸ਼ਾਵਾਂ ਵਿੱਚ ਅਨੁਵਾਦ ਕੀਤੀ ਜਾ ਚੁੱਕੀ ਹੈ। (ਟਾਇਮ ਮੇਨੇਜਮੈਂਟ ਅਤੇ ਸਟ੍ਰੈਸ ਮੇਨੇਜਮੈਂਟ ਬਾਰੇ ਕਿਸੇ ਹੋਰ ਭਾਰਤੀ ਲੇਖਕ ਦੀ ਕਿਤਾਬ ਦਾ ਇੰਨੀਆਂ ਭਾਸ਼ਾਵਾਂ ਵਿੱਚ ਅਨੁਵਾਦ ਨਹੀਂ ਕੀਤਾ ਗਿਆ ਹੈ)।

ਅੱਜ ਮੈਂ ਆਪਣੇ ਵਿਚਾਰ ਲੱਖਾਂ ਲੋਕਾਂ ਦੇ ਸਾਹਮਣੇ ਆਸਾਨੀ ਨਾਲ ਪੇਸ਼ ਕਰਦਾ ਹਾਂ ਅਤੇ ਇਸ ਤੋਂ ਵੀ ਜ਼ਿਆਦਾ ਲੋਕਾਂ ਤੇ ਸਾਹਮਣੇ ਕਰ ਸਕਦਾ ਹਾਂ। ਮੇਰੀਆਂ ਕਿਤਾਬਾਂ ਮਾਣਯੋਗ ਮੁੱਖ ਮੰਤਰੀ ਅਤੇ ਮਾਣਯੋਗ ਰਾਜਪਾਲਾਂ ਦੁਆਰਾ ਜਾਰੀ ਕੀਤੀਆਂ ਗਈਆਂ ਹਨ ਅਤੇ ਇਸ ਦੇ ਨਾਲ ਹੀ ਮੈਨੂੰ ਮਾਣਯੋਗ ਉਪ ਰਾਸ਼ਟਰਪਤੀ ਦੁਆਰਾ ਵਧਾਈ ਦੇਣ ਦਾ ਸੁਭਾਗ ਵੀ ਪ੍ਰਾਪਤ ਹੋ ਚੁਕਿਆ ਹੈ।

ਉਸ ਸਮੇਂ ਮੈਂ ਛੇਵੀਂ ਜਮਾਤ ਵਿੱਚ ਫੇਲ੍ਹ ਹੋ ਗਿਆ ਸੀ ਅਤੇ ਇੱਕ ਸਮਾਂ ਸੀ ਜਦੋਂ ਮੈਂ ਪੜ੍ਹਾਈ ਵਿੱਚ ਆਪਣੀ ਅਸਫਲਤਾ ਤੋਂ ਨਿਰਾਸ਼ ਹੋ ਗਿਆ ਸੀ ਅਤੇ ਪੜ੍ਹਾਈ ਛੱਡਣ ਦਾ ਫੈਸਲਾ ਕੀਤਾ ਸੀ ਪਰ ਆਪਣੇ ਸਵਰਗੀ ਦਾਦਾ ਰਾਧੇਸ਼ਿਆਮ ਗੁਪਤਾ ਜੀ ਦੀ ਪ੍ਰੇਰਨਾ ਨਾਲ, ਹੁਣ ਮੈਂ 9ਵੀਂ ਡਿਗਰੀ ਸਰਟੀਫਿਕੇਟ ਦੀ ਯਾਤਰਾ ਪੂਰੀ ਕਰ ਲਈ ਹੈ ਜਿਸ ਵਿੱਚ

ਬੀ. ਲੈਵਲ (ਏਮ.ਸੀ.ਏ.), ਪੀ.ਜੀ.ਡੀ.ਬੀ.ਏ (ਐਮ.ਬੀ.ਏ.)ਪੀ.ਜੀ.ਜੇ.ਐਮ.ਸੀ.

(ਜਰਨਲਿਜਮ), ਐਲਐਲ.ਬੀ., ਜਿਵੇਂ ਦੀਆਂ ਚਾਰ ਪੇਸ਼ੇਵਰ ਡਿਗਰੀਆਂ ਵੀ ਸ਼ਾਮਲ ਹਨ।

ਆਪਣੇ ਦਾਦਾ ਜੀ ਦੀ ਯਾਦ ਵਿੱਚ, ਮੈਂ ਆਪਣੀ ਆਰਜੀ-ਟੈਕ ਐਜੂਕੇਸ਼ਨ ਟੀਮ ਰਾਹੀਂ ਹਜ਼ਾਰਾਂ ਵਿਦਿਆਰਥੀਆਂ ਨੂੰ ਮੁਫ਼ਤ ਨੌਕਰੀ ਦੀ ਸਿਖਲਾਈ ਦੇਣ ਦਾ ਟੀਚਾ ਪ੍ਰਾਪਤ ਕੀਤਾ। ਇਸ ਦੇ ਨਾਲ

ਹੀ, ਪਰਮਾਤਮਾ ਦੀ ਕਿਰਪਾ ਨਾਲ, ਮੈਨੂੰ ਕਈ ਪੁਰਸਕਾਰ ਅਤੇ ਸਨਮਾਨ ਪ੍ਰਾਪਤ ਕਰਨ ਦਾ ਸੁਭਾਗ ਵੀ ਮਿਲਿਆ।

ਤੁਹਾਨੂੰ ਮੈਂ ਇਹ ਸਭ ਕਿਉਂ ਦੱਸ ਰਿਹਾ ਹਾਂ? ਕੀ ਇਹ ਤੁਹਾਨੂੰ ਪ੍ਰਭਾਵਿਤ ਕਰਨ ਲਈ ਹੈ?

ਨਹੀਂ, ਮੈਂ ਤੁਹਾਨੂੰ ਸਿਰਫ਼ ਇਹ ਦੱਸਣਾ ਚਾਹੁੰਦਾ ਹਾਂ ਕਿ ਜੇਕਰ ਮੇਰੀ ਜ਼ਿੰਦਗੀ ਵਿੱਚ ਆਤਮਵਿਸ਼ਵਾਸ ਨੂੰ ਖਤਮ ਕਰਕੇ ਮੈਂ ਇਸ ਵਿੱਚੋਂ ਬਾਹਰ ਆ ਸਕਦਾ ਹਾਂ ਅਤੇ ਸਫਲ ਹੋ ਸਕਦਾ ਹਾਂ, ਤਾਂ ਤੁਸੀਂ ਵੀ ਇਹ ਆਸਾਨੀ ਨਾਲ ਕਰ ਸਕਦੇ ਹੋ।

"ਰਾਜਲਨੀਤੀ ਲੋਕ ਵਿਵਹਾਰ " ਨੂੰ ਮੈਂ ਆਪਣੇ ਦਿਲ ਤੋਂ ਲਿਖਿਆ ਹੈ। ਮੈਂ ਇਸਨੂੰ 6 ਭਾਗਾਂ ਵਿੱਚ ਵੰਡਿਆ ਹੈ-

- ਪਹਿਲੇ ਭਾਗ ਵਿਚ "ਆਪਣੇ ਆਪ ਨਾਲ ਕਿਵੇਂ ਤਾਲਮੇਲ ਬਿਠਾਈਏ "ਦੇ ਬਾਰੇ ਚਰਚਾ ਹੋਵੇਗੀ।
- ਦੂਜੇ ਭਾਗ ਵਿੱਚ ਅਸੀਂ "ਦੂਜਿਆਂ ਦੇ ਨਾਲ ਲੋਕ ਵਿਵਹਾਰ ਅਤੇ ਚੰਗਾ ਤਾਲਮੇਲ ਕਿਵੇਂ ਸਥਾਪਿਤ ਕਰੀਏ, ਦੇ ਬਾਰੇ ਚਰਚਾ ਕਰਾਂਗੇ।
- ਤੀਜੇ ਭਾਗ ਵਿਚ "ਲੋਕ ਵਿਵਹਾਰ ਦੀ ਕਲਾ" ਵਿੱਚ ਮਹਾਰਥੀ ਬਣਨ ਦੀਆਂ ਤਕਨੀਕਾਂ ਬਾਰੇ ਦੱਸਿਆ ਗਿਆ ਹੈ।
- ਚੌਥੇ ਭਾਗ ਵਿੱਚ *ਜਨਤਕ ਵਿਵਹਾਰ ਨਾਲ ਸਬੰਧਤ ਕੁਝ ਹੋਰ ਮਹੱਤਵਪੂਰਨ ਗੱਲਾਂ" 'ਤੇ ਚਰਚਾ ਕਰਾਂਗੇ।
- ਪੰਜਵੇਂ ਭਾਗ ਵਿੱਚ "ਦੂਜੇ ਖੇਤਰਾਂ ਵਿੱਚ ਜਨਤਕ ਵਿਵਹਾਰ" ਬਾਰੇ ਚਰਚਾ ਕਰਾਂਗੇ।
- ਛੇਵੇਂ ਭਾਗ ਵਿੱਚ ਅਸੀਂ "ਸਮਾਪਨ" ਯਾਨੀ ਅੰਤ ਵਿਚ ਜਨਤਕ ਵਿਵਹਾਰ ਸੰਬੰਧੀ ਕੁਝ ਅੰਤਿਮ ਚਰਚਾਵਾਂ ਕਰਾਂਗੇ।ਜੇਕਰ ਤੁਸੀਂ ਸਿਰਫ਼ ਜਨਤਕ ਸ਼ਿਸ਼ਟਾਚਾਰ ਦੀ ਕਲਾ ਦੀ ਵਰਤੋਂ ਕਰਨਾ ਸਿੱਖਣਾ ਚਾਹੁੰਦੇ ਹੋ ਤਾਂ ਸਿੱਧੇ ਭਾਗ 3 'ਤੇ ਜਾਓ ਜਿੱਥੇ ਤੁਹਾਨੂੰ ਮਹੱਤਵਪੂਰਨ ਜਨਤਕ ਸ਼ਿਸ਼ਟਾਚਾਰ ਹੁਨਰਾਂ ਬਾਰੇ ਜਾਣਕਾਰੀ ਮਿਲੇਗੀ ਜਿਵੇਂ ਕਿ ਪ੍ਰਸ਼ੰਸਾ ਕਿਵੇਂ ਕਰਨੀ ਹੈ, ਧੰਨਵਾਦ ਕਿਵੇਂ ਕਰਨਾ ਹੈ, ਗੁੱਸੇ ਤੋਂ ਕਿਵੇਂ ਬਚਣਾ ਹੈ, ਆਲੋਚਨਾ ਨੂੰ ਕਿਵੇਂ ਸੰਭਾਲਣਾ ਹੈ ਅਤੇ ਜੇਕਰ ਤੁਹਾਨੂੰ ਆਲੋਚਨਾ ਕਰਨੀ ਹੈ, ਤਾਂ ਇਹ ਕਿਵੇਂ ਕਰਨੀ ਹੈ, ਮੁਸਕਰਾਉਣਾ ਕਿਉਂ ਜ਼ਰੂਰੀ ਹੈ, ਆਦਿ।

ਮੇਰਾ ਸੁਝਾਅ ਇਹ ਹੋਵੇਗਾ ਕਿ ਤੁਸੀਂ ਇਸ ਕਿਤਾਬ ਨੂੰ ਸਿਰਫ਼ ਇੱਕ ਵਾਰ ਨਾ ਪੜ੍ਹੋ ਸਗੋਂ ਨਿਯਮਤ ਅੰਤਰਾਲਾਂ 'ਤੇ ਇਸਦਾ ਅਧਿਐਨ ਕਰਦੇ ਰਹੋ ਕਿਉਂਕਿ ਜਦੋਂ ਤੁਸੀਂ ਕੋਈ ਕਿਤਾਬ ਦੁਬਾਰਾ ਪੜ੍ਹਦੇ ਹੋ ਤਾਂ ਤੁਹਾਨੂੰ ਉਸ ਵਿੱਚ ਕੁਝ ਅਜਿਹਾ ਮਿਲਦਾ ਹੈ ਜੋ ਤੁਸੀਂ ਪਿਛਲੀ ਵਾਰ ਨਹੀਂ ਦੇਖਿਆ ਸੀ। ਅਤੇ ਹਰ ਵਾਰ ਜਦੋਂ ਤੁਸੀਂ ਕਿਤਾਬ ਦੁਬਾਰਾ ਪੜ੍ਹਦੇ ਹੋ ਤਾਂ ਤੁਹਾਨੂੰ ਕੁਝ ਨਵਾਂ ਅਤੇ ਉਪਯੋਗੀ ਮਿਲੇਗਾ। ਇੱਕ ਹੋਰ ਵੀ ਕਾਰਨ ਹੈ ਕਿ ਤੁਹਾਨੂੰ ਕਿਤਾਬ ਦੁਬਾਰਾ ਪੜ੍ਹਨੀ ਚਾਹੀਦੀ ਹੈ ਅਤੇ ਉਹ ਹੈ ਭੁੱਲਣ ਦੀ ਸਾਡੀ ਆਦਤ, ਅਸੀਂ ਚੀਜ਼ਾਂ ਨੂੰ ਬਹੁਤ ਜਲਦੀ ਭੁੱਲ ਜਾਂਦੇ ਹਾਂ ਅਤੇ ਚੀਜ਼ਾਂ ਨੂੰ ਆਪਣੇ ਮਨ ਵਿੱਚ ਰੱਖਣ ਲਈ, ਸਾਨੂੰ ਉਨ੍ਹਾਂ ਨੂੰ ਵਾਰ-ਵਾਰ ਦੁਹਰਾਉਣਾ ਪੈਂਦਾ ਹੈ। ਇਸੇ ਲਈ ਕੰਪਨੀਆਂ

ਆਪਣੇ ਉਤਪਾਦ ਦਾ ਇਸ਼ਤਿਹਾਰ ਵਾਰ-ਵਾਰ ਦਿਖਾਉਂਦੀਆਂ ਹਨ ਤਾਂ ਜੋ ਉਨ੍ਹਾਂ ਦਾ ਉਤਪਾਦ ਹਮੇਸ਼ਾ ਸਾਡੇ ਦਿਮਾਗ ਵਿੱਚ ਰਹੇ। ਤੁਹਾਨੂੰ ਇਹ ਜਾਣ ਕੇ ਹੈਰਾਨੀ ਹੋਵੇਗੀ ਕਿ ਮੈਂ ਆਪਣੀਆਂ ਕਿਤਾਬਾਂ ਜਿਵੇਂ ਕਿ "ਰਾਜਲਨੀਤੀ ਟਾਇਮ ਮੇਨੇਜਮੈਂਟ" ਅਤੇ "ਰਾਜਲਨੀਤੀ ਸਟ੍ਰੇਸ ਮੇਨੈਜਮੈਂਟ" ਨੂੰ ਵਾਰ-ਵਾਰ ਪੜ੍ਹਦਾ ਹਾਂ ਤਾਂ ਜੋ ਇਹ ਸਿਧਾਂਤ ਹਮੇਸ਼ਾ ਮੇਰੇ ਦਿਮਾਗ ਵਿੱਚ ਰਹਿਣ, ਜੇਕਰ ਮੈਂ ਅਜਿਹਾ ਨਹੀਂ ਕਰਦਾ ਤਾਂ ਮੈਂ ਇਹ ਸਿਧਾਂਤ ਭੁੱਲ ਜਾਵਾਂਗਾ।

ਇੱਕ ਆਦਮੀ ਭਾਰ ਘਟਾਉਣ ਦੇ ਉਦੇਸ਼ ਨਾਲ ਇੱਕ ਕਸਰਤ ਸਾਈਕਲ ਖਰੀਦਣ ਲਈ ਇੱਕ ਦੁਕਾਨ 'ਤੇ ਗਿਆ। ਉਸਨੇ ਦੁਕਾਨਦਾਰ ਨੂੰ ਪੁੱਛਿਆ ਕਿ ਇਸ ਸਾਈਕਲ ਦੀ ਵਰਤੋਂ ਕਰਕੇ ਮੇਰਾ ਕਿੰਨਾ ਭਾਰ ਘਟ ਜਾਏਗਾ, ਜਿਸ 'ਤੇ ਦੁਕਾਨਦਾਰ ਨੇ ਮੁਸਕਰਾਉਂਦੇ ਹੋਏ ਜਵਾਬ ਦਿੱਤਾ 'ਤੁਸੀਂ ਜਿੰਨਾ ਜ਼ਿਆਦਾ ਸਾਈਕਲ ਚਲਾਓਗੇ, ਓਨਾ ਹੀ ਤੁਹਾਡਾ ਭਾਰ ਘਟੇਗਾ।' ਇਸ ਅਧਿਆਇ ਨੂੰ ਸਮਾਪਤ ਕਰਦੇ ਹੋਏ ਮੈਂ ਤੁਹਾਨੂੰ ਦੱਸਣਾ ਚਾਹੁੰਦਾ ਹਾਂ ਕਿ ਉਸ ਵਿਅਕਤੀ ਦਾ ਭਾਰ ਘਟਾਉਣਾ ਇਸ ਗੱਲ 'ਤੇ ਨਿਰਭਰ ਕਰਦਾ ਹੈ ਕਿ ਉਹ ਸਾਇਕਲ ਨੂੰ ਨਿਯਮਿਤ ਤੌਰ 'ਤੇ ਕਿੰਨੀ ਦੇਰ ਤਕ ਚਲਾਉਂਦਾ ਹੈ, ਨਾ ਕਿ ਸਿਰਫ਼ ਇੱਕ ਦਿਨ। ਇਸੇ ਤਰ੍ਹਾਂ, ਤੁਹਾਡਾ ਜਨਤਕ ਵਿਵਹਾਰ ਦੀ ਕਲਾ ਵਿਚ ਮਾਹਿਰ ਹੋਣਾ(ਪ੍ਰਸਿੱਧ ਅਤੇ ਸਫਲ ਬਣਨਾ) ਵੀ ਇਸ ਗੱਲ 'ਤੇ ਨਿਰਭਰ ਕਰਦਾ ਹੈ ਕਿ ਤੁਸੀਂ "ਰਾਜਲਨੀਤਿ ਲੋਕ ਵਿਵਹਾਰ" ਵਿੱਚ ਦੱਸੇ ਗਏ ਸਿਧਾਂਤਾਂ ਨੂੰ ਕਿੰਨੀ ਵਾਰ ਪੜ੍ਹਦੇ ਅਤੇ ਲਾਗੂ ਕਰਦੇ ਹੋ।

ਕਿਤਾਬ ਸ਼ੁਰੂ ਕਰਨ ਤੋਂ ਪਹਿਲਾਂ, ਮੈਂ ਤੁਹਾਨੂੰ ਦੱਸਣਾ ਚਾਹੁੰਦਾ ਹਾਂ ਕਿ ਤੁਸੀਂ ਲੋਕ "ਰਾਜਲਨੀਤੀ ਦੇ ਪਾਠਕ" ਮੇਰੀ ਤਾਕਤ ਹੋ ਅਤੇ ਰਾਜਲਨੀਤੀ ਲੜੀ ਦੀਆਂ ਕਿਤਾਬਾਂ ਇੱਥੇ ਤੱਕ ਸਿਰਫ਼ ਤੁਹਾਡੇ ਕਾਰਨ ਹੀ ਪਹੁੰਚੀਆਂ ਹਨ, ਤੁਸੀਂ ਮੈਨੂੰ ਇੱਕ ਬੈਸਟ ਸੇਲਰ ਬਣਾਇਆ ਅਤੇ ਤੁਸੀਂ ਲੋਕ ਹੀ ਮੇਰੇ ਲਈ ਇਹ ਕਿਤਾਬ ਲਿਖਣ ਦਾ ਕਾਰਨ ਹੋ। ਇਸ ਲਈ, ਮੈਂ ਤੁਹਾਡਾ ਦਿਲੋਂ ਧੰਨਵਾਦ ਕਰਦਾ ਹਾਂ ਅਤੇ "ਡਾਇਮੰਡ ਗਰੁੱਪ ਦੇ ਚੇਅਰਮੈਨ, ਸ਼੍ਰੀ ਨਰਿੰਦਰ ਕੁਮਾਰ ਵਰਮਾ ਜੀ" ਦਾ ਵੀ ਦਿਲੋਂ ਧੰਨਵਾਦ ਕਰਦਾ ਹਾਂ ਜਿਨ੍ਹਾਂ ਨੇ ਮੈਨੂੰ ਰਾਜਲਨੀਤੀ ਕਿਤਾਬਾਂ ਰਾਹੀਂ ਆਪਣਾ ਸਭ ਤੋਂ ਵਧੀਆ ਕੰਮ ਕਰਨ ਲਈ ਪ੍ਰੇਰਿਤ ਕੀਤਾ ਹੈ।

ਸਵਰਗੀ ਰਾਧੇਸ਼ਿਆਮ ਗੁਪਤਾ ਜੀ ਦਾ ਪੋਤਰਾ "ਰਾਜਲ"

ਰਾਜਲ ਲੇਖਕ ਦੇ ਬਾਰੇ

ਸਿੱਖਿਆ:-

- B.COM [ਦਿਗਵਿਜੇ ਨਾਥ ਪੋਸਟ ਗ੍ਰੈਜੁਏਟ ਕਾਲਜ (ਦੀਨ ਦਿਆਲ ਉਪਾਧਿਆਏ ਗੋਰਖਪੁਰ ਯੂਨੀਵਰਸਿਟੀ ਨਾਲ ਸਬੰਧਤ) ਗੋਰਖਪੁਰ]
- B.C.A (ਅਲਗੱਪਾ ਯੂਨੀਵਰਸਿਟੀ, ਕਰਾਈਕੁਡੀ, ਤਮਿਲਨਾਡੂ)
- ਏ ਲੈਵਲ (ਪੀ.ਜੀ.ਡੀ.ਸੀ.ਏ.) NIELIT[ਪਹਿਲਾਂ DOEACC] | ਨਵੀਂ ਦਿੱਲੀ
- ਬੀ ਲੈਵਲ (ਐਮ ਸੀ ਏ) NIELIT (ਪਹਿਲਾਂ DOEACC, ਨਵੀਂ ਦਿੱਲੀ)
- ਐਲ.ਐਲ.ਬੀ. (ਸੈਂਟ ਐਂਡਰਿਊਜ਼ ਕਾਲਜ, ਗੋਰਖਪੁਰ)
- ਪੀ.ਜੀ.ਜੇ.ਐਮ.ਸੀ. (ਪੱਤਰਕਾਰੀ) (ਇਗਨੂ, ਨਵੀਂ ਦਿੱਲੀ)
- ਪੀ.ਜੀ.ਡੀ.ਬੀ.ਏ. (ਹਿਊਮਨ ਰਿਸੋਰਸ ਮੈਨੇਜਮੈਂਟ) ਸਿਮਬਾਇਓਸਿਸ ਸੈਂਟਰ ਫਾਰ ਡਿਸਟੈਂਸ ਲਰਨਿੰਗ, ਪੂਨੇ
- ਸੀ ਏਸ ਏਸ ਪੀ [NIELIT (ਪਹਿਲਾਂ DOEACC)]
- ਸੀ ਏਸ ਏਸ ਏ [NIELIT (ਪਹਿਲਾਂ DOEACC)]

"ਰਾਜਲ " ਇੱਕ ਸਭ ਤੋਂ ਵੱਧ ਵਿਕਣ ਵਾਲਾ ਲੇਖਕ ਅਤੇ ਬੁਲਾਰੇ ਹੈ। ਉਸਦੀ ਕਿਤਾਬ "ਰਾਜਲਨੀਤੀ ਟਾਈਮ ਮੈਨੇਜਮੈਂਟ" ਅਤੇ "ਰਾਜਲਨੀਤੀ ਸਟ੍ਰੈਸ ਮੈਨੇਜਮੈਂਟ" ਸਭ ਤੋਂ ਵੱਧ ਵਿਕਣ ਵਾਲੀ ਕਿਤਾਬ ਰਹੀ ਹੈ। ਟਾਇਮ ਮੈਨੇਜਮੈਂਟ ਅਤੇ ਸਟ੍ਰੇਸ ਮੈਨੇਜਮੈਂਟ ਵਿਸ਼ੇ ਤੇ ਕਿਸੇ ਹੋਰ ਭਾਰਤੀ ਲੇਖਕ ਦੀ ਕਿਤਾਬ ਦਾ ਬਾਕੀ ਭਾਸ਼ਾਵਾਂ ਵਿਚ ਇਤਨਾ ਅਨੁਵਾਦ ਨਹੀਂ ਹੋਇਆ ਜਿਨ੍ਹਾਂ ਕੁ ਰਾਜਲ ਦੀ ਕਿਤਾਬਾਂ ਦਾ ਹੋਇਆ ਹੈ। ਰਾਜਲਨੀਤੀ ਲੜੀ ਦੀ ਕਿਤਾਬਾਂ ਦਾ 14 ਤੋਂ ਵੱਧ ਭਾਸ਼ਾਵਾਂ ਵਿੱਚ

ਅਨੁਵਾਦ ਕੀਤਾ ਜਾ ਚੁੱਕਾ ਹੈ ਅਤੇ ਤੇਜ਼ੀ ਨਾਲ ਕਈ ਹੋਰ ਭਾਸ਼ਾਵਾਂ ਵਿੱਚ ਅਨੁਵਾਦ ਕੀਤਾ ਜਾ ਰਿਹਾ ਹੈ। "ਰਾਜਲਨੀਤੀ ਟਾਈਮ ਮੈਨੇਜਮੈਂਟ" ਨੂੰ ਉੱਤਰ ਪ੍ਰਦੇਸ਼ ਦੇ ਮਾਣਯੋਗ ਮੁੱਖ ਮੰਤਰੀ ਸ਼੍ਰੀ ਯੋਗੀ ਆਦਿੱਤਿਆਨਾਥ ਜੀ ਦੁਆਰਾ ਰਿਲੀਜ਼ ਕਰਨ ਅਤੇ ਭਾਰਤ ਦੇ ਤਤਕਾਲੀਨ ਉਪ ਰਾਸ਼ਟਰਪਤੀ ਸ਼੍ਰੀ ਵੈਂਕਈਆ ਨਾਇਡੂ ਜੀ ਤੋਂ ਵਧਾਈ ਸੰਦੇਸ਼ ਪ੍ਰਾਪਤ ਕਰਨ ਦਾ ਮਾਣ ਪ੍ਰਾਪਤ ਹੋ। "ਰਾਜਲਨੀਤੀ" ਲੜੀ ਦੀਆਂ ਹੋਰ ਕਿਤਾਬਾਂ ਨੂੰ ਵੀ ਉੱਤਰ ਪ੍ਰਦੇਸ਼ ਦੇ ਤਤਕਾਲੀਨ ਰਾਜਪਾਲ ਸ਼੍ਰੀ ਰਾਮ ਨਾਇਕ ਅਤੇ ਹਿਮਾਚਲ ਪ੍ਰਦੇਸ਼ ਦੇ ਮਾਣਯੋਗ ਰਾਜਪਾਲ ਸ਼੍ਰੀ ਸ਼ਿਵ ਪ੍ਰਤਾਪ ਸ਼ੁਕਲਾ ਜੀ ਦੁਆਰਾ ਜਾਰੀ ਕਰਨ ਦਾ ਸੁਭਾਗ ਪ੍ਰਾਪਤ ਹੋਇਆ ਹੈ। ਰਾਜਲਨੀਤੀ-੧ ਕਿਤਾਬ 'ਦੇ ਪਹਿਲੇ ਅਧਿਆਇ "ਬੱਚੇ ਮੁਸ਼ਕਲ ਵਿਚ ਹੋਣ ਤੇ ਮਾਂ ਹੀ ਕੰਮ ਆਉਂਦੀ ਹੈ' ਨੂੰ ਇੰਟਰਨੈੱਟ 'ਤੇ ਪੰਜ ਲੱਖ ਤੋਂ ਵੱਧ ਲੋਕਾਂ ਦੁਆਰਾ ਪੜ੍ਹਿਆ ਅਤੇ ਪ੍ਰਸ਼ੰਸਾ ਕੀਤੀ ਗਈ ਹੈ। ਹਜ਼ਾਰਾਂ ਲੋਕ ਰਾਜਲਨੀਤੀ ਕਿਤਾਬਾਂ 'ਤੇ ਅਧਾਰਤ ਕੋਰਸ ਦਾ ਲਾਭ ਵੀ ਲੈ ਰਹੇ ਹਨ।"

ਰਾਜਲ ਦਾ ਜਨਮ ਇੱਕ ਕਾਰੋਬਾਰੀ ਪਰਿਵਾਰ ਵਿੱਚ ਹੋਇਆ ਸੀ। ਉਸਦੇ ਦਾਦਾ ਸਵਰਗੀ ਰਾਧੇਸ਼ਿਆਮ ਗੁਪਤਾ ਸ਼ਹਿਰ ਦੇ ਸਭ ਤੋਂ ਸਾਦੇ ਅਤੇ ਸਤਿਕਾਰਯੋਗ ਲੋਕਾਂ ਵਿੱਚੋਂ ਇੱਕ ਸਨ। ਬਚਪਨ ਵਿੱਚ, ਹਰ ਕੋਈ ਸੋਚਦਾ ਸੀ ਕਿ ਰਾਜਲ ਵਿੱਚ ਕੋਈ ਪ੍ਰਤਿਭਾ ਨਹੀਂ ਹੈ ਕਿਉਂਕਿ ਜੀਵਨ ਦੇ ਸਾਰੇ ਖੇਤਰਾਂ ਵਿੱਚ ਉਸਦਾ ਪ੍ਰਦਰਸ਼ਨ ਬਿਲਕੁਲ ਵੀ ਚੰਗਾ ਨਹੀਂ ਸੀ, ਇਸ ਲਈ ਹਰ ਕੋਈ ਮੰਨਦਾ ਸੀ ਕਿ ਉਹ ਆਪਣੀ ਸਾਰੀ ਜ਼ਿੰਦਗੀ ਅਸਫਲ ਰਹੇਗਾ। ਇਸ ਦੇ ਬਾਵਜੂਦ, ਉਸਦੇ ਦਾਦਾ ਜੀ ਉਸਨੂੰ ਨਿਰਸਵਾਰਥ ਪਿਆਰ ਕਰਦੇ ਸਨ ਅਤੇ ਸਰਲ ਸ਼ਬਦਾਂ ਵਿੱਚ, ਉਸਦੇ ਦਾਦਾ ਜੀ ਦਾ ਪਿਆਰ ਉਸਦੀ ਸਫਲਤਾ ਅਤੇ ਅਸਫਲਤਾ ਦੋਵਾਂ ਦੌਰਾਨ ਇੱਕੋ ਜਿਹਾ ਰਿਹਾ ਅਤੇ ਉਹ ਪਹਿਲੇ ਵਿਅਕਤੀ ਸਨ ਜਿਨ੍ਹਾਂ ਨੇ ਰਾਜਲ ਨੂੰ ਪ੍ਰੇਰਿਤ ਕੀਤਾ ਕਿ ਉਹ ਜ਼ਿੰਦਗੀ ਵਿੱਚ ਕੁਝ ਕਰ ਸਕਦਾ ਹੈ। ਉਹਨਾਂ ਦੀ ਦਿੱਤੀ ਹੋਈ ਪ੍ਰੇਰਨਾ ਦੇ ਕਾਰਨ, ਉਸਨੇ 6ਵੀਂ ਜਮਾਤ ਦੀ ਅਸਫਲਤਾ ਤੋਂ ੭ਵੀਂ ਡਿਗਰੀ/ਸਰਟੀਫਿਕੇਟ ਤੱਕ ਦਾ ਸਫ਼ਰ ਤੈਅ ਕੀਤਾ, ਲੱਖਾਂ ਲੋਕਾਂ ਦੀ ਮਦਦ ਅਤੇ ਮਾਰਗਦਰਸ਼ਨ ਦਾ ਮਾਧਿਅਮ ਬਣੇ। ਅੱਜ ਉਹ ਆਪਣੀ ਸਫਲਤਾ ਦਾ ਸਿਹਰਾ ਆਪਣੇ ਦਾਦਾ ਸਵਰਗੀ ਰਾਧੇਸ਼ਿਆਮ ਗੁਪਤਾ ਜੀ ਨੂੰ ਦਿੰਦੇ ਹਨ। ਉਹ ਇਸਨੂੰ ਆਪਣੀ ਬਦਕਿਸਮਤੀ ਮੰਨਦੇ ਹਨ ਕਿ ਉਸਦੇ ਦਾਦਾ ਜੀ ਉਸਦੀ ਸਫਲਤਾ ਦੇਖਣ ਲਈ ਇਸ ਦੁਨੀਆਂ ਵਿੱਚ ਨਹੀਂ ਹਨ। ਪਰ ਉਸਦਾ ਮੰਨਣਾ ਹੈ ਕਿ ਉਸਦੇ ਦਾਦਾ ਜੀ ਜਿੱਥੇ ਵੀ ਹੋਣਗੇ, ਉਹ ਉਸ ਨਾਲ ਬਹੁਤ ਖੁਸ਼ ਹੋਣਗੇ ਕਿਉਂਕਿ ਰਾਜਲ ਨੇ ਉਹਨਾਂ ਦੀਆਂ ਉਮੀਦਾਂ ਜੋ ਉਹਨਾਂ ਨੇ ਉਸ ਤੋਂ ਰੱਖੀਆਂ ਸਨ, ਨੂੰ ਬਹੁਤ ਹੱਦ ਤੱਕ ਪੂਰਾ ਕਰ ਦਿੱਤਾ ਹੈ।

"ਰਾਜਲਨੀਤੀ ਲੋਕ ਵਿਵਹਾਰ" ਕਿਤਾਬ ਤੋਂ ਤੁਸੀਂ ਸਿੱਖੋਗੇ ਕਿ ਕਿਵੇਂ ਪ੍ਰਸਿੱਧ ਅਤੇ ਸਫਲ ਬਣਨਾ ਹੈ। ਇਸ ਦੁਨੀਆਂ ਵਿੱਚ ਇਕੱਲੇ ਰਹਿਣਾ ਸੰਭਵ ਨਹੀਂ ਹੈ, ਭਾਵੇਂ ਦਿਨ ਹੋਵੇ ਜਾਂ ਰਾਤ, ਭਾਵੇਂ ਸਰਦੀ ਹੋਵੇ ਜਾਂ ਮੀਂਹ। ਘਰ ਦੇ ਅੰਦਰ ਹੋਵੇ ਜਾਂ ਘਰ ਤੋਂ ਬਾਹਰ, ਤੁਹਾਨੂੰ ਲੋਕਾਂ ਨੂੰ ਮਿਲਣਾ ਪੈਂਦਾ ਹੈ ਅਤੇ ਤੁਹਾਡੀ ਖੁਸ਼ੀ ਅਤੇ ਤੁਹਾਡੀ ਸਫਲਤਾ ਦਾ ਇੱਕ ਵੱਡਾ ਹਿੱਸਾ ਇਸ ਗੱਲ 'ਤੇ ਨਿਰਭਰ ਕਰਦਾ ਹੈ ਕਿ ਤੁਸੀਂ ਲੋਕਾਂ ਨਾਲ ਕਿਵੇਂ ਵਿਵਹਾਰ ਕਰਦੇ ਹੋ। ਸਰਲ ਸ਼ਬਦਾਂ ਵਿੱਚ, ਜੋ ਲੋਕ ਜਨਤਕ ਵਿਵਹਾਰ ਦੀ ਕਲਾ ਵਿੱਚ ਮਾਹਰ ਹੁੰਦੇ ਹਨ, ਉਨ੍ਹਾਂ ਦਾ ਜੀਵਨ ਨਾ ਸਿਰਫ਼ ਖੁਸ਼ ਅਤੇ ਸਫਲ ਹੁੰਦਾ ਹੈ, ਸਗੋਂ ਉਨ੍ਹਾਂ ਦੀ ਪ੍ਰਸਿੱਧੀ ਵੀ ਵਧਦੀ ਹੈ ਅਤੇ ਜੋ ਲੋਕ ਇਸ ਕਲਾ ਵਿੱਚ ਪਿੱਛੇ ਰਹਿੰਦੇ ਹਨ,

ਬਦਕਿਸਮਤੀ ਨਾਲ ਉਨ੍ਹਾਂ ਨੂੰ ਜ਼ਿੰਦਗੀ ਵਿੱਚ ਦੂਜਿਆਂ ਤੋਂ ਸਹਿਯੋਗ ਪ੍ਰਾਪਤ ਕਰਨ, ਉਨ੍ਹਾਂ ਨੂੰ ਆਪਣੀਆਂ ਗੱਲਾਂ ਨੂੰ ਸਮਝਾਉਣ ਅਤੇ ਯਕੀਨ ਦਿਵਾਉਣ ਵਿੱਚ ਸਮੱਸਿਆਵਾਂ ਦਾ ਸਾਹਮਣਾ ਕਰਨਾ ਪੈਂਦਾ ਹੈ, ਜਿਸ ਕਾਰਨ ਉਨ੍ਹਾਂ ਦੇ ਜੀਵਨ ਵਿੱਚ ਉਦਾਸੀ ਅਤੇ ਅਸੰਤੁਸ਼ਟੀ ਵਧ ਜਾਂਦੀ ਹੈ।

" ਰਾਜਲਨੀਤੀ ਲੋਕ ਵਿਵਹਾਰ" ਪੜ੍ਹੋ ਅਤੇ ਜਾਣੋ ਕਿ ਜਨਤਕ ਵਿਵਹਾਰ ਦੀ ਕਲਾ ਦੇ ਮਾਹਰ ਦੂਜਿਆਂ ਨਾਲ ਇੰਨੀ ਆਸਾਨੀ ਨਾਲ ਕਿਵੇਂ ਤਾਲਮੇਲ ਮਿਲਾ ਲੈਂਦੇ ਹਨ ਅਤੇ ਪ੍ਰਸਿੱਧ ਅਤੇ ਸਫਲ ਹੋ ਜਾਂਦੇ ਹਨ।

"ਰਾਜਲਨੀਤੀ ਅਤੇ ਜਨਤਕ ਵਿਵਹਾਰ ਪੜ੍ਹੋ ਅਤੇ ਸਿੱਖੋ ਕਿ:

- ਜਨਤਕ ਵਿਵਹਾਰ ਦੀ ਕਲਾ ਵਿੱਚ ਕਿਵੇਂ ਮੁਹਾਰਤ ਹਾਸਲ ਕਰੀਏ-
    - ਪ੍ਰਸ਼ੰਸਾ ਕਿਵੇਂ ਕਰੀਏ * ਲੋੜ ਪੈਣ 'ਤੇ ਆਲੋਚਨਾ ਕਿਵੇਂ ਕਰੀਏ * ਵਧੀਆ ਤਰੀਕੇ ਨਾਲ ਗੱਲ ਕਿਵੇਂ ਕਰੀਏ * ਮੁਸਕਰਾਉਣ ਦੀ ਮਹੱਤਤਾ * ਬਹਿਸਾਂ ਤੋਂ ਕਿਵੇਂ ਬਚੀਏ * ਗੁੱਸੇ ਨੂੰ ਕਾਬੂ ਕਿਵੇਂ ਕਰੀਏ, ਆਦਿ।
- ਜਨਤਕ ਆਚਰਣ ਦੀ ਕਲਾ ਤੁਹਾਨੂੰ ਇੱਕ ਚੰਗਾ ਇਨਸਾਨ ਕਿਵੇਂ ਬਣਾਏਗੀ?
- ਜਨਤਕ ਵਿਵਹਾਰ ਦੀ ਕਲਾ ਤੁਹਾਨੂੰ ਕਿਵੇਂ ਪ੍ਰਸਿੱਧ ਬਣਾਏਗੀ ਅਤੇ ਤੁਹਾਡੇ ਦੋਸਤਾਂ ਅਤੇ ਸ਼ੁਭਚਿੰਤਕਾਂ ਦੀ ਗਿਣਤੀ ਕਿਵੇਂ ਵਧਾਏਗੀ?
- ਜਨਤਕ ਵਿਵਹਾਰ ਦੀ ਕਲਾ ਤੁਹਾਡੇ ਆਤਮਵਿਸ਼ਵਾਸ ਨੂੰ ਕਿਵੇਂ ਵਧਾਏਗੀ?
- ਜਨਤਕ ਵਿਵਹਾਰ ਦੀ ਕਲਾ ਤੁਹਾਨੂੰ ਕਿਵੇਂ ਖੁਸ਼ ਅਤੇ ਵਧੇਰੇ ਉਤਸ਼ਾਹੀ ਬਣਾਏਗੀ?
- ਜਨਤਕ ਵਿਵਹਾਰ ਦੀ ਕਲਾ ਤੁਹਾਡੇ ਜਾਣ-ਪਛਾਣ ਦੇ ਦਾਇਰੇ ਅਤੇ ਤੁਹਾਡੇ ਨੈੱਟਵਰਕ ਨੂੰ ਕਿਵੇਂ ਵਧਾਏਗੀ?
- ਜਨਤਕ ਵਿਵਹਾਰ ਦੀ ਕਲਾ ਤੁਹਾਨੂੰ ਅਮੀਰ ਬਣਨ ਅਤੇ ਪੈਸੇ ਬਚਾਉਣ ਵਿੱਚ ਕਿਵੇਂ ਮਦਦ ਕਰੇਗੀ?

ਰਾਜਲ ਦੀ ਆਪਣੀ ਜ਼ਿੰਦਗੀ ਦੇ ਸ਼ੁਰੂਆਤੀ ਪੜਾਵਾਂ ਵਿੱਚ ਜਨਤਕ ਵਿਵਹਾਰ ਅਤੇ ਆਤਮ-ਵਿਸ਼ਵਾਸ ਦੀ ਕਲਾ ਦੀ ਘਾਟ ਸੀ। ਉਹ ਜ਼ਿੰਦਗੀ ਦੇ ਹਰ ਖੇਤਰ ਵਿੱਚ ਅਸਫਲ ਰਹੇ। ਉਹ ਛੇਵੀਂ ਜਮਾਤ ਵਿੱਚ ਫੇਲ੍ਹ ਹੋ ਗਏ ਸਕੂਲ ਵਿੱਚ ਲਗਾਤਾਰ ਸਜ਼ਾਵਾਂ ਅਤੇ ਤਾਅਨਿਆਂ ਦੇ ਕਾਰਨ, ਉਸਨੇ ਪੜ੍ਹਾਈ ਛੱਡਣ ਦਾ ਫੈਸਲਾ ਵੀ ਕਰ ਲਿਆ ਸੀ। ਪਰ ਆਪਣੇ ਦਾਦਾ ਜੀ ਦੇ ਹੌਂਸਲੇ ਅਤੇ ਵਧੇ ਹੋਏ ਆਤਮ-ਵਿਸ਼ਵਾਸ ਕਾਰਨ, ਉਸਨੇ ਦੁਬਾਰਾ ਪੜ੍ਹਾਈ ਸ਼ੁਰੂ ਕਰ ਦਿੱਤੀ।

ਉਸਨੇ 9 ਡਿਗਰੀ ਸਰਟੀਫਿਕੇਟ ਵੀ ਪ੍ਰਾਪਤ ਕੀਤੇ ਹਨ ਜਿਸ ਵਿੱਚ ਐਲ.ਐਲ ਬੀ., ਪੀ ਜੀ ਜੇ ਏਮ ਸੀ (ਜਰਨਲਿਸਟ), ਪੀ ਜੀ ਡੀ ਬੀ ਐ (ਐਮ ਬੀ ਐ), ਬੀ ਲੇਵਲ (ਐਮ ਸੀ ਐ) ਵਰਗੀਆਂ 4 ਪ੍ਰੋਫੈਸ਼ਨਲ ਡਿਗਰੀਆਂ ਵੀ ਸ਼ਾਮਲ ਹਨ। ਇਹ ਉਸਦੀ ਜਨਤਕ ਵਿਵਹਾਰ ਦੀ ਕਲਾ ਦੇ ਕਾਰਨ ਹੈ ਕਿ ਉਸਦੇ ਕੋਲ ਬਹੁਤ ਜ਼ਿਆਦਾ ਆਤਮਵਿਸ਼ਵਾਸ ਹੈ ਅਤੇ ਉਹ ਜੀਵਨ ਦੇ ਸਾਰੇ ਖੇਤਰਾਂ ਵਿੱਚ ਸਫਲ ਹੈ। "ਰਾਜਲਨੀਤੀ ਲੋਕ ਵਿਵਹਾਰ" ਕਿਤਾਬ ਰਾਹੀਂ, ਉਹ ਜਨਤਕ ਵਿਵਹਾਰ ਨਾਲ ਸਬੰਧਤ ਆਪਣੇ ਸਾਲਾਂ ਦੀ ਸਖ਼ਤ ਮਿਹਨਤ ਅਤੇ ਖੋਜ ਨੂੰ ਤੁਹਾਡੇ ਸਾਹਮਣੇ ਪੇਸ਼ ਕਰ ਰਹੇ ਹਨ। ਰਾਜਲ

ਨਿਯਮਿਤ ਤੌਰ 'ਤੇ ਯੂਟਿਊਬ ਆਦਿ ਸਾਈਟਾਂ 'ਤੇ ਆਪਣੇ ਉਪਯੋਗੀ ਅਤੇ ਜਾਣਕਾਰੀ ਭਰਪੂਰ ਵੀਡੀਓ ਪਾਂਦੇ ਰਹਿੰਦੇ ਹਨ। ਤੁਸੀਂ ਰਾਜਲ ਨਾਲ ਔਨਲਾਈਨ ਵੀ ਜੁੜ ਸਕਦੇ ਹੋ –

ਵੈੱਬਸਾਈਟ	:	www.rajalneeti.com
ਯੂਟਿਊਬ	:	www.youtube.com/rajalneeti
ਫੇਸਬੁੱਕ	:	www.facebook.com/therajal
ਐਕਸ	:	www.x.com/therajal
ਇੰਸਟਾਗ੍ਰਾਮ	:	www.instagram.com/rajalneeti
ਈ-ਮੇਲ	:	rajalneeti@gmail.com

ਖੰਡ - 1

ਦੁਨੀਆਂ ਨਾਲ ਬਿਹਤਰ ਤਾਲਮੇਲ ਬਨਾਉਣ ਤੋਂ ਪਹਿਲਾਂ, ਆਪਣੇ ਆਪ ਨਾਲ ਬਿਹਤਰ ਢੰਗ ਨਾਲ ਤਾਲਮੇਲ ਬਣਾਈਏ

ਮੇਰਾ ਐਸਾ ਮੰਨਣਾ ਹੈ ਕਿ ਸਭ ਤੋਂ ਪਹਿਲਾਂ ਜਿਸ ਵਿਅਕਤੀ ਨਾਲ ਤੁਹਾਨੂੰ ਬਿਹਤਰ ਸੰਬੰਧ ਬਣਾਉਣ ਦੀ ਲੋੜ ਹੈ ਉਹ ਤੁਸੀਂ ਆਪ ਹੋ। ਜੇ ਤੁਹਾਨੂੰ ਆਪਣੇ ਨਾਲ ਸਮਾਂ ਬਿਤਾਉਣਾ ਪਸੰਦ ਨਹੀਂ ਹੈ, ਜੇ ਤੁਸੀਂ ਆਪਣੇ ਆਪ ਨੂੰ ਪਸੰਦ ਨਹੀਂ ਕਰਦੇ, ਤਾਂ ਤੁਸੀਂ ਦੂਜੇ ਲੋਕਾਂ ਤੋਂ ਤੁਹਾਨੂੰ ਪਸੰਦ ਕਰਨ ਦੀ ਉਮੀਦ ਕਿਵੇਂ ਕਰ ਸਕਦੇ ਹੋ।

ਇਸ ਲਈ, "ਰਾਜਲਨੀਤੀ ਲੋਕ ਵਿਵਹਾਰ" ਵਿੱਚ ਅਸੀਂ ਸਭ ਤੋਂ ਪਹਿਲਾਂ ਪਹਿਲੇ ਭਾਗ ਵਿੱਚ ਆਪਣੇ ਆਪ 'ਤੇ ਕੰਮ ਕਰਾਂਗੇ ਅਤੇ ਉਸ ਤੋਂ ਬਾਅਦ ਹੀ ਅਸੀਂ ਅਗਲੇ ਭਾਗ ਵਿੱਚ ਜਾਵਾਂਗੇ, ਭਾਵ ਪਹਿਲਾਂ ਆਪਣੇ ਆਪ ਨਾਲ ਬਿਹਤਰ ਤਾਲਮੇਲ ਸਥਾਪਤ ਕਰਨ ਤੋਂ ਬਾਅਦ, ਕੇਵਲ ਤਦ ਹੀ ਅਸੀਂ ਇਸ ਵਿਸ਼ੇ 'ਤੇ ਜਾਵਾਂਗੇ ਕਿ ਦੁਨੀਆ ਨਾਲ ਬਿਹਤਰ ਤਾਲਮੇਲ ਕਿਵੇਂ ਬਣਾਇਆ ਜਾ ਸਕਦਾ ਹੈ।

ਅਧਿਆਇ – 1
ਸ਼ਬਦਾਂ ਦੀ ਤਾਕਤ

"ਇਹ ਫੈਸਲਾ ਤੁਸੀਂ ਕਰਨਾ ਹੈ, ਆਪਣੇ ਸ਼ਬਦਾਂ ਦੀ ਵਰਤੋਂ ਦੋਸਤ ਬਣਾਉਣ ਲਈ ਕਰਨੀ ਹੈ ਜਾਂ ਦੁਸ਼ਮਣ ਬਣਾਉਣ ਲਈ: "ਰਾਜਲ।"

ਕੀ ਤੁਸੀਂ ਕਿਸੇ ਸਿਨੇਮਾ ਹਾਲ ਵਿੱਚ ਗਏ ਹੋ? ਕੀ ਤੁਸੀਂ ਉੱਥੇ ਪ੍ਰੋਜੈਕਟਰ ਦੇਖਿਆ ਹੈ?

ਮੈਨੂੰ ਉਮੀਦ ਹੈ ਕਿ ਤੁਸੀਂ ਦੇਖਿਆ ਹੋਵੇਗਾ ਕਿ ਸਿਨੇਮਾ ਹਾਲ ਵਿੱਚ ਸਕ੍ਰੀਨ ਸਿਰਫ਼ ਇੱਕ ਪਰਦਾ ਹੈ। ਅਸਲ ਕੰਮ ਪ੍ਰੋਜੈਕਟਰ ਦੁਆਰਾ ਕੀਤਾ ਜਾਂਦਾ ਹੈ, ਜੋ ਉਸ ਸਕ੍ਰੀਨ 'ਤੇ ਤਸਵੀਰਾਂ ਦਿਖਾਉਂਦਾ ਹੈ ਅਤੇ ਅਸੀਂ ਉਸ ਫਿਲਮ ਦਾ ਆਨੰਦ ਮਾਣਦੇ ਹਾਂ।

ਜਦੋਂ ਵੀ ਅਸੀਂ ਕਿਸੇ ਨਾਲ ਗੱਲ ਕਰਦੇ ਹਾਂ, ਇਸ ਪ੍ਰੋਜੈਕਟਰ ਵਾਂਗ, ਅਸੀਂ ਆਪਣੇ ਸ਼ਬਦਾਂ ਰਾਹੀਂ ਆਪਣੇ ਸਾਹਮਣੇ ਵਾਲੇ ਵਿਅਕਤੀ ਦੇ ਦਿਮਾਗ ਵਿੱਚ ਤਸਵੀਰਾਂ ਬਣਾਉਂਦੇ ਹਾਂ ਅਤੇ ਦਿਮਾਗ ਉਨ੍ਹਾਂ ਤਸਵੀਰਾਂ ਰਾਹੀਂ ਗੱਲਬਾਤ ਦੀ ਵਿਆਖਿਆ ਕਰਦਾ ਹੈ। ਹੁਣ ਇਹ ਸਾਡੇ 'ਤੇ ਨਿਰਭਰ ਕਰਦਾ ਹੈ ਕਿ ਅਸੀਂ ਉਸਦੇ ਦਿਮਾਗ ਵਿੱਚ ਸਕਾਰਾਤਮਕ ਤਸਵੀਰਾਂ ਬਣਾ ਕੇ ਉਸਨੂੰ ਪ੍ਰਭਾਵਿਤ ਕਰਦੇ ਹਾਂ ਜਾਂ ਨਕਾਰਾਤਮਕ ਤਸਵੀਰਾਂ ਬਣਾ ਕੇ ਉਸਨੂੰ ਦੁਖੀ ਕਰਦੇ ਹਾਂ।

ਉਂਝ ਵੀ, ਪਰਮਾਤਮਾ ਨੇ ਬੋਲਣ ਅਤੇ ਆਪਣੇ ਵਿਚਾਰ ਪ੍ਰਗਟ ਕਰਨ ਦਾ ਸੁੰਦਰ ਤੋਹਫ਼ਾ ਸਿਰਫ਼ ਸਾਨੂੰ ਮਨੁੱਖਾਂ ਨੂੰ ਹੀ ਦਿੱਤਾ ਹੈ। ਪੌਦਿਆਂ ਅਤੇ ਜਾਨਵਰਾਂ ਨੂੰ ਇਸ ਤੋਹਫ਼ੇ ਤੋਂ ਵਾਂਝਾ ਰੱਖਿਆ ਗਿਆ ਹੈ ਕਿਉਂਕਿ ਇਹ ਤੋਹਫ਼ਾ ਸਿਰਫ਼ ਸਾਨੂੰ ਹੀ ਮਿਲਿਆ ਹੈ। ਇਸ ਲਈ, ਸਾਨੂੰ ਇਸਦੀ ਚੰਗੀ ਵਰਤੋਂ ਕਰਨੀ ਚਾਹੀਦੀ ਹੈ।

"ਰਾਜਲਨੀਤੀ ਲੋਕ ਵਿਵਹਾਰ" ਕਿਤਾਬ ਸ਼ੁਰੂ ਕਰਦੇ ਹੋਏ, ਮੈਂ ਤੁਹਾਡਾ ਧਿਆਨ ਇਸ ਵੱਲ ਖਿੱਚਣਾ ਚਾਹੁੰਦਾ ਹਾਂ ਕਿ ਤੁਹਾਡੇ ਸ਼ਬਦ ਕਿੰਨੇ ਸ਼ਕਤੀਸ਼ਾਲੀ ਹਨ ਅਤੇ ਉਹਨਾਂ ਵਿੱਚ ਸਿਰਜਣ ਦੇ ਨਾਲ-ਨਾਲ ਵਿਨਾਸ਼ ਕਰਨ ਦੀ ਸ਼ਕਤੀ ਵੀ ਹੈ। ਭਾਵੇਂ ਤੁਸੀਂ ਆਪਣੇ ਆਪ ਨਾਲ ਗੱਲ ਕਰ ਰਹੇ ਹੋ ਜਾਂ ਦੂਜਿਆਂ ਨਾਲ।

ਚਾਕੂ ਜਾਂ ਬਿਜਲੀ ਦੋਵਾਂ ਤਰੀਕਿਆਂ ਨਾਲ ਵਰਤੀ ਜਾ ਸਕਦੀ ਹੈ, ਉਦਾਹਰਣ ਵਜੋਂ, ਜੇ ਤੁਸੀਂ ਚਾਕੂ ਨੂੰ ਉਸਦੇ ਹੈਂਡਲ ਨਾਲ ਫੜਦੇ ਹੋ, ਤਾਂ ਤੁਸੀਂ ਸਬਜ਼ੀਆਂ ਕੱਟਣ ਵਰਗੇ ਲਾਭਦਾਇਕ ਕੰਮ ਕਰਨ ਦੇ ਯੋਗ ਹੋਵੋਗੇ ਅਤੇ ਜੇ ਤੁਸੀਂ ਚਾਕੂ ਨੂੰ ਉਸਦੀ ਤਿੱਖੀ ਧਾਰ ਨਾਲ ਫੜਦੇ ਹੋ, ਤਾਂ ਤੁਸੀਂ ਆਪਣੇ ਆਪ ਨੂੰ ਜ਼ਖਮੀ ਕਰੋਗੇ। ਬਿਜਲੀ ਵੀ, ਜੇਕਰ ਸਮਝਦਾਰੀ ਨਾਲ ਵਰਤੀ ਜਾਵੇ, ਤਾਂ ਤੁਹਾਡੇ ਘਰ ਨੂੰ ਰੌਸ਼ਨ ਕਰ ਸਕਦੀ ਹੈ ਅਤੇ ਜੇਕਰ ਮੂਰਖਤਾ ਨਾਲ ਵਰਤੀ ਜਾਵੇ, ਤਾਂ ਇਹ ਖਤਰਨਾਕ ਸਾਬਤ ਹੋ ਸਕਦੀ ਹੈ। ਇੰਝ ਹੀ ਤੁਹਾਡੇ ਸ਼ਬਦ ਵੀ ਬਰਾਬਰ ਸ਼ਕਤੀਸ਼ਾਲੀ ਹਨ। ਜੇਕਰ ਸਮਝਦਾਰੀ ਨਾਲ ਵਰਤੇ ਜਾਣ, ਤਾਂ ਉਹ ਤੁਹਾਡੀ ਜ਼ਿੰਦਗੀ ਨੂੰ ਸਵਰਗ ਬਣਾ ਦੇਣਗੇ ਅਤੇ ਜੇਕਰ ਮੂਰਖਤਾ ਨਾਲ ਵਰਤੇ ਜਾਣ, ਤਾਂ ਉਹ ਤੁਹਾਡੀ ਜ਼ਿੰਦਗੀ ਨੂੰ ਨਰਕ ਬਣਾ ਦੇਣਗੇ।

ਤੁਹਾਨੂੰ ਕੀ ਲੱਗਦਾ ਹੈ ਕਿ ਮਹਾਭਾਰਤ ਦਾ ਯੁੱਧ ਕਿਉਂ ਹੋਇਆ ਸੀ? ਜ਼ਿਆਦਾਤਰ ਲੋਕ ਕਹਿਣਗੇ ਕਿ ਇਹ ਕੌਰਵਾਂ ਦੀ ਪਾਂਡਵਾਂ ਪ੍ਰਤੀ ਈਰਖਾ ਸੀ, ਪਰ ਅਸਲ ਵਿੱਚ ਦ੍ਰੋਪਦੀ ਦੇ ਸ਼ਬਦਾਂ ਨੇ ਵੀ ਇਸ ਯੁੱਧ ਵਿੱਚ ਬਹੁਤ ਮਹੱਤਵਪੂਰਨ ਭੂਮਿਕਾ ਨਿਭਾਈ।

ਕਹਾਣੀ ਇਸ ਤਰ੍ਹਾਂ ਹੈ, ਇੱਕ ਵਾਰ ਦੁਰਯੋਧਨ ਇੱਕ ਜਾਦੂਈ ਮਹਿਲ ਵਿੱਚ ਘੁੰਮਦੇ ਹੋਏ ਡਿੱਗ ਪਿਆ ਅਤੇ ਦ੍ਰੋਪਦੀ ਵੀ ਇਹ ਦ੍ਰਿਸ਼ ਦੇਖ ਰਹੀ ਸੀ। ਉਹ ਇਸ 'ਤੇ ਬਹੁਤ ਉੱਚੀ-ਉੱਚੀ ਹੱਸ ਪਈ ਅਤੇ ਕਿਹਾ, "ਇੱਕ ਅੰਨ੍ਹੇ ਦਾ ਪੁੱਤਰ ਅੰਨ੍ਹਾ ਹੁੰਦਾ ਹੈ" ਅਤੇ ਇਸ ਵਾਕ ਨੇ ਦੁਰਯੋਧਨ ਦੀ ਨਫ਼ਰਤ ਨੂੰ ਹਮੇਸ਼ਾ ਲਈ ਹੋਰ ਵੀ ਵਧਾ ਦਿੱਤਾ।

ਜੇਕਰ ਸ਼ਬਦਾਂ ਦੀ ਵਰਤੋਂ ਤਬਾਹੀ ਲਈ ਕੀਤੀ ਜਾ ਸਕਦੀ ਹੈ, ਤਾਂ ਸ਼ਬਦਾਂ ਦੀ ਵਰਤੋਂ ਉਸਾਰੀ ਅਤੇ ਤਰੱਕੀ ਲਈ ਵੀ ਕੀਤੀ ਜਾ ਸਕਦੀ ਹੈ। ਜਿਵੇਂ ਮਹਾਨ ਆਚਾਰੀਆ ਚਾਣਕਿਆ ਨੇ ਇੱਕ ਆਮ ਮੁੰਡੇ ਨੂੰ ਮਹਾਨ ਰਾਜਾ ਚੰਦਰਗੁਪਤ ਵਿੱਚ ਬਦਲ ਦਿੱਤਾ ਅਤੇ ਬਾਕੀ ਸਭ ਇਤਿਹਾਸ ਹੈ।

ਕਈ ਵਾਰ ਕਿਸੇ ਦੇ ਸ਼ਬਦ ਇੰਨੇ ਦੁਖੀ ਕਰਦੇ ਹਨ ਕਿ ਉਹ ਵਿਅਕਤੀ ਉਨ੍ਹਾਂ ਸ਼ਬਦਾਂ ਦੇ ਦਰਦ ਕਾਰਨ ਖੁਦਕੁਸ਼ੀ ਵੀ ਕਰ ਲੈਂਦਾ ਹੈ। ਇਸੇ ਤਰ੍ਹਾਂ, ਕਿਸੇ ਦੇ ਸ਼ਬਦਾਂ ਵਿੱਚ ਇੰਨੀ ਸ਼ਕਤੀ ਹੁੰਦੀ ਹੈ ਕਿ ਉਸਦੇ ਸ਼ਬਦ ਉਸਦੇ ਆਤਮਵਿਸ਼ਵਾਸ ਨੂੰ ਇੰਨਾ ਵਧਾ ਦਿੰਦੇ ਹਨ ਕਿ ਉਹ ਵਿਅਕਤੀ ਅਸੰਭਵ ਕੰਮ ਵੀ ਕਰ ਦਿੰਦਾ ਹੈ ਅਤੇ ਕਈ ਵਾਰ ਕਿਸੇ ਵਿਅਕਤੀ ਦੇ ਸ਼ਬਦ ਇੰਨੇ ਦੁਖੀ ਕਰਦੇ ਹਨ ਕਿ ਉਹ ਵਿਅਕਤੀ ਜਿਸਨੇ ਇਹ ਸ਼ਬਦ ਕਹੇ ਹਨ, ਉਸਦੀ ਮੌਤ ਤੋਂ ਬਾਅਦ ਵੀ, ਉਹ ਵਿਅਕਤੀ ਜਿਸਨੇ ਇਹ ਸ਼ਬਦ ਸੁਣੇ ਹਨ, ਭੁੱਲ ਨਹੀਂ ਪਾਂਦਾ ਅਤੇ ਇਸ ਲਈ ਮੌਤ ਤੋਂ ਬਾਅਦ ਵੀ ਮਾਫ਼ ਨਹੀਂ ਕਰ ਪਾਉਂਦਾ।

ਇਹ ਦੇਖਿਆ ਗਿਆ ਹੈ ਕਿ ਇੱਕ ਨੇਤਾ ਦੇ ਬੜਬੋਲੇਪਨ ਦੇ ਕਾਰਨ ਪੂਰਾ ਦੇਸ਼ ਜੰਗ ਦੀ ਅੱਗ ਵਿੱਚ ਸੜ ਜਾਂਦਾ ਹੈ। ਇਹ ਵੀ ਦੇਖਿਆ ਗਿਆ ਹੈ ਕਿ ਇੱਕ ਵਿਅਕਤੀ ਦਾ ਕਰੀਅਰ ਬਹੁਤ ਵਧੀਆ ਚੱਲ ਰਿਹਾ ਸੀ ਪਰ ਇੱਕ ਜ਼ੁਬਾਨ ਫਿਸਲਣ ਕਾਰਨ ਉਸਦਾ ਪੂਰਾ ਕਰੀਅਰ ਬਰਬਾਦ ਹੋ ਗਿਆ।

ਤੁਸੀਂ ਇੱਕ ਗੀਤ ਵੀ ਸੁਣਿਆ ਹੋਵੇਗਾ, 'ਇੱਕ ਦਿਨ ਬਿਕ ਜਾਏਗਾ ਮਾਟੀ ਕੇ ਮੋਲ ਜਗ ਮੇ ਰਹਿ ਜਾਏਂਗੇ ਪਿਆਰੇ ਤੇਰੇ ਬੋਲ', ਜਦੋਂ ਸਾਡੇ ਸ਼ਬਦ ਅਮਰ ਹਨ, ਤਾਂ ਅਸੀਂ ਲੋਕਾਂ ਨੂੰ ਅਜਿਹੇ ਸ਼ਬਦ ਕਿਉਂ ਨਾ ਕਹੀਏ ਕਿ ਉਹ ਉਨ੍ਹਾਂ ਦੇ ਦਿਲਾਂ ਅਤੇ ਆਤਮਾਵਾਂ ਵਿੱਚ ਜਗ੍ਹਾ ਬਣਾ ਲੈਣ।

ਇਸ ਲਈ ਸਿਆਣਪ ਇਸ ਵਿੱਚ ਹੈ ਕਿ ਅਸੀਂ ਆਪਣੇ ਸ਼ਬਦਾਂ ਦੀ ਚੋਣ ਇਸ ਤਰ੍ਹਾਂ ਕਰੀਏ ਕਿ ਸਾਡੇ ਸਾਹਮਣੇ ਵਾਲੇ ਵਿਅਕਤੀ ਨੂੰ ਚੰਗਾ ਲੱਗੇ ਅਤੇ ਉਸਦੀ ਮਹੱਤਤਾ ਅਤੇ ਵਿਸ਼ਵਾਸ ਵੀ ਵਧੇ।

ਆਪਣੇ ਸ਼ਬਦਾਂ ਦੀ ਵਰਤੋਂ:-

- ਲੋਕਾਂ ਦੇ ਚੰਗੇ ਪਹਿਲੂਆਂ ਨੂੰ ਲੱਭਣ ਅਤੇ ਉਨ੍ਹਾਂ ਪਹਿਲੂਆਂ ਦੀ ਕਦਰ ਕਰਨ ਵਿਚ ਕਰੀਏ।
- ਲੋਕਾਂ ਨੂੰ ਉਤਸ਼ਾਹਿਤ ਕਰਨ ਲਈ ਇਸਦੀ ਵਰਤੋਂ ਕਰੀਏ।
- ਬੁਰੇ ਸਮੇਂ ਵਿੱਚ ਉਨ੍ਹਾਂ ਨੂੰ ਉਤਸ਼ਾਹਿਤ ਕਰਨ ਲਈ ਅਜਿਹਾ ਕਰੀਏ।
- ਉਨ੍ਹਾਂ ਨੂੰ ਇਸਦੇ ਫਾਇਦੇ ਸਮਝਾਉਣ ਲਈ ਅਜਿਹਾ ਕਰੀਏ।
- ਸੰਭਾਵੀ ਸਮੱਸਿਆਵਾਂ ਬਾਰੇ ਚੇਤਾਵਨੀ ਦੇਣ ਲਈ ਕਰੀਏ।
- ਚੰਗੀ ਖ਼ਬਰ ਸਾਂਝੀ ਕਰਨ ਲਈ ਅਜਿਹਾ ਕਰੀਏ।

ਇਸਨੂੰ ਸਿਰਫ਼ ਇਸ ਤਰ੍ਹਾਂ ਦੀਆਂ ਚੀਜ਼ਾਂ ਲਈ ਹੀ ਵਰਤੋ। ਬੁਰੀਆਂ ਖ਼ਬਰਾਂ ਫੈਲਾਉਣ ਅਤੇ ਕਿਸੇ ਨੂੰ ਬੁਰਾ-ਭਲਾ ਕਹਿਣ ਦਾ ਤੁਹਾਨੂੰ ਕੋਈ ਫਾਇਦਾ ਨਹੀਂ ਹੁੰਦਾ।

ਲੋਕ ਵਿਵਹਾਰ ਨਾਲ ਸਬੰਧਤ ਕੁਝ ਉਪਯੋਗੀ ਸੁਝਾਅ:

- ਆਪਣੇ ਕਿਸੇ ਵੀ ਦੋਸਤ ਨੂੰ ਫ਼ੋਨ ਕਰੋ ਅਤੇ ਉਸਨੂੰ ਉਸਦੇ ਇੱਕ ਚੰਗੇ ਗੁਣ ਬਾਰੇ ਦੱਸੋ ਜਿਸਨੇ ਤੁਹਾਨੂੰ ਪ੍ਰਭਾਵਿਤ ਕੀਤਾ ਹੈ, ਉਹ ਬਹੁਤ ਖੁਸ਼ ਹੋਵੇਗਾ ਅਤੇ ਉਹ ਜੋ ਵੀ ਕੰਮ ਕਰੇਗਾ, ਉਸਦਾ ਪ੍ਰਦਰਸ਼ਨ ਦਿਨ ਭਰ ਵਧੀਆ ਰਹੇਗਾ ਅਤੇ ਉਹ ਜਿਸ ਨੂੰ ਵੀ ਮਿਲੇਗਾ, ਉਹ ਉਤਸ਼ਾਹ ਅਤੇ ਖੁਸ਼ੀ ਨਾਲ ਮਿਲੇਗਾ।
- ਇਸੇ ਤਰ੍ਹਾਂ, ਇੱਕ ਪਤੀ ਜਿਸਦਾ ਆਪਣੀ ਪਤਨੀ ਨਾਲ ਝਗੜਾ ਹੋਇਆ ਹੈ, ਸਾਰਾ ਦਿਨ ਖਰਾਬ ਮੂਡ ਵਿੱਚ ਰਹੇਗਾ ਅਤੇ ਇਸ ਗੱਲ ਦੀ ਪੂਰੀ ਸੰਭਾਵਨਾ ਹੈ ਕਿ ਉਹ ਆਪਣਾ ਗੁੱਸਾ ਉਨ੍ਹਾਂ ਲੋਕਾਂ 'ਤੇ ਕੱਢੇਗਾ ਜਿਨ੍ਹਾਂ ਨੂੰ ਉਹ ਮਿਲਦਾ ਹੈ ਅਤੇ ਖੋਜ ਵਿੱਚ ਇਹ ਵੀ ਪਾਇਆ ਗਿਆ ਹੈ ਕਿ ਜੋ ਵਿਅਕਤੀ ਲੜਾਈ ਤੋਂ ਬਾਅਦ ਘਰੋਂ ਬਾਹਰ ਨਿਕਲਦਾ ਹੈ, ਉਸ ਤੋਂ ਦੁਰਘਟਨਾ ਹੋਣ ਦੀ ਸੰਭਾਵਨਾ ਵੱਧ ਜਾਂਦੀ ਹੈ। ਇਸ ਲਈ, ਘਰੋਂ ਨਿਕਲਦੇ ਸਮੇਂ ਇੱਕ ਸਕਾਰਾਤਮਕ ਮਾਹੌਲ ਬਣਾਓ।
- **ਆਪਣਾ ਮੂੰਹ ਖੋਲ੍ਹੀਏ , ਤਾਂ ਕੁਝ ਚੰਗਾ ਬੋਲੀਏ**: ਜਾਨਵਰ ਬੋਲਦੇ ਨਹੀਂ, ਬੱਚੇ ਬੋਲਦੇ ਨਹੀਂ, ਪਰ ਤੁਹਾਡੇ ਕੋਲ ਬੋਲਣ ਦਾ ਰੱਬ ਦਾ ਸੁੰਦਰ ਤੋਹਫ਼ਾ ਹੈ, ਇਸਨੂੰ ਸਮਝਦਾਰੀ ਅਤੇ ਸਕਾਰਾਤਮਕ ਢੰਗ ਨਾਲ ਵਰਤੀਏ।

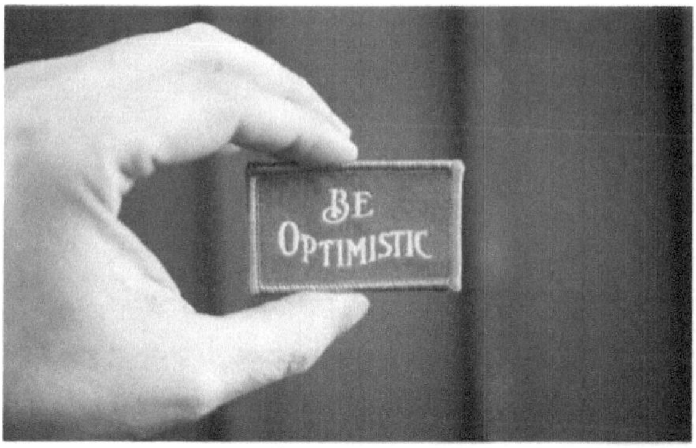

ਅਧਿਆਇ – 2
ਆਪਣੀ ਸੋਚ ਨੂੰ ਸਕਾਰਾਤਮਕ ਰੱਖੋ

ਕੁਝ ਵੀ ਅਸੰਭਵ ਨਹੀਂ ਹੈ, ਅੰਗਰੇਜ਼ੀ ਸ਼ਬਦ Impossible (ਅਸੰਭਵ) ਕਹਿੰਦਾ ਹੈ 'I'm possible ਯਾਨੀ ਮੈਂ ਸੰਭਵ ਹਾਂ' " -ਔਡਰੇ ਹੈਪਬਰਨ।"

ਤੁਸੀਂ ਇਹ ਉਦਾਹਰਣ ਜ਼ਰੂਰ ਸੁਣਿਆ ਹੋਵੇਗਾ ਕਿ ਜਦੋਂ ਤੁਸੀਂ ਪਾਣੀ ਦਾ ਗਲਾਸ ਅੱਧਾ ਭਰਿਆ ਦੇਖਦੇ ਹੋ, ਤਾਂ ਤੁਸੀਂ ਉਸਤੋਂ ਕੀ ਸਿੱਟਾ ਕੱਢਦੇ ਹੋ?

ਗਲਾਸ ਅੱਧਾ ਭਰਿਆ ਹੋਇਆ ਹੈ
ਜਾਂ ਗਲਾਸ ਅੱਧਾ ਖਾਲੀ ਹੈ

ਜੇਕਰ ਤੁਹਾਡੀ ਸੋਚ ਅਨੁਸਾਰ ਗਲਾਸ ਅੱਧਾ ਖਾਲੀ ਹੈ ਤਾਂ ਤੁਹਾਡੀ ਸੋਚ ਨਕਾਰਾਤਮਕ ਹੈ ਅਤੇ ਜੇਕਰ ਤੁਹਾਡੀ ਸੋਚ ਅਨੁਸਾਰ ਗਲਾਸ ਅੱਧਾ ਭਰਿਆ ਹੋਇਆ ਹੈ ਤਾਂ ਤੁਹਾਡੀ ਸੋਚ ਸਕਾਰਾਤਮਕ ਹੈ। ਆਪਣੀ ਸੋਚ 'ਤੇ ਕੰਮ ਕਰੋ ਅਤੇ ਹਰ ਚੀਜ਼ ਅਤੇ ਹਰ ਸਥਿਤੀ ਵਿੱਚ ਚੰਗਾ ਪਹਿਲੂ ਲੱਭਣ ਦੀ ਕੋਸ਼ਿਸ਼ ਕਰੋ।

ਮੇਰੀ ਜ਼ਿੰਦਗੀ ਵਿੱਚ ਸਭ ਤੋਂ ਪਹਿਲਾਂ ਸਕਾਰਾਤਮਕ ਬਦਲਾ ਉਦੋਂ ਆਉਣੇ ਸ਼ੁਰੂ ਹੋਏ ਜਦੋਂ ਮੈਂ ਚੰਗੀਆਂ ਕਿਤਾਬਾਂ ਅਤੇ ਜੀਵਨੀਆਂ ਪੜ੍ਹਨੀਆਂ ਸ਼ੁਰੂ ਕੀਤੀਆਂ, ਨਾ ਸਿਰਫ਼ ਮੈਂ ਆਪਣੇ ਬਾਰੇ ਬਿਹਤਰ ਮਹਿਸੂਸ ਕਰਨ ਲੱਗ ਪਿਆ ਸਗੋਂ ਦੂਜੇ ਲੋਕਾਂ ਪ੍ਰਤੀ ਮੇਰਾ ਨਜ਼ਰੀਆ ਵੀ ਬਹੁਤ ਬਦਲ ਗਿਆ।

ਲਗਭਗ 15 ਸਾਲ ਪਹਿਲਾਂ ਮੈਂ ਕ੍ਰਿਸ਼ਚੀਅਨ ਡੀ ਲਾਹਸਨ ਦੀਆਂ ਕੁਝ ਸਤਰਾਂ ਪੜ੍ਹੀਆਂ ਸਨ, ਅੱਜ ਵੀ ਜਦੋਂ ਮੈਂ ਇਹ ਸਤਰਾਂ ਪੜ੍ਹਦਾ ਹਾਂ, ਤਾਂ ਮੈਨੂੰ ਉਹੀ ਸਕਾਰਾਤਮਕਤਾ ਅਤੇ ਜ਼ਬਰਦਸਤ

ਪ੍ਰੇਰਨਾ ਮਿਲਦੀ ਹੈ ਅਤੇ ਜੇਕਰ ਤੁਸੀਂ ਇਨ੍ਹਾਂ ਸਤਰਾਂ ਨੂੰ ਲਾਗੂ ਕਰਦੇ ਹੋ ਤਾਂ ਤੁਸੀਂ ਲੋਕ ਵਿਵਹਾਰ ਦੀ ਕਲਾ ਦੇ ਮਾਹਰ ਬਣ ਜਾਓਗੇ। ਇਹ ਹਨ ਉਹ ਸਤਰਾਂ :-

"ਔਪਟੀਮਿਸਟਿਕ ਕ੍ਰੀਡ"

- ਅਸੀਂ ਇੰਨੇ ਮਜ਼ਬੂਤ ਅਤੇ ਸ਼ਕਤੀਸ਼ਾਲੀ ਹੋਵਾਂਗੇ ਕਿ ਕੋਈ ਵੀ ਵਿਅਕਤੀ ਜਾਂ ਕੋਈ ਕਾਰਨ ਸਾਡੀ ਮਨ ਦੀ ਸ਼ਾਂਤੀ ਨੂੰ ਭੰਗ ਨਹੀਂ ਕਰ ਸਕੇਗਾ।
- ਤੁਸੀਂ ਜਿਸ ਨੂੰ ਵੀ ਮਿਲੋਗੇ, ਉਸ ਨਾਲ ਖੁਸ਼ੀ, ਖੁਸ਼ਹਾਲੀ ਅਤੇ ਸਿਹਤ ਬਾਰੇ ਗੱਲ ਕਰੋਗੇ। ਤੁਸੀਂ ਆਪਣੇ ਸਾਰੇ ਦੋਸਤਾਂ ਨੂੰ ਇਹ ਮਹਿਸੂਸ ਕਰਵਾਓਗੇ ਕਿ ਉਨ੍ਹਾਂ ਵਿੱਚ ਕੁਝ ਖਾਸ ਹੈ।
- ਤੁਹਾਨੂੰ ਹਰ ਸਥਿਤੀ ਵਿੱਚ ਕੁਝ ਨਾ ਕੁਝ ਸਕਾਰਾਤਮਕ ਮਿਲੇਗਾ। ਤੁਸੀਂ ਸਭ ਤੋਂ ਵਧੀਆ ਸੋਚੋਗੇ, ਸਭ ਤੋਂ ਵਧੀਆ ਲਈ ਕੰਮ ਕਰੋਗੇ ਅਤੇ ਸਭ ਤੋਂ ਵਧੀਆ ਨਤੀਜਿਆਂ ਦੀ ਉਮੀਦ ਕਰੋਗੇ। ਤੁਸੀਂ ਦੂਜਿਆਂ ਦੀ ਸਫਲਤਾ ਲਈ ਓਨੇ ਹੀ ਉਤਸ਼ਾਹਿਤ ਹੋਵੋਗੇ ਜਿੰਨੇ ਤੁਸੀਂ ਆਪਣੀ ਸਫਲਤਾ ਲਈ ਹੁੰਦੇ ਹੋ।
- ਬੀਤੇ ਹੋਏ ਪਲ ਵਿਚ ਕੀਤੀਆਂ ਗਲਤੀਆਂ ਨੂੰ ਭੁੱਲ ਕੇ, ਅਸੀਂ ਅੱਜ ਤੋਂ ਹੀ ਭਵਿੱਖ ਦੀਆਂ ਵੱਡੀਆਂ ਸਫਲਤਾਵਾਂ ਅਤੇ ਪ੍ਰਾਪਤੀਆਂ ਲਈ ਅੱਗੇ ਵਧਾਂਗੇ।
- ਹਮੇਸ਼ਾ ਖੁਸ਼ ਰਹਾਂਗੇ ਅਤੇ ਜਿਸ ਕਿਸੇ ਨੂੰ ਵੀ ਮਿਲਾਂਗੇ ਉਸਦਾ ਸਵਾਗਤ ਮੁਸਕਰਾਹਟ ਨਾਲ ਕਰਾਂਗੇ ।
- ਅਸੀਂ ਆਪਣੇ ਆਪ ਨੂੰ ਸੁਧਾਰਨ ਵਿੱਚ ਇੰਨਾ ਸਮਾਂ ਬਿਤਾਵਾਂਗੇ ਕਿ ਸਾਡੇ ਕੋਲ ਕਿਸੇ ਹੋਰ ਦੀ ਆਲੋਚਨਾ ਕਰਨ ਦਾ ਸਮਾਂ ਹੀ ਨਹੀਂ ਹੋਵੇਗਾ।
- ਇੰਨੇ ਮਹਾਨ ਬਣ ਜਾਂਗੇ ਕਿ ਚਿੰਤਾਵਾਂ ਛੂਹ ਨਾ ਸਕਣ ਅਤੇ ਤੁਸੀਂ ਇੰਨੇ ਚੰਗੇ ਬਣ ਜਾਂਗੇ ਕਿ ਗੁੱਸਾ ਆਏਗਾ ਵੀ ਨਹੀਂ।
- ਇੰਨੇ ਸ਼ਕਤੀਸ਼ਾਲੀ ਬਣੋ ਕਿ ਤੁਹਾਨੂੰ ਕੋਈ ਡਰ ਨਾ ਹੋਵੇ ਅਤੇ ਇੰਨੇ ਖੁਸ਼ ਬਣੋ ਕਿ ਦੁੱਖ ਤੁਹਾਡੇ ਕੋਲ ਨਾ ਆ ਸਕੇ।
- ਆਪਣੇ ਬਾਰੇ ਚੰਗਾ ਸੋਚੋ ਅਤੇ ਇਸ ਤੱਥ ਨੂੰ ਦੁਨੀਆਂ ਨੂੰ ਦੱਸੋ - ਸ਼ਬਦਾਂ ਦੁਆਰਾ ਨਹੀਂ ਬਲਕਿ ਮਹਾਨ ਕੰਮਾਂ ਦੁਆਰਾ। ਇਸ ਵਿਸ਼ਵਾਸ ਵਿੱਚ ਜੀਓ ਕਿ ਸਾਰੀ ਦੁਨੀਆਂ ਸਾਡੇ ਨਾਲ ਹੈ ਜਿੰਨਾ ਚਿਰ ਅਸੀਂ ਆਪਣੀਆਂ ਯੋਗਤਾਵਾਂ ਦਾ ਸਭ ਤੋਂ ਵਧੀਆ ਕੰਮ ਕਰਦੇ ਰਹਿੰਦੇ ਹਾਂ।

- ਕ੍ਰਿਸ਼ਚੀਅਨ ਡੀ ਲਾਰਸਨ

ਲੋਕ ਵਿਵਹਾਰ ਨਾਲ ਸਬੰਧਤ ਕੁਝ ਉਪਯੋਗੀ ਸੁਝਾਅ:

- ਮੁਲਾਂਕਣ ਕਰੋ ਕਿ ਤੁਹਾਡੇ ਵਿਚਾਰ ਸਕਾਰਾਤਮਕ ਹਨ ਜਾਂ ਨਕਾਰਾਤਮਕ। ਜ਼ਿਆਦਾਤਰ ਸਮਾਂ ਤੁਸੀਂ ਕਿਸੇ ਵੀ ਚੀਜ਼ ਜਾਂ ਸਥਿਤੀ ਦੇ ਚੰਗੇ ਪਹਿਲੂ ਬਾਰੇ ਸੋਚਦੇ ਹੋ ਜਾਂ ਮਾੜੇ ਪਹਿਲੂ ਬਾਰੇ ।
- ਇਸ ਅਧਿਆਇ ਵਿੱਚ ਦਿੱਤੇ ਗਏ "ਔਪਟੀਮਿਸਟਿਕ ਕ੍ਰੀਡ" ਨੂੰ ਇੱਕ ਹਫ਼ਤੇ ਲਗਾਤਾਰ ਪੜ੍ਹੋ ਅਤੇ ਜੇ ਸੰਭਵ ਹੋਵੇ ਤਾਂ ਇਸਨੂੰ ਯਾਦ ਵੀ ਕਰ ਲਵੋ।

ਅਧਿਆਇ – 3

ਕੀ ਤੁਸੀਂ ਆਪਣੇ ਆਪ ਨੂੰ ਪਸੰਦ ਕਰਦੇ ਹੋ?

"ਤੁਸੀਂ ਪਰਮਾਤਮਾ ਵਿੱਚ ਤਦ ਤਕ ਵਿਸ਼ਵਾਸ ਨਹੀਂ ਕਰ ਸਕਦੇ ਜਦੋਂ ਤੱਕ ਤੁਸੀਂ ਆਪਣੇ ਆਪ ਵਿੱਚ ਵਿਸ਼ਵਾਸ ਨਹੀਂ ਕਰਦੇ।" - ਸਵਾਮੀ ਵਿਵੇਕਾਨੰਦ

ਇਹ ਅਧਿਆਇ "ਰਾਜਲਨੀਤੀ ਲੋਕ ਵਿਵਹਾਰ" ਦਾ ਸਭ ਤੋਂ ਲੰਬਾ ਅਧਿਆਇ ਹੈ। ਮੈਂ ਇਸ ਅਧਿਆਇ ਨੂੰ ਲਿਖਣ ਵਿੱਚ ਸਭ ਤੋਂ ਵੱਧ ਸਮਾਂ ਦਿੱਤਾ ਹੈ ਕਿਉਂਕਿ ਮੈਂ ਤਜਰਬੇ ਕਹਿੰਦਾ ਹੈ ਕਿ ਜਦੋਂ ਤੱਕ ਤੁਸੀਂ ਆਪਣੇ ਆਪ ਨੂੰ ਪਸੰਦ ਨਹੀਂ ਕਰਦੇ, ਤੁਸੀਂ ਦੂਜਿਆਂ ਨੂੰ ਪਸੰਦ ਨਹੀਂ ਕਰ ਸਕੋਗੇ। ਇਸ ਲਈ ਇਹ ਅਧਿਆਇ ਇਸ ਕਿਤਾਬ ਦੇ ਸਭ ਤੋਂ ਮਹੱਤਵਪੂਰਨ ਅਧਿਆਵਾਂ ਵਿੱਚੋਂ ਇੱਕ ਹੈ। ਇਸ ਲਈ, ਇਸਨੂੰ ਪੂਰੀ ਤਰ੍ਹਾਂ ਅਤੇ ਧਿਆਨ ਨਾਲ ਪੜ੍ਹਨ ਤੋਂ ਬਾਅਦ ਹੀ ਅਗਲੇ ਅਧਿਆਵਾਂ 'ਤੇ ਜਾਓ। ਪਹਿਲੇ ਅਧਿਆਇ ਵਿੱਚ, ਅਸੀਂ ਸਕਾਰਾਤਮਕ ਸੋਚ ਬਾਰੇ ਚਰਚਾ ਕੀਤੀ ਸੀ। ਹੁਣ ਆਓ ਇਸ ਗੱਲ ਦਾ ਮੁਲਾਂਕਣ ਕਰੀਏ ਕਿ ਤੁਸੀਂ ਆਪਣੇ ਆਪ ਨੂੰ ਕਿੰਨਾ ਪਸੰਦ ਕਰਦੇ ਹੋ?

ਦੁਨੀਆਂ ਨਾਲ ਬਿਹਤਰ ਤਰੀਕੇ ਨਾਲ ਤਾਲਮੇਲ ਬਣਾਉਣ ਲਈ, ਇਹ ਜ਼ਰੂਰੀ ਹੈ ਕਿ ਤੁਸੀਂ ਪਹਿਲਾਂ ਆਪਣੇ ਆਪ ਨਾਲ ਤਾਲਮੇਲ ਬਿਠਾਓ, ਅਤੇ ਇਸ ਲਈ, ਇਹ ਜ਼ਰੂਰੀ ਹੈ ਕਿ ਤੁਸੀਂ ਪਹਿਲਾਂ ਆਪਣੇ ਆਪ ਨੂੰ ਪਸੰਦ ਕਰੋ। ਕਿਉਂਕਿ ਸਿਰਫ਼ ਉਹੀ ਵਿਅਕਤੀ ਜਿਸਨੇ ਆਪਣੇ ਆਪ ਨੂੰ ਪਸੰਦ ਕਰਨਾ ਸਿੱਖ ਲਿਆ ਹੈ, ਉਹ ਹੀ ਦੂਜਿਆਂ ਨਾਲ ਚੰਗਾ ਅਤੇ ਦੋਸਤਾਨਾ ਵਿਵਹਾਰ ਕਰ ਸਕਦਾ ਹੈ। ਤੁਸੀਂ ਖੁਦ ਸੋਚੋ, 'ਤੁਸੀਂ ਦੂਜਿਆਂ ਨੂੰ ਉਹ ਕਿਵੇਂ ਦੇ ਸਕਦੇ ਹੋ ਜੋ ਤੁਹਾਡੇ ਕੋਲ ਖੁਦ ਨਹੀਂ ਹੈ।'

ਜੇਕਰ ਤੁਹਾਡਾ ਆਪਣੇ ਆਪ ਨਾਲ ਰਿਸ਼ਤਾ ਚੰਗਾ ਹੈ, ਤਾਂ ਦੂਜਿਆਂ ਨਾਲ ਵੀ ਤੁਹਾਡਾ ਰਿਸ਼ਤਾ ਚੰਗਾ ਹੁੰਦਾ ਹੈ। ਵਿਸ਼ੇਸ਼ਗਾਂ ਦਾ ਕਹਿਣਾ ਹੈ ਕਿ ਜਦੋਂ ਵੀ ਕੋਈ ਵਿਅਕਤੀ ਆਪਣੇ ਅਤੇ ਦੂਜਿਆਂ ਦੇ ਵਿਰੁੱਧ ਹੁੰਦਾ ਹੈ, ਤਾਂ ਇਸਦਾ ਇੱਕ ਹੀ ਕਾਰਨ ਹੁੰਦਾ ਹੈ -ਸਵੈਮਾਣ ਦੀ ਘਾਟ। ਇਹ ਸਾਬਤ ਹੋ ਚੁੱਕਾ ਹੈ ਅਤੇ ਹਰ ਮਾਮਲੇ ਵਿੱਚ ਇਸ ਦਾ ਸਭ ਤੋਂ ਵਧੀਆ ਹੱਲ ਕੁਝ ਅਜਿਹਾ ਕਰਨਾ ਹੈ ਜਿਸ ਨਾਲ ਸਵੈ-ਮਾਣ ਵਾਪਸ ਆ ਜਾਵੇ।

ਜਦੋਂ ਕੋਈ ਵਿਅਕਤੀ ਆਪਣੇ ਆਪ ਨੂੰ ਥੋੜ੍ਹਾ ਜ਼ਿਆਦਾ ਪਸੰਦ ਕਰਨ ਲੱਗਦਾ ਹੈ, ਤਾਂ ਉਹ ਦੂਜਿਆਂ ਨੂੰ ਵੀ ਥੋੜ੍ਹਾ ਜ਼ਿਆਦਾ ਪਸੰਦ ਕਰਨ ਲੱਗ ਪੈਂਦਾ ਹੈ। ਜਦੋਂ ਉਹ ਆਪਣੇ ਆਪ ਨਾਲ ਆਪਣੀ ਦਰਦਨਾਕ ਅਸੰਤੁਸ਼ਟੀ ਤੋਂ ਦੂਰ ਕਰ ਲੈਂਦਾ ਹੈ, ਤਾਂ ਉਹ ਦੂਜਿਆਂ ਪ੍ਰਤੀ ਘੱਟ ਨਕਾਰਾਤਮਕ ਅਤੇ ਵਧੇਰੇ ਸਹਿਣਸ਼ੀਲ ਹੋ ਜਾਂਦਾ ਹੈ।

ਮੈਂ ਸਫਲਤਾ ਦੇ ਵਿਸ਼ੇ 'ਤੇ ਲੱਖਾਂ ਕਿਤਾਬਾਂ ਪੜ੍ਹੀਆਂ ਹਨ ਅਤੇ ਇੱਕ ਗੱਲ ਜੋ ਬਹੁਤ ਸਪੱਸ਼ਟ ਹੈ ਉਹ ਇਹ ਹੈ ਕਿ ਤੁਹਾਡਾ ਸਵੈ-ਮਾਣ ਤੁਹਾਡੀ ਸਫਲਤਾ ਵਿੱਚ ਬਹੁਤ ਮਹੱਤਵਪੂਰਨ ਭੂਮਿਕਾ ਨਿਭਾਉਂਦਾ ਹੈ। ਜੇਕਰ ਤੁਸੀਂ ਆਪਣੇ ਆਪ ਦਾ ਸਤਿਕਾਰ ਕਰਦੇ ਹੋ, ਤਾਂ ਤੁਹਾਡੀ ਸਫਲਤਾ ਬਹੁਤ ਆਸਾਨ ਹੋ ਜਾਂਦੀ ਹੈ ਕਿਉਂਕਿ ਤੁਸੀਂ ਆਪਣੇ ਆਪ ਨੂੰ ਪਸੰਦ ਕਰਦੇ ਹੋ ਅਤੇ ਆਪਣੇ ਆਪ ਨਾਲ ਸਹਿਜ ਹੁੰਦੇ ਹੋ, ਇਸ ਲਈ ਤੁਸੀਂ ਦੂਜਿਆਂ ਨਾਲ ਚੰਗਾ ਵਿਵਹਾਰ ਕਰਦੇ ਹੋ ਅਤੇ ਉਨ੍ਹਾਂ ਦਾ ਸਤਿਕਾਰ ਵੀ ਕਰਦੇ ਹੋ।

ਜਿਸ ਤਰ੍ਹਾਂ ਇੱਕ ਸਿਹਤਮੰਦ ਵਿਅਕਤੀ ਜਿਸਦੇ ਸਰੀਰ ਵਿੱਚ ਕਾਫ਼ੀ ਮਾਤਰਾ ਵਿੱਚ ਖ਼ੂਨ ਹੁੰਦਾ ਹੈ, ਉਹ ਹੀ ਦੂਜੇ ਵਿਅਕਤੀ ਨੂੰ ਖ਼ੂਨਦਾਨ ਕਰ ਸਕਦਾ ਹੈ, ਜਦੋਂ ਕਿ ਇੱਕ ਗੈਰ-ਸਿਹਤਮੰਦ ਵਿਅਕਤੀ ਅਜਿਹਾ ਨਹੀਂ ਕਰ ਸਕਦਾ। ਇਸੇ ਤਰ੍ਹਾਂ, ਇੱਕ ਵਿਅਕਤੀ ਜਿਸਦਾ ਸਵੈ-ਮਾਣ ਸਿਹਤਮੰਦ ਸਥਿਤੀ ਵਿੱਚ ਹੁੰਦਾ ਹੈ, ਉਹ ਦੂਜਿਆਂ ਨੂੰ ਸਤਿਕਾਰ ਦੇ ਸਕਦਾ ਹੈ ਅਤੇ ਚੰਗੇ ਰਿਸ਼ਤੇ ਬਣਾ ਸਕਦਾ ਹੈ, ਜਦੋਂ ਕਿ ਕਮਜ਼ੋਰ ਆਤਮ-ਮਾਣ ਵਾਲਾ ਵਿਅਕਤੀ ਅਜਿਹਾ ਨਹੀਂ ਕਰ ਸਕਦਾ।

ਖੋਜ ਤੋਂ ਇਹ ਕਿਹਾ ਜਾ ਸਕਦਾ ਹੈ ਕਿ ਉੱਪਰਲੇ ਲੋਕਾਂ ਨਾਲ ਨਜਿੱਠਣਾ ਹੇਠਲੇ ਲੋਕਾਂ ਨਾਲ ਨਜਿੱਠਣ ਨਾਲੋਂ ਸੌਖਾ ਹੈ। ਇਹ ਪਹਿਲੇ ਵਿਸ਼ਵ ਯੁੱਧ ਦੇ ਸਮੇਂ ਦੀ ਇੱਕ ਕਹਾਣੀ ਦੁਆਰਾ ਸਭ ਤੋਂ ਵਧੀਆ ਢੰਗ ਨਾਲ ਦਰਸਾਇਆ ਗਿਆ ਹੈ।

ਜੰਗ ਵਿੱਚ, ਇੱਕ ਆਮ ਸਿਪਾਹੀ ਨੇ ਚੀਕ ਕੇ ਕਿਹਾ, "ਉਸ ਕਮਬਖੱਤ ਮਾਚਿਸ ਨੂੰ ਬੁਝਾਓ।" ਪਰ ਜਿਵੇਂ ਹੀ ਉਸਨੇ ਆਲੇ-ਦੁਆਲੇ ਨਜ਼ਰ ਘੁਮਾਈ ਅਤੇ ਦੇਖਿਆ ਕਿ ਉਹ ਕਿਸ ਨਾਲ ਗੱਲ ਕਰ ਰਿਹਾ ਸੀ, ਤਾਂ ਉਹ ਹੈਰਾਨ ਰਹਿ ਗਿਆ ਕਿਉਂਕਿ ਮਾਚਿਸ ਦੀ ਤੀਲੀ ਜਨਰਲ ਬਲੈਕ ਜੈਕ ਪਰਸ਼ਿੰਗ ਦੁਆਰਾ ਜਗਾਈ ਗਈ ਸੀ। ਜਦੋਂ ਉਸਨੇ ਲਗਭਗ ਰੋਂਦੇ ਹੋਏ ਮੁਆਫ਼ੀ ਮੰਗਣ ਦੀ ਕੋਸ਼ਿਸ਼ ਕੀਤੀ, ਤਾਂ ਜਨਰਲ ਪਰਸ਼ਿੰਗ ਨੇ ਉਸਦੀ ਪਿੱਠ ਥਪਥਪਾਈ ਅਤੇ ਕਿਹਾ, "ਕੋਈ ਗੱਲ ਨਹੀਂ ਪੁੱਤਰ,ਚਲਦਾ ਹੈ। ਬਸ ਇਸ ਗੱਲ ਦੀ ਖੁਸ਼ੀ ਮਨਾਓ ਕਿ ਮੈਂ ਸੈਕੰਡ ਲੈਫਟੀਨੈਂਟ ਨਹੀਂ ਹਾਂ।"

ਉਹ ਇੱਕ ਆਮ ਸਿਪਾਹੀ ਸੀ ਅਤੇ ਉਸਦੀ ਟਿੱਪਣੀ ਜਨਰਲ ਦੇ ਅਹੁਦੇ ਲਈ ਕੋਈ ਖ਼ਤਰਾ ਨਹੀਂ ਸੀ। ਤੁਹਾਨੂੰ ਇਸ ਗੱਲ ਨੂੰ ਯਾਦ ਰੱਖਣਾ ਹੋਵੇਗਾ ਕਿ ਛੋਟਾ ਹੋਣ ਲਈ ਤੁਹਾਨੂੰ ਆਪਣੇ ਆਪ

ਨੂੰ ਹੇਠਲੇ ਪੱਧਰ 'ਤੇ ਲਿਆਉਣਾ ਪਵੇਗਾ। ਜਦੋਂ ਸਵੈ-ਮਾਣ ਦਾ ਪੱਧਰ ਘੱਟ ਹੁੰਦਾ ਹੈ, ਤਾਂ ਜ਼ਿੰਦਗੀ ਵਿੱਚ ਸਮੱਸਿਆਵਾਂ ਅਤੇ ਟਕਰਾਅ ਆਸਾਨੀ ਨਾਲ ਆ ਜਾਂਦੇ ਹਨ।

ਜਦੋਂ ਆਤਮ-ਸਨਮਾਨ ਘੱਟ ਹੁੰਦਾ ਹੈ, ਤਾਂ ਲਗਭਗ ਹਰ ਚੀਜ਼ ਸਮੱਸਿਆ ਵਾਲੀ ਅਤੇ ਜੋਖਮ ਭਰੀ ਲੱਗਦੀ ਹੈ। ਆਤਮ-ਸਨਮਾਨ ਦੀ ਘਾਟ ਕਾਰਨ, ਬਹੁਤ ਸਾਰੇ ਲੋਕ ਬਹੁਤ ਸਾਰੇ ਭਿਆਨਕ ਕਦਮ ਚੁੱਕ ਲੈਂਦੇ ਹਨ ਅਤੇ ਅਜਿਹੀ ਘਟਨਾ ਦਾ ਵਰਣਨ ਮੈਂ ਇਕ ਪੁਸਤਕ ਵਿਚ ਪੜ੍ਹਿਆ ਸੀ, ਜਿਸ ਵਿੱਚ ਇੱਕ ਆਦਮੀ ਨੇ ਇੱਕ ਔਰਤ ਦਾ ਗਲਾ ਇਸ ਲਈ ਘੁੱਟ ਕੇ ਕਤਲ ਕਰ ਦਿੱਤਾ ਕਿਉਂਕਿ ਉਹ ਉਸ ਆਦਮੀ ਦੀ ਗੱਲ ਸੁਣਦੇ ਹੋਏ ਸੌਂ ਗਈ ਸੀ।

ਇਹ ਤੁਹਾਨੂੰ ਪਾਗਲਪਨ ਲੱਗ ਸਕਦਾ ਹੈ, ਪਰ ਜੇ ਉਸਦਾ ਸਵੈ-ਮਾਣ ਉੱਚਾ ਹੁੰਦਾ, ਤਾਂ ਇਹ ਨਿਰਾਦਰ ਉਸਨੂੰ ਇੰਨਾ ਮਹੱਤਵਪੂਰਨ ਨਹੀਂ ਲੱਗਦਾ।

ਮੈਂ ਇੰਟਰਨੈੱਟ 'ਤੇ ਅਜਿਹੀ ਹੀ ਇੱਕ ਹੋਰ ਘਟਨਾ ਪੜ੍ਹੀ ਜਿਸ ਵਿੱਚ ਇੱਕ 16 ਸਾਲ ਦੇ ਮੁੰਡੇ ਨੇ ਇੱਕ ਸ਼ੋਰੂਮ ਲੁੱਟ ਲਿਆ ਕਿਉਂਕਿ ਉਹ ਆਪਣੇ ਦੋਸਤਾਂ ਨੂੰ ਸਾਬਤ ਕਰਨਾ ਚਾਹੁੰਦਾ ਸੀ ਕਿ ਉਹ ਇੱਕ ਅਸਲੀ ਮਰਦ ਹੈ। ਦੇਖੋ, ਜੇਕਰ ਉਸ ਵਿੱਚ ਸੱਚਮੁੱਚ ਉੱਚ ਆਤਮ-ਸਨਮਾਨ ਹੁੰਦਾ, ਤਾਂ ਉਹ ਅਜਿਹੀ ਘਟਨਾ ਨਾ ਕਰਦਾ।

ਹੁਣ ਆਓ ਜਾਂਚਦੇ ਹਾਂ ਕਿ ਤੁਸੀਂ ਆਪਣੇ ਆਪ ਨੂੰ ਕਿੰਨਾ ਪਸੰਦ ਕਰਦੇ ਹੋ, ਅੱਗੇ ਵਧਣ ਤੋਂ ਪਹਿਲਾਂ ਕਿਰਪਾ ਕਰਕੇ ਇਹਨਾਂ ਸਵਾਲਾਂ ਦੇ ਜਵਾਬ ਦਿਓ:-

- ਕੀ ਤੁਸੀਂ ਆਪਣੇ ਆਪ ਨੂੰ ਪਸੰਦ ਕਰਦੇ ਹੋ?
- ਤੁਸੀਂ ਆਪਣੇ ਆਪ ਨੂੰ ਕਿੰਨਾ ਕੁ ਪਸੰਦ ਕਰਦੇ ਹੋ?
- ਤੁਹਾਨੂੰ ਆਪਣੇ ਵਿੱਚ ਕਿਹੜੇ ਗੁਣ ਪਸੰਦ ਹਨ?
- ਜੇ ਤੁਸੀਂ ਆਪਣੇ ਆਪ ਨੂੰ ਪਸੰਦ ਨਹੀਂ ਕਰਦੇ ਤਾਂ ਕਿਉਂ?

ਜੇਕਰ ਤੁਸੀਂ ਆਪਣੇ ਆਪ ਨੂੰ ਪਸੰਦ ਕਰਦੇ ਹੋ ਤਾਂ ਇਹ ਬਹੁਤ ਵਧੀਆ ਹੈ ਪਰ ਜੇਕਰ ਤੁਸੀਂ ਆਪਣੇ ਆਪ ਨੂੰ ਪਸੰਦ ਨਹੀਂ ਕਰਦੇ ਤਾਂ ਅਗਲਾ ਸਵਾਲ ਇਹ ਉੱਠਦਾ ਹੈ ਕਿ:-

- ਆਪਣੇ ਆਪ ਨੂੰ ਪਸੰਦ ਕਰਨ ਲਈ ਤੁਹਾਨੂੰ ਕੀ ਕਰਨ ਦੀ ਲੋੜ ਹੈ?

ਤੁਸੀਂ ਆਪਣੇ ਆਪ ਨੂੰ ਪਸੰਦ ਕਰ ਸਕੋ, ਇਸ ਵਿੱਚ ਮਦਦ ਕਰਨ ਲਈ ਇੱਥੇ ਕੁਝ ਸੁਝਾਓ ਦੇ ਰਹੇ ਹਾਂ:-

- **ਦਿਮਾਗ ਵਿੱਚ ਕੂੜਾ ਪਾਣਾ ਬੰਦ ਕਰੋ**: ਮੈਨੂੰ ਯਾਦ ਹੈ ਕਿ ਬਚਪਨ ਵਿੱਚ ਜਿਸ ਸਕੂਲ ਵਿੱਚ ਮੈਂ ਪੜ੍ਹਦਾ ਸੀ ਉਸਦੇ ਸਾਹਮਣੇ ਇੱਕ ਖਾਲੀ ਜ਼ਮੀਨ ਸੀ ਜਿੱਥੇ ਮੈਂ ਪੜ੍ਹਦਾ ਸੀ, ਜਿਸ ਉੱਤੇ ਕੂੜੇ ਦਾ ਇੱਕ ਵੱਡਾ ਢੇਰ ਸੀ। ਪਰ ਅੱਜ ਜਦੋਂ ਮੈਂ ਉੱਥੇ ਜਾਂਦਾ ਹਾਂ ਤਾਂ ਮੈਨੂੰ ਓਥੇ ਚੰਗੇ ਹਸਪਤਾਲ, ਕੁਝ CA ਦੇ ਦਫ਼ਤਰ ਅਤੇ ਬਹੁਤ ਸਾਰੀਆਂ ਸੁੰਦਰ ਇਮਾਰਤਾਂ ਦਿਖਾਈ ਦਿੰਦੀਆਂ ਹਨ। ਕੀ ਤੁਸੀਂ ਮੈਨੂੰ ਦੱਸ ਸਕਦੇ ਹੋ ਕਿ ਇਹ ਕੂੜੇ ਵਾਲੀ ਜਗ੍ਹਾ ਇੰਨੀ ਸੁੰਦਰ ਕਿਵੇਂ ਬਣ ਗਈ? ਮੈਨੂੰ ਲੱਗਦਾ ਹੈ, ਪਹਿਲਾਂ ਲੋਕਾਂ ਨੇ ਇੱਥੇ ਕੂੜਾ ਪਾਣਾ ਬੰਦ ਕਰ ਦਿੱਤਾ, ਫਿਰ ਉਨ੍ਹਾਂ ਨੇ ਇਸ ਕੂੜੇ ਦੇ ਉੱਪਰ ਲਗਾਤਾਰ ਅਤੇ ਵਾਰ-ਵਾਰ ਬਹੁਤ ਸਾਰੀ ਮਿੱਟੀ ਪਾ

ਦਿੱਤੀ ਜਦੋਂ ਤੱਕ ਇਹ ਕੂੜਾ ਦਬ ਨਹੀਂ ਗਿਆ, ਇਸ ਤੋਂ ਬਾਅਦ ਹੀ ਇੱਥੇ ਸ਼ਾਨਦਾਰ ਇਮਾਰਤਾਂ ਬਣਾਈਆਂ ਗਈਆਂ।

ਤੁਹਾਨੂੰ ਵੀ ਆਪਣੀ ਨਕਾਰਾਤਮਕ ਸੋਚ ਦੇ ਉੱਪਰ ਸਕਾਰਾਤਮਕ ਸੋਚ ਦੀ ਮਿੱਟੀ ਪਾਉਣੀ ਚਾਹੀਦੀ ਹੈ ਅਤੇ ਚੰਗੀਆਂ ਅਤੇ ਪ੍ਰੇਰਣਾਦਾਇਕ ਕਿਤਾਬਾਂ, ਆਡੀਓ ਅਤੇ ਵੀਡੀਓਜ਼ ਦੀ ਨਿਯਮਿਤ ਵਰਤੋਂ ਕਰਕੇ ਆਪਣੀ ਨਕਾਰਾਤਮਕ ਸੋਚ ਨੂੰ ਦਫ਼ਨਾਉਣਾ ਚਾਹੀਦਾ ਹੈ।

- **ਆਪਣੀ ਦਿੱਖ ਦਾ ਖਾਸ ਧਿਆਨ ਰੱਖੋ**: ਤੁਹਾਡੇ ਸਰੀਰ ਦਾ ਲਗਭਗ 90 ਪ੍ਰਤੀਸ਼ਤ ਹਿੱਸਾ ਕੱਪੜਿਆਂ ਨਾਲ ਢਕਿਆ ਹੁੰਦਾ ਹੈ। ਇਸ ਲਈ ਇਹ ਜ਼ਰੂਰੀ ਹੈ ਕਿ ਤੁਸੀਂ ਚੰਗੇ ਕੱਪੜੇ ਪਹਿਨੋ, ਇਹ ਜ਼ਰੂਰੀ ਨਹੀਂ ਕਿ ਤੁਸੀਂ ਹਮੇਸ਼ਾ ਨਵੇਂ ਕੱਪੜੇ ਪਹਿਨੋ ਪਰ ਇਹ ਜ਼ਰੂਰੀ ਹੈ ਕਿ ਤੁਸੀਂ ਜੋ ਵੀ ਪਹਿਨੋ ਉਹ ਸਾਫ਼ ਹੋਵੇ ਅਤੇ ਤੁਹਾਡੀ ਸ਼ਖਸੀਅਤ ਨਾਲ ਮੇਲ ਖਾਂਦਾ ਹੋਵੇ।
- **ਆਪਣਾ ਰੂਪ ਬਦਲੋ**: ਕੀ ਤੁਸੀਂ ਅਜਿਹੀਆਂ ਫ਼ਿਲਮਾਂ ਦੇਖੀਆਂ ਹਨ ਜਿਨ੍ਹਾਂ ਵਿੱਚ ਕੋਈ ਅਦਾਕਾਰ ਜਾਂ ਅਦਾਕਾਰਾ ਦਾ ਉਨ੍ਹਾਂ ਲੋਕਾਂ ਵੱਲੋਂ ਉਹਨਾਂ ਦੀ ਬਦਸੂਰਤਾਂ ਦੇ ਕਾਰਨ ਅਪਮਾਨ ਕੀਤਾ ਜਾਂਦਾ ਹੈ ਜਿਨ੍ਹਾਂ ਨੂੰ ਉਹ ਪਿਆਰ ਕਰਦੀ ਹੈ। ਦੁਖੀ ਹੋ ਕੇ, ਉਹ ਆਪਣੇ ਦਿੱਖ 'ਤੇ ਕੰਮ ਕਰਦੀ ਹੈ ਅਤੇ ਇਸ ਤੋਂ ਬਾਅਦ ਉਹ ਲੋਕ ਵਾਪਸ ਉਸ ਕੋਲ ਆਉਂਦੇ ਹਨ ਜਿਨ੍ਹਾਂ ਨੇ ਉਸਦਾ ਅਪਮਾਨ ਕੀਤਾ ਸੀ।

ਖੈਰ, ਉਹ ਇੱਕ ਫਿਲਮੀ ਕਹਾਣੀ ਸੀ। ਹੁਣ ਹਕੀਕਤ ਵੱਲ ਵਾਪਸ ਆਉਂਦੇ ਹੋਏ, ਜ਼ਿਆਦਾਤਰ ਮਾਮਲਿਆਂ ਵਿੱਚ ਇਹ ਦੇਖਿਆ ਗਿਆ ਹੈ ਕਿ ਜਦੋਂ ਤੁਸੀਂ ਆਪਣੀ ਦਿੱਖ ਨੂੰ ਸੁਧਾਰਦੇ ਹੋ, ਤਾਂ ਤੁਹਾਡਾ ਸਵੈ-ਮਾਣ ਵਧਦਾ ਹੈ, ਜਿਵੇਂ ਕਿ ਚੰਗੇ ਕੱਪੜੇ ਪਾਉਣਾ, ਵਧੀਆ ਵਾਲ ਕਟਵਾਉਣਾ, ਆਦਿ।

ਜੇਕਰ ਮੈਂ ਆਪਣੇ ਬਾਰੇ ਗੱਲ ਕਰਾਂ, ਤਾਂ ਜਦੋਂ ਮੈਂ ਆਪਣੇ ਬਾਹਰ ਨਿਕਲੇ ਹੋਏ ਦੰਦ ਠੀਕ ਕਰਵਾਏ ਤਾਂ ਮੇਰਾ ਆਤਮਸਮੱਆਨ ਅਤੇ ਆਤਮਵਿਸ਼ਵਾਸ ਬਹੁਤ ਵਧ ਗਿਆ। ਮੇਰੇ ਦੰਦ ਟੇਢੇ-ਮੇਢੇ ਅਤੇ ਬਾਹਰ ਨਿਕਲੇ ਹੋਏ ਸਨ। ਗੱਲ ਕਰਦੇ ਸਮੇਂ ਜਾਂ ਮੁਸਕਰਾਉਂਦੇ ਸਮੇਂ, ਮੈਂ ਆਪਣਾ ਧਿਆਨ ਇਸ ਗੱਲ 'ਤੇ ਰੱਖਦਾ ਸੀ ਕਿ ਸਾਹਮਣੇ ਵਾਲਾ ਵਿਅਕਤੀ ਮੇਰੇ ਦੰਦਾਂ ਵੱਲ ਤੇ ਨਹੀਂ ਦੇਖ ਰਿਹਾ ਹੈ , ਇਸੇ ਕਰਕੇ ਮੈਨੂੰ ਗੱਲ ਕਰਨ ਅਤੇ ਮੁਸਕਰਾਉਣ ਵਿੱਚ ਬਹੁਤ ਸ਼ਰਮ ਆਉਂਦੀ ਸੀ।

ਮੇਰੇ ਪਿਤਾ ਜੀ ਨੇ ਮੈਨੂੰ ਕਿਹਾ ਕਿ ਮੈਨੂੰ ਆਪਣੇ ਦੰਦ ਸਿੱਧੇ ਕਰਵਾ ਲੈਣੇ ਚਾਹੀਦੇ ਹਨ ਅਤੇ ਉਨ੍ਹਾਂ ਦੀ ਸਲਾਹ 'ਤੇ ਚੱਲਦਿਆਂ, ਮੈਂ ਆਪਣੇ 2-3 ਦੰਦ ਕੱਢਵਾਏ ਅਤੇ ਦੰਦਾਂ ਤੇ ਡੇਢ ਦੋ ਸਾਲਾਂ ਤਕ ਤਾਰ ਲਗਵਾਏ। ਇੱਕ ਕਹਾਵਤ ਹੈ ਨਾ, ਸਬਰ ਦਾ ਫਲ ਮਿੱਠਾ ਹੁੰਦਾ ਹੈ। ਦਰਅਸਲ, ਸਬਰ ਦਾ ਫਲ ਬਹੁਤ ਮਿੱਠਾ ਸੀ, ਜਦੋਂ ਮੇਰੇ ਦੰਦਾਂ ਤੋਂ ਤਾਰ ਹਟਾਏ ਗਏ, ਮੈਂ ਖੁੱਲ੍ਹ ਕੇ ਮੁਸਕਰਾਉਣ ਲੱਗ ਪਿਆ ਅਤੇ ਮੇਰਾ ਸਵੈ-ਮਾਣ ਬਹੁਤ ਵਧ ਗਿਆ।

- **ਆਪਣੀ ਸੇਹਤ ਚੰਗੀ ਰੱਖੋ**: ਮੈਨੂੰ ਯਾਦ ਹੈ ਜਦੋਂ ਮੈਂ ਲਗਭਗ 20 ਸਾਲ ਦੀ ਉਮਰ ਵਿੱਚ ਜਿੰਮ ਗਿਆ ਸੀ, ਮੈਂ ਬਹੁਤ ਪਤਲਾ ਸੀ, ਮੇਰੇ ਵਿੱਚ ਸਵੈ-ਮਾਣ ਅਤੇ ਆਤਮਵਿਸ਼ਵਾਸ ਦੀ ਘਾਟ ਸੀ ਪਰ ਜਿੰਮ ਜਾਣ ਦੇ 3 ਮਹੀਨਿਆਂ ਦੇ ਅੰਦਰ ਹੀ ਮੇਰੇ ਸਰੀਰ ਵਿੱਚ ਬਹੁਤ ਵੱਡਾ

ਬਦਲਾਅ ਆਇਆ। ਮੇਰੀਆਂ ਮਾਸਪੇਸ਼ੀਆਂ ਦਾ ਵਿਕਾਸ ਹੋਇਆ, ਮੇਰਾ ਭਾਰ 9 ਕਿਲੋਗ੍ਰਾਮ ਵਧ ਗਿਆ ਅਤੇ ਮੈਂ ਜੋ ਵੀ ਕੱਪੜੇ ਪਾਉਣੇ ਸ਼ੁਰੂ ਕੀਤੇ, ਉਹ ਮੈਨੂੰ ਚੰਗੇ ਲੱਗਣ ਲੱਗ ਪਏ।

ਜਦੋਂ ਤੁਹਾਡੀ ਸਿਹਤ ਚੰਗੀ ਹੁੰਦੀ ਹੈ, ਤਾਂ ਤੁਸੀਂ ਚੰਗਾ ਮਹਿਸੂਸ ਕਰਦੇ ਹੋ ਅਤੇ ਇਹ ਤੁਹਾਡੇ ਸਵੈ-ਮਾਣ ਅਤੇ ਵਿਸ਼ਵਾਸ ਨੂੰ ਵਧਾਉਂਦਾ ਹੈ।

ਹੁਣ ਤੁਹਾਡੀ ਸਿਹਤ ਨਾਲ ਸਬੰਧਤ ਕੁਝ ਸਵਾਲ:-

- ਕੀ ਤੁਹਾਡਾ ਭਾਰ ਠੀਕ ਹੈ?
- ਕੀ ਤੁਹਾਡੇ ਕੋਲ ਕੰਮ ਕਰਨ ਦੀ ਸ਼ਕਤੀ ਰਹਿੰਦੀ ਹੈ?
- ਕੀ ਤੁਹਾਡੇ ਖ਼ੂਨ ਅਤੇ ਸਿਹਤ ਦੀਆਂ ਰਿਪੋਰਟਾਂ ਨਾਰਮਲ ਹਨ?

ਜੇ ਨਹੀਂ, ਤਾਂ ਤੁਹਾਨੂੰ ਦੋ ਗੱਲਾਂ ਦਾ ਧਿਆਨ ਰੱਖਣਾ ਪਵੇਗਾ, ਪਹਿਲੀ ਕਸਰਤ ਅਤੇ ਦੂਜੀ ਸੰਤੁਲਿਤ ਖੁਰਾਕ ਜਾਂ ਪੌਸ਼ਟਿਕ ਭੋਜਨ, ਮੈਂ ਭੋਜਨ 'ਤੇ ਇੱਕ ਪੂਰਾ ਅਧਿਆਇ ਸਮਰਪਿਤ ਕੀਤਾ ਹੈ। ਕਿਉਂਕਿ, ਜਦੋਂ ਸਿਹਤ ਚੰਗੀ ਹੁੰਦੀ ਹੈ ਤਾਂ ਦੂਜਿਆਂ ਨਾਲ ਤੁਹਾਡਾ ਵਿਵਹਾਰ ਵੀ ਚੰਗਾ ਹੁੰਦਾ ਹੈ।

- **ਬਿਨਾਂ ਕਿਸੇ ਉਮੀਦ ਦੇ ਲੋਕਾਂ ਦੀ ਮਦਦ ਕਰਨ ਦੀ ਆਦਤ ਪਾਓ**: ਇਸਦੀ ਸ਼ੁਰੂਆਤ ਘਰ ਤੋਂ ਕਰਿਏ, ਦੇਖੋ ਕਿ ਤੁਸੀਂ ਆਪਣੇ ਮਾਪਿਆਂ ਜਾਂ ਪਰਿਵਾਰ ਦੇ ਹੋਰ ਲੋਕਾਂ ਨੂੰ ਕਿਹੜੀਆਂ ਛੋਟੀਆਂ -ਛੋਟੀਆਂ ਮਦਦ ਦੇ ਸਕਦੇ ਹੋ। ਜੇ ਤੁਸੀਂ ਚਾਹੋ, ਤਾਂ ਤੁਸੀਂ ਕਿਸੇ ਅਨਾਥ ਆਸ਼ਰਮ, ਬਿਰਧ ਆਸ਼ਰਮ, ਕੋੜ੍ਹ ਆਸ਼ਰਮ, ਮਾਨਸਿਕ ਤੌਰ 'ਤੇ ਅਪਾਹਜ ਲੋਕਾਂ ਦੇ ਘਰ ਜਾ ਸਕਦੇ ਹੋ ਅਤੇ ਕੁਝ ਅਨਾਜ ਜਾਂ ਖਾਣ-ਪੀਣ ਦੀਆਂ ਚੀਜ਼ਾਂ ਦਾਨ ਕਰ ਸਕਦੇ ਹੋ। ਕੁੱਲ ਮਿਲਾ ਕੇ, ਜਦੋਂ ਤੁਸੀਂ ਮਹਿਸੂਸ ਕਰਦੇ ਹੋ ਕਿ ਤੁਸੀਂ ਇੱਕ ਚੰਗੇ ਇਨਸਾਨ ਹੋ ਅਤੇ ਤੁਸੀਂ ਮਹੱਤਵਪੂਰਨ ਵੀ ਹੋ, ਤਾਂ ਤੁਹਾਡਾ ਸਵੈ-ਮਾਣ ਵਧ ਜਾਂਦਾ ਹੈ।
- **ਆਪਣੇ ਕੰਮ ਦਾ ਸਤਿਕਾਰ ਕਰੋ ਅਤੇ ਜੋ ਵੀ ਕੰਮ ਕਰੋ ਉਸ ਵਿੱਚ ਚੰਗੇ ਬਣੋ**: ਤੁਸੀਂ ਕੋਈ ਵੀ ਕੰਮ ਕਰਦੇ ਹੋ, ਵੱਡਾ ਜਾਂ ਛੋਟਾ ਜਾਂ ਤੁਹਾਨੂੰ ਕਿੰਨਾ ਵੀ ਭੁਗਤਾਨ ਮਿਲਦਾ ਹੈ, ਘਟ ਜਾਂ ਵੱਧ, ਕਿਉਂਕਿ ਤੁਸੀਂ ਇਮਾਨਦਾਰੀ ਅਤੇ ਸਖ਼ਤ ਮਿਹਨਤ ਨਾਲ ਆਪਣਾ ਸਭ ਤੋਂ ਵਧੀਆ ਕੰਮ ਕਰ ਰਹੇ ਹੋ। ਇਸ ਲਈ, ਜਦੋਂ ਵੀ ਕੋਈ ਪੁੱਛਦਾ ਹੈ ਕਿ ਤੁਸੀਂ ਕੀ ਕਰਦੇ ਹੋ, ਤਾਂ ਬਿਨਾਂ ਝਿਜਕ ਵਿਸ਼ਵਾਸ ਨਾਲ ਕਹੋ "ਮੈਂ........ ਕੰਮ ਕਰਦਾ ਹਾਂ।" ਕਿਉਂਕਿ ਕੰਮ ਪੂਜਾ ਹੈ, ਆਪਣੇ ਕੰਮ ਦਾ ਸਤਿਕਾਰ ਕਰੋ।

ਹਰ ਕੰਮ ਅਤੇ ਪੇਸ਼ੇ ਵਿੱਚ ਸੁਧਾਰ ਦੀ ਗੁੰਜਾਇਸ਼ ਹੁੰਦੀ ਹੈ ਅਤੇ ਇਸ ਲਈ ਜ਼ਰੂਰੀ ਹੈ ਕਿ ਅਸੀਂ ਉਸ ਕੰਮ ਵਿੱਚ ਨਵੀਆਂ ਖੋਜਾਂ ਅਤੇ ਖੋਜਾਂ ਬਾਰੇ ਅਧਿਐਨ ਕਰੀਏ ਅਤੇ ਆਪਣੇ ਆਪ ਨੂੰ ਅਪਡੇਟ ਕਰਦੇ ਹੋਏ ਸ਼ਿਖਰ ਤੇ ਪਹੁੰਚਦੇ ਰਹੀਏ। ਉਦਾਹਰਣ ਵਜੋਂ, ਚੰਗੇ ਵਕੀਲ ਨਿਯਮਿਤ ਤੌਰ 'ਤੇ ਕਾਨੂੰਨ ਨਾਲ ਸਬੰਧਤ ਨਵੀਂ ਜਾਣਕਾਰੀ ਦਾ ਅਧਿਐਨ ਕਰਦੇ ਹਨ ਅਤੇ ਆਪਣੇ ਆਪ ਨੂੰ ਅਪਡੇਟ ਰੱਖਦੇ ਹਨ, ਇਸੇ ਤਰ੍ਹਾਂ ਚੰਗੇ ਡਾਕਟਰ ਵੀ ਆਪਣੇ ਦਵਾਈ ਦੇ ਖੇਤਰ ਨਾਲ ਸਬੰਧਤ ਨਵੀਂ ਜਾਣਕਾਰੀ ਨੂੰ ਲਗਾਤਾਰ ਅਪਡੇਟ ਕਰਦੇ ਰਹਿੰਦੇ ਹਨ ਅਤੇ ਮਰੀਜ਼ਾਂ ਦਾ ਬਿਹਤਰ ਇਲਾਜ ਕਰਦੇ ਰਹਿੰਦੇ ਹਨ। ਇਸੇ ਤਰ੍ਹਾਂ, ਜਿਸ ਖੇਤਰ ਨਾਲ ਤੁਸੀਂ ਜੁੜੇ ਹੋ, ਉਸ ਵਿੱਚ ਆਪਣੇ ਆਪ ਨੂੰ ਅਪਡੇਟ ਕਰਦੇ ਰਹੋ,

ਜੇਕਰ ਉਸ ਕੰਮ ਨੂੰ ਕਰਨ ਦਾ ਕੋਈ ਬਿਹਤਰ ਤਰੀਕਾ ਹੈ, ਤਾਂ ਇਸਨੂੰ ਸਿੱਖਦੇ ਰਹੋ ਅਤੇ ਆਪਣੇ ਕੰਮ ਵਿੱਚ ਸਿਖਰ 'ਤੇ ਰਹੋ।

- **ਬੇਲੋੜੀ ਥੋੜ੍ਹੇ ਸਮੇਂ ਦੀ ਸੰਤੁਸ਼ਟੀ ਛੱਡ ਦਿਓ**: ਇਹ ਸੰਭਵ ਹੈ ਕਿ ਤੁਹਾਨੂੰ ਸੇਲ ਵਿੱਚ ਕੋਈ ਚੀਜ਼ ਬਹੁਤ ਸਸਤੀ ਮਿਲ ਰਹੀ ਹੋਵੇ ਪਰ ਤੁਹਾਨੂੰ ਉਸ ਚੀਜ਼ ਦੀ ਜ਼ਰੂਰਤ ਨਾ ਹੋਵੇ। ਥੋੜ੍ਹੇ ਸਮੇਂ ਵਿੱਚ ਤੁਸੀਂ ਉਹ ਚੀਜ਼ ਖਰੀਦ ਸਕਦੇ ਹੋ ਅਤੇ ਤੁਰੰਤ ਸੰਤੁਸ਼ਟੀ ਦਾ ਆਨੰਦ ਮਾਣ ਸਕਦੇ ਹੋ ਪਰ ਜਦੋਂ ਤੁਸੀਂ ਉਸ ਪੈਸੇ ਨੂੰ ਬਚਾਉਂਦੇ ਹੋ ਅਤੇ ਇਸਨੂੰ ਨਿਵੇਸ਼ ਕਰਦੇ ਹੋ, ਤਾਂ ਲੰਬੇ ਸਮੇਂ ਵਿੱਚ ਉਹ ਨਿਵੇਸ਼ ਵਧੇਗਾ ਅਤੇ ਜਦੋਂ ਵੀ ਤੁਹਾਨੂੰ ਉਸ ਪੈਸੇ ਦੀ ਜ਼ਰੂਰਤ ਹੋਏਗੀ ਤਾਂ ਇਹ ਤੁਹਾਡੇ ਕੰਮ ਆਏਗਾ।

ਇਸੇ ਤਰ੍ਹਾਂ, ਤੁਸੀਂ ਮਨੋਰੰਜਨ ਰਾਹੀਂ ਤੁਰੰਤ ਸੰਤੁਸ਼ਟੀ ਪ੍ਰਾਪਤ ਕਰ ਸਕਦੇ ਹੋ ਜਾਂ ਨਿਯਮਤ ਕਸਰਤ ਦੀ ਆਦਤ ਪਾ ਸਕਦੇ ਹੋ ਅਤੇ ਜੇਕਰ ਤੁਸੀਂ ਅਜਿਹਾ ਕਰਦੇ ਹੋ, ਤਾਂ ਤੁਸੀਂ ਸਿਹਤਮੰਦ ਰਹੋਗੇ, ਲੰਬੇ ਸਮੇਂ ਤੱਕ ਜੀਓਗੇ, ਅਤੇ ਲੰਬੇ ਸਮੇਂ ਤੱਕ ਤੰਦਰੁਸਤ ਰਹੋਗੇ ਅਤੇ ਆਪਣਾ ਕੰਮ ਬਿਹਤਰ ਢੰਗ ਨਾਲ ਕਰੋਗੇ।

- **ਆਪਣੇ ਆਪ ਨੂੰ ਉਵੇਂ ਹੀ ਸਵੀਕਾਰ ਕਰੋ ਜਿਵੇਂ ਤੁਸੀਂ ਹੋ**: ਇਸ ਦੁਨੀਆਂ ਵਿੱਚ ਕੋਈ ਵੀ ਬਿਲਕੁਲ ਠੀਕ ਜਾਂ ਸੰਪੂਰਨ ਨਹੀਂ ਰਿਹਾ, ਹਾਂ, ਕੁਝ ਵਿਲੱਖਣ ਹਨ। ਪਰਮਾਤਮਾ ਨੇ ਇਸ ਦੁਨੀਆਂ ਦੇ ਹਰ ਵਿਅਕਤੀ ਨੂੰ ਦੂਜੇ ਤੋਂ ਵੱਖਰਾ ਅਤੇ ਵਿਲੱਖਣ ਬਣਾਇਆ ਹੈ, ਤੁਸੀਂ ਇਸ ਗੱਲ ਨੂੰ ਇਸ ਤੱਥ ਦੁਆਰਾ ਸਾਬਤ ਕਰ ਸਕਦੇ ਹੋ ਕਿ ਹਰ ਵਿਅਕਤੀ ਦਾ ਅੰਗੂਠੇ ਦਾ ਨਿਸ਼ਾਨ ਦੁਨੀਆ ਦੇ ਕਿਸੇ ਵੀ ਦੂਜੇ ਵਿਅਕਤੀ ਨਾਲੋਂ ਬਿਲਕੁਲ ਵੱਖਰਾ ਹੈ, ਅਰਬਾਂ ਅਤੇ ਖਰਬਾਂ ਦੀ ਆਬਾਦੀ ਵਾਲੀ ਇਸ ਦੁਨੀਆਂ ਵਿੱਚ, ਕਿਸੇ ਦੇ ਅੰਗੂਠੇ ਦਾ ਨਿਸ਼ਾਨ ਇੱਕੋ ਜਿਹਾ ਨਹੀਂ ਹੈ। ਤੁਸੀਂ ਪਰਮਾਤਮਾ ਦੀ ਸ਼ਾਨਦਾਰ ਰਚਨਾ ਹੋ, ਆਪਣੇ ਆਪ ਨੂੰ ਉਸ ਰੂਪ ਵਿੱਚ ਸਵੀਕਾਰ ਕਰੋ।
- **ਆਪਣੇ ਆਪ ਨੂੰ ਮਾਫ਼ ਕਰੋ**: ਦੇਖੋ, ਕਿਉਂਕਿ ਅਸੀਂ ਇਨਸਾਨ ਹਾਂ ਅਤੇ ਇਸ ਕਰਕੇ ਸਾਡੇ ਕੋਲੋਂ ਗਲਤੀਆਂ ਹੋਣਗੀਆਂ, ਅਤੇ ਗਲਤੀਆਂ ਵੀ ਉਸ ਤੋਂ ਹੀ ਹੁੰਦੀਆਂ ਹਨ ਜੋ ਕੁਝ ਕਰਦਾ ਹੈ। ਸੰਭਾਵਨਾਵਾਂ ਬਹੁਤ ਜ਼ਿਆਦਾ ਹਨ ਕਿ ਤੁਸੀਂ ਉਹ ਗਲਤੀ ਜਾਣਬੁੱਝ ਕੇ ਨਹੀਂ ਕੀਤੀ ਹੋਵੇਗੀ। ਉਨ੍ਹਾਂ ਗਲਤੀਆਂ ਤੋਂ ਸਿੱਖੋ, ਉਨ੍ਹਾਂ ਨੂੰ ਦੁਬਾਰਾ ਨਾ ਦੁਹਰਾਓ, ਅਤੇ ਸਭ ਤੋਂ ਮਹੱਤਵਪੂਰਨ ਗੱਲ, ਜੇ ਤੁਸੀਂ ਆਪਣੇ ਆਪ ਦਾ ਸਮਰਥਨ ਨਹੀਂ ਕਰੋਗੇ, ਜੇ ਤੁਸੀਂ ਆਪਣੇ ਆਪ ਦਾ ਸਾਥ ਛੱਡ ਦਿਓਗੇ , ਤਾਂ ਤੁਹਾਡਾ ਸਮਰਥਨ ਕੌਣ ਕਰੇਗਾ? ਆਪਣੇ ਆਪ ਨੂੰ ਮਾਫ਼ ਕਰੋ ਅਤੇ ਆਪਣੀ ਜ਼ਿੰਦਗੀ ਵਿੱਚ ਅੱਗੇ ਵਧੋ।
- **ਆਪਣੇ ਟੀਚਿਆਂ ਵੱਲ ਵਧਦੇ ਰਹੋ**: ਜ਼ਿੰਦਗੀ ਵਿੱਚ ਛੋਟੇ-ਛੋਟੇ ਟੀਚੇ ਰੱਖੋ ਅਤੇ ਉਨ੍ਹਾਂ ਨੂੰ ਪ੍ਰਾਪਤ ਕਰਨ ਲਈ ਕੋਸ਼ਿਸ਼ ਕਰਦੇ ਰਹੋ। ਜਦੋਂ ਤੁਸੀਂ ਆਪਣੇ ਟੀਚਿਆਂ ਨੂੰ ਪ੍ਰਾਪਤ ਕਰਨ ਲਈ ਕੋਸ਼ਿਸ਼ ਕਰਦੇ ਹੋ ਅਤੇ ਉਨ੍ਹਾਂ ਨੂੰ ਪ੍ਰਾਪਤ ਕਰਦੇ ਹੋ, ਤਾਂ ਤੁਸੀਂ ਆਪਣੇ ਆਪ ਨੂੰ ਪਸੰਦ ਕਰਦੇ ਹੋ।
- **ਆਲੋਚਨਾ ਨਾ ਕਰੋ ਬਲਕਿ ਚੰਗਿਆਈ ਦੀ ਭਾਲ ਕਰੋ**: ਮੈਨੂੰ ਨਹੀਂ ਪਤਾ ਕਿ ਤੁਸੀਂ ਕਦੇ ਧਿਆਨ ਕੀਤਾ ਹੈ ਜਾਂ ਨਹੀਂ ਕਿ ਜਦੋਂ ਵੀ ਤੁਸੀਂ ਕਿਸੇ ਨੂੰ ਮਾੜੀਆਂ ਗੱਲਾਂ ਕਹਿੰਦੇ ਹੋ,

ਤਾਂ ਤੁਹਾਨੂੰ ਅਣਜਾਣੇ ਵਿੱਚ ਚੰਗਾ ਨਹੀਂ ਲੱਗਦਾ ਪਰ ਜਦੋਂ ਤੁਸੀਂ ਕਿਸੇ ਦੀ ਪ੍ਰਸ਼ੰਸਾ ਕਰਦੇ ਹੋ, ਕਿਸੇ ਨੂੰ ਕੁਝ ਚੰਗਾ ਕਹਿੰਦੇ ਹੋ ਜਾਂ ਕਰਦੇ ਹੋ, ਤਾਂ ਤੁਹਾਨੂੰ ਚੰਗਾ ਲੱਗਦਾ ਹੈ ਅਤੇ ਇਸ ਨਾਲ ਤੁਹਾਡਾ ਸਵੈ-ਮਾਣ ਵੀ ਵਧਦਾ ਹੈ। ਜਦੋਂ ਤੁਸੀਂ ਲੋਕਾਂ ਨੂੰ ਉੱਪਰ ਚੁੱਕਦੇ ਹੋ, ਤਾਂ ਤੁਹਾਡਾ ਸਿਰ ਵੀ ਉੱਪਰ ਉੱਠਦਾ ਹੈ ਅਤੇ ਜਦੋਂ ਤੁਸੀਂ ਲੋਕਾਂ ਨੂੰ ਹੇਠਾਂ ਲਿਆਉਂਦੇ ਹੋ, ਤਾਂ ਤੁਸੀਂ ਵੀ ਡਿੱਗ ਪੈਂਦੇ ਹੋ।

- **ਆਪਣੇ ਵਾਅਦੇ ਪੂਰੇ ਕਰੋ**: ਮੈਨੂੰ ਯਾਦ ਹੈ ਜਦੋਂ ਮੈਂ 8ਵੀਂ ਜਮਾਤ ਵਿੱਚ ਸੀ, ਤਾਂ ਮੈਂ ਕੋਚਿੰਗ ਪੜ੍ਹਨ ਲਈ ਇੱਕ ਮੈਡਮ ਕੋਲ ਜਾਂਦਾ ਸੀ, ਮੈਡਮ ਮਹੀਨਾ ਪੂਰਾ ਹੋਣ ਤੋਂ ਬਾਅਦ ਹੀ ਫੀਸ ਲੈਂਦੀ ਸੀ ਅਤੇ ਮੈਂ ਉਸਨੂੰ ਨਿਯਮਿਤ ਤੌਰ 'ਤੇ ਵੀ ਦਿੰਦਾ ਸੀ, ਇਸ ਤੋਂ ਬਾਅਦ, ਹੋਇਆ ਇਹ ਕਿ ਮੈਂ ਲਗਭਗ 20 ਦਿਨ ਪੜ੍ਹਾਈ ਕੀਤੀ ਹੋਵੇਗੀ ਅਤੇ ਉਸ ਤੋਂ ਬਾਅਦ, ਮੇਰੀ ਸਿਹਤ ਵਿਗੜ ਗਈ।ਉਸ ਤੋਂ ਬਾਅਦ ਮੈਂ ਉਹਨਾਂ ਕੋਲ ਪੜ੍ਹਨ ਨਹੀਂ ਗਿਆ ਕਿਉਂਕਿ ਮੈਡਮ ਸਿਰਫ਼ 8ਵੀਂ ਜਮਾਤ ਤੱਕ ਦੇ ਵਿਦਿਆਰਥੀਆਂ ਨੂੰ ਪੜ੍ਹਾਉਂਦੀ ਸੀ। ਇਸ ਲਈ ਮੈਂ ਉਸ ਮਹੀਨੇ ਦੇ ਪੈਸੇ ਉਹਨਾਂ ਨੂੰ ਨਹੀਂ ਦੇ ਸਕਿਆ।

ਉਸ ਤੋਂ ਬਾਅਦ ਮੈਂ ਇਸ ਬਾਰੇ ਭੁੱਲ ਗਿਆ। ਮੈਂ ਉਸ ਸਮੇਂ ਆਪਣੇ ਦਾਦਾ ਜੀ ਨਾਲ ਸਮਾਂ ਬਿਤਾਉਂਦਾ ਸੀ ਅਤੇ ਇੱਕ ਦਿਨ ਮੇਰੇ ਦਾਦਾ ਜੀ ਨੇ ਮੈਨੂੰ ਇੱਕ ਸਿਧਾਂਤ ਦੱਸਿਆ ਕਿ ਉਹ ਆਪਣਾ ਸਿਰ ਉੱਚਾ ਕਰਕੇ ਕਿਵੇਂ ਜੀਉਂਦੇ ਹਨ ਯਾਨੀ ਉਨ੍ਹਾਂ 'ਤੇ ਕਿਸੇ ਵੀ ਕਿਸਮ ਦਾ ਕੋਈ ਬੋਝ ਨਹੀਂ ਹੈ ਅਤੇ ਉਹ ਹਮੇਸ਼ਾ ਸਵੈ-ਮਾਣ ਨਾਲ ਜੀਉਂਦੇ ਹਨ। ਉਨ੍ਹਾਂ ਨੇ ਦੱਸਿਆ ਕਿ ਉਹ ਆਪਣੇ ਲੈਣ-ਦੇਣ ਦੇ ਵਿਹਾਰ ਵਿੱਚ ਬਹੁਤ ਸਾਫ਼ ਹਨ ਅਤੇ ਕਦੇ ਵੀ ਕਿਸੇ ਤੋਂ ਉਧਾਰ ਨਹੀਂ ਲੈਂਦੇ ਅਤੇ ਕੋਈ ਵੀ ਉਨ੍ਹਾਂ 'ਤੇ ਇੱਕ ਰੁਪਏ ਦੀ ਵੀ ਹੇਰ ਫੇਰ ਦਾ ਦੋਸ਼ ਨਹੀਂ ਲਗਾ ਸਕਦਾ। ਉਨ੍ਹਾਂ ਨੇ ਮੈਨੂੰ ਇਹ ਵੀ ਸੁਝਾਅ ਦਿੱਤਾ ਕਿ ਤੁਹਾਨੂੰ ਕਦੇ ਵੀ ਕਿਸੇ ਦਾ ਇੱਕ ਰੁਪਏ ਦਾ ਵੀ ਦੇਣਦਾਰ ਨਹੀਂ ਹੋਣਾ ਚਾਹੀਦਾ। ਉਨ੍ਹਾਂ ਨੇ ਮੈਨੂੰ ਇਹ ਵੀ ਪੁੱਛਿਆ ਕਿ ਕੀ ਮੈਂ ਕਿਸੇ ਦਾ ਕੁਝ ਦੇਣਦਾਰ ਹਾਂ।

ਮੈਂ ਆਪਣੇ ਦਿਮਾਗ ਤੇ ਦਬਾਅ ਪਾਇਆ ਅਤੇ ਮੈਨੂੰ ਨਹੀਂ ਪਤਾ ਕਿ ਮੈਡਮ ਦਾ ਵਿਚਾਰ ਕਿੱਥੋਂ ਮੇਰੇ ਦਿਮਾਗ ਵਿੱਚ ਆਇਆ ਕਿ "ਓ ਹਾਂ, ਮੈਡਮ ਦਾ ਕੁਝ ਅਜੇ ਵੀ ਬਾਕੀ ਹੈ"; ਮੇਰੇ ਮਨ ਵਿੱਚ ਫਿਰ ਸ਼ੱਕ ਆਉਣ ਲੱਗ ਪਿਆ ਕਿ 9 ਸਾਲ ਹੋ ਗਏ ਹਨ, ਜੇ ਮੈਂ ਮੈਡਮ ਕੋਲ ਗਿਆ ਤਾਂ ਮੈਨੂੰ ਨਹੀਂ ਪਤਾ ਕਿ ਉਹ ਮੈਨੂੰ ਪਛਾਣੇਗੀ ਜਾਂ ਨਹੀਂ, ਪਰ ਮੈਂ ਗਿਆ, ਇਹ ਉਸਦੀ ਮਹਾਨਤਾ ਸੀ ਕਿ ਉਸਨੇ ਮੈਨੂੰ ਪਛਾਣ ਲਿਆ, ਕਿਹਾ ਕਿ ਤੁਸੀਂ ਬਹੁਤ ਵੱਡੇ ਹੋ ਗਏ ਹੋ ਅਤੇ ਉਸਨੇ ਕਿਹਾ ਕਿ ਇਸਦੀ ਕੀ ਲੋੜ ਹੈ, ਉਸਨੂੰ ਇਹ ਯਾਦ ਵੀ ਨਹੀਂ ਹੈ। ਖੈਰ, ਇਹੀ ਕਰ ਕੇ ਮੈਂ ਆਪਣੀਆਂ ਨਜ਼ਰਾਂ ਵਿੱਚ ਉੱਠ ਗਿਆ।

ਇਤਫ਼ਾਕ ਦੇਖੋ, ਅੱਜ ਹੀ, ਜਦੋਂ ਮੈਂ ਇਹ ਕਿਤਾਬ ਲਿਖ ਰਿਹਾ ਹਾਂ, ਮੈਂ ਆਪਣੀ ਕਾਰ ਪਾਰਕਿੰਗ ਵਿੱਚ ਖੜੀ ਕਰਨ ਗਿਆ ਸੀ। ਮੇਰੇ ਕੋਲ 500 ਰੁਪਏ ਦੇ ਨੋਟ ਸਨ। ਪਾਰਕਿੰਗ ਵਾਲੇ ਕੋਲ ਵੀ ਟੁਟੇ ਪੈਸੇ ਨਹੀਂ ਸਨ, ਉਸਨੇ ਕਿਹਾ ਕਿ ਜਾਓ, ਕੋਈ ਗੱਲ ਨਹੀਂ। ਮੈਂ ਉਸਦੀ ਕਿਰਪਾ ਲਈ ਉਸਦਾ ਧੰਨਵਾਦ ਕੀਤਾ ਅਤੇ ਮੈਂ ਸ਼ਾਮ ਨੂੰ ਦੁਬਾਰਾ ਪਾਰਕਿੰਗ ਵਾਲੇ ਕੋਲ ਗਿਆ ਤਾਂ ਉਸਨੇ ਮੇਰੇ ਵੱਲ ਹੈਰਾਨੀ ਨਾਲ ਵੇਖਦਿਆਂ ਕਿਹਾ, "ਦੱਸੋ।" ਮੈਂ ਉਨ੍ਹਾਂ ਨੂੰ ਦੱਸਿਆ ਕਿ ਮੈਂ ਸਵੇਰੇ ਆਇਆ ਸੀ ਅਤੇ ਮੇਰੇ ਕੋਲ ਟੁੱਟੇ ਪੈਸੇ ਨਹੀਂ ਸਨ, ਇਸ ਲਈ ਮੈਂ ਤੁਹਾਨੂੰ ਪੈਸੇ ਦੇਣ ਆਇਆ ਹਾਂ। ਪਹਿਲਾਂ ਤਾਂ ਉਹ ਇਨਕਾਰ ਕਰ ਰਿਹਾ ਸੀ। ਪਰ ਮੈਂ ਉਸਨੂੰ ਆਪਣੇ ਦਾਦਾ ਜੀ ਦੇ ਸ਼ਬਦ ਯਾਦ ਕਰਵਾਏ ਕਿ ਮੇਰੇ

ਬਾਓ ਜੀ ਕਹਿੰਦੇ ਸਨ, ਜਦੋਂ ਕੋਈ ਤੁਹਾਡੇ 'ਤੇ ਭਰੋਸਾ ਕਰਦਾ ਹੈ, ਤਾਂ ਤੁਹਾਨੂੰ ਉਸ ਭਰੋਸੇ ਨੂੰ ਬਣਾਈ ਰੱਖਣਾ ਚਾਹੀਦਾ ਹੈ।" ਬਾਅਦ ਵਿੱਚ ਉਨ੍ਹਾਂ ਨੇ ਪੈਸੇ ਲੈ ਲਏ ਪਰ ਉਹ ਬਹੁਤ ਖੁਸ਼ ਹੋ ਗਏ ਕਿਉਂਕਿ ਉਹਨਾਂ ਨੂੰ ਉਮੀਦ ਨਹੀਂ ਸੀ ਕਿ ਮੈਂ ਆ ਕੇ ਉਹਨਾਂ ਨੂੰ ਪੈਸੇ ਦੇਵਾਂਗਾ।

- **ਸ਼ੁਕਰਗੁਜ਼ਾਰ ਰਹੋ:** ਤੁਹਾਡੇ ਕੋਲ ਜੋ ਵੀ ਹੈ, ਉਸ ਲਈ ਪਰਮਾਤਮਾ ਦੇ ਸ਼ੁਕਰਗੁਜ਼ਾਰ ਰਹੋ, ਭਾਵੇਂ ਇਹ ਕਿੰਨਾ ਵੀ ਛੋਟਾ ਜਾਂ ਮਾਮੂਲੀ ਕਿਉਂ ਨਾ ਲੱਗੇ। ਯਾਦ ਰੱਖੋ ਕਿ ਅੱਜ ਵੀ ਇਸ ਦੁਨੀਆਂ ਵਿੱਚ ਅਜਿਹੇ ਲੋਕ ਹਨ ਜੋ ਖੁਸ਼ੀ ਨਾਲ ਤੁਹਾਡੀ ਜਗ੍ਹਾ ਲੈਣਾ ਚਾਹਾਂਗੇ ਕਿਉਂਕਿ ਉਨ੍ਹਾਂ ਕੋਲ ਤੁਹਾਡੇ ਕੋਲ ਜੋ ਹੈ ਉਸਦਾ ਇੱਕ ਛੋਟਾ ਜਿਹਾ ਹਿੱਸਾ ਵੀ ਨਹੀਂ ਹੈ।

ਬਹੁਤ ਸਾਰੇ ਲੋਕ ਅਜੇ ਵੀ ਭੁੱਖੇ ਜਾਗਦੇ ਹਨ ਅਤੇ ਭੁੱਖੇ ਸੌਂ ਜਾਂਦੇ ਹਨ, ਬਹੁਤ ਸਾਰੇ ਲੋਕਾਂ ਕੋਲ ਅਜੇ ਵੀ ਘਰ ਨਹੀਂ ਹੈ। ਨਾ ਪਰਿਵਾਰ ਹੈ, ਨਾ ਕੰਮ ਹੈ। ਸਰਲ ਸ਼ਬਦਾਂ ਵਿੱਚ, ਤੁਹਾਡੇ ਕੋਲ ਜੋ ਵੀ ਹੈ ਉਸ ਲਈ ਪਰਮਾਤਮਾ ਦੇ ਸ਼ੁਕਰਗੁਜ਼ਾਰ ਰਹੋ।

- **ਇੱਕ ਚੰਗਾ ਇਨਸਾਨ ਬਣੋ:** ਤੁਹਾਡੇ ਖ਼ਿਆਲ ਵਿੱਚ ਇੱਕ ਚੰਗੇ ਇਨਸਾਨ ਵਿਚ ਕੀ-ਕੀ ਗੁਣ ਹੋਣੇ ਚਾਹੀਦੇ ਹਨ?

ਇੱਕ ਕਾਗਜ਼ ਦਾ ਟੁਕੜਾ ਲਓ ਅਤੇ ਇਹਨਾਂ ਗੁਣਾਂ ਦੀ ਇੱਕ ਸੂਚੀ ਜਲਦੀ ਬਣਾਓ।

ਜਦੋਂ ਤੁਸੀਂ ਆਪਣੇ ਦੁਆਰਾ ਪਰਿਭਾਸ਼ਿਤ ਕੀਤੇ ਗਏ ਇੱਕ ਚੰਗੇ ਵਿਅਕਤੀ ਦੇ ਗੁਣਾਂ ਦੀ ਪਾਲਣਾ ਕਰਦੇ ਹੋ, ਤਾਂ ਤੁਸੀਂ ਆਪਣੇ ਆਪ ਨੂੰ ਪਸੰਦ ਕਰਦੇ ਹੋ, ਅਤੇ ਜਦੋਂ ਤੁਸੀਂ ਅਜਿਹਾ ਨਹੀਂ ਕਰਦੇ, ਤਾਂ ਤੁਸੀਂ ਆਪਣੇ ਆਪ ਨੂੰ ਨਾਪਸੰਦ ਕਰਦੇ ਹੋ।

ਚੰਗੇ ਲੋਕਾਂ ਦੀ ਮੇਰੀ ਸੂਚੀ ਵਿਚ ਉਹ ਲੋਕ ਨੇ:

- ਜੋ ਧਰਮ ਦੀ ਪਾਲਣਾ ਕਰਦਾ ਹੈ।
- ਜੋ ਸੱਚ ਬੋਲਦਾ ਹੋਏ/ ਆਪਣੀ ਜਬਾਨ ਦਾ ਧਨੀ ਹੋਏ/ ਜੋ ਆਪਣੇ ਕੀਤੇ ਵਾਅਦੇ ਪੂਰੇ ਕਰਦਾ ਹੋਵੇ।
- ਜੋ ਸ਼ਰਾਬ ਅਤੇ ਮਾਸਾਹਾਰੀ ਭੋਜਨ ਤੋਂ ਦੂਰ ਰਹਿੰਦਾ ਹੋਏ ਅਤੇ ਆਪਣੇ ਪਰਿਵਾਰ ਨੂੰ ਪਿਆਰ ਕਰਦਾ ਹੋਏ।
- ਆਪਣੀ ਸਿਹਤ ਦਾ ਧਿਆਨ ਰੱਖਦਾ ਹੋਏ।
- ਹਮੇਸ਼ਾ ਖੁਸ਼ ਰਹਿੰਦਾ ਹੋਏ ਅਤੇ ਮੁਸਕਰਾਉਂਦਾ ਰਹੇ।
- ਹਰ ਪਲ ਲਈ ਪਰਮਾਤਮਾ ਦੇ ਸ਼ੁਕਰਗੁਜ਼ਾਰ ਰਹਿੰਦਾ ਹੋਏ।
- ਉਸਦਾ ਧਿਆਨ ਇਸ ਗੱਲ 'ਤੇ ਰਹਿੰਦਾ ਹੋਏ ਕਿ ਉਹ ਕੀ ਕਰ ਸਕਦਾ ਹੈ, ਨਾ ਕਿ ਇਸ ਗੱਲ 'ਤੇ ਕਿਉਹ ਕੀ ਨਹੀਂ ਕਰ ਸਕਦਾ?
- ਉਹ ਸਾਰੇ ਬੱਚਿਆਂ, ਵੱਡਿਆਂ ਅਤੇ ਬਜ਼ੁਰਗਾਂ ਆਦਿ ਦਾ ਸਤਿਕਾਰ ਕਰਦਾ ਹੋਏ।

ਜਦੋਂ ਮੈਂ ਇਸ ਸੂਚੀ ਵਿਚ ਦਿੱਤੇ ਹੋਏ ਗੁਣਾਂ ਦੇ ਹਿਸਾਬ ਨਾਲ ਕੰਮ ਕਰਦਾ ਹਾਂ, ਤਾਂ-ਤਾਂ ਮੈਂ ਆਪਣੇ ਆਪ ਨੂੰ ਪਸੰਦ ਕਰਦਾ ਹਾਂ, ਅਤੇ ਜਦੋਂ ਮੈਂ ਨਹੀਂ ਕਰਦਾ, ਤਾਂ-ਤਾਂ ਮੈਨੂੰ ਆਪਣੇ ਆਪ ਨੂੰ ਨਾਪਸੰਦ ਕਰਦਾ ਹਾਂ।ਇਸ ਲਈ ਮੇਰਾ ਸੁਝਾਅ ਹੈ ਕਿ ਤੁਸੀਂ ਇੱਕ ਆਦਰਸ਼ ਵਿਅਕਤੀ ਦੇ ਗੁਣਾਂ

ਦੀ ਇੱਕ ਸਪਸ਼ਟ ਸੂਚੀ ਬਣਾਓ ਅਤੇ ਉਨ੍ਹਾਂ ਗੁਣਾਂ ਨੂੰ ਯਾਦ ਰੱਖੋ ਅਤੇ ਉਨ੍ਹਾਂ ਕੰਮਾਂ ਵਿੱਚ ਵੱਧ ਤੋਂ ਵੱਧ ਸਮਾਂ ਬਿਤਾ ਕੇ ਉਨ੍ਹਾਂ ਨੂੰ ਆਦਤ ਬਣਾਉਣ ਦੀ ਕੋਸ਼ਿਸ਼ ਕਰੋ ਤਾਂ ਜੋ ਤੁਸੀਂ ਆਪਣੇ ਆਪ ਨੂੰ ਵੱਧ ਤੋਂ ਵੱਧ ਪਸੰਦ ਕਰ ਸਕੋ।

ਲੋਕ ਵਿਵਹਾਰ ਨਾਲ ਸਬੰਧਤ ਕੁਝ ਅਮਲ ਕਰਨ ਯੋਗ ਲਾਭਦਾਇਕ ਸੁਝਾਅ:

- **ਆਪਣੀ ਤੁਲਨਾ ਕਿਸੇ ਨਾਲ ਨਾ ਕਰੋ**: ਯਾਦ ਰੱਖੋ ਕਿ ਰੱਬ ਨੇ ਸਾਨੂੰ ਵਿਲੱਖਣ ਬਣਾਇਆ ਹੈ, ਤੁਹਾਡੇ ਫਿੰਗਰਪ੍ਰਿੰਟ ਕਿਸੇ ਹੋਰ ਨਾਲ ਮੇਲ ਨਹੀਂ ਖਾਂਦੇ ਕਿਉਂਕਿ ਤੁਸੀਂ ਵਿਲੱਖਣ ਹੋ ਅਤੇ ਧਰਤੀ 'ਤੇ ਆਪਣੀ ਕਿਸਮ ਦੇ ਇੱਕੋ ਇੱਕ ਜੀਵ ਹੋ।
- **ਆਪਣੇ ਕੱਪੜਿਆਂ ਅਤੇ ਦਿੱਖ 'ਤੇ ਕੰਮ ਕਰੋ:** ਵਧੀਆ ਕੱਪੜੇ ਪਾਉਣਾ ਅਤੇ ਆਪਣੀ ਦਿੱਖ ਨੂੰ ਸੁਧਾਰਨਾ ਸਭ ਤੋਂ ਆਸਾਨ ਕੰਮ ਹੈ ਜੋ ਤੁਸੀਂ ਆਪਣੇ ਆਪ ਨੂੰ ਪਸੰਦ ਕਰਨ ਲਈ ਕਰ ਸਕਦੇ ਹੋ। ਇਸਨੂੰ ਹੁਣੇ ਕਰੋ ਅਤੇ ਇਸਨੂੰ ਆਦਤ ਬਣਾਓ।
- **ਲੋੜਵੰਦ ਲੋਕਾਂ ਲਈ ਕੁਝ ਕਰੋ ਜੋ ਤੁਹਾਨੂੰ ਬਦਲੇ ਵਿੱਚ ਕੁਝ ਨਹੀਂ ਦੇ ਸਕਦੇ:** ਜਿਵੇਂ ਕਿ ਅਨਾਥ ਆਸ਼ਰਮ, ਬੁਢਾਪਾ ਘਰ, ਅਪਣੇ ਮਰਜੀ ਨਾਲ ਖ਼ੂਨ ਦਾ ਦਾਨ ਕਰਨਾ ਆਦਿ। ਜਦੋਂ ਤੁਸੀਂ ਅਜਿਹਾ ਕੰਮ ਨਿਰਸਵਾਰਥ ਹੋ ਕੇ ਕਰਦੇ ਹੋ, ਤਾਂ ਤੁਸੀਂ ਆਪਣੇ ਸਵੈ-ਮਾਣ ਨੂੰ ਉੱਚਾ ਕਰਦੇ ਹੋ ਅਤੇ ਆਪਣੇ ਆਪ ਨੂੰ ਹੋਰ ਪਸੰਦ ਕਰਦੇ ਹੋ।

ਅਧਿਆਇ – 4

ਤੁਸੀਂ ਆਪਣੇ ਆਪ ਨਾਲ ਕਿਵੇਂ ਗੱਲ ਕਰਦੇ ਹੋ?

"ਆਪਣੇ ਆਪ ਨਾਲ ਬਹੁਤ ਸਤਿਕਾਰ ਅਤੇ ਸ਼ਿਸ਼ਟਾਚਾਰ ਨਾਲ ਗੱਲ ਕਰੋ, ਕਿਉਂਕਿ ਜੇ ਤੁਸੀਂ ਆਪਣੇ ਆਪ ਨੂੰ ਸਤਿਕਾਰ ਨਹੀਂ ਦੇਗੇ ਤਾਂ ਕੋਈ ਹੋਰ ਵੀ ਨਹੀਂ ਦੇਗਾ: - ਰਾਜਲਾ"

ਕੀ ਤੁਸੀਂ ਦੇਖਿਆ ਹੈ ਕਿ ਜਿਸ ਵਿਅਕਤੀ ਨਾਲ ਅਸੀਂ ਸਭ ਤੋਂ ਵੱਧ ਗੱਲ ਕਰਦੇ ਹਾਂ ਜਾਂ ਚਰਚਾ ਕਰਦੇ ਹਾਂ ਉਹ ਕੋਈ ਹੋਰ ਨਹੀਂ ਸਗੋਂ ਅਸੀਂ ਖੁਦ ਹਾਂ, ਆਪਣੇ ਮਨ ਵਿੱਚ ਆਪਣੇ ਆਪ ਨਾਲ ਗੱਲ ਕਰਨ ਦੀ ਪ੍ਰਕਿਰਿਆ ਨੂੰ ਸਵੈ-ਗੱਲਬਾਤ ਵੀ ਕਿਹਾ ਜਾਂਦਾ ਹੈ।

ਕਿਉਂਕਿ ਅਸੀਂ ਆਪਣਾ ਜ਼ਿਆਦਾਤਰ ਸਮਾਂ ਆਪਣੇ ਆਪ ਨਾਲ ਗੱਲਾਂ ਕਰਨ ਵਿੱਚ ਬਿਤਾਉਂਦੇ ਹਾਂ, ਇਹ ਸਪੱਸ਼ਟ ਹੈ ਕਿ ਅਸੀਂ ਆਪਣੇ ਮਨੋਬਲ ਨੂੰ ਵਧਾਉਣ ਜਾਂ ਘਟਾਉਣ ਲਈ ਸਭ ਤੋਂ ਵੱਧ ਜ਼ਿੰਮੇਵਾਰ ਹਾਂ।

ਮਨੁੱਖ ਦਾ ਦਿਮਾਗ ਕਦੇ ਵੀ ਸ਼ਾਂਤ ਨਹੀਂ ਹੁੰਦਾ, ਇਸ ਵਿੱਚ ਹਮੇਸ਼ਾ ਕੁਝ ਨਾ ਕੁਝ ਚੱਲਦਾ ਰਹਿੰਦਾ ਹੈ।ਇਸਦਾ ਮਤਲਬ ਹੈ ਕਿ ਅਸੀਂ ਹਮੇਸ਼ਾ ਕਿਸੇ ਨਾ ਕਿਸੇ ਰੂਪ ਵਿੱਚ ਸਵੈ-ਗੱਲਬਾਤ ਵਿੱਚ ਰੁੱਝੇ ਰਹਿੰਦੇ ਹਾਂ। ਸਿੱਧੇ ਸ਼ਬਦਾਂ ਵਿੱਚ, ਅਸੀਂ ਹਮੇਸ਼ਾ ਆਪਣੇ ਆਪ ਨਾਲ ਗੱਲ ਕਰ ਰਹੇ ਹੁੰਦੇ ਹਾਂ, ਅਤੇ ਲੱਖਾਂ ਕਰੋੜਾਂ ਲੋਕਾਂ 'ਤੇ ਕੀਤੀ ਗਈ ਖੋਜ ਦਰਸਾਉਂਦੀ ਹੈ ਕਿ 90 ਪ੍ਰਤੀਸ਼ਤ ਤੋਂ ਵੱਧ ਲੋਕ ਨਕਾਰਾਤਮਕ ਸਵੈ-ਗੱਲਬਾਤ ਵਿੱਚ ਸ਼ਾਮਲ ਹੁੰਦੇ ਹਨ।

ਜੇਕਰ ਅਸੀਂ ਆਪਣੇ ਆਪ ਨਾਲ ਸਕਾਰਾਤਮਕ ਗੱਲਾਂ ਕਰਨ ਵਿੱਚ ਜ਼ਿਆਦਾ ਸਮਾਂ ਬਿਤਾਉਂਦੇ ਹਾਂ, ਅਤੇ ਹਰ ਸਥਿਤੀ ਵਿੱਚ, ਭਾਵੇਂ ਚੰਗੀ ਹੋਵੇ ਜਾਂ ਮਾੜੀ, ਚੰਗਿਆਈ ਲੱਭਣ ਦੀ ਕੋਸ਼ਿਸ਼ ਕਰੀਏ, ਤਾਂ ਸਾਡਾ ਆਤਮਵਿਸ਼ਵਾਸ ਵਧਦਾ ਰਹੇਗਾ।

ਅਤੇ ਜੇਕਰ ਅਸੀਂ ਹਰ ਸਥਿਤੀ ਵਿੱਚ ਨਕਾਰਾਤਮਕ ਪਹਿਲੂ ਦੀ ਭਾਲ ਕਰਾਂਗੇ, ਤਾਂ ਅਸੀਂ ਨਕਾਰਾਤਮਕ ਹੋ ਜਾਵਾਂਗੇ ਅਤੇ ਸਾਡਾ ਮਨੋਬਲ ਵੀ ਡਿੱਗ ਜਾਵੇਗਾ।

ਆਓ ਹੁਣ ਤੋਂ ਆਪਣੀ ਸਵੈ-ਗੱਲਬਾਤ ਬਦਲੀਏ। ਹੁਣ ਤੋਂ, ਜਦੋਂ ਵੀ ਅਸੀਂ ਆਪਣੇ ਆਪ ਨਾਲ ਗੱਲ ਕਰੀਏ, ਸਾਨੂੰ ਆਪਣੇ ਆਪ ਨੂੰ ਇਹ ਪੁੱਛ ਕੇ ਉਤਸ਼ਾਹਿਤ ਕਰਨਾ ਚਾਹੀਦਾ ਹੈ ਕਿ ਅਸੀਂ ਉਹ ਕੰਮ ਕਿਉਂ ਅਤੇ ਕਿਵੇਂ ਕਰ ਸਕਦੇ ਹਾਂ। ਆਪਣੇ ਆਪ ਨੂੰ ਆਪਣੀਆਂ ਪਿਛਲੀਆਂ ਸਫਲਤਾਵਾਂ ਯਾਦ ਦਿਵਾਓ। ਜਦੋਂ ਵੀ ਸਾਨੂੰ ਅਨੁਚਿਤ ਆਲੋਚਨਾ ਮਿਲੇ, ਤਾਂ ਆਪਣੇ ਆਪ ਨੂੰ ਯਾਦ ਦਿਵਾਓ, "ਇਹ ਉਨ੍ਹਾਂ ਦਾ ਦ੍ਰਿਸ਼ਟੀਕੋਣ ਹੈ, ਮੇਰਾ ਨਹੀਂ। ਮੈਂ ਕੋਸ਼ਿਸ਼ ਕੀਤੇ ਬਿਨਾਂ ਹਾਰ ਨਹੀਂ ਮੰਨਾਂਗਾ। ਭਾਵੇਂ ਮੈਂ ਪਹਿਲੀ ਵਾਰ ਸਫਲ ਨਹੀਂ ਹੁੰਦਾ, ਮੈਂ ਇਸ ਤੋਂ ਕੁਝ ਸਿੱਖਾਂਗਾ ਅਤੇ ਦੁਬਾਰਾ ਕੋਸ਼ਿਸ਼ ਕਰਾਂਗਾ।" ਜਦੋਂ ਕੋਈ ਕੰਮ ਤੁਹਾਡੀ ਪਹੁੰਚ ਤੋਂ ਬਾਹਰ ਲੱਗਦਾ ਹੈ, ਤਾਂ ਤੁਸੀਂ ਸਵੈ-ਗੱਲਬਾਤ ਦੀ ਵਰਤੋਂ ਕਰ ਸਕਦੇ ਹੋ ਜਿਵੇਂ ਕਿ, "ਮੈਂ ਇਹ ਇਕੱਲਾ ਨਹੀਂ ਕਰ ਸਕਦਾ, ਪਰ ਮੈਂ ਇਹ ਪਰਮਾਤਮਾ ਦੀ ਮਦਦ ਨਾਲ ਜ਼ਰੂਰ ਕਰ ਸਕਦਾ ਹਾਂ। ਉਹ ਹਮੇਸ਼ਾ ਮੇਰੇ ਨਾਲ ਹੈ, ਮੇਰੇ ਨੇੜੇ ਹੈ, ਅਤੇ ਉਹ ਮੇਰਾ ਮਾਰਗਦਰਸ਼ਨ ਕਰ ਰਿਹਾ ਹੈ।" ਜਾਂ ਤੁਸੀਂ ਇਹ ਵੀ ਕੋਸ਼ਿਸ਼ ਕਰ ਸਕਦੇ ਹੋ, "ਪਰਮਾਤਮਾ ਉਨ੍ਹਾਂ ਦੀ ਮਦਦ ਕਰਦਾ ਹੈ ਜੋ ਆਪਣੀ ਮਦਦ ਖੁਦ ਕਰਦੇ ਹਨ।" ਇਸ ਲਈ, ਮੈਂ ਆਪਣੀ ਪੂਰੀ ਕੋਸ਼ਿਸ਼ ਕਰਾਂਗਾ ਤਾਂ ਜੋ ਪਰਮਾਤਮਾ ਵੀ ਮੇਰੀ ਮਦਦ ਕਰੇ।" ਮੇਰਾ ਸੁਝਾਅ ਹੈ ਕਿ ਤੁਸੀਂ ਕਦੇ ਵੀ ਨਕਾਰਾਤਮਕ ਵਾਕ ਪੂਰਾ ਨਾ ਕਰੋ, ਸਗੋਂ ਕੁਝ ਸਕਾਰਾਤਮਕ ਕਹਿਣ ਦੀ ਆਦਤ ਬਣਾਓ। ਇਹ ਪਹਿਲਾਂ ਥੋੜ੍ਹਾ ਮੁਸ਼ਕਲ ਹੋ ਸਕਦਾ ਹੈ ਕਿਉਂਕਿ ਅਸੀਂ ਇੱਕ ਅਜਿਹੇ ਮਾਹੌਲ ਵਿੱਚ ਵੱਡੇ ਹੁੰਦੇ ਹਾਂ ਜਿੱਥੇ ਨਕਾਰਾਤਮਕਤਾ ਸਾਡੇ ਆਲੇ ਦੁਆਲੇ ਰਹਿੰਦੀ ਹੈ, ਜੋ ਸਾਨੂੰ ਲਗਾਤਾਰ ਕਾਰਨ ਦਿੰਦੀ ਹੈ ਕਿ ਅਸੀਂ ਕੁਝ ਕਿਉਂ ਨਹੀਂ ਕਰ ਸਕਦੇ। ਇਸ ਲਈ, ਸਕਾਰਾਤਮਕ ਸਵੈ-ਗੱਲਬਾਤ ਦੁਆਰਾ ਆਪਣੇ ਆਪ ਨੂੰ ਪਿੱਠ ਥਪਥਪਾਉਣ ਦੀ ਆਦਤ ਵਿਕਸਤ ਕਰਨਾ ਬਿਹਤਰ ਹੋਵੇਗਾ। ਮੈਂ ਇਹ ਵੀ ਸੁਝਾਅ ਦੇਵਾਂਗਾ ਕਿ ਤੁਸੀਂ ਉਨ੍ਹਾਂ ਗੁਣਾਂ ਦੀ ਇੱਕ ਸੂਚੀ ਬਣਾਓ ਜੋ ਤੁਸੀਂ ਬਣਨਾ ਚਾਹੁੰਦੇ ਹੋ ਅਤੇ ਇਸਨੂੰ ਉੱਚੀ ਆਵਾਜ਼ ਵਿੱਚ ਪੜ੍ਹੋ ਅਤੇ ਹਰ ਰੋਜ਼ ਘੱਟੋ ਘੱਟ ਦੋ ਜਾਂ ਤਿੰਨ ਵਾਰ ਸ਼ੀਸ਼ੇ ਦੇ ਸਾਹਮਣੇ ਜੋਰ -ਜੋਰ ਦੀ ਪੜ੍ਹੋ ਅਤੇ ਮਹਿਸੂਸ ਕਰੋ। ਉਦਾਹਰਣ ਵਜੋਂ, ਤੁਸੀਂ ਇੱਕ ਖੁਸ਼, ਸਵੈ-ਅਨੁਸ਼ਾਸਿਤ, ਪੈਸੇ ਬਚਾਉਣ ਵਾਲਾ, ਸਿਹਤਮੰਦ, ਪ੍ਰਸਿੱਧ ਅਤੇ ਆਕਰਸ਼ਕ ਵਿਅਕਤੀ ਬਣਨਾ ਚਾਹੁੰਦੇ ਹੋ। ਇਸਦੇ ਲਈ, ਤੁਸੀਂ ਇਸ ਤਰ੍ਹਾਂ ਇੱਕ ਸਕ੍ਰਿਪਟ ਲਿਖ ਸਕਦੇ ਹੋ: "ਰੱਬ ਨੇ ਮੈਨੂੰ ਇਹ ਸ਼ਾਨਦਾਰ ਮਨੁੱਖੀ ਜੀਵਨ ਦਿੱਤਾ ਹੈ, ਅਤੇ ਮੈਂ ਇਸ ਤੋਂ ਬਹੁਤ ਖੁਸ਼ ਹਾਂ। ਮੈਂ ਬਹੁਤ ਸਵੈ-ਅਨੁਸ਼ਾਸਿਤ ਹਾਂ ਅਤੇ ਆਪਣੇ ਸਾਰੇ ਕੰਮ ਸਮੇਂ ਸਿਰ ਪੂਰੇ ਕਰਦਾ ਹਾਂ। ਮੈਂ ਪੌਸ਼ਟਿਕ ਭੋਜਨ ਖਾਂਦਾ ਹਾਂ, ਅਤੇ ਮੈਂ ਨਿਯਮਿਤ ਤੌਰ 'ਤੇ ਕਸਰਤ ਕਰਦਾ ਹਾਂ। ਇਸ ਲਈ, ਮੈਂ ਬਹੁਤ ਸਿਹਤਮੰਦ ਹਾਂ, ਮੈਂ ਆਪਣੇ ਸਰੀਰ ਦਾ ਧਿਆਨ ਰੱਖਦਾ ਹਾਂ ਅਤੇ ਚੰਗੇ ਕੱਪੜੇ ਪਾਉਂਦਾ ਹਾਂ ਇਸ ਲਈ ਮੈਂ ਬਹੁਤ ਆਕਰਸ਼ਕ ਦਿਖਦਾ ਹਾਂ, ਮੈਂ ਹਰ ਸੰਭਵ ਤਰੀਕੇ ਨਾਲ ਦੂਜੇ ਲੋਕਾਂ ਦੀ ਮਦਦ ਕਰਦਾ ਹਾਂ ਅਤੇ ਉਨ੍ਹਾਂ ਵਿੱਚ ਵੀ ਦਿਲਚਸਪੀ ਲੈਂਦਾ ਹਾਂ ਇਸ ਲਈ ਮੈਂ ਬਹੁਤ ਮਸ਼ਹੂਰ ਹਾਂ।" ਤੁਸੀਂ ਸ਼ਾਇਦ ਇਸ 'ਤੇ ਵਿਸ਼ਵਾਸ ਨਾ ਕਰੋ ਪਰ ਮੈਂ ਤੁਹਾਨੂੰ ਸੁਝਾਅ ਦਿੰਦਾ ਹਾਂ ਕਿ

ਤੁਸੀਂ ਇਸਨੂੰ ਸਿਰਫ਼ 10 ਦਿਨਾਂ ਲਈ ਲਗਾਤਾਰ ਅਜ਼ਮਾਓ (ਇਸਨੂੰ ਉੱਚੀ ਆਵਾਜ਼ ਵਿੱਚ ਅਤੇ ਦਿਨ ਵਿੱਚ ਘੱਟੋ ਘੱਟ 2-3 ਵਾਰ ਭਾਵਨਾ ਨਾਲ ਕਹੋ) ਅਤੇ ਤੁਸੀਂ ਫਰਕ ਸਾਫ਼-ਸਾਫ਼ ਦੇਖੋਗੇ।

ਸਵੈ-ਗੱਲਬਾਤ ਨਾਲ ਜੁੜੀ ਇੱਕ ਹੋਰ ਮਹੱਤਵਪੂਰਨ ਗੱਲ ਇਹ ਹੈ ਕਿ ਕਿਸੇ ਵੀ ਸਥਿਤੀ ਵਿੱਚ ਕੀ ਵਾਪਰਦਾ ਹੈ ਅਤੇ ਅਸੀਂ ਇਸਨੂੰ ਕੀ ਅਰਥ ਦਿੰਦੇ ਹਾਂ ਇਹ ਸਾਡੇ 'ਤੇ ਨਿਰਭਰ ਕਰਦਾ ਹੈ ਅਤੇ ਅਸੀਂ ਘਟਨਾਵਾਂ ਨੂੰ ਜੋ ਵੀ ਅਰਥ ਦਿੰਦੇ ਹਾਂ, ਅਸੀਂ ਉਸੇ ਤਰ੍ਹਾਂ ਪ੍ਰਤੀਕਿਰਿਆ ਦੇ ਰੂਪ ਵਿੱਚ ਕੰਮ ਕਰਦੇ ਹਾਂ।

ਉਦਾਹਰਣ ਵਜੋਂ, ਸੜਕ 'ਤੇ ਇੱਕ ਲੰਮਾ ਟ੍ਰੈਫਿਕ ਜਾਮ ਸੀ। ਇੱਕ ਪੱਤਰਕਾਰ ਨੇ ਦੋ ਕਾਰਾਂ ਦੇ ਦਰਵਾਜ਼ੇ ਖੜਕਾਏ ਅਤੇ ਉਨ੍ਹਾਂ ਦੀ ਪ੍ਰਤੀਕਿਰਿਆ ਜਾਣਨੀ ਚਾਹੀ।

ਪਹਿਲਾ ਕਾਰ ਚਾਲਕ ਬਹੁਤ ਗੁੱਸੇ ਵਿੱਚ ਸੀ ਅਤੇ ਉਸਨੇ ਕਿਹਾ ਕਿ ਉਹ ਦੋ ਘੰਟੇ ਤੋਂ ਜਾਮ ਵਿੱਚ ਫਸਿਆ ਹੋਇਆ ਹੈ ਅਤੇ ਉਸਨੇ ਸ਼ਹਿਰ ਵਾਸੀਆਂ ਤੋਂ ਲੈ ਕੇ ਸਿਆਸਤਦਾਨਾਂ ਅਤੇ ਪੂਰੇ ਸਿਸਟਮ ਨੂੰ ਦੋਸ਼ੀ ਠਹਿਰਾਉਣਾ ਸ਼ੁਰੂ ਕਰ ਦਿੱਤਾ ਅਤੇ ਆਪਣੇ ਗੁੱਸੇ ਨੂੰ ਸਹੀ ਸਾਬਤ ਕੀਤਾ।

ਦੂਜਾ ਕਾਰ ਚਾਲਕ ਬਹੁਤ ਖੁਸ਼ ਸੀ ਅਤੇ ਉਸਨੇ ਕਿਹਾ ਕਿ ਇਹ ਇੱਕ ਅਸਾਧਾਰਨ ਸਥਿਤੀ ਹੈ, ਇੰਨਾ ਲੰਮਾ ਜਾਮ ਬਹੁਤ ਘੱਟ ਹੁੰਦਾ ਹੈ, ਪਰਮਾਤਮਾ ਦੀ ਕਿਰਪਾ ਨਾਲ ਮੈਂ ਪਹਿਲਾਂ ਹੀ ਕਾਰ ਦੀ ਟੈਂਕੀ ਭਰ ਲਈ ਸੀ, ਟ੍ਰੈਫਿਕ ਪੁਲਿਸ ਆਪਣੀ ਪੂਰੀ ਕੋਸ਼ਿਸ਼ ਕਰ ਰਹੀ ਹੈ ਅਤੇ ਮੈਨੂੰ ਉਮੀਦ ਹੈ ਕਿ ਸਾਨੂੰ ਜਲਦੀ ਹੀ ਜਾਮ ਤੋਂ ਰਾਹਤ ਮਿਲੇਗੀ।

ਦੇਖੋ, ਹਾਲਾਤ ਇੱਕੋ ਜਿਹੇ ਸਨ ਪਰ ਦੋਵਾਂ ਲੋਕਾਂ ਦੀਆਂ ਪ੍ਰਤੀਕਿਰਿਆਵਾਂ ਵੱਖਰੀਆਂ ਸਨ, ਯਾਨੀ ਕੁੱਲ ਮਿਲਾ ਕੇ, ਜੇ ਅਸੀਂ ਕੋਸ਼ਿਸ਼ ਕਰੀਏ, ਤਾਂ ਅਸੀਂ ਹਰ ਸਥਿਤੀ ਵਿੱਚ ਚੰਗਾ ਲੱਭਣ ਦੀ ਆਪਣੀ ਆਦਤ ਦੁਆਰਾ ਆਪਣੇ ਆਪ ਨੂੰ ਸਕਾਰਾਤਮਕ ਬਣਾ ਸਕਦੇ ਹਾਂ।

ਦੇਖੋ, ਇਸ ਸਧਾਰਨ ਨਿਅਮ ਦੇ 3 ਕਦਮ ਹਨ।

- ਜੋ ਘਟਨਾ ਵਾਪਰੀ ਹੈ।
- ਤੁਸੀਂ ਇਸਦਾ ਕੀ ਅਰਥ ਰੱਖਦੇ ਹੋ?
- ਅਤੇ ਫਿਰ ਤੁਸੀਂ ਇਸ 'ਤੇ ਕਿਵੇਂ ਕੰਮ ਕਰਦੇ ਹੋ।

ਜਦੋਂ ਵੀ ਤੁਸੀਂ ਆਪਣੇ ਆਪ ਨਾਲ ਗੱਲ ਕਰਦੇ ਹੋ, ਤਾਂ ਆਪਣੇ ਆਪ ਨੂੰ ਕਾਰਨ ਦੱਸੋ ਕਿ ਤੁਸੀਂ ਕੁਝ ਕਿਉਂ ਕਰ ਸਕਦੇ ਹੋ, ਨਾ ਕਿ ਤੁਸੀਂ ਇਹ ਕਿਉਂ ਨਹੀਂ ਕਰ ਸਕੋਗੇ।

ਆਪਣੇ ਆਪ ਨੂੰ ਵਾਰ-ਵਾਰ ਉਤਸ਼ਾਹਿਤ ਕਰਨ ਦੇ ਕਾਰਨ ਲੱਭੋ। ਭਾਵੇਂ ਤੁਸੀਂ ਕੋਈ ਗਲਤੀ ਕਰਦੇ ਹੋ, ਉਸ ਤੋਂ ਸਿੱਖੋ ਅਤੇ ਇਸਨੂੰ ਦੁਬਾਰਾ ਨਾ ਦੁਹਰਾਉਣ ਦੀ ਕੋਸ਼ਿਸ਼ ਕਰੋ।

ਆਪਣੇ ਆਪ ਨੂੰ ਵਾਰ-ਵਾਰ ਯਾਦ ਦਿਵਾਓ ਕਿ ਕਿਉਂਕਿ ਤੁਸੀਂ ਇੱਕ ਇਨਸਾਨ ਹੋ, ਤੁਸੀਂ ਸੰਪੂਰਨ ਨਹੀਂ ਹੋ ਅਤੇ ਇਹ ਸੁਭਾਵਿਕ ਹੈ ਕਿ ਤੁਸੀਂ ਕੰਮ ਕਰਦੇ ਸਮੇਂ ਛੋਟੀਆਂ-ਛੋਟੀਆਂ ਗਲਤੀਆਂ ਕਰੋਗੇ, ਪਰ ਆਪਣੇ ਆਪ ਨੂੰ ਇਹ ਵੀ ਯਾਦ ਦਿਵਾਓ ਕਿ ਤੁਸੀਂ ਹੀ ਗਲਤੀ ਕਰਦੇ ਹੋ ਅਤੇ ਤੁਸੀਂ ਹੀ ਗਲਤੀ ਨੂੰ ਸੁਧਾਰਦੇ ਹੋ ਅਤੇ ਇਸ ਲਈ ਤੁਸੀਂ ਗਲਤ ਨਹੀਂ ਹੋ, ਪਰ ਕਈ ਵਾਰ ਤੁਹਾਡੇ ਕੋਲੋਂ ਵੀ ਗਲਤੀ ਹੋ ਜਾਂਦੀ ਹੈ।

ਲੋਕ ਵਿਵਹਾਰ ਨਾਲ ਸਬੰਧਤ ਅਮਲ ਕਰਨ ਲਈ ਉਪਯੋਗੀ ਗੱਲਾਂ:-

- **ਕਦੇ ਵੀ ਕੋਈ ਵੀ ਨਕਾਰਾਤਮਕ ਵਾਕ ਪੂਰਾ ਨਾ ਕਰੋ।** ਜਦੋਂ ਵੀ ਤੁਸੀਂ ਕੋਈ ਨਕਾਰਾਤਮਕ ਵਾਕ ਕਹਿਣ ਵਾਲੇ ਹੋ, ਤਾਂ ਤੁਰੰਤ ਰੁਕੋ ਅਤੇ ਇਸਨੂੰ ਸਕਾਰਾਤਮਕ ਵਾਕ ਵਿੱਚ ਬਦਲੋ। ਸ਼ੁਰੂ ਵਿੱਚ ਇਹ ਥੋੜ੍ਹਾ ਮੁਸ਼ਕਲ ਹੋਵੇਗਾ ਪਰ ਬਾਅਦ ਵਿੱਚ ਇਹ ਤੁਹਾਡੀ ਆਦਤ ਬਣ ਜਾਵੇਗੀ ਅਤੇ ਇਹ ਤੁਹਾਡੇ ਖੱਬੇ ਹੱਥ ਦੀ ਖੇਡ ਬਣ ਜਾਵੇਗੀ। ਉਦਾਹਰਣ ਵਜੋਂ, ਮੰਨ ਲਓ ਕਿ ਤੁਹਾਡਾ ਇੱਕ ਵੱਡੀ ਕਾਰ ਖਰੀਦਣ ਦਾ ਸੁਪਨਾ ਹੈ, ਤਾਂ ਕਦੇ ਵੀ ਕਿਸੇ ਨੂੰ ਨਾ ਕਹੋ, ਆਪਣੇ ਮਨ ਵਿੱਚ ਵੀ ਨਹੀਂ, ਕਿ "ਤੁਸੀਂ ਇਹ ਕਾਰ ਨਹੀਂ ਖਰੀਦ ਸਕੋਗੇ ਕਿਉਂਕਿ ਤੁਹਾਡੇ ਕੋਲ ਪੈਸੇ ਨਹੀਂ ਹਨ।" ਇਸ ਦੀ ਬਜਾਏ, ਇਸ ਨਕਾਰਾਤਮਕ ਵਾਕ ਨੂੰ ਸਕਾਰਾਤਮਕ ਵਾਕ ਵਿੱਚ ਬਦਲੋ "ਇਹ ਕਾਰ ਖਰੀਦਣਾ ਮੇਰਾ ਸੁਪਨਾ ਹੈ ਅਤੇ ਮੈਂ ਇਹ ਕਾਰ ਖਰੀਦਾਂਗਾ ਭਾਵੇਂ ਮੈਨੂੰ ਇਸਦੇ ਲਈ ਕਿੰਨੀ ਵੀ ਮਿਹਨਤ ਕਰਨੀ ਪਵੇ।"
- ਜਿਸ ਤਰ੍ਹਾਂ ਦਾ ਵਿਅਕਤੀ ਤੁਸੀਂ ਬਣਨਾ ਚਾਹੁੰਦੇ ਹੋ, ਉਸ ਲਈ ਇੱਕ ਸਕ੍ਰਿਪਟ ਬਣਾਓ ਅਤੇ ਇਸਨੂੰ ਦਿਨ ਵਿੱਚ ਘੱਟੋ-ਘੱਟ 2-3 ਵਾਰ ਪੂਰੀ ਭਾਵਨਾ ਨਾਲ ਉੱਚੀ ਆਵਾਜ਼ ਵਿੱਚ ਪੜ੍ਹੋ, ਅਤੇ ਜੇ ਸੰਭਵ ਹੋਵੇ, ਤਾਂ ਇਸਨੂੰ ਹਕੀਕਤ ਵਿੱਚ ਬਦਲਦੇ ਹੋਏ ਕਲਪਨਾ ਕਰੋ। ਇਸਨੂੰ 10 ਦਿਨਾਂ ਤੱਕ ਜਾਰੀ ਰੱਖੋ ਅਤੇ ਤੁਸੀਂ ਆਪਣੀ ਜ਼ਿੰਦਗੀ ਵਿੱਚ ਚਮਤਕਾਰੀ ਤਬਦੀਲੀ 'ਤੇ ਹੈਰਾਨ ਰਹਿ ਜਾਓਗੇ।

ਅਧਿਆਇ - 5

ਆਪਣੀਆਂ ਵਿਹਾਰਕ ਆਦਤਾਂ ਦਾ ਮੁਲਾਂਕਣ ਕਰੋ

ਪਹਿਲਾਂ ਅਸੀਂ ਆਪਣੀਆਂ ਆਦਤਾਂ ਬਣਾਉਂਦੇ ਹਾਂ, ਅਤੇ ਫਿਰ ਸਾਡੀਆਂ ਆਦਤਾਂ ਸਾਨੂੰ ਬਣਾਉਂਦੀਆਂ ਹਨ - ਜੌਨ ਡ੍ਰਾਈਡੇਨ"'

ਸਾਡੀਆਂ ਆਦਤਾਂ ਦਾ ਸਾਡੇ ਜੀਵਨ 'ਤੇ ਡੂੰਘਾ ਪ੍ਰਭਾਵ ਪੈਂਦਾ ਹੈ। ਅਕਸਰ, ਤੁਹਾਨੂੰ ਇਸਦਾ ਅਹਿਸਾਸ ਵੀ ਨਹੀਂ ਹੁੰਦਾ, ਪਰ ਬਹੁਤ ਸਾਰੀਆਂ ਅਣਚਾਹੀ ਚੀਜ਼ਾਂ ਤੁਹਾਡੀਆਂ ਆਦਤਾਂ ਦਾ ਹਿੱਸਾ ਬਣ ਜਾਂਦੀਆਂ ਹਨ, ਜੋ ਲੰਬੇ ਸਮੇਂ ਲਈ ਨੁਕਸਾਨ ਪਹੁੰਚਾ ਸਕਦੀਆਂ ਹਨ ਜਦੋਂ ਤੱਕ ਤੁਸੀਂ ਉਨ੍ਹਾਂ ਨੂੰ ਆਪਣੇ ਧਿਆਨ ਵਿੱਚ ਨਹੀਂ ਲਿਆਉਂਦੇ ਅਤੇ ਉਨ੍ਹਾਂ ਨੂੰ ਬਦਲਣ ਦੀ ਕੋਸ਼ਿਸ਼ ਨਹੀਂ ਕਰਦੇ।

ਆਮ ਪ੍ਰਤੀਕਿਰਿਆ ਬਿਲਕੁਲ ਉਸੇ ਤਰ੍ਹਾਂ ਹੁੰਦੀ ਹੈ ਜਿਵੇਂ ਇੱਕ ਬਲਦ ਨੂੰ ਲਾਲ ਰੰਗ ਦਿਖਾਇਆ ਜਾਂਦਾ ਹੈ ਅਤੇ ਉਹ ਬਿਨਾਂ ਸੋਚੇ-ਸਮਝੇ ਹਮਲਾ ਕਰਦਾ ਹੈ। ਬਲਦ ਕਦੇ ਵੀ ਇਹ ਨਹੀਂ ਸੋਚਦਾ ਕਿ ਕੀ ਇਹ ਕੋਈ ਇਸਨੂੰ ਫਸਾਉਣ ਦੀ ਕੋਸ਼ਿਸ਼ ਕਰ ਰਿਹਾ ਹੈ? ਕੀ ਲਾਲ ਰੰਗ ਦੇਖ ਕੇ ਭੱਜਣਾ ਉਚਿਤ ਹੋਵੇਗਾ, ਜਾਂ ਕੀ ਇਹ ਕਿਸੇ ਹੋਰ ਤਰੀਕੇ ਨਾਲ ਪ੍ਰਤੀਕਿਰਿਆ ਕਰ ਸਕਦਾ ਹੈ।

ਸ਼ਾਇਦ ਇਸ ਲਈ ਨਹੀਂ ਕਿਉਂਕਿ ਉਹ ਇੱਕ ਬਲਦ ਹੈ ਅਤੇ ਉਸ ਵਿੱਚ ਮਨੁੱਖਾਂ ਵਾਂਗ ਸੋਚਣ ਅਤੇ ਸਮਝਣ ਦੀ ਸਮਰੱਥਾ ਨਹੀਂ ਹੈ।

ਕਈ ਵਾਰ, ਇੱਕ ਬਲਦ ਵਾਂਗ, ਅਸੀਂ ਵੀ ਆਦਤ ਅਨੁਸਾਰ ਪ੍ਰਤੀਕਿਰਿਆ ਕਰਦੇ ਹਾਂ ਜੋ ਸਾਨੂੰ ਨੁਕਸਾਨ ਪਹੁੰਚਾਉਂਦਾ ਹੈ। ਮਨੁੱਖ ਹੋਣ ਦੇ ਨਾਤੇ, ਸਾਨੂੰ ਇਹ ਚੁਣਨ ਦੀ ਆਜ਼ਾਦੀ ਹੈ ਕਿ ਅਸੀਂ ਕਿਹੜਾ ਵਿਕਲਪ ਚੁਣਨਾ ਹੈ ਜਾਂ ਕਿਵੇਂ ਪ੍ਰਤੀਕਿਰਿਆ ਕਰਨੀ ਹੈ।

ਦੇਖੋ, ਕਿਸੇ ਵੀ ਸਥਿਤੀ ਵਿੱਚ ਇੱਕ ਕੁਦਰਤੀ ਕਿਰਿਆ ਅਤੇ ਪ੍ਰਤੀਕ੍ਰਿਆ ਤੇ ਹੁੰਦੀ ਹੀ ਹੈ ਪਰ ਇੱਕ ਬਹੁਤ ਛੋਟਾ ਸਮਾਂ ਹੁੰਦਾ ਹੈ ਜਿਸ ਉੱਤੇ ਸਾਡਾ ਪੂਰਾ ਨਿਯੰਤਰਣ ਹੁੰਦਾ ਹੈ ਅਤੇ ਇਹ ਸਾਨੂੰ ਫੈਸਲੇ ਲੈਣ ਦੀ ਸ਼ਕਤੀ ਦਿੰਦਾ ਹੈ ਕਿ ਅਸੀਂ ਜੋ ਵੀ ਵਿਕਲਪ ਚਾਹੁੰਦੇ ਹਾਂ ਚੁਣ ਕੇ ਪ੍ਰਤੀਕ੍ਰਿਆ ਕਰ ਸਕਦੇ ਹਾਂ ਅਤੇ ਹਰ ਨਵੀਂ ਆਦਤ ਵਾਂਗ ਇਸ ਲਈ ਵੀ ਕੁਝ ਸਮਾਂ ਅਤੇ ਮਿਹਨਤ ਦੀ ਲੋੜ ਹੋਵੇਗੀ।

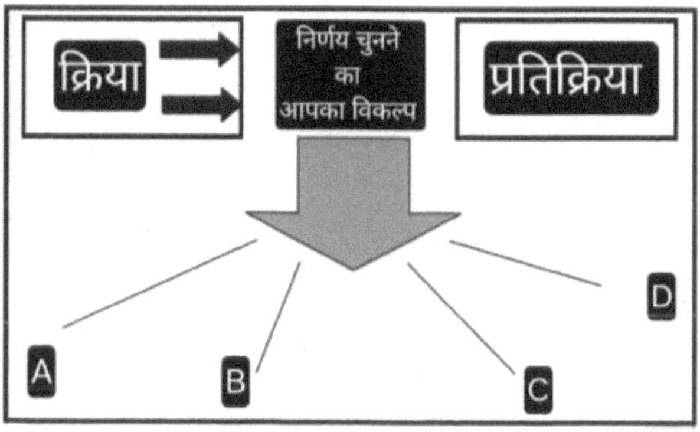

ਉਦਾਹਰਣ ਵਜੋਂ, ਕੋਈ ਤੁਹਾਨੂੰ ਧੋਖਾ ਦਿੰਦਾ ਹੈ, ਇਹ ਇੱਕ ਕਾਰਵਾਈ ਹੈ। ਹੁਣ ਤੁਹਾਡੇ ਕੋਲ ਇੱਕ ਫੈਸਲਾ ਵਿਕਲਪ ਚੁਣਨ ਲਈ ਥੋੜ੍ਹਾ ਸਮਾਂ ਹੈ ਜਿਸ ਵਿੱਚ ਤੁਸੀਂ ਇਹਨਾਂ ਵਿਕਲਪਾਂ ਵਿੱਚੋਂ ਇੱਕ ABCD ਚੁਣ ਕੇ ਪ੍ਰਤੀਕਿਰਿਆ ਕਰ ਸਕਦੇ ਹੋ।

ਜੇ ਤੁਸੀਂ ਚਾਹੋ, ਤਾਂ ਤੁਸੀਂ ਆਦਤ ਤੋਂ ਬਾਹਰ ਬਲਦ ਵਾਂਗ ਪ੍ਰਤੀਕਿਰਿਆ ਕਰ ਸਕਦੇ ਹੋ।

ਤੁਸੀਂ "A" ਜਵਾਬ ਚੁਣ ਸਕਦੇ ਹੋ, ਜਿਸਦਾ ਮਤਲਬ ਹੈ ਗੁੱਸੇ ਵਿੱਚ ਆ ਕੇ ਲੜਨਾ ਜਾਂ ਵਿਅਕਤੀ ਨਾਲ ਗਾਲ੍ਹਾਂ ਕੱਢਣਾ।

ਤੁਸੀਂ ਜਵਾਬ "B" ਚੁਣ ਸਕਦੇ ਹੋ, ਜਿਸਦਾ ਅਰਥ ਹੈ ਦੂਜਿਆਂ ਨੂੰ ਇਹ ਦੱਸਣਾ ਕਿ ਤੁਹਾਡੇ ਨਾਲ ਕਿੰਨੀਆਂ ਬੁਰੀਆਂ ਘਟਨਾਵਾਂ ਵਾਪਰੀਆਂ ਹਨ।

ਤੁਸੀਂ ਇੱਕ ਅਜਿਹਾ ਜਵਾਬ ਚੁਣ ਸਕਦੇ ਹੋ ਜਿਸ ਵਿੱਚ ਤੁਸੀਂ ਆਪਣਾ ਕੰਮ ਦੁਬਾਰਾ ਸ਼ੁਰੂ ਕਰੋਗੇ ਅਤੇ ਦੁਬਾਰਾ ਉਚਾਈਆਂ 'ਤੇ ਪਹੁੰਚੋਗੇ।

ਤੁਸੀਂ "D" ਜਵਾਬ ਚੁਣ ਸਕਦੇ ਹੋ, ਜਿਸ ਵਿੱਚ ਤੁਸੀਂ ਭਵਿੱਖ ਦੇ ਮੌਕਿਆਂ ਦੀ ਭਾਲ ਕਰਦੇ ਹੋ ਕਿ ਤੁਸੀਂ ਉਨ੍ਹਾਂ ਨੂੰ ਕਿਵੇਂ ਬਰਬਾਦ ਕਰ ਸਕਦੇ ਹੋ।

ਕੀ ਤੁਸੀਂ ਮੈਨੂੰ ਦੱਸ ਸਕਦੇ ਹੋ ਕਿ A,B,C,D ਵਿਚੋਂ ਕਿਹੜਾ ਵਿਕਲਪ ਸਭ ਤੋਂ ਵਧੀਆ ਹੈ। ਮੈਨੂੰ ਲੱਗਦਾ ਹੈ ਕਿ'C' ਵਿਕਲਪ ਵਿੱਚ ਖੁਦ ਨੂੰ ਬੇਹਤਰ ਬਣਾਉਣ ਅਤੇ ਅੱਗੇ ਵਧਣ ਦੇ ਜ਼ਿਆਦਾ ਮੌਕੇ ਮਿਲਣਗੇ। ਇਸ ਲਈ ਇਹ ਦੂਰ ਦ੍ਰਿਸ਼ਟੀ ਤੋਂ ਇਹ ਜ਼ਿਆਦਾ ਚੰਗਾ ਵਿਕਲਪ ਹੈ।

ਦੇਖੋ, ਫੈਸਲਾ ਚੁਣਨ ਦੀ ਆਦਤ ਸਿੱਖਣ ਲਈ, ਤੁਹਾਨੂੰ ਬਹੁਤ ਸਮਾਂ ਅਤੇ ਅਭਿਆਸ ਦੀ ਲੋੜ ਹੋਵੇਗੀ। ਜਦੋਂ ਤੁਸੀਂ ਇਸ 'ਤੇ ਮਹਾਰਥ ਹਾਸਲ ਕਰ ਲੈਂਦੇ ਹੋ, ਤਾਂ ਤੁਸੀਂ ਸਮਝ ਜਾਓਗੇ ਕਿ

ਕੋਈ ਵੀ ਤੁਹਾਨੂੰ ਤੁਹਾਡੀ ਮਰਜੀ ਦੇ ਬਗੈਰ ਕੁਝ ਨਹੀਂ ਕਰਾ ਸਕਦਾ ਜਾਂ ਤੁਹਾਡੀ ਇੱਛਾ ਤੋਂ ਬਿਨਾਂ ਤੁਹਾਨੂੰ ਨੀਵਾਂ ਜਾਂ ਹੀਣ ਮਹਿਸੂਸ ਨਹੀਂ ਕਰਵਾ ਸਕਦਾ ਅਤੇ ਇਸ 'ਤੇ ਮਹਾਤਮਾ ਗਾਂਧੀ ਵੀ ਸਹਿਮਤ ਹੋਏ ਸਨ ਕਿ ਮੇਰੀ ਇਜਾਜ਼ਤ ਤੋਂ ਬਿਨਾਂ ਕੋਈ ਮੈਨੂੰ ਨੁਕਸਾਨ ਨਹੀਂ ਪਹੁੰਚਾ ਸਕਦਾ।

ਦੇਖੋ, ਆਦਤਾਂ ਚੰਗੀਆਂ ਵੀ ਹੋ ਸਕਦੀਆਂ ਹਨ ਅਤੇ ਮਾੜੀਆਂ ਵੀ। ਜੇਕਰ ਆਦਤਾਂ ਚੰਗੀਆਂ ਹਨ, ਤਾਂ ਉਹ ਤੁਹਾਡੀ ਜ਼ਿੰਦਗੀ ਨੂੰ ਸਵਰਗ ਬਣਾ ਸਕਦੀਆਂ ਹਨ ਅਤੇ ਜੇਕਰ ਉਹ ਮਾੜੀਆਂ ਹਨ, ਤਾਂ ਉਹ ਤੁਹਾਡੀ ਜ਼ਿੰਦਗੀ ਨੂੰ ਨਰਕ ਵੀ ਬਣਾ ਸਕਦੀਆਂ ਹਨ।

ਜਿਵੇਂ ਨਿਯਮਤ ਕਸਰਤ ਅਤੇ ਖਾਣ-ਪੀਣ ਦੀਆਂ ਚੰਗੀਆਂ ਆਦਤਾਂ ਤੁਹਾਨੂੰ ਲੰਬੀ ਉਮਰ ਅਤੇ ਚੰਗੀ ਸਿਹਤ ਦਿੰਦੀਆਂ ਹਨ, ਉਸੇ ਤਰ੍ਹਾਂ ਸ਼ਰਾਬ ਪੀਣ ਦੀ ਆਦਤ ਤੁਹਾਨੂੰ ਅਤੇ ਤੁਹਾਡੇ ਪਰਿਵਾਰ ਨੂੰ ਪੂਰੀ ਤਰ੍ਹਾਂ ਬਰਬਾਦ ਕਰ ਸਕਦੀ ਹੈ।

ਕਿਉਂਕਿ ਇਹ ਕਿਤਾਬ ਲੋਕ-ਵਿਵਹਾਰ ਦੇ ਬਾਰੇ ਹੈ, ਇਸ ਲਈ ਤੁਹਾਡੇ ਨਾਲ ਸਿਰਫ਼ ਲੋਕ-ਵਿਵਹਾਰ ਨਾਲ ਸਬੰਧਤ ਚੀਜ਼ਾਂ ਬਾਰੇ ਹੀ ਗੱਲ ਕਰਾਂਗੇ।

ਕੁਝ ਸਮਾਂ ਕੱਢੋ ਅਤੇ ਆਪਣੇ ਆਪ ਤੋਂ ਇਹ ਸਵਾਲ ਪੁੱਛੋ:

- ਕੀ ਤੁਸੀਂ ਸਖ਼ਤ ਅਤੇ ਸਪਸ਼ਟ ਬੋਲਦੇ ਹੋ?
- ਕੀ ਤੁਹਾਡੀਆਂ ਭਰਵੱਟੀਆਂ ਹਮੇਸ਼ਾ ਚੜੀਆਂ ਰਹਿੰਦੀਆਂ ਹਨ?
- ਤੁਸੀਂ ਕਿੰਨੀ ਵਾਰ ਮੁਸਕਰਾਉਂਦੇ ਹੋ?
- ਕੀ ਤੁਹਾਨੂੰ ਬਹਸ ਕਰਨ ਦੀ ਆਦਤ ਹੈ?
- ਕੀ ਤੁਸੀਂ ਹਰ ਗੱਲ ਅਤੇ ਹਰ ਚੀਜ਼ ਨੂੰ ਨਿੱਜੀ ਤੌਰ ਤੇ ਲੈਂਦੇ ਹੋ?
- ਕੀ ਤੁਸੀਂ ਹਮੇਸ਼ਾ ਦੂਜਿਆਂ ਵਿੱਚ ਕਮੀਆਂ ਲੱਭਦੇ ਹੋ ਅਤੇ ਉਨ੍ਹਾਂ ਬਾਰੇ ਸ਼ਿਕਾਇਤ ਕਰਦੇ ਰਹਿੰਦੇ ਹੋ?
- ਕੀ ਤੁਸੀਂ ਹਮੇਸ਼ਾ ਰੋਂਦੇ ਰਹਿੰਦੇ ਹੋ ਕਿ ਤੁਹਾਡੇ ਨਾਲ ਕਿੰਨੀਆਂ ਬੁਰੀਆਂ ਘਟਨਾਵਾਂ ਵਾਪਰੀਆਂ ਹਨ?
- ਕੀ ਤੁਸੀਂ ਹਰ ਚੰਗੀ ਘਟਨਾ ਦਾ ਸਿਹਰਾ ਆਪਣੇ ਸਿਰ ਲੈਂਦੇ ਹੋ ਅਤੇ ਗਲਤੀਆਂ ਲਈ ਦੂਜਿਆਂ ਨੂੰ ਦੋਸ਼ੀ ਠਹਿਰਾਉਂਦੇ ਹੋ?

ਜੇਕਰ ਤੁਹਾਨੂੰ ਵੀ ਇਹਨਾਂ ਵਿੱਚੋਂ ਕੋਈ ਆਦਤ ਹੈ, ਤਾਂ ਚਿੰਤਾ ਨਾ ਕਰੋ। ਮੇਰੀਆਂ ਵੀ ਇਹਨਾਂ ਵਿੱਚੋਂ ਬਹੁਤ ਸਾਰੀਆਂ ਆਦਤਾਂ ਸਨ, ਪਰ ਮੈਂ ਕੋਸ਼ਿਸ਼ ਕੀਤੀ ਅਤੇ ਉਹਨਾਂ ਨੂੰ ਬਦਲਿਆ, ਅਤੇ ਜਿਵੇਂ ਕਿ ਮੈਂ ਤੁਹਾਨੂੰ ਇਸ ਕਿਤਾਬ ਵਿੱਚ ਪਹਿਲਾਂ ਦੱਸਿਆ ਸੀ, ਜੇਕਰ ਮੈਂ ਇਹ ਕਰ ਸਕਦਾ ਹਾਂ, ਤਾਂ ਤੁਸੀਂ ਵੀ ਜ਼ਰੂਰ ਕਰ ਸਕਦੇ ਹੋ।

ਲੋਕ ਵਿਵਹਾਰ ਨਾਲ ਸਬੰਧਤ ਅਮਲ ਕਰਨ ਯੋਗ ਉਪਯੋਗੀ ਗੱਲਾਂ:

- **ਫੀਡਬੈਕ ਮੰਗੋ:** ਅਪਨੇ ਕਿਸੇ ਪਰਿਵਾਰਕ ਸਦਸਯ ਜਾਂ ਕਿਸੇ ਭਰੋਸੇਮੰਦ ਦੋਸਤ ਤੋਂ ਸਲਾਹ ਲਓ ਕਿ ਉਹ ਤੁਹਾਡੇ ਵਿਵਹਾਰ ਵਿੱਚ ਕਿਹੜੀਆਂ ਕਮੀਆਂ ਦੇਖਦੇ ਹਨ, ਉਨ੍ਹਾਂ ਨੂੰ ਨੋਟ ਕਰੋ, ਅਤੇ ਉਸ ਪਹਿਲੂ ਨੂੰ ਸੁਧਾਰਨ ਲਈ ਜੁਟ ਜਾਓ।

- **ਹਰ ਮਹੀਨੇ ਲੋਕ ਵਿਵਹਾਰ ਦੀ ਕਲਾ ਦੀ ਇੱਕ ਚੰਗੀ ਆਦਤ ਪਾਓ**: ਲੋਕ ਵਿਵਹਾਰ ਦੀ ਕਲਾ ਵਿੱਚ ਮਾਹਰ ਬਣਨ ਦੀ ਯੋਜਨਾ 'ਤੇ ਕੰਮ ਕਰੋ, ਜਿਵੇਂ ਕਿ ਇਸ ਮਹੀਨੇ 30 ਦਿਨ ਮੁਸਕਰਾਉਣ ਦੀ ਆਦਤ ਪਾਓ ਅਤੇ ਅਗਲੇ ਮਹੀਨੇ 30 ਦਿਨ ਆਲੋਚਨਾ ਨਾ ਕਰਨ ਦੀ , ਆਦਿ। ਇਸ ਤਰ੍ਹਾਂ ਤੁਸੀਂ ਦੇਖੋਗੇ ਕਿ ਤੁਸੀਂ ਇੱਕ ਸਾਲ ਦੇ ਅੰਦਰ ਲੋਕ ਵਿਵਹਾਰ ਦੀ ਕਲਾ ਵਿੱਚ ਨਿਪੁੰਨ ਹੋ ਗਏ ਹੋ।

ਖੰਡ – 2

ਦੂਜਿਆਂ ਦੇ ਨਾਲ ਲੋਕ ਵਿਵਹਾਰ ਅਤੇ ਚੰਗਾ ਤਾਲਮੇਲ ਕਿਵੇਂ ਸਥਾਪਿਤ ਕਰੀਏ

ਅਧਿਆਇ 6

ਦੂਜਿਆਂ ਨਾਲ ਉਸੇ ਤਰ੍ਹਾਂ ਵਿਵਹਾਰ ਕਰੋ ,ਜਿਵੇਂ ਦਾ ਵਿਵਹਾਰ ਤੁਸੀਂ ਆਪਣੇ ਨਾਲ ਚਾਹੁੰਦੇ ਹੋ

"ਦਿਆਲਤਾ ਦਾ ਕੰਮ, ਭਾਵੇਂ ਕਿੰਨਾ ਵੀ ਛੋਟਾ ਕਿਉਂ ਨਾ ਹੋਵੇ, ਕਦੇ ਵੀ ਵਿਅਰਥ ਨਹੀਂ ਜਾਂਦਾ -ਈਸਪ"

ਤੁਸੀਂ ਕਿਸੇ ਵੀ ਧਰਮ ਨਾਲ ਸਬੰਧਤ ਹੋਵੋ, ਲਗਭਗ ਸਾਰੇ ਧਰਮ ਕਹਿੰਦੇ ਹਨ ਕਿ ਤੁਹਾਨੂੰ ਦੂਜਿਆਂ ਨਾਲ ਉਸੇ ਤਰ੍ਹਾਂ ਦਾ ਵਿਵਹਾਰ ਕਰਨਾ ਚਾਹੀਦਾ ਹੈ ਜਿਵੇਂ ਤੁਸੀਂ ਚਾਹੁੰਦੇ ਹੋ ਕਿ ਤੁਹਾਡੇ ਨਾਲ ਕੀਤਾ ਜਾਵੇ।

ਇੱਕ ਖਾਲੀ ਕਾਗਜ਼ ਲਓ ਅਤੇ ਇੱਕ ਸੂਚੀ ਬਣਾਓ ਕਿ ਤੁਸੀਂ ਆਪਣੇ ਨਾਲ ਕਿਵੇਂ ਦਾ ਵਿਵਹਾਰ ਚਾਹੁੰਦੇ ਹੋ।

ਮੈਨੂੰ ਲੱਗਦਾ ਹੈ ਕਿ ਤੁਸੀਂ ਚਾਹੁੰਦੇ ਹੋ:-

- ਲੋਕ ਤੁਹਾਡੀ ਇੱਜ਼ਤ ਕਰਨ ।
- ਲੋਕ ਤੁਹਾਨੂੰ ਅਤੇ ਤੁਹਾਡੇ ਨਾਮ ਨੂੰ ਯਾਦ ਰੱਖਣ ।
- ਲੋਕ ਤੁਹਾਡੇ ਚੰਗੇ ਗੁਣ ਲੱਭਣ ਅਤੇ ਤੁਹਾਡੀ ਪ੍ਰਸ਼ੰਸਾ ਕਰਨ ।
- ਖੁਸ਼ੀ ਅਤੇ ਦੁੱਖ ਵਿੱਚ ਤੁਹਾਡਾ ਸਾਥ ਦੇਣ।

- ਤੁਹਾਡੇ ਨਾਲ ਇਮਾਨਦਾਰੀ ਨਾਲ ਪੇਸ਼ ਆਉਣ।
- ਤੁਹਾਨੂੰ ਪ੍ਰੋਤਸਾਹਨ ਦੇਣ।
- ਤੁਹਾਡੇ ਨਾਲ ਹਮੇਸ਼ਾ ਮੁਸਕਰਾਉਂਦੇ ਅਤੇ ਹੱਸਦੇ ਹੋਏ ਮਿਲਣ।
- ਤੁਹਾਡੀ ਝੂਠੀ ਚਾਪਲੂਸੀ ਕਰਕੇ ਤੁਹਾਨੂੰ ਮੂਰਖ ਨਾ ਬਣਾਓਣ।
- ਤੁਹਾਡੀ ਪਿੱਠ ਪਿੱਛੇ ਆਲੋਚਨਾ ਨਾ ਕਰਣ।
- ਜ਼ਿੰਦਗੀ ਵਿੱਚ ਅੱਗੇ ਵਧਣ ਵਿੱਚ ਤੁਹਾਡੀ ਮਦਦ ਕਰਣ।
- ਸੰਭਾਵੀ ਖ਼ਤਰਿਆਂ ਬਾਰੇ ਤੁਹਾਨੂੰ ਪਹਿਲਾਂ ਹੀ ਸੁਚੇਤ ਕਰਣ।
- ਕਿਸੇ ਵੀ ਸੇਵਾ ਲਈ ਤੁਹਾਡੇ ਕੋਲੋਂ ਉਚਿਤ ਰਕਮ ਹੀ ਲੈਣ।
- ਤੁਹਾਡੇ ਵੱਲ ਧਿਆਨ ਦੇਣ, ਤੁਹਾਡੀ ਗੱਲ ਧਿਆਨ ਨਾਲ ਸੁਣਨ ਅਤੇ ਸਮਝਣ ਕਿ ਤੁਸੀਂ ਕੀ ਕਹਿੰਦੇ ਹੋ।
- ਜਨਮਦਿਨ, ਵਰ੍ਹੇਗੰਢ, ਪ੍ਰਮੋਸ਼ਨਾਂ, ਅਤੇ ਹੋਰ ਬਹੁਤ ਸਾਰੇ ਖਾਸ ਮੌਕਿਆਂ 'ਤੇ ਤੁਸੀਂ ਜਿੰਨੀ ਖੁਸ਼ੀ ਮਹਿਸੂਸ ਕਰਦੇ ਹੋ, ਓਨੀ ਹੀ ਖੁਸ਼ੀ ਮਹਿਸੂਸ ਕਰਣ।

ਮੈਨੂੰ ਲੱਗਦਾ ਹੈ ਕਿ ਜ਼ਿਆਦਾਤਰ ਲੋਕ ਇਹ ਹੀ ਆਪਣੇ ਲਈ ਚਾਹੁੰਦੇ ਹਨ, ਅਤੇ ਜੇਕਰ ਤੁਸੀਂ ਇਹ ਆਪਣੇ ਲਈ ਚਾਹੁੰਦੇ ਹੋ, ਤਾਂ ਤੁਹਾਨੂੰ ਦੂਜਿਆਂ ਨਾਲ ਵੀ ਉਸੇ ਤਰ੍ਹਾਂ ਪੇਸ਼ ਆਉਣਾ ਚਾਹੀਦਾ ਹੈ - ਜਿਵੇਂ ਤੁਸੀਂ ਵੀ ਉਨ੍ਹਾਂ ਦਾ ਸਤਿਕਾਰ ਕਰੋ, ਉਨ੍ਹਾਂ ਦੇ ਨਾਮ ਯਾਦ ਰੱਖੋ, ਉਨ੍ਹਾਂ ਦੀਆਂ ਖੁਸ਼ੀਆਂ ਅਤੇ ਦੁੱਖ ਸਾਂਝੇ ਕਰੋ, ਲੋਕਾਂ ਨਾਲ ਇਮਾਨਦਾਰੀ ਨਾਲ ਪੇਸ਼ ਆਓ, ਆਦਿ। ਅਤੇ ਜਦੋਂ ਤੁਸੀਂ ਅਜਿਹਾ ਕਰਦੇ ਹੋ, ਤਾਂ ਲੋਕ ਵੀ ਤੁਹਾਡੇ ਨਾਲ ਅਜਿਹਾ ਹੀ ਵਿਵਹਾਰ ਕਰਾਂਗੇ ।

ਆਪਣੇ ਤਜਰਬੇ ਤੋਂ, ਮੈਂ ਤੁਹਾਨੂੰ ਦੱਸਣਾ ਚਾਹੁੰਦਾ ਹਾਂ ਕਿ ਜ਼ਿਆਦਾਤਰ ਲੋਕ ਚੰਗੇ ਹੁੰਦੇ ਹਨ। 100 ਵਿੱਚੋਂ ਸਿਰਫ਼ 2-3 ਲੋਕ ਹੀ ਇੰਝ ਦੇ ਹੁੰਦੇ ਹਨ ਜੋ ਤੁਹਾਡੇ ਚੰਗੇ ਵਿਵਹਾਰ ਦੇ ਬਾਵਜੂਦ ਤੁਹਾਡੇ ਨਾਲ ਬੁਰਾ ਵਿਵਹਾਰ ਕਰਨਗੇ। ਪਰ ਤੁਸੀਂ ਇਨ੍ਹਾਂ 2-3 ਲੋਕਾਂ ਕਰਕੇ ਪੂਰੀ ਦੁਨੀਆ ਨਾਲ ਬੁਰਾ ਵਿਵਹਾਰ ਨਹੀਂ ਕਰ ਸਕਦੇ।

ਕਈ ਵਾਰ ਸਮੱਸਿਆ ਉਦੋਂ ਪੈਦਾ ਹੁੰਦੀ ਹੈ ਜਦੋਂ ਅਸੀਂ ਲੋਕ ਵਿਵਹਾਰ ਦੇ ਇਸ ਸਿਧਾਂਤ ਦੀ ਪਾਲਣਾ ਕਰਨਾ ਸ਼ੁਰੂ ਕਰਦੇ ਹਾਂ, ਤਾਂ ਪਹਿਲਾਂ ਹੀ ਸਾਨੂੰ 2-3 ਲੋਕ ਮਾੜੇ ਮਿਲ ਹਨ ਅਤੇ ਅਸੀਂ ਸੋਚਣਾ ਸ਼ੁਰੂ ਕਰ ਦਿੰਦੇ ਹਾਂ ਕਿ ਸਾਰੀ ਦੁਨੀਆਂ ਹੀ ਇਸ ਤਰ੍ਹਾਂ ਦੀ ਹੈ ਅਤੇ ਅਸੀਂ ਲੋਕਾਂ ਨਾਲ ਚੰਗਾ ਵਿਵਹਾਰ ਕਰਨਾ ਬੰਦ ਕਰ ਦਿੰਦੇ ਹਾਂ।

ਹਿੰਮਤ ਨਾ ਹਾਰੋ, ਬਲਕਿ ਜਦੋਂ ਵੀ ਅਜਿਹਾ ਹੁੰਦਾ ਹੈ, ਅਗਲੇ ਵਿਅਕਤੀ ਵੱਲ ਮੁੜੋ ਅਤੇ ਚੰਗੇ ਵਿਵਹਾਰ ਦੀ ਆਪਣੀ ਆਦਤ ਨੂੰ ਜਾਰੀ ਰੱਖੋ ਕਿਉਂਕਿ ਇਸ ਦੁਨੀਆਂ ਵਿੱਚ ਅਰਬਾਂ-ਅਰਬਾਂ ਦੀ ਆਬਾਦੀ ਹੈ ਅਤੇ ਬਹੁਤ ਸਾਰੇ ਚੰਗੇ ਲੋਕ ਹਨ ਜੋ ਤੁਹਾਨੂੰ ਬਦਲੇ ਵਿੱਚ ਤੁਹਾਡੀ ਕਲਪਨਾ ਤੋਂ ਵੀ ਵੱਧ ਸਤਿਕਾਰ ਅਤੇ ਪਿਆਰ ਦੇਣਗੇ।

ਲੋਕ ਵਿਵਹਾਰ ਨਾਲ ਸਬੰਧਤ ਅਮਲ ਕਰਨ ਲਈ ਉਪਯੋਗੀ ਗੱਲਾਂ :-

- ਕਿਸੇ ਨਾਲ ਕੋਈ ਗੁੱਸਾ ਨਾ ਰੱਖੋ: ਗੁੱਸਾ ਰੱਖਣਾ ਸਿਆਣਪ ਨਹੀਂ ਹੈ।ਕਿਉਂਕਿ ਜਦੋਂ ਇਹ ਕਿਸੇ ਅਜਿਹੇ ਵਿਅਕਤੀ ਨਾਲ ਵਾਪਰਦਾ ਹੈ ਜਿਸ ਪ੍ਰਤੀ ਸਾਡੀ ਨਫ਼ਰਤ ਹੁੰਦੀ ਹੈ, ਤਾਂ ਉਸ

ਵਿਅਕਤੀ ਦੇ ਅੰਦਰ ਇੱਕ ਕੰਪਿਊਟਰ (ਜ਼ਮੀਰ) ਕਹਿੰਦਾ ਹੈ ਕਿ ਇਹ ਚੰਗਾ ਨਹੀਂ ਲੱਗਦਾ ਅਤੇ ਇਸ ਬਾਰੇ ਸਾਵਧਾਨ ਰਹਿਣਾ ਚਾਹੀਦਾ ਹੈ।

- ਸਾਰਿਆਂ ਦੀ ਭਲਾਈ ਲਈ ਪ੍ਰਾਰਥਨਾ ਕਰੋ : ਤੁਸੀਂ ਜਿਸ ਨੂੰ ਵੀ ਮਿਲਦੇ ਹੋ, ਜਿਸ ਨੂੰ ਵੀ ਦੇਖਦੇ ਹੋ, ਉਨ੍ਹਾਂ ਲਈ ਆਪਣੇ ਮਨ ਵਿੱਚ ਇੱਕ ਛੋਟੀ ਜਿਹੀ ਪ੍ਰਾਰਥਨਾ ਕਰੋ, "ਰੱਬ ਤੁਹਾਡਾ ਭਲਾ ਕਰੇ।"
- ਇੱਕ ਸਫਲ ਵਕਤਾ ਨੇ ਆਪਣਾ ਤਜਰਬਾ ਸਾਂਝਾ ਕੀਤਾ ਕਿ ਆਪਣਾ ਭਾਸ਼ਣ ਸ਼ੁਰੂ ਕਰਨ ਅਤੇ ਸਟੇਜ 'ਤੇ ਆਉਣ ਤੋਂ ਪਹਿਲਾਂ, ਉਹ ਦਰਸ਼ਕਾਂ ਲਈ ਚੁੱਪਚਾਪ ਪ੍ਰਾਰਥਨਾ ਕਰਦੇ ਸਨ ਜਿਸ ਵਿੱਚ ਉਹ ਦਰਸ਼ਕਾਂ ਦੇ ਸਮੇਂ ਅਤੇ ਮੌਜੂਦਗੀ ਲਈ ਧੰਨਵਾਦ ਪ੍ਰਗਟ ਕਰਦੇ ਸਨ ਅਤੇ ਉਨ੍ਹਾਂ ਅਤੇ ਉਨ੍ਹਾਂ ਦੇ ਪਰਿਵਾਰਾਂ ਦੀ ਭਲਾਈ ਲਈ ਵੀ ਪ੍ਰਾਰਥਨਾ ਕਰਦੇ ਸਨ ਅਤੇ ਇਸ ਕਾਰਨ, ਜਦੋਂ ਉਹ ਸਟੇਜ 'ਤੇ ਜਾਂਦੇ ਸਨ, ਤਾਂ ਦਰਸ਼ਕ ਉਨ੍ਹਾਂ ਨੂੰ ਬਹੁਤ ਪਸੰਦ ਕਰਦੇ ਸਨ।

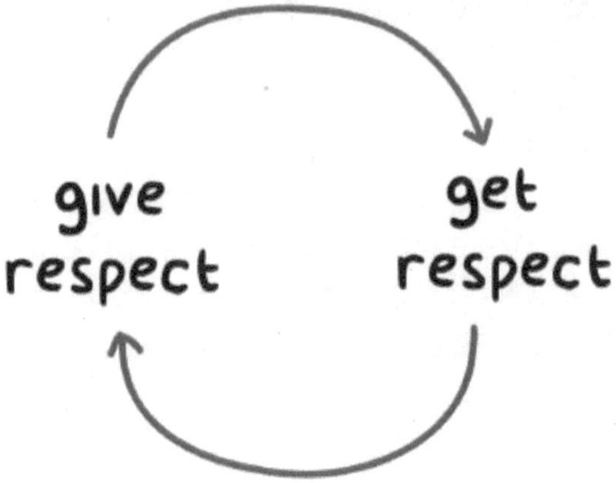

ਅਧਿਆਇ 7

ਤੁਹਾਨੂੰ ਸਾਰਿਆਂ ਦਾ ਆਦਰ ਕਿਉਂ ਕਰਨਾ ਚਾਹੀਦਾ ਹੈ?

"ਜੇ ਤੁਸੀਂ ਸਤਿਕਾਰ ਚਾਹੁੰਦੇ ਹੋ, ਤਾਂ ਸਾਰਿਆਂ ਦਾ ਸਤਿਕਾਰ ਕਰੋ, ਭਾਵੇਂ ਉਹ ਬੱਚੇ ਹੋਣ, ਬੁੱਢੇ ਹੋਣ ਜਾਂ ਨੌਜਵਾਨ:" -ਰਾਜਲ

ਅਪਨੇ ਜਨਮ ਤੋਂ ਲੈ ਕੇ ਮੌਤ ਤੱਕ, ਤੁਹਾਨੂੰ ਦੂਜੇ ਲੋਕਾਂ ਦੀ ਲੋੜ ਹੁੰਦੀ ਹੈ, ਤੁਹਾਡੇ ਜਨਮ ਦੇ ਸਮੇਂ ਤੁਹਾਨੂੰ ਘਰ ਲੈ ਜਾਣ ਅਤੇ ਪਾਲਣ-ਪੋਸ਼ਣ ਕਰਨ ਤੱਕ ਅਤੇ ਤੁਹਾਡੇ ਮਰਨ ਤੋਂ ਬਾਦ, ਤੁਹਾਡੇ ਅੰਤਿਮ ਸੰਸਕਾਰ ਕਰਨ ਲਈ ਵੀ ਲੋਕਾਂ ਦੀ ਲੋੜ ਹੁੰਦੀ ਹੈ। ਇਸ ਲਈ, ਭਾਵੇਂ ਬੱਚੇ ਹੋਣ, ਬਜ਼ੁਰਗ ਹੋਣ ਜਾਂ ਨੌਜਵਾਨ, ਤੁਹਾਨੂੰ ਸਾਰਿਆਂ ਦਾ ਸਤਿਕਾਰ ਕਰਨਾ ਚਾਹੀਦਾ ਹੈ।

ਖੋਜ ਤੋਂ ਇਹ ਵੀ ਸਾਬਤ ਹੋ ਚੁਕਾ ਹੈ ਕਿ ਜਦੋਂ ਤੁਸੀਂ ਦੂਜਿਆਂ ਨੂੰ ਚੰਗਾ ਮਹਿਸੂਸ ਕਰਵਾਉਂਦੇ ਹੋ, ਤਾਂ ਤੁਸੀਂ ਖੁਦ ਚੰਗਾ ਮਹਿਸੂਸ ਕਰਦੇ ਹੋ ਅਤੇ ਤੁਹਾਡਾ ਸਵੈ-ਮਾਣ ਵੀ ਵਧਦਾ ਹੈ। ਜਦੋਂ ਤੁਸੀਂ ਦੂਜਿਆਂ ਨੂੰ ਬੁਰਾ ਮਹਿਸੂਸ ਕਰਵਾਉਂਦੇ ਹੋ, ਤਾਂ ਤੁਸੀਂ ਬੁਰਾ ਮਹਿਸੂਸ ਕਰਦੇ ਹੋ ਅਤੇ ਤੁਹਾਡਾ ਸਵੈ-ਮਾਣ ਵੀ ਘੱਟ ਜਾਂਦਾ ਹੈ।

ਦੂਜਾ ਕਾਰਨ ਇਹ ਹੈ ਅਤੇ ਤੁਸੀਂ ਇਹ ਵੀ ਸੁਣਿਆ ਹੋਵੇਗਾ ਕਿ ਜਦੋਂ ਪਰਮਾਤਮਾ ਦਿਆਲੂ ਹੁੰਦਾ ਹੈ ਤਾਂ ਇੱਕ ਕੰਗਾਲ ਵੀ ਰਾਜਾ ਬਣ ਜਾਂਦਾ ਹੈ ਅਤੇ ਜਦੋਂ ਪਰਮਾਤਮਾ ਨਰਾਜ ਹੁੰਦਾ ਹੈ ਤਾਂ ਉਹ ਇੱਕ ਰਾਜੇ ਨੂੰ ਵੀ ਕੰਗਾਲ ਬਣਾ ਸਕਦਾ ਹੈ।

ਸਮਾਂ ਕਦੇ ਇੱਕੋ ਜਿਹਾ ਨਹੀਂ ਰਹਿੰਦਾ, ਇਹ ਬਦਲਦਾ ਰਹਿੰਦਾ ਹੈ। ਇੱਕ ਬਹੁਤ ਹੀ ਸਫਲ ਖਿਡਾਰੀ ਜੋ ਟੀਮ ਦਾ ਕਪਤਾਨ ਬਣਨਾ ਚਾਹੁੰਦਾ ਸੀ ਅਤੇ ਕਈ ਰਿਕਾਰਡ ਤੋੜਨਾ ਚਾਹੁੰਦਾ ਸੀ, ਉਸਨੂੰ ਟੀਮ ਤੋਂ ਬਾਹਰ ਕੱਢ ਦਿੱਤਾ ਜਾਂਦਾ ਹੈ ਅਤੇ ਇੱਕ ਘੱਟ ਤਜਰਬੇਕਾਰ ਖਿਡਾਰੀ ਨੂੰ ਕਪਤਾਨ ਬਣਾ ਦਿੱਤਾ ਜਾਂਦਾ ਹੈ ਅਤੇ ਉਹ ਇੱਕ ਕਪਤਾਨ ਦੇ ਰੂਪ ਵਿੱਚ ਬਹੁਤ ਵਧੀਆ ਪ੍ਰਦਰਸ਼ਨ ਕਰਦਾ ਹੈ।

ਤੁਸੀਂ ਖ਼ਬਰਾਂ ਅਤੇ ਟੀਵੀ 'ਤੇ ਅਕਸਰ ਦੇਖਦੇ ਹੋ ਕਿ ਕਿਸੇ ਗਰੀਬ ਦਾ ਬੱਚਾ ਆਈ.ਏ.ਐਸ. ਅਫਸਰ ਬਣ ਜਾਂਦਾ ਹੈ ਜਾਂ ਕੋਈ ਪ੍ਰਤੀਯੋਗੀ ਪ੍ਰੀਖਿਆ ਪਾਸ ਕਰਕੇ ਚੰਗੀ ਰੈਂਕ ਤੋਂ ਆਈ.ਆਈ.ਟੀ. ਵਿਚ ਚੁਣਿਆ ਜਾਂਦਾ ਹੈ।

ਇਸੇ ਤਰ੍ਹਾਂ, ਤੁਸੀਂ ਇਹ ਵੀ ਦੇਖਿਆ ਹੋਵੇਗਾ ਕਿ ਇੱਕ ਵੱਡਾ ਉਦਯੋਗਪਤੀ ਵੀ ਗਰੀਬ ਹੋ ਜਾਂਦਾ ਹੈ ਅਤੇ ਦਯਨੀਯ ਜ਼ਿੰਦਗੀ ਜੀਉਂਦਾ ਹੈ।

ਕੁੱਲ ਮਿਲਾ ਕੇ, ਕਿਸੇ ਦਾ ਵੀ ਸਮਾਂ ਕਿਸੇ ਵੀ ਸਮੇਂ ਬਦਲ ਸਕਦਾ ਹੈ। ਜਦੋਂ ਸਮਾਂ ਚੰਗਾ ਹੋਵੇ, ਤਾਂ ਪਰਮਾਤਮਾ ਦਾ ਸ਼ੁਕਰਗੁਜ਼ਾਰ ਰਹੋ ਅਤੇ ਹੰਕਾਰ ਤੋਂ ਬਿਨਾਂ ਸਾਰਿਆਂ ਨਾਲ ਚੰਗਾ ਵਿਵਹਾਰ ਕਰੋ ਅਤੇ ਜਦੋਂ ਸਮਾਂ ਬੁਰਾ ਹੋਵੇ, ਤਾਂ ਪਰਮਾਤਮਾ ਤੋਂ ਮਦਦ ਮੰਗੋ, ਆਪਣੇ ਉਪਲਬਧ ਸਰੋਤਾਂ ਨਾਲ ਜਿੰਨਾ ਹੋ ਸਕੇ ਕੋਸ਼ਿਸ਼ ਕਰੋ, ਅਤੇ ਇਨ੍ਹਾਂ ਮੁਸ਼ਕਲ ਸਮਿਆਂ ਵਿੱਚ ਵੀ ਸਾਰਿਆਂ ਨਾਲ ਚੰਗਾ ਵਿਵਹਾਰ ਕਰੋ।

ਮੈਂ ਕਿਤੇ ਪੜ੍ਹਿਆ ਸੀ ਕਿ ਜਦੋਂ ਕਿਸੇ ਪਰਿਵਾਰ ਨੂੰ ਐਮਰਜੈਂਸੀ ਵਿੱਚ ਖੂਨ ਦੀ ਲੋੜ ਹੁੰਦੀ ਸੀ ਅਤੇ ਪਰਿਵਾਰ ਦੇ ਮੈਂਬਰਾਂ ਕੋਲ ਖੂਨ ਉਪਲਬਧ ਨਹੀਂ ਹੁੰਦਾ ਸੀ, ਤਾਂ ਕੁਝ ਕਰਮਚਾਰੀਆਂ ਨੇ ਸਵੈ-ਇੱਛਾ ਨਾਲ ਖੂਨਦਾਨ ਕਰਨ ਦੀ ਪਹਿਲ ਕੀਤੀ ਕਿਉਂਕਿ ਉਨ੍ਹਾਂ ਦਾ ਮਾਲਕ ਉਨ੍ਹਾਂ ਨਾਲ ਬਹੁਤ ਵਧੀਆ ਅਤੇ ਸਤਿਕਾਰ ਨਾਲ ਪੇਸ਼ ਆਉਂਦਾ ਸੀ।

ਮੇਰੇ ਦਾਦਾ ਜੀ ਅਕਸਰ ਮੈਨੂੰ ਕਹਿੰਦੇ ਸਨ ਕਿ ਉਹੀ ਸੀੜੀ ਉੱਪਰ ਜਾਂਦੀ ਹੈ ਅਤੇ ਉਹੀ ਸੀੜੀ ਹੇਠਾਂ ਲਿਆਉਂਦਾ ਹੈ। ਇਸ ਲਈ ਸਾਰਿਆਂ ਨਾਲ ਚੰਗਾ ਵਿਵਹਾਰ ਕਰੋ।

ਸਾਰਿਆਂ ਨਾਲ ਚੰਗਾ ਹੋਣ ਦਾ ਇੱਕ ਹੋਰ ਕਾਰਨ ਇਹ ਹੈ ਕਿ ਤੁਹਾਨੂੰ ਕਦੇ ਨਹੀਂ ਪਤਾ ਕਿ ਤੁਹਾਨੂੰ ਕਦੇ ਵੀ ਕਿਸੇ ਦੀ ਮਦਦ ਦੀ ਲੋੜ ਪੈ ਸਕਦੀ ਹੈ, ਇਸ ਲਈ ਸਾਰਿਆਂ ਨਾਲ ਚੰਗਾ ਵਿਵਹਾਰ ਕਰੋ।

ਆਪਣੀਆਂ ਗੱਲਾਂਬਾਤਾਂ ਵਿੱਚ ਸ਼ੁਭਕਾਮਨਾਵਾਂ ਅਤੇ ਧੰਨਵਾਦ ਵਰਗੇ ਸਧਾਰਨ ਨਿਮਰ ਸ਼ਬਦਾਂ ਦੀ ਵਰਤੋਂ ਜ਼ਰੂਰ ਕਰੋ।ਜੇਕਰ ਕੋਈ ਤੁਹਾਡੇ ਘਰ ਜਾਂ ਦਫ਼ਤਰ ਆਉਂਦਾ ਹੈ, ਤਾਂ ਚਾਹ ਜਾਂ ਠੰਡਾ ਜ਼ਰੂਰ ਮੰਗਵਾਓ।

ਤੁਸੀਂ ਜਿੱਥੇ ਵੀ ਰਹਿੰਦੇ ਹੋ, ਭਾਵ ਤੁਹਾਡਾ ਇਲਾਕਾ ਜਾਂ ਤੁਹਾਡੀ ਸੋਸਾਇਟੀ, ਇਨ੍ਹਾਂ ਲੋਕਾਂ ਨਾਲ ਵਿਸ਼ੇਸ਼ ਪਿਆਰ ਭਰੇ ਸਬੰਧ ਬਣਾਓ ਅਤੇ ਆਪਣੇ ਦਫ਼ਤਰ, ਕੰਪਨੀ ਅਤੇ ਕਾਰਜ ਖੇਤਰ ਦੇ ਲੋਕਾਂ ਨਾਲ ਵੀ ਚੰਗੇ ਸਬੰਧ ਬਣਾਈ ਰੱਖੋ।

ਤੁਹਾਡੇ ਬੱਚੇ ਉਹੀ ਵਿਵਹਾਰ ਅਪਣਾਉਂਦੇ ਹਨ ਜੋ ਤੁਸੀਂ ਦੂਜਿਆਂ ਨਾਲ ਦਿਖਾਉਂਦੇ ਹੋ ਕਿਉਂਕਿ ਉਹ ਤੁਹਾਡੀਆਂ ਸਿੱਖਿਆਵਾਂ ਨਾਲੋਂ ਤੁਹਾਡੀਆਂ ਉਦਾਹਰਣਾਂ ਤੋਂ ਜ਼ਿਆਦਾ ਸਿੱਖਦੇ ਹਨ।

ਜਿਵੇਂ ਕਿ ਤੁਹਾਨੂੰ ਪਿਛਲੇ ਅਧਿਆਵਾਂ ਵਿੱਚ ਦੱਸਿਆ ਗਿਆ ਹੈ ਕਿ 'ਇੱਕ ਦਿਨ ਬਿਕ ਜਾਏਗਾ ਮਾਟੀ ਕੇ ਮੋਲ ਜਗ ਮੇ ਰਹਿ ਜਾਏਗੇ ਪਿਆਰੇ ਤੇਰੇ ਬੋਲ' ਵੀ ਇੱਕ ਬਹੁਤ ਵੱਡਾ ਕਾਰਨ ਹੈ।

ਇੱਥੇ ਮੈਂ ਤੁਹਾਡੇ ਨਾਲ ਤਿੰਨ ਕਹਾਣੀਆਂ ਸਾਂਝੀਆਂ ਕਰ ਰਿਹਾ ਹਾਂ ਕਿ ਮਹੱਤਵਹੀਣ ਲੋਕਾਂ ਦਾ ਸਤਿਕਾਰ ਕਿਉਂ ਕੀਤਾ ਜਾਣਾ ਚਾਹੀਦਾ ਹੈ।

#1.

ਸਾਡੇ ਸਮਾਜ ਵਿੱਚ, ਸਤਿਕਾਰ ਦਾ ਸਭ ਤੋਂ ਮਹੱਤਵਪੂਰਨ ਮਾਪਦੰਡ ਅਕਸਰ ਪੈਸਾ, ਅਹੁਦਾ, ਅਤੇ ਪ੍ਰਸਿੱਧੀ ਇਸ ਤਰ੍ਹਾਂ ਦੀਆਂ ਚੀਜ਼ਾਂ ਹੁੰਦੀਆਂ ਹਨ। ਸਿੱਧੇ ਸ਼ਬਦਾਂ ਵਿੱਚ ਕਹੀਏ ਤਾਂ, ਲੋਕ ਉਸ ਵਿਅਕਤੀ ਦਾ ਜ਼ਿਆਦਾ ਸਤਿਕਾਰ ਕਰਦੇ ਹਨ ਜਿਸ ਕੋਲ ਪੈਸਾ ਹੈ, ਅਤੇ ਇਸੇ ਤਰ੍ਹਾਂ, ਜੇਕਰ ਕੋਈ ਉੱਚਾ ਅਹੁਦਾ ਰੱਖਦਾ ਹੈ, ਤਾਂ ਉਸਨੂੰ ਮਿਲਣ ਵਾਲਾ ਸਤਿਕਾਰ ਵੀ ਜ਼ਿਆਦਾ ਹੁੰਦਾ ਹੈ।

ਮੇਰੇ ਦਾਦਾ ਜੀ ਨੇ ਆਪਣੀ ਜ਼ਿੰਦਗੀ ਵਿੱਚ ਜ਼ੀਰੋ ਤੋਂ ਸਿਖਰ ਤੱਕ ਦਾ ਸਫ਼ਰ ਕੀਤਾ ਅਤੇ ਉਨ੍ਹਾਂ ਨੇ ਮੈਨੂੰ ਕਈ ਵਾਰ ਸਮਝਾਇਆ, "ਲਕਸ਼ਮੀਦਾਸ ਨਹੀਂ, ਲਕਸ਼ਮੀਪਤੀ ਬਣੋ।" ਪੈਸੇ ਦਾ ਪਤਾ ਬਦਲਦਾ ਰਹਿੰਦਾ ਹੈ। ਅੱਜ ਕਿਸੇ ਕੋਲ ਹੈ, ਕੱਲ੍ਹ ਕਿਸੇ ਹੋਰ ਕੋਲ ਹੋਵੇਗਾ। ਇਸ ਲਈ, ਪੈਸੇ 'ਤੇ ਆਧਾਰ ਤੇ ਸਤਿਕਾਰ ਨਾ ਕਰੋ। ਜੋ ਲੋਕ ਸਖ਼ਤ ਮਿਹਨਤ ਕਰਦੇ ਹੋਏ ਚੰਗਾ ਕੰਮ ਕਰਦੇ ਹਨ, ਉਹ ਸਤਿਕਾਰ ਦੇ ਹੱਕਦਾਰ ਹਨ। ਕਿਸੇ ਨਾਲ ਚੰਗੀ ਤਰ੍ਹਾਂ ਗੱਲ ਕਰਨ ਨਾਲ ਸਾਡੀ ਕੀਮਤ ਘੱਟ ਨਹੀਂ ਹੁੰਦੀ; ਸਗੋਂ, ਇਸ ਨਾਲ ਸਾਡਾ ਸਵੈ-ਮਾਣ ਵਧਦਾ ਹੈ ਅਤੇ ਦੂਜਿਆਂ ਨਾਲ ਸਾਡੇ ਸਬੰਧਾਂ ਵੀ ਬਿਹਤਰ ਹੁੰਦੇ ਹਨ।

ਮੇਰੇ ਦਾਦਾ ਜੀ ਨਾਲ ਇੱਕ ਘਟਨਾ ਵਾਪਰੀ ਜਦੋਂ ਉਹ ਕਿਸ਼ੋਰ ਸਨ ਕਿ ਸਾਡੀ ਦੁਕਾਨ ਦੇ ਕੋਲ ਇੱਕ ਮੋਚੀ ਬੈਠਾ ਹੁੰਦਾ ਸੀ ਅਤੇ ਜਦੋਂ ਵੀ ਮੇਰੇ ਦਾਦਾ ਜੀ ਉਸ ਮੋਚੀ ਦੇ ਸੰਪਰਕ ਵਿੱਚ ਆਉਂਦੇ ਸਨ, ਉਹ ਉਸਨੂੰ "ਚਾਚਾ ਜੀ ਨਮਸਤੇ" ਕਹਿੰਦੇ ਸਨ। ਇਹ ਪ੍ਰਥਾ ਸਾਲਾਂ ਤੋਂ ਚੱਲੀ ਆ ਰਹੀ ਸੀ।

ਇੱਕ ਦਿਨ, ਮੇਰੇ ਦਾਦਾ ਜੀ ਆਪਣੀ ਦੁਕਾਨ ਵਿੱਚ ਇਕੱਲੇ ਸਨ ਜਦੋਂ ਕਈ ਅੱਧਖੜ ਉਮਰ ਦੇ ਆਦਮੀ ਸਾਡੀ ਦੁਕਾਨ ਵਿੱਚ ਆਏ। ਉਨ੍ਹਾਂ ਵਿੱਚੋਂ ਇੱਕ ਮੇਰੇ ਦਾਦਾ ਜੀ 'ਤੇ ਚੀਕਣ ਲੱਗ ਪਿਆ, ਉਸਦੇ ਬਾਅਦ ਇੱਕ ਹੋਰ ਆਦਮੀ ਆਇਆ। ਉਸਨੇ ਵੀ ਉਸਦਾ ਸਾਥ ਦਿੱਤਾ।ਫਿਰ, ਲਗਭਗ ਸਾਰੇ ਹੀ ਚੀਕਾਂ ਦੇ ਸਮੂਹ ਵਿੱਚ ਸ਼ਾਮਲ ਹੋ ਗਏ। ਕਿਉਂਕਿ ਮੋਚੀ ਸਾਡੀ ਦੁਕਾਨ ਦੇ ਨੇੜੇ ਰਹਿੰਦਾ ਸੀ, ਇਸ ਲਈ ਇਹ ਸੁਭਾਵਿਕ ਸੀ ਕਿ ਉਸਨੇ ਗੱਲਬਾਤ ਸੁਣੀ। ਜਦੋਂ ਉਸਨੂੰ ਅਹਿਸਾਸ ਹੋਇਆ ਕਿ ਸਥਿਤੀ ਕਾਬੂ ਤੋਂ ਬਾਹਰ ਹੋ ਰਹੀ ਹੈ, ਤਾਂ ਉਹ ਆਪਣੇ ਗਾਹਕਾਂ ਨੂੰ ਛੱਡ ਕੇ ਸਾਡੀ ਦੁਕਾਨ 'ਤੇ ਆਇਆ, ਪਰ ਉਹ ਇਕੱਲਾ ਨਹੀਂ ਸੀ। ਉਸਦੇ ਹੱਥ ਵਿੱਚ ਚਮੜੇ ਨੂੰ ਕੱਟਣ ਵਾਲਾ ਇੱਕ ਸੰਦ ਵੀ ਸੀ, ਜਿਸਨੂੰ ਉਸਨੇ ਸਭ ਤੋਂ ਉੱਚੀ ਆਵਾਜ਼ ਵਿੱਚ ਬੋਲ ਰਹੇ ਆਦਮੀ ਦੇ ਗਲੇ 'ਤੇ ਰੱਖਿਆ। ਫਿਰ ਮੋਚੀ ਨੇ ਕਿਹਾ, "ਹੁਣ, ਸਾਡੇ ਬਾਬੂ ਨੂੰ ਇੱਕ ਸ਼ਬਦ ਵੀ ਬੋਲ ਕੇ ਦਿਖਾਓ।" ਨਾ ਸਿਰਫ਼ ਉਸ ਆਦਮੀ ਦੀ ਆਵਾਜ਼ ਬੰਦ ਹੋ ਗਈ, ਸਗੋਂ ਉਸਦੇ ਸਾਥੀਆਂ ਦੀ ਵੀ ਆਵਾਜ਼ ਬੰਦ ਹੋ ਗਈ। ਉਦੋਂ ਤੱਕ, ਹੋਰ ਲੋਕ ਵੀ ਸਾਡੀ ਦੁਕਾਨ 'ਤੇ ਆ ਗਏ ਸਨ, ਅਤੇ ਮਾਮਲਾ ਸ਼ਾਂਤੀ ਨਾਲ ਹੱਲ ਹੋ ਗਿਆ ਸੀ। ਮੇਰੇ ਦਾਦਾ ਜੀ ਨੇ "ਚਾਚਾ ਜੀ ਨਮਸਤੇ" ਕਹਿ ਕੇ ਸ਼ਾਇਦ ਕੁਝ ਨਹੀਂ ਗੁਆਇਆ ਹੋਵੇਗਾ, ਪਰ ਉਹਨਾਂ ਨੇ ਇੱਕ ਬਹੁਤ ਵੱਡਾ ਸ਼ੁਭਚਿੰਤਕ ਪ੍ਰਾਪਤ ਕਰ ਲੀਤਾ।

#2.

ਜਿਵੇਂ ਕਿ ਤੁਸੀਂ ਸਾਰੇ ਜਾਣਦੇ ਹੋ ਕਿ ਮੈਂ ਇੱਕ ਲੇਖਕ ਹਾਂ ਅਤੇ ਮੈਨੂੰ ਕਿਤਾਬਾਂ ਲਿਖਣ ਦੇ ਨਾਲ-ਨਾਲ ਕਿਤਾਬਾਂ ਪੜ੍ਹਨ ਦਾ ਵੀ ਸ਼ੌਕ ਹੈ, ਇਸ ਲਈ ਮੈਂ ਬਹੁਤ ਸਾਰੀਆਂ ਕਿਤਾਬਾਂ ਵੀ ਖਰੀਦਦਾ ਹਾਂ ਅਤੇ ਮੈਂ ਹਰ ਮਹੀਨੇ ਲਗਭਗ 10 ਤੋਂ 15 ਕਿਤਾਬਾਂ ਔਨਲਾਈਨ ਮੰਗਵਾ ਲੈਂਦਾ ਹਾਂ ਅਤੇ ਬਹੁਤ ਸਾਰੇ ਡਿਲੀਵਰੀ ਮੁੰਡੇ ਮੈਨੂੰ ਇਹ ਕਿਤਾਬਾਂ ਡਿਲੀਵਰ ਕਰਨ ਲਈ ਆਉਂਦੇ ਹਨ। ਕਿਉਂਕਿ ਮੈਂ ਹਮੇਸ਼ਾ ਕਿਤਾਬਾਂ ਆਰਡਰ ਕਰਦਾ ਹਾਂ, ਮੈਂ ਉਨ੍ਹਾਂ ਨੂੰ ਅਕਸਰ ਮਿਲਦਾ ਰਹਿੰਦਾ ਹਾਂ ਅਤੇ ਇਨ੍ਹਾਂ ਮੁਲਾਕਾਤਾਂ ਵਿੱਚ ਮੈਂ ਉਨ੍ਹਾਂ ਦੇ ਨਾਮ, ਉਹ ਕਿੱਥੇ ਰਹਿੰਦੇ ਹਨ, ਉਹ ਆਪਣੇ ਖਾਲੀ ਸਮੇਂ ਵਿੱਚ ਕੀ ਕੰਮ ਕਰਦੇ ਹਨ, ਆਦਿ ਜਾਣਨ ਦੀ ਕੋਸ਼ਿਸ਼ ਕਰਦਾ ਹਾਂ।

ਇੱਕ ਵਾਰ ਦੀ ਗੱਲ ਹੈ, ਮੈਂ ਉਸੇ ਵੈੱਬਸਾਈਟ ਤੋਂ ਇੱਕ ਮੋਬਾਈਲ ਫ਼ੋਨ ਆਰਡਰ ਕੀਤਾ ਜੋ ਮੈਂ ਕਿਤਾਬਾਂ ਖਰੀਦਣ ਲਈ ਵਰਤਦਾ ਸੀ। ਮੈਂ ਇਸਨੂੰ ਐਕਸਚੇਂਜ ਦੇ ਤਹਿਤ ਆਰਡਰ ਕੀਤਾ। ਮੈਨੂੰ ਆਪਣੇ ਪੁਰਾਣੇ ਮੋਬਾਈਲ ਫ਼ੋਨ ਦੇ ਬਦਲੇ ਵਿੱਚ ਲਗਭਗ 5000 ਰੁਪਏ (4700 ਰੁਪਏ) ਦੀ ਛੂਟ ਮਿਲ ਰਹੀ ਸੀ। ਮੈਂ ਫ਼ੋਨ ਆਰਡਰ ਕੀਤਾ, ਅਤੇ ਇਹ ਤਿੰਨ ਜਾਂ ਚਾਰ ਦਿਨਾਂ ਬਾਅਦ ਆ ਗਿਆ। ਸਵੇਰੇ-ਸਵੇਰੇ, ਡਿਲੀਵਰੀ ਬੁਆਏ ਨੇ ਮੈਨੂੰ ਫ਼ੋਨ ਕੀਤਾ ਅਤੇ ਕਿਹਾ, "ਸਰ, ਤੁਹਾਡਾ ਮੋਬਾਈਲ ਆ ਗਿਆ ਹੈ। ਕਿਰਪਾ ਕਰਕੇ ਆਪਣਾ ਪੁਰਾਣਾ ਫ਼ੋਨ ਵੀ ਲੈਂਦੇ ਆਉਣਾ।" ਨਵੇਂ ਮੋਬਾਈਲ ਫ਼ੋਨ ਤੋਂ ਉਤਸ਼ਾਹਿਤ ਹੋ ਕੇ, ਮੈਂ ਪੌੜੀਆਂ ਤੋਂ ਉਤਰਿਆ। ਜਿਵੇਂ ਹੀ ਮੈਂ ਡਿਲੀਵਰੀ ਬੁਆਏ ਕੋਲ ਪਹੁੰਚਿਆ, ਮੇਰਾ ਪੁਰਾਣਾ ਫ਼ੋਨ ਅਚਾਨਕ ਮੇਰੇ ਹੱਥੋਂ ਡਿੱਗ ਪਿਆ, ਜਿਸਦੀ ਪਿਛਲੇ ਹਿੱਸੇ ਵਿੱਚ ਚਟਕ ਆ ਗਈ ਕਿਉਂਕਿ ਇਹ ਪਲਾਸਟਿਕ ਦਾ ਬਣਿਆ ਹੋਇਆ ਸੀ। ਡਿਲੀਵਰੀ ਬੁਆਏ ਅਤੇ ਮੈਂ ਦੋਵੇਂ ਪ੍ਰੇਸ਼ਾਨ ਹੋ ਗਏ। ਉਸਨੇ ਕਿਹਾ, "ਟੁੱਟੇ ਹੋਏ ਮੋਬਾਈਲ ਫ਼ੋਨ ਬਦਲੇ ਨਹੀਂ ਜਾ ਸਕਦੇ।" ਮੈਂ ਜਵਾਬ ਦਿੱਤਾ, "ਸਥਿਤੀ ਤੁਹਾਨੂੰ ਸਪੱਸ਼ਟ ਹੈ, ਕਿਰਪਾ ਕਰਕੇ ਜੇ ਹੋ ਸਕੇ ਤਾਂ ਇਸ ਨੂੰ ਦੇਖੋ।" ਡਿਲੀਵਰੀ ਬੁਆਏ ਨੇ ਕੁਝ ਦੇਰ ਸੋਚਿਆ ਅਤੇ ਕਿਹਾ, 'ਠੀਕ ਹੈ, ਇਹ ਮੈਨੂੰ ਦੇ ਦਿਓ। ਜੇ ਦਫ਼ਤਰ ਵਿੱਚ ਕੋਈ ਕੁਝ ਕਹਿੰਦਾ ਹੈ, ਤਾਂ ਮੈਂ ਕਹਾਂਗਾ ਕਿ ਮੇਰੇ ਕੋਲੋਂ ਹੀ ਇਹ ਡਿਗ ਪਿਆ ਹੈ।' ਉਸਨੇ ਮੇਰਾ ਪੁਰਾਣਾ ਮੋਬਾਈਲ ਫ਼ੋਨ ਮੇਰੇ ਤੋਂ ਲੈ ਲਿਆ ਅਤੇ ਮੈਨੂੰ ਮੇਰਾ ਨਵਾਂ ਫੜਾ ਦਿੱਤਾ ਅਤੇ ਚਲਾ ਗਿਆ। ਇੱਕ ਤਰ੍ਹਾਂ ਨਾਲ, ਉਸਨੇ ਮੇਰੇ ਲਗਭਗ 5,000 ਰੁਪਏ ਬਚਾਏ।

ਡਿਲੀਵਰੀ ਬੁਆਏ ਨੂੰ ਮੇਰੀ ਮਦਦ ਕਰਨ ਦਾ ਕੀ ਫਾਇਦਾ ਸੀ? ਕੁਝ ਵੀ ਨਹੀਂ। ਸਿਰਫ਼ ਇਸ ਲਈ ਕਿਉਂਕਿ ਮੈਂ ਉਨ੍ਹਾਂ ਨਾਲ ਇਸ ਤਰ੍ਹਾਂ ਪੇਸ਼ ਆਉਂਦਾ ਸੀ ਜੋ ਸ਼ਾਇਦ ਹੀ ਕੋਈ ਹੋਰ ਕਰਦਾ ਹੋਏ। ਜਦੋਂ ਵੀ ਮੈਂ ਆਪਣਾ ਮੂੰਹ ਖੋਲ੍ਹਦਾ ਸੀ, ਮੈਂ ਕਹਿੰਦਾ ਸੀ, "ਨਮਸਕਾਰ, ਤੁਸੀਂ ਕਿਵੇਂ ਹੋ? ਸਾਮਾਨ ਲਈ ਧੰਨਵਾਦ," "ਤੁਹਾਨੂੰ ਅਤੇ ਤੁਹਾਡੇ ਪਰਿਵਾਰ ਨੂੰ ਹੋਲੀ ਦੀਆਂ ਮੁਬਾਰਕਾਂ," ਆਦਿ। ਜ਼ਿਆਦਾਤਰ ਲੋਕ ਜਾਂ ਤਾਂ ਅਜਿਹੇ ਡਿਲੀਵਰੀ ਬੁਆਏ ਦੀ ਪਰਵਾਹ ਨਹੀਂ ਕਰਦੇ ਜਾਂ ਉਨ੍ਹਾਂ ਨਾਲ ਚੰਗਾ ਵਿਵਹਾਰ ਨਹੀਂ ਕਰਦੇ। ਅਤੇ ਇੱਕ ਡਿਲੀਵਰੀ ਬੁਆਏ ਨੇ ਮੈਨੂੰ ਇਸ ਬਾਰੇ ਦੱਸਿਆ, ਕਿ ਬਹੁਤ ਸਾਰੇ ਲੋਕ ਉਨ੍ਹਾਂ ਨਾਲ ਚੰਗਾ ਵਿਵਹਾਰ ਨਹੀਂ ਕਰਦੇ, ਕਹਿੰਦੇ ਸਨ, "ਤੁਸੀਂ ਬਹੁਤ ਦੇਰ ਨਾਲ ਆਉਂਦੇ ਹੋ, ਲੱਗਦਾ ਹੈ ਕਿ ਤੁਸੀਂ ਮੇਰਾ ਸਾਮਾਨ ਸਭ ਤੋਂ ਬਾਅਦ ਪਹੁੰਚਾਉਂਦੇ ਹੋ। ਤੁਸੀਂ ਫੁਟਕਰ ਪੈਸੇ ਕਿਉਂ ਨਹੀਂ

ਰੱਖਦੇ? ਅਸੀ ਫੁਟਕਰ ਪੈਸੇ ਕਿੱਥੋਂ ਲੈ ਕੇ ਆਈਏ? ਤੁਹਾਨੂੰ ਲੋਕਾਂ ਨੂੰ ਫੁਟਕਰ ਪੈਸੇ ਲੈ ਕੇ ਚਲਣਾ ਚਾਹੀਦਾ ਹੈ," ਆਦਿ।

ਕੀ ਤੁਹਾਨੂੰ ਲੱਗਦਾ ਹੈ ਕਿ ਜੇਕਰ ਮੇਰੇ ਨਾਲ ਵਾਪਰੀ ਘਟਨਾ (ਮੋਬਾਈਲ ਫੋਨ ਡਿੱਗਣਾ) ਵਰਗੀ ਘਟਨਾ ਇਨ੍ਹਾਂ ਲੋਕਾਂ ਨਾਲ ਵਾਪਰਦੀ, ਤਾਂ ਕੀ ਡਿਲੀਵਰੀ ਬੁਆਏ ਇੰਨਾ ਦਾ ਸਹਯੋਗ ਕਰਦਾ? ਮੈਨੂੰ ਲੱਗਦਾ ਹੈ ਕਿ ਸ਼ਾਇਦ ਨਹੀਂ। ਤਾਂ, ਆਓ ਅਸੀਂ ਪਰਮਾਤਮਾ ਦੇ ਇਸ ਸੁੰਦਰ ਤੋਹਫ਼ੇ - ਯਾਨੀ ਆਪਣੀ ਬੋਲਣ ਦੀ ਸ਼ਕਤੀ - ਦੀ ਵਰਤੋਂ ਲੋਕਾਂ ਦੇ ਦਿਲ ਤੋੜਨ ਲਈ ਨਹੀਂ, ਸਗੋਂ ਉਨ੍ਹਾਂ ਦੇ ਦਿਲਾਂ ਵਿੱਚ ਜਗ੍ਹਾ ਬਣਾਉਣ ਲਈ ਕਰੀਏ।

#3.

ਮੈਂ ਤੁਹਾਨੂੰ ਦੱਸਣਾ ਚਾਹੁੰਦਾ ਹਾਂ ਕਿ ਕਾਲਜ ਵਿੱਚ ਆਪਣੀ ਐਲ.ਐਲ.ਬੀ ਦੀ ਪੜ੍ਹਾਈ ਦੌਰਾਨ, ਮੈਂ ਹਮੇਸ਼ਾ ਉੱਥੋਂ ਦੇ ਗੇਟਮੈਨ ਨੂੰ ਨਮਸਕਾਰ ਕਰਦਾ ਸੀ ਅਤੇ ਉਹਨਾਂ ਦੀ ਤੰਦਰੁਸਤੀ ਬਾਰੇ ਪੁੱਛਦਾ ਸੀ। ਜਦੋਂ ਮੈਂ ਪੜ੍ਹਾਈ ਪੂਰੀ ਕਰ ਲਈ, ਤਾਂ ਮੈਨੂੰ ਇੱਕ ਵਿਆਹ ਵਿੱਚ ਸ਼ਾਮਲ ਹੋਣਾ ਪਿਆ, ਅਤੇ ਇਤਫ਼ਾਕ ਨਾਲ, ਇਹ ਪ੍ਰੋਗਰਾਮ ਕਾਲਜ ਦੇ ਮੈਦਾਨ ਵਿੱਚ ਆਯੋਜਿਤ ਕੀਤਾ ਗਿਆ ਸੀ। ਬਦਕਿਸਮਤੀ ਨਾਲ, ਜਦੋਂ ਮੈਂ ਉੱਥੇ ਪਹੁੰਚਿਆ, ਪਾਰਕਿੰਗ ਵਾਲੀ ਥਾਂ ਭਰੀ ਹੋਈ ਸੀ, ਕੋਈ ਜਗ੍ਹਾ ਨਹੀਂ ਬਚੀ ਸੀ। ਖੁਸ਼ਕਿਸਮਤੀ ਨਾਲ, ਮੈਂ ਉਸੇ ਸਮੇਂ ਗੇਟਮੈਨ ਨੂੰ ਦੇਖਿਆ। ਉਸਨੇ ਖੁਸ਼ੀ ਨਾਲ ਮੇਰੀ ਸਿਹਤ ਬਾਰੇ ਪੁੱਛਿਆ, ਫਿਰ ਮੇਰੀ ਕਾਰ ਪਾਰਕ ਕਰਨ ਵਿੱਚ ਮੇਰੀ ਮਦਦ ਕਰਨ ਲਈ ਰੁਕਿਆ, ਅਤੇ ਫਿਰ ਜਦੋਂ ਮੈਂ ਜਾਣਾ ਸੀ ਤਾਂ ਉਹਨਾਂ ਨੇ ਪਾਰਕਿੰਗ ਵਿੱਚੋਂ ਗੱਡੀ ਬਾਹਰ ਕੱਢਣ ਵਿੱਚ ਵੀ ਮੇਰੀ ਮਦਦ ਕੀਤੀ।

ਦੇਖੋ, ਮੈਨੂੰ ਲੱਗਦਾ ਹੈ ਕਿ ਇਨ੍ਹਾਂ ਕਹਾਣੀਆਂ ਤੋਂ ਤੁਸੀਂ ਚੰਗੀ ਤਰ੍ਹਾਂ ਸਮਝ ਗਏ ਹੋਵੋਗੇ ਕਿ ਸਾਰਿਆਂ ਦਾ ਸਤਿਕਾਰ ਕਿਉਂ ਕਰਨਾ ਚਾਹੀਦਾ ਹੈ, ਹੁਣ ਤੋਂ ਇੱਕ ਨਿਯਮ ਬਣਾਓ ਅਤੇ ਸਾਰਿਆਂ ਦਾ ਸਤਿਕਾਰ ਕਰੋ।

ਲੋਕ ਵਿਵਹਾਰ ਨਾਲ ਸਬੰਧਤ ਅਮਲ ਕਰਨ ਲਈ ਉਪਯੋਗੀ ਗੱਲਾਂ:-

- ਯਾਦ ਰੱਖੋ ਕੋਈ ਵੀ ਮਹਾਨ ਬਣ ਸਕਦਾ ਹੈ: ਜਦੋਂ ਤੁਸੀਂ ਲੋਕਾਂ ਦੀਆਂ ਜੀਵਨੀਆਂ ਪੜ੍ਹਦੇ ਹੋ, ਤਾਂ ਤੁਹਾਡੀ ਸੋਚ ਵੱਡੀ ਹੋ ਜਾਂਦੀ ਹੈ, ਤੁਸੀਂ ਦੂਰਦਰਸ਼ੀ ਬਣ ਜਾਂਦੇ ਹੋ ਅਤੇ ਤੁਸੀਂ ਸਾਰੇ ਲੋਕਾਂ ਦਾ ਸਤਿਕਾਰ ਕਰਨਾ ਸ਼ੁਰੂ ਕਰ ਦਿੰਦੇ ਹੋ ਕਿਉਂਕਿ ਫਿਰ ਤੁਸੀਂ ਜਾਣਦੇ ਹੋ ਕਿ ਇੱਕ ਚਾਹ ਵੇਚਣ ਵਾਲਾ ਵੀ ਰਾਜਾ ਬਣ ਸਕਦਾ ਹੈ।
- ਜਿਸ ਵਿਅਕਤੀ ਨੂੰ ਸਨਮਾਨਿਤ ਕੀਤਾ ਜਾ ਰਿਹਾ ਹੈ, ਉਸਨੂੰ ਦਿੱਤੇ ਜਾ ਰਹੇ ਸਨਮਾਨ ਤੋਂ ਵੀ ਜਾਣੂ ਹੋਣਾ ਚਾਹੀਦਾ ਹੈ: ਨਮਸਤੇ ਕਹਿੰਦੇ ਸਮੇਂ, ਤੁਹਾਡੇ ਹੱਥ ਜੁੜੇ ਹੋਣੇ ਚਾਹੀਦੇ ਹਨ, ਅਤੇ ਤੁਸੀਂ ਥੋੜ੍ਹਾ ਜਿਹਾ ਝੁਕ ਕੇ ਨਮਸਤੇ ਕਹਿ ਕੇ ਸਭ ਤੋਂ ਵਧੀਆ ਸਤਿਕਾਰ ਦਿਖਾ ਸਕਦੇ ਹੋ। ਇਸੇ ਤਰ੍ਹਾਂ, ਜਦੋਂ ਤੁਸੀਂ ਕਿਸੇ ਦਾ ਧੰਨਵਾਦ ਕਰਦੇ ਹੋ, ਤਾਂ ਤੁਸੀਂ ਮੁਸਕਰਾਉਂਦੇ ਹੋਏ ਅਤੇ ਨਿਮਰਤਾ ਅਤੇ ਪਿਆਰ ਨਾਲ ਧੰਨਵਾਦ ਕਹਿ ਕੇ ਸਤਿਕਾਰ ਦਿਖਾਉਂਦੇ ਹੋ।

- ਮਹੱਤਵਪੂਰਨ ਲੋਕਾਂ ਦੇ ਨਾਲ-ਨਾਲ ਮਹੱਤਵਹੀਣ ਲੋਕਾਂ ਦਾ ਵੀ ਸਤਿਕਾਰ ਕਰੋ: ਜਦੋਂ ਤੁਸੀਂ ਕਿਸੇ ਡਾਕਟਰ ਕੋਲ ਜਾਂਦੇ ਹੋ, ਤਾਂ ਇਹ ਬਹੁਤ ਚੰਗੀ ਗੱਲ ਹੈ ਕਿ ਤੁਸੀਂ ਉਸਨੂੰ ਸਤਿਕਾਰ ਦਿਓ। ਪਰ ਰਿਸੈਪਸ਼ਨ 'ਤੇ ਬੈਠੇ ਲੋਕਾਂ ਦਾ ਵੀ ਸਤਿਕਾਰ ਕਰੋ। ਇੱਕ ਵਾਰ ਮੈਨੂੰ ਇੱਕ ਡਾਕਟਰ ਨੂੰ ਮਿਲਣਾ ਪਿਆ ਜੋ ਸਾਡੇ ਸ਼ਹਿਰ ਵਿੱਚ ਮਹੀਨੇ ਵਿੱਚ ਇੱਕ ਵਾਰ ਆਉਂਦਾ ਹੈ। ਮੈਨੂੰ ਨਹੀਂ ਪਤਾ ਸੀ ਕਿ ਉਸਦਾ ਨੰਬਰ 15 ਦਿਨ ਪਹਿਲਾਂ ਬੁੱਕ ਕਰਨਾ ਪੈਂਦਾ ਹੈ, ਕਿਉਂਕਿ ਮੈਂ ਰਿਸੈਪਸ਼ਨ 'ਤੇ ਬੈਠੇ ਵਿਅਕਤੀ ਨਾਲ ਜਾਣ-ਪਛਾਣ ਕਰ ਲਈ ਸੀ। ਮੈਨੂੰ ਉਹਨਾਂ ਦਾ ਨਾਮ ਪਤਾ ਸੀ ਅਤੇ ਜਦੋਂ ਵੀ ਮੈਂ ਉੱਥੇ ਜਾਂਦਾ ਸੀ, ਮੈਂ ਉਹਨਾਂ ਨੂੰ ਜ਼ਰੂਰ ਨਮਸਕਾਰ ਕਰਦਾ ਸੀ। ਮੈਂ ਉਹਨਾਂ ਨੂੰ ਆਪਣੀ ਸਮੱਸਿਆ ਦੱਸੀ ਕਿ ਡਾਕਟਰ ਸਾਹਿਬ ਨੂੰ ਮਿਲਣਾ ਜ਼ਰੂਰੀ ਹੈ, ਨਹੀਂ ਤਾਂ ਮੈਂ ਇੱਕ ਮਹੀਨੇ ਬਾਅਦ ਉਹਨਾਂ ਨੂੰ ਮਿਲ ਸਕਾਂਗਾ। ਉਹਨਾਂ ਨੇ ਮੇਰੀਆਂ ਗੱਲਾਂ ਸਮਝ ਲਈਆਂ ਅਤੇ ਕਿਹਾ ਕਿ ਚਲੋ ਕੋਸ਼ਿਸ਼ ਕਰਦੇ ਹਾਂ ਅਤੇ ਉਹਨਾਂ ਨੇ ਇੱਕ ਸਾਰਥਕ ਕੋਸ਼ਿਸ਼ ਕੀਤੀ ਅਤੇ ਡਾਕਟਰ ਸਾਹਿਬ ਨਾਲ ਮੇਰੀ ਮੁਲਾਕਾਤ ਕਰਵਾ ਦਿੱਤੀ।

ਅਧਿਆਇ - 8
ਲੋਕਾਂ ਨੂੰ ਪ੍ਰਭਾਵਿਤ ਕਰਨ ਦਾ ਸਹੀ ਤਰੀਕਾ ਕੀ ਹੈ?

"ਤੁਸੀਂ ਜ਼ਿੰਦਗੀ ਵਿੱਚ ਕੁਝ ਵੀ ਪ੍ਰਾਪਤ ਕਰ ਸਕਦੇ ਹੋ ਜੇਕਰ ਤੁਸੀਂ ਦੂਜਿਆਂ ਨੂੰ ਉਹ ਦਿੰਦੇ ਹੋ ਜੋ ਉਹ ਚਾਹੁੰਦੇ ਹਨ ਅਤੇ ਉਹਨਾਂ ਨੂੰ ਉਹ ਪ੍ਰਾਪਤ ਕਰਨ ਵਿੱਚ ਮਦਦ ਕਰੋ" -ਜ਼ਿਗ ਜ਼ਿਗਲਰ

ਜ਼ਿਆਦਾਤਰ ਲੋਕ ਇਸ ਭਰਮ ਵਿੱਚ ਰਹਿੰਦੇ ਹਨ ਕਿ ਦੂਜਿਆਂ ਨੂੰ ਪ੍ਰਭਾਵਿਤ ਕਰਨ ਦਾ ਤਰੀਕਾ ਹੈ :-

- ਆਪਣੇ ਬਾਰੇ ਸ਼ੇਖੀ ਮਾਰਨਾ।
- ਆਪਣੀਆਂ ਸਫਲਤਾਵਾਂ ਅਤੇ ਪ੍ਰਾਪਤੀਆਂ ਬਾਰੇ ਆਪਣੇ ਮੂੰਹ ਨਾਲ ਗੱਲ ਕਰਨਾ।
- ਆਪਣੀਆਂ ਕੀਮਤੀ ਚੀਜ਼ਾਂ ਅਤੇ ਆਪਣੀ ਸੰਪਤੀ ਆਦਿ ਦਿਖਾਉਣਾ ਜਾਂ ਦੱਸਣਾ।

ਅਤੇ ਅਜਿਹਾ ਕਰਨ ਨਾਲ ਉਹ ਮਹਿਸੂਸ ਕਰਦੇ ਹਨ ਕਿ ਉਨ੍ਹਾਂ ਦੇ ਸਾਹਮਣੇ ਵਾਲਾ ਵਿਅਕਤੀ ਉਨ੍ਹਾਂ ਤੋਂ ਪ੍ਰਭਾਵਿਤ ਅਤੇ ਖੁਸ਼ ਹੋਵੇਗਾ। ਪਰ ਅਜਿਹਾ ਕਰਨਾ ਬਿਲਕੁਲ ਗਲਤ ਹੈ ਕਿਉਂਕਿ ਇਸ ਕਾਰਨ ਉਹ ਵਿਅਕਤੀ ਤੁਹਾਡੇ ਤੋਂ ਘੱਟ ਪ੍ਰਭਾਵਿਤ ਹੋਵੇਗਾ ਅਤੇ ਇਸ ਦੀ ਬਜਾਏ ਤੁਹਾਡੇ ਪ੍ਰਤੀ ਜ਼ਿਆਦਾ ਬੁਰਾਈ ਅਤੇ ਈਰਖਾ ਕਰੇਗਾ।

ਲੋਕਾਂ ਨੂੰ ਪ੍ਰਭਾਵਿਤ ਕਰਨ ਦਾ ਸਭ ਤੋਂ ਵਧੀਆ ਤਰੀਕਾ ਹੈ ਕਿ ਤੁਸੀਂ ਉਨ੍ਹਾਂ ਨਾਲ ਅਤੇ ਉਹਨਾਂ ਨਾਲ ਜੁੜੀ ਚੀਜ਼ਾਂ ਤੋਂ ਪ੍ਰਭਾਵਿਤ ਹੋ ਜਾਈਏ ਅਤੇ ਇਸ ਪਿੱਛੇ ਇੱਕ ਬਹੁਤ ਮਹੱਤਵਪੂਰਨ ਕਾਰਨ ਹੈ ਅਤੇ ਇਸ ਕਾਰਨ ਨੂੰ ਜਾਣਨ ਲਈ ਆਪਣੇ ਸਕੂਲ ਦੇ ਦਿਨ ਯਾਦ ਕਰੋ, ਤੁਹਾਨੂੰ ਯਾਦ

ਹੋਵੇਗਾ ਕਿ ਹਰ ਸਾਲ ਕਲਾਸ ਵਿੱਚ ਪੜ੍ਹਦੇ ਸਾਰੇ ਬੱਚਿਆਂ ਦੀ ਇੱਕ ਗਰੁੱਪ ਫੋਟੋ ਲਈ ਜਾਂਦੀ ਸੀ, ਉਸ ਤੋਂ ਬਾਅਦ ਜਦੋਂ ਇਹ ਛਾਪ ਕੇ ਸਾਨੂੰ ਦਿੱਤੀ ਜਾਂਦੀ ਸੀ, ਤਾਂ ਤੁਹਾਨੂੰ ਕੀ ਲੱਗਦਾ ਹੈ ਕਿ ਉਸ ਸਮੇਂ ਤੁਹਾਡਾ ਦੋਸਤ ਪਹਿਲਾਂ ਕਿਸ ਨੂੰ ਲੱਭ ਰਿਹਾ ਹੋਵੇਗਾ, ਤੁਹਾਨੂੰ ਜਾਂ ਖੁਦ ਨੂੰ? ਅਤੇ ਇਸਦਾ ਜਵਾਬ ਹੈ "ਆਪਣੇ ਆਪ ਨੂੰ"

ਇੰਝ ਹੀ ਤੁਹਾਡੇ ਸਕੂਲ ਦੇ ਦਿਨਾਂ ਦੀ ਇੱਕ ਹੋਰ ਉਦਾਹਰਣ ਲੈਂਦੇ ਹਾਂ, ਜਦੋਂ ਨਤੀਜੇ ਆਉਣ ਵੇਲੇ ਨੋਟਿਸ ਬੋਰਡ 'ਤੇ ਨਤੀਜੇ ਲਗਾਏ ਜਾਂਦੇ ਸਨ। ਤੁਹਾਡਾ ਕੀ ਖਿਆਲ ਹੈ? ਤੁਹਾਡੇ ਦੋਸਤ ਨੇ ਪਹਿਲਾਂ ਕਿਸਦਾ ਨਤੀਜਾ ਦੇਖਿਆ ਹੋਵੇਗਾ ਤੁਹਾਡਾ ਜਾਂ ਆਪਣਾ? ਅਤੇ ਇਸਦਾ ਜਵਾਬ ਹੈ "ਖੁਦ ਦਾ"

ਭਾਵੇਂ ਤੁਹਾਡੇ ਸਕੂਲ ਦੇ ਦਿਨ ਖਤਮ ਹੋ ਗਏ ਹਨ, ਇਹ ਸਿਧਾਂਤ ਕੱਲ੍ਹ, ਅੱਜ ਅਤੇ ਹਮੇਸ਼ਾ ਲਈ ਲਾਗੂ ਹੁੰਦਾ ਹੈ। ਆਓ ਇੱਕ ਹੋਰ ਉਦਾਹਰਣ 'ਤੇ ਵਿਚਾਰ ਕਰੀਏ:-

ਮੰਨ ਲਓ ਤੁਸੀਂ ਕਿਸੇ ਵਿਆਹ ਜਾਂ ਪਾਰਟੀ ਵਿੱਚ ਜਾ ਰਹੇ ਹੋ। ਸੰਭਾਵਨਾ ਹੈ ਕਿ ਤੁਸੀਂ ਜਿੰਨਾ ਹੋ ਸਕੇ ਸਜ ਸੱਵਰ ਕੇ ਅਤੇ ਉਸ ਮੌਕੇ ਲਈ ਤੁਹਾਡੇ ਕੋਲ ਜੋ ਸਭ ਤੋਂ ਵਧੀਆ ਕੱਪੜੇ ਹਨ, ਉਹ ਹੀ ਪਾ ਕੇ ਜਾਓਗੇ। ਤੁਹਾਨੂੰ ਕੀ ਲੱਗਦਾ ਹੈ ਕਿ ਉਸ ਵਿਆਹ ਜਾਂ ਪਾਰਟੀ ਵਿੱਚ ਸ਼ਾਮਲ ਹੋਣ ਵਾਲੇ ਹੋਰ ਲੋਕ ਕੀ ਕਰਦੇ ਹਨ।

ਤੁਸੀਂ ਬਿਲਕੁਲ ਸਹੀ ਹੋ, ਉਹ ਵੀ ਚੰਗੀ ਤਰ੍ਹਾਂ ਸੱਜ ਸੱਵਰ ਕੇ ਅਤੇ ਆਪਣੇ ਸਭ ਤੋਂ ਵਧੀਆ ਕਪੜੇ ਪਾ ਕੇ ਆਉਂਦੇ ਹਨ।ਉਨ੍ਹਾਂ ਦਾ ਧਿਆਨ ਇਸ ਗੱਲ 'ਤੇ ਘੱਟ ਹੈ ਕਿ ਤੁਸੀਂ ਕੀ ਪਾਇਆ ਹੈ ਅਤੇ ਖੁਦ ਤੇ ਜ਼ਿਆਦਾ ਰਹਿੰਦਾ ਹੈ ਕਿ ਲੋਕ ਉਹਨਾਂ ਨੂੰ ਦੇਖਣ, ਪਸੰਦ ਕਰਨ ਅਤੇ ਸਭ ਤੋਂ ਜ਼ਰੂਰੀ ਉਹਨਾਂ ਦੀ ਤਾਰੀਫ਼ ਕਰਨ।

ਬਹੁਤ ਸਾਰੇ ਬਿਊਟੀ ਪਾਰਲਰ, ਸਿਹਤ ਕੇਂਦਰ, ਜਿੰਮ ਆਦਿ ਸਿਰਫ਼ ਇਸ ਲਈ ਮਸ਼ਹੂਰ ਹਨ ਤਾਂ ਜੋ ਲੋਕ ਉੱਥੇ ਜਾਣ ਅਤੇ ਸੁੰਦਰ ਦਿਖਣ ਅਤੇ ਲੋਕ ਉਨ੍ਹਾਂ ਦੀ ਪ੍ਰਸ਼ੰਸਾ ਕਰਨ।

ਸਰਲ ਸ਼ਬਦਾਂ ਵਿੱਚ, ਲੋਕ ਸਭ ਤੋਂ ਪਹਿਲਾਂ ਆਪਣੇ ਆਪ ਵਿੱਚ ਅਤੇ ਆਪਣੇ ਆਪ ਨਾਲ ਜੁੜੀਆਂ ਚੀਜ਼ਾਂ ਵਿੱਚ ਦਿਲਚਸਪੀ ਰੱਖਦੇ ਹਨ। ਲੋਕ ਦੁਨੀਆ ਦੀ ਮਹਾਂਮਾਰੀ ਤੋਂ ਓਨੇ ਪਰੇਸ਼ਾਨ ਨਹੀਂ ਹਨ ਜਿੰਨੇ ਉਹ ਆਪਣੇ ਹਲਕੇ ਬੁਖਾਰ ਤੋਂ ਹਨ ਕਿਉਂਕਿ ਉਨ੍ਹਾਂ ਦੀ ਸਭ ਤੋਂ ਵੱਡੀ ਦਿਲਚਸਪੀ ਆਪਣੇ ਆਪ ਵਿੱਚ ਹੈ। ਇਸ ਲਈ, ਤੁਸੀਂ ਆਪਣੇ ਬਾਰੇ ਸ਼ੇਖੀ ਮਾਰ ਕੇ ਅਤੇ ਆਪਣੇ ਆਪ ਨੂੰ ਵੱਡਾ ਅਤੇ ਮਹਾਨ ਦਿਖਾ ਕੇ ਲੋਕਾਂ ਨੂੰ ਪ੍ਰਭਾਵਿਤ ਕਰਨ ਦੀ ਜਿੰਨੀ ਮਰਜ਼ੀ ਕੋਸ਼ਿਸ਼ ਕਰੋ, ਤੁਸੀਂ ਉਨ੍ਹਾਂ 'ਤੇ ਉਹੀ ਪ੍ਰਭਾਵ ਨਹੀਂ ਪਾ ਸਕੋਗੇ ਜੋ ਜੇਕਰ ਤੁਸੀਂ ਉਨ੍ਹਾਂ ਤੋਂ ਪ੍ਰਭਾਵਿਤ ਹੁੰਦੇ ਤਾਂ ਤੁਹਾਡੇ 'ਤੇ ਪੈਂਦਾ।

ਪ੍ਰਭਾਵਿਤ ਹੋਣ ਦਾ ਮਤਲਬ ਹੈ ਉਨ੍ਹਾਂ ਵਿੱਚ ਦਿਲਚਸਪੀ ਲੈਣਾ, ਉਨ੍ਹਾਂ ਨੂੰ ਮਹੱਤਵ ਦੇਣਾ, ਉਨ੍ਹਾਂ ਵੱਲ ਧਿਆਨ ਦੇਣਾ, ਉਨ੍ਹਾਂ ਤੋਂ ਸਵਾਲ ਪੁੱਛਣਾ, ਉਨ੍ਹਾਂ ਬਾਰੇ ਜਾਣਨਾ, ਉਨ੍ਹਾਂ ਦੇ ਚੰਗੇ ਪਹਿਲੂਆਂ ਤੋਂ ਜਾਣੂ ਕਰਵਾਉਣਾ ਅਤੇ ਉਨ੍ਹਾਂ ਨੂੰ ਉਹ ਜਾਣਕਾਰੀ ਦੇ ਕੇ ਉਨ੍ਹਾਂ ਦੀ ਪ੍ਰਸ਼ੰਸਾ ਕਰਨਾ।

ਜਦੋਂ ਤੁਸੀਂ ਅਜਿਹਾ ਕਰਨਾ ਸ਼ੁਰੂ ਕਰਦੇ ਹੋ, ਤਾਂ ਤੁਹਾਡੀ ਜ਼ਿੰਦਗੀ ਵਿੱਚ ਚਮਤਕਾਰ ਹੋਣੇ ਸ਼ੁਰੂ ਹੋ ਜਾਂਦੇ ਹਨ, ਅਤੇ ਲੋਕ ਤੁਹਾਡੇ ਤੋਂ ਪ੍ਰਭਾਵਿਤ ਹੋਣ ਲੱਗਦੇ ਹਨ, ਤੁਹਾਨੂੰ ਪਸੰਦ ਕਰਨ ਲੱਗਦੇ ਹਨ ਅਤੇ ਤੁਹਾਡਾ ਸਮਰਥਨ ਕਰਨ ਲੱਗਦੇ ਹਨ।

ਹੋ ਸਕਦਾ ਹੈ ਕਿ ਤੁਹਾਨੂੰ ਲਗੇ ਕਿ ਇਹ ਇੱਕ ਬੁਰਾ ਨਿਯਮ ਹੈ ਕਿ ਲੋਕ ਇੰਨੇ ਸੁਆਰਥੀ ਅਤੇ ਮਤਲਬੀ ਹਨ, ਪਰ ਦੇਖੋ, ਜੇ ਤੁਸੀਂ ਚਾਹੁੰਦੇ ਹੋ ਕਿ ਲੋਕ ਤੁਹਾਡੇ ਵਿੱਚ ਦਿਲਚਸਪੀ ਲੈਣ, ਤਾਂ ਤੁਸੀਂ 20 ਸਾਲਾਂ ਵਿੱਚ ਵੀ ਦੋਸਤ ਨਹੀਂ ਬਣਾ ਸਕੋਗੇ, ਪਰ ਜੇ ਤੁਸੀਂ ਦੂਜਿਆਂ ਵਿੱਚ ਦਿਲਚਸਪੀ ਲੈਣਾ ਸ਼ੁਰੂ ਕਰ ਦਿੰਦੇ ਹੋ, ਤਾਂ ਤੁਸੀਂ ਸਿਰਫ਼ 2 ਮਹੀਨਿਆਂ ਵਿੱਚ ਓਨੇ ਹੀ ਦੋਸਤ ਬਣਾ ਲਓਗੇ ਜਿੰਨੇ ਲੋਕ 20 ਸਾਲਾਂ ਵਿੱਚ ਬਣਾਉਂਦੇ ਹਨ।

ਇਸ ਲਈ ਬਿਹਤਰ ਹੋਵੇਗਾ ਜੇਕਰ ਤੁਸੀਂ ਇਸ ਨਿਯਮ ਦਾ ਸਤਿਕਾਰ ਕਰੋ ਅਤੇ ਦੂਜਿਆਂ ਵਿੱਚ ਸੱਚੀ ਦਿਲਚਸਪੀ ਲਓ ਅਤੇ ਉਨ੍ਹਾਂ ਨੂੰ ਮਹੱਤਵਪੂਰਨ ਮਹਿਸੂਸ ਕਰਵਾ ਕੇ ਪ੍ਰਭਾਵਿਤ ਕਰੋ।

ਲੋਕ ਵਿਵਹਾਰ ਨਾਲ ਸਬੰਧਤ ਅਮਲ ਕਰਨ ਯੋਗ ਲਾਭਦਾਇਕ ਗੱਲਾਂ-

- ਜੇਕਰ ਤੁਸੀਂ ਸੱਚਮੁੱਚ ਕਿਸੇ ਨੂੰ ਪ੍ਰਭਾਵਿਤ ਕਰਨਾ ਚਾਹੁੰਦੇ ਹੋ ਅਤੇ ਉਸਨੂੰ ਆਪਣਾ ਦੋਸਤ ਅਤੇ ਸ਼ੁਭਚਿੰਤਕ ਬਣਾਉਣਾ ਚਾਹੁੰਦੇ ਹੋ, ਤਾਂ ਦੂਜੇ ਵਿਅਕਤੀ, ਉਸਦੀ ਸਫਲਤਾ, ਉਸਦੀ ਖੁਸ਼ੀ, ਉਸਦੀ ਦੌਲਤ, ਉਸਦੇ ਸਮਾਨ, ਉਸਦੇ ਬੱਚਿਆਂ, ਉਸਦੇ ਪਰਿਵਾਰ ਆਦਿ ਬਾਰੇ ਗੱਲ ਕਰੋ ਅਤੇ ਜਦੋਂ ਤੁਸੀਂ ਅਜਿਹਾ ਕਰਦੇ ਹੋ, ਤਾਂ ਤੁਸੀਂ ਨਾ ਸਿਰਫ਼ ਉਸਨੂੰ ਪ੍ਰਭਾਵਿਤ ਕਰਦੇ ਹੋ ਬਲਕਿ ਨਤੀਜੇ ਵਜੋਂ ਉਹ ਤੁਹਾਨੂੰ ਪਸੰਦ ਵੀ ਕਰਨ ਲੱਗਦਾ ਹੈ।
- ਤੁਸੀਂ ਜਿਸ ਕਿਸੇ ਨੂੰ ਵੀ ਮਿਲੋ, ਉਨ੍ਹਾਂ ਨੂੰ ਦੁਨੀਆਂ ਦਾ ਸਭ ਤੋਂ ਮਹੱਤਵਪੂਰਨ ਵਿਅਕਤੀ ਸਮਝੋ ਅਤੇ ਉਨ੍ਹਾਂ ਨੂੰ ਬਹੁਤ ਮਹੱਤਵ ਦਿਓ।
- ਲੋਕਾਂ ਨੂੰ ਤਰਜੀਹ ਦਿਓ ਅਤੇ "ਪਹਿਲਾਂ ਆਪ" ਦੇ ਸਿਧਾਂਤ ਨੂੰ ਅਪਨਾਓ।

ਅਧਿਆਇ – 9
ਤੁਸੀਂ ਇੱਕ ਪ੍ਰਤੀਨਿਧੀ ਹੋ

"ਆਪਣੇ ਆਪ ਦਾ ਸਤਿਕਾਰ ਕਰੋ ਅਤੇ ਦੂਸਰੇ ਵੀ ਤੁਹਾਡਾ ਸਤਿਕਾਰ ਕਰਨਗੇ : ਕਨਫਿਊਸ਼ਿਯਸ"

ਬਹੁਤ ਸਾਰੇ ਲੋਕਾਂ ਨੂੰ ਇਹ ਗਲਤ ਧਾਰਨਾ ਹੈ ਕਿ ਉਹ ਜੋ ਕਰਦੇ ਹਨ ਉਸ ਨਾਲ ਦੁਨੀਆਂ ਨੂੰ ਕੋਈ ਫ਼ਰਕ ਨਹੀਂ ਪੈਂਦਾ। ਦੇਖੋ, ਹਰ ਵਿਅਕਤੀ ਦੇ ਕੰਮ ਨਾਲ ਫ਼ਰਕ ਪੈਂਦਾ ਹੈ, ਅਤੇ ਸਿੱਧੇ ਸ਼ਬਦਾਂ ਵਿੱਚ ਕਹੀਏ ਤਾਂ, ਤੁਸੀਂ ਇੱਕ ਪ੍ਰਤੀਨਿਧੀ ਹੋ, ਬਹੁਤ ਸਾਰੀਆਂ ਚੀਜ਼ਾਂ ਦੀ ਨੁਮਾਇੰਦਗੀ ਕਰਦੇ ਹੋ।

ਮੰਨ ਲਓ ਤੁਸੀਂ ਕਿਸੇ ਵਿਦੇਸ਼ੀ ਆਦਮੀ ਨੂੰ ਮਿਲਦੇ ਹੋ ਅਤੇ ਉਸਨੂੰ ਪੁੱਛਦੇ ਹੋ ਕਿ ਉਹ ਕਿਸ ਦੇਸ਼ ਤੋਂ ਹੈ। ਜੇਕਰ ਤੁਹਾਨੂੰ ਉਸਦਾ ਵਿਵਹਾਰ ਪਸੰਦ ਆਉਂਦਾ ਹੈ, ਤਾਂ ਤੁਸੀਂ ਇਹ ਧਾਰਨਾ ਬਣਾਉਂਦੇ ਹੋ ਕਿ ਉਹ ਦੇਸ਼ ਬਹੁਤ ਚੰਗਾ ਹੋਣਾ ਚਾਹੀਦਾ ਹੈ ਕਿਉਂਕਿ ਇਸਦੇ ਨਾਗਰਿਕ ਬਹੁਤ ਵਧੀਆ ਵਿਵਹਾਰ ਕਰਦੇ ਹਨ। ਪਰ ਜੇਕਰ ਵਿਦੇਸ਼ੀ ਦਾ ਵਿਵਹਾਰ ਬੁਰਾ ਹੈ, ਤਾਂ ਉਸ ਦੇਸ਼ ਪ੍ਰਤੀ ਤੁਹਾਡੀ ਛਾਪ ਵੀ ਨਕਾਰਾਤਮਕ ਹੋ ਜਾਂਦੀ ਹੈ।

ਇਸੇ ਤਰ੍ਹਾਂ, ਤੁਸੀਂ ਆਪਣੇ ਮਾਪਿਆਂ ਅਤੇ ਆਪਣੇ ਪਰਿਵਾਰ ਦੀ ਪ੍ਰਤਿਨਿਧਿਤਵ ਕਰਦੇ ਹੋ। ਜੇਕਰ ਤੁਸੀਂ ਦੂਜਿਆਂ ਨਾਲ ਚੰਗਾ ਵਿਵਹਾਰ ਕਰਦੇ ਹੋ, ਤਾਂ ਲੋਕ ਮੰਨਦੇ ਹਨ ਕਿ ਤੁਹਾਡੇ ਮਾਪਿਆਂ ਅਤੇ ਪਰਿਵਾਰ ਨੇ ਤੁਹਾਨੂੰ ਚੰਗੇ ਸੰਸਕਾਰ ਦਿੱਤੇ ਹਨ, ਪਰ ਜੇਕਰ ਤੁਹਾਡਾ ਵਿਵਹਾਰ ਮਾੜਾ ਹੈ, ਤਾਂ ਉਹ ਤੁਹਾਡੇ ਪਰਿਵਾਰ ਨੂੰ ਚੰਗੀ ਨਜ਼ਰ ਨਾਲ ਨਹੀਂ ਦੇਖਦੇ।

ਗੱਲ ਇੱਥੇ ਹੀ ਖਤਮ ਨਹੀਂ ਹੁੰਦੀ, ਇਸ ਵਿੱਚ ਲਿੰਗ, ਜਾਤ, ਧਰਮ ਅਤੇ ਹੋਰ ਬਹੁਤ ਸਾਰੀਆਂ ਚੀਜ਼ਾਂ ਸ਼ਾਮਲ ਹਨ, ਇਸ ਲਈ ਇਹ ਸਾਡਾ ਫਰਜ਼ ਬਣਦਾ ਹੈ ਕਿ ਅਸੀਂ ਇੱਕ ਚੰਗੇ ਪ੍ਰਤੀਨਿਧੀ ਬਣੀਏ, ਆਪਣੇ ਵਿਵਹਾਰ ਵਿੱਚ ਕੋਮਲਤਾ ਅਤੇ ਨਿਮਰਤਾ ਲਿਆਈਏ, ਇੱਕ ਚੰਗੇ ਇਨਸਾਨ ਬਣੀਏ ਅਤੇ ਆਪਣੇ ਪਰਿਵਾਰ ਦੇ ਨਾਲ-ਨਾਲ ਸਮਾਜ ਨੂੰ ਵੀ ਬਿਹਤਰ ਬਣਾਈਏ।

ਲੋਕ ਵਿਵਹਾਰ ਨਾਲ ਸਬੰਧਤ ਅਮਲ ਕਰਨ ਵਾਲੀਆਂ ਉਪਯੋਗੀ ਗੱਲਾਂ -

- ਇਹਨਾਂ ਸ਼ਬਦਾਂ ਜਾਂ ਕਿਰਿਆਵਾਂ ਨਾਲ ਮੇਰੀ ਛਵੀ ਕਿਵੇਂ ਦੀ ਬਣੇਗੀ? : ਜਦੋਂ ਵੀ ਤੁਸੀਂ ਕਿਸੇ ਦੁਬਿਧਾ ਵਿੱਚ ਹੋਵੋ, ਤਾਂ ਆਪਣੇ ਆਪ ਨੂੰ ਇਹ ਸਵਾਲ ਪੁੱਛੋ ਅਤੇ ਫਿਰ ਹੀ ਬੋਲੋ ਜਾਂ ਕੰਮ ਕਰੋ।
- ਜੇ ਉਹ (ਤੁਹਾਡਾ ਆਦਰਸ਼ ਵਿਅਕਤੀ) ਹੁੰਦਾ, ਤਾਂ ਕੀ ਉਹ ਇਹ ਕਹਿੰਦਾ ਜਾਂ ਕਰਦਾ: ਆਪਣੀ ਉਲਝਣ ਨੂੰ ਦੂਰ ਕਰਨ ਲਈ, ਆਪਣੇ ਆਪ ਨੂੰ ਆਪਣੇ ਆਦਰਸ਼ ਵਿਅਕਤੀ ਦੀ ਸਥਿਤੀ ਵਿੱਚ ਰੱਖਕੇ ਅਤੇ ਆਪਣੇ ਆਪ ਤੋਂ ਇਹ ਪੁੱਛਣਾ ਤੁਹਾਨੂੰ ਵਧੇਰੇ ਸਪੱਸ਼ਟਤਾ ਦਿੰਦਾ ਹੈ, ਉਦਾਹਰਣ ਵਜੋਂ, ਜਦੋਂ ਵੀ ਮੈਂ ਕਿਸੇ ਸਥਿਤੀ ਵਿੱਚ ਫਸਿਆ ਹੁੰਦਾ ਹਾਂ ਕਿ ਮੈਨੂੰ ਕੀ ਕਹਿਣਾ ਚਾਹੀਦਾ ਹੈ ਜਾਂ ਸੋਚਣਾ ਚਾਹੀਦਾ ਹੈ, ਮੈਂ ਸੋਚਦਾ ਹਾਂ ਕਿ ਜੇ ਮੇਰੇ ਸਵਰਗਵਾਸੀ ਦਾਦਾ ਜੀ ਇਸ ਸਥਿਤੀ ਵਿੱਚ ਹੁੰਦੇ ਤਾਂ ਕੀ ਕਰਦੇ ਅਤੇ ਲਗਭਗ ਹਰ ਵਾਰ ਇਹ ਮੈਨੂੰ ਸਪੱਸ਼ਟ ਹੋ ਜਾਂਦਾ ਹੈ ਕਿ ਮੈਨੂੰ ਕੀ ਕਰਨਾ ਚਾਹੀਦਾ ਹੈ ਜਾਂ ਕਹਿਣਾ ਚਾਹੀਦਾ ਹੈ।

ਅਧਿਆਇ 10

ਜਦੋਂ ਤੁਸੀਂ ਆਪਣੇ ਸੋਚਣ ਦਾ ਨਜ਼ਰੀਆ ਬਦਲ ਲੈਂਦੇ ਹੋ, ਤਾਂ ਤੁਹਾਡੀ ਪੂਰੀ ਦੁਨੀਆਂ ਹੀ ਬਦਲ ਜਾਂਦੀ ਹੈ।

"ਜਦ ਸੋਚਣਾ ਹੀ ਹੈ ਤਾਂ ਕਿਉਂ ਨਾ ਕੁਝ ਵੱਡਾ ਸੋਚਿਆ ਜਾਵੇ - ਡੋਨਾਲਡ ਟ੍ਰੰਪ "

ਮਹਾਨ ਲੇਖਕ ਸਟੀਫਨ ਕਵੀ ਨੇ ਇੱਕ ਵਾਰ ਆਪਣੀ ਕਿਤਾਬ ਵਿੱਚ ਜ਼ਿਕਰ ਕੀਤਾ ਸੀ ਕਿ ਜਦੋਂ ਉਹ ਇੱਕ ਰੇਲਗੱਡੀ ਵਿੱਚ ਯਾਤਰਾ ਕਰ ਰਿਹਾ ਸੀ, ਤਾਂ ਉਸਨੇ ਦੇਖਿਆ ਕਿ ਉਸਦੇ ਸਾਹਮਣੇ ਜਿਹੜਾ ਯਾਤਰੀ ਬੈਠਾ ਸੀ ਉਸਦੇ ਤਿੰਨ ਛੋਟੇ ਬੱਚੇ ਬਹੁਤ ਸ਼ਰਾਰਤ ਕਰ ਰਹੇ ਸਨ, ਜਿਸ ਕਾਰਨ ਦੂਜੇ ਯਾਤਰੀਆਂ ਨੂੰ ਬਹੁਤ ਪਰੇਸ਼ਾਨੀ ਹੋ ਰਹੀ ਸੀ। ਹਰ ਕੋਈ ਉਸ ਆਦਮੀ ਦੇ ਕੁਝ ਕਰਨ ਦੀ ਉਡੀਕ ਕਰ ਰਿਹਾ ਸੀ, ਪਰ ਉਹ ਇਸ ਘਟਨਾ ਤੋਂ ਅਣਜਾਣ ਜਾਪਦਾ ਸੀ ਅਤੇ ਜਿਵੇਂ ਇਸਦਾ ਉਸ 'ਤੇ ਕੋਈ ਅਸਰ ਨਾ ਹੋ ਰਿਹਾ ਹੋਵੇ। ਅੰਤ ਵਿੱਚ, ਸਟੀਫਨ ਕਵੀ ਦਾ ਸਬਰ ਟੁੱਟ ਜਾਂਦਾ ਹੈ ਅਤੇ ਉਸ ਆਦਮੀ ਨੂੰ ਸਬਕ ਸਿਖਾਉਣ ਲਈ ਉਸਨੂੰ ਗੁੱਸੇ ਨਾਲ ਪੁੱਛਦੇ ਹਨ ਕਿ ਤੁਹਾਡੇ ਬੱਚਿਆਂ ਕਾਰਨ ਲੋਕ ਇੰਨੀਆਂ ਪਰੇਸ਼ਾਨੀਆਂ ਦਾ ਸਾਹਮਣਾ ਕਰ ਰਹੇ ਹਨ ਹੋਰ ਤੁਸੀਂ ਹੋ ਕਿ ਇਸਦਾ ਤੁਹਾਡੇ 'ਤੇ ਬਿਲਕੁਲ ਵੀ ਅਸਰ ਨਹੀਂ ਹੋ ਰਿਹਾ।

ਉਸਦੇ ਇਸ ਸਵਾਲ ਤੋਂ ਮਾਨੋਂ ਉਸ ਆਦਮੀ ਨੂੰ ਨੀਂਦ ਤੋਂ ਜਗਾ ਦਿੱਤਾ ਹੋਵੇ ਅਤੇ ਉਹ ਹੋਸ਼ ਵਿੱਚ ਵਾਪਸ ਆ ਗਿਆ ਹੋਵੇ। ਆਪਣੇ ਹੋਸ਼ ਸਾਂਭਦੇ ਹੋਏ ਉਸ ਆਦਮੀ ਨੇ ਕਿਹਾ, ਮਾਫ਼ ਕਰਨਾ, ਅਸੀਂ ਹੁਣੇ ਹਸਪਤਾਲ਼ ਤੋਂ ਵਾਪਸ ਆ ਰਹੇ ਹਾਂ। ਜਿੱਥੇ ਮੇਰੀ ਪਤਨੀ ਯਾਨੀ ਇਹਨਾਂ ਬੱਚਿਆਂ ਦੀ

ਮਾਂ, ਦੀ ਮੌਤ ਹੋ ਗਈ। ਮੈਨੂੰ ਨਹੀਂ ਪਤਾ ਕਿ ਕੀ ਕਰਾਂ, ਅਤੇ ਮੈਨੂੰ ਲੱਗਦਾ ਹੈ ਕਿ ਮੇਰੇ ਬੱਚੇ ਵੀ ਸ਼ਾਇਦ ਇਸੇ ਸਥਿਤੀ ਵਿੱਚ ਹੋਣਗੇ।

ਸਟੀਫਨ ਕਵੀ ਦਾ ਰਵੱਈਆ, ਜੋ ਕੁਝ ਪਲ ਪਹਿਲਾਂ ਹੀ ਦੁਸ਼ਮਣੀ ਅਤੇ ਗੁੱਸੇ ਵਾਲਾ ਸੀ, ਅਚਾਨਕ ਇੱਕ ਸਕਿੰਟ ਦੇ ਅੰਦਰ ਹਮਦਰਦੀ ਵਿੱਚ ਬਦਲ ਗਿਆ। ਜਿੱਥੇ ਉਹ ਪਹਿਲਾਂ ਸਬਕ ਸਿਖਾਉਣ ਦਾ ਇਰਾਦਾ ਰੱਖਦਾ ਸੀ ਪਰ ਹੁਣ ਇਸ ਗੱਲ 'ਤੇ ਧਿਆਨ ਕੇਂਦਰਿਤ ਕਰਦਾ ਹੈ ਕਿ ਉਹ ਆਦਮੀ ਦੇ ਦੁੱਖ ਨੂੰ ਕਿਵੇਂ ਘੱਟ ਕਰ ਸਕਦਾ ਹੈ।

ਸਿੱਧੇ ਸ਼ਬਦਾਂ ਵਿੱਚ, ਆਦਮੀ ਉਹੀ ਸੀ, ਘਟਨਾ ਉਹੀ ਸੀ। ਬੱਸ ਸਾਡਾ ਨਜ਼ਰੀਆ ਬਦਲ ਗਿਆ, ਇਸ ਲਈ ਅਸੀਂ ਵੱਖਰੇ ਢੰਗ ਨਾਲ ਵਿਵਹਾਰ ਕੀਤਾ।

ਇਹ ਬਿਲਕੁਲ ਇਸ ਤਰ੍ਹਾਂ ਹੈ ਜਿਵੇਂ ਤੁਸੀਂ ਚਸ਼ਮਾ ਪਹਿਨਦੇ ਹੋ, ਜਿਸਦਾ ਰੰਗ ਲਾਲ ਹੈ ਅਤੇ ਜਦੋਂ ਤੁਸੀਂ ਇਸਨੂੰ ਪਹਿਨਦੇ ਹੋ, ਤਾਂ ਤੁਸੀਂ ਗੁੱਸੇ ਨਾਲ ਲਾਲ ਹੋ ਜਾਂਦੇ ਹੋ, ਯਾਨੀ ਇਸਨੂੰ ਪਹਿਨਣ ਤੋਂ ਬਾਅਦ, ਤੁਸੀਂ ਜਿਸ ਨੂੰ ਵੀ ਦੇਖਦੇ ਹੋ ਉਸ ਦੀਆਂ ਕਮੀਆਂ 'ਤੇ ਧਿਆਨ ਕੇਂਦਰਿਤ ਕਰਦੇ ਹੋ ਅਤੇ ਉਸਦੀ ਆਲੋਚਨਾ ਕਰਦੇ ਹੋ, ਤੁਸੀਂ ਇੱਕ ਪਹਿਲਾਂ ਤੋਂ ਧਾਰਨਾ ਬਣਾ ਲੈਂਦੇ ਹੋ ਅਤੇ ਵਿਸ਼ਵਾਸ ਕਰਦੇ ਹੋ ਕਿ ਤੁਹਾਡੇ ਸਾਹਮਣੇ ਵਾਲਾ ਵਿਅਕਤੀ ਤੁਹਾਡੇ ਤੋਂ ਜ਼ਰੂਰ ਕੁਝ ਕੰਮ ਕਰਵਾਉਣਾ ਚਾਹੁੰਦਾ ਹੈ।

ਇਸ ਕਾਰਨ ਇਹ ਹੋਵੇਗਾ ਕਿ ਤੁਹਾਡੇ ਦੂਜਿਆਂ ਨਾਲ ਸੰਬੰਧ ਚੰਗੇ ਨਹੀਂ ਰਹਿਣਗੇ ਅਤੇ ਤੁਸੀਂ ਹਮੇਸ਼ਾ ਇਸ ਡਰ ਦੇ ਬੰਧਨ ਹੇਠ ਵਿਵਹਾਰ ਕਰੋਗੇ ਕਿ ਪਤਾ ਦੂਜਾ ਵਿਅਕਤੀ ਮੈਨੂੰ ਕੀ ਨੁਕਸਾਨ ਪਹੁੰਚਾ ਦੇ।

ਮੰਨ ਲਓ ਕਿ ਤੁਸੀਂ ਹਲਕੇ ਨੀਲੇ ਰੰਗ ਦੀ ਐਨਕ ਲਗਾਉਂਦੇ ਹੋ ਅਤੇ ਉਸ ਨੂੰ ਪਹਿਨ ਕੇ ਤੁਸੀਂ ਹਰ ਕਿਸੇ ਵਿੱਚ ਚੰਗਿਆਈ ਦੇਖਦੇ ਅਤੇ ਖੋਜਦੇ ਹੋ। ਤੁਸੀਂ ਮੰਨਦੇ ਹੋ ਕਿ ਤੁਹਾਡੇ ਸਾਹਮਣੇ ਵਾਲਾ ਵਿਅਕਤੀ ਬਹੁਤ ਮਹੱਤਵਪੂਰਨ ਹੈ ਅਤੇ ਤੁਸੀਂ ਉਸ ਨਾਲ ਇੱਕ ਚੰਗਾ ਰਿਸ਼ਤਾ ਬਣਾਉਣਾ ਚਾਹੁੰਦੇ ਹੋ।

ਹੁਣ, ਮੰਨ ਲਓ ਕਿ ਤੁਸੀਂ ਕਿਸੇ ਅਜਿਹੇ ਵਿਅਕਤੀ ਨੂੰ ਮਿਲਦੇ ਹੋ ਜਿਸ ਵਿੱਚ ਕੁਝ ਕਮੀਆਂ ਅਤੇ ਕੁਝ ਖੂਬੀਆਂ ਹਨ। ਹੁਣ, ਕਿਉਂਕਿ ਤੁਸੀਂ ਨੀਲੇ ਰੰਗ ਦੀ ਐਨਕ ਪਹਿਨੀ ਹੋਈ ਹੈ, ਤੁਸੀਂ ਉਨ੍ਹਾਂ ਦੀਆਂ ਕਮੀਆਂ ਨੂੰ ਨਜ਼ਰਅੰਦਾਜ਼ ਕਰੋਗੇ ਅਤੇ ਉਨ੍ਹਾਂ ਦੀਆਂ ਖੂਬੀਆਂ 'ਤੇ ਧਿਆਨ ਕੇਂਦਰਿਤ ਕਰੋਗੇ। ਅਤੇ ਆਪਣੀ ਗੱਲਬਾਤ ਦੌਰਾਨ ਉਨ੍ਹਾਂ ਦੀਆਂ ਕਮੀਆਂ ਤੇ ਗੱਲ ਕਰਨ ਦੀ ਥਾਂ ਉਨ੍ਹਾਂ ਦੀਆਂ ਖੂਬੀਆਂ 'ਤੇ ਗੱਲ ਕਰੋਗੇ ਅਤੇ ਇਸ ਲਈ ਉਨ੍ਹਾਂ ਨੂੰ ਵਧਾਈ ਦੇਗੇ।

ਉਦਾਹਰਣ ਵਜੋਂ, ਇੱਕ ਵਿਅਕਤੀ ਹੈ ਜੋ ਥੋੜ੍ਹਾ ਜਿਹਾ ਦਿਖਾਵਾ ਕਰਦਾ ਹੈ ਪਰ ਜ਼ਿੰਮੇਵਾਰ ਹੈ ਅਤੇ ਸਮੇਂ ਸਿਰ ਕੰਮ ਕਰਦਾ ਹੈ, ਤਾਂ ਸਾਨੂੰ ਉਸਦੀ ਦਿਖਾਵੇ ਦੀ ਆਦਤ ਨੂੰ ਨਜ਼ਰਅੰਦਾਜ਼ ਕਰਨਾ ਚਾਹੀਦਾ ਹੈ (ਦਿਖਾਵੇ ਦੀ ਆਦਤ ਬਾਰੇ ਚਰਚਾ ਨਹੀਂ ਕਰਨੀ ਚਾਹੀਦੀ) ਅਤੇ ਸਮੇਂ ਸਿਰ ਕੰਮ ਕਰਨ ਅਤੇ ਇੱਕ ਜ਼ਿੰਮੇਵਾਰ ਵਿਅਕਤੀ ਹੋਣ ਦੀ ਉਸਦੀ ਆਦਤ ਲਈ ਉਸਦੀ ਪ੍ਰਸ਼ੰਸਾ ਕਰਨੀ ਚਾਹੀਦੀ ਹੈ।

ਜਦੋਂ ਤੁਸੀਂ ਅਜਿਹਾ ਕਰਦੇ ਹੋ, ਤਾਂ ਤੁਸੀਂ ਉਸ ਵਿਅਕਤੀ ਬਾਰੇ ਸੋਚਣ ਦਾ ਤਰੀਕੇ ਵਿੱਚ ਬਦਲਾਵ ਲਿਆਂਦੇ ਹੋ ਅਤੇ ਇਸ ਕਾਰਨ, ਤੁਸੀਂ ਉਨ੍ਹਾਂ ਨਾਲ ਬਿਹਤਰ ਤਰੀਕੇ ਨਾਲ ਵਿਵਹਾਰ ਕਰ ਪਾਂਦੇ ਹੋ।

ਲੋਕ ਵਿਵਹਾਰ ਨਾਲ ਸਬੰਧਤ ਅਮਲ ਕਰਨ ਲਈ ਉਪਯੋਗੀ ਗੱਲਾਂ:

- ਜਦੋਂ ਤੁਸੀਂ ਹਥੌੜੀ ਲੈ ਕੇ ਤੁਰਦੇ ਹੋ, ਤਾਂ ਹਰ ਚੀਜ਼ ਤੁਹਾਨੂੰ ਕੰਡੇ ਵਾਂਗ ਦਿਖਾਈ ਦਿੰਦੀ ਹੈ : ਮੈਂ ਇਹ ਵਾਕ ਇੱਕ ਕਿਤਾਬ ਵਿੱਚ ਪੜ੍ਹਿਆ ਸੀ, ਜਿਸ ਅਨੁਸਾਰ ਜਦੋਂ ਤੁਸੀਂ ਆਪਣੇ ਹੱਥ ਵਿੱਚ ਹਥੌੜਾ ਲੈ ਕੇ ਚੱਲਦੇ ਹੋ ਯਾਨੀ ਦੁਸ਼ਮਣੀ ਭਰੇ ਰਵੱਈਏ ਨਾਲ ਚਲਦੇ ਹੋ, ਤਾਂ ਹਰ ਚੀਜ਼ ਕੰਡੇ ਵਰਗੀ ਜਾਪਦੀ ਹੈ ਭਾਵ ਤੁਹਾਡੇ ਸ਼ਿਕਾਰ ਵਾਂਗ ਜਾਪਦੀ ਹੈ, ਇਹ ਬਿਹਤਰ ਹੋਵੇਗਾ ਜੇਕਰ ਤੁਸੀਂ ਹਥੌੜੇ ਦੀ ਬਜਾਏ ਮੁਸਕਰਾਹਟ ਨਾਲ ਚੱਲੋ ਅਤੇ ਇਸਨੂੰ ਹਰ ਉਸ ਵਿਅਕਤੀ 'ਤੇ ਫੈਲਾਓ ਜਿਸਨੂੰ ਤੁਸੀਂ ਮਿਲਦੇ ਹੋ।
- ਇੱਕ ਖਾਸ ਐਨਕ ਲਗਾਓ: ਹੁਣ ਮੈਂ ਤੁਹਾਨੂੰ ਐਨਕ ਦੇਣ ਜਾ ਰਿਹਾ ਹਾਂ ਜਿਸ ਤੋਂ ਤੁਸੀਂ ਜੋ ਵੀ ਦੇਖੋਗੇ, ਉਹ ਤੁਹਾਨੂੰ ਰਾਜਾ ਜਾਪੇਗਾ। ਇੱਕ ਰਾਜਾ ਨਾਲ ਕਿਵੇਂ ਪੇਸ਼ ਆਉਣਾ ਚਾਹੀਦਾ ਹੈ? ਉਸਨੂੰ ਸਤਿਕਾਰ ਅਤੇ ਮਹੱਤਵ ਦਿੱਤਾ ਜਾਣਾ ਚਾਹੀਦਾ ਹੈ। ਇਸ ਲਈ, ਜਿਸਨੂੰ ਵੀ ਤੁਸੀਂ ਮਿਲੋ, ਉਸਨੂੰ ਸਤਿਕਾਰ ਅਤੇ ਮਹੱਤਵ ਦਿਓ।

ਅਧਿਆਇ – 11

ਵਿਸ਼ਵਾਸ ਦੇ ਬੈਂਕ ਵਿੱਚ ਜ਼ਿੰਦਗੀ ਭਰ ਨਿਵੇਸ਼ ਕਰੋ

"ਪਿਆਰ ਦਾ ਸਭ ਤੋਂ ਵੱਡਾ ਸਬੂਤ ਵਿਸ਼ਵਾਸ ਹੈ -ਜੋਇਸ ਬ੍ਰਦਰਜ਼ "

ਜਿਸ ਤਰ੍ਹਾਂ ਤੁਹਾਡੀ ਵਿੱਤੀ ਸਫਲਤਾ ਇਸ ਗੱਲ 'ਤੇ ਨਿਰਭਰ ਕਰਦੀ ਹੈ ਕਿ ਤੁਸੀਂ ਆਪਣੇ ਬੈਂਕ ਖਾਤੇ ਵਿੱਚ ਕਿੰਨਾ ਪੈਸਾ ਬਚਾਇਆ ਹੈ, ਉਸੇ ਤਰ੍ਹਾਂ ਤੁਹਾਡੀ ਸਮਾਜਿਕ ਸਫਲਤਾ ਇਸ ਗੱਲ 'ਤੇ ਨਿਰਭਰ ਕਰਦੀ ਹੈ ਕਿ ਤੁਸੀਂ ਆਪਣੇ ਵਿਸ਼ਵਸਨੀਅਤਾ ਬੈਂਕ ਵਿੱਚ ਕਿੰਨਾ ਵਿਸ਼ਵਾਸ ਜਮ੍ਹਾ ਕੀਤਾ ਹੈ।

ਜਦੋਂ ਵੀ ਤੁਸੀਂ ਆਪਣੇ ਵਾਅਦੇ ਪੂਰੇ ਕਰਦੇ ਹੋ, ਯਾਨੀ ਕਿ ਤੁਸੀਂ ਜੋ ਕਹਿੰਦੇ ਹੋ ਉਹ ਕਰਦੇ ਹੋ, ਤਾਂ ਤੁਸੀਂ ਉਸ ਬੈਂਕ ਵਿੱਚ ਪੈਸੇ ਜਮ੍ਹਾਂ ਕਰਦੇ ਹੋ ਅਤੇ ਜਦੋਂ ਵੀ ਤੁਸੀਂ ਆਪਣੇ ਵਾਅਦੇ ਤੋੜਦੇ ਹੋ, ਯਾਨੀ ਕਿ ਤੁਸੀਂ ਜੋ ਕਹਿੰਦੇ ਹੋ ਉਹ ਨਹੀਂ ਕਰਦੇ, ਤਾਂ ਤੁਸੀਂ ਪੈਸੇ ਕਢਵਾਉਂਦੇ ਹੋ।

ਤੁਹਾਡੇ ਇਸ ਵਿਸ਼ਵਾਸ ਬੈਂਕ ਦੀ ਸਥਿਤੀ ਇਸ ਗੱਲ 'ਤੇ ਨਿਰਭਰ ਕਰਦੀ ਹੈ ਕਿ ਤੁਸੀਂ ਲੰਬੇ ਸਮੇਂ ਤੋਂ ਇਸ ਵਿੱਚੋਂ ਕਿੰਨਾ ਪੈਸਾ ਜਮ੍ਹਾ ਕੀਤਾ ਹੈ ਜਾਂ ਕਢਵਾਇਆ ਹੈ।

ਜੇਕਰ ਤੁਸੀਂ ਲਗਾਤਾਰ ਝੂਠ ਬੋਲ ਕੇ ਅਤੇ ਆਪਣੇ ਵਾਅਦੇ ਤੋੜ ਕੇ ਸਿਰਫ ਕਢਦੇ ਹੀ ਆ ਰਹੇ ਹੋ, ਤਾਂ ਤੁਹਾਡੀ ਵਿਸ਼ਵਸਨੀਅਤਾ ਘੱਟ ਜਾਵੇਗੀ, ਜਦੋਂ ਕਿ ਜੇਕਰ ਤੁਸੀਂ ਲਗਾਤਾਰ ਸੱਚ ਬੋਲਦੇ ਹੋ ਅਤੇ ਆਪਣੇ ਵਾਅਦੇ ਨਿਭਾਉਂਦੇ ਹੋ, ਤਾਂ ਤੁਹਾਡੀ ਵਿਸ਼ਵਸਨੀਅਤਾ ਵਧੇਗੀ।

ਜੇਕਰ ਤੁਹਾਡੀ ਛਵੀ ਇੱਕ ਚੰਗੇ, ਇਮਾਨਦਾਰ ਅਤੇ ਸੱਚੇ ਵਿਅਕਤੀ ਦੇ ਰੂਪ ਵਿੱਚ ਹੈ, ਤਾਂ ਲੋਕ ਤੁਹਾਡੇ ਨਾਲ ਜੁੜਨਾ, ਤੁਹਾਡੇ ਨਾਲ ਕੰਮ ਕਰਨਾ ਅਤੇ ਤੁਹਾਡੇ ਨਾਲ ਸਬੰਧ ਸਥਾਪਤ ਕਰਨਾ ਚਾਹੁਣਗੇ।

ਤੁਸੀਂ ਜੋ ਵੀ ਕੱਮ ਕਰਨਾ ਚਾਹੋਗੇ ਅਤੇ ਤੁਸੀਂ ਜੋ ਵੀ ਕੰਮ ਕਰੋਗੇ ਉਸ ਵਿੱਚ ਤੁਹਾਨੂੰ ਸਾਰਿਆਂ ਦਾ ਸਹਿਯੋਗ ਅਤੇ ਸਮਰਥਨ ਮਿਲੇਗਾ, ਇਸ ਲਈ ਤੁਹਾਡੀ ਸਫਲਤਾ ਲਗਭਗ ਯਕੀਨੀ ਹੋ ਜਾਏਗੀ।

ਇਸ ਬੈਂਕ ਦੇ ਨਿਅਮ ਬਹੁਤ ਸਰਲ ਹਨ:-

- ਸੱਚ ਬੋਲੋ
- ਉਹ ਵਾਅਦੇ ਕਰੋ ਜੋ ਤੁਸੀਂ ਨਿਭਾ ਸਕਦੇ ਹੋ
- ਉਸਨੂੰ ਦੱਸੋ ਕਿ ਤੁਸੀਂ ਕੀ ਨਹੀਂ ਕਰ ਸਕਦੇ।

ਬਹੁਤ ਸਾਰੀਆਂ ਵੱਡੀਆਂ ਕੰਪਨੀਆਂ ਵੱਡੀਆਂ ਤੋਂ ਵੱਡੀਆਂ ਹੁੰਦੀਆਂ ਜਾ ਰਹੀਆਂ ਹਨ ਅਤੇ ਵੱਖ-ਵੱਖ ਖੇਤਰਾਂ ਵਿੱਚ ਫੈਲ ਰਹੀਆਂ ਹਨ ਕਿਉਂਕਿ ਉਹ ਜੋ ਕਹਿੰਦੇ ਹਨ ਉਹ ਕਰਦੀਆਂ ਹਨ ਅਤੇ ਹਮੇਸ਼ਾ ਆਪਣੇ ਵਾਅਦੇ ਪੂਰੇ ਕਰਦੀਆਂ ਹਨ ਅਤੇ ਬਹੁਤ ਸਾਰੀਆਂ ਵੱਡੀਆਂ ਕੰਪਨੀਆਂ ਬਰਬਾਦੀ ਦੇ ਕੰਢੇ 'ਤੇ ਪਹੁੰਚ ਗਈਆਂ ਹਨ ਕਿਉਂਕਿ ਉਨ੍ਹਾਂ ਨੇ ਆਪਣੇ ਵਾਅਦੇ ਪੂਰੇ ਕਰਨਾ ਛੱਡ ਦਿੱਤਾ ਅਤੇ ਗਾਹਕਾਂ ਨੂੰ ਧੋਖਾ ਦਿੱਤਾ।

ਜੇਕਰ ਤੁਸੀਂ ਆਪਣੇ ਕਰੀਅਰ ਅਤੇ ਲੋਕ ਵਿਵਹਾਰ ਦੀ ਕਲਾ ਵਿੱਚ ਸਫਲ ਹੋਣਾ ਚਾਹੁੰਦੇ ਹੋ, ਤਾਂ ਹੁਣ ਤੋਂ ਵਿਸ਼ਵਾਸ ਦੇ ਬੈਂਕ ਵਿੱਚ ਜੀਵਨ ਭਰ ਨਿਵੇਸ਼ਕ ਬਣੋ।

ਲੋਕ ਵਿਵਹਾਰ ਨਾਲ ਸਬੰਧਤ ਅਮਲ ਕਰਨ ਲਈ ਉਪਯੋਗੀ ਗੱਲਾਂ : -

ਵਿਸ਼ਵਾਸ ਦੇ ਬੈਂਕ ਦੇ ਨਿਅਮਾਂ ਨੂੰ ਯਾਦ ਕਰ ਲਵੋ:

- ਸੱਚ ਬੋਲੋ।
- ਸਿਰਫ਼ ਉਹੀ ਵਾਅਦੇ ਕਰੋ ਜੋ ਤੁਸੀਂ ਨਿਭਾ ਸਕਦੇ ਹੋ।
- ਉਸਨੂੰ ਦੱਸ ਦਵੋਂ ਕਿ ਤੁਸੀਂ ਕੀ ਨਹੀਂ ਕਰ ਸਕਦੇ।
- ਜਦੋਂ ਵੀ ਤੁਹਾਡੇ ਮਨ ਵਿੱਚ ਕਿਸੇ ਨੂੰ ਝੂਠ ਬੋਲਣ ਜਾਂ ਧੋਖਾ ਦੇਣ ਦਾ ਵਿਚਾਰ ਆਏ, ਤਾਂ ਆਪਣੇ ਆਪ ਤੋਂ ਪੁੱਛੋ ਕਿ ਜੇ ਕਿਸੇ ਨੇ ਮੇਰੇ ਨਾਲ ਅਜਿਹਾ ਕੀਤਾ ਹੁੰਦਾ ਤਾਂ ਮੈਨੂੰ ਕਿਵੇਂ ਲੱਗਦਾ।

ਅਧਿਆਇ – 12
ਸੰਸਾਰ ਇੱਕ ਸ਼ੀਸ਼ਾ ਹੈ

"ਜਿਵੇਂ ਦਾ ਬੀਜੋਗੇ, ਉਵੇਂ ਦਾ ਹੀ ਵੱਢੋਗੇ - ਪੁਰਾਣੀ ਕਹਾਵਤ "

ਇੱਕ ਵਾਰ, ਇੱਕ ਛੋਟਾ ਮੁੰਡਾ, ਆਪਣੀ ਮਾਂ ਨਾਲ ਗੁੱਸੇ ਵਿੱਚ, ਚੀਕਣ ਲੱਗ ਪਿਆ, "ਮੈਂ ਤੈਨੂੰ ਨਫ਼ਰਤ ਕਰਦਾ ਹਾਂ।" ਇੱਕ ਸਖ਼ਤ ਝਿੜਕ ਤੋਂ ਡਰ ਕੇ, ਉਹ ਘਰੋਂ ਭੱਜ ਗਿਆ। ਭਟਕਦਾ ਹੋਇਆ, ਉਹ ਪਹਾੜੀਆਂ 'ਤੇ ਪਹੁੰਚ ਗਿਆ, ਜਿੱਥੇ ਉਸਨੇ ਗੁੱਸੇ ਨਾਲ ਚੀਕਿਆ, "ਮੈਂ ਤੈਨੂੰ ਨਫ਼ਰਤ ਕਰਦਾ ਹਾਂ, ਮੈਂ ਤੈਨੂੰ ਨਫ਼ਰਤ ਕਰਦਾ ਹਾਂ।" ਹੈਰਾਨੀ ਦੀ ਗੱਲ ਹੈ ਕਿ, ਉਸਨੇ ਦੁਬਾਰਾ ਉਹੀ ਆਵਾਜ਼ ਸੁਣੀ, "ਮੈਂ ਤੈਨੂੰ ਨਫ਼ਰਤ ਕਰਦਾ ਹਾਂ, ਮੈਂ ਤੈਨੂੰ ਨਫ਼ਰਤ ਕਰਦਾ ਹਾਂ।" ਕਿਉਂਕਿ ਉਹ ਛੋਟਾ ਸੀ, ਉਹ ਡਰ ਗਿਆ ਅਤੇ ਆਪਣੀ ਮਾਂ ਕੋਲ ਭੱਜਿਆ, ਕਹਿਣ ਲੱਗਾ, "ਵਾਦੀ ਵਿੱਚ ਇੱਕ ਹੋਰ ਬੱਚਾ ਹੈ ਜੋ ਵੀ ਚੀਕ ਰਿਹਾ ਹੈ, 'ਮੈਂ ਤੈਨੂੰ ਨਫ਼ਰਤ ਕਰਦਾ ਹਾਂ, ਮੈਂ ਤੈਨੂੰ ਨਫ਼ਰਤ ਕਰਦਾ ਹਾਂ।'" ਉਸਦੀ ਮਾਂ ਸਮਝ ਗਈ। ਉਸਨੇ ਆਪਣੇ ਪੁੱਤਰ ਨੂੰ ਕਿਹਾ ਕਿ ਉਹ ਹੁਣ ਉਸਦੇ ਨਾਲ ਪਹਾੜੀਆਂ 'ਤੇ ਜਾਵੇਗੀ। ਉੱਥੇ ਪਹੁੰਚਣ 'ਤੇ, ਮਾਂ ਨੇ ਆਪਣੇ ਪੁੱਤਰ ਨੂੰ ਕਿਹਾ ਕਿ ਇਸ ਵਾਰ ਉਹ ਚੀਕ ਕੇ ਕਹੇ, "ਮੈਂ ਤੈਨੂੰ ਪਿਆਰ ਕਰਦਾ ਹਾਂ, ਮੈਂ ਤੈਨੂੰ ਪਿਆਰ ਕਰਦਾ ਹਾਂ।" ਛੋਟੇ ਮੁੰਡੇ ਨੇ ਆਪਣੀ ਮਾਂ ਦੇ ਹੁਕਮ ਦੀ ਪਾਲਣਾ ਕੀਤੀ ਅਤੇ ਚੀਕਣ ਲੱਗ ਪਿਆ, "ਮੈਂ ਤੈਨੂੰ ਪਿਆਰ ਕਰਦਾ ਹਾਂ, ਮੈਂ ਤੈਨੂੰ ਪਿਆਰ ਕਰਦਾ ਹਾਂ।" ਉਸਨੂੰ ਉਹੀ ਗੂੰਜ ਸੁਣਾਈ ਪਈ।

ਇਸ ਕਹਾਣੀ ਨੂੰ ਦੱਸਣ ਦਾ ਮਕਸਦ ਸਿਰਫ਼ ਇਹ ਦਰਸਾਉਣਾ ਹੈ ਕਿ ਤੁਸੀਂ ਦੁਨੀਆਂ ਨੂੰ ਜੋ ਵੀ ਦਿੰਦੇ ਹੋ, ਉਹ ਤੁਹਾਡੇ ਕੋਲ ਵਾਪਸ ਆਉਂਦਾ ਹੈ। ਜੇਕਰ ਤੁਸੀਂ ਲੋਕਾਂ ਨਾਲ ਚੰਗਾ ਅਤੇ ਨਿਮਰਤਾ ਨਾਲ ਪੇਸ਼ ਆਉਂਦੇ ਹੋ, ਤਾਂ ਜ਼ਿਆਦਾਤਰ ਲੋਕ ਤੁਹਾਡੇ ਨਾਲ ਨਿਮਰਤਾ ਨਾਲ ਪੇਸ਼ ਆਉਣਗੇ। ਜੇਕਰ ਤੁਸੀਂ ਲੋਕਾਂ ਨੂੰ ਘੂਰੋਗੇ, ਤਾਂ ਜ਼ਿਆਦਾਤਰ ਲੋਕ ਤੁਹਾਨੂੰ ਵੀ ਘੇਰਾਂਗੇ । ਅਤੇ

ਜੇਕਰ ਤੁਸੀਂ ਲੋਕਾਂ 'ਤੇ ਮੁਸਕਰਾਉਂਦੇ ਹੋ, ਤਾਂ ਜ਼ਿਆਦਾਤਰ ਲੋਕ ਤੁਹਾਨੂੰ ਦੇਖ ਕੇ ਮੁਸਕਰਾਉਣਗੇ। ਇਸ ਲਈ, ਦੁਨੀਆਂ ਨੂੰ ਉਹੀ ਦਿਓ ਜੋ ਤੁਸੀਂ ਪ੍ਰਾਪਤ ਕਰਨਾ ਚਾਹੁੰਦੇ ਹੋ ਕਿਉਂਕਿ ਦੁਨੀਆਂ ਇੱਕ ਸ਼ੀਸ਼ਾ ਹੈ।

ਲੋਕ ਵਿਵਹਾਰ ਨਾਲ ਸਬੰਧਤ ਅਮਲ ਕਰਨ ਯੋਗ ਉਪਯੋਗੀ ਗਲਾਂ

- **ਇਹ ਜ਼ਰੂਰੀ ਨਹੀਂ ਕਿ ਤੁਸੀਂ ਇਹ ਉਸ ਵਿਅਕਤੀ ਤੋਂ ਪ੍ਰਾਪਤ ਕਰੋ ਪਰ ਤੁਹਾਨੂੰ ਇਹ ਜ਼ਰੂਰ ਮਿਲੇਗਾ :** ਇਸ ਅਧਿਆਇ ਵਿੱਚ, ਬੱਚੇ ਅਤੇ ਮਾਂ ਦੀ ਕਹਾਣੀ ਇਹ ਸਪੱਸ਼ਟ ਕਰਦੀ ਹੈ ਕਿ ਤੁਸੀਂ ਦੁਨੀਆਂ ਨੂੰ ਜੋ ਕੁਝ ਦਿੰਦੇ ਹੋ, ਉਹੀ ਸਾਡੇ ਕੋਲ ਵਾਪਸ ਆਉਂਦਾ ਹੈ। ਇਹ ਜ਼ਰੂਰੀ ਨਹੀਂ ਹੈ ਕਿ ਤੁਸੀਂ ਇਹ ਚੀਜ਼ ਉਸ ਵਿਅਕਤੀ ਰਾਹੀਂ ਪ੍ਰਾਪਤ ਕਰੋ ਪਰ ਬ੍ਰਹਿਮੰਡ ਸਾਡੇ ਕੰਮਾਂ ਰਾਹੀਂ ਸਾਨੂੰ ਜ਼ਰੂਰ ਵਾਪਸ ਕਰ ਦਿੰਦਾ ਹੈ, ਇਸ ਲਈ ਦੁਨੀਆਂ ਨੂੰ ਉਹੀ ਦਿਓ ਜੋ ਤੁਸੀਂ ਆਪਣੇ ਲਈ ਚਾਹੁੰਦੇ ਹੋ।
- **ਪੰਚਤੰਤਰ ਵਰਗੀਆਂ ਕਹਾਣੀਆਂ ਪੜ੍ਹੋ :** ਬਚਪਨ ਵਿੱਚ ਅਸੀਂ ਪੰਚਤੰਤਰ ਅਤੇ ਜਾਤਕ ਕਹਾਣੀਆਂ ਵਰਗੀਆਂ ਬਹੁਤ ਸਾਰੀਆਂ ਕਿਤਾਬਾਂ ਪੜ੍ਹੀਆਂ ਸਨ ਜਿਨ੍ਹਾਂ ਵਿੱਚ ਅਜਿਹੀਆਂ ਬਹੁਤ ਸਾਰੀਆਂ ਕਹਾਣੀਆਂ ਸਨ ਜੋ ਸਮਝਾਉਂਦੀਆਂ ਸਨ ਕਿ ਜਿਵੇਂ ਤੁਸੀਂ ਬੀਜਦੇ ਹੋ, ਉਵੇਂ ਹੀ ਵੱਢਦੇ ਹੋ, ਉਨ੍ਹਾਂ ਨੂੰ ਪੜ੍ਹੋ ਅਤੇ ਇਹ ਤੁਹਾਨੂੰ ਹੋਰ ਸਪੱਸ਼ਟ ਹੋ ਜਾਵੇਗਾ ਕਿ ਦੁਨੀਆਂ ਇੱਕ ਸ਼ੀਸ਼ਾ ਹੈ।

EVERYONE IS DIFFERENT.

ਅਧਿਆਇ 13
ਦੁਨੀਆਂ ਤੁਹਾਡੀ ਮਰਜ਼ੀ ਅਨੁਸਾਰ ਨਹੀਂ ਚੱਲਦੀ

ਲੋਕ ਵਿਵਹਾਰ ਵਿੱਚ ਸਫਲਤਾ ਦਾ ਇੱਕ ਮਹੱਤਵਪੂਰਨ ਨਿਅਮ - ਲੋਕਾਂ ਦੀ ਪਸੰਦ ਦਾ ਸਤਿਕਾਰ ਕਰੋ -ਰਾਜਲ

ਬਚਪਨ ਵਿੱਚ, ਮੈਂ ਆਪਣੇ ਦਾਦਾ ਜੀ ਨਾਲ ਸਾਡੀ ਜੱਦੀ ਦੁਕਾਨ, ਬੈਂਚ ਹਾਊਸ ਵਿੱਚ ਬਹੁਤ ਸਮਾਂ ਬਿਤਾਉਂਦਾ ਹੁੰਦਾ ਸੀ। ਇੱਕ ਵਾਰ, ਮੈਂ ਇੱਕ ਡਿਸਪਲੇ ਵਿੱਚੋਂ ਇੱਕ ਘੜੀ ਕੱਢਦੇ ਹੋਏ ਅਪਨੇ ਦਾਦਾ ਜੀ ਨੂੰ ਕਿਹਾ ਕਿ ਸਿਰਫ਼ ਇਸ ਮਾਡਲ ਦੀ ਘੜੀ ਹੀ ਮੰਗਵਾਇਆ ਕਰੋ ਕਿਉਂਕਿ ਮੈਨੂੰ ਇਹ ਹੀ ਪਸੰਦ ਹੈ, ਕੋਈ ਹੋਰ ਕਿਸੇ ਮਾਡਲ ਦੀ ਘੜੀ ਨਾ ਮੰਗਾਇਆ ਕਰੋ।

ਇਸ ਤੇ ਦਾਦਾ ਜੀ ਨੇ ਮੁਸਕਰਾਉਂਦੇ ਹੋਏ ਕਿਹਾ, "ਪੁੱਤਰ, ਸਾਨੂੰ ਕੋਈ ਵੀ ਮਾਡਲ ਪਸੰਦ ਹੈ, ਪਰ ਸਾਡੀ ਦੁਕਾਨ 'ਤੇ ਹਰ ਰੋਜ਼ ਸੈਂਕੜੇ ਲੋਕ ਆਉਂਦੇ ਹਨ, ਅਤੇ ਉਨ੍ਹਾਂ ਦੀ ਪਸੰਦ ਵੀ ਸੈਂਕੜੇ ਤਰ੍ਹਾਂ ਦੀ ਹੁੰਦੀ ਹੈ। ਇਸ ਲਈ, ਸਾਨੂੰ ਉਨ੍ਹਾਂ ਦੀਆਂ ਪਸੰਦਾਂ ਅਨੁਸਾਰ ਘੜੀਆਂ ਦਾ ਸਟਾਕ ਰੱਖਣਾ ਪੈਂਦਾ ਹੈ। ਜੇਕਰ ਅਸੀਂ ਆਪਣੀ ਦੁਕਾਨ ਚਲਾਉਣਾ ਚਾਹੁੰਦੇ ਹਾਂ, ਤਾਂ ਸਾਨੂੰ ਗਾਹਕ ਦੀਆਂ ਪਸੰਦਾਂ ਅਨੁਸਾਰ ਢਲਣਾ ਪਵੇਗਾ, ਨਾ ਕਿ ਆਪਣੀ ਪਸੰਦ ਅਨੁਸਾਰ, ਨਹੀਂ ਤਾਂ ਗਾਹਕ ਕਿਤੇ ਹੋਰ ਜਾ ਕੇ ਉਥੋਂ ਘੜੀ ਖਰੀਦ ਲੇਗਾ।

ਜੇਕਰ ਤੁਸੀਂ ਲੋਕ ਵਿਵਹਾਰ ਦੀ ਕਲਾ ਵਿੱਚ ਮਾਹਰ ਬਣਨਾ ਚਾਹੁੰਦੇ ਹੋ, ਤਾਂ ਤੁਹਾਨੂੰ ਇਹ ਕੌੜੀ ਸੱਚਾਈ ਯਾਦ ਰੱਖਣੀ ਪਵੇਗੀ ਕਿ ਦੁਨੀਆ ਤੁਹਾਡੀ ਪਸੰਦ ਅਨੁਸਾਰ ਨਹੀਂ ਚੱਲਦੀ। ਜ਼ਰਾ ਆਪਣੇ ਆਪ ਨੂੰ ਕਲਪਨਾ ਕਰੋ ਕਿ ਇੱਕ ਰੈਸਟੋਰੈਂਟ ਮਾਲਕ ਤੁਹਾਨੂੰ ਆਪਣੀ ਪਸੰਦ ਦਾ ਭੋਜਨ ਹੀ ਵੇਚੇ, ਇੱਕ ਟੀਵੀ ਚੈਨਲ ਦਾ ਮਾਲਕ ਸਿਰਫ਼ ਆਪਣੀ ਪਸੰਦ ਦੇ ਗਾਣੇ ਅਤੇ ਫਿਲਮਾਂ ਦਿਖਾਏ , ਰੇਲਵੇ ਅਤੇ ਹਵਾਈ ਜਹਾਜ਼ ਸਿਰਫ਼ ਸਰਕਾਰ ਜਾਂ ਕੰਪਨੀ ਮਾਲਕਾਂ ਦੀ ਪਸੰਦ ਦੀਆਂ ਥਾਵਾਂ 'ਤੇ ਹੀ ਚੱਲਣ।

ਜੇਕਰ ਇਸ ਤਰ੍ਹਾਂ ਦੀਆਂ ਚੀਜ਼ਾਂ ਵਾਪਰਦੀਆਂ, ਤਾਂ ਬਹੁਤ ਸਾਰੀਆਂ ਸਮੱਸਿਆਵਾਂ ਪੈਦਾ ਹੋ ਜਾਣ ਗਿਆ, ਇਸ ਲਈ ਸਾਨੂੰ ਹਰ ਕਿਸੇ ਦੀ ਪਸੰਦ ਦਾ ਧਿਆਨ ਰੱਖਣਾ ਪਵੇਗਾ। ਜੇਕਰ ਤੁਸੀਂ ਮੱਛੀਆਂ ਫੜਨ ਜਾਂਦੇ ਹੋ, ਤਾਂ ਤੁਸੀਂ ਕਾਂਟੇ ਵਿਚ ਡੋਸਾ ਨਹੀਂ ਬੰਨ੍ਹ ਸਕਦੇ ਕਿਉਂਕਿ ਤੁਹਾਨੂੰ ਇਹ ਪਸੰਦ ਹੈ। ਪਰ ਤੁਹਾਨੂੰ ਮੱਛੀਆਂ ਫੜਨ ਲਈ ਕੀੜੇ ਦੀ ਵਰਤੋਂ ਕਰਨੀ ਪਵੇਗੀ।

ਇਸ ਲਈ, ਤੁਹਾਨੂੰ ਲੋਕਾਂ ਦੀਆਂ ਪਸੰਦਾਂ ਵੱਲ ਵਿਸ਼ੇਸ਼ ਧਿਆਨ ਦੇਣਾ ਚਾਹੀਦਾ ਹੈ। ਤਦ ਹੀ ਤੁਸੀਂ ਲੋਕ ਵਿਵਹਾਰ ਦੀ ਕਲਾ ਵਿੱਚ ਮੁਹਾਰਤ ਹਾਸਲ ਕਰ ਸਕੋਗੇ।

ਲੋਕ ਵਿਵਹਾਰ ਨਾਲ ਸਬੰਧਤ ਅਮਲ ਕਰਨ ਵਾਲੀਆਂ ਉਪਯੋਗੀ ਗੱਲਾ -

- **ਸਰਵੇਖਣ ਕਰੋ:** ਲੋਕਾਂ ਤੋਂ ਪੁੱਛੋ ਕਿ ਉਹਨਾਂ ਨੂੰ ਕੀ ਪਸੰਦ ਹੈ, ਉਦਾਹਰਨ ਲਈ, ਭੋਜਨ, ਕੱਪੜੇ, ਘੁੰਮਣ ਲਈ ਥਾਵਾਂ, ਕਿਹੜੇ ਅਦਾਕਾਰ, ਕਿਹੜੇ ਖੇਡ, ਆਦਿ।
- **ਜੋ ਤੁਹਾਨੂੰ ਪਸੰਦ ਹੈ ਉਹ ਹੀ ਗੱਲ ਕਰਾਂਗੇ**: ਪੁਰਾਣੇ ਜ਼ਮਾਨੇ ਦੇ ਗਾਣੇ ਦੀ ਬਸ ਪਹਿਲੀ ਲਾਈਨ ਯਾਦ ਕਰ ਲਵੋ, "ਜੋ ਤੁਮਕੋ ਪਸੰਦ ਵਹੀ ਬਾਤ ਕਰੇਂਗੇ " ਇੱਥੇ ਝੂਠ ਬੋਲਣ ਜਾਂ ਚਾਪਲੂਸੀ ਕਰਨ ਲਈ ਨਹੀਂ ਕਿਹਾ ਜਾ ਰਿਹਾ ਹੈ ,ਬਸ ਤੁਸੀਂ ਲੋਕਾਂ ਨਾਲ ਉਨ੍ਹਾਂ ਦੀਆਂ ਰੁਚੀਆਂ ਬਾਰੇ ਗੱਲ ਕਰੋ, ਜੋ ਤੁਹਾਨੂੰ ਉਨ੍ਹਾਂ ਨਾਲ ਬਿਹਤਰ ਢੰਗ ਨਾਲ ਜੁੜਨ ਵਿੱਚ ਮਦਦ ਕਰੇਗਾ।

ਅਧਿਆਇ 14
ਦੁਨੀਆ ਦਾ ਸਬਤੋਂ ਜਿਆਦਾ ਮਨਪਸੰਦ ਰੇਡੀਓ ਸਟੇਸ਼ਨ

"ਇੱਕ ਆਦਮੀ ਆਪਣੇ ਹੱਕਾਂ ਨਾਲੋਂ ਆਪਣੀ ਪਸੰਦਾ ਲਈ ਜ਼ਿਆਦਾ ਲੜੇਗਾ - ਨੈਪੋਲੀਅਨ ਬੋਨਾਪਾਰਟ"

ਕੀ ਤੁਸੀਂ ਦੱਸ ਸਕਦੇ ਹੋ ਕਿ ਦੁਨੀਆ ਦਾ ਸਭ ਤੋਂ ਪਸੰਦੀਦਾ ਏਫਏਮ ਰੇਡੀਓ ਸਟੇਸ਼ਨ ਕਿਹੜਾ ਹੈ?

ਆਪਣੇ ਦਿਮਾਗ 'ਤੇ ਬਹੁਤ ਜ਼ਿਆਦਾ ਦਬਾਅ ਨਾ ਪਾਓ, ਮੈਂ ਤੁਹਾਨੂੰ ਦੱਸਦਾ ਹਾਂ, ਲੋਕ ਵਿਵਹਾਰ ਦੇ ਮਾਮਲੇ ਵਿੱਚ ਦੁਨੀਆ ਦੇ ਪਸੰਦੀਦਾ ਐਫਐਮ ਰੇਡੀਓ ਸਟੇਸ਼ਨ ਦਾ ਨਾਮ ਹੈ

WII-FM ਇੱਕ ਅੰਗਰੇਜ਼ੀ ਸ਼ਬਦ ਹੈ ਅਤੇ ਇਸਦਾ ਅਰਥ ਹੈ What's in it for me- ਪੰਜਾਬੀ ਵਿੱਚ ਸਰਲ ਸ਼ਬਦਾਂ ਵਿੱਚ ਇਸਦਾ ਅਰਥ ਹੈ -"ਇਸ ਵਿਚ ਮੇਰੇ ਲਈ ਕੀ ਹੈ?"

ਕੋਈ ਵੀ ਵਿਅਕਤੀ ਤੁਹਾਡੇ ਪ੍ਰਸਤਾਵ ਵਿਚ, ਤੁਹਾਡੇ ਸ਼ਬਦਾਂ ਵਿਚ, ਤੁਹਾਡੇ ਕੰਮ ਵਿਚ, ਜਾਂ ਕਿਸੇ ਹੋਰ ਚੀਜ਼ ਵਿੱਚ ਸਿਰਫ਼ ਤਾਂ ਹੀ ਦਿਲਚਸਪੀ ਲਵੇਗਾ ਜੇਕਰ ਉਸ ਨੂੰ ਇਸ ਗੱਲ ਦਾ ਜਵਾਬ ਮਿਲੇਗਾ ਕਿ ਇਸ ਵਿੱਚ ਉਸ ਲਈ ਕੀ ਹੈ!-ਅਗਰ ਉਸ ਵਿੱਚ ਉਸਦਾ ਕੋਈ ਫਾਇਦਾ ਹੋਵੇਗਾ, "ਸਿਰਫ਼ ਤੇ ਸਿਰਫ਼" ਤਾਂ ਹੀ ਉਹ ਕੁਝ ਕਰੇਗਾ, ਨਹੀਂ ਤਾਂ ਉਸ ਨੂੰ ਕੋਈ ਫ਼ਰਕ ਨਹੀਂ ਪੈਂਦਾ। ਇਹ ਮਨੁੱਖੀ ਸੁਭਾਅ ਹੈ, ਅਤੇ ਇਸ ਬਾਰੇ ਸਾਨੂੰ ਬੁਰਾ ਮਹਿਸੂਸ ਕਰਨ ਦੀ ਕੋਈ ਲੋੜ ਨਹੀਂ ਹੈ।

ਆਪਣੇ ਆਪ ਤੋਂ ਪੁੱਛੋ ਕਿ ਤੁਸੀਂ ਦੂਜੇ ਵਿਅਕਤੀ ਨੂੰ ਕੀ ਦੇ ਸਕਦੇ ਹੋ:-

- ਮਹੱਤਵ, ਸਤਿਕਾਰ, ਦਿਲਚਸਪੀ ਅਤੇ ਧਿਆਨ ਨਾਲ ਸੁਣਨਾ ਵੀ ਸ਼ਾਮਲ ਹਨ। ਨਾਲ ਹੀ ਕੀ ਤੁਸੀਂ ਉਸਦੀ ਕੋਈ ਸਮੱਸਿਆ ਹੱਲ ਕਰਨ ਵਿੱਚ ਮਦਦ ਕਰ ਸਕਦੇ ਹੋ?
- ਕੀ ਤੁਸੀਂ ਉਸਦੇ ਕਰੀਅਰ ਨੂੰ ਅੱਗੇ ਵਧਾਉਣ ਲਈ ਕੁਝ ਮਦਦ ਕਰ ਸਕਦੇ ਹੋ?
- ਕੀ ਤੁਸੀਂ ਉਸਦੀ ਹੋਰ ਪੈਸੇ ਕਮਾਉਣ ਵਿੱਚ ਮਦਦ ਕਰ ਸਕਦੇ ਹੋ? ਇਸ ਤਰ੍ਹਾਂ ਦੀਆਂ ਚੀਜ਼ਾਂ 'ਤੇ ਵਿਚਾਰ ਕਰੋ, ਅਤੇ ਤਾਂ ਤੁਸੀਂ ਲੋਕ ਵਿਵਹਾਰ ਦੀ ਕਲਾ ਵਿੱਚ ਮੁਹਾਰਤ ਹਾਸਲ ਕਰਨ ਦੀ ਦਿਸ਼ਾ ਵਿਚ ਇੱਕ ਹੋਰ ਕਦਮ ਵਧਾ ਲੋਗੇ।

ਲੋਕ ਵਿਵਹਾਰ ਨਾਲ ਸਬੰਧਤ ਅਮਲ ਕਰਨ ਯੋਗ ਲਾਭਦਾਇਕ ਗੱਲਾਂ:-

- **ਮੁਫ਼ਤ ਵਿੱਚ ਕੰਮ ਨਾ ਲਓ:** ਜੇਕਰ ਤੁਸੀਂ ਕਿਸੇ ਤੋਂ ਕੋਈ ਕੰਮ ਲੈ ਰਹੇ ਹੋ, ਤਾਂ ਉਸਨੂੰ ਉਚਿਤ ਮੁਆਵਜ਼ਾ ਵੀ ਦਿਓ।
- **ਆਪਣੇ ਆਪ ਤੋਂ ਪੁੱਛੋ ਕਿ ਤੁਸੀਂ ਦੂਜੇ ਵਿਅਕਤੀ ਨੂੰ ਕੀ ਦੇ ਸਕਦੇ ਹੋ:-** ਸਾਹਮਣੇ ਵਾਲਾ ਤੁਹਾਡੀ ਗੱਲ ਕਿਉਂ ਸੁਣੇ, ਤੁਹਾਡਾ ਕੰਮ ਕਿਉਂ ਕਰੇ, ਦੂਜੇ ਵਿਅਕਤੀ ਨੂੰ ਇਸ ਨਾਲ ਕੀ ਫਾਇਦਾ ਹੈ? ਆਪਣੇ ਆਪ ਤੋਂ ਇਸ ਤਰ੍ਹਾਂ ਦੇ ਸਵਾਲ ਪੁੱਛੋ, ਅਤੇ ਇਹਨਾਂ ਸਵਾਲਾਂ ਦੇ ਜਵਾਬ ਤੁਹਾਨੂੰ ਲੋਕਾਂ ਤੋਂ ਬਿਹਤਰ ਸਹਿਯੋਗ ਪ੍ਰਾਪਤ ਕਰਨ ਵਿੱਚ ਮਦਦ ਕਰਨਗੇ।

ਅਧਿਆਇ – 15
ਪਹਿਲੀ ਛਾਪ ਅਖੀਰਲੀ ਛਾਪ ਹੁੰਦੀ ਹੈ

"ਤੁਹਾਨੂੰ ਕਦੇ ਵੀ ਪਹਿਲੀ ਛਾਪ ਛੱਡਣ ਦਾ ਦੂਜਾ ਮੌਕਾ ਨਹੀਂ ਮਿਲਦਾ -ਵਿਲ ਰੋਜਰਸ"

ਕੀ ਤੁਸੀਂ ਧਿਆਨ ਦਿੱਤਾ ਹੈ ਕਿ ਅਸੀਂ ਦੁਨੀਆ ਦੇ ਲਗਭਗ 90 ਪ੍ਰਤੀਸ਼ਤ ਲੋਕਾਂ ਨੂੰ ਆਪਣੀ ਜ਼ਿੰਦਗੀ ਵਿੱਚ ਸਿਰਫ ਇੱਕ ਵਾਰ ਹੀ ਮਿਲਦੇ ਹਾਂ ਅਤੇ ਤੁਹਾਨੂੰ ਇਹ ਵੀ ਦੱਸ ਦੇਈਏ ਕਿ ਖੋਜ ਵਿੱਚ ਪਾਇਆ ਗਿਆ ਹੈ ਕਿ ਦੂਜੇ ਲੋਕ ਸਾਨੂੰ ਮਿਲਣ ਦੇ ਪਹਿਲੇ 30 ਤੋਂ 40 ਸਕਿੰਟਾਂ ਦੇ ਅੰਦਰ ਸਾਡੇ ਬਾਰੇ ਇੱਕ ਰਾਏ ਬਣਾ ਲੈਂਦੇ ਹਨ।

ਭਾਵੇਂ ਸਾਨੂੰ ਕਿਸੇ ਬਾਰੇ ਧਾਰਨਾਵਾਂ ਨਹੀਂ ਬਣਾਉਣੀਆਂ ਚਾਹੀਦੀਆਂ, ਪਰ ਸੱਚਾਈ ਇਹ ਹੈ ਕਿ ਜ਼ਿਆਦਾਤਰ ਲੋਕ ਧਾਰਨਾ ਬਣਾਉਂਦੇ ਹਨ। ਕਿਉਂ ਕਿ ਅਸੀਂ ਸਾਰੇ ਪਹਿਲੀ ਮੁਲਾਕਾਤ ਦੇ ਕੁਛ ਹੀ ਪਲਾਂ ਦੇ ਅੰਦਰ ਧਾਰਨਾ ਬਣਾ ਲੈਂਦੇ ਹਨ , ਅਤੇ ਇਹ ਧਾਰਨਾ ਲੰਬੇ ਸਮੇਂ ਤੱਕ ਬਣੀ ਰਹਿੰਦੀ ਹੈ, ਕਈ ਵਾਰ ਤਾਂ ਹਮੇਸ਼ਾ ਲਈ ਵੀ। ਇਸ ਲਈ ਸਮਝਦਾਰੀ ਇਸ ਵਿਚ ਹੀ ਹੈ ਕਿ ਸਾਡੀ ਪਹਿਲੀ ਛਾਪ ਜਿੰਨੀ ਵਧੀਆ ਹੋ ਸਕਦੀ ਹੈ ਉਸਨੂੰ ਓਨੀ ਚੰਗੀ ਬਣਾਓ।

ਚੰਗੀ ਛਾਪ ਬਣਾਉਣ ਲਈ ਕੁਝ ਸੁਝਾਅ:

- ਕਿਉਂਕਿ ਤੁਹਾਡੇ ਸਰੀਰ ਦਾ 90 ਪ੍ਰਤੀਸ਼ਤ ਹਿੱਸਾ ਕੱਪੜਿਆਂ ਨਾਲ ਢੱਕਿਆ ਹੁੰਦਾ ਹੈ, ਇਸ ਲਈ ਸਭ ਤੋਂ ਵਧੀਆ ਕੱਪੜੇ ਪਹਿਨੋ।
- ਆਪਣੇ ਵਾਲਾਂ ਨੂੰ ਚੰਗੀ ਤਰ੍ਹਾਂ ਸੈਟ ਕਰੋ ਅਤੇ ਆਪਣੇ ਜੁੱਤੇ ਚਮਕਦਾਰ ਰੱਖੋ।
- ਆਪਣੇ ਚਿਹਰੇ 'ਤੇ ਇੱਕ ਸ਼ਾਨਦਾਰ ਮੁਸਕਰਾਹਟ ਰੱਖੋ।
- ਉਤਸ਼ਾਹੀ ਸ਼ਬਦਾਂ ਨਾਲ ਇੱਕ ਸ਼ਾਨਦਾਰ ਅਭਿਵਾਦਨ ਕਰੋ ਜਿਸ ਨਾਲ ਦੂਜੇ ਵਿਅਕਤੀ ਨੂੰ ਇਹ ਮਹਿਸੂਸ ਹੋਵੇ ਕਿ ਤੁਸੀਂ ਉਨ੍ਹਾਂ ਨੂੰ ਮਿਲ ਕੇ ਬਹੁਤ ਖੁਸ਼ ਹੋ।

- ਸਾਮ੍ਹਣੇ ਵਾਲੇ ਵਿਅਕਤੀ ਬਾਰੇ ਗੱਲ ਕਰੋ। ਉਨ੍ਹਾਂ ਬਾਰੇ ਹੋਰ ਜਾਣਨ ਦੀ ਕੋਸ਼ਿਸ਼ ਕਰੋ, ਸਵਾਲ ਪੁੱਛੋ, ਅਤੇ ਚੰਗੀਆਂ ਚੀਜ਼ਾਂ ਦੀ ਪ੍ਰਸ਼ੰਸਾ ਕਰੋ।

ਲੋਕ ਵਿਵਹਾਰ ਨਾਲ ਸਬੰਧਤ ਅਮਲ ਕਰਨ ਯੋਗ ਉਪਯੋਗੀ ਗੱਲਾਂ:-

- **ਹਮੇਸ਼ਾ ਚੰਗੇ ਕੱਪੜੇ ਪਾਓ:** ਜਦੋਂ ਤੁਸੀਂ ਮਾੜੇ ਕੱਪੜੇ ਪਾਉਂਦੇ ਹੋ, ਤਾਂ ਲੋਕਾਂ ਦਾ ਧਿਆਨ ਤੁਹਾਡੇ ਕੱਪੜਿਆਂ ਵੱਲ ਹੁੰਦਾ ਹੈ ਅਤੇ ਜਦੋਂ ਤੁਸੀਂ ਚੰਗੇ ਕੱਪੜੇ ਪਾਉਂਦੇ ਹੋ, ਤਾਂ ਉਨ੍ਹਾਂ ਦਾ ਧਿਆਨ ਤੁਹਾਡੇ ਵੱਲ ਹੁੰਦਾ ਹੈ, ਇਸ ਲਈ ਹਮੇਸ਼ਾ ਸਭ ਤੋਂ ਵਧੀਆ ਕੱਪੜੇ ਪਾਓ।
- **ਆਪਣੀ ਬੋਲੀ ਵਿੱਚ ਮਿਠਾਸ ਲਿਆਓ:** ਤੁਹਾਡੀ ਬੋਲਣ ਦੀ ਸ਼ੈਲੀ ਕੀ ਹੈ? ਇਸ ਵੱਲ ਧਿਆਨ ਦਿਓ। ਜੇਕਰ ਤੁਸੀਂ ਆਦਤਨ ਕੌੜੇ ਜਾਂ ਜ਼ਹਿਰੀਲੇ ਸ਼ਬਦ ਬੋਲਦੇ ਹੋ, ਤਾਂ ਇਸਨੂੰ ਤੁਰੰਤ ਬਦਲੋ ਅਤੇ ਆਪਣੀ ਬੋਲੀ ਵਿੱਚ ਨਿਮਰਤਾ ਅਤੇ ਮਿਠਾਸ ਲਿਆਓ।

ਅਧਿਆਇ – 16

ਇਹਨਾਂ ਮੂਲ ਗੱਲਾਂ/ਬੇਸਿਕ ਚੀਜ਼ਾਂ ਨੂੰ ਕਦੇ ਨਾ ਭੁੱਲੋ

"ਚੈਂਪੀਅਨ ਲੋਕ ਉਹ ਹੀ ਹੁੰਦੇ ਹਨ ਜਿਨ੍ਹਾਂ ਨੇ ਮੁੱਢਲੀਆਂ ਗੱਲਾਂ /ਬੇਸਿੱਕਸ ਵਿੱਚ ਮੁਹਾਰਤ ਹਾਸਲ ਕਰ ਲਈ ਹੁੰਦੀ ਹੈ।- ਜਾੱਨ ਵੂਡੇਨ "

ਇੱਕ ਇਮਾਰਤ ਕਿੰਨੀ ਉੱਚੀ ਬਣਾਈ ਜਾ ਸਕਦੀ ਹੈ ਇਹ ਇਸ ਗੱਲ 'ਤੇ ਨਿਰਭਰ ਕਰਦਾ ਹੈ ਕਿ ਉਸਦਾ ਅਧਾਰ ਕਿੰਨਾ ਮਜ਼ਬੂਤ ਹੈ। ਜੇਕਰ ਅਧਾਰ ਕਮਜ਼ੋਰ ਹੈ, ਤਾਂ ਤੁਸੀਂ ਬਹੁਤ ਸਾਰੀਆਂ ਮੰਜ਼ਿਲਾਂ ਨਹੀਂ ਬਣਾ ਸਕਦੇ। ਹਾਲਾਂਕਿ, ਜੇਕਰ ਅਧਾਰ ਬਹੁਤ ਮਜ਼ਬੂਤ ਹੈ, ਤਾਂ ਤੁਸੀਂ ਆਸਾਨੀ ਨਾਲ ਵੱਧ ਤੋਂ ਵੱਧ ਮੰਜ਼ਿਲਾਂ ਬਣਾ ਸਕਦੇ ਹੋ। ਇਸ ਲਈ, ਬਹੁ-ਮੰਜ਼ਿਲਾ ਇਮਾਰਤ ਬਣਾਉਣ ਵਿੱਚ ਸਭ ਤੋਂ ਵੱਧ ਸਮਾਂ ਲੈਣ ਵਾਲਾ ਕੰਮ ਅਧਾਰ ਬਣਾਉਣਾ ਹੈ।

ਕੀ ਤੁਸੀਂ ਦੇਖਿਆ ਹੈ ਕਿ ਬਚਪਨ ਵਿੱਚ ਵੀ ਸਾਨੂੰ ਸਿੱਖਿਆ ਦੀ ਨੀਂਹ ਦਿੱਤੀ ਜਾਂਦੀ ਸੀ ਜਿਸ ਵਿੱਚ ABCD ਵਰਗੀਆਂ ਚੀਜ਼ਾਂ ਤਾਂ ਸ਼ਾਮਲ ਸਨ ਹੀ ਪਰ ਇਸਦੇ ਨਾਲ ਹੀ ਸਾਡੇ ਮਾਪਿਆਂ ਅਤੇ ਅਧਿਆਪਕਾਂ ਨੇ ਸਾਨੂੰ ਨੈਤਿਕ ਕਦਰਾਂ-ਕੀਮਤਾਂ ਦੀਆਂ ਮੂਲ ਗੱਲਾਂ ਵੀ ਸਿਖਾਈਆਂ।

ਲੋਕ ਵਿਵਹਾਰ ਦਾ ਇਹ ਸਬਕ ਸਾਡੇ ਸਕੂਲਾਂ ਅਤੇ ਘਰ ਵਿੱਚ ਉਦੋਂ ਸਿਖਾਇਆ ਜਾਂਦਾ ਹੈ ਜਦੋਂ ਅਸੀਂ ਕਿੰਡਰਗਾਰਟਨ ਜਾਂ ਨਰਸਰੀ ਵਿੱਚ ਹੁੰਦੇ ਹਾਂ। ਅਸੀਂ ਅਕਸਰ ਕੇ .ਜੀ.ਦੇ ਇਸ ਸਬਕ ਨੂੰ ਹਲਕੇ ਵਿੱਚ ਲੈਂਦੇ ਹਾਂ।ਪਰ ਇਹ ਸਾਰੀ ਜ਼ਿੰਦਗੀ ਸਾਡੇ ਬਹੁਤ ਕੰਮ ਆਉਂਦੀ ਹੈ ਜਿਸ ਕਾਰਨ ਇਹ ਲੋਕਾਂ ਨਾਲ ਸਾਡੇ ਸਬੰਧਾਂ ਅਤੇ ਸਮਾਜ ਦੇ ਹੋਰ ਸਥਾਨਾਂ 'ਤੇ ਵੀ ਬਹੁਤ ਮਦਦ ਕਰਦੀ ਹੈ।

ਇਹ "ਨਮਸਕਾਰ" (ਨਮਸਕਾਰ), "ਕਿਰਪਾ ਕਰਕੇ," "ਧੰਨਵਾਦ," "ਸ਼ੁਭ ਰਾਤਰੀ," "ਸੁਪ੍ਰਭਾਰ" (ਸ਼ੁਭ ਸਵੇਰ), ਅਤੇ "ਮਾਫ਼ ਕਰਨਾ" ਵਰਗੀਆਂ ਚੀਜ਼ਾਂ ਹਨ। ਇਹ ਛੋਟੇ ਸ਼ਬਦ ਦੱਸਦੇ ਹਨ ਕਿ ਅਸੀਂ ਕਿੰਨੇ ਸੰਸਕਾਰੀ ਹਾਂ ਅਤੇ ਕਿੰਨੇ ਚੰਗੇ ਵਿਵਹਾਰ ਵਾਲੇ ਹਾਂ। ਇਹ ਸ਼ਬਦ ਬਹੁਤ ਛੋਟੇ

ਹਨ, ਪਰ ਜੇਕਰ ਤੁਸੀਂ ਇਨ੍ਹਾਂ ਨੂੰ ਆਪਣੀ ਬੋਲੀ ਵਿੱਚ ਸ਼ਾਮਲ ਕਰਦੇ ਹੋ, ਤਾਂ ਇਹ ਤੁਹਾਡੇ ਲਈ ਬਹੁਤ ਫਾਇਦੇਮੰਦ ਹੋਣਗੇ।

ਮੈਂ ਇੰਨ੍ਹਾਂ ਨੂੰ ਆਪਣੀ ਰੋਜ਼ਾਨਾ ਦੀ ਬੋਲਚਾਲ ਦਾ ਹਿੱਸਾ ਬਣਾ ਲਿਆ ਹੈ। ਮੈਂ ਕੁਝ ਹੋਰ ਵੀ ਕੀਤਾ ਹੈ ਜੋ ਬਹੁਤ ਲਾਭਦਾਇਕ ਰਿਹਾ ਹੈ। ਭਾਵੇਂ ਇਹ ਬੱਚਾ ਹੋਵੇ, ਬੁੱਢਾ ਹੋਵੇ, ਜਾਂ ਜਵਾਨ ਹੋਵੇ, ਮੈਂ ਸਾਰਿਆਂ ਨੂੰ "ਤੁਸੀਂ" ਕਹਿ ਕੇ ਸੰਬੋਧਿਤ ਕਰਦਾ ਹਾਂ, ਅਤੇ ਜਦੋਂ ਮੈਂ ਅਜਿਹਾ ਕਰਦਾ ਹਾਂ, ਤਾਂ 100 ਵਿੱਚੋਂ 98 ਲੋਕ ਮੈਨੂੰ "ਤੁਸੀਂ" ਨਾਲ ਵੀ ਸੰਬੋਧਿਤ ਕਰਦੇ ਹਨ।

ਸਰਲ ਸ਼ਬਦਾਂ ਵਿੱਚ, ਜਦੋਂ ਤੁਸੀਂ ਲੋਕਾਂ ਦਾ ਸਤਿਕਾਰ ਕਰਦੇ ਹੋ, ਤਾਂ ਉਹ ਵੀ ਤੁਹਾਡਾ ਸਤਿਕਾਰ ਕਰਦੇ ਹਨ ਅਤੇ ਜਦੋਂ ਤੁਸੀਂ ਲੋਕਾਂ ਦਾ ਨਿਰਾਦਰ ਕਰਦੇ ਹੋ, ਤਾਂ ਉਹ ਵੀ ਤੁਹਾਡਾ ਸਤਿਕਾਰ ਨਹੀਂ ਕਰਨਗੇ।

ਲੋਕ ਵਿਵਹਾਰ ਨਾਲ ਸਬੰਧਤ ਅਮਲ ਕਰਨ ਯੋਗ ਉਪਯੋਗੀ ਗੱਲਾਂ:

- ਮੂਲ ਗੱਲਾਂ ਨੂੰ ਕਦੇ ਨਾ ਭੁੱਲੋ:- ਮੂਲ ਸਿਧਾਂਤ ਜ਼ਿੰਦਗੀ ਭਰ ਲਈ ABCD ਵਾਂਗ ਕੰਮ ਆਉਂਦੇ ਹਨ, ਨਮਸਕਾਰ ,ਕਿਰਪਾ ਕਰਕੇ, ਧੰਨਵਾਦ, ਸ਼ੁਭ ਰਾਤਰੀ, ਸ਼ੁਭ ਸਵੇਰ, ਮਾਫ਼ ਕਰਨਾ, ਇਹਨਾਂ ਛੋਟੇ ਸ਼ਬਦਾਂ ਦੀ ਵਰਤੋਂ ਕਰਨ ਦੀ ਆਦਤ ਬਣਾਓ ਅਤੇ ਲੋਕ ਵਿਵਹਾਰ ਦੀ ਕਲਾ ਵਿੱਚ ਇੱਕ ਕਦਮ ਅੱਗੇ ਵਧੋ।
- ਸਾਰਿਆਂ ਨੂੰ "ਤੁਸੀਂ" ਕਹਿ ਕੇ ਸੰਬੋਧਨ ਕਰਨ ਦੀ ਕੋਸ਼ਿਸ਼ ਕਰੋ :- ਬੱਚੇ, ਬੁੱਢੇ ਅਤੇ ਜਵਾਨ ਸਾਰਿਆਂ ਨੂੰ "ਤੁਸੀਂ" ਕਹਿ ਕੇ ਸੰਬੋਧਨ ਕਰੋ ਅਤੇ ਸਤਿਕਾਰ ਦਿਖਾਓ, ਅਤੇ ਤੁਸੀਂ ਦੇਖੋਗੇ ਕਿ ਉਹ ਵੀ ਤੁਹਾਨੂੰ ਵਿਸ਼ੇਸ਼ ਸਤਿਕਾਰ ਦੇਣਗੇ।

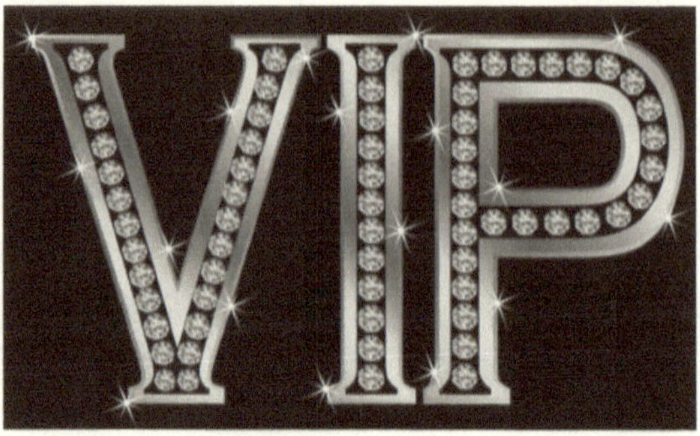

ਅਧਿਆਇ – 17

ਮਹੱਤਵ ਅਤੇ ਪਰਵਾਹ : ਲੋਕ ਵਿਵਹਾਰ ਦੀਆਂ ਸਭ ਤੋਂ ਮਹੱਤਵਪੂਰਨ ਕੁੰਜੀਆਂ

"ਗਿਆਨ ਤੁਹਾਨੂੰ ਤਾਕਤ ਦੇਵੇਗਾ ਅਤੇ ਚਰਿੱਤਰ ਸਮਾਨ :ਬ੍ਰੂਸ ਲੀ "

ਰਾਜਲਨੀਤੀ ਲੋਕ ਵਿਵਹਾਰ ਵਿੱਚ ਭਾਂਵੇ ਅਸੀ ਬਹੁਤ ਸਾਰੇ ਸਿਧਾਂਤਾਂ ਅਤੇ ਚੀਜ਼ਾਂ 'ਤੇ ਚਰਚਾ ਕਰਾਂਗੇ, ਪਰ ਜੇ ਅਸੀਂ ਜਨਤਕ ਵਿਵਹਾਰ ਦੀਆਂ ਦੋ ਮਹੱਤਵਪੂਰਨ ਕੁੰਜੀਆਂ ਬਾਰੇ ਗੱਲ ਕਰੀਏ ਤਾਂ ਉਹ ਹਨ ਮਹੱਤਵ ਅਤੇ ਪਰਵਾਹ।

ਅਸੀਂ ਪਹਿਲਾਂ ਹੀ ਇਸ ਗੱਲ ਤੇ ਚਰਚਾ ਕਰ ਚੁੱਕੇ ਹਾਂ ਕਿ ਲੋਕ ਮਹੱਤਵ ਚਾਹੁੰਦੇ ਹਨ। ਕਈ ਵਾਰ ਅਸੀਂ ਆਪਣੀ ਜ਼ਿੰਦਗੀ ਵਿੱਚ ਕਿਸੇ ਨੂੰ ਸਿਰਫ਼ ਇੱਕ ਵਾਰ ਹੀ ਮਿਲਦੇ ਹਾਂ, ਇਸ ਲਈ ਉਨ੍ਹਾਂ ਨੂੰ ਖਾਸ ਮਹਿਸੂਸ ਕਰਵਾਓ। ਇਸ ਲਈ, ਜਦੋਂ ਵੀ ਤੁਸੀਂ ਕਿਸੇ ਨੂੰ ਮਿਲਦੇ ਹੋ, ਤਾਂ ਉਨ੍ਹਾਂ ਨਾਲ ਇਸ ਤਰ੍ਹਾਂ ਵਿਵਹਾਰ ਕਰੋ ਜਿਵੇਂ ਤੁਸੀਂ ਦੁਨੀਆ ਦੇ ਸਭ ਤੋਂ ਮਹੱਤਵਪੂਰਨ ਵਿਅਕਤੀ ਨੂੰ ਮਿਲ ਰਹੇ ਹੋ। ਇਸ ਸਿਧਾਂਤ ਨੂੰ ਆਸਾਨੀ ਨਾਲ ਯਾਦ ਰੱਖਣ ਲਈ, ਕਲਪਨਾ ਕਰੋ ਕਿ ਜਿਸ ਵਿਅਕਤੀ ਨੂੰ ਤੁਸੀਂ ਮਿਲ ਰਹੇ ਹੋ, ਉਸ ਨੇ ਇੱਕ ਸ਼ਾਹੀ ਤਾਜ ਪਹਿਨਿਆ ਹੋਇਆ ਹੈ ਅਤੇ ਇੱਕ ਸੂਟਕੇਸ ਚੁੱਕਿਆ ਹੋਇਆ ਹੈ ਜਿਸ ਉੱਤੇ ਵੱਡੇ ਅੱਖਰਾਂ ਵਿੱਚ "VIP" ਸ਼ਬਦ ਲਿਖੇ ਹੋਏ ਹਨ (ਖੋਜ ਤੋਂ ਪਤਾ ਲਗਦਾ ਹੈ ਕਿ ਜਦੋਂ ਅਸੀਂ ਅਜੀਬ ਚੀਜ਼ਾਂ ਦੀ ਕਲਪਨਾ ਕਰਦੇ ਹਾਂ, ਤਾਂ ਅਸੀਂ ਉਨ੍ਹਾਂ ਨੂੰ ਵਧੇਰੇ ਆਸਾਨੀ ਨਾਲ ਅਤੇ ਲੰਬੇ ਸਮੇਂ ਲਈ ਯਾਦ ਰੱਖਦੇ ਹਾਂ। ਇਹ ਉਦਾਹਰਣ ਤੁਹਾਨੂੰ ਇਸ ਸਿਧਾਂਤ ਨੂੰ ਯਾਦ ਰੱਖਣ ਵਿੱਚ ਮਦਦ ਕਰਨ ਲਈ ਦਿੱਤੀ ਗਈ ਹੈ)।

ਇਸਨੂੰ ਇਕ ਆਦਤ ਬਣਾ ਲਓ ਅਤੇ ਆਪਣੇ ਆਪ ਤੋਂ ਵਾਰ-ਵਾਰ ਪੁੱਛਦੇ ਰਹੋ ਕਿ ਮੈਂ ਦੂਜੇ ਵਿਅਕਤੀ ਨੂੰ ਕਿਵੇਂ ਖਾਸ ਮਹਿਸੂਸ ਕਰਵਾ ਸਕਦਾ ਹਾਂ।

ਇਥੇ ਮੈਂ ਕੁਝ ਸੁਝਾਅ ਦੇ ਰਿਹਾ ਹਾਂ:-

- ਜਿਸ ਨੂੰ ਵੀ ਤੁਸੀਂ ਮਿਲਦੇ ਹੋ, ਉਸਦੀ ਗੱਲਾਂ ਨੂੰ ਧਿਆਨ ਨਾਲ ਸੁਣੋ, ਉਸ ਵਿੱਚ ਪ੍ਰਸ਼ੰਸਾ ਕਰਨ ਵਾਲੀਆਂ ਚੀਜ਼ਾਂ ਲੱਭੋ, ਉਨ੍ਹਾਂ ਚੀਜ਼ਾਂ ਬਾਰੇ ਪੁੱਛੋ ਜੋ ਸਪੱਸ਼ਟ ਨਹੀਂ ਹਨ ਅਤੇ ਜਦੋਂ ਤੁਸੀਂ ਬੋਲਣਾ ਖਤਮ ਕਰ ਲੈਂਦੇ ਹੋ, ਤਾਂ ਦੂਜੇ ਵਿਅਕਤੀ ਨੂੰ ਥੋੜੇ ਵਿਚ ਪੂਰੀ ਗੱਲ ਦੁਹਰਾਓ ਤਾਂ ਜੋ ਉਸਨੂੰ ਲੱਗੇ ਕਿ ਤੁਸੀਂ ਉਸਦੇ ਸ਼ਬਦਾਂ ਨੂੰ ਚੰਗੀ ਤਰ੍ਹਾਂ ਸੁਣਿਆ ਅਤੇ ਸਮਝ ਲਿਆ ਹੈ, ਹਾਂ ਇੱਕ ਮਹੱਤਵਪੂਰਨ ਗੱਲ ਇਹ ਹੈ ਕਿ ਪ੍ਰਤੀਕਿਰਿਆ ਕਰਨ ਤੋਂ ਪਹਿਲਾਂ 3 ਸਕਿੰਟ ਉਡੀਕ ਕਰੋ।
- ਸਾਡੀ ਭਾਰਤੀ ਸੰਸਕ੍ਰਿਤੀ ਵਿੱਚ, ਕਿਹਾ ਜਾਂਦਾ ਹੈ ਕਿ "ਅਤਿਥੀ ਦੇਵੋ ਭਾਵ" ਭਾਵ ਮਹਿਮਾਨ ਇੱਕ ਦੇਵਤਾ ਵਰਗਾ ਹੁੰਦਾ ਹੈ। ਇਸ ਲਈ, ਆਪਣੇ ਘਰ ਜਾਂ ਦਫਤਰ ਵਿੱਚ ਠੰਡਾ ਪਾਣੀ ਜਾਂ ਚਾ ਉਪਲਬਧ ਰੱਖੋ ਤਾਂ ਜੋ ਆਉਣ ਵਾਲਾ ਕੋਈ ਵੀ ਵਿਅਕਤੀ ਸਵਾਗਤ ਕੀਤੇ ਬਿਨਾਂ ਨਾ ਜਾਵੇ। ਪੈਕ ਕੀਤੀਆਂ ਪਾਣੀ ਦੀਆਂ ਬੋਤਲਾਂ, ਕੋਲਡ ਡਰਿੰਕਸ, ਆਦਿ ਆਸਾਨੀ ਨਾਲ ਉਪਲਬਧ ਹੋ ਜਾਂਦੇ ਹਨ। ਇਸੇ ਤਰ੍ਹਾਂ, ਡਿੱਪ ਵਾਲੀ ਚਾਹ ਬਣਾਉਣਾ ਵੀ ਆਸਾਨ ਹੈ।
- ਲੋਕਾਂ ਦਾ ਉਤਸ਼ਾਹ ਨਾਲ ਸਵਾਗਤ ਕਰੋ ਤਾਂ ਜੋ ਉਹ ਵੀ ਮਹਿਸੂਸ ਕਰਨ ਕਿ ਤੁਸੀਂ ਉਨ੍ਹਾਂ ਨੂੰ ਮਿਲ ਕੇ ਬਹੁਤ ਖੁਸ਼ ਹੋਏ ਹੋ, ਉਨ੍ਹਾਂ ਨੂੰ ਘਰ ਦੇ ਬਾਹਰ ਦਰਵਾਜ਼ੇ 'ਤੇ ਛੱਡਣ ਜਾਓ।
- ਜੇਕਰ ਬੱਚੇ ਤੁਹਾਡੇ ਘਰ ਆਉਂਦੇ ਹਨ, ਤਾਂ ਉਨ੍ਹਾਂ ਲਈ ਟੌਫੀ ਜਾਂ ਚਾਕਲੇਟ ਦਾ ਪ੍ਰਬੰਧ ਕਰੋ।

ਪਰਵਾਹ :

- ਸਿਹਤ: ਜੇਕਰ ਕੋਈ ਬਿਮਾਰ ਹੈ, ਤਾਂ ਉਸਦਾ ਹਾਲ ਚਾਲ ਲਓ। ਕੁਝ ਦਿਨਾਂ ਬਾਅਦ ਵੀ ਉਸਦੀ ਸਿਹਤ ਦਾ ਹਾਲ ਚਾਲ ਪੁੱਛਣ ਲਈ ਉਸਨੂੰ ਫਾਲੋ-ਅੱਪ ਕਰੋ।
- ਨੁਕਸਾਨ: ਜੇਕਰ ਕਿਸੇ ਨੂੰ ਕੋਈ ਨੁਕਸਾਨ ਹੋਇਆ ਹੈ, ਤਾਂ ਉਸ ਦੀ ਜਾਨਕਾਰੀ ਲਓ ਕਿ ਇਹ ਕਿਵੇਂ ਹੋਇਆ ਅਤੇ ਨਾਲ ਹੀ ਅਫ਼ਸੋਸ ਵੀ ਪ੍ਰਗਟ ਕਰੋ।
- ਸਮੱਸਿਆਵਾਂ: ਉਨ੍ਹਾਂ ਦੀਆਂ ਸਮੱਸਿਆਵਾਂ ਬਾਰੇ ਜਾਣੋ, ਜੇਕਰ ਕੋਈ ਬਿਹਤਰ ਸੁਝਾਅ ਜਾਂ ਹੱਲ ਕਰਨ ਦਾ ਤਰੀਕਾ ਹੈ ਤਾਂ ਉਨ੍ਹਾਂ ਨੂੰ ਇਸ ਬਾਰੇ ਦੱਸੋ।

ਲੋਕ ਵਿਵਹਾਰ ਨਾਲ ਸਬੰਧਤ ਅਮਲ ਕਰਨ ਵਾਲੀਆਂ ਉਪਯੋਗੀ ਗੱਲਾਂ :-

- **ਅੱਜ ਹੀ ਆਪਣੇ ਮਹਿਮਾਨਾਂ ਦੇ ਸਵਾਗਤ ਲਈ ਖਰੀਦਦਾਰੀ ਕਰ ਲਵੋ :** ਕੋਲਡ ਡਰਿੰਕ,ਚਾਹ, ਚਾਕਲੇਟ ਆਦਿ ਖਰੀਦ ਕੇ ਪਹਿਲਾਂ ਤੋਂ ਪ੍ਰਬੰਧ ਕਰੋ ਅਤੇ ਮਹਿਮਾਨ ਨਿਵਾਜ਼ੀ ਤੋਂ ਬਿਨਾਂ ਕਿਸੀ ਵੀ ਮਹਿਮਾਨ ਨੂੰ ਜਾਣ ਨਾ ਦਿਓ।
- **ਹਾਲ - ਚਾਲ ਲੋ :** ਹਰ ਮੁਲਾਕਾਤ ਵਿੱਚ ਲੋਕਾਂ ਅਤੇ ਉਨ੍ਹਾਂ ਦੇ ਪਰਿਵਾਰਾਂ ਦਾ ਹਾਲ-ਚਾਲ ਜਾਣਨ ਦੀ ਆਦਤ ਪਾਓ।

ਅਧਿਆਇ 18
ਜ਼ਿਆਦਾਤਰ ਲੋਕ ਪਹਿਲ ਨਹੀਂ ਕਰਦੇ

"ਕਿਸੇ ਕੰਮ ਨੂੰ ਸ਼ੁਰੂ ਕਰਨ ਲਈ ਤੁਹਾਨੂੰ ਮਹਾਨ ਹੋਣਾ ਜ਼ਰੂਰੀ ਨਹੀਂ ਹੈ, ਪਰ ਤੁਹਾਨੂੰ ਮਹਾਨ ਬਣਨ ਲਈ ਕਿਸੇ ਕੰਮ ਦੀ ਸ਼ੁਰੂਆਤ ਕਰਨੀ ਜ਼ਰੂਰੀ ਹੈ : ਜ਼ਿਗ ਜਿਗਲਰ "

ਲਗਭਗ 10 ਸਾਲ ਪਹਿਲਾਂ ਦੀ ਗੱਲ ਹੈ। ਪਹਿਲੀ ਜਨਵਰੀ ਦਾ ਦਿਨ ਸੀ, ਅਤੇ ਮੈਨੂੰ ਲਗਭਗ 100 ਲੋਕਾਂ ਤੋਂ ਨਵੇਂ ਸਾਲ ਦੀਆਂ ਸ਼ੁਭਕਾਮਨਾਵਾਂ ਮਿਲ ਚੁੱਕੀਆਂ ਸਨ। ਕਿਉਂਕਿ ਇਹ ਨਵਾਂ ਸਾਲ ਸੀ, ਇਸ ਲਈ ਮੈਨੂੰ ਆਪਣੀਆਂ ਸ਼ੁਭਕਾਮਨਾਵਾਂ ਦੂਜਿਆਂ ਨਾਲ ਸਾਂਝੀਆਂ ਕਰਨੀਆਂ ਪਈਆਂ। ਪਹਿਲਾਂ, ਮੈਂ ਇਨ੍ਹਾਂ 100 ਲੋਕਾਂ ਨੂੰ ਵਧਾਈਆਂ ਦੇਣ ਲਈ ਧੰਨਵਾਦ ਕੀਤਾ ਅਤੇ ਫਿਰ ਉਨ੍ਹਾਂ ਨੂੰ ਨਵੇਂ ਸਾਲ ਦੀਆਂ ਸ਼ੁਭਕਾਮਨਾਵਾਂ ਦਿੱਤੀਆਂ।

ਕਿਉਂਕਿ ਉਸ ਸਮੇਂ ਮੇਰੇ ਮੋਬਾਈਲ ਵਿੱਚ ਲਗਭਗ 850 ਨੰਬਰ ਸਨ, ਇਸ ਲਈ ਮੈਂ ਬਾਕੀ ਬਚੇ 750 ਨੰਬਰਾਂ ਨੂੰ ਵਾਟੱਸਅਪ ਰਾਹੀਂ ਵਧਾਈ ਦਿੱਤੀ। ਤੁਹਾਡਾ ਕੀ ਖਿਆਲ ਹੈ ਇਸ ਤੋਂ ਬਾਅਦ ਕੀ ਹੋਇਆ ਹੋਵੇਗਾ?

ਹਾਂ ,ਤੁਹਾਡਾ ਅੰਦਾਜ਼ਾ ਸਹੀ ਹੈ, ਮੈਨੂੰ ਲੋਕਾਂ ਵੱਲੋਂ ਇੱਕ ਤੋਂ ਬਾਅਦ ਇੱਕ ਧੰਨਵਾਦ ਅਤੇ ਨਵੇਂ ਸਾਲ ਦੀਆਂ ਸ਼ੁਭਕਾਮਨਾਵਾਂ ਮਿਲਣੀਆਂ ਸ਼ੁਰੂ ਹੋ ਗਈਆਂ, ਉਨ੍ਹਾਂ 750 ਨੰਬਰਾਂ ਵਿੱਚੋਂ ਮੈਨੂੰ ਲਗਭਗ 650 ਲੋਕਾਂ ਤੋਂ ਜਵਾਬ ਮਿਲੇ।

ਇਸ ਉਦਾਹਰਣ ਤੋਂ ਤੁਸੀਂ ਸਮਝ ਸਕਦੇ ਹੋ ਕਿ ਜੇਕਰ ਤੁਸੀਂ ਸੋਚਦੇ ਹੋ ਕਿ ਦੂਜਾ ਵਿਅਕਤੀ ਪਹਿਲ ਕਰੇਗਾ ਤਾਂ ਇਸ ਦੇ ਮੌਕੇ ਬਹੁਤ ਘੱਟ ਹਨ ਕਿਉਂਕਿ ਜ਼ਿਆਦਾਤਰ ਲੋਕ ਪਹਿਲ ਨਹੀਂ

ਕਰਦੇ ਭਾਵ ਜੇਕਰ ਤੁਸੀਂ ਜਾਣ-ਪਛਾਣ ਬਨਾਉਣਾ ਚਾਹੁੰਦੇ ਹੋ ਜਾਂ ਆਪਣੇ ਵਿਚਾਰ ਪ੍ਰਗਟ ਕਰਨਾ ਚਾਹੁੰਦੇ ਹੋ, ਤਾਂ ਤੁਹਾਨੂੰ ਹੀ ਪਹਿਲ ਕਰਨੀ ਪਵੇਗੀ।

ਇਸ ਉਦਾਹਰਣ ਦੇ ਨਾਲ, ਮੈਂ ਇੱਕ ਗੱਲ ਹੋਰ ਸਪੱਸ਼ਟ ਕਰਨਾ ਚਾਹੁੰਦਾ ਹਾਂ ਕਿ ਕੁਝ ਲੋਕ ਅਜਿਹੇ ਹੁੰਦੇ ਹਨ ਜੋ ਪੂਰੀ ਤਰ੍ਹਾਂ ਨਿਸ਼ਕਿਰਿਆ ਰਹਿੰਦੇ ਹਨ ਅਤੇ ਤੁਹਾਡੇ ਵੱਲੋਂ ਪਹਿਲ ਕਰਨ ਤੋਂ ਬਾਅਦ ਵੀ, ਉਹ ਕਿਸੇ ਵੀ ਤਰ੍ਹਾਂ ਦਾ ਜਵਾਬ ਨਹੀਂ ਦਿੰਦੇ, ਜਿਵੇਂ ਕਿ ਇਹ 100 ਲੋਕਾਂ ਸਨ ਜਿਨ੍ਹਾਂ ਨੇ ਵਧਾਈਆਂ ਮਿਲਣ ਤੋਂ ਬਾਅਦ ਵੀ ਇੱਕ ਮਿੱਠਾ ਅਤੇ ਛੋਟਾ ਜਿਹਾ ਸ਼ਬਦ "ਧੰਨਵਾਦ" ਵੀ ਨਹੀਂ ਲਿਖਿਆ।

ਜੇਕਰ ਤੁਸੀਂ ਲੋਕ ਵਿਵਹਾਰ ਦੀ ਕਲਾ ਵਿੱਚ ਮੁਹਾਰਤ ਹਾਸਲ ਕਰਨਾ ਚਾਹੁੰਦੇ ਹੋ, ਤਾਂ ਤੁਹਾਨੂੰ ਪਹਿਲ ਕਰਨ ਦੀ ਆਦਤ ਪਾਉਣੀ ਪਵੇਗੀ ਕਿਉਂਕਿ ਜ਼ਿਆਦਾਤਰ ਲੋਕ ਪਹਿਲ ਨਹੀਂ ਕਰਦੇ।

ਲੋਕ ਵਿਵਹਾਰ ਨਾਲ ਸਬੰਧਤ ਲਾਗੂ ਕਰਨ ਵਾਲੀਆਂ ਉਪਯੋਗੀ ਗੱਲਾਂ :-

- **ਤੁਹਾਡਾ ਕਰਮ ਤੁਹਾਡੇ ਹੱਥ** : ਬਹੁਤ ਸਾਰੇ ਲੋਕ ਸੋਚਦੇ ਹਨ ਕਿ ਜਦੋਂ ਉਸਨੇ ਮੇਰੇ ਨਾਲ ਅਜਿਹਾ ਨਹੀਂ ਕੀਤਾ (ਮੈਨੂੰ ਵਧਾਈ ਨਹੀਂ ਦਿੱਤੀ) ਤਾਂ ਮੈਂ ਉਸਦੇ ਨਾਲ ਅਜਿਹਾ ਕਿਉਂ ਕਰਾਂ, ਜਿਵੇਂ ਕਿ ਮੈਂ ਇਸ ਅਧਿਆਇ ਵਿੱਚ ਦੱਸਿਆ ਹੈ ਕਿ ਜ਼ਿਆਦਾਤਰ ਲੋਕ ਪਹਿਲ ਨਹੀਂ ਕਰਦੇ, ਜਦੋਂ ਤੁਸੀਂ ਵੱਡੀ ਸੋਚ ਨਾਲ ਪਹਿਲ ਕਰਦੇ ਹੋ ਤਾਂ ਜ਼ਿਆਦਾਤਰ ਲੋਕ ਸਕਾਰਾਤਮਕ ਜਵਾਬ ਦੇਣਗੇ।
- **ਜਦੋਂ ਤੁਸੀਂ ਪਹਿਲ ਕਰਦੇ ਹੋ, ਤਾਂ ਤੁਸੀਂ ਭੀੜ ਤੋਂ ਵੱਖਰੇ ਦਿਖਾਈ ਦਿੰਦੇ ਹੋ:** ਕਿਉਂਕਿ ਜ਼ਿਆਦਾਤਰ ਲੋਕ ਪਹਿਲ ਨਹੀਂ ਕਰਦੇ, ਉਹ ਭੀੜ ਦਾ ਹਿੱਸਾ ਬਣੇ ਰਹਿੰਦੇ ਹਨ ਅਤੇ ਜਦੋਂ ਤੁਸੀਂ ਪਹਿਲ ਕਰਨ ਦੀ ਆਦਤ ਵਿਕਸਤ ਕਰਦੇ ਹੋ, ਤਾਂ ਤੁਸੀਂ ਲੋਕ ਵਿਵਹਾਰ ਦੀ ਕਲਾ ਵਿੱਚ ਸਫਲ ਹੁੰਦੇ ਹੋ ਅਤੇ ਭੀੜ ਤੋਂ ਅੱਗੇ ਨਿਕਲ ਜਾਂਦੇ ਹੋ।

I
AM
ALWAYS
RIGHT

ਅਧਿਆਇ 19

ਲੋਕ ਆਪਣੀਆਂ ਗਲਤੀਆਂ ਨਹੀਂ ਮੰਨਦੇ

"ਮੈ ਸੋਚਦਾ ਸੀ ਕਿ ਮੈਂ ਸਹੀ ਹਾਂ। ਮੈਂ ਹਮੇਸ਼ਾ ਸਹੀ ਹੁੰਦਾ ਹਾਂ। ਇੱਕ ਦਿਨ ਮੈਨੂੰ ਲੱਗਾ ਕਿ ਮੈਂ ਗਲਤ ਹਾਂ ਅਤੇ ਮੈਨੂੰ ਪਤਾ ਲੱਗਾ ਕਿ ਮੈਂ ਸਹੀ ਸੀ : ਜੈਰੀ ਲੀ ਲੁਈਸ "

ਇੱਕ ਦੇਸ਼ ਵਿੱਚ, ਗੰਭੀਰ ਅਪਰਾਧਾਂ ਦੇ ਦੋਸ਼ੀ ਕੈਦੀਆਂ 'ਤੇ ਇੱਕ ਅਧਿਐਨ ਕੀਤਾ ਗਿਆ ਸੀ ਤਾਂ ਜੋ ਇਹ ਪਤਾ ਲਗਾਇਆ ਜਾ ਸਕੇ ਕਿ ਕੀ ਉਨ੍ਹਾਂ ਨੂੰ ਆਪਣੇ ਕੀਤੇ ਕੰਮਾਂ 'ਤੇ ਪਛਤਾਵਾ ਹੈ। 90 ਪ੍ਰਤੀਸ਼ਤ ਤੋਂ ਵੱਧ ਮਾਮਲਿਆਂ ਵਿੱਚ, ਅਪਰਾਧੀਆਂ ਨੇ ਕੋਈ ਪਛਤਾਵਾ ਨਹੀਂ ਪ੍ਰਗਟ ਕੀਤਾ; ਇਸ ਦੀ ਬਜਾਏ, ਉਹ ਤੇ ਵੱਖ ਵੱਖ ਤਰਕ ਦੇ ਰਹੇ ਸਨ ਕਿ ਉਨ੍ਹਾਂ ਨੇ ਜੋ ਕੀਤਾ ਉਹ ਕਿਤਨਾ ਜਾਇਜ਼ ਸੀ।

ਦੇਖੋ, ਇਹ ਸਿਰਫ਼ ਅਪਰਾਧੀਆਂ ਦੀ ਗੱਲ ਨਹੀਂ ਹੈ, ਇਸ ਦੁਨੀਆਂ ਦੇ ਜ਼ਿਆਦਾਤਰ ਲੋਕ, ਭਾਵੇਂ ਉਹ ਕਿੰਨੇ ਵੀ ਪੜ੍ਹੇ-ਲਿਖੇ ਜਾਂ ਬੁੱਧੀਮਾਨ ਕਿਉਂ ਨਾ ਹੋਣ, ਆਪਣੀਆਂ ਗਲਤੀਆਂ ਨੂੰ ਸਵੀਕਾਰ ਨਹੀਂ ਕਰਦੇ ਅਤੇ ਜਦੋਂ ਵੀ ਤੁਸੀਂ ਕਿਸੇ ਨੂੰ ਉਸਦੀ ਗਲਤੀ ਬਾਰੇ ਦੱਸਦੇ ਹੋ, ਤਾਂ ਉਹ ਇਸਨੂੰ ਆਪਣੇ ਆਪ 'ਤੇ ਹਮਲਾ ਸਮਝਦਾ ਹੈ ਅਤੇ ਉਹ ਤੁਰੰਤ ਯੁੱਧ ਕਰਨ ਲਈ ਤਿਆਰ ਹੋ ਜਾਂਦਾ ਹੈ।

ਗਲਤੀਆਂ ਦਾ ਖੁਲਾਸਾ ਸਿਰਫ਼ ਉਦੋਂ ਕਰੋ ਜਦੋਂ ਤੁਹਾਡੇ ਤੋਂ ਸਲਾਹ ਮੰਗੀ ਗਈ ਹੋਵੇ, ਜਾਂ ਜੇ ਅਜਿਹਾ ਨਾ ਕਰਨ ਨਾਲ ਦੂਜੇ ਵਿਅਕਤੀ ਦੀ ਜਾਨ ਨੂੰ ਖ਼ਤਰਾ ਹੋਵੇ ਜਾਂ ਕੋਈ ਉਸਨੂੰ ਵੱਡਾ

ਨੁਕਸਾਨ ਹੋ ਰਿਹਾ ਹੋਵੇ। ਅਪਣੇ ਪਰਿਵਾਰ ਦੇ ਲੋਕਾਂ, ਬੱਚਿਆਂ, ਜਾਂ ਕਿਸੇ ਹੋਰ ਦੀਆਂ ਗਲਤੀਆਂ ਵੱਲ ਇਸ਼ਾਰਾ ਕਰਨ ਵਿੱਚ ਅਸੀ ਇਸ ਕਿਤਾਬ ਵਿਚ ਅਧਿਆਇ 46, "ਜੇ ਤੁਹਾਨੂੰ ਆਲੋਚਨਾ ਕਰਨੀ ਪੈ ਜਾਵੇ ਤਾਂ ਕਿਵੇਂ ਕਰੀਏ" ਵਿੱਚ ਦਸਿਆ ਹੈ ਕਿ ਆਲੋਚਨਾ ਕਰਨ ਦਾ ਸਹੀ ਤਰੀਕਾ ਕੀ ਹੈ, ਪਰ ਹੁਣ ਲਈ, ਯਾਦ ਰੱਖੋ ਕਿ ਲੋਕ ਆਪਣੀਆਂ ਗਲਤੀਆਂ ਸਵੀਕਾਰ ਨਹੀਂ ਕਰਦੇ।

ਲੋਕ ਵਿਵਹਾਰ ਨਾਲ ਸਬੰਧਤ ਅਮਲ ਕਰਨ ਲਈ ਉਪਯੋਗੀ ਗੱਲਾਂ :

- **ਹਰ ਕਿਸੇ ਨੂੰ ਸੁਧਾਰਨ ਦੀ ਕੋਸ਼ਿਸ਼ ਨਾ ਕਰੋ** : ਗਲਤੀਆਂ ਦਸ ਕੇ ਸਬ ਨੂੰ ਸੁਧਾਰਨ ਦੀ ਕੋਸ਼ਿਸ਼ ਨਾ ਕਰੋ ਕਿਉਂਕਿ ਲੋਕ ਆਪਣੀਆਂ ਗਲਤੀਆਂ ਸਵੀਕਾਰ ਨਹੀਂ ਕਰਦੇ, ਇਸ ਲਈ ਉਨ੍ਹਾਂ ਨਾਲ ਤੁਹਾਡਾ ਰਿਸ਼ਤਾ ਵਿਗੜ ਜਾਵੇਗਾ।
- **ਭਾਵੇਂ ਗਲਤੀਆਂ ਦੱਸੋ ਪਰ ਸਭ ਦੇ ਸਾਹਮਣੇ ਨਹੀਂ** : ਜਦੋਂ ਕੋਈ ਹੋਰ ਮੌਜੂਦ ਨਾ ਹੋਵੇ ਤਾਂ ਉਨ੍ਹਾਂ ਨੂੰ ਇੱਕ ਪਾਸੇ ਜਾ ਕੇ ਗਲਤੀਆਂ ਦੱਸੋ, ਇਸ ਨਾਲ ਦੂਜੇ ਵਿਅਕਤੀ ਨੂੰ ਘੱਟ ਬੁਰਾ ਲੱਗੇਗਾ, ਸਾਰਿਆਂ ਦੇ ਸਾਹਮਣੇ ਗਲਤੀਆਂ ਦੱਸਣ ਨਾਲ ਉਹ ਮਹਿਸੂਸ ਕਰੇਗਾ ਕਿ ਤੁਸੀਂ ਜਾਣਬੁੱਝ ਕੇ ਉਸਦਾ ਅਪਮਾਨ ਕਰ ਰਹੇ ਹੋ।

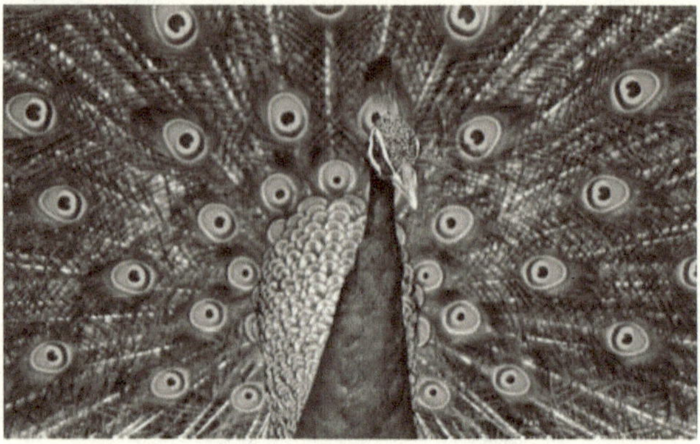

ਅਧਿਆਇ – 20
ਸੁੰਦਰਤਾ ਆਕਰਸ਼ਿਤ ਕਰਦੀ ਹੈ

"ਜੀਵਨ ਸੁੰਦਰਤਾ ਨਾਲ ਭਰਿਆ ਹੋਇਆ ਹੈ : ਰਾਜਲ"

ਤੁਸੀਂ ਘਰ ਬਣਦੇ ਜ਼ਰੂਰ ਦੇਖਿਆ ਹੋਵੇਗਾ ਜਾਂ ਸ਼ਾਇਦ ਤੁਸੀਂ ਇਸਨੂੰ ਬਣਵਾਇਆ ਵੀ ਹੋਵੇਗਾ। ਕੀ ਤੁਸੀਂ ਦੇਖਿਆ ਹੈ ਕਿ ਨੰਗੀਆਂ ਇੱਟਾਂ ਅਤੇ ਸੀਮਿੰਟ ਨਾਲ ਬਣਿਆ ਘਰ ਕਿਹੋ ਜਿਹਾ ਲੱਗਦਾ ਹੈ?

ਕਲਪਨਾ ਕਰੋ ਕਿ ਤੁਸੀਂ ਇੱਕ ਘਰ ਬਣਵਾ ਰਹੇ ਹੋ ਅਤੇ ਤੁਸੀਂ ਇੱਟਾਂ ਅਤੇ ਸੀਮਿੰਟ ਨਾਲ ਇਸਦੀ ਬਣਤਰ ਪੂਰੀ ਕਰ ਲਈ ਹੈ, ਪਾਣੀ ਅਤੇ ਬਿਜਲੀ ਦਾ ਪ੍ਰਬੰਧ ਵੀ ਕੀਤਾ ਹੈ ਪਰ ਇਸਨੂੰ ਪੇਂਟ ਨਹੀਂ ਕੀਤਾ ਹੈ, ਕੀ ਤੁਸੀਂ ਇਸ ਵਿੱਚ ਰਹਿਣਾ ਚਾਹੋਗੇ? ਸੰਭਾਵਨਾ ਬਹੁਤ ਜ਼ਿਆਦਾ ਹੈ ਕਿ ਤੁਸੀਂ ਇਸ ਵਿੱਚ ਰਹਿਣਾ ਪਸੰਦ ਨਹੀਂ ਕਰੋਗੇ, ਹੁਣ ਇੱਕ ਕੰਮ ਕਰੋ, ਇਸਦੀ ਇੱਕ ਫੋਟੋ ਖਿੱਚੋ।

ਹੁਣ ਕਲਪਨਾ ਕਰੋ ਕਿ ਤੁਸੀਂ ਇਸ ਇੱਟਾਂ ਅਤੇ ਸੀਮਿੰਟ ਦੇ ਘਰ ਨੂੰ ਖੂਬਸੂਰਤੀ ਨਾਲ ਪੇਂਟ ਕਰਵਾ ਲਿਆ ਹੈ, ਅੰਦਰੂਨੀ ਹਿੱਸੇ ਨੂੰ ਸੁੰਦਰ ਢੰਗ ਨਾਲ ਡਿਜ਼ਾਈਨ ਕਰਵਾਇਆ ਹੈ, ਅਤੇ ਆਕਰਸ਼ਕ ਫਰਨੀਚਰ ਲਗਾਇਆ ਹੈ। ਹੁਣ, ਇਸ ਘਰ ਦੀ ਵੀ ਇੱਕ ਫੋਟੋ ਖਿੱਚ ਲਓ।

ਹੁਣ ਘਰ ਦੀ ਪਿਛਲੀ ਫੋਟੋ ਅਤੇ ਇਸ ਨਵੀਂ ਫੋਟੋ ਦੀ ਤੁਲਨਾ ਕਰੋ, ਕਿਹੜਾ ਵਧੀਆ ਦਿਖਦਾ ਹੈ ਅਤੇ ਤੁਸੀਂ ਕਿਸ ਵਿੱਚ ਰਹਿਣਾ ਪਸੰਦ ਕਰੋਗੇ? ਇਸ ਵਿੱਚ ਕੋਈ ਸ਼ੱਕ ਨਹੀਂ ਕਿ ਪੇਂਟ ਕੀਤਾ ਅਤੇ ਸਜਾਇਆ ਹੋਇਆ ਘਰ ਬਿਹਤਰ ਦਿਖਦਾ ਹੈ ਅਤੇ ਤੁਸੀਂ ਇਸ ਆਕਰਸ਼ਕ ਪੇਂਟ ਕੀਤੇ ਘਰ ਵਿੱਚ ਰਹਿਣਾ ਚਾਹੋਗੇ।

ਮੈਂ ਇੰਟਰਨੈੱਟ 'ਤੇ "ਜੀਵਨ ਸਾਥੀ ਵਿੱਚ ਸਭ ਤੋਂ ਜ਼ਰੂਰੀ ਗੁਣ?" ਸਿਰਲੇਖ ਵਾਲੀ ਇੱਕ ਖੋਜ ਬਾਰੇ ਪੜ੍ਹ ਰਿਹਾ ਸੀ? ਕੀ ਤੁਸੀਂ ਮੈਨੂੰ ਦੱਸ ਸਕਦੇ ਹੋ ਕਿ ਇਸ ਖੋਜ ਦੇ ਨਤੀਜੇ ਵਿੱਚ ਸਭ ਤੋਂ ਜ਼ਰੂਰੀ ਗੁਣ ਕੀ ਸੀ, ਅਤੇ ਇਸਦਾ ਜਵਾਬ ਹੈ "ਸੁੰਦਰਤਾ"।

ਅੱਜਕੱਲ੍ਹ, ਤੁਸੀਂ ਦੇਖਿਆ ਹੋਵੇਗਾ ਕਿ ਸਾਰੇ ਸ਼ੋਅਰੂਮ ਆਪਣੇ ਨਿਵੇਸ਼ ਦਾ ਇੱਕ ਵੱਡਾ ਹਿੱਸਾ ਆਪਣੇ ਸ਼ੋਅਰੂਮ ਨੂੰ ਜਿੰਨਾ ਸੰਭਵ ਹੋ ਸਕੇ ਆਕਰਸ਼ਕ ਬਣਾਉਣ ਵਿੱਚ ਖਰਚ ਕਰਦੇ ਹਨ ਅਤੇ ਇਸ ਤੋਂ ਬਾਅਦ, ਉਹ ਕੁਝ ਸਾਲਾਂ ਦੇ ਅੰਦਰ ਇਸਨੂੰ ਦੁਬਾਰਾ ਨਵੀਨੀਕਰਨ ਕਰਦੇ ਹਨ ਤਾਂ ਜੋ ਗਾਹਕ ਸੁੰਦਰਤਾ ਤੋਂ ਆਕਰਸ਼ਿਤ ਹੋਣ ਅਤੇ ਸ਼ੋਅਰੂਮ ਵਿੱਚ ਖਿੱਚੇ ਆਉਣ।

ਸਾਡੇ ਕੱਪੜੇ ਸਾਡੇ ਸਰੀਰ ਦੇ 90 ਪ੍ਰਤੀਸ਼ਤ ਹਿੱਸੇ ਨੂੰ ਢੱਕਦੇ ਹਨ, ਇਸ ਲਈ ਇਹ ਸਾਡੀ ਸੁੰਦਰਤਾ ਵਿੱਚ ਮਹੱਤਵਪੂਰਨ ਭੂਮਿਕਾ ਨਿਭਾਉਂਦੇ ਹਨ। ਇਸ ਲਈ ਆਪਣੇ ਕੱਪੜੇ ਸਮਝਦਾਰੀ ਨਾਲ ਚੁਣਨਾ ਬਹੁਤ ਜ਼ਰੂਰੀ ਹੈ, ਕਿਉਂਕਿ ਇਹ ਸਾਨੂੰ ਆਕਰਸ਼ਕ ਬਣਾਉਣ ਵਿੱਚ ਮਹੱਤਵਪੂਰਨ ਭੂਮਿਕਾ ਨਿਭਾਉਂਦੇ ਹਨ। ਨਾਲ ਹੀ, ਆਪਣੇ ਵਾਲਾਂ ਅਤੇ ਚਮੜੀ ਦਾ ਧਿਆਨ ਰੱਖੋ, ਅਤੇ ਜੇ ਜ਼ਰੂਰੀ ਹੋਵੇ, ਤਾਂ ਕਿਸੇ ਸੁੰਦਰਤਾ ਮਾਹਰ ਦੀ ਮਦਦ ਲਓ, ਕਿਉਂਕਿ ਤੁਹਾਡੀ ਦਿੱਖ ਤੁਹਾਡੇ ਆਤਮਵਿਸ਼ਵਾਸ ਨੂੰ ਵਧਾਉਂਦੀ ਹੈ, ਅਤੇ ਜਿਵੇਂ ਕਿ ਤੁਸੀਂ ਪਹਿਲਾਂ ਹੀ ਜਾਣਦੇ ਹੋ, ਸੁੰਦਰਤਾ ਆਕਰਸ਼ਿਤ ਕਰਦੀ ਹੈ।

ਲੋਕ ਵਿਵਹਾਰ ਨਾਲ ਸਬੰਧਤ ਲਾਗੂ ਕਰਨ ਵਾਲੀਆਂ ਉਪਯੋਗੀ ਗੱਲਾਂ :-

- **ਕਲਪਨਾ ਕਰੋ :** ਜੇਕਰ ਸਾਡੇ ਸਰੀਰ ਤੇ ਚਮੜੀ ਅਤੇ ਮਾਸਪੇਸ਼ੀਆਂ ਨਾ ਹੁੰਦੀਆਂ ਤਾਂ ਅਸੀਂ ਕਿਹੋ ਜਿਹੇ ਦਿਖਾਈ ਦਿੰਦੇ? ਇਸੇ ਤਰ੍ਹਾਂ, ਜੇਕਰ ਅਸੀਂ ਅਪਣੇ ਮਕਾਨਾਂ ਤੇ ਪੇਂਟ ਨਾ ਕਰਾਈਏ ਤਾਂ ਸਾਡੇ ਘਰ ਕਿਹੋ ਜਿਹੇ ਦਿਖਾਈ ਦਾਂਗੇ? ਸੰਭਾਵਨਾ ਹੈ ਕਿ ਉਹ ਬਹੁਤ ਵਧੀਆ ਨਹੀਂ ਦਿਖਾਈ ਦੇਣਗੇ, ਅਤੇ ਅਸੀਂ ਕੁਦਰਤੀ ਤੌਰ 'ਤੇ ਇਨ੍ਹਾਂ ਚੀਜ਼ਾਂ ਵੱਲ ਆਕਰਸ਼ਿਤ ਨਹੀਂ ਹੋਵਾਂਗੇ।
- ਤੁਸੀਂ ਇਹ ਕਹਾਵਤ ਜ਼ਰੂਰ ਸੁਣੀ ਹੋਵੇਗੀ ਕਿ "first impression is the last impression"ਭਾਵ ਪਹਿਲਾ ਪ੍ਰਭਾਵ ਆਖਰੀ ਪ੍ਰਭਾਵ ਹੁੰਦਾ ਹੈ ਕਿਉਂਕਿ ਬਹੁਤ ਸਾਰੇ ਲੋਕ ਅਜਿਹੇ ਹੁੰਦੇ ਹਨ ਜਿਨ੍ਹਾਂ ਨੂੰ ਅਸੀਂ ਜ਼ਿੰਦਗੀ ਵਿੱਚ ਸਿਰਫ਼ ਇੱਕ ਵਾਰ ਹੀ ਮਿਲਦੇ ਹਾਂ, ਤਾਂ ਕਿਉਂ ਨਾ ਉਨ੍ਹਾਂ 'ਤੇ ਚੰਗੀ ਛਾਪ ਛੱਡੀਏ।

ਅਧਿਆਇ – 21

ਆਪਣੇ ਦਿਮਾਗ ਤੋਂ ਨਹੀਂ ਦਿਲ ਤੋਂ ਗੱਲ ਕਰੋ

"ਸਾਡੀ ਜ਼ਿੰਦਗੀ ਦਾ ਮਕਸਦ ਸੁਖੀ ਰਹਿਣਾ ਹੈ : ਦਲਾਈ ਲਾਮਾ"

ਮੈਨੂੰ ਲੱਗਦਾ ਹੈ ਕਿ ਤੁਸੀਂ ਸ਼ਾਇਦ ਕਿਸੇ ਟੀਵੀ ਲੜੀ ਜਾਂ ਫਿਲਮ ਵਿੱਚ ਰੋਬੋਟ ਨੂੰ ਬੋਲਦੇ ਜ਼ਰੂਰ ਸੁਣਿਆ ਹੋਵੇਗਾ। ਕੀ ਤੁਸੀਂ ਸਮਝ ਸਕਦੇ ਹੋ ਕਿ ਰੋਬੋਟ ਬੋਲ ਤਾਂ ਸਕਦਾ ਸੀ, ਪਰ ਇਸਦੀ ਆਵਾਜ਼ ਜਾਂ ਸ਼ਬਦਾਂ ਵਿੱਚ ਮਨੁੱਖ ਵਰਗਾ ਪ੍ਰਭਾਵ ਕਿਉਂ ਨਹੀਂ ਸੀ? ਅਤੇ ਇਸਦਾ ਜਵਾਬ ਹੈ "ਭਾਵਨਾ"। ਜ਼ਿਆਦਾਤਰ ਲੋਕ ਯਾਦ ਕੀਤੀਆਂ ਲਿਪੀਆਂ ਅਤੇ ਨਕਲੀ ਸ਼ਬਦਾਂ ਨੂੰ ਸਮਝਦੇ ਹਨ, ਪਰ ਉਹਨਾਂ ਦਾ ਬਹੁਤਾ ਪ੍ਰਭਾਵ ਨਹੀਂ ਹੁੰਦਾ। ਅਸਲ ਪ੍ਰਭਾਵ ਉਦੋਂ ਆਉਂਦਾ ਹੈ ਜਦੋਂ ਤੁਸੀਂ ਦਿਲੋਂ ਅਤੇ ਭਾਵਨਾਵਾਂ ਨਾਲ ਬੋਲਦੇ ਹੋ। ਕੰਪਿਊਟਰ ਅਤੇ ਰੋਬੋਟ ਵੀ ਬੋਲ ਸਕਦੇ ਹਨ, ਪਰ ਪਰਮਾਤਮਾ ਨੇ ਮਨੁੱਖਾਂ ਨੂੰ ਅਜਿਹੀਆਂ ਭਾਵਨਾਵਾਂ ਦਿੱਤੀਆਂ ਹਨ ਜੋ ਖੁਸ਼ੀ ਅਤੇ ਉਦਾਸੀ ਵਿੱਚ ਫਰਕ ਕਰ ਸਕਦੀਆਂ ਹਨ, ਅਤੇ ਸਮਝ ਸਕਦੀਆਂ ਹਨ ਕਿ ਕੋਈ ਵਿਅਕਤੀ ਕਿਸੇ ਖਾਸ ਸਥਿਤੀ ਵਿੱਚ ਕਿਵੇਂ ਮਹਿਸੂਸ ਕਰਦਾ ਹੋਵੇਗਾ।

ਕਿਸੇ ਦੇ ਖੁਸ਼ੀ ਦੇ ਮੌਕੇ 'ਤੇ, ਉਸਨੂੰ ਦਿਲੋਂ ਵਧਾਈ ਦਿਓ ਜਿਵੇਂ ਤੁਹਾਨੂੰ ਇਹ ਖੁਸ਼ੀ ਮਿਲੀ ਹੋਵੇ ਅਤੇ ਕਿਸੇ ਦੇ ਦੁੱਖ ਦੇ ਮੌਕੇ 'ਤੇ, ਆਪਣੀ ਦਿਲੋਂ ਸੰਵੇਦਨਾ ਪ੍ਰਗਟ ਕਰੋ ਤਾਂ ਜੋ ਉਸਨੂੰ ਲੱਗੇ ਕਿ ਤੁਸੀਂ ਉਸਦੇ ਦੁੱਖ ਨੂੰ ਸਮਝਦੇ ਹੋ ਅਤੇ ਇਸ ਔਖੇ ਸਮੇਂ ਵਿੱਚ ਵੀ ਤੁਸੀਂ ਉਸਦੇ ਨਾਲ ਹੋ।

ਜੇਕਰ ਅਸੀਂ ਇੱਕ ਬਿਹਤਰ ਦੁਨੀਆਂ ਬਣਾਉਣਾ ਚਾਹੁੰਦੇ ਹਾਂ, ਤਾਂ "ਮੈਂ ਇਸ ਤੋਂ ਕਿਵੇਂ ਲਾਭ ਉਠਾ ਸਕਦਾ ਹਾਂ," "ਇਸ ਵਿੱਚ ਮੇਰੇ ਲਈ ਕੀ ਹੈ?"ਆਦਿ ਚੀਜ਼ਾਂ ਤੋਂ ਉੱਪਰ ਉੱਠਣਾ ਪਵੇਗਾ।

ਦਿਲੋਂ ਬੋਲਣਾ ਕਿੰਨਾ ਪ੍ਰਭਾਵਸ਼ਾਲੀ ਹੋ ਸਕਦਾ ਹੈ ਇਸਦੀ ਇੱਕ ਚੰਗੀ ਉਦਾਹਰਣ ਤਾਂ ਦੇਖਣ ਨੂੰ ਮਿਲਦੀ ਹੈ ਕਿ ਜਦੋਂ ਕਿਸੇ ਨੂੰ ਅਚਾਨਕ ਲੋਕਾਂ ਦੇ ਇੱਕ ਸਮੂਹ ਦੇ ਸਾਹਮਣੇ ਬੋਲਣਾ ਪੈਂਦਾ ਹੈ, ਖਾਸ ਕਰਕੇ ਉਹ ਜਿਸ ਨੇ ਕੋਈ ਤਿਆਰੀ ਨਹੀਂ ਕੀਤੀ ਅਤੇ ਨਾ ਹੀ ਉਸਨੂੰ ਸਮਝ ਵਿਚ ਆਰਿਹਾ ਹੈ ਕਿ ਕੀ ਕਹਿਣਾ ਹੈ? ਉਹ ਫਿਰ ਸਭ ਤੋਂ ਵਧੀਆ ਵਿਕਲਪ ਚੁਣਦਾ ਹੈ। ਉਹ ਬੋਲਣਾ ਸ਼ੁਰੂ ਕਰਦਾ ਹੈ, ਪਰ ਆਪਣੇ ਦਿਲ ਤੋਂ, ਆਪਣੇ ਦਿਮਾਗ ਤੋਂ ਨਹੀਂ। ਜਦੋਂ ਉਹ ਗੱਲ ਖਤਮ ਕਰਦਾ ਹੈ, ਤਾਂ ਲੋਕ ਤਾਲੀਆਂ ਵਜਾ ਕੇ ਉਸ ਦਾ ਆਭਾਰ ਪ੍ਰਗਟ ਕਰਦੇ ਹਨ। ਇਹ ਯਾਦ ਕੀਤੀ ਗਈ ਲਿਪੀ ਨਾਲ ਸ਼ਾਇਦ ਹੀ ਸੰਭਵ ਹੋ ਪਾਂਦਾ।

ਦਿਲੋਂ ਬੋਲੋ, ਚੰਗਿਆਈਆਂ ਲੱਭੋ, ਲੋਕਾਂ ਦੀ ਪ੍ਰਸ਼ੰਸਾ ਕਰੋ, ਉਨ੍ਹਾਂ ਨੂੰ ਬਿਹਤਰ ਮਹਿਸੂਸ ਕਰਵਾਓ, ਉਨ੍ਹਾਂ ਵਿੱਚ ਵਿਸ਼ਵਾਸ ਪੈਦਾ ਕਰੋ ਕਿ ਉਹ ਕੁਝ ਕਰ ਸਕਦੇ ਹਨ, ਉਹਨਾਂ ਦੀਆਂ ਗਲਤੀਆਂ ਨੂੰ ਮਾਫ਼ ਕਰੋ , ਉਦਾਰ ਬਣੋ ਆਦਿ। ਜਦੋਂ ਤੁਸੀਂ ਅਜਿਹੇ ਕੰਮ ਕਰਨਾ ਸ਼ੁਰੂ ਕਰ ਦੇਗੇ, ਤਾਂ ਤੁਸੀਂ ਦਿਮਾਗ ਤੋਂ ਨਹੀਂ, ਦਿਲ ਤੋਂ ਸੋਚਣਾ ਅਤੇ ਕੰਮ ਕਰਨਾ ਸ਼ੁਰੂ ਕਰਨ ਲਗੋਗੇ ਅਤੇ ਲੋਕ ਵਿਵਹਾਰ ਦੀ ਕਲਾ ਵਿੱਚ ਮੁਹਾਰਤ ਹਾਸਲ ਕਰਨ ਵੱਲ ਇੱਕ ਕਦਮ ਹੋਰ ਨੇੜੇ ਹੋ ਜਾਓਗੇ।

ਲੋਕ ਵਿਵਹਾਰ ਨਾਲ ਸਬੰਧਤ ਅਮਲ ਕਰਨ ਲਈ ਉਪਯੋਗੀ ਗੱਲਾਂ:-

- **ਲੋਕਾਂ ਦਾ ਵਿਸ਼ਵਾਸ ਕਰਨਾ ਪਵੇਗਾ** : ਜਦੋਂ ਤੁਸੀਂ ਕਿਸੇ ਰੇਲਗੱਡੀ ਜਾਂ ਜਹਾਜ਼ ਵਿੱਚ ਯਾਤਰਾ ਕਰਦੇ ਹੋ, ਤਾਂ ਤੁਸੀਂ ਸ਼ਾਇਦ ਉਸ ਰੇਲਗੱਡੀ ਦੇ ਡਰਾਈਵਰ ਨੂੰ ਨਹੀਂ ਜਾਣਦੇ, ਫਿਰ ਵੀ ਤੁਸੀਂ ਉਸ 'ਤੇ ਭਰੋਸਾ ਕਰਦੇ ਹੋ ਕਿ ਉਹ ਤੁਹਾਨੂੰ ਸਫਲਤਾਪੂਰਵਕ ਤੁਹਾਡੀ ਮੰਜ਼ਿਲ 'ਤੇ ਲੈ ਜਾਵੇਗਾ ਅਤੇ ਆਪਣੀ ਜਾਨ ਦੀ ਪਰਵਾਹ ਕੀਤੇ ਬਿਨਾਂ, ਤੁਸੀਂ ਉਸ ਰੇਲਗੱਡੀ ਵਿੱਚ ਬੈਠ ਜਾਂਦੇ ਹੋ। ਹਮੇਸ਼ਾ ਯਾਦ ਰੱਖੋ ਕਿ ਜ਼ਿਆਦਾਤਰ ਲੋਕ ਚੰਗੇ ਹੁੰਦੇ ਹਨ, ਕੁਝ ਬੁਰੇ ਲੋਕਾਂ ਦੇ ਕਾਰਨ, ਅਸੀਂ ਸਾਰੇ ਚੰਗੇ ਲੋਕਾਂ ਨੂੰ ਇੱਕੋ ਨਜ਼ਰ ਨਾਲ ਨਹੀਂ ਦੇਖ ਸਕਦੇ।
- **ਦਿਮਾਗ ਦੀ ਬਜਾਏ ਦਿਲੋਂ ਬੋਲਣ ਦੀ ਆਦਤ ਪਾਓ** : ਜੇਕਰ ਤੁਹਾਨੂੰ ਕੋਈ ਕੰਮ ਜਾਂ ਕਿਸੇ ਦਾ ਕੋਈ ਗੁਣ ਪਸੰਦ ਹੈ, ਤਾਂ ਤੁਰੰਤ ਉਸਦੀ ਪ੍ਰਸ਼ੰਸਾ ਕਰੋ। ਦੂਜੇ ਲੋਕਾਂ ਦੇ ਬੱਚਿਆਂ ਨਾਲ ਓਨੇ ਹੀ ਪਿਆਰ ਨਾਲ ਮਿਲੋ ਅਤੇ ਗੱਲ ਕਰੋ ਜਿੰਨਾ ਤੁਸੀਂ ਆਪਣੇ ਬੱਚਿਆਂ ਨਾਲ ਕਰਦੇ ਹੋ।

ਅਧਿਆਇ - 22
ਰਿਸ਼ਤਿਆਂ ਵਿਚ ਖਾਦ ਪਾਣੀ ਪਾਂਦੇ ਰਹੋ

" ਜਿੱਥੇ ਵੀ ਜਾਓ ਪਿਆਰ ਫੈਲਾਓ, ਕਿਸੀ ਨੂੰ ਵੀ ਅਪਣੇ ਕੋਲੋ ਦੁਖੀ ਨਾ ਜਾਣ ਦਿਓਂ: ਮਦਰ ਟੈਰੇਸਾ"

ਕੀ ਤੁਸੀਂ ਕਦੇ ਕੋਈ ਰੁੱਖ ਲਗਾਇਆ ਹੈ? ਮੈਨੂੰ ਯਕੀਨ ਹੈ ਕਿ ਤੁਸੀਂ ਜ਼ਰੂਰ ਲਗਾਇਆ ਹੋਵੇਗਾ। ਲਾਉਣ ਤੋਂ ਬਾਅਦ, ਤੁਹਾਨੂੰ ਇਸਨੂੰ ਸਿਹਤਮੰਦ ਅਤੇ ਜ਼ਿੰਦਾ ਰੱਖਣ ਲਈ ਨਿਯਮਿਤ ਤੌਰ 'ਤੇ ਪਾਣੀ ਅਤੇ ਖਾਦ ਪਾਉਣੀ ਚਾਹੀਦੀ ਹੈ।ਤਾਕੀ ਪੋਧਾ ਠੀਕ ਅਤੇ ਜਿੰਦਾ ਰਹੇ।

ਕੀ ਤੁਸੀਂ ਕਦੇ ਦੇਖਿਆ ਹੈ ਕਿ ਤੁਹਾਡੇ ਕੁਝ ਸਕੂਲ ਦੇ ਦੋਸਤ ਜਿਨ੍ਹਾਂ ਨਾਲ ਤੁਸੀਂ ਇੰਨਾ ਸਮਾਂ ਬਿਤਾਉਂਦੇ ਸੀ, ਹੱਸਦੇ-ਮਜ਼ਾਕ ਕਰਦੇ ਸਨ, ਪਰ ਅੱਜ ਤੁਹਾਨੂੰ ਨਹੀਂ ਪਤਾ ਕਿ ਉਹ ਕਿੱਥੇ ਹਨ, ਕੀ ਕਰ ਰਹੇ ਹਨ ਅਤੇ ਇਸ ਦੇ ਪਿੱਛੇ ਕਾਰਨ ਇਹ ਹੈ ਕਿ ਤੁਸੀਂ ਰਿਸ਼ਤੇ ਨੂੰ ਪੋਸ਼ਣ ਦੇਣਾ ਬੰਦ ਕਰ ਦਿੱਤਾ , ਯਾਨੀ ਕਿ ਤੁਸੀਂ ਉਨ੍ਹਾਂ ਨਾਲ ਸੰਪਰਕ ਕਰਨਾ ਬੰਦ ਕਰ ਦਿੱਤਾ ।

ਸਾਡੇ ਰਿਸ਼ਤੇ ਜਾਂ ਸੰਬੰਧ ਵੀ ਇਨ੍ਹਾਂ ਪੌਦਿਆਂ ਵਾਂਗ ਹੁੰਦੇ ਹਨ। ਜੇ ਤੁਸੀਂ ਚਾਹੁੰਦੇ ਹੋ ਕਿ ਉਹ ਜ਼ਿੰਦਾ ਅਤੇ ਸਿਹਤਮੰਦ ਰਹਿਣ, ਤਾਂ ਤੁਹਾਨੂੰ ਉਨ੍ਹਾਂ ਨੂੰ ਖਾਦ ਪਾਉਂਦੇ ਰਹਿਣਾ ਪਵੇਗਾ ਅਤੇ ਇਹ ਖਾਦ ਪਾਣੀ ਦਾ ਮਤਲਬ ਹੈ ਸੰਪਰਕ ਨੂੰ ਬਣਾਈ ਰੱਖਣਾ, ਭਾਵੇਂ ਇਹ ਸਮੇਂ-ਸਮੇਂ 'ਤੇ ਵਿਅਕਤੀਗਤ ਤੌਰ 'ਤੇ ਮਿਲਣਾ ਹੋਵੇ ਜਾਂ ਫ਼ੋਨ 'ਤੇ ਇੱਕ ਦੂਜੇ ਦੀ ਤੰਦਰੁਸਤੀ ਬਾਰੇ ਪੁੱਛਣਾ ਹੋਵੇ ਜਾਂ ਸੁਨੇਹਿਆਂ ਰਾਹੀਂ ਆਪਣੀ ਗੱਲ ਬਾਤ ਬਣਾਈ ਰੱਖਣਾ ਹੋਵੇ।

ਜੇਕਰ ਤੁਸੀਂ ਅਜਿਹਾ ਕਰਨ ਵਿੱਚ ਅਸਫਲ ਰਹਿੰਦੇ ਹੋ, ਤਾਂ ਤੁਹਾਡੇ ਰਿਸ਼ਤੇ ਆਪਣੀ ਜ਼ਿੰਦਗੀ ਗੁਆ ਦੇਣਗੇ ਅਤੇ ਜਲਦੀ ਹੀ ਫਿੱਕੇ ਪੈ ਜਾਣਗੇ। ਆਪਣੇ ਰਿਸ਼ਤਿਆਂ ਨੂੰ ਪੋਸ਼ਣ ਦੇਣਾ ਤੁਹਾਡੀ ਜ਼ਿੰਮੇਵਾਰੀ ਹੈ, ਅਤੇ ਤੁਹਾਨੂੰ ਇਹ ਨਹੀਂ ਸੋਚਣਾ ਚਾਹੀਦਾ ਹੈ, "ਜੇ ਦੂਸਰੇ ਨਹੀਂ ਕਰਦੇ ਤਾਂ ਮੈਂ ਕਿਉਂ

ਕਰਾਂ" ਤਾਂ ਤੁਸੀਂ ਇਹ ਕਿਤਾਬ ਪੜ੍ਹ ਰਹੇ ਹੋ। ਤੁਹਾਡੇ ਤੋਂ ਲੋਕ ਸੰਬੰਧਾਂ ਵਿੱਚ ਮਾਹਰ ਬਣਨ ਦੀ ਉਮੀਦ ਕੀਤੀ ਜਾਂਦੀ ਹੈ, ਅਤੇ ਅਜਿਹਾ ਕਰਨ ਲਈ, ਤੁਹਾਨੂੰ ਆਪਣੇ ਰਿਸ਼ਤਿਆਂ ਨੂੰ ਪੋਸ਼ਣ ਦੇਣ ਦੀ ਜ਼ਰੂਰਤ ਹੋਏਗੀ।

ਲੋਕ ਵਿਵਹਾਰ ਨਾਲ ਸਬੰਧਤ ਅਮਲ ਕਰਨ ਬਾਰੇ ਲਾਭਦਾਇਕ ਗੱਲਾਂ:

ਰਿਸ਼ਤਿਆਂ ਵਿੱਚ ਨਿਯਮਤ ਖਾਦ-ਪਾਣੀ ਪਾਣ ਦੇ ਲਈ ਸੁਝਾਅ:

- ਆਪਣੇ ਸਾਰੇ ਦੋਸਤਾਂ, ਸ਼ੁਭਚਿੰਤਕਾਂ, ਰਿਸ਼ਤੇਦਾਰਾਂ, ਜਾਣ-ਪਛਾਣ ਵਾਲਿਆਂ ਆਦਿ ਦੇ ਮੋਬਾਈਲ ਨੰਬਰ ਆਪਣੇ ਮੋਬਾਈਲ ਵਿੱਚ ਰੱਖੋ।
- ਨਵੇਂ ਸਾਲ, ਹੋਲੀ, ਦੀਵਾਲੀ, ਈਦ, ਆਜ਼ਾਦੀ ਦਿਵਸ, ਗਣਤੰਤਰ ਦਿਵਸ ਆਦਿ ਦੀਆਂ ਵਧਾਈਆਂ ਭੇਜੋ।
- ਜੇਕਰ ਇਹ ਲੋਕ ਫੇਸਬੁੱਕ 'ਤੇ ਵੀ ਹਨ, ਤਾਂ ਉਨ੍ਹਾਂ ਨੂੰ ਆਪਣੀ ਦੋਸਤ ਸੂਚੀ ਵਿੱਚ ਸ਼ਾਮਲ ਕਰੋ।
- ਜਨਮਦਿਨ, ਵਰ੍ਹੇਗੰਢ, ਅਤੇ ਹੋਰ ਖਾਸ ਤਰੀਖਾ ਫੇਸਬੁੱਕ 'ਤੇ ਆਸਾਨੀ ਨਾਲ ਲੱਭੀਆਂ ਜਾ ਸਕਦੀਆਂ ਹਨ। ਇਨ੍ਹਾਂ ਮੌਕਿਆਂ 'ਤੇ ਵਧਾਈਆਂ ਦਿਓ, ਅਤੇ ਜੇਕਰ ਕੋਈ ਦੁਖਦਾਈ ਮੌਕਾ ਆਉਂਦਾ ਹੈ ਤਾਂ ਸੰਵੇਦਨਾ ਪ੍ਰਗਟ ਕਰੋ।
- ਜੋ ਸੰਭਵ ਹੋਵੇ, ਤਾਂ ਕਿਸੇ ਪਰਿਵਾਰਕ ਸਮਾਗਮ ਜਾਂ ਕਿਸੇ ਖੁਸ਼ੀ ਦੇ ਮੌਕੇ 'ਤੇ ਵੱਧ ਤੋਂ ਵੱਧ ਲੋਕਾਂ ਨੂੰ ਸੱਦਾ ਦਿਓ ਤਾਂ ਜੋ ਤੁਸੀਂ ਆਪਣੇ ਸਬੰਧਾਂ ਨੂੰ ਮਜ਼ਬੂਤ ਕਰ ਸਕੋ।

ਅਧਿਆਇ – 23
ਉਤਸ਼ਾਹ ਨਾਲ ਹੀ ਫਰਕ ਪੈਂਦਾ ਹੈ

"ਸਫਲਤਾ ਇੱਕ ਅਸਫਲਤਾ ਤੋਂ ਦੂਜੀ ਅਸਫਲਤਾ ਤੱਕ ਬਿਨਾਂ ਉਤਸ਼ਾਹ ਗੁਆਏ ਜਾਰੀ ਰੱਖਣ ਨਾਲ ਮਿਲਦੀ ਹੈ। - ਵਿੰਸਟਨ ਚਰਚਿਲ "

ਮੈਨੂੰ ਯਾਦ ਹੈ ਜਦੋਂ ਅਸੀਂ ਵਿਦਿਆਰਥੀ ਸੀ, ਜਦੋਂ ਅਸੀਂ ਸੱਤਵੀਂ ਜਮਾਤ ਵਿੱਚ ਗਏ, ਤਾਂ ਇਤਿਹਾਸ ਦਾ ਵਿਸ਼ਾ ਸਾਨੂੰ ਸਾਰੇ ਵਿਦਿਆਰਥੀਆਂ ਨੂੰ ਬਹੁਤ ਬੋਰਿੰਗ ਲੱਗਦਾ ਸੀ ਪਰ ਗਰਮੀਆਂ ਦੀਆਂ ਛੁੱਟੀਆਂ ਤੋਂ ਬਾਅਦ, ਇਤਿਹਾਸ ਦਾ ਵਿਸ਼ਾ ਬਹੁਤ ਦਿਲਚਸਪ ਲੱਗਣ ਲੱਗ ਪਿਆ ਅਤੇ ਅਸੀਂ ਇਸਦੇ ਪੀਰੀਅਡ ਦੀ ਉਡੀਕ ਕਰਨ ਲੱਗ ਪਏ।

ਕੀ ਤੁਸੀਂ ਮੈਨੂੰ ਦੱਸ ਸਕਦੇ ਹੋ ਕਿ ਐਸਾ ਕੀ ਚਮਤਕਾਰ ਹੋ ਗਿਆ? ਚਮਤਕਾਰ ਇਹ ਸੀ ਕਿ ਸਾਨੂੰ ਇਤਿਹਾਸ ਪੜ੍ਹਾਉਣ ਵਾਲਾ ਅਧਿਆਪਕ ਸਕੂਲ ਛੱਡ ਕੇ ਚਲਾ ਗਿਆ ਅਤੇ ਉਸਦੀ ਜਗ੍ਹਾ ਆਉਣ ਵਾਲੇ ਦੂਜੇ ਅਧਿਆਪਕ ਨੇ ਇਸ ਵਿਸ਼ੇ ਨੂੰ ਇੰਨੇ ਉਤਸ਼ਾਹ ਨਾਲ ਪੜ੍ਹਾਇਆ ਕਿ ਅਸੀਂ ਸਾਰੇ ਉਤਸ਼ਾਹਿਤ ਹੋ ਗਏ ਅਤੇ ਇਸ ਵਿਸ਼ੇ ਵਿੱਚ ਸਾਡੀ ਦਿਲਚਸਪੀ ਵੀ ਵੱਧ ਗਈ।

ਤੁਸੀਂ ਦੇਖੋ, ਉਤਸ਼ਾਹ ਛੂਤਕਾਰੀ ਹੁੰਦਾ ਹੈ, ਅਤੇ ਜਦੋਂ ਤੁਸੀਂ ਕਿਸੇ ਉਤਸ਼ਾਹੀ ਵਿਅਕਤੀ ਦੇ ਸੰਪਰਕ ਵਿੱਚ ਆਉਂਦੇ ਹੋ, ਤਾਂ ਤੁਸੀਂ ਉਨ੍ਹਾਂ ਦੇ ਉਤਸ਼ਾਹ ਦੇ ਕੀਟਾਣੂਆਂ ਦੇ ਸੰਪਰਕ ਵਿਚ ਆ ਕੇ ਨੂੰ ਕੁਝ ਹੱਦ ਤੱਕ ਤੁਸੀ ਵੀ ਉਤਸ਼ਾਹੀ ਹੋ ਜਾਣ ਦੀ ਸੰਭਾਵਨਾ ਰੱਖਦੇ ਹੋ। ਇਹ ਬਿਲਕੁਲ ਨੀਰਸਤਾ ਦੇ ਕੀਟਾਣੂਆਂ ਦੇ ਫੈਲਣ ਵਾਂਗ ਹੈ।ਇੱਕ ਕਮਰੇ ਵਿੱਚ ਇੱਕ ਆਦਮੀ ਉਬਾਸੀ ਲੈ ਰਿਹਾ ਹੈ ਅਤੇ ਥੋੜ੍ਹੀ ਦੂਰ ਬੈਠਾ ਵਿਅਕਤੀ ਵੀ ਉਬਾਸੀ ਲੈ ਰਿਹਾ ਹੈ। ਬਿਹਤਰ ਹੋਵੇਗਾ ਜੇਕਰ ਤੁਸੀਂ ਉਤਸ਼ਾਹ ਦੇ ਕੀਟਾਣੂ ਫੈਲਾਓ, ਇਸ ਨਾਲ ਨਾ ਸਿਰਫ਼ ਤੁਹਾਨੂੰ ਚੰਗਾ ਲੱਗੇਗਾ ਸਗੋਂ ਦੂਜਿਆਂ ਨੂੰ ਵੀ ਚੰਗਾ ਲੱਗੇਗਾ।

ਤੁਸੀਂ ਅਕਸਰ ਦੇਖਿਆ ਹੋਵੇਗਾ ਕਿ ਇੱਕ ਟੀਮ ਜੋ ਚੰਗਾ ਪ੍ਰਦਰਸ਼ਨ ਨਹੀਂ ਕਰ ਰਹੀ ਹੁੰਦੀ, ਉਸਦੇ ਪ੍ਰਦਰਸ਼ਨ ਵਿੱਚ ਚਮਤਕਾਰੀ ਤਬਦੀਲੀ ਆ ਸਕਦੀ ਹੈ ਜਦੋਂ ਉਸਦਾ ਕਪਤਾਨ ਬਦਲਿਆ ਜਾਂਦਾ ਹੈ। ਇਸਦੇ ਪਿੱਛੇ ਕਾਰਨ ਇਹ ਹੈ ਕਿ ਕਪਤਾਨ ਦੇ ਉਤਸ਼ਾਹ ਅਤੇ ਜਨੂੰਨ ਦੇ ਕੀਟਾਣੂ ਟੀਮ ਦੇ ਦੂਜੇ ਮੈਂਬਰਾਂ ਨੂੰ ਵੀ ਲੱਗ ਜਾਂਦੇ ਹਨ। ਇਸ ਲਈ ਹਰ ਕਿਸੇ ਦਾ ਪ੍ਰਦਰਸ਼ਨ ਸੁਧਰਦਾ ਹੈ।

ਹੁਣ ਆਪਣੇ ਆਪ ਤੋਂ ਪੁੱਛੋ ਕਿ ਤੁਸੀਂ ਕਿੰਨੇ ਸਮੇਂ ਤੋਂ ਉਤਸ਼ਾਹ ਜਾਂ ਉਤੇਜਨਾ ਦੇ ਕੀਟਾਣੂ ਫੈਲਾ ਰਹੇ ਹੋ?

ਲੋਕ ਵਿਵਹਾਰ ਨਾਲ ਸਬੰਧਤ ਅਮਲ ਕਰਨ ਲਈ ਉਪਯੋਗੀ ਗੱਲਾਂ :

- **ਆਪਣੇ ਆਪ ਨਾਲ ਵਾਅਦਾ ਕਰੋ** : ਹਰ ਸਵੇਰ, ਆਪਣੇ ਆਪ ਨਾਲ ਵਾਅਦਾ ਕਰੋ ਕਿ ਤੁਸੀਂ ਜੋਸ਼ ਨਾਲ ਕੰਮ ਕਰੋਗੇ ਅਤੇ ਜਿਸ ਕਿਸੇ ਨੂੰ ਵੀ ਮਿਲੋਗੇ, ਉਸ ਨਾਲ ਜੋਸ਼ ਨਾਲ ਗੱਲ ਕਰੋਗੇ।
- **ਆਪਣੇ ਬੋਲਣ ਦੇ ਢੰਗ ਦੀ ਜਾਂਚ ਕਰੋ** : ਕੀ ਤੁਹਾਡਾ ਬੋਲਣ ਦਾ ਲਹਿਜ਼ਾ ਬੋਰਿੰਗ ਜਾਂ ਨੀਰਸ ਹੈ? ਜੇ ਹੈ, ਤਾਂ ਇਸਨੂੰ ਜੀਵੰਤ ਅਤੇ ਉਤਸ਼ਾਹਜਨਕ ਬਣਾਓ। ਮਹਿਸੂਸ ਕਰੋ ਕਿ ਤੁਸੀਂ ਆਪਣੀ ਜ਼ਿੰਦਗੀ ਤੋਂ ਬਹੁਤ ਖੁਸ਼ ਹੋ। ਜਦੋਂ ਤੁਸੀਂ ਅਜਿਹਾ ਮਹਿਸੂਸ ਕਰੋਗੇ, ਤਾਂ ਤੁਹਾਡੀ ਬੋਲਣ ਦੀ ਸ਼ੈਲੀ ਆਪਣੇ ਆਪ ਹੀ ਉਤਸ਼ਾਹੀ ਹੋ ਜਾਵੇਗੀ।

ਅਧਿਆਇ – 24
ਵਿਦਿਆ ਨਿਮਰਤਾ ਦਿੰਦੀ ਹੈ

ਸਾਡੀ ਭਾਰਤੀ ਸੰਸਕ੍ਰਿਤੀ ਇੰਨੀ ਮਹਾਨ ਹੈ ਕਿ ਪੂਰੀ ਦੁਨੀਆ ਸਾਡੀ ਸੰਸਕ੍ਰਿਤੀ ਤੋਂ ਪ੍ਰੇਰਨਾ ਲੈਂਦੀ ਹੈ।

ਪਰ ਜੇ ਤੁਸੀਂ ਲੋਕ ਵਿਵਹਾਰ ਦੀ ਕਲਾ ਵਿੱਚ ਮਾਹਰ ਬਣਨਾ ਚਾਹੁੰਦੇ ਹੋ, ਤਾਂ ਤੁਹਾਨੂੰ ਇੱਕ ਗੱਲ ਜ਼ਰੂਰ ਸਿੱਖਣੀ ਚਾਹੀਦੀ ਹੈ -

ਵਿਦਿਆ ਦਦਾਤੀ ਵਿਨਯਹ,ਵਿਨਯਾਦ ਯਾਤੀ ਪਾਤ੍ਰਤਾਮ।
ਪਾਤ੍ਰਾਤਵਾਤਧਨਮਾਪੱਨੋਤੀ,ਧਨਾਤ ਧਰਮ ਤਤਹ ਸੁਖਮ।।

ਪੰਜਾਬੀ ਅਰਥ:

ਗਿਆਨ ਨਿਮਰਤਾ ਦਿੰਦਾ ਹੈ, ਨਿਮਰਤਾ ਨਾਲ ਯੋਗਤਾ ਆਉਂਦੀ ਹੈ, ਯੋਗਤਾ ਨਾਲ ਦੌਲਤ ਆਉਂਦੀ ਹੈ, ਦੌਲਤ ਨਾਲ ਧਰਮ ਹੁੰਦਾ ਹੈ, ਅਤੇ ਧਰਮ ਨਾਲ ਸੁਖ ਪ੍ਰਾਪਤ ਹੁੰਦਾ ਹੈ।

ਇੱਕ ਪਾਸੇ, ਦੁਨੀਆਂ ਦੇ ਜ਼ਿਆਦਾਤਰ ਲੋਕ ਦਿਖਾਵੇ ਵਿਚ ਰਹਿੰਦੇ ਹਨ, ਉਹ ਦਿਖਾਉਣਾ ਚਾਹੁੰਦੇ ਹਨ ਕਿ ਉਨ੍ਹਾਂ ਕੋਲ ਕੀ-ਕੀ ਹੈ ਅਤੇ ਉਹ ਦੂਜਿਆਂ ਨਾਲੋਂ ਕਿਵੇਂ ਬਿਹਤਰ ਹਨ। ਉਹ ਹਰ ਹਾਲ ਵਿਚ ਚਾਹੁੰਦੇ ਹਨ ਕਿ ਤੁਸੀਂ ਉਨ੍ਹਾਂ ਤੋਂ, ਉਨ੍ਹਾਂ ਦੀ ਦੌਲਤ ਤੋਂ, ਜਾਂ ਉਨ੍ਹਾਂ ਦੀਆਂ ਸਫਲਤਾਵਾਂ ਤੋਂ ਪ੍ਰਭਾਵਿਤ ਹੋਵੋ। ਦੂਜੇ ਪਾਸੇ, ਸਾਡੇ ਦੇਸ਼ ਦੇ ਸਾਬਕਾ ਰਾਸ਼ਟਰਪਤੀ, ਸਵਰਗੀ ਏ.ਪੀ.ਜੇ. ਅਬਦੁਲ ਕਲਾਮ ਨੂੰ ਹੀ ਲੈ ਲਓ। ਮੈਨੂੰ ਲੱਗਦਾ ਹੈ ਕਿ ਦੁਨੀਆਂ ਵਿੱਚ ਸ਼ਾਇਦ ਹੀ ਕੋਈ ਅਜਿਹਾ ਹੋਵੇਗਾ ਜੋ ਉਹਨਾਂ ਨੂੰ ਪਿਆਰ ਅਤੇ ਸਤਿਕਾਰ ਨਾ ਕਰਦਾ ਹੋਵੇ। ਦੇਸ਼ ਦੀ ਤਰੱਕੀ ਵਿੱਚ ਉਹਨਾਂ ਦੇ ਯੋਗਦਾਨ ਅਤੇ ਪ੍ਰਾਪਤੀਆਂ ਨੂੰ ਦੇਖੋ ਅਤੇ ਉਹਨਾਂ ਦੀ ਸਾਦਗੀ ਨੂੰ ਦੇਖੋ।

ਦੇਖੋ, ਸਿਰਫ਼ ਉਹੀ ਲੋਕ ਲੰਬੇ ਸਮੇਂ ਤੱਕ ਸਫਲ ਹੁੰਦੇ ਹਨ ਅਤੇ ਯਾਦ ਰੱਖੇ ਜਾਂਦੇ ਹਨ ਜੋ ਆਪਣੇ ਕੰਮ 'ਤੇ ਧਿਆਨ ਕੇਂਦਰਤ ਕਰਦੇ ਹਨ ਨਾ ਕਿ ਸਿਹਰਾ ਲੈਣ ਜਾਂ ਦਿਖਾਵੇ 'ਤੇ। ਕ੍ਰਿਕਟ ਵਿੱਚ, ਦ੍ਰਾਵਿੜ 'ਤੇ ਗੌਰ ਕਰੋ, ਜੋ ਨਾ ਸਿਰਫ਼ ਭਾਰਤ ਦਾ ਇੱਕ ਮਹਾਨ ਖਿਡਾਰੀ ਹੈ, ਸਗੋਂ ਭਾਰਤ ਦਾ ਸਾਬਕਾ ਕੋਚ ਵੀ ਹੈ। ਹਾਲ ਹੀ ਵਿੱਚ, ਆਪਣੇ ਆਖਰੀ ਟੂਰਨਾਮੈਂਟ ਵਿੱਚ, ਉਹਨਾਂ ਨੇ ਭਾਰਤ ਨੂੰ 2024 ਦਾ ਟੀ ੨੦ ਵਿਸ਼ਵ ਵਿਜੇਤਾ ਬਨਾਇਆ । ਜਦੋਂ ਇਸ ਜਿੱਤ ਤੋਂ ਬਾਅਦ ਉਹਨਾਂ ਨੂੰ ਬੋਨਸ ਦੇਣ ਦੀ ਗੱਲ ਕੀਤੀ ਗਈ, ਤਾਂ ਉਹਨਾਂ ਨੇ ਇਨਕਾਰ ਕਰ ਦਿੱਤਾ ਅਤੇ ਕਿਹਾ ਕਿ ਉਨ੍ਹਾਂ ਨੂੰ ਉਹਨਾਂ ਦੇ ਸਹਾਇਕ ਸਟਾਫ ਦੇ ਬਰਾਬਰ ਰਕਮ ਦਿੱਤੀ ਜਾਣੀ ਚਾਹੀਦੀ ਹੈ, ਉਹ ਇਸ ਤੋਂ ਸੰਤੁਸ਼ਟ ਹੈ। ਕਲਪਨਾ ਕਰੋ ਕਿ ਅਜਿਹੇ ਵਿਅਕਤੀ ਲਈ ਕਿਸਦੇ ਮਨ ਵਿਚ ਸਤਿਕਾਰ ਨਹੀਂ ਹੋਵੇਗਾ।

ਜੇਕਰ ਮੈਂ ਆਪਣੇ ਪਰਿਵਾਰ ਦੀ ਗੱਲ ਕਰਾਂ, ਤਾਂ ਮੇਰੇ ਦਾਦਾ ਜੀ ਨੂੰ ਗੁਜ਼ਰਿਆਂ 10 ਸਾਲ ਤੋਂ ਵੱਧ ਸਮਾਂ ਹੋ ਗਿਆ ਹੈ, ਪਰ ਅੱਜ ਵੀ ਜਦੋਂ ਲੋਕ ਉਨ੍ਹਾਂ ਨੂੰ ਯਾਦ ਕਰਦੇ ਹਨ, ਤਾਂ ਉਹ ਉਨ੍ਹਾਂ ਦਾ ਨਾਮ ਬਹੁਤ ਸਤਿਕਾਰ ਨਾਲ ਲੈਂਦੇ ਹਨ, ਕਿਉਂਕਿ ਉਹ ਬਹੁਤ ਹੀ ਸਾਦੇ ਅਤੇ ਨਿਮਰ ਸੁਭਾਅ ਦੇ ਸਨ। ਮੇਰੇ ਦਾਦਾ ਜੀ ਨੂੰ ਹਰ ਕਿਸੇ ਨੂੰ ਸਤਿਕਾਰ ਦੇਣ ਦੀ ਆਦਤ ਸੀ, ਚਾਹੇ ਉਹ ਬੱਚੇ ਹੋਣ, ਬੁੱਢੇ ਹੋਣ ਜਾਂ ਛੋਟੇ। ਜਦੋਂ ਵੀ ਉਨ੍ਹਾਂ ਦੀ ਨਜ਼ਰ ਕਿਸੇ ਜਾਨ ਪਹਿਚਾਣ ਵਾਲੇ ਨਾਲ ਮਿਲਦੀ ਸੀ, ਤਾਂ ਉਨ੍ਹਾਂ ਦਾ ਹੱਥ ਸਭ ਤੋਂ ਪਹਿਲਾਂ ਨਮਸਕਾਰ ਵਿੱਚ ਉੱਠਦਾ ਸੀ। ਮੇਰੇ ਦਾਦਾ ਜੀ ਦੇ ਸਮੇਂ ਸਾਡੀ ਦੁਕਾਨ ਵਿੱਚ ਬਹੁਤ ਸਾਰੇ ਲੋਕ ਕੰਮ ਕਰਦੇ ਸਨ ਅਤੇ ਇਨ੍ਹਾਂ ਲੋਕਾਂ ਨੇ 50 ਸਾਲਾਂ ਤੋਂ ਵੱਧ ਸਮੇਂ ਤੱਕ ਸੇਵਾ ਕੀਤੀ ਅਤੇ ਇਸ ਪਿੱਛੇ ਸਭ ਤੋਂ ਮਹੱਤਵਪੂਰਨ ਕਾਰਨ ਉਨ੍ਹਾਂ ਦੀ ਨਿਮਰਤਾ ਸੀ। ਮੇਰੇ ਦਾਦਾ ਜੀ ਇਨ੍ਹਾਂ ਲੋਕਾਂ ਨੂੰ ਜਿੱਥੇ ਵੀ ਲੈ ਜਾਂਦੇ ਸਨ, ਉਹ ਉਨ੍ਹਾਂ ਨੂੰ ਬਹੁਤ ਸਤਿਕਾਰ ਨਾਲ ਮਿਲਾਉਂਦੇ ਸਨ ਅਤੇ ਉਨ੍ਹਾਂ ਦਾ ਖਾਸ ਧਿਆਨ ਵੀ ਰੱਖਦੇ ਸਨ।

ਨਿਮਰਤਾ ਦਾ ਗੁਣ ਨਾ ਸਿਰਫ਼ ਤੁਹਾਨੂੰ ਲੋਕ ਵਿਵਹਾਰ ਦੀ ਕਲਾ ਵਿੱਚ ਮਾਹਰ ਬਣਾਉਂਦਾ ਹੈ ਬਲਕਿ ਤੁਹਾਨੂੰ ਲੋਕਾਂ ਦੇ ਦਿਲਾਂ ਵਿੱਚ ਇੱਕ ਸਥਾਈ ਸਥਾਨ ਵੀ ਦਿੰਦਾ ਹੈ। ਤੁਸੀਂ ਹੋਰ ਨਿਮਰ ਕਿਵੇਂ ਬਣ ਸਕਦੇ ਹੋ ਇਸਦੇ ਕੁਝ ਸੁਝਾਅ ਇਹ ਹਨ -

- ਸਭ ਦਾ ਸਤਿਕਾਰ ਕਰੋ, ਚਾਹੇ ਅਮੀਰ ਹੋਵੇ ਜਾਂ ਗਰੀਬ, ਵੱਡਾ ਹੋਵੇ ਜਾਂ ਛੋਟਾ।
- ਨਮਸਤੇ ਕਹਿ ਕੇ ਸਵਾਗਤ ਕਰੋ ਅਤੇ ਧੰਨਵਾਦ ਕਹੋ।
- ਆਪਣੇ ਚਿਹਰੇ 'ਤੇ ਮੁਸਕਰਾਹਟ ਰੱਖੋ।
- ਨਰਮੀ ਅਤੇ ਸ਼ਾਂਤੀ ਨਾਲ ਬੋਲੋ।
- ਲੋਕਾਂ ਨੂੰ ਆਪਣੇ ਬਾਰੇ ਸ਼ਬਦਾਂ ਰਾਹੀਂ ਨਹੀਂ ਸਗੋਂ ਆਪਣੇ ਕੰਮਾਂ ਰਾਹੀਂ ਦੱਸੋ।
- ਜੇਕਰ ਤੁਹਾਨੂੰ ਸਫਲਤਾ ਮਿਲਦੀ ਹੈ, ਤਾਂ ਇਸ ਲਈ ਪਰਮਾਤਮਾ ਦਾ ਸ਼ੁਕਰਗੁਜ਼ਾਰ ਹੋਵੋ ਅਤੇ ਇਸ ਸਫਲਤਾ ਦਾ ਸਿਹਰਾ ਆਪਣੀ ਟੀਮ ਦੇ ਲੋਕਾਂ ਨਾਲ ਸਾਂਝਾ ਕਰੋ।
- ਦੂਜੇ ਵਿਅਕਤੀ ਬਾਰੇ ਗੱਲ ਕਰੋ, ਆਪਣੇ ਬਾਰੇ ਨਹੀਂ।
- ਜਦੋਂ ਤੱਕ ਕੋਈ ਤੁਹਾਡੀ ਪ੍ਰਾਪਤੀ ਜਾਂ ਸਫਲਤਾ ਬਾਰੇ ਨਹੀਂ ਪੁੱਛਦਾ, ਇਸ ਬਾਰੇ ਚਰਚਾ ਨਾ ਕਰੋ ਸਗੋਂ ਦੂਜੇ ਵਿਅਕਤੀ ਅਤੇ ਉਸ ਨਾਲ ਸਬੰਧਤ ਚੀਜ਼ਾਂ ਬਾਰੇ ਹੀ ਗੱਲ ਕਰੋ।

ਲੋਕ ਵਿਵਹਾਰ ਨਾਲ ਸਬੰਧਤ ਅਮਲ ਕਰਨ ਯੋਗ ਲਾਭਦਾਇਕ ਗੱਲਾਂ :

- **ਆਪਣੀ ਸਫਲਤਾ ਦਾ ਸਿਹਰਾ ਪਰਮਾਤਮਾ ਨੂੰ ਦਿਓ**: ਆਪਣੀਆਂ ਗੱਲਾਂ-ਬਾਤਾਂ ਵਿੱਚ "ਜੇ ਪਰਮਾਤਮਾ ਦੀ ਕਿਰਪਾ ਨਾ ਹੁੰਦੀ, ਤਾਂ ਮੇਰੀ ਸਥਿਤੀ ਵੀ ਸ਼ਾਇਦ ਇਹੀ ਹੁੰਦੀ" ਜਾਂ "ਸਿਰਫ਼ ਪਰਮਾਤਮਾ ਦੀ ਕਿਰਪਾ ਨਾਲ ਹੀ ਇਹ ਸੰਭਵ ਹੋਇਆ ਹੈ" ਵਰਗੇ ਵਾਕਾਂਸ਼ ਸ਼ਾਮਲ ਕਰੋ।
- **ਜੇ ਤੁਸੀਂ ਜ਼ਿਆਦਾ ਹੁਸ਼ਿਆਰ ਹੋ, ਤਾਂ ਇਸ ਨੂੰ ਦੱਸਣ ਦੀ ਲੋੜ ਨਹੀਂ ਹੈ** : ਲਾਰਡ ਚੈਸਟਰਫੀਲਡ ਨੇ ਇੱਕ ਵਾਰ ਕਿਹਾ ਸੀ, "ਜੇ ਤੁਸੀਂ ਕਰ ਸਕਦੇ ਹੋ ਤਾਂ ਕਿਸੇ ਤੋਂ ਵੀ ਵੱਧ ਹੁਸ਼ਿਆਰ ਬਣੋ, ਪਰ ਇਹ ਗੱਲ ਕਿਸੇ ਨੂੰ ਨਾ ਦੱਸੋ।" ਇਸ ਨਿਯਮ ਨੂੰ ਹਮੇਸ਼ਾ ਯਾਦ ਰੱਖੋ।
- ਤੁਸੀਂ ਪਹਿਲਾਂ ਦੂਜਿਆਂ ਨੂੰ ਮਹੱਤਵ ਦਿਓ, ਸਵਾਗਤ ਅਤੇ ਪਰਾਹੁਣਚਾਰੀ ਵਿੱਚ ਦੂਜਿਆਂ ਨੂੰ ਪਹਿਲ ਦਿਓ।
- ਕਿਸੇ ਮਹਾਨ ਵਿਅਕਤੀ ਨੇ ਇਹ ਵੀ ਕਿਹਾ ਹੈ ਕਿ ਜਿੰਨਾ ਮੇਰਾ ਗਿਆਨ ਵਧਦਾ ਹੈ, ਓਨਾ ਹੀ ਮੈਨੂੰ ਅਹਿਸਾਸ ਹੁੰਦਾ ਹੈ ਕਿ ਮੈਂ ਕਿੰਨਾ ਘੱਟ ਜਾਣਦਾ ਹਾਂ, ਇਸ ਲਈ ਕਦੇ ਵੀ ਆਪਣੇ ਗਿਆਨ 'ਤੇ ਮਾਣ ਨਾ ਕਰੋ।

ਅਧਿਆਇ – 25

ਵਿਸ਼ਵਾਸ ਗੁਆਚ ਗਿਆ ਤਾਂ ਸਭ ਕੁਝ ਗੁਆਚ ਗਿਆ

"ਜੇ ਕਿਸੇ ਦਾ ਭਲਾ ਨਹੀਂ ਕਰ ਸਕਦੇ ਤਾਂ ਕਿਸੇ ਦਾ ਬੁਰਾ ਵੀ ਨਾ ਕਰੋ : ਰਾਜਲ "

ਮੈਨੂੰ ਲੱਗਦਾ ਹੈ ਕਿ ਤੁਸੀਂ 'ਬਘਿਆੜ ਆ ਗਿਆ , ਬਘਿਆੜ ਆ ਗਿਆ ' ਦੀ ਕਹਾਣੀ ਬਚਪਨ ਵਿਚ ਕਈ ਵਾਰ ਸੁਣੀ ਹੋਵੇਗੀ, ਪਰ ਮੇਰਾ ਇਹ ਮੰਨਣਾ ਹੈ ਕਿ ਤੁਸੀਂ ਤੇਨਾਲੀ ਰਾਮ ਦੀ ਇਹ ਕਹਾਣੀ ਨਹੀਂ ਸੁਣੀ ਹੋਵੇਗੀ।

ਜਿਨ੍ਹਾਂ ਨੇ 'ਬਘਿਆੜ ਆਇਆ, ਬਘਿਆੜ ਆਇਆ' ਦੀ ਕਹਾਣੀ ਨਹੀਂ ਸੁਣੀ, ਉਨ੍ਹਾਂ ਨੂੰ ਪਹਿਲਾਂ ਉਹ ਕਹਾਣੀ ਸੁਣਾ ਦੇਂਦੇ ਹਾਂ।

ਬਹੁਤ ਸਮਾਂ ਪਹਿਲਾਂ ਦੀ ਗੱਲ ਹੈ। ਇੱਕ ਮੁੰਡਾ ਸੀ ਜੋ ਆਪਣੀਆਂ ਭੇਡਾਂ ਦੇ ਝੁੰਡ ਨੂੰ ਤਾਜ਼ੀ, ਹਰਾ ਘਾਹ ਖਾਣ ਲਈ ਪਹਾੜੀਆਂ ਉੱਤੇ ਲੈ ਜਾਂਦਾ ਸੀ। ਉਸਨੂੰ ਇਹ ਕੰਮ ਪਸੰਦ ਨਹੀਂ ਸੀ। ਸਾਰਾ ਦਿਨ ਪਹਾੜਾਂ ਵਿੱਚ ਬੈਠਣਾ ਉਸਨੂੰ ਬੋਰ ਕਰ ਦਿੰਦਾ ਸੀ। ਇੱਕ ਦਿਨ, ਉਸਦੀ ਬੋਰੀਅਤ ਨੂੰ ਦੂਰ ਕਰਨ ਲਈ ਉਸਦੇ ਮਨ ਵਿੱਚ ਇੱਕ ਹੱਲ ਆਇਆ। ਆਪਣੀ ਬੋਰੀਅਤ ਨੂੰ ਦੂਰ ਕਰਨ ਲਈ, ਉਸਨੇ ਚੀਕਿਆ, "ਬਘਿਆੜ, ਬਘਿਆੜ! ਭੱਜੋ! ਬਘਿਆੜ ਆ ਗਿਆ ਹੈ! ਬਘਿਆੜ ਆ ਗਿਆ ਹੈ!" ਉਸਦੀ ਆਵਾਜ਼ ਸੁਣ ਕੇ ਨੇੜਲੇ ਪਿੰਡ ਵਾਸੀ ਡਰ ਗਏ ਅਤੇ ਆਪਣੀਆਂ ਡੰਡੀਆਂ

ਲੈ ਕੇ ਭੱਜੇ, ਇਸ ਡਰ ਤੋਂ ਕਿ ਬਘਿਆੜ ਕਿੱਥੇ ਉਹਨਾਂ ਦੇ ਬੱਚਿਆਂ ਨੂੰ ਖਾ ਨਾ ਜਾਵੇ। ਪਰ ਉਹਨਾਂ ਨੂੰ ਬੜੀ ਹੈਰਾਨੀ ਹੋਈ ਜਦੋਂ ਉਹਨਾਂ ਨੇ ਉੱਥੇ ਕੋਈ ਬਘਿਆੜ ਨਹੀਂ ਦੇਖਿਆ।ਪਿੰਡ ਵਾਲਿਆਂ ਨੂੰ ਉੱਥੇ ਦੇਖ ਕੇ ਲੜਕਾ ਉੱਚੀ-ਉੱਚੀ ਹੱਸਣ ਲੱਗਾ ਕਿਉਂਕਿ ਉਸ ਨੇ ਉਨ੍ਹਾਂ ਨੂੰ ਬੇਵਕੂਫ ਬਣਾ ਦਿੱਤਾ ਸੀ।

ਮੁੰਡੇ ਦੇ ਵਿਹਾਰ ਵਿੱਚ ਕੋਈ ਸੁਧਾਰ ਨਹੀਂ ਹੋਇਆ ਅਤੇ ਫਿਰ ਕੁਝ ਦਿਨਾਂ ਬਾਅਦ ਉਸਨੇ ਫਿਰ ਉਹੀ ਕੰਮ ਕੀਤਾ, ਉੱਚੀ ਉੱਚੀ ਚੀਕਿਆ, "ਬਘਿਆੜ ਆਇਆ, ਬਘਿਆੜ ਆਇਆ" ਅਤੇ ਪਿੰਡ ਵਾਲੇ ਫਿਰ ਪਹਾੜੀ ਵੱਲ ਭੱਜੇ, ਜਿੱਥੇ ਉਨ੍ਹਾਂ ਨੇ ਦੇਖਿਆ ਕਿ ਚਰਵਾਹੇ ਮੁੰਡੇ ਨੇ ਫਿਰ ਉਨ੍ਹਾਂ ਨੂੰ ਬੇਵਕੂਫ ਬਣਾ ਦਿੱਤਾ ਸੀ । ਪਿੰਡ ਵਾਸੀਆਂ ਨੂੰ ਉੱਥੇ ਦੇਖ ਕੇ ਮੁੰਡਾ ਫਿਰ ਤੋਂ ਜੋਰ -ਜੋਰ ਦੀ ਹੱਸਣ ਲਗ ਪਿਆ ਕਿਉਂਕਿ ਉਸਨੇ ਫਿਰ ਤੋਂ ਉਹਨਾਂ ਨੂੰ ਬੇਵਕੂਫ ਬਣਾ ਦਿੱਤਾ ਸੀ।

ਇਸ ਵਾਰ ਸਾਰੇ ਪਿੰਡ ਵਾਲੇ ਬਹੁਤ ਗੁੱਸੇ ਵਿੱਚ ਆ ਗਏ ਅਤੇ ਲੜਕੇ ਨੂੰ ਕਹਿਣ ਲੱਗੇ, "ਅਗਲੀ ਵਾਰ ਜਦੋਂ ਤੈਨੂੰ ਸਚ ਵਿਚ ਮਦਦ ਦੀ ਲੋੜ ਹੋਵੇਗੀ, ਤਾਂ ਤੇਰੇ ਲੱਖ ਬੁਲਾਉਣ ਤੇ ਵੀ ਕੋਈ ਤੇਰੀ ਮਦਦ ਲਈ ਨਹੀਂ ਆਵੇਗਾ।" ਇਹ ਕਹਿ ਕੇ ਸਾਰੇ ਉਥੋਂ ਚਲੇ ਗਏ।

ਇੱਕ ਦਿਨ ਜਦੋਂ ਉਹ ਮੁੰਡਾ ਰੋਜ਼ਾਨਾ ਵਾਂਗ ਪਹਾੜਾਂ ਵਿੱਚ ਆਪਣੀਆਂ ਭੇਡਾਂ ਚਾਰ ਰਿਹਾ ਸੀ ਤਾਂ ਉਸ ਨੇ ਅਚਾਨਕ ਇੱਕ ਬਘਿਆੜ ਨੂੰ ਆਉਂਦੇ ਦੇਖਿਆ। ਡਰਿਆ ਹੋਇਆ, ਉਹ ਤੇਜ਼ੀ ਨਾਲ ਇੱਕ ਦਰੱਖਤ 'ਤੇ ਚੜ੍ਹ ਗਿਆ ਅਤੇ ਉੱਚੀ-ਉੱਚੀ ਚੀਕਿਆ, "ਮਦਦ ਕਰੋ, ਬਘਿਆੜ ਆ ਗਿਆ ਹੈ! ਬਘਿਆੜ ਆ ਗਿਆ ਹੈ!", ਉਹ ਚੀਕਦਾ ਰਿਹਾ ਅਤੇ ਚੀਕਦਾ ਰਿਹਾ।

ਪਰ ਅਫਸੋਸ! ਉਸ ਦਿਨ ਮੁੰਡੇ ਦੀਆਂ ਭੇਡਾਂ ਨੂੰ ਬਚਾਉਣ ਲਈ ਕੋਈ ਨਹੀਂ ਆਇਆ। ਬਘਿਆੜ ਨੇ ਉਸ ਦੀਆਂ ਕੁਝ ਭੇਡਾਂ ਨੂੰ ਖਾ ਲਿਆ ਅਤੇ ਅੰਤ ਵਿੱਚ ਬੱਚਾ ਆਪਣੀਆਂ ਬਾਕੀ ਭੇਡਾਂ ਨੂੰ ਲੈ ਕੇ ਪਿੰਡ ਵਾਸੀਆਂ ਕੋਲ ਗਿਆ ਅਤੇ ਉਨ੍ਹਾਂ ਨੂੰ ਸਾਰੀ ਘਟਨਾ ਦੱਸੀ। ਸ਼ਰਮਿੰਦਾ ਮਹਿਸੂਸ ਕਰਨ ਅਤੇ ਪਿੰਡ ਵਾਸੀਆਂ ਤੋਂ ਮੁਆਫੀ ਮੰਗਣ ਤੋਂ ਬਾਅਦ, ਉਸਨੇ ਵਾਅਦਾ ਕੀਤਾ ਕਿ ਅੱਜ ਤੋਂ ਉਹ ਕਦੇ ਵੀ ਝੂਠ ਨਹੀਂ ਬੋਲੇਗਾ।

ਤੇਨਾਲੀ ਰਾਮ ਦੀ ਦੁਖਦ ਕਹਾਣੀ

ਇਕ ਵਾਰ ਅਜਿਹਾ ਹੋਇਆ ਕਿ ਤੇਨਾਲੀ ਰਾਮ ਨੂੰ ਇਕ ਜ਼ਹਿਰੀਲੇ ਸੱਪ ਨੇ ਡੰਗ ਮਾਰ ਦਿੱਤਾ , ਜਿਸ ਕਾਰਨ ਉਸ ਦਾ ਬਚਣਾ ਅਸੰਭਵ ਸੀ ਅਤੇ ਉਸ ਨੇ ਆਪਣੀ ਆਖਰੀ ਇੱਛਾ ਪ੍ਰਗਟ ਕੀਤੀ ਕਿ ਉਹ ਮਹਾਰਾਜ ਕ੍ਰਿਸ਼ਨ ਦੇਵ ਰਾਏ ਨੂੰ ਮਿਲ ਕੇ ਹੀ ਆਪਣੇ ਪ੍ਰਾਣ ਤਿਆਗਾਂਗੇ।

ਇਕ ਦੂਤ ਇਹ ਸੂਚਨਾ ਲੈ ਕੇ ਮਹਾਰਾਜੇ ਕੋਲ ਗਿਆ ਅਤੇ ਇਹ ਸੰਦੇਸ਼ ਸੁਣ ਕੇ ਮਹਾਰਾਜਾ ਹੱਸਣ ਲੱਗਾ ਅਤੇ ਕਿਹਾ ਕਿ ਹੁਣ ਮੈਂ ਤੇਨਾਲੀ ਰਾਮ ਦੇ ਕਿਸੇ ਜਾਲ ਵਿਚ ਨਹੀਂ ਫਸਣਾ। ਕੁਝ ਦਿਨ ਪਹਿਲਾਂ ਹੀ ਮੈਂ ਉਸ ਦੀ ਰਹੱਸਮਈ ਬੀਮਾਰੀ ਦੇ ਮਜ਼ਾਕ ਵਿਚ ਫਸ ਗਿਆ ਸੀ ਜਿਸ ਵਿਚ ਉਸ ਨੇ ਬੀਮਾਰ ਹੋਣ ਦਾ ਬਹਾਨਾ ਲਾਇਆ ਸੀ, ਪਰ ਉਹ ਪੂਰੀ ਤਰ੍ਹਾਂ ਤੰਦਰੁਸਤ ਸੀ।

ਯਸੰਦੇਸ਼ਵਾਹਕ ਬਹੁਤ ਸਮਝਾਉਂਦੇ ਰਹੇ ਪਰ ਕੋਈ ਅਸਰ ਨਾ ਹੋਇਆ। ਜਦੋਂ ਦੂਤ ਨੇ ਘਰ ਪਹੁੰਚ ਕੇ ਤੇਨਾਲੀ ਰਾਮ ਨੂੰ ਇਹ ਗੱਲ ਦੱਸੀ ਤਾਂ ਤੇਨਾਲੀ ਰਾਮ ਦੀਆਂ ਅੱਖਾਂ ਵਿਚ ਹੰਝੂ ਆ ਗਏ

ਅਤੇ ਉਨ੍ਹਾਂ ਨੇ ਕਿਹਾ "ਕਿਸਮਤ ਦੀ ਕੈਸੀ ਵਿਡੰਬਨਾ ਹੈ ਕਿ ਜਦੋਂ ਕੋਈ ਝੂਠਾ ਆਦਮੀ ਸੱਚ ਬੋਲਦਾ ਹੈ, ਤਾਂ ਕੋਈ ਵੀ ਉਸ 'ਤੇ ਵਿਸ਼ਵਾਸ ਨਹੀਂ ਕਰਦਾ।" ਅਤੇ ਇਸ ਤੋਂ ਥੋੜ੍ਹੀ ਦੇਰ ਬਾਅਦ ਉਹਨਾਂ ਨੇ ਆਪਣੇ ਪ੍ਰਾਣ ਤਿਆਗ ਦਿੱਤੇ।

ਇਸ ਕਹਾਣੀ ਦਾ ਸੁਨੇਹਾ ਬਹੁਤ ਸਰਲ ਹੈ ਕਿ ਇੱਕ ਵਾਰ ਜਦੋਂ ਅਸੀਂ ਆਪਣਾ ਭਰੋਸਾ ਖੋ ਦਿੰਦੇ ਹਾਂ, ਤਾਂ ਅਸੀਂ ਇਸਨੂੰ ਵਾਪਸ ਨਹੀਂ ਪ੍ਰਾਪਤ ਕਰ ਸਕਦੇ, ਇਸ ਲਈ ਹਮੇਸ਼ਾ ਯਾਦ ਰੱਖੋ ਕਿ ਜਦੋਂ ਤੇਨਾਲੀ ਰਾਮ ਵਰਗੇ ਮਹਾਨ ਵਿਅਕਤੀ ਨੇ ਇੱਕ ਵਾਰ ਆਪਣਾ ਭਰੋਸਾ ਗੁਆ ਦਿੱਤਾ ਸੀ ਅਤੇ ਇਸਨੂੰ ਵਾਪਸ ਨਹੀਂ ਪ੍ਰਾਪਤ ਕਰ ਸਕਿਆ, ਤਾਂ ਅਸੀਂ ਉਸਦੇ ਸਾਹਮਣੇ ਬਹੁਤ ਆਮ ਹਾਂ, ਇਸ ਲਈ ਸਾਨੂੰ ਹਮੇਸ਼ਾ ਆਪਣੀ ਭਰੋਸਾ ਬਣਾਈ ਰੱਖਣਾ ਚਾਹੀਦਾ ਹੈ।

ਲੋਕ ਵਿਵਹਾਰ ਨਾਲ ਸਬੰਧਤ ਲਾਗੂ ਕਰਨ ਵਾਲੀਆਂ ਉਪਯੋਗੀ ਗੱਲਾਂ :-

- **ਉਹ ਸੁਪਨੇ ਨਾ ਦਿਖਾਓ ਜੋ ਤੁਸੀਂ ਪੂਰੇ ਨਹੀਂ ਕਰ ਸਕਦੇ** : ਸਿੱਖਿਆ ਦੇ ਖੇਤਰ ਵਿੱਚ ਬਹੁਤ ਸਾਰੇ ਕਾਲਜ ਅਤੇ ਸੰਸਥਾਵਾਂ ਸਿਰਫ਼ ਇਸ ਲਈ ਬੰਦ ਹੋ ਗਈਆਂ ਕਿਉਂਕਿ ਉਨ੍ਹਾਂ ਨੇ ਝੂਠੇ ਵਾਅਦੇ ਕੀਤੇ ਸਨ, ਇਹ ਦਾਅਵਾ ਕਰਦੇ ਹੋਏ ਕਿ ਉਨ੍ਹਾਂ ਦੇ ਕੋਰਸ ਪੂਰੇ ਕਰਨ ਨਾਲ ਤੁਰੰਤ ਰੁਜ਼ਗਾਰ ਮਿਲ ਜਾਵੇਗਾ ਅਤੇ ਇਸਦੀ ਉਹ ਗਰੰਟੀ ਲੈਂਦੇ ਹਨ। ਉਹ ਕੁਝ ਸਮੇਂ ਲਈ ਵਧੇ-ਫੁੱਲੇ, ਪਰ ਉਨ੍ਹਾਂ ਦੇ ਝੂਠ ਜਲਦੀ ਹੀ ਬੇਨਕਾਬ ਹੋ ਗਏ, ਜਿਸ ਕਾਰਨ ਉਨ੍ਹਾਂ ਦੀਆਂ ਸੰਸਥਾਵਾਂ ਬੰਦ ਹੋ ਗਈਆਂ।
- ਝੂਠ ਬੋਲਣ ਲਈ ਚੰਗੀ ਯਾਦਦਾਸ਼ਤ ਦੀ ਲੋੜ ਹੁੰਦੀ ਹੈ ਕਿਉਂਕਿ ਤੁਹਾਨੂੰ ਇਸ ਗੱਲ ਦਾ ਧਿਆਨ ਰੱਖਣਾ ਪੈਂਦਾ ਹੈ ਕਿ ਤੁਸੀਂ ਕਿਸ ਨੂੰ ਕੀ ਕਿਹਾ ਸੀ। ਇਸ ਲਈ, ਸੱਚ ਬੋਲੋ ਅਤੇ ਆਪਣਾ ਭਰੋਸਾ ਬਣਾਈ ਰੱਖੋ।

be simple

ਅਧਿਆਇ – 26

ਸਫਲਤਾ ਦੇ ਨਾਲ- ਨਾਲ ਸਰਲ ਰਹੋ

"ਖੁਸ਼ ਰਹਿਣਾ ਬਹੁਤ ਆਸਾਨ ਹੈ ਪਰ ਸਾਦਾ ਰਹਿਣਾ ਬਹੁਤ ਔਖਾ - ਰਬਿੰਦਰਨਾਥ ਟੈਗੋਰ"

ਸਫਲਤਾ ਲਈ ਬਹੁਤ ਮਿਹਨਤ ਅਤੇ ਕੁਰਬਾਨੀ ਦੀ ਲੋੜ ਹੁੰਦੀ ਹੈ। ਬਹੁਤ ਸਾਰੇ ਲੋਕ ਸਫਲਤਾ ਪ੍ਰਾਪਤ ਕਰਦੇ ਹਨ, ਪਰ ਉਸ ਸਫਲਤਾ ਦੇ ਨਾਲ ਹੰਕਾਰ ਆਉਂਦਾ ਹੈ। ਅਜਿਹੇ ਲੋਕ ਲੰਬੇ ਸਮੇਂ ਤੋਂ ਪਿਆਰੇ ਨਹੀਂ ਹੁੰਦੇ, ਅਤੇ ਉਨ੍ਹਾਂ ਦੀ ਸਫਲਤਾ ਸੀਮਤ ਹੁੰਦੀ ਹੈ।

ਪਰ ਅਸੀਂ ਉਨ੍ਹਾਂ ਲੋਕਾਂ ਦੀ ਪ੍ਰਸ਼ੰਸਾ ਕਰਦੇ ਹਾਂ ਜੋ ਸਫਲਤਾ ਦੇ ਸਿਖਰ 'ਤੇ ਪਹੁੰਚਣ ਤੋਂ ਬਾਅਦ ਵੀ ਆਪਣੀ ਸਫਲਤਾ ਨੂੰ ਬਰਕਰਾਰ ਰੱਖਦੇ ਹਨ। ਉਨ੍ਹਾਂ ਦੀ ਸਫਲਤਾ ਨਾ ਸਿਰਫ਼ ਲੰਬੇ ਸਮੇਂ ਤੱਕ ਰਹਿੰਦੀ ਹੈ, ਸਗੋਂ ਉਹ ਲੋਕਾਂ ਦੇ ਦਿਲਾਂ ਵਿੱਚ ਹਮੇਸ਼ਾ ਲਈ ਜਗ੍ਹਾ ਵੀ ਬਣਾਈ ਰੱਖਦੇ ਹਨ।

ਇਨ੍ਹਾਂ ਵਿੱਚੋਂ ਕੁਝ ਲੋਕ ਜਿਵੇਂ ਮਹਾਨ ਵਿਗਿਆਨੀ ਏ.ਪੀ.ਜੇ. ਅਬਦੁਲ ਕਲਾਮ, ਮਹਾਂਨਾਇਕ ਅਮਿਤਾਭ ਬੱਚਨ, ਸਚਿਨ ਤੇਂਦੁਲਕਰ, ਰਾਹੁਲ ਦ੍ਰਾਵਿੜ, ਲਤਾ ਮੰਗੇਸ਼ਕਰ ਅਤੇ ਹੋਰ ਸ਼ਾਮਲ ਹਨ।

ਕੁਝ ਲੋਕ ਜੋ ਸਫਲਤਾ ਨੂੰ ਹਜ਼ਮ ਨਹੀਂ ਕਰ ਸਕਦੇ ਅਤੇ ਹੰਕਾਰ ਨੂੰ ਆਪਣੇ ਉੱਤੇ ਹਾਵੀ ਹੋਣ ਦਿੰਦੇ ਹਨ, ਉਨ੍ਹਾਂ ਦੀ ਸਫਲਤਾ ਜ਼ਿਆਦਾ ਦੇਰ ਨਹੀਂ ਰਹਿੰਦੀ, ਅਤੇ ਉਹ ਜਲਦੀ ਹੀ ਨਜਰਾ ਤੋਂ ਵੀ ਉਤਰ ਜਾਂਦੇ ਹਨ।

ਹਾਲ ਹੀ ਵਿੱਚ, ਇੱਕ ਅਜਿਹੀ ਹੀ ਉਦਾਹਰਣ ਦੇਖਣ ਨੂੰ ਮਿਲੀ ਜਦੋਂ ਇੱਕ ਔਰਤ ਸੜਕ 'ਤੇ ਗਾ ਰਹੀ ਸੀ।

ਉਹ ਗਾ ਰਹੀ ਸੀ, ਅਤੇ ਉਸਤੇ ਇੱਕ ਸੰਗੀਤ ਨਿਰਦੇਸ਼ਕ ਦੀ ਨਜ਼ਰ ਪਈ ,ਉਸਨੇ ਉਸਦੀ ਇੱਕ ਵੀਡੀਓ ਬਣਾਈ ਅਤੇ ਇੰਟਰਨੇਟ ਤੇ ਪਾ ਦਿੱਤੀ । ਉਸਦੀ ਵੀਡੀਓ ਵਾਇਰਲ ਹੋ ਗਈ, ਲੋਕਾਂ ਨੂੰ ਉਸਦਾ ਗਾਨਾ ਬਹੁਤ ਪਸੰਦ ਆਇਆ, ਉਸਨੂੰ ਕਈ ਵੱਡੇ ਪ੍ਰੋਜੈਕਟਾਂ ਵਿੱਚ ਗਾਉਣ ਦੇ ਮੌਕੇ ਮਿਲੇ, ਅਤੇ ਉਸਦੀ ਜ਼ਿੰਦਗੀ ਰਾਤੋ-ਰਾਤ ਬਦਲ ਗਈ। ਨਾਂ, ਪੈਸਾ ਅਤੇ ਪ੍ਰਸਿੱਧੀ ਸਭ ਕੁਝ ਮਿਲ ਗਿਆ ਪ੬੯, ਪਰ ਉਸਨੇ ਕੁਝ ਅਜਿਹਾ ਵੀ ਪ੍ਰਾਪਤ ਕੀਤਾ ਜਿਸਨੇ ਉਸਨੂੰ ਜਲਦੀ ਹੀ ਉਸਦੀ ਪਿਛਲੀ ਸਥਿਤੀ ਵਿੱਚ ਵਾਪਸ ਕਰ ਦਿੱਤਾ ਅਤੇ ਉਹ ਚੀਜ ਸੀ ਮਾਣ।

ਜਿਵੇਂ-ਜਿਵੇਂ ਉਹ ਸਫਲ ਹੁੰਦੀ ਗਈ, ਉਸਨੇ ਲੋਕਾਂ ਨਾਲ ਬੁਰਾ ਸਲੂਕ ਕਰਨਾ ਸ਼ੁਰੂ ਕਰ ਦਿੱਤਾ, ਅਤੇ ਇਸ ਕਾਰਨ ਲੋਕਾਂ ਨੇ ਉਸਨੂੰ ਕੰਮ ਦੇਣਾ ਬੰਦ ਕਰ ਦਿੱਤਾ। ਇੱਥੋਂ ਤੱਕ ਕਿ ਜਿਨ੍ਹਾਂ ਲੋਕਾਂ ਨੇ ਉਸਦੀ ਪ੍ਰਸ਼ੰਸਾ ਕੀਤੀ ਸੀ, ਉਹ ਵੀ ਉਸਦੇ ਘਮੰਡ ਕਾਰਨ ਉਸਨੂੰ ਬਾਹਰ ਕੱਢਣ ਲੱਗ ਪਏ, ਅਤੇ ਉਹ ਇੱਕ ਵਾਰ ਫਿਰ ਸੜਕਾਂ 'ਤੇ ਆ ਗਈ।

ਮੈਨੂੰ ਯਾਦ ਹੈ ਕਿ ਮੇਰੇ ਦਾਦਾ ਜੀ ਮੈਨੂੰ ਕਹਿੰਦੇ ਹੁੰਦੇ ਸਨ ਕਿ ਰੱਬ ਕੁਝ ਵੀ ਬਰਦਾਸ਼ਤ ਕਰ ਸਕਦਾ ਹੈ ਪਰ ਹੰਕਾਰ ਨਹੀਂ, ਅਤੇ ਉਹ ਬਿਲਕੁਲ ਸਹੀ ਸਨ। ਇਸ ਲਈ, ਸਫਲਤਾ ਦੇ ਨਾਲ ਸਾਦਗੀ ਨਾਲ ਪੇਸ਼ ਆਓ ਅਤੇ ਲੋਕ ਵਿਵਹਾਰ ਦੀ ਕਲਾ ਵਿੱਚ ਉੱਤਮ ਬਣੋ।

ਲੋਕ ਵਿਵਹਾਰ ਨਾਲ ਸਬੰਧਤ ਅਮਲ ਕਰਨ ਯੋਗ ਉਪਯੋਗੀ ਗੱਲਾਂ:

- **ਜਦ ਸਭ ਕੁਝ ਪਰਮਾਤਮਾ ਨੇ ਦਿੱਤਾ ਹੈ, ਤਾਂ ਮਾਣ ਕਿਸ ਗੱਲ ਦਾ:** ਪਰਮਾਤਮਾ ਨੇ ਜੋ ਕੁਝ ਵੀ ਦਿੱਤਾ ਹੈ, ਉਹ ਇਸਨੂੰ ਕਿਸੇ ਵੀ ਸਮੇਂ ਖੋਹ ਸਕਦਾ ਹੈ, ਇਸ ਲਈ ਜੋ ਤੁਹਾਡੇ ਕੋਲ ਹੈ ਉਸ 'ਤੇ ਮਾਣ ਨਾ ਕਰੋ। ਯਾਦ ਰੱਖੋ, ਪਰਮਾਤਮਾ ਦੀ ਕਿਰਪਾ ਨਾਲ, ਕੰਗਾਲ ਵੀ ਰਾਜਾ ਬਣ ਸਕਦੇ ਹਨ, ਅਤੇ ਜੇਕਰ ਪਰਮਾਤਮਾ ਨਾਰਾਜ਼ ਹੋ ਜਾਵੇ, ਤਾਂ ਰਾਜੇ ਵੀ ਕੰਗਾਲ ਹੋ ਸਕਦੇ ਹਨ।
- **ਰਾਵਣ ਦੇ ਉਦਾਹਰਣ ਨੂੰ ਯਾਦ ਰੱਖੋ:** ਰਾਵਣ ਇੱਕ ਮਹਾਨ ਵਿਦਵਾਨ ਸੀ ਅਤੇ ਉਸ ਵਿੱਚ ਬਹੁਤ ਸਾਰੇ ਗੁਣ ਸਨ, ਪਰ ਉਸਦੇ ਹੰਕਾਰ ਨੇ ਉਸਨੂੰ ਖਾ ਲਿਆ। ਇਸ ਲਈ, ਸਫਲਤਾ ਦੇ ਨਾਲ ਸਰਲ ਰਹੀਏ।

ਅਧਿਆਇ – 27
ਲੋਕ ਵਿਵਹਾਰ ਦੀ ਯੋਜਨਾਬੰਦੀ

"ਜੇ ਤੁਸੀਂ ਯੋਜਨਾ ਬਣਾਉਣ ਵਿੱਚ ਅਸਫਲ ਹੋ, ਤਾਂ ਤੁਸੀਂ ਅਸਫਲ ਹੋਣ ਦੀ ਯੋਜਨਾ ਬਣਾ ਰਹੇ ਹੋ : ਐਲਨ ਲੇਕੀਨ"

ਅਸੀਂ ਜਿਸ ਵੀ ਚੀਜ਼ ਵਿੱਚ ਸਫਲ ਹੋਣਾ ਚਾਹੁੰਦੇ ਹਾਂ, ਸਾਨੂੰ ਉਸਦਾ ਅਧਿਐਨ ਕਰਨ ਅਤੇ ਉਸਦੀ ਯੋਜਨਾ ਬਣਾਉਣ ਦੀ ਲੋੜ ਹੈ। ਕਿਉਂਕਿ ਤੁਸੀਂ ਰਾਜਨੀਤੀ ਅਤੇ ਲੋਕ ਵਿਵਹਾਰ ਦਾ ਅਧਿਐਨ ਕਰ ਰਹੇ ਹੋ ਅਤੇ ਸਫਲ ਹੋਣ ਦੀ ਯੋਜਨਾ ਬਣਾ ਰਹੇ ਹੋ, ਇਸਲਈ ਮੈਂ ਕੁਝ ਸੁਝਾਅ ਦੇਣ ਜਾ ਰਿਹਾ ਹਾਂ:

- ਸੋਸ਼ਲ ਮੀਡੀਆ ਨਾਲ ਜੁੜੋ। ਫੇਸਬੁੱਕ 'ਤੇ ਆਪਣੇ ਦੋਸਤਾਂ, ਸ਼ੁਭਚਿੰਤਕਾਂ ਅਤੇ ਜਾਣਕਾਰਾਂ ਨੂੰ ਦੋਸਤੀ ਬੇਨਤੀਆਂ ਭੇਜੋ।
- ਜ਼ਿਆਦਾਤਰ ਲੋਕ ਫੇਸਬੁੱਕ 'ਤੇ ਆਪਣੇ ਜਨਮਦਿਨ ਪੋਸਟ ਕਰਦੇ ਹਨ, ਇਸ ਲਈ ਅਜਿਹੇ ਮੌਕਿਆਂ 'ਤੇ ਉਨ੍ਹਾਂ ਨੂੰ ਸ਼ੁਭਕਾਮਨਾਵਾਂ ਦੇਣਾ ਨਾ ਭੁੱਲੋ। ਉਨ੍ਹਾਂ ਨੂੰ ਫ਼ੋਨ ਕਰਕੇ ਵਧਾਈ ਦੇਣਾ ਸਭ ਤੋਂ ਵਧੀਆ ਹੈ। ਜੇਕਰ ਇਹ ਸੰਭਵ ਨਹੀਂ ਹੈ, ਤਾਂ ਆਪਣੀਆਂ ਸ਼ੁਭਕਾਮਨਾਵਾਂ ਐਸ ਐਸ ਐਸ ਜਾਂ ਵਾਟਸਐਪ ਰਾਹੀਂ ਭੇਜੋ। ਉਨ੍ਹਾਂ ਨੂੰ ਬਿਲਕੁਲ ਵੀ ਵਧਾਈ ਨਾ ਦੇਣ ਨਾਲੋਂ ਬਿਹਤਰ ਹੈ ਕਿ ਤੁਸੀਂ ਉਨ੍ਹਾਂ ਨੂੰ ਕਿਸੇ ਵੀ ਤਰੀਕੇ ਨਾਲ ਵਧਾਈ ਜ਼ਰੂਰ ਦਿਓ।

- ਅਜਿਹੇ ਲੋਕ ਆਪਣੀਆਂ ਵਰ੍ਹੇਗੰਢਾਂ, ਆਪਣੀਆਂ ਪ੍ਰਾਪਤੀਆਂ ਜਾਂ ਆਪਣੀਆਂ ਖੁਸ਼ੀਆਂ ਨੂੰ ਸਾਂਝਾ ਕਰਦੇ ਰਹੋ ਤਾਂ ਜੋ ਤੁਸੀਂ ਵੀ ਉਹਨਾਂ ਦੀ ਖੁਸ਼ੀ ਸਾਂਝੀ ਕਰ ਖੁਸ਼ ਹੋ ਸਕੋ ਅਤੇ ਉਹਨਾਂ ਨੂੰ ਲਾਈਕਸ ਅਤੇ ਕਮੈਂਟਾਂ ਰਾਹੀਂ ਦੱਸ ਸਕੋ ਕਿ ਤੁਸੀਂ ਕਿੰਨੇ ਖੁਸ਼ ਹੋ।
- ਇਹ ਛੋਟੀਆਂ-ਛੋਟੀਆਂ ਗੱਲਾਂ ਹੋ ਸਕਦੀਆਂ ਹਨ ਜਿਵੇਂ ਕੰਮ 'ਤੇ ਤਰੱਕੀ, ਕਿਸੇ ਨਵੇਂ ਮਕਾਨ ਜਾਂ ਫਲੈਟ ਦੀ ਖਰੀਦ, ਕਿਸੇ ਗੱਡੀ ਦੀ ਖਰੀਦ। ਲੋਕ ਆਪਣੇ ਬੱਚੇ ਜਾਂ ਪਰਿਵਾਰ ਦੀਆਂ ਖੁਸ਼ੀਆਂ ਜਾਂ ਪ੍ਰਾਪਤੀਆਂ ਵੀ ਸਾਂਝੀਆਂ ਕਰਦੇ ਹਨ, ਉਨ੍ਹਾਂ ਨੂੰ ਵੀ ਮਹੱਤਵ ਦੋ।
- ਆਪਣੇ ਖਾਸ ਲੋਕਾਂ ਨੂੰ ਉਨ੍ਹਾਂ ਦੇ ਖਾਸ ਦਿਨਾਂ 'ਤੇ ਸ਼ੁਭਕਾਮਨਾਵਾਂ ਦੇਣ ਦੇ ਨਾਲ-ਨਾਲ ਉਪਹਾਰ ਦੇਣਾ ਵੀ ਚੰਗਾ ਹੁੰਦਾ ਹੈ ਜੇਕਰ ਤੁਹਾਨੂੰ ਕੁਝ ਨਾ ਸਮਝ ਵਿਚ ਆਏ ਤਾਂ ਉਨ੍ਹਾਂ ਨੂੰ ਫੁੱਲਾਂ ਦਾ ਗੁਲਦਸਤਾ ਭੇਜਣਾ ਬਿਹਤਰ ਰਹਿੰਦਾ ਹੈ।
- ਇੱਕ ਡਾਇਰੀ ਜਾਂ ਰਿਕਾਰਡ ਬੁੱਕ ਰੱਖਣਾ ਸਭ ਤੋਂ ਵਧੀਆ ਹੈ ਜਿੱਥੇ ਤੁਸੀਂ ਲੋਕਾਂ ਦੇ ਅਜਨਮਦਿਨ ਅਤੇ ਵਰ੍ਹੇਗੰਢਾਂ ਨੂੰ ਲਿਖੋ, ਕਿਉਂਕਿ ਬਹੁਤ ਸਾਰੇ ਲੋਕ ਨੈੱਟਵਰਕਿੰਗ ਸਾਈਟਾਂ ਤੋਂ ਬੋਰ ਹੋ ਜਾਂਦੇ ਹਨ ਅਤੇ ਉਨ੍ਹਾਂ ਨੂੰ ਛੱਡ ਦਿੰਦੇ ਹਨ। ਜੇਕਰ ਤੁਸੀਂ ਉਨ੍ਹਾਂ ਨੂੰ ਵਧਾਈ ਦੇਣ ਲਈ ਫ਼ੋਨ ਕਰਦੇ ਹੋ, ਤਾਂ ਤੁਸੀਂ ਅਕਸਰ ਉਨ੍ਹਾਂ ਨੂੰ ਵਧਾਈ ਦੇਣ ਵਾਲੇ ਕੁਝ ਲੋਕਾਂ ਵਿੱਚੋਂ ਇੱਕ ਹੋਵੋਗੇ, ਅਤੇ ਕਈ ਵਾਰ ਇਕੱਲੇ ਵੀ ਹੋਵੋਗੇ।
- ਆਪਣੇ ਸਾਰੇ ਦੋਸਤਾਂ, ਸ਼ੁਭਚਿੰਤਕਾਂ ਅਤੇ ਜਾਣੂਆਂ ਨੂੰ ਨਵੇਂ ਸਾਲ,15 ਅਗਸਤ ਅਤੇ 26 ਜਨਵਰੀ ਨੂੰ ਵਾਟਸਐਪ ਰਾਹੀਂ, ਨਾਲ ਹੀ ਦੀਵਾਲੀ, ਦੁਸਹਿਰਾ, ਈਦ ਅਤੇ ਕ੍ਰਿਸਮਸ ਵਰਗੇ ਹੋਰ ਤਿਉਹਾਰਾਂ ਦੀਆਂ ਸ਼ੁਭਕਾਮਨਾਵਾਂ ਦੋ।

ਲੋਕ ਵਿਵਹਾਰ ਨਾਲ ਸਬੰਧਤ ਅਮਲ ਕਰਨ ਯੋਗ ਉਪਯੋਗੀ ਗੱਲਾਂ:

- **ਰਾਸ਼ਟਰਪਤੀ ਲਿੰਡਨ ਜੌਹਨਸਨ ਦਾ ਉਦਾਹਰਣ ਲਓ :** ਰਾਸ਼ਟਰਪਤੀ ਬਣਨ ਤੋਂ ਬਹੁਤ ਪਹਿਲਾਂ, ਉਹਨਾਂ ਨੇ ਆਪਣੇ ਲੋਕ ਵਿਵਹਾਰ ਦੀ ਯੋਜਨਾ ਬਣਾਉਣਾ ਸ਼ੁਰੂ ਕਰ ਦਿੱਤਾ ਸੀ ਅਤੇ ਆਪਣੇ ਦਸ-ਸੂਤ੍ਰੀਯ ਪ੍ਰੋਗਰਾਮ ਨੂੰ ਤਿਆਰ ਕੀਤਾ ਸੀ। ਜੇ ਤੁਸੀਂ ਉਨ੍ਹਾਂ ਬਾਰੇ ਪੜ੍ਹੋਗੇ, ਤਾਂ ਤੁਸੀਂ ਸਿੱਖੋਗੇ ਕਿ ਉਹਨਾ ਨੇ ਨਾ ਸਿਰਫ਼ ਇਹਨਾਂ ਸੂਤਰਾਂ ਨੂੰ ਲਿਖਿਆ , ਸਗੋਂ ਉਹਨਾਂ ਦੀ ਵਿਆਪਕ ਵਰਤੋਂ ਵੀ ਕੀਤੀ ਸੀ। ਇਹ ਸੂਤਰ ਹਨ:

1. **ਨਾਮ ਯਾਦ ਰੱਖੋ:** ਨਾਮ ਯਾਦ ਰੱਖਣ ਦੀ ਆਦਤ ਪਾਓ। ਇਹ ਬਹੁਤ ਮਹੱਤਵਪੂਰਨ ਹੈ ਕਿਉਂਕਿ ਜੇਕਰ ਤੁਸੀਂ ਅਜਿਹਾ ਨਹੀਂ ਕਰਦੇ, ਤਾਂ ਦੂਜੇ ਵਿਅਕਤੀ ਨੂੰ ਲਗ ਸਕਦਾ ਹੈ ਕਿ ਤੁਹਾਨੂੰ ਉਨ੍ਹਾਂ ਵਿੱਚ ਦਿਲਚਸਪੀ ਨਹੀਂ ਹੈ।
2. **ਸੁਲਝੇ ਹੋਏ ਵਿਅਕਤੀ ਬਣੋ :** ਇੱਕ ਅਜਿਹਾ ਵਿਅਕਤੀ ਬਣੋ ਜੋ ਸਹਿਜ ਸੁਭਾਅ ਵਾਲਾ ਹੋਵੇ ਅਤੇ ਕਿਸੇ ਨੂੰ ਵੀ ਤਣਾਅ ਵਿੱਚ ਨਾ ਛੱਡੇ। ਮਜ਼ਾਕੀਆ, ਲਚਕਦਾਰ ਅਤੇ ਸੁਲਝੇ ਵਿਅਕਤੀ ਬਣੋ।
3. **ਸ਼ਾਂਤ ਰਹੋ :** ਆਪਣੇ ਦਿਮਾਗ ਨੂੰ ਠੰਡਾ ਰੱਖਣ ਦੀ ਆਦਤ ਪਾਓ ਤਾਂ ਜੋ ਖਰਾਬ ਹਾਲਾਤ ਤੁਹਾਨੂੰ ਉਤੇਜਿਤ ਜਾਂ ਪਰੇਸ਼ਾਨ ਨਾ ਕਰ ਸਕਣ।

4. **ਆਪਣੀ ਬੋਲੀ ਵਿੱਚ ਅਨੁਸ਼ਾਸਨ ਬਣਾਈ ਰੱਖੋ:** ਸ਼ੇਖੀ ਨਾ ਮਾਰੋ। ਦੂਜੇ ਵਿਅਕਤੀ ਨੂੰ ਇਹ ਨਾ ਸੋਚਣ ਦਿਓ ਕਿ ਤੁਸੀਂ ਸੋਚਦੇ ਹੋ ਕਿ ਤੁਸੀਂ ਸਭ ਤੋਂ ਵਧੀਆ ਅਤੇ ਸਭ ਤੋਂ ਵੱਧ ਗਿਆਨਵਾਨ ਹੋ।
5. **ਅਜਿਹੇ ਵਿਅਕਤੀ ਬਣੋ ਜਿਸਦੇ ਆਲੇ-ਦੁਆਲੇ ਲੋਕ ਰਹਿਣਾ ਚਾਹੁੰਦੇ ਹਨ:** ਦਿਲਚਸਪ ਬਣਨ ਦੀ ਆਦਤ ਪਾਓ ਤਾਂ ਜੋ ਲੋਕ ਤੁਹਾਡੇ ਆਲੇ-ਦੁਆਲੇ ਰਹਿਣਾ ਚਾਹੁਣ।
6. **ਆਪਣੀ ਸ਼ਖਸੀਅਤ ਨੂੰ ਲਗਾਤਾਰ ਸੁਧਾਰੋ :** ਆਪਣੀ ਸ਼ਖਸੀਅਤ ਵਿੱਚੋਂ 'ਚੁਭਣ ਵਾਲੇ' ਨਕਾਰਾਤਮਕ ਤੱਤਾਂ ਜਾਂ ਕਮੀਆਂ ਨੂੰ ਲਗਾਤਾਰ ਦੂਰ ਕਰੋ ਅਤੇ ਆਪਣੇ ਆਪ ਨੂੰ ਸੁਧਾਰਦੇ ਰਹੋ।
7. **ਸ਼ਿਕਾਇਤ ਨਾ ਕਰੋ:** ਕਿਸੇ ਵੀ ਗਲਤਫਹਿਮੀ ਨੂੰ ਜਲਦੀ ਤੋਂ ਜਲਦੀ ਹੱਲ ਕਰਨ ਦੀ ਪੂਰੀ ਕੋਸ਼ਿਸ਼ ਕਰੋ। ਆਪਣੀਆਂ ਸ਼ਿਕਾਇਤਾਂ ਨੂੰ ਨਾਲੀ ਵਿਚ ਰੋੜ੍ਹ ਦਿਓ।
8. **ਦੂਜਿਆਂ ਵਿੱਚ ਸੱਚੀ ਦਿਲਚਸਪੀ ਲਓ :** ਲੋਕਾਂ ਨੂੰ ਪਸੰਦ ਕਰਨ ਦਾ ਅਭਿਆਸ ਕਰੋ, ਅਤੇ ਕੁਝ ਸਮੇਂ ਬਾਅਦ ਤੁਸੀਂ ਉਨ੍ਹਾਂ ਨੂੰ ਸੱਚਮੁੱਚ ਪਸੰਦ ਕਰਨਾ ਸ਼ੁਰੂ ਕਰ ਦਿਓਗੇ।
9. **ਹਰ ਮੌਕੇ 'ਤੇ ਸਾਥ ਦਿਓ, ਭਾਵੇਂ ਖੁਸ਼ੀ ਹੋਵੇ ਜਾਂ ਦੁੱਖ :** ਕਿਸੇ ਨੂੰ ਉਨ੍ਹਾਂ ਦੀਆਂ ਪ੍ਰਾਪਤੀਆਂ ਜਾਂ ਸਫਲਤਾ 'ਤੇ ਵਧਾਈ ਦੇਣ ਦਾ ਕੋਈ ਵੀ ਮੌਕਾ ਨਾ ਗੁਆਓ, ਅਤੇ ਨਾ ਹੀ ਦੁੱਖ ਜਾਂ ਨਿਰਾਸ਼ਾ ਵਿੱਚ ਸੰਵੇਦਨਾ ਪ੍ਰਗਟ ਕਰਨ ਦਾ ਕੋਈ ਵੀ ਮੌਕਾ ਗੁਆਓ।
10. **ਉਤਸ਼ਾਹਿਤ ਕਰੋ:** ਲੋਕਾਂ ਨੂੰ ਅਧਿਆਤਮਿਕ ਤਾਕਤ ਦਿਓ ਅਤੇ ਉਹ ਤੁਹਾਨੂੰ ਪਸੰਦ ਕਰਨ ਲੱਗ ਪੈਣਗੇ।

ਖੰਡ -3

ਲੋਕ ਵਿਵਹਾਰ ਦੀ ਕਲਾ

ਅਧਿਆਇ – 28

ਨਾਮ ਵਿੱਚ ਹੀ ਸਭ ਕੁਝ ਰਖਿੱਆ ਹੈ

"ਸ਼ਬਦਾਂ ਦੇ ਸਿਰਫ਼ ਅਰਥ ਹੁੰਦੇ ਹਨ ਪਰ ਨਾਵਾਂ ਵਿੱਚ ਸ਼ਕਤੀ ਹੁੰਦੀ ਹੈ : ਰਾਜਲ "

ਮਹਾਨ ਸ਼ੈਕਸਪੀਅਰ ਨੇ ਇੱਕ ਵਾਰ ਕਿਹਾ ਸੀ ਕਿ ਨਾਮ ਵਿੱਚ ਕੀ ਰਖਿੱਆ ਹੈ ਪਰ ਮੇਰਾ ਮੰਨਣਾ ਹੈ ਕਿ ਸਭ ਕੁਝ ਨਾਮ ਵਿੱਚ ਹੀ ਰਖਿਆ ਹੈ ਅਤੇ ਨਾਮ ਇੱਕ ਅਜਿਹੀ ਚੀਜ਼ ਹੈ ਜੋ ਕਿਸੇ ਵਿਅਕਤੀ ਲਈ ਹੀਰੇ ਨਾਲੋਂ ਵੀ ਵੱਧ ਕੀਮਤੀ ਹੋ ਸਕਦੀ ਹੈ।

ਤੁਹਾਨੂੰ ਬਹੁਤ ਦੂਰ ਜਾਣ ਦੀ ਲੋੜ ਨਹੀਂ ਹੈ, ਉਹ ਦਿਨ ਯਾਦ ਕਰੋ ਜਦੋਂ ਤੁਸੀਂ ਛੋਟੇ ਸੀ ਅਤੇ ਸਕੂਲ ਵਿੱਚ ਪੜ੍ਹਦੇ ਸੀ, ਤੁਸੀਂ ਦੇਖਿਆ ਸੀ ਕਿ ਤੁਹਾਡੇ ਦੋ ਦੋਸਤ ਬਹੁਤ ਜ਼ੋਰਦਾਰ ਢੰਗ ਨਾਲ ਲੜ ਰਹੇ ਸਨ, ਜਦੋਂ ਤੁਸੀਂ ਜਾਂਚ ਕੀਤੀ ਤਾਂ ਤੁਹਾਨੂੰ ਪਤਾ ਲੱਗਾ ਕਿ ਮਾਮਲਾ ਇਹ ਸੀ ਕਿ ਤੁਹਾਡੇ ਇੱਕ ਸਹਿਪਾਠੀ ਨੇ ਨਾਮ ਦਾ ਮਜ਼ਾਕ ਉਡਾਇਆ ਅਤੇ ਦੂਜਾ ਗੁੱਸੇ ਵਿੱਚ ਆ ਗਿਆ ਅਤੇ ਉਸਨੂੰ ਕੁੱਟਣਾ ਸ਼ੁਰੂ ਕਰ ਦਿੱਤਾ।

ਬਚਪਨ ਤੋਂ ਵੱਡੇ ਹੋਣ ਤੋਂ ਬਾਅਦ ਵੀ, ਨਾਮ ਪ੍ਰਤੀ ਸਾਡਾ ਮੋਹ ਖਤਮ ਨਹੀਂ ਹੁੰਦਾ, ਲੋਕ ਕੁਝ ਅਜਿਹਾ ਕਰਨਾ ਚਾਹੁੰਦੇ ਹਨ ਜਿਸ ਨਾਲ ਉਨ੍ਹਾਂ ਦਾ ਨਾਮ ਅਖ਼ਬਾਰਾਂ ਵਿੱਚ ਪ੍ਰਕਾਸ਼ਿਤ ਹੋਵੇ ਜਾਂ ਵੱਡੇ ਪੋਸਟਰਾਂ ਵਿੱਚ ਦਿਖਾਈ ਦੇਵੇ।

ਇੱਕ ਵਾਰ ਇੱਕ ਦੇਸ਼ ਵਿੱਚ ਇੱਕ ਖੋਜ ਕੀਤੀ ਗਈ ਜਿਸ ਦੇ ਅਨੁਸਾਰ ਇਹ ਪਾਇਆ ਗਿਆ ਕਿ ਜ਼ਿਆਦਾਤਰ ਲੋਕ ਇਸ ਲਈ ਦਾਨ ਕਰਦੇ ਹਨ ਤਾਂ ਜੋ ਉਨ੍ਹਾਂ ਦਾ ਨਾਮ ਹਮੇਸ਼ਾ ਲਈ ਕੰਧ 'ਤੇ ਬਣਿਆ ਰਹੇ।

ਨਾਮ ਵਿੱਚ ਥੋੜ੍ਹੀ ਜਿਹੀ ਲਾਪਰਵਾਹੀ ਮਹਿੰਗੀ ਸਾਬਤ ਹੋ ਸਕਦੀ ਹੈ। ਇੱਕ ਵਾਰ ਇੱਕ ਸੱਜਣ ਅਪਣੇ ਮਿੱਤਰ ਦੇ ਜਨਮਦਿਨ 'ਤੇ ਕੇਕ ਭੇਟ ਕੀਤਾ। ਸੱਜਣ ਨੇ ਕੇਕ 'ਤੇ ਨਾਮ ਦੀ ਗਲਤ ਸਪੈਲਿੰਗ ਦੀ ਜਾਂਚ ਨਹੀਂ ਕੀਤੀ, ਅਤੇ ਜਿਸ ਦੋਸਤ ਦਾ ਜਨਮਦਿਨ ਸੀ ਉਹ ਬਹੁਤ ਗੁੱਸੇ ਹੋ ਗਿਆ ਅਤੇ ਇਸ ਗੱਲ ਨੂੰ ਭੁੱਲਿਆ ਵੀ ਨਹੀਂ । ਤੁਸੀ ਖੁਦ ਸੋਚੋਂ ਨਾਂ ਕਿਨਾਂ ਮਾਇਨੇ ਰੱਖਦਾ ਹੈ।

ਸਰਲ ਸ਼ਬਦਾਂ ਵਿੱਚ, ਇੱਕ ਨਾਮ ਹੀ ਸਭ ਕੁਝ ਹੈ। ਇਸ ਲਈ, ਲੋਕਾਂ ਦੇ ਨਾਮ ਦਾ ਸਤਿਕਾਰ ਕਰੋ ਅਤੇ ਉਹਨਾਂ ਦੇ ਨਾਂ ਨੂੰ ਯਾਦ ਰੱਖੋ। ਕਿਉਂਕਿ ਨਾਮ ਬਹੁਤ ਮਹੱਤਵਪੂਰਨ ਹੁੰਦਾ ਹੈ, ਇਸਲਈ ਇੱਥੇ ਉਹਨਾਂ ਨਾਲ ਸਬੰਧਤ ਕੁਝ ਨਿਯਮ ਦਿੱਤੇ ਜਾ ਰਹੇ ਹਨ।

ਨਾਮ ਨਾਲ ਸਬੰਧਤ ਨਿਅਮ:-

- ਨਾਮ ਯਾਦ ਰੱਖੋ।
- ਨਾਮ ਦਾ ਸਹੀ ਉਚਾਰਨ ਅਤੇ ਸਪੈਲਿੰਗ ਜਾਣੋ।
- **ਨਾਮ ਨੂੰ ਸਤਿਕਾਰ ਨਾਲ ਵਰਤੋ:** ਲੋੜ ਅਨੁਸਾਰ, ਜਿਵੇਂ ਸ਼ੁਰੂ ਵਿਚ ਸ਼੍ਰੀ ਜਾਂ ਸ਼੍ਰੀਮਤੀ ਅਤੇ ਅੰਤ ਵਿੱਚ ਜੀ ਨਾਲ ਸੰਬੋਧਨ ਸਮਾਪਤ ਕਰੋ।
- **ਨਾਮ ਯਾਦ ਰੱਖਣ ਦੀ ਤਕਨੀਕ:** ਗੱਲ ਕਰਦੇ ਸਮੇਂ, ਆਦਮੀ ਦੇ ਨਾਮ ਨੂੰ 4-5 ਵਾਰ ਦੁਹਰਾਉਣ ਦੀ ਕੋਸ਼ਿਸ਼ ਕਰੋ। ਜੇਕਰ ਨਾਮ ਆਮ ਨਹੀਂ ਹੈ ਤਾਂ ਪੁੱਛੋ ਕਿ ਇਸ ਨਾਮ ਦਾ ਕੀ ਅਰਥ ਹੈ, ਅਤੇ ਇਹ ਵੀ ਪੁੱਛੋ ਕਿ ਇਹ ਨਾਮ ਕਿਸਨੇ ਦਿੱਤਾ ਜਾਂ ਇਸਦਾ ਨਾਮ ਰੱਖਣ ਪਿੱਛੇ ਕੀ ਕਹਾਣੀ ਹੈ। ਜੇਕਰ ਨਾਮ ਥੋੜ੍ਹਾ ਗੁੰਝਲਦਾਰ ਲੱਗਦਾ ਹੈ ਤਾਂ ਉਸ ਦੀ ਸਪੈਲਿੰਗ ਬਾਰੇ ਪੁੱਛੋ।

ਸਾਲ 2004 ਵਿੱਚ, ਮੈਂ ਇੱਕ ਭਾਰਤੀ ਮੇਮੋਰੀ ਰਿਕਾਰਡ ਹੋਲਡਰ ਦੇ ਦਿਮਾਗ ਨੂੰ ਤੇਜ਼ ਕਰਨ ਲਈ ਇੱਕ ਵਰਕਸ਼ਾਪ ਕੀਤੀ। ਜਿੱਥੇ ਉਹਨਾਂ ਨੇ ਸਮਝਾਇਆ ਸੀ ਕਿ ਜਦੋਂ ਤੁਸੀਂ ਕਿਸੇ ਚੀਜ਼ ਦੀ ਅਜੀਬੋਗਰੀਬ ਕਲਪਨਾ ਕਰਦੇ ਹੋ, ਤਾਂ ਇਹ ਲੰਬੇ ਸਮੇਂ ਤੱਕ ਰਹਿੰਦੀ ਹੈ ਅਤੇ ਇਸਨੂੰ ਯਾਦ ਰੱਖਣਾ ਆਸਾਨ ਹੁੰਦਾ ਹੈ। ਉਹਨਾਂ ਨੇ ਇਹ ਵੀ ਸੁਝਾਅ ਦਿੱਤਾ ਕਿ ਸਾਨੂੰ ਲੋਕਾਂ ਦੇ ਨਾਮ ਇਸ ਤਰੀਕੇ ਨਾਲ ਯਾਦ ਰੱਖਣੇ ਚਾਹੀਦੇ ਹਨ। ਉਹਨਾਂ ਨੇ ਇੱਕ ਉਦਾਹਰਣ ਇਸ ਤਰ੍ਹਾਂ ਦਿੱਤੀ: ਮੰਨ ਲਓ ਕਿ ਕਿਸੇ ਦਾ ਨਾਮ ਅਮਿਤ ਹੈ (ਅ -ਮਿਟ, ਜਿਸਨੂੰ ਮਿਟਾਇਆ ਨਹੀਂ ਜਾ ਸਕਦਾ), ਅਤੇ ਤੁਸੀਂ ਉਸ ਨਾਮ ਨੂੰ ਯਾਦ ਰੱਖਣਾ ਚਾਹੁੰਦੇ ਹੋ, ਤਾਂ ਤੁਸੀਂ ਯਾਦ ਰੱਖਣ ਦੀ ਇਸ ਤਕਨੀਕ ਦੀ ਕੋਸ਼ਿਸ਼ ਕਰ ਸਕਦੇ ਹੋ। ਤੁਸੀਂ ਕਲਪਨਾ ਕਰ ਸਕਦੇ ਹੋ ਕਿ ਉਹ ਹਰ ਕਿਸੇ ਦੀ ਕਮੀਜ਼ 'ਤੇ ਪੈੱਨ ਨਾਲ ਲਿਖਦਾ ਹੈ ਅਤੇ ਫਿਰ ਉਹਨਾਂ ਨੂੰ ਇੱਕ ਵੱਡੇ ਰਬੜ ਨਾਲ ਮਿਟਾਉਣ ਦੀ ਕੋਸ਼ਿਸ਼ ਕਰਦਾ ਹੈ, ਪਰ ਉਹ ਅਜਿਹਾ ਕਰਨ ਵਿੱਚ ਅਸਮਰੱਥ ਹੈ, ਜਿਸ ਕਾਰਨ ਲੋਕ ਉਸ 'ਤੇ ਗੁੱਸੇ ਹੋ ਰਹੇ ਹਨ।

ਲੋਕ ਅਕਸਰ ਨਾਮ ਦੀ ਖ਼ਾਤਰ ਕੁਝ ਅਜਿਹਾ ਕਰਦੇ ਹਨ ਜੋ ਕਈ ਵਾਰ ਕਰਨਾ ਅਸੰਭਵ ਲੱਗਦਾ ਹੈ, ਇਸ ਲਈ ਹਮੇਸ਼ਾ ਲੋਕਾਂ ਦੇ ਨਾਮ ਨੂੰ ਯਾਦ ਰੱਖੋ ਅਤੇ ਉਨ੍ਹਾਂ ਨੂੰ ਲਹਿੰਦੇ ਸਮੇਂ ਬਹੁਤ ਸਾਵਧਾਨ ਰਹੋ।

ਲੋਕ ਵਿਵਹਾਰ ਨਾਲ ਸਬੰਧਤ ਅਮਲ ਕਰਨ ਯੋਗ ਉਪਯੋਗੀ ਗੱਲਾਂ:

- **ਸਾਵਧਾਨੀ ਵਰਤੋਂ** : ਫੇਸਬੁੱਕ ਅਤੇ ਵਟਸਐਪ 'ਤੇ ਜਵਾਬ ਦਿੰਦੇ ਸਮੇਂ, ਉਨ੍ਹਾਂ ਦੇ ਨਾਮ ਦੀ ਸਪੈਲਿੰਗ ਦਾ ਧਿਆਨ ਰੱਖੋ। ਅੰਗਰੇਜ਼ੀ ਵਿੱਚ ਲਿਖਣ ਵੇਲੇ, ਨਾਮ ਦਾ ਪਹਿਲਾ ਅੱਖਰ ਵੱਡਾ ਹੋਣਾ ਚਾਹੀਦਾ ਹੈ, ਆਦਿ।
- **ਦੁਬਾਰਾ ਪੁੱਛ ਲੋ** : ਜੇਕਰ ਕੋਈ ਆਪਣਾ ਨਾਮ ਦਸ ਰਿਹਾ ਹੈ ਅਤੇ ਤੁਹਾਨੂੰ ਇਹ ਸਾਫ਼-ਸਾਫ਼ ਨਹੀਂ ਸੁਣਾਈ ਦਿੰਦਾ, ਤਾਂ ਦੁਬਾਰਾ ਪੁੱਛੋ। ਕਹੋ, "ਮਾਫ਼ ਕਰਨਾ, ਮੈਂ ਤੁਹਾਡਾ ਨਾਮ ਸਾਫ਼-ਸਾਫ਼ ਨਹੀਂ ਸੁਣਿਆ।" ਜੇਕਰ ਨਾਮ ਔਖਾ ਹੈ, ਤਾਂ ਪੁੱਛੋ ਕਿ ਇਸਨੂੰ ਕਿਵੇਂ ਲਿਖਿਆ ਜਾਂਦਾ ਹੈ।

ਅਧਿਆਇ – 29
ਹਰ ਚੀਜ਼ ਨੂੰ ਨਿੱਜੀ ਤੌਰ 'ਤੇ ਨਾ ਲਓ

"ਤੁਹਾਡੀ ਇਜਾਜ਼ਤ ਤੋਂ ਬਿਨਾਂ ਕੋਈ ਵੀ ਤੁਹਾਨੂੰ ਨੀਵਾਂ ਨਹੀਂ ਦਿੱਖਾ ਸਕਦਾ -ਐਲਿਨੋਰ ਰੂਜ਼ਵੈਲਟ "

ਦੇਖੋ, ਜੇਕਰ ਤੁਸੀਂ ਇੱਕ ਚੰਗੀ ਜ਼ਿੰਦਗੀ ਜਿਉਣਾ ਚਾਹੁੰਦੇ ਹੋ ਅਤੇ ਲੋਕਾਂ ਨਾਲ ਬਿਹਤਰ ਸਬੰਧ ਬਣਾਈ ਰੱਖਣਾ ਚਾਹੁੰਦੇ ਹੋ, ਤਾਂ ਤੁਹਾਨੂੰ ਆਪਣੀ ਸੋਚ ਵੱਡੀ ਰੱਖਣੀ ਪਵੇਗੀ ਅਤੇ ਛੋਟੀਆਂ ਚੀਜ਼ਾਂ ਨੂੰ ਨਜ਼ਰਅੰਦਾਜ਼ ਕਰਨਾ ਸਿੱਖਣਾ ਪਵੇਗਾ। ਜੇਕਰ ਤੁਸੀਂ ਹਰ ਛੋਟੀ ਚੀਜ਼ ਨੂੰ ਮਹੱਤਵ ਦਿੰਦੇ ਹੋ, ਤਾਂ ਤੁਸੀਂ ਤਣਾਅ ਵਿੱਚ ਆ ਜਾਓਗੇ ਅਤੇ ਤੁਹਾਡੇ ਕੋਲ ਸੋਚਣ ਜਾਂ ਕਰਨ ਲਈ ਬਹੁਤ ਕੁਝ ਨਹੀਂ ਬਚੇਗਾ।

ਜਦੋਂ ਤੁਹਾਡੀ ਸੋਚ ਵੱਡੀ ਹੋ ਜਾਂਦੀ ਹੈ ਅਤੇ ਤੁਸੀਂ ਟੀਚਾ-ਮੁਖੀ ਹੋ ਜਾਂਦੇ ਹੋ, ਤਾਂ ਤੁਸੀਂ ਸਪਸ਼ਟ ਤੌਰ 'ਤੇ ਸਮਝ ਜਾਂਦੇ ਹੋ ਕਿ ਤੁਹਾਡੀ ਜ਼ਿੰਦਗੀ ਵਿੱਚ ਕੀ ਮਹੱਤਵਪੂਰਨ ਹੈ ਅਤੇ ਕਿਹੜੀਆਂ ਚੀਜ਼ਾਂ ਤੁਹਾਨੂੰ ਤੁਹਾਡੇ ਟੀਚੇ ਵੱਲ ਲੈ ਜਾਂਦੀਆਂ ਹਨ, ਫਿਰ ਤੁਸੀਂ ਆਪਣਾ ਸਾਰਾ ਸਮਾਂ ਅਤੇ ਧਿਆਨ ਉਨ੍ਹਾਂ ਮਹੱਤਵਪੂਰਨ ਚੀਜ਼ਾਂ 'ਤੇ ਕੇਂਦ੍ਰਿਤ ਕਰਦੇ ਹੋ ਜਦੋਂ ਕਿ ਦੂਜੀਆਂ ਚੀਜ਼ਾਂ ਨੂੰ ਨਜ਼ਰਅੰਦਾਜ਼ ਕਰਦੇ ਹੋ।

ਜਦੋਂ ਤੁਸੀਂ ਸਫਲ ਲੋਕਾਂ ਦੀਆਂ ਜੀਵਨੀਆਂ ਪੜ੍ਹੋਗੇ, ਤਾਂ ਤੁਸੀਂ ਦੇਖੋਗੇ ਕਿ ਉਹ ਆਪਣੇ ਕੰਮ ਨਾਲ ਕੰਮ ਰਖਦੇ ਸਨ ਅਤੇ ਉਨ੍ਹਾਂ ਦਾ ਸਵੈ-ਮਾਣ ਇੰਨਾ ਉੱਚਾ ਸੀ ਕਿ ਉਹ ਛੋਟੀਆਂ, ਗੈਰ-ਮਹੱਤਵਪੂਰਨ ਟਿੱਪਣੀਆਂ ਅਤੇ ਚੀਜ਼ਾਂ ਨੂੰ ਆਪਣੇ ਆਪ 'ਤੇ ਹਮਲੇ ਵਾਂਗ ਨਹੀਂ ਲੈਂਦੇ ਸਨ।

ਇਹ ਕਿਹਾ ਜਾਂਦਾ ਹੈ ਕਿ ਘੱਟ ਸਵੈ-ਮਾਣ ਵਾਲੇ ਵਿਅਕਤੀ ਨਾਲ ਨਜਿੱਠਣਾ ਅਤੇ ਕੰਮ ਕਰਨਾ ਬਹੁਤ ਮੁਸ਼ਕਲ ਹੁੰਦਾ ਹੈ। ਤੁਸੀਂ ਤੇ ਲੋਕ ਵਿਵਹਾਰ ਦੇ ਵਿਦਿਆਰਥੀ ਹੋ, ਇਸ ਲਈ ਆਪਣਾ ਸਵੈ-ਮਾਣ ਵਧਾਓ ਅਤੇ ਖੁਸ਼ ਰਹੋ। ਛੋਟੀਆਂ ਚੀਜ਼ਾਂ ਨੂੰ ਨਜ਼ਰਅੰਦਾਜ਼ ਕਰੋ ਅਤੇ ਸਿਰਫ਼ ਮਹੱਤਵਪੂਰਨ ਚੀਜ਼ਾਂ 'ਤੇ ਧਿਆਨ ਕੇਂਦਰਿਤ ਕਰੋ।

ਮੈਂ ਇਸ ਅਧਿਆਇ ਨੂੰ ਇੱਕ ਛੋਟੀ ਜਿਹੀ ਕਹਾਣੀ ਸਾਂਝੀ ਕਰਕੇ ਖਤਮ ਕਰ ਰਿਹਾ ਹਾਂ "ਜੋ ਹਰ ਚੀਜ਼ ਨੂੰ ਨਿੱਜੀ ਤੌਰ 'ਤੇ ਨਾ ਲੈਣ" ਦੇ ਨੁਕਤੇ ਨੂੰ ਦਰਸਾਉਂਦੀ ਹੈ।

ਬਹੁਤ ਸਮਾਂ ਪਹਿਲਾਂ ਦੀ ਗੱਲ ਹੈ, ਇੱਕ ਸਾਧੂ ਆਪਣੇ ਰਸਤੇ 'ਤੇ ਜਾ ਰਿਹਾ ਸੀ ਤਦੋਂ ਇੱਕ ਆਦਮੀ ਨੇ ਉਸਨੂੰ ਗਾਲ੍ਹਾਂ ਕੱਢੀਆਂ। ਭਿਕਸ਼ੂ ਬਿਨਾਂ ਪਰੇਸ਼ਾਨ ਹੋਏ ਉਹਦੀਆਂ ਗੱਲਾਂ ਨੂੰ ਤਦ ਤਕਣ ਸੁਣਦਾ ਰਿਹਾ ਜਦੋਂ ਤੱਕ ਉਹ ਆਦਮੀ ਬੋਲਦੇ -ਬੋਲਦੇ ਥਕ ਨਹੀਂ ਗਿਆ ।

ਇਸ ਤੋਂ ਬਾਅਦ ਉਹਨਾਂ ਨੇ ਉਸ ਆਦਮੀ ਨੂੰ ਪੁੱਛਿਆ, "ਜੇਕਰ ਕਿਸੇ ਦੁਆਰਾ ਦਿੱਤੀ ਗਈ ਚੀਜ਼ ਨਹੀਂ ਲਈ ਜਾਂਦੀ, ਤਾਂ ਉਹ ਚੀਜ਼ ਕਿਸ ਕੋਲ ਰਹਿ ਜਾਏਗੀ?"

ਉਸ ਆਦਮੀ ਨੇ ਜਵਾਬ ਦਿੱਤਾ ਕਿ ਇਹ ਚੀਜ਼ ਉਸਦੇ ਕੋਲ ਹੀ ਰਹਿ ਜਾਏਗਾ ਜਿਸਨੇ ਇਸਨੂੰ ਦਿੱਤਾ ਹੈ। ਸਾਧੂ ਨੇ ਕਿਹਾ, "ਮੈਂ ਤੁਹਾਡੀ ਇਸ ਚੀਜ (ਗਾਲਾਂ) ਨੂੰ ਸਵੀਕਾਰ ਕਰਨ ਤੋਂ ਇਨਕਾਰ ਕਰਦਾ ਹਾਂ।" ਇਹ ਸੁਣ ਕੇ, ਆਦਮੀ ਨੂੰ ਬਹੁਤ ਸ਼ਰਮ ਮਹਿਸੂਸ ਹੋਈ, ਅਤੇ ਸਾਧੂ ਆਪਣੀ ਮੰਜ਼ਿਲ ਵੱਲ ਚੱਲ ਪਿਆ।

ਇਸ ਲਈ ਹਰ ਚੀਜ਼ ਨੂੰ ਨਿੱਜੀ ਤੌਰ 'ਤੇ ਨਾ ਲਓ ਅਤੇ ਵੱਡੀ ਸੋਚ ਰਖੋ।

ਲੋਕ ਵਿਵਹਾਰ ਸੰਬੰਧੀ ਅਮਲ ਕਰਨ ਯੋਗ ਲਾਭਦਾਇਕ ਗੱਲਾਂ :

- **ਵੱਡੀ ਸੋਚ ਵਿਕਸਤ ਕਰੋ** : ਆਪਣਾ ਆਤਮਵਿਸ਼ਵਾਸ ਵਧਾਓ, ਉਨ੍ਹਾਂ ਚੀਜ਼ਾਂ ਨੂੰ ਨਜ਼ਰਅੰਦਾਜ਼ ਕਰੋ ਜੋ ਮਹੱਤਵਪੂਰਨ ਨਹੀਂ ਹਨ, ਜੇਕਰ ਤੁਸੀਂ ਹਰ ਚੀਜ਼ ਨੂੰ ਨਿੱਜੀ ਤੌਰ 'ਤੇ ਲੈਂਦੇ ਹੋ ਤਾਂ ਤੁਹਾਡੇ ਕੋਲ ਕਰਨ ਲਈ ਬਹੁਤਾ ਕੰਮ ਨਹੀਂ ਹੋਵੇਗਾ ਅਤੇ ਨਾ ਹੀ ਤੁਹਾਡੇ ਕੋਲ ਸੋਚਣ ਦਾ ਸਮਾਂ ਹੋਵੇਗਾ।
- **ਮਨੁੱਖੀ ਜੀਵਨ ਸੀਮਤ ਸਮੇਂ ਦਾ ਹੁੰਦਾ ਹੈ:** ਸਾਡੇ ਕੋਲ ਸਮਾਂ ਸੀਮਤ ਹੈ, ਇਸ ਲਈ ਚੰਗੀਆਂ ਚੀਜ਼ਾਂ 'ਤੇ ਧਿਆਨ ਕੇਂਦਰਿਤ ਕਰਨਾ ਅਤੇ ਉਨ੍ਹਾਂ ਨੂੰ ਯਾਦ ਰੱਖਣਾ ਸਭ ਤੋਂ ਵਧੀਆ ਹੈ। ਖੁਸ਼ ਰਹਿਣ ਦੀ ਕੁੰਜੀ ਬਾਕੀਆਂ ਗੱਲਾਂ ਨੂੰ ਨਜ਼ਰਅੰਦਾਜ਼ ਕਰਨਾ ਹੈ।

ਅਧਿਆਇ – 30
ਦੂਜਿਆਂ ਦੇ ਜੁੱਤੇ ਪਾਓ

"ਲੋਕ ਉਨ੍ਹਾਂ ਚੀਜ਼ਾਂ ਨੂੰ ਨਫ਼ਰਤ ਕਰਦੇ ਹਨ ਜਿਨ੍ਹਾਂ ਨੂੰ ਉਹ ਸਮਝ ਨਹੀਂ ਪਾਉਂਦੇ -ਮਾਰਥਾ ਕੈਂਟ'

ਤੁਸੀਂ ਬਹੁਤ ਸਾਰੀਆਂ ਫਿਲਮਾਂ ਅਤੇ ਟੀਵੀ ਸੀਰੀਅਲ ਦੇਖੇ ਹੋਣਗੇ ਜਿਨ੍ਹਾਂ ਵਿੱਚ ਪੁਲਿਸ ਇੱਕ ਚੋਰ ਨੂੰ ਫੜਨ ਦੀ ਯੋਜਨਾ ਬਣਾਉਂਦੀ ਹੈ। ਅਜਿਹਾ ਕਰਨ ਲਈ, ਉਹ ਚੋਰ ਵਾਂਗ ਸੋਚਣ ਦੀ ਕੋਸ਼ਿਸ਼ ਕਰਦੇ ਹਨ ਕਿ ਉਸਨੇ ਕੀ ਕੀਤਾ ਹੋਵੇਗਾ ਅਤੇ ਕਿਵੇਂ? ਉਹ ਇਸ ਘਟਨਾ ਨੂੰ ਕਿਵੇਂ ਅੰਜਾਮ ਦੇ ਸਕਦੇ ਸਨ? ਅਜਿਹਾ ਕਰਨ ਤੋਂ ਬਾਅਦ, ਉਹ ਚੋਰ ਨੂੰ ਸਫਲਤਾਪੂਰਵਕ ਫੜ ਲੈਂਦੇ ਹਨ।

ਲਿਸ ਦਾ ਚੋਰ ਵਾਂਗ ਸੋਚਣਾ "ਕਿਸੇ ਹੋਰ ਦੇ ਜੁੱਤੇ ਪਾਉਣ" ਦੀ ਪ੍ਰਕਿਰਿਆ ਹੈ। ਇਹ ਸਿਰਫ਼ ਪੁਲਿਸ ਬਾਰੇ ਨਹੀਂ ਹੈ, ਸਗੋਂ ਕਿਸੇ ਵੀ ਆਮ ਵਿਅਕਤੀ ਬਾਰੇ ਹੈ ਜੋ ਆਪਣੇ ਆਪ ਨੂੰ ਦੂਜੇ ਵਿਅਕਤੀ ਦੇ ਹਾਲਾਤ ਵਿੱਚ ਰੱਖ ਕੇ ਆਪਣੇ ਆਪ ਤੋਂ ਇਸ ਤਰ੍ਹਾਂ ਦੇ ਸਵਾਲ ਪੁੱਛਦਾ ਹੈ:

- ਜੇ ਮੈਂ ਉਸਦੀ ਜਗ੍ਹਾ ਹੁੰਦਾ ਤਾਂ ਮੈਂ ਕੀ ਕਰਦਾ?
- ਜੇ ਮੈਂ ਉਸਦੀ ਜਗ੍ਹਾ ਹੁੰਦਾ ਤਾਂ ਮੈਂ ਕੀ ਸੋਚਦਾ?
- ਜੇ ਮੈਂ ਉਸਦੀ ਜਗ੍ਹਾ ਹੁੰਦਾ ਤਾਂ ਮੇਰੀ ਹਾਲਤ ਕੀ ਹੁੰਦੀ?

- ਜੇ ਇਹ ਮੇਰੇ ਨਾਲ ਵਾਪਰਿਆ ਹੁੰਦਾ ਤਾਂ ਮੇਰਾ ਕੀ ਹਾਲ ਹੁੰਦਾ? ਮੈਂ ਕਿਵੇਂ ਪ੍ਰਤੀਕਿਰਿਆ ਕਰਦਾ?

ਜੇਕਰ ਤੁਸੀਂ ਅਜਿਹੇ ਪਹਿਲੂਆਂ 'ਤੇ ਵਿਚਾਰ ਕਰਦੇ ਹੋ, ਤਾਂ ਤੁਸੀਂ ਦੂਜੇ ਵਿਅਕਤੀ ਦੀ ਸਥਿਤੀ ਨੂੰ ਬਿਹਤਰ ਢੰਗ ਨਾਲ ਸਮਝ ਪਾਂਦੇ ਹੋ ਅਤੇ ਉਸ ਨਾਲ ਬਿਹਤਰ ਤਰੀਕੇ ਨਾਲ ਨਜਿੱਠਣ ਅਤੇ ਬਿਹਤਰ ਤਾਲਮੇਲ ਸਥਾਪਤ ਕਰਨ ਦੇ ਯੋਗ ਹੋ ਸਕਦੇ ਹੋ ਕਿਉਂਕਿ ਤੁਸੀਂ ਪਹਿਲਾਂ ਹੀ ਸਾਮ੍ਹਣੇ ਵਾਲੇ ਦੀ ਸਥਿਤੀ ਨੂੰ ਸਮਝਣ ਦੀ ਕੋਸ਼ਿਸ਼ ਕਰ ਚੁੱਕੇ ਹੋ।

ਆਪਣੇ ਆਪ ਤੋਂ ਇਹ ਸਵਾਲ ਪੁੱਛਣ ਦੇ ਨਾਲ-ਨਾਲ, ਤੁਹਾਨੂੰ ਸਾਹਮਣੇ ਵਾਲੇ ਵਿਅਕਤੀ ਨੂੰ ਪ੍ਰੋਤਸਾਹਿਤ ਕਰਨਾ ਚਾਹੀਦਾ ਹੈ ਕਿ ਉਹ ਖੁਦ ਵੀ ਆਪਣੇ ਵਿਚਾਰ ਪ੍ਰਗਟ ਕਰੇ ਅਤੇ ਜਦ ਉਹ ਬੋਲਣਾ ਸ਼ੁਰੂ ਕਰੇ ਤਾਂ ਧਿਆਨ ਨਾਲ ਉਸਦੀ ਗੱਲ ਸੁਣਨੀ ਚਾਹੀਦੀ ਹੈ। ਜਦੋਂ ਤੁਸੀਂ ਉਸ ਵਿਅਕਤੀ ਨੂੰ ਬੋਲਣ ਅਤੇ ਆਪਣੇ ਵਿਚਾਰ ਪ੍ਰਗਟ ਕਰਨ ਦਾ ਮੌਕਾ ਦਿੰਦੇ ਹੋ, ਤਾਂ ਉਹ ਵਧੇਰੇ ਆਤਮਵਿਸ਼ਵਾਸ ਨਾਲ ਭਰਪੂਰ ਹੋ ਜਾਂਦੇ ਹਨ ਅਤੇ ਰਾਹਤ ਮਹਿਸੂਸ ਕਰਦੇ ਹਨ।

ਹਰ ਇਨਸਾਨ ਚਾਹੁੰਦਾ ਹੈ ਕਿ ਉਸ ਨੂੰ ਸਮਝਿਆ ਜਾਵੇ ਅਤੇ ਉਸ ਨਾਲ ਢੁਕਵਾਂ ਵਿਵਹਾਰ ਕੀਤਾ ਜਾਵੇ। ਦੂਜਿਆਂ ਨੂੰ ਉਨ੍ਹਾਂ ਦੇ ਖੁਸ਼ੀ ਦੇ ਸਮੇਂ ਮਿਲਣਾ, ਉਨ੍ਹਾਂ ਦੀਆਂ ਖੁਸ਼ੀਆਂ ਵਿੱਚ ਹਿੱਸਾ ਲੈਣਾ ਅਤੇ ਉਨ੍ਹਾਂ ਨੂੰ ਵਧਾਈ ਦੇਣਾ ਆਸਾਨ ਹੈ। ਪਰ ਸਮੱਸਿਆ ਉਦੋਂ ਪੈਦਾ ਹੁੰਦੀ ਹੈ ਜਦੋਂ ਦੂਜਾ ਵਿਅਕਤੀ ਮੁਸੀਬਤ ਵਿੱਚ ਹੁੰਦਾ ਹੈ ਤਾਂ ਅਸੀਂ ਕੀ ਕਰੀਏ ਅਤੇ ਕੀ ਕਹੀਏ ? ਅਜਿਹੀ ਸਥਿਤੀ ਵਿੱਚ, ਦੂਜਿਆਂ ਦੇ ਜੁਤੇ ਪਾਣ ਦੀ ਤਕਨੀਕ ਬਹੁਤ ਪ੍ਰਭਾਵਸ਼ਾਲੀ ਹੁੰਦੀ ਹੈ।

ਤੁਸੀਂ ਆਪਣੇ ਆਪ ਤੋਂ ਪੁੱਛ ਸਕਦੇ ਹੋ, ਜੇਕਰ ਮੈਂ ਅਜਿਹੀ ਸਥਿਤੀ ਵਿੱਚ ਹੁੰਦਾ, ਤਾਂ ਮੇਰੇ ਮਨ ਤੇ ਕੀ ਬੀਤ ਰਹੀ ਹੁੰਦੀ ਅਤੇ ਅਜਿਹੀ ਸਥਿਤੀ ਵਿੱਚ ਮੈਂ ਦੂਜਿਆਂ ਤੋਂ ਕੀ ਉਮੀਦ ਕਰਦਾ। ਇਸ ਸਵਾਲ ਦਾ ਜਵਾਬ ਜੋ ਵੀ ਹੋਵੇ, ਆਪਣੇ ਸਾਹਮਣੇ ਪਰੇਸ਼ਾਨ ਵਿਅਕਤੀ ਨਾਲ ਉਸ ਅਨੁਸਾਰ ਵਿਵਹਾਰ ਕਰੋ।

ਦੂਜਿਆਂ ਦੀਆਂ ਜੁੱਤੀਆਂ ਪਾਣ ਦੀ ਤਕਨੀਕ ਨਾ ਸਿਰਫ਼ ਤੁਹਾਨੂੰ ਲੋਕਾਂ ਨੂੰ ਬਿਹਤਰ ਢੰਗ ਨਾਲ ਸਮਝਣ ਅਤੇ ਉਨ੍ਹਾਂ ਨਾਲ ਬਿਹਤਰ ਢੰਗ ਨਾਲ ਜੁੜਨ ਵਿੱਚ ਮਦਦ ਕਰਦੀ ਹੈ, ਸਗੋਂ ਤੁਹਾਨੂੰ ਲੋਕ ਵਿਵਹਾਰ ਦੀ ਕਲਾ ਵਿੱਚ ਵੀ ਮਾਹਰ ਬਣਾਉਂਦੀ ਹੈ, ਇਸ ਲਈ ਅੱਜ ਤੋਂ ਹੀ ਇਸਨੂੰ ਆਪਣੀ ਜ਼ਿੰਦਗੀ ਦਾ ਹਿੱਸਾ ਬਣਾਓ।

ਲੋਕ ਵਿਵਹਾਰ ਨਾਲ ਸਬੰਧਤ ਅਮਲ ਕਰਨ ਯੋਗ ਉਪਯੋਗੀ ਗੱਲਾਂ:-

ਕਿਸੇ ਹੋਰ ਦੇ ਜੁੱਤੇ ਪਹਿਨਣ ਲਈ, ਆਪਣੇ ਆਪ ਤੋਂ ਇਹ ਸਵਾਲ ਪੁੱਛੋ:

1. ਜੇ ਮੈਂ ਉਸਦੀ ਜਗ੍ਹਾ ਹੁੰਦਾ ਤਾਂ ਮੈਂ ਕੀ ਕਰਦਾ?
2. ਜੇ ਮੈਂ ਉਸਦੀ ਜਗ੍ਹਾ ਹੁੰਦਾ ਤਾਂ ਮੈਂ ਕੀ ਸੋਚਦਾ?
3. ਜੇ ਮੈਂ ਉਸਦੀ ਜਗ੍ਹਾ ਹੁੰਦਾ ਤਾਂ ਮੇਰੀ ਹਾਲਤ ਕਿਹੋ ਜਿਹੀ ਹੁੰਦੀ?
4. ਜੇਕਰ ਇਹ ਮੇਰੇ ਨਾਲ ਵਾਪਰਿਆ ਹੁੰਦਾ, ਤਾਂ ਮੇਰੀ ਸਥਿਤੀ ਕੀ ਹੁੰਦੀ ਅਤੇ ਮੈਂ ਕਿਵੇਂ ਵਿਵਹਾਰ ਕਰਦਾ?

- ਗੱਲਾਂ ਨੂੰ ਧਿਆਨ ਨਾਲ ਸੁਣਨ ਅਤੇ ਸਵਾਲ ਪੁੱਛ ਕੇ ਚੀਜ਼ਾਂ ਨੂੰ ਹੋਰ ਜ਼ਿਆਦਾ ਸਪੱਸ਼ਟ ਕਰਨ ਨਾਲ ਦੂਜੇ ਲੋਕਾਂ ਦੇ ਜੁਤੇ ਪਾਉਣ ਵਿੱਚ ਮਦਦ ਮਿਲਦੀ ਹੈ।

ਅਧਿਆਇ – 31

ਇਹ ਤੇ ਬਹੁਤ ਹੀ ਗਲਤ ਗੱਲ ਹੈ

"ਗਲਤੀਆਂ ਤੋਂ ਹਮੇਸ਼ਾ ਸਿੱਖੋ ਅਤੇ ਕੋਸ਼ਿਸ਼ ਕਰੋ ਕੀ ਇਕ ਗਲਤੀ ਦੋਬਾਰਾ ਨਾ ਹੋਏ - ਰਾਜਲ"

ਮੈਨੂੰ ਨਹੀਂ ਪਤਾ ਕਿ ਇਹ ਜ਼ਿਆਦਾਤਰ ਲੋਕਾਂ ਦੇ ਸੁਭਾਅ ਵਿੱਚ ਕਿਉਂ ਹੈ ਕਿ ਜਦੋਂ ਵੀ ਅਸੀਂ ਕਿਸੇ ਨੂੰ ਕੁਝ ਗਲਤ ਕਰਦੇ ਦੇਖਦੇ ਹਾਂ ਜਾਂ ਕਿਸੇ ਵਿੱਚ ਕੋਈ ਕਮੀ ਦੇਖਦੇ ਹਾਂ, ਤਾਂ ਅਸੀਂ ਇਸ ਮੌਕੇ ਨੂੰ ਜਲਦੀ ਤੋਂ ਜਲਦੀ ਫੜ ਲੈਂਦੇ ਹਾਂ ਅਤੇ ਉਸਦੀ ਨਿੰਦਾ ਜਾਂ ਆਲੋਚਨਾ ਕਰਦੇ ਹਾਂ।

ਠੀਕ ਹੈ, ਤੁਸੀਂ ਕੋਈ ਨੁਕਸ ਲੱਭਿਆ, ਕੋਈ ਗਲਤੀ ਦੇਖੀ, ਅਤੇ ਉਸਦੀ ਆਲੋਚਨਾ ਕਰ ਦਿੱਤੀ, ਪਰ ਕੀ ਤੁਸੀਂ ਕਦੇ ਕਿਸੇ ਚੰਗੀ ਚੀਜ਼ ਨੂੰ ਵੇਖ ਕੇ ਇੰਨੀ ਜਲਦੀ ਉਸਦੀ ਪ੍ਰਸ਼ੰਸਾ ਕਰਦੇ ਹੋ? ਜਵਾਬ ਸ਼ਾਇਦ ਨਹੀਂ ਹੈ। "ਅਤੇ ਇਹ ਬਹੁਤ ਗਲਤ ਗੱਲ ਹੈ।"

ਸਭ ਤੋਂ ਪਹਿਲਾਂ, ਸਾਨੂੰ ਆਲੋਚਨਾ ਕਰਨੀ ਹੀ ਨਹੀਂ ਚਾਹੀਦੀ ਅਤੇ ਪ੍ਰਸ਼ੰਸਾ ਕਰਨ ਦਾ ਕੋਈ ਵੀ ਮੌਕਾ ਹੱਥੋਂ ਗੁਆਉਣਾ ਨਹੀਂ ਚਾਹੀਦਾ।

ਅਗਲੇ ਅਧਿਆਵਾਂ ਵਿੱਚ, ਅਸੀਂ ਚਰਚਾ ਕਰਾਂਗੇ ਕਿ ਜੇ ਸਾਨੂੰ ਆਲੋਚਨਾ ਕਰਨੀ ਪਵੇ ਤਾਂ ਕਿਵੇਂ ਕਰਨੀ ਹੈ, ਨਾਲ ਹੀ ਚੰਗਾ ਸੋਚਣ ਵਾਲਾ ਬਣੀਏ ਅਤੇ ਪ੍ਰਸ਼ੰਸਾ ਕਿਵੇਂ ਕਰਨੀ ਹੈ ਇਸ ਬਾਰੇ ਅੱਗੇ ਦੇ ਅਧਿਆਵਾਂ ਵਿਚ ਚਰਚਾ ਕਰਾਂਗੇ।

ਲੋਕ ਵਿਵਹਾਰ ਨਾਲ ਸਬੰਧਤ ਅਮਲ ਕਰਨ ਲਈ ਉਪਯੋਗੀ ਗੱਲਾਂ:-

- ਚੰਗੀਆਂ ਚੀਜ਼ਾਂ 'ਤੇ ਧਿਆਨ ਕੇਂਦਰਿਤ ਕਰੀਏ: ਜੇਕਰ ਸਾਡੇ ਦੰਦਾਂ ਵਿੱਚ ਕੁੱਝ ਫਸ ਜਾਵੇ ਤਾਂ ਸਾਡੀ ਜੀਭ ਉੱਥੇ ਹੀ ਜਾਂਦੀ ਹੈ ਜਦੋਂ ਕਿ ਸਾਡਾ ਧਿਆਨ ਬਾਕੀ ਦੇ ਆਮ 31ਦੰਦਾਂ ਵੱਲ ਨਹੀਂ ਜਾਂਦਾ, ਸਾਡਾ ਦਿਮਾਗ ਵੀ ਇਹੋ ਜਿਹਾ ਹੀ ਹੈ ਜੇਕਰ ਸਾਡੀ ਜ਼ਿੰਦਗੀ ਵਿੱਚ ਕੁਝ ਬੁਰਾ ਹੈ ਤਾਂ ਸਾਡਾ ਧਿਆਨ ਉੱਥੇ ਜਾਂਦਾ ਹੈ ਜਦੋਂ ਕਿ ਸਾਡੀ ਜ਼ਿੰਦਗੀ ਵਿੱਚ ਜੋ ਵੀ ਚੰਗਾ ਹੈ ਉਸ ਵੱਲ ਨਹੀਂ ਜਾਂਦਾ।
- **ਮੂੰਹ ਖੋਲੀਏ ਤਾਂ ਚੰਗਾ ਬੋਲੀਏ** : ਜੇ ਤੁਹਾਨੂੰ ਕਿਸੇ ਵੀ ਕਮੀ ਜਾਂ ਗਲਤੀ ਹੋਣ ਤੇ ਤੁਰੰਤ ਆਲੋਚਨਾ ਕਰਨ ਦੀ ਆਦਤ ਹੈ ਤਾਂ ਇਸਨੂੰ ਤੁਰੰਤ ਬਦਲ ਦਿਓ, ਮੂੰਹ ਖੋਲੋ ਤਾਂ ਸਿਰਫ ਚੰਗਾ ਬੋਲਣ ਦੀ ਨੀਤੀ ਨੂੰ ਅਪਣਾਓ।
- **ਛੋਟੇ ਸੁਧਾਰਾਂ ਦੀ ਵੀ ਪ੍ਰਸ਼ੰਸਾ ਕਰੋ**: ਛੋਟੇ ਸੁਧਾਰਾਂ ਦੀ ਵੀ ਪ੍ਰਸ਼ੰਸਾ ਕਰੋ ਅਤੇ ਲੋਕਾਂ ਦਾ ਹੌਸਲਾ ਵਧਾਓ।

ਅਧਿਆਇ – 32

ਚੰਗੀਆਈ ਲਭਣ ਵਾਲਾ ਬਣੋ, ਤਾਰੀਫ਼ ਕਰਨ ਦੀ ਆਦਤ ਪਾਓ

"ਸਿੱਖਿਆ ਕਿਸੇ ਕੋਲੋਂ ਵੀ ਜਾ ਸਕਦਾ ਹੈ, ਆਪਣੇ ਦੁਸ਼ਮਣਾਂ ਤੋਂ ਵੀ, ਉਨ੍ਹਾਂ ਵਿੱਚ ਜੋ ਵੀ ਚੰਗਿਆਈ ਹੈ, ਉਹ ਜ਼ਰੂਰ ਸਿੱਖੋ : ਰਾਜਲ"

ਸਾਨੂੰ ਚੰਗਿਆਈ ਕਿਉਂ ਭਾਲਣੀ ਚਾਹੀਦੀ ਹੈ?

ਮੈਨੂੰ ਲੱਗਦਾ ਹੈ ਕਿ ਤੁਸੀਂ ਕਦੇ ਕਾਰ ਖਰੀਦਣ ਬਾਰੇ ਸੋਚਿਆ ਹੋਵੇਗਾ ਅਤੇ ਅਚਾਨਕ ਤੁਹਾਨੂੰ ਉਹ ਕਾਰਾਂ ਹਰ ਜਗ੍ਹਾ ਦਿਖਾਈ ਦੇਣ ਲੱਗ ਪੈਂਦੀਆਂ ਹਨ, ਭਾਵੇਂ ਉਹ ਸੜਕ 'ਤੇ ਹੋਣ, ਪਾਰਕਿੰਗ 'ਤੇ ਹੋਣ ਜਾਂ ਕਿਤੇ ਵੀ।

ਕੀ ਤੁਹਾਡੇ ਨਾਲ ਕਦੇ ਅਜਿਹਾ ਹੋਇਆ ਹੈ?

ਮੈਨੂੰ ਲੱਗਦਾ ਹੈ ਕਿ ਇਹ ਜ਼ਰੂਰ ਹੋਇਆ ਹੋਵੇਗਾ, ਦੇਖੋ ਇਸਦੇ ਪਿੱਛੇ ਦਾ ਰਾਜ਼ ਹੈ ਸਾਡੇ ਦਿਮਾਗ ਦਾ RAS (ਰੈਟੀਕੂਲਰ ਐਕਟੀਵੇਟਿੰਗ ਸਿਸਟਮ) ਜੇਕਰ ਸਾਨੂੰ ਇਸਨੂੰ ਇੱਕ ਲਾਈਨ ਵਿੱਚ ਬਹੁਤ ਸਰਲ ਤਰੀਕੇ ਨਾਲ ਸਮਝਾਉਣਾ ਪਵੇ ਤਾਂ ਇਹ ਇੱਕ ਫਿਲਟਰ ਵਾਂਗ ਕੰਮ ਕਰਦਾ ਹੈ, ਯਾਨੀ ਕਿ ਤੁਸੀਂ ਜਿਸ ਵੀ ਚੀਜ਼ 'ਤੇ ਆਪਣਾ ਧਿਆਨ ਕੇਂਦਰਿਤ ਕਰਦੇ ਹੋ, ਇਹ ਉਸਨੂੰ ਫਿਲਟਰ ਕਰਦਾ ਹੈ ਅਤੇ ਤੁਹਾਡੇ ਕੋਲ ਭੇਜਦਾ ਹੈ ਅਤੇ ਬਾਕੀ ਸਾਰੀਆਂ ਚੀਜ਼ਾਂ ਨੂੰ ਨਜ਼ਰਅੰਦਾਜ਼ ਕਰ ਦਿੰਦਾ ਹੈ ਇਸ ਲਈ ਚੰਗੀਆਂ ਚੀਜ਼ਾਂ 'ਤੇ ਧਿਆਨ ਕੇਂਦਰਿਤ ਕਰਨਾ ਬੁੱਧੀਮਾਨੀ ਹੋਵੇਗੀ ਤਾਂ ਜੋ ਇਹ ਸਾਡੀ ਜ਼ਿੰਦਗੀ ਵਿੱਚ ਵੀ ਚੰਗੀਆਂ ਚੀਜ਼ਾਂ ਦਿਖਾਵੇ।

ਜਦੋਂ ਤੁਸੀਂ ਚੰਗਿਆਈ ਦੀ ਭਾਲ ਸ਼ੁਰੂ ਕਰਦੇ ਹੋ, ਤਾਂ ਤੁਸੀਂ ਹਰ ਚੀਜ਼ ਬਾਰੇ ਚੰਗਾ ਮਹਿਸੂਸ ਕਰਦੇ ਹੋ, ਜਿਸ ਵਿੱਚ ਆਪਣੇ ਆਪ ਅਤੇ ਤੁਹਾਡੇ ਦੁਆਰਾ ਕੀਤੇ ਗਏ ਸਕਾਰਾਤਮਕ ਕੰਮ ਸ਼ਾਮਲ ਹਨ।

ਦੂਜਿਆਂ ਵਿੱਚ ਚੰਗਿਆਈ ਲੱਭਣ ਨਾਲ ਆਤਮ-ਵਿਸ਼ਵਾਸ ਵਧਦਾ ਹੈ। ਅਜਿਹਾ ਕਰਨ ਨਾਲ, ਤੁਸੀਂ ਆਪਣੇ ਆਪ ਵਿੱਚ ਵੀ ਚੰਗਿਆਈ ਲੱਭਣ ਲੱਗ ਜਾਓਗੇ। ਫਿਰ ਲੋਕ ਤੁਹਾਡੇ ਵਿੱਚ ਉਸ ਚੰਗਿਆਈ ਨੂੰ ਪਛਾਣ ਕੇ ਤੁਹਾਡੀ ਪ੍ਰਸ਼ੰਸਾ ਕਰਨਗੇ, ਇਸ ਤਰ੍ਹਾਂ ਇਹ ਅਪਣੇ ਆਪ ਹੋਣ ਵਾਲੀ ਭਵਿੱਖਬਾਣੀ ਬਣ ਜਾਂਦੀ ਹੈ।

ਕੁਝ ਸਮਾਂ ਪਹਿਲਾਂ, ਮੈਂ ਇੰਟਰਨੈੱਟ 'ਤੇ ਇੱਕ ਬਹੁਤ ਹੀ ਦਿਲਚਸਪ ਲੇਖ ਪੜ੍ਹਿਆ, ਜਿਸ ਵਿੱਚ ਕਿਹਾ ਗਿਆ ਸੀ ਕਿ ਇੱਕ ਦੇਸ਼ ਵਿੱਚ 3 ਮਿਲਿਅਨ (30 ਲੱਖ) ਲੋਕ ਭੁੱਖੇ ਸੌਂਦੇ ਹਨ, ਅਤੇ 4 ਮਿਲਿਅਨ (40 ਲੱਖ)ਇਸ ਭੁੱਖ ਵਿਚ ਸੌਂਦੇ ਹਨ ਕੀ ਕੋਈ ਉਹਨਾਂ ਦੀ ਪ੍ਰਸ਼ੰਸਾ ਕਰੇ। ਸਿੱਧੇ ਸ਼ਬਦਾਂ ਵਿੱਚ, ਦੁਨੀਆਂ ਤੇਜ਼ੀ ਨਾਲ ਨਕਾਰਾਤਮਕ ਹੁੰਦੀ ਜਾ ਰਹੀ ਹੈ। ਅੱਜ ਦੇ ਸਮੇਂ ਵਿੱਚ ਦੁਨੀਆਂ ਵਿੱਚ, ਭੋਜਨ ਲੱਭਣਾ ਆਸਾਨ ਹੈ, ਪਰ ਸੱਚੀ ਪ੍ਰਸ਼ੰਸਾ ਮਿਲਨਾ ਮੁਸ਼ਕਲ ਹੈ। ਇਹ ਕਹਿਣਾ ਕੋਈ ਵਾਧੂ ਗੱਲ ਨਹੀਂ ਹੈ ਕਿ ਪ੍ਰਸ਼ੰਸਾ ਇੱਕ ਭੁੱਖ ਹੈ ਜੋ ਕਦੇ ਸੰਤੁਸ਼ਟ ਨਹੀਂ ਹੁੰਦੀ। ਹਰ ਵਿਅਕਤੀ ਵਿਚ ਦੂਜਿਆਂ ਦੀ ਪ੍ਰਸ਼ੰਸਾ ਪਾਣ ਦੀ ਭੁੱਖ ਹੁੰਦੀ ਹੈ। ਹਰ ਕੋਈ ਵਧੇਰੇ ਦਿਲਚਸਪ, ਵਧੇਰੇ ਸਮਝਦਾਰ ਅਤੇ ਵਧੇਰੇ ਸਹਿਯੋਗੀ ਬਣ ਜਾਂਦਾ ਹੈ ਜੇਕਰ ਤੁਸੀਂ ਝੂਠੀ ਚਾਪਲੂਸੀ ਨਾਲ ਨਹੀਂ, ਸਗੋਂ ਸੱਚੀ ਪ੍ਰਸ਼ੰਸਾ ਅਤੇ ਉਤਸ਼ਾਹ ਨਾਲ ਉਸਦੇ ਹਉਮੈ ਨੂੰ ਪੋਸ਼ਣ ਦਿੰਦੇ ਰਹਿੰਦੇ ਹੋ। ਕੋਈ ਮੰਨੇ ਜਾਂ ਨਾ ਮੰਨੇ, ਅਸੀਂ ਸਾਰੇ ਪ੍ਰਸ਼ੰਸਾ ਨੂੰ ਪਿਆਰ ਕਰਦੇ ਹਾਂ। ਪ੍ਰਸ਼ੰਸਾ ਰਾਹੀਂ, ਅਸੀਂ ਆਪਣੇ ਸਬੰਧਾਂ ਨੂੰ ਨਵੀਆਂ ਉਚਾਈਆਂ ਦੇ ਸਕਦੇ ਹਾਂ।

ਹੁਣ, ਆਂਦੇ ਹਾਂ ਅਸਲੀ ਗੱਲ ਤੇ, ਤੁਸੀਂ ਬਹੁਤ ਸਾਰੀਆਂ ਕਹਾਣੀਆਂ ਸੁਣੀਆਂ ਹੋਣਗੀਆਂ ਜਿਸ ਵਿਚ ਲੋਕ ਖਜ਼ਾਨੇ ਦੀ ਭਾਲ ਕਰਦੇ ਸਨ ਅਤੇ ਖਜ਼ਾਨਾ ਖੋਜਣ ਲਈ ਉਹ ਆਪਣਾ ਦਿਲ ਅਤੇ ਆਤਮਾ ਇਸ ਵਿੱਚ ਲਗਾ ਦਿੰਦੇ ਸਨ। ਆਓ ਅਸੀਂ ਵੀ ਖਜ਼ਾਨੇ ਦੀ ਖੋਜ ਕਰੀਏ, ਅਤੇ ਉਹ ਖਜ਼ਾਨਾ ਲੋਕਾਂ ਵਿੱਚ ਚੰਗਿਆਈ ਲੱਭਣਾ ਹੈ। ਤੁਹਾਨੂੰ ਸ਼ਾਇਦ ਇਹ ਵੀ ਅਹਿਸਾਸ ਨਹੀਂ ਹੋਵੇਗਾ ਕਿ ਤੁਹਾਡੇ ਸ਼ਬਦ ਕਿਸੇ ਦੀ ਦੁਨੀਆ, ਕਿਸੇ ਦੀ ਜ਼ਿੰਦਗੀ ਨੂੰ ਕਿੰਨਾ ਬਦਲ ਸਕਦੇ ਹਨ। ਮੈਂ ਸਾਰਿਆਂ ਨੂੰ ਉਤਸ਼ਾਹਿਤ ਕਰਨ ਦੀ ਪੂਰੀ ਕੋਸ਼ਿਸ਼ ਕਰਦਾ ਹਾਂ ਅਤੇ ਕਦੇ ਵੀ ਅਜਿਹਾ ਕੁਝ ਨਹੀਂ ਕਹਿੰਦਾ ਜੋ ਉਨ੍ਹਾਂ ਨੂੰ ਨਿਰਾਸ਼ ਕਰੇ।

ਹਰ ਸਮਾਜ ਨੂੰ ਅਜਿਹੇ ਲੋਕਾਂ ਦੀ ਲੋੜ ਹੁੰਦੀ ਹੈ ਜੋ ਦੂਜਿਆਂ ਨੂੰ ਉਤਸ਼ਾਹਿਤ ਕਰ ਸਕਣ, ਪ੍ਰੇਰਿਤ ਕਰ ਸਕਣ ਅਤੇ ਉਨ੍ਹਾਂ ਦੇ ਮਨੋਬਲ ਨੂੰ ਵਧਾ ਸਕਣ। ਅਜਿਹੇ ਲੋਕ ਦੁਨੀਆਂ ਨੂੰ ਅੱਗੇ ਵਧਾਉਂਦੇ ਹਨ; ਤੁਸੀਂ ਵੀ ਉਨ੍ਹਾਂ ਵਿੱਚੋਂ ਇੱਕ ਹੋ ਸਕਦੇ ਹੋ।

ਯਾਦ ਰੱਖੋ ਕਿ ਜਦੋਂ ਤੁਹਾਡੀ ਪ੍ਰਸ਼ੰਸਾ ਕੀਤੀ ਜਾਂਦੀ ਹੈ ਤਾਂ ਤੁਹਾਨੂੰ ਕਿਵੇਂ ਲੱਗਦਾ ਹੈ? ਕੀ ਬਾਅਦ ਵਿੱਚ ਤੁਹਾਡੇ ਸੋਚਣ, ਕੰਮ ਕਰਨ ਅਤੇ ਬੋਲਣ ਦਾ ਤਰੀਕਾ ਬਦਲ ਜਾਂਦਾ ਹੈ? ਇਸੇ ਤਰ੍ਹਾਂ, ਜੇਕਰ ਤੁਸੀਂ ਕਿਸੇ ਹੋਰ ਦੀ ਪ੍ਰਸ਼ੰਸਾ ਕਰਦੇ ਹੋ, ਤਾਂ ਉਸਦੇ ਵਿਵਹਾਰ, ਕੰਮ ਕਰਣ ਅਤੇ ਸੋਚਣ ਦੇ ਢੰਗ ਵਿਚ ਜ਼ਬਰਦਸਤ ਬਦਲਾਵ ਆ ਜਾਂਦਾ ਹੈ।

ਪ੍ਰਸ਼ੰਸਾ ਕਰਦੇ ਸਮੇਂ, ਤੁਹਾਨੂੰ ਇਸ ਗੱਲ ਦਾ ਵਿਸ਼ੇਸ਼ ਧਿਆਨ ਰੱਖਣਾ ਹੈ ਕੀ ਤੁਹਾਨੂੰ ਸੱਚੀ ਪ੍ਰਸ਼ੰਸਾ ਕਰਨੀ ਹੈ,ਚੰਗੇ ਗੁਣਾਂ ਨੂੰ ਲੱਭਣਾ ਹੈ ਅਤੇ ਝੂਠੀ ਚਾਪਲੂਸੀ ਤੋਂ ਬਚਣਾ ਹੈ।

ਕਲਪਨਾ ਕਰੋ ਕਿ ਤੁਹਾਨੂੰ ਸਵੇਰੇ-ਸਵੇਰੇ ਇੱਕ ਚਿੱਠੀ ਮਿਲੇ, ਜਿਸ ਵਿੱਚ ਤੁਹਾਡੀ ਤਾਰੀਫ ਲਿਖੀ ਹੋਈ ਹੋਏ ਅਤੇ ਤੁਹਾਡੇ ਸਾਰੇ ਚੰਗੇ ਗੁਣਾਂ ਦਾ ਵੇਰਵਾ ਹੋਵੇ। ਇਸ ਚਿੱਠੀ ਨੂੰ ਪਣਨ ਤੋਂ ਬਾਅਦ ਤੁਸੀਂ ਕਿਵੇਂ ਮਹਿਸੂਸ ਕਰੋਗੇ? ਕੀ ਤੁਹਾਡੇ ਤੁਰਨ ਜਾਂ ਬੋਲਣ ਦੇ ਤਰੀਕੇ ਵਿੱਚ ਕੋਈ ਬਦਲਾਅ ਆਵੇਗਾ?

ਬਿਲਕੁਲ ਇੱਕ ਬਹੁਤ ਵੱਡੀ ਤਬਦੀਲੀ ਆਵੇਗੀ ਅਤੇ ਮੰਨ ਲਓ ਕਿ ਇਸਦੇ ਉਲਟ ਹੋਇਆ ਹੁੰਦਾ, ਉਸ ਚਿੱਠੀ ਵਿੱਚ ਤੁਹਾਡੀ ਸਖ਼ਤ ਆਲੋਚਨਾ ਹੁੰਦੀ, ਫਿਰ ਕੀ ਹੁੰਦਾ?

ਫਿਰ ਤੁਹਾਡਾ ਮੂਡ ਵਿਗੜ ਜਾਂਦਾ। ਤੁਸੀਂ ਪੂਰੀ ਤਰ੍ਹਾਂ ਨਕਾਰਾਤਮਕ ਹੋ ਜਾਂਦੇ ਹੋ ਅਤੇ ਸ਼ਾਇਦ ਉਸ ਸਮੇਂ ਤੁਹਾਡਾ ਦੂਜਿਆਂ ਨਾਲ ਮੇਲ-ਜੋਲ ਚੰਗਾ ਨਹੀਂ ਹੁੰਦਾ ।

ਜੇ ਤੁਸੀਂ ਚੰਗਿਆਈ ਦੀ ਭਾਲ ਕਰਦੇ ਹੋ, ਤਾਂ ਤੁਹਾਨੂੰ ਕੁਝ ਨਾ ਕੁਝ ਚੰਗਾ ਜ਼ਰੂਰ ਮਿਲੇਗਾ ਜਿਸ ਤੋਂ ਤੁਸੀਂ ਸਾਹਮਣੇ ਵਾਲੇ ਵਿਅਕਤੀ ਦੀ ਪ੍ਰਸ਼ੰਸਾ ਕਰ ਸਕੋਗੇ।ਆਮ ਤੌਰ 'ਤੇ, ਤੁਸੀਂ ਕਿਸੇ ਦੇ ਵਿਵਹਾਰ, ਉਸਦੀ ਦਿੱਖ, ਉਸਦੀ ਜਾਇਦਾਦ, ਉਸਦੀ ਸਮਾਨ, ਜਾਂ ਉਸ ਨਾਲ ਜੁੜੇ ਲੋਕਾਂ, ਜਿਵੇਂ ਕਿ ਉਸਦੇ ਬੱਚਿਆਂ ਦੀ ਪ੍ਰਸ਼ੰਸਾ ਕਰ ਸਕਦੇ ਹੋ।

ਬਿਹਤਰ ਤਰੀਕੇ ਨਾਲ ਪ੍ਰਸ਼ੰਸਾ ਕਰਨ ਲਈ ਕੁਝ ਸੁਝਾਅ:

- **ਨਾਮ ਲੈ ਕੇ ਤਾਰੀਫ ਕਰੋ :** ਕਿਸੇ ਵੀ ਵਿਅਕਤੀ ਦਾ ਨਾਮ ਲੈ ਕੇ ਉਸਦੀ ਪ੍ਰਸੰਸਾ ਕਰਨਾ ਸ਼ੁਰੂ ਕਰੋ।
- **ਕੀ/ਕਿਉਂ ਪਸੰਦ ਆਇਆ? :** ਤੁਹਾਡੀ ਪ੍ਰਸ਼ੰਸਾ ਉਦੋਂ ਵਧੇਰੇ ਭਰੋਸੇਯੋਗ ਲੱਗਦੀ ਹੈ ਜਦੋਂ ਤੁਸੀਂ ਪ੍ਰਸ਼ੰਸਾ ਕਰਨ ਦਾ ਕਾਰਨ ਦੱਸਦੇ ਹੋ।

ਉਦਾਹਰਣ ਵਜੋਂ, ਕੁਝ ਦਿਨ ਪਹਿਲਾਂ, ਮੇਰੇ ਇੱਕ ਅਧਿਆਪਕ ਨੇ ਮੇਰੀ ਕੁਝ ਇਸ ਤਰ੍ਹਾਂ ਪ੍ਰਸ਼ੰਸਾ ਕੀਤੀ: "ਰਾਜਲ, ਮੈਨੂੰ ਤੁਹਾਡੀ ਕਿਤਾਬ, ਟਾਈਮ ਮੈਨੇਜਮੈਂਟ, ਬਹੁਤ ਪਸੰਦ ਆਈ, ਕਿਉਂਕਿ ਤੁਸੀਂ ਰੋਜ਼ਾਨਾ ਜੀਵਨ ਦੀ ਗੱਲਾਂ ਨਾਲ ਆਪਣੇ ਨੁਕਤਿਆਂ ਨੂੰ ਸਮਝਾਇਆ ਹੈ। ਇਹ ਇਸ ਕਿਤਾਬ ਨੂੰ ਪੜ੍ਹਨਾ ਹੋਰ ਵੀ ਦਿਲਚਸਪ ਬਣਾਉਂਦਾ ਹੈ।"

- **ਵਿਅਕਤੀ ਦੀ ਬਜਾਏ ਉਸਦੇ ਕੰਮ ਦੀ ਪ੍ਰਸ਼ੰਸਾ ਕਰੋ:** ਜਦੋਂ ਤੁਸੀਂ ਕੰਮ ਦੀ ਪ੍ਰਸ਼ੰਸਾ ਕਰਦੇ ਹੋ, ਤਾਂ ਕੋਈ ਸ਼ੱਕ ਨਹੀਂ ਰਹਿੰਦਾ, ਸਗੋਂ ਇੱਕ ਵਿਸ਼ਵਾਸ ਹੋ ਜਾਂਦਾ ਹੈ ਕਿ ਸੱਚੀ ਪ੍ਰਸ਼ੰਸਾ ਕੀਤੀ ਗਈ ਹੈ ਅਤੇ ਦੂਜਾ ਵਿਅਕਤੀ ਉਸ ਕੰਮ ਨੂੰ ਵਾਰ-ਵਾਰ ਕਰਨ ਲਈ ਉਤਸ਼ਾਹਿਤ ਹੋ ਜਾਂਦਾ ਹੈ।

ਉਦਾਹਰਣ: ਸ੍ਰੀ ਵਾਈ, ਤੁਸੀਂ ਹਰ ਇਕ ਚੀਜ਼ ਨੂੰ ਕਿੰਨੇ ਚੰਗੇ ਢੰਗ ਨਾਲ ਸਜਾ ਕੇ ਰੱਖਦੇ ਹੋ।

- **ਸਾਰਵਜਨਿਕ ਤੌਰ 'ਤੇ ਪ੍ਰਸ਼ੰਸਾ ਕਰਨਾ ਸਭ ਤੋਂ ਵਧੀਆ ਰਹਿੰਦਾ ਹੈ :** ਤੁਸੀਂ ਦੇਖਿਆ ਹੋਵੇਗਾ ਕਿ ਪੁਰਸਕਾਰ ਲੋਕਾਂ ਨੂੰ ਸਟੇਜ 'ਤੇ ਬੁਲਾ ਕੇ ਦਿੱਤੇ ਜਾਂਦੇ ਹਨ ਜਿਸ ਨਾਲ ਪੁਰਸਕਾਰ ਦਾ ਮਹੱਤਵ ਵੱਧ ਜਾਦਾ ਹੈ ਜੇਕਰ ਪੁਰਸਕਾਰ ਨਿੱਜੀ ਤੌਰ 'ਤੇ ਦਿੱਤਾ ਜਾਵੇ

ਤਾਂ ਇਸਦਾ ਮਹੱਤਵ ਬਹੁਤ ਘੱਟ ਹੋ ਜਾਵੇਗਾ। ਇਸੇ ਤਰ੍ਹਾਂ, ਜੇਕਰ ਸੰਭਵ ਹੋਵੇ ਤਾਂ ਪ੍ਰਸ਼ੰਸਾ ਜਨਤਕ ਤੌਰ 'ਤੇ ਜਾਂ ਵੱਧ ਤੋਂ ਵੱਧ ਲੋਕਾਂ ਦੇ ਸਾਹਮਣੇ ਕੀਤੀ ਜਾਣੀ ਚਾਹੀਦੀ ਹੈ, ਇਸ ਨਾਲ ਪ੍ਰਸ਼ੰਸਾ ਦਾ ਭਾਰ ਕਈ ਗੁਣਾ ਵੱਧ ਜਾਂਦਾ ਹੈ।

- **ਪਿੱਠ ਪਿੱਛੇ ਪ੍ਰਸ਼ੰਸਾ ਕਰੋ :** ਜ਼ਿਆਦਾਤਰ ਲੋਕ ਗੈਰਹਾਜ਼ਰ ਵਿਅਕਤੀ ਦੀ ਪਿੱਠ ਪਿੱਛੇ ਨਿੰਦਾ ਕਰਦੇ ਹਨ। ਅਸੀਂ ਅਜਿਹੇ ਵਿਅਕਤੀ ਕਿਉਂ ਨਹੀਂ ਬਣ ਜਾਂਦੇ ਜੋ ਗੈਰਹਾਜ਼ਰ ਵਿਅਕਤੀ ਦੀ ਪਿੱਠ ਪਿੱਛੇ ਪ੍ਰਸ਼ੰਸਾ ਕਰਦਾ ਹੈ, ਤਾਂ ਕੀ ਹੋਵੇਗਾ ਕਿ ਜਿਸ ਵਿਅਕਤੀ ਦੇ ਸਾਹਮਣੇ ਤੁਸੀਂ ਪ੍ਰਸ਼ੰਸਾ ਕਰਦੇ ਹੋ ਉਹ ਨਾ ਸਿਰਫ਼ ਤੁਹਾਡੀ ਸ਼ਖਸੀਅਤ ਤੋਂ ਪ੍ਰਭਾਵਿਤ ਹੋਵੇਗਾ ਬਲਕਿ ਜਦੋਂ ਇਹ ਜਾਣਕਾਰੀ ਉਸ ਗੈਰਹਾਜ਼ਰ ਵਿਅਕਤੀ ਤੱਕ ਪਹੁੰਚੇਗੀ ਜਿਸਦੀ ਤੁਸੀਂ ਪ੍ਰਸ਼ੰਸਾ ਕਰ ਰਹੇ ਹੋ, ਤਾਂ ਉਸ ਦੀਆਂ ਨਜ਼ਰਾਂ ਵਿੱਚ ਤੁਹਾਡਾ ਸਤਿਕਾਰ ਵੀ ਵਧ ਜਾਵੇਗਾ।
- **ਜੇਕਰ ਤੁਹਾਡੀ ਪ੍ਰਸ਼ੰਸਾ ਕੀਤੀ ਜਾਵੇ :** ਮੰਨ ਲਓ ਕਿ ਤੁਹਾਡੇ ਸਾਹਮਣੇ ਵਾਲਾ ਵਿਅਕਤੀ ਜੇਕਰ ਤੁਹਾਡੀ ਪ੍ਰਸ਼ੰਸਾ ਕਰਦਾ ਹੈ, ਤਾਂ ਪਹਿਲਾਂ ਇਸਨੂੰ ਸਤਿਕਾਰ ਨਾਲ ਸਵੀਕਾਰ ਕਰੋ ਅਤੇ ਫਿਰ ਆਪਣਾ ਦਿਲੋਂ ਧੰਨਵਾਦ ਪ੍ਰਗਟ ਕਰੋ ਕਿ ਉਸਨੇ ਇਸਨੂੰ ਦੇਖਿਆ ਜਾਂ ਤੁਹਾਨੂੰ ਜਾਂ ਤੁਹਾਡੇ ਨਾਲ ਸਬੰਧਤ ਕਿਸੇ ਚੀਜ਼ ਨੂੰ ਮਹੱਤਵ ਦਿੱਤਾ।

ਲੋਕ ਵਿਵਹਾਰ ਨਾਲ ਸਬੰਧਤ ਅਮਲ ਕਰਨ ਲਈ ਉਪਯੋਗੀ ਗੱਲਾਂ :

ਆਪਣੇ ਸ਼ਬਦਾਂ ਨਾਲ ਲੋਕਾਂ ਨੂੰ ਉਤਸ਼ਾਹਿਤ ਕਰੋ:

"ਜੇ ਕੋਈ ਇਹ ਕੰਮ ਕਰ ਸਕਦਾ ਹੈ, ਤਾਂ ਉਹ ਤੁਸੀਂ ਹੋ।"

"ਤੁਹਾਡੇ ਕੋਲ ਤਜਰਬੇ ਦੀ ਘਾਟ ਹੈ, ਯੋਗਤਾ ਦੀ ਨਹੀਂ।"

ਵਰਗੇ ਵਾਕਾਂ ਦੀ ਵਰਤੋਂ ਕਰੋ, ਅਤੇ ਜਦੋਂ ਕੋਈ ਕੰਮ ਛੱਡ ਕੇ ਜਾਵੇ ਤਾਂ ਵੀ, ਉਸਦੇ ਫੈਸਲੇ ਦਾ ਸਤਿਕਾਰ ਕਰੋ ਅਤੇ ਆਪਣੇ ਰਿਸ਼ਤੇ ਨੂੰ ਉਹੀ ਰੱਖੋ ਤਾਂ ਜੋ ਉਹ ਕੰਮ 'ਤੇ ਦੁਬਾਰਾ ਵਾਪਸ ਆ ਸਕੇ।

- **ਹਰ ਜਗ੍ਹਾ ਸਤਿਕਾਰ:** ਲੋਕ ਆਮ ਤੌਰ 'ਤੇ ਲੋਕ ਸਿਧੇ ਨਾਮ ਨਾਲ ਫ਼ੋਨ ਨੰਬਰ ਸੇਵ ਕਰਦੇ ਹਨ। ਪਰ ਮੈਂ ਇੱਕ ਨਿਯਮ ਬਣਾਇਆ ਹੈ ਕਿਉਂਕਿ ਮੈਂ ਹਰ ਕਿਸੇ ਦਾ ਨਾਮ ਸਤਿਕਾਰ ਨਾਲ ਅਤੇ 'ਜੀ' ਲਗਾ ਕੇ ਬੋਲਦਾ ਹਾਂ , ਤਾਂ ਉਹ ਹੀ ਕੰਮ ਮੈਂ ਨੰਬਰ ਸੇਵ ਕਰਨ ਲਈ ਵੀ ਕੀਤਾ। ਮੈਂ ਲੋਕਾਂ ਦੇ ਨਾਮ ਨਾਲ 'ਜੀ' ਲਗਾ ਕੇ ਸੇਵ ਕਰਦਾ ਹਾਂ।
- **ਵਿਲੱਖਣਤਾ ਦੀ ਤਾਰੀਫ ਕਰੋ :** ਜਿਵੇਂ ਕਿ ਖੱਬੇ ਹੱਥ ਨਾਲ ਕੰਮ ਕਰਨ ਵਾਲੇ ਲੋਕਾਂ ਦੀ ਗਿਣਤੀ ਸੱਜੇ ਹੱਥ ਨਾਲ ਕੰਮ ਕਰਨ ਵਾਲੇ ਲੋਕਾਂ ਨਾਲੋਂ ਘੱਟ ਹੁੰਦੀ ਹੈ।ਅਤੇ ਇਤਿਹਾਸ ਦੇ ਕੁਝ ਵੱਡੇ ਨਾਮ, ਜਿਵੇਂ ਕਿ ਸਚਿਨ ਤੇਂਦੁਲਕਰ ਅਤੇ ਓਬਾਮਾ, ਸਾਰੇ ਖੱਬੇ ਹੱਥ ਵਾਲੇ ਸਨ। ਜਦੋਂ ਵੀ ਮੈਂ ਖੱਬੇ ਹੱਥ ਵਾਲੇ ਲੋਕਾਂ ਨੂੰ ਮਿਲਦਾ ਹਾਂ, ਮੈਂ ਉਨ੍ਹਾਂ ਨੂੰ ਕਹਿੰਦਾ ਹਾਂ, "ਤੁਸੀਂ ਖੱਬੇ ਹੱਥ ਵਾਲੇ ਹੋ ਇਸ ਲਈ ਬਹੁਤ ਖੁਸ਼ਕਿਸਮਤ ਹੋ।"

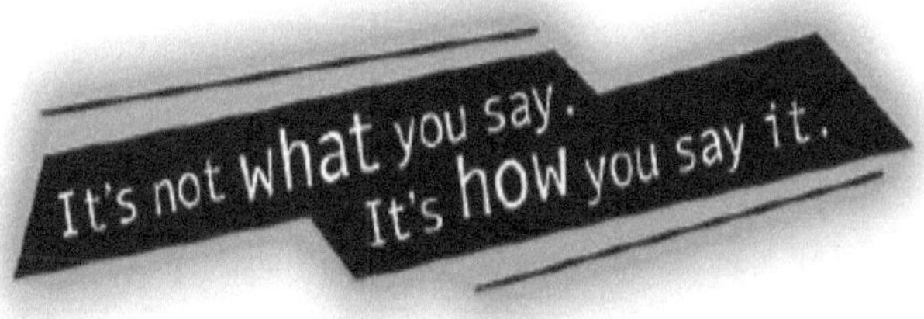

ਅਧਿਆਇ – 33

ਤੁਸੀਂ ਕੀ ਕਹਿੰਦੇ ਹੋ, ਇਸ ਤੋਂ ਵੱਧ ਮਹੱਤਵਪੂਰਨ ਹੈ ਕਿ ਤੁਸੀਂ ਇਹ ਕਿਵੇਂ ਕਹਿੰਦੇ ਹੋ।

"ਪ੍ਰਭਾਵਸ਼ਾਲੀ ਸੰਵਾਦ 20 ਪ੍ਰਤੀਸ਼ਤ ਇਸ ਗੱਲ 'ਤੇ ਨਿਰਭਰ ਕਰਦਾ ਹੈ ਕਿ ਤੁਸੀਂ ਕੀ ਜਾਣਦੇ ਹੋ ਅਤੇ 80 ਪ੍ਰਤੀਸ਼ਤ ਇਸ ਗੱਲ 'ਤੇ ਨਿਰਭਰ ਕਰਦਾ ਹੈ ਕਿ ਤੁਸੀਂ ਜੋ ਜਾਣਦੇ ਹੋ ਉਸ ਬਾਰੇ ਕਿਵੇਂ ਮਹਿਸੂਸ ਕਰਦੇ ਹੋ : ਜਿਮ ਰੌਨ "

ਤੁਸੀਂ ਕਿਸੇ ਅਣਜਾਣ ਟਾਪੂ ਤੋਂ ਕਿਸੇ ਆਦਮੀ ਨੂੰ ਪਕੜ ਕੇ ਲੈ ਆਓ ਅਤੇ ਉਸਦਾ ਚੰਗਾ ਮੇਕਅੱਪ ਕਰ ਦਿਓ ਜਾਂ ਉਸਨੂੰ ਬਹੁਤ ਵਧੀਆ ਕੱਪੜੇ ਪਾ ਦਿਉਂ , ਤਾਂ ਹੋ ਸਕਦਾ ਹੈ ਕਿ ਉਹ ਪ੍ਰਭਾਵਸ਼ਾਲੀ ਦਿਖਾਈ ਦੇ ਪਰ ਜਦੋਂ ਉਹ ਆਪਣਾ ਮੂੰਹ ਖੋਲੇਗਾ ਤਾਂ ਸਥਿਤੀ ਬਹੁਤ ਸਪੱਸ਼ਟ ਹੋ ਜਾਵੇਗੀ, ਇਸ ਲਈ ਇਹ ਬਹੁਤ ਮਹੱਤਵਪੂਰਨ ਹੈ ਕਿ ਤੁਸੀਂ ਕੀ ਅਤੇ ਕਿਵੇਂ ਕਹਿੰਦੇ ਹੋ।

ਇੱਕ ਡਾਕਟਰ ਇੱਕ ਸਕਾਰਾਤਮਕ ਅਤੇ ਕੋਮਲ ਤਰੀਕੇ ਨਾਲ ਗੱਲ ਕਰਕੇ ਮਰੀਜ ਦੀ ਇੱਕ ਗੁੰਝਲਦਾਰ ਬੀਮਾਰੀ ਦੀ ਸਮੱਸਿਆ ਨੂੰ ਹੱਲ ਕਰ ਸਕਦਾ ਹੈ; ਇੱਕ ਵਕੀਲ ਆਪਣੇ ਪ੍ਰੇਰਕ ਦਲੀਲਾਂ ਅਤੇ ਅਪਣੇ ਬੋਲਣ ਦੇ ਢੰਗ ਨਾਲ ਹਾਰਿਆ ਹੋਇਆ ਕੇਸ ਵੀ ਜਿੱਤ ਲੈਂਦਾ ਹੈ, ਇੱਕ ਨੇਤਾ ਇੱਕ ਸ਼ਕਤੀਸ਼ਾਲੀ ਭਾਸ਼ਣ ਨਾਲ ਕ੍ਰਾਂਤੀ ਦੀ ਲਹਿਰ ਲਿਆ ਦਿੰਦਾ ਹੈ ਇਸ ਲਈ ਤੁਸੀਂ ਸਮਝ ਸਕਦੇ ਹੋ ਕਿ ਬੋਲਣ ਦਾ ਅਤੇ ਗੱਲਾਂ ਕਹਿਣ ਦਾ ਤਰੀਕਾ ਕਿੰਨਾ ਮਹਤਵਪੂਰਣ ਹੈ।

- ਤੁਸੀਂ ਕਿਸੇ ਬਾਰੇ ਗੱਲ ਕਰ ਰਹੇ ਸੀ ਕੀ ਤਾਂਹੀ ਅਚਾਨਕ ਉਹ ਆ ਜਾਂਦਾ ਹੈ, ਮੰਨ ਲਓ ਤੁਸੀਂ ਕਹਿੰਦੇ ਹੋ ਕਿ" ਨਾਮ ਲੀਤਾ, ਸ਼ੈਤਾਨ ਹਾਜ਼ਰ" ਤਾਂ ਹੁਣ ਉਹ ਵਿਅਕਤੀ ਦੀ ਪ੍ਰਤੀਕਿਰਿਆ ਕਿੰਵੇਂ ਹੋਵੇਗੀ?

ਜਾਂ ਤੁਸੀਂ ਕਹਿੰਦੇ ਹੋ, "ਤੁਹਾਡੀ ਉਮਰ ਬਹੁਤ ਲੰਬੀ ਹੈ," ਮੈਂ ਹੁਣੇ ਤੁਹਾਡੇ ਬਾਰੇ ਗੱਲ ਕਰ ਰਿਹਾ ਸੀ।"

ਦੇਖੋ, ਇਨ੍ਹਾਂ ਦੋਵਾਂ ਸਥਿਤੀਆਂ ਦੇ ਬਿਲਕੁਲ ਵੱਖੋ-ਵੱਖਰੇ ਪ੍ਰਭਾਵ ਹੋਣਗੇ। ਜਦੋਂ ਤੁਸੀਂ ਕਹਿੰਦੇ ਹੋ ਕਿ ਤੁਹਾਡੀ ਉਮਰ ਬਹੁਤ ਲੰਬੀ ਹੈ, ਤਾਂ ਇਹ ਸਦਭਾਵਨਾ ਵਧਾਏਗਾ ਅਤੇ ਜਦੋਂ ਤੁਸੀਂ ਕਹਿੰਦੇ ਹੋ ਕਿ ਨਾਮ ਲੀਤਾ ਤੇ ਸ਼ੈਤਾਨ ਹਾਜ਼ਰ , ਤਾਂ ਇਹ ਦੁਸ਼ਮਣੀ ਵਧਾਏਗਾ।

ਆਓ ਇਕ ਹੋਰ ਸਥਿਤੀ ਨੂੰ ਲੈਂਦੇ ਹਾਂ।

- ਇੱਕ ਵਿਅਕਤੀ ਨੇ ਗਲਤੀ ਕਰਨ ਤੋਂ ਬਾਅਦ ਮੁਆਫ਼ੀ ਮੰਗੀ, ਪਰ ਉਸਦੇ ਸ਼ਬਦਾਂ ਵਿੱਚ ਕੋਈ ਦੁਖ ਜਾਂ ਪਛਤਾਵਾ ਨਹੀਂ ਸੀ। ਇਸੇ ਤਰ੍ਹਾਂ, ਇੱਕ ਹੋਰ ਵਿਅਕਤੀ ਨੇ ਆਪਣੇ ਸਾਥੀ ਨੂੰ ਤਰੱਕੀ 'ਤੇ ਵਧਾਈ ਦਿੱਤੀ, ਪਰ ਉਸਦੇ ਚਿਹਰੇ 'ਤੇ ਉਦਾਸੀ ਝਲਕ ਰਹੀ ਸੀ।

ਕਹਿਣ ਦਾ ਮਤਲਬ ਸਰਲ ਹੈ, ਤੁਹਾਡੇ ਸ਼ਬਦਾਂ ਅਤੇ ਭਾਵਨਾਵਾਂ ਵਿੱਚ ਤਾਲਮੇਲ ਹੋਣਾ ਚਾਹੀਦਾ ਹੈ, ਜੇਕਰ ਤੁਸੀਂ ਪਛਤਾਵਾ ਪ੍ਰਗਟ ਕਰ ਰਹੇ ਹੋ ਤਾਂ ਤੁਹਾਡੇ ਸ਼ਬਦਾਂ ਦੇ ਨਾਲ-ਨਾਲ ਤੁਹਾਡੇ ਚਿਹਰੇ 'ਤੇ ਉਦਾਸੀ ਦੀ ਭਾਵਨਾ ਹੋਣੀ ਚਾਹੀਦੀ ਹੈ, ਇਸੇ ਤਰ੍ਹਾਂ ਜੇਕਰ ਤੁਸੀਂ ਕਿਸੇ ਨੂੰ ਤਰੱਕੀ ਲਈ ਵਧਾਈ ਦੇ ਰਹੇ ਹੋ ਤਾਂ ਤੁਹਾਡੇ ਚਿਹਰੇ 'ਤੇ ਖੁਸ਼ੀ ਦੀ ਭਾਵਨਾ ਹੋਣੀ ਚਾਹੀਦੀ ਹੈ, ਉਦਾਸੀ ਦੀ ਨਹੀਂ ਅਤੇ ਤੁਹਾਡੇ ਸ਼ਬਦਾਂ ਵਿੱਚ ਵੀ ਉਤਸ਼ਾਹ ਹੋਣਾ ਚਾਹੀਦਾ ਹੈ।

ਸਥਿਤੀ ਦਾ ਮੁਲਾਂਕਣ ਕਰੋ ਅਤੇ ਇਹ ਨਿਰਧਾਰਤ ਕਰੋ ਕਿ ਇਸ ਹਾਲਾਤ ਵਿੱਚ ਕਿਹੜੀ ਭਾਵਨਾ ਪ੍ਰਗਟ ਕਰਨਾ ਉਚਿਤ ਹੋਵੇਗਾ। ਕੀ ਇਹ ਸੁਖ ਦੀ ਸਥਿਤੀ ਹੈ ਜਾਂ ਦੁਖ ਦੀ ,ਕੀ ਇਹ ਅਜਿਹੀ ਸਥਿਤੀ ਹੈ ਜਿੱਥੇ ਚੁੱਪ ਰਹਿਣਾ ਹੀ ਬਿਹਤਰ ਹੋਵੇਗਾ? ਸਥਿਤੀ ਜੋ ਵੀ ਹੋਵੇ, ਆਪਣੇ ਸ਼ਬਦਾਂ ਅਤੇ ਆਪਣੇ ਪ੍ਰਗਟਾਵੇ ਵਿਚਕਾਰ ਸੰਤੁਲਨ ਬਣਾਈ ਰੱਖੋ। ਕੇਵਲ ਤਦ ਹੀ ਤੁਸੀਂ ਲੋਕ ਵਿਵਹਾਰ ਦੀ ਕਲਾ ਵਿੱਚ ਮੁਹਾਰਤ ਹਾਸਲ ਕਰ ਸਕੋਗੇ।

ਇੱਕ ਹੋਰ ਗੱਲ ਜੋ ਤੁਹਾਨੂੰ ਯਾਦ ਰੱਖਣੀ ਚਾਹੀਦੀ ਹੈ ਉਹ ਇਹ ਹੈ ਕਿ ਤੁਹਾਨੂੰ ਰੋਬੋਟ ਵਾਂਗ ਨਹੀਂ ਬੋਲਣਾ ਚਾਹੀਦਾ। ਤੁਹਾਡੇ ਸ਼ਬਦ ਅਤੇ ਆਵਾਜ਼ ਵਿੱਚ ਉਤਰਾਅ-ਚੜ੍ਹਾਅ ਹੋਣਾ ਚਾਹੀਦਾ ਹੈ, ਇਸ ਗੱਲ 'ਤੇ ਧਿਆਨ ਕੇਂਦਰਿਤ ਕਰਦੇ ਹੋਏ ਕਿ ਕਿਹੜੇ ਸ਼ਬਦਾਂ 'ਤੇ ਘੱਟ ਜ਼ੋਰ ਦੇਣਾ ਹੈ ਅਤੇ ਕਿਹੜੇ ਤੇ ਜ਼ਿਆਦਾ। ਅਜਿਹਾ ਕਰਨ ਲਈ, ਅਜਿਹੀਆਂ ਫਿਲਮਾਂ ਦੇਖਣਾ ਸਭ ਤੋਂ ਵਧੀਆ ਹੈ ਜੋ ਚੰਗੇ ਕਲਾਕਾਰਾਂ ਨੂੰ ਆਪਣੇ ਸੰਵਾਦ ਪੇਸ਼ ਕਰਦੇ ਦਿਖਾਉਂਦੀਆਂ ਹਨ। ਕਿਹੜੇ ਸ਼ਬਦਾਂ 'ਤੇ ਜ਼ਿਆਦਾ ਜ਼ੋਰ ਦੇਣਾ ਹੈ ਅਤੇ ਕਿਹੜੇ 'ਤੇ ਘੱਟ ਜ਼ੋਰ ਦੇਣਾ ਹੈ।

ਇੱਕ ਹੋਰ ਚੀਜ਼ ਜੋ ਤੁਹਾਨੂੰ ਕਰਨੀ ਚਾਹੀਦੀ ਹੈ ਉਹ ਹੈ ਇੱਕ ਕਿਤਾਬ ਲਓ ਅਤੇ ਇਸਨੂੰ ਉੱਚੀ ਆਵਾਜ਼ ਵਿੱਚ ਪੜ੍ਹੋ। ਇੱਕ ਸਮੇਂ ਇੱਕ ਵਾਕ ਲਓ ਅਤੇ ਵੱਖ-ਵੱਖ ਸ਼ਬਦਾਂ 'ਤੇ ਜ਼ੋਰ ਦੇ ਕੇ ਦੇਖੋ ਕੀ ਵਾਕ ਦਾ ਅਰਥ ਬਦਲ ਜਾਂਦਾ ਹੈ ਜਾਂ ਨਹੀਂ।

ਇਹਨਾਂ ਛੋਟੀਆਂ-ਛੋਟੀਆਂ ਗੱਲਾਂ ਨੂੰ ਕਰਨ ਨਾਲ ਤੁਹਾਡੇ ਲੋਕ ਵਿਵਹਾਰ ਦੇ ਹੁਨਰ ਵਿੱਚ ਵੀ ਚਮਤਕਾਰੀ ਸੁਧਾਰ ਆਵੇਗਾ।

ਲੋਕ ਵਿਵਹਾਰ ਨਾਲ ਸਬੰਧਤ ਲਾਗੂ ਕਰਨ ਵਾਲੀਆਂ ਉਪਯੋਗੀ ਗੱਲਾਂ :-

- **ਸ਼ਬਦਾਂ ਦੀ ਚੋਣ ਕਰਨ ਵਿੱਚ ਸਾਵਧਾਨੀ ਵਰਤੋ :** ਸੋਚ-ਸਮਝ ਕੇ ਸ਼ਬਦਾਂ ਦੀ ਵਰਤੋਂ ਕਰੋ, ਬਹੁਤ ਜ਼ਿਆਦਾ ਅਰਥ ਨਿਕਲਣ ਵਾਲੇ ਸ਼ਬਦਾਂ ਦੀ ਵਰਤੋਂ ਤੋਂ ਬਚੋ।
- **ਭਾਵਨਾਵਾਂ ਨੂੰ ਸ਼ਬਦਾਂ ਵਿੱਚ ਭਰੋ:** ਨੀਰਸ ਅਤੇ ਬੋਰਿੰਗ ਢੰਗ ਨਾਲ ਨਾ ਬੋਲੋ, ਸਥਿਤੀ ਦੇ ਅਨੁਸਾਰ ਭਾਵਨਾਵਾਂ ਨੂੰ ਸ਼ਬਦਾਂ ਵਿੱਚ ਭਰੋ, ਜੇਕਰ ਇਹ ਇੱਕ ਖੁਸ਼ੀਆਂ ਭਰੀ ਸਥਿਤੀ ਹੈ ਤਾਂ ਖੁਸ਼ੀ ਦੀ ਭਾਵਨਾ ਨਾਲ ਬੋਲੋ, ਅਤੇ ਜੇਕਰ ਇਹ ਇੱਕ ਦੁੱਖ ਭਰੀ ਸਥਿਤੀ ਹੈ ਤਾਂ ਅਫ਼ਸੋਸ ਦੀ ਭਾਵਨਾ ਨਾਲ ਬੋਲੋ।

ਅਧਿਆਇ - 34

ਦੂਜੇ ਲੋਕਾਂ ਨਾਲ ਬਿਹਤਰ ਢੰਗ ਨਾਲ ਕਿਵੇਂ ਗੱਲਬਾਤ ਕਰੀਏ ?

"ਜੇ ਤੁਸੀਂ ਇਸਨੂੰ ਸਰਲਤਾ ਨਾਲ ਨਹੀਂ ਸਮਝਾ ਸਕਦੇ, ਤਾਂ ਤੁਸੀਂ ਇਸਨੂੰ ਚੰਗੀ ਤਰ੍ਹਾਂ ਸਮਝਿਆ ਹੀ ਨਹੀਂ: ਅਲਬਰਟ ਆਈਨਸਟਾਈਨ "

ਜ਼ਿੰਦਗੀ ਦੀ ਸ਼ੁਰੂਆਤ ਤੋਂ ਲੈ ਕੇ ਅੰਤ ਤੱਕ, ਭਾਵੇਂ ਘਰ ਵਿੱਚ ਹੋਵੇ ਜਾਂ ਵਿਦੇਸ਼ ਵਿੱਚ, ਸਾਨੂੰ ਲੋਕਾਂ ਨੂੰ ਮਿਲਣਾ ਅਤੇ ਉਨ੍ਹਾਂ ਨਾਲ ਗੱਲ ਕਰਨੀ ਪੈਂਦੀ ਹੈ। ਜ਼ਿਆਦਾਤਰ ਲੋਕ ਗੱਲਬਾਤ ਦੀ ਕਲਾ ਨੂੰ ਹਲਕੇ ਵਿੱਚ ਲੈਂਦੇ ਹਨ, ਪਰ ਜੇਕਰ ਤੁਸੀਂ ਇਸ ਹੁਨਰ ਵਿੱਚ ਮੁਹਾਰਤ ਹਾਸਲ ਕਰ ਲੈਂਦੇ ਹੋ, ਤਾਂ ਸਫਲਤਾ ਦਾ ਤੁਹਾਡਾ ਰਸਤਾ ਬਹੁਤ ਆਸਾਨ ਹੋ ਜਾਵੇਗਾ।

ਜੇਕਰ ਤੁਸੀਂ ਪਿਛਲੇ ਅਧਿਆਇ ਧਿਆਨ ਨਾਲ ਪੜ੍ਹੇ ਹਨ ਤਾਂ ਮੈਨੂੰ ਯਕੀਨ ਹੈ ਕਿ ਤੁਸੀਂ ਇਸ ਪੱਤਰ ਦਾ ਜਵਾਬ ਜਰੂਰ ਦੇ ਸਕੋਗੇ।

ਕੀ ਤੁਸੀਂ ਦੱਸ ਸਕਦੇ ਹੋ ਕਿ ਇਸ ਦੁਨੀਆਂ ਦੇ ਹਰ ਵਿਅਕਤੀ ਦਾ ਮਨਪਸੰਦ ਵਿਸ਼ਾ ਕੀ ਹੈ?

ਕੋਈ ਅੰਦਾਜ਼ਾ ਹੈ ਕਿ ਇਹ ਕੀ ਹੋ ਸਕਦਾ ਹੈ?

ਚਲੋ ਮੈਂ ਤੁਹਾਨੂੰ ਦੱਸ ਦੇਂਦਾ ਹਾਂ "ਮੈਂ "।

ਸਰਲ ਸ਼ਬਦਾਂ ਵਿੱਚ, ਯਾਨੀ ਉਹ ਖੁਦ ।

ਇਸ ਲਈ ਜੇਕਰ ਤੁਸੀਂ ਕਿਸੇ ਹੋਰ ਵਿਅਕਤੀ ਨਾਲ ਬਿਹਤਰ ਗੱਲਬਾਤ ਜਾਂ ਦੋਸਤੀ ਕਰਨਾ ਚਾਹੁੰਦੇ ਹੋ, ਤਾਂ ਸਿਰਫ਼ ਉਸ ਬਾਰੇ ਅਤੇ ਉਸ ਨਾਲ ਜੁੜੀਆਂ ਚੀਜ਼ਾਂ ਬਾਰੇ ਗੱਲ ਕਰੋ।

ਜਦੋਂ ਤੁਸੀਂ ਅਜਿਹਾ ਕਰਦੇ ਹੋ, ਤਾਂ ਉਹ ਤੁਹਾਡੀ ਗੱਲ ਵੱਲ ਬਹੁਤ ਧਿਆਨ ਦੇਵੇਗਾ ਅਤੇ ਕੁਦਰਤੀ ਰੂਪ ਵਿੱਚ ਤੁਹਾਨੂੰ ਪਸੰਦ ਵੀ ਕਰਾਂਗੇ ।

ਇੱਥੇ ਮੈਂ ਬਿਹਤਰ ਗੱਲਬਾਤ ਕਰਨ ਲਈ ਕੁਝ ਸੁਝਾਅ ਤੁਹਾਨੂੰ ਦੇ ਰਿਹਾ ਹਾਂ:-

1. **ਗੱਲਬਾਤ ਵਿੱਚ, "ਮੈਂ, ਮੇਰਾ, ਮੈਨੂੰ, ਮੈਂ" ਦੀ ਬਜਾਏ, ਤੁਹਾਡਾ ਧਿਆਨ "ਆਪ" 'ਤੇ ਹੋਣਾ ਚਾਹੀਦਾ ਹੈ** : ਜਿਵੇਂ ਕਿ ਅਸੀਂ ਤੁਹਾਨੂੰ ਇਸ ਅਧਿਆਇ ਦੇ ਸ਼ੁਰੂ ਵਿੱਚ ਦੱਸਿਆ ਸੀ, ਹਰ ਕਿਸੇ ਦਾ ਮਨਪਸੰਦ ਵਿਸ਼ਾ ਖੁਦ ਹੁੰਦਾ ਹੈ। ਇਸ ਲਈ, ਇਹ ਸੁਭਾਵਿਕ ਹੈ ਕਿ ਤੁਸੀਂ ਆਪਣੇ ਬਾਰੇ ਗੱਲ ਕਰਨਾ ਚਾਹੁੰਦੇ ਹੋ ਅਤੇ "ਮੈਂ," "ਮੇਰਾ," "ਮੈਨੂੰ " ਅਤੇ "ਮੈਂ" ਵਰਗੇ ਸ਼ਬਦਾਂ ਦੀ ਵਰਤੋਂ ਕਰਕੇ ਆਪਣੇ ਆਪ ਨੂੰ ਸ਼ਾਨਦਾਰ ਦਿਖਾਉਣਾ ਚਾਹੁੰਦੇ ਹੋ। ਪਰ ਇੱਥੇ ਸਾਡਾ ਟੀਚਾ ਦੂਜਿਆਂ ਨਾਲ ਆਪਣੀ ਗੱਲਬਾਤ ਨੂੰ ਸਫਲ ਬਣਾਉਣਾ ਹੈ। ਇਸਦੇ ਲਈ, ਤੁਹਾਨੂੰ ਆਪਣੀ ਗੱਲਬਾਤ ਦੂਜੇ ਵਿਅਕਤੀ 'ਤੇ ਕੇਂਦ੍ਰਿਤ ਕਰਨ ਦੀ ਲੋੜ ਹੈ, ਉਨ੍ਹਾਂ ਬਾਰੇ ਅਤੇ ਉਨ੍ਹਾਂ ਨਾਲ ਸਬੰਧਤ ਚੀਜ਼ਾਂ ਬਾਰੇ ਗੱਲ ਕਰਕੇ। ਇਸ ਲਈ, ਆਪਣੀ ਗੱਲਬਾਤ ਵਿੱਚ "ਤੁਸੀਂ" ਸ਼ਬਦ ਦੀ ਵੱਧ ਤੋਂ ਵੱਧ ਵਰਤੋਂ ਕਰਨਾ ਬਿਹਤਰ ਹੋਵੇਗਾ।
   - ਤੁਹਾਡਾ ਖੁਸ਼ਕਿਸਮਤ ਨਾਮ?
   - ਤੁਸੀ ਕਿਵੇਂ ਹੋ?
   - ਤੁਹਾਡਾ ਪਰਵਾਰ ਦਾ ਕੀ ਹਾਲ ਹੈ?
   - ਤੁਸੀਂ ਕਿਥੇ ਰਹਿੰਦੇ ਹੋ?
   - ਤੁਸੀਂ ਕੀ ਕਰਦੇ ਹੋ।
   - ਤੁਸੀਂ ਇਸ (ਕਿਸੇ ਵੀ ਵਿਸ਼ੇ) ਬਾਰੇ ਕੀ ਸੋਚਦੇ ਹੋ?
   - ਤੁਹਾਡਾ ਕੀ ਖਿਆਲ ਹੈ, ਵਿਸ਼ਵ ਕੱਪ ਕੌਣ ਜਿੱਤੇਗਾ, ਆਦਿ।

ਇਸ ਲਈ, ਮੇਰਾ ਸੁਝਾਅ ਹੈ ਕਿ ਤੁਸੀਂ ਆਪਣੀਆਂ ਗੱਲਾਂਬਾਤਾਂ ਵਿੱਚ "ਮੈਂ" ਅਤੇ "ਮੇਰਾ" ਦੀ ਬਜਾਏ "ਤੁਸੀਂ" ਅਤੇ "ਤੁਹਾਡਾ" ਸ਼ਬਦਾਂ ਦੀ ਵਰਤੋਂ ਕਰੋ।

2. **ਦੂਜਿਆਂ ਵਿੱਚ ਦਿਲਚਸਪੀ ਲਓ ਅਤੇ ਉਨ੍ਹਾਂ ਨੂੰ ਆਪਣੇ ਬਾਰੇ ਗੱਲ ਕਰਨ ਲਈ ਉਤਸ਼ਾਹਿਤ ਕਰੋ** : ਜਿਵੇਂ ਕਿ ਅਸੀਂ ਹੁਣ ਜਾਣਦੇ ਹਾਂ, ਹਰ ਕਿਸੇ ਦਾ ਮਨਪਸੰਦ ਵਿਸ਼ਾ ਖੁਦ ਹੁੰਦਾ ਹੈ, ਇਸ ਲਈ ਜਦੋਂ ਤੁਸੀਂ ਉਨ੍ਹਾਂ ਵਿੱਚ ਦਿਲਚਸਪੀ ਲੈਂਦੇ ਹੋ, ਉਨ੍ਹਾਂ ਨੂੰ ਜਾਣਨਾ ਅਤੇ ਉਨ੍ਹਾਂ ਬਾਰੇ ਗੱਲ ਕਰਨਾ ਚਾਹੁੰਦੇ ਹੋ, ਤਾਂ ਉਹ ਮਹੱਤਵਪੂਰਨ ਮਹਿਸੂਸ ਕਰਦੇ ਹਨ ਅਤੇ ਚੰਗਾ ਮਹਿਸੂਸ ਕਰਦੇ ਹਨ। ਅਜਿਹਾ ਕਰਨ ਦਾ ਸਭ ਤੋਂ ਵਧੀਆ ਤਰੀਕਾ ਹੈ ਉਨ੍ਹਾਂ ਨੂੰ ਆਪਣੇ ਬਾਰੇ ਗੱਲ ਕਰਨ ਲਈ ਉਤਸ਼ਾਹਿਤ ਕਰਨਾ।

3. **ਗੱਲਬਾਤ ਸ਼ੁਰੂ ਕਰਨ ਲਈ ਸੁਝਾਅ:**
   - ਆਪਣੇ ਆਪ ਨੂੰ ਜਾਣਨਾ ਅਤੇ ਆਪਣੀ ਜਾਣ-ਪਛਾਣ ਕਰਾਉਣਾ ਗੱਲਬਾਤ ਸ਼ੁਰੂ ਕਰਨ ਦਾ ਸਭ ਤੋਂ ਆਸਾਨ ਤਰੀਕਾ ਹੈ।
   - ਇਹ ਜਾਣਨਾ ਕਿ ਦੂਜਾ ਵਿਅਕਤੀ ਕੰਮ ਬਾਰੇ ਕੀ ਕਰ ਰਿਹਾ ਹੈ।

- ਹਾਲ- ਚਾਲ ਜਾਣਨਾ।
- ਉਨ੍ਹਾਂ ਨੂੰ ਪੁੱਛੋ ਕਿ ਤੁਸੀਂ ਇਹ ਕੰਮ ਕਿਵੇਂ ਸ਼ੁਰੂ ਕੀਤਾ?
- ਤੁਸੀਂ ਦੋਵੇਂ ਜਿੱਥੇ ਵੀ ਹੋ, ਆਲੇ-ਦੁਆਲੇ ਝਾਤੀ ਮਾਰੋ ਅਤੇ ਦੇਖੋ ਕਿ ਕੀ ਕੋਈ ਅਜਿਹੀ ਚੀਜ਼ ਹੈ ਜਿਸ ਬਾਰੇ ਤੁਸੀਂ ਗੱਲਬਾਤ ਸ਼ੁਰੂ ਕਰ ਸਕਦੇ ਹੋ।
- ਕੱਪੜਿਆਂ, ਵਾਲਾਂ ਦੇ ਸਟਾਈਲ ਵਰਗੀਆਂ ਚੀਜ਼ਾਂ ਵਿੱਚ ਚੰਗਿਆਈਆਂ ਲੱਭ ਕੇ।
- ਮੌਸਮ, ਮੈਚ ਆਦਿ ਚੀਜ਼ਾਂ 'ਤੇ ਵੀ ਚਰਚਾ ਸ਼ੁਰੂ ਕੀਤੀ ਜਾ ਸਕਦੀ ਹੈ।
- ਦੂਜੇ ਵਿਅਕਤੀ ਬਾਰੇ ਗੱਲ ਕਰਨਾ ਅਜਿਹਾ ਕਰਨ ਦਾ ਸਭ ਤੋਂ ਆਸਾਨ ਤਰੀਕਾ ਹੈ, ਅਤੇ ਸਭ ਤੋਂ ਆਸਾਨ ਤਰੀਕਾ ਹੈ ਉਨ੍ਹਾਂ ਤੋਂ ਆਪਣੇ ਬਾਰੇ ਜਾਂ ਉਨ੍ਹਾਂ ਨਾਲ ਸਬੰਧਤ ਚੀਜ਼ਾਂ ਬਾਰੇ ਸਵਾਲ ਪੁੱਛਣਾ।

ਦੋ ਤਰ੍ਹਾਂ ਦੇ ਸਵਾਲ ਹੰਦੇ।ਹਨ-

- **ਬੰਦ ਸਿਰੇ ਵਾਲੇ ਸਵਾਲ:** (close ended question)ਉਹ ਸਵਾਲ ਜਿਨ੍ਹਾਂ ਦਾ ਜਵਾਬ ਦੋ ਜਾਂ ਚਾਰ ਸ਼ਬਦਾਂ ਵਿੱਚ ਹਾਂ ਜਾਂ ਨਾਂਹ ਵਿੱਚ ਹੁੰਦੇ ਹਨ, ਅਤੇ ਗੱਲਬਾਤ ਨੂੰ ਲੰਮਾ ਨਹੀਂ ਕਰਦੇ, ਜਿਵੇਂ ਕਿ: ਕੀ ਤੁਹਾਨੂੰ ਖਾਣਾ ਪਸੰਦ ਆਇਆ? ਤੁਹਾਡੇ ਹਿਸਾਬ ਨਾਲ ਕੌਣ ਜਿੱਤੇਗਾ, ਭਾਰਤ ਜਾਂ ਆਸਟ੍ਰੇਲੀਆ?
- **ਖੁੱਲ੍ਹੇ ਸਿਰੇ ਵਾਲੀ ਸਵਾਲ** : (open ended question) ਅਜਿਹੇ ਸਵਾਲ ਜੋ ਲੰਬੇ ਜਾਂ ਵਿਸਤ੍ਰਿਤ ਜਵਾਬ ਦਿੰਦੇ ਹਨ, ਜਿਸ ਵਿੱਚ ਰਾਏ, ਅਨੁਭਵ, ਜਾਂ ਸਪੱਸ਼ਟੀਕਰਨ ਵਰਗੀਆਂ ਚੀਜ਼ਾਂ ਸ਼ਾਮਲ ਹਨ। ਇੱਕ ਵਧੀਆ ਗੱਲਬਾਤ ਦੀ ਕੁੰਜੀ ਇਹ ਹੈ ਕਿ ਵੱਧ ਤੋਂ ਵੱਧ ਖੁੱਲ੍ਹੇ ਸਵਾਲ ਪੁੱਛੋ ਅਤੇ ਦੂਜੇ ਵਿਅਕਤੀ ਨੂੰ ਬੋਲਣ ਦਾ ਭਰਪੂਰ ਮੌਕਾ ਦਿਓ।

"ਕਿਉਂ?" "ਕਿਵੇਂ?" "ਕਿਵੇਂ?" "ਇਸ ਬਾਰੇ ਤੁਹਾਡਾ ਕੀ ਵਿਚਾਰ ਹੈ?" ਵਰਗੇ ਸ਼ਬਦਾਂ ਦੀ ਵਰਤੋਂ ਨਾਲ ਤੁਸੀਂ ਚੰਗੀ ਤਰ੍ਹਾਂ ਨਾਲ ਖੁੱਲ੍ਹੇ ਸਵਾਲ ਪੁੱਛ ਸਕਦੇ ਹੋ।

ਉਦਾਹਰਣ : ਤੁਸੀਂ ਇਸ ਕਾਲਜ ਵਿੱਚ ਕਿਵੇਂ ਚੁਣੇ ਗਏ?

ਤੁਸੀਂ ਲੇਖਕ ਕਿਵੇਂ ਬਣੇ?

4 **ਗੱਲ ਬਾਤ ਨੂੰ ਜਾਰੀ ਰਖੱਣਾ** : ਜੇਕਰ ਤੁਸੀਂ ਇੱਕ ਚੰਗਾ ਰਿਸ਼ਤਾ ਬਣਾਉਣਾ ਚਾਹੁੰਦੇ ਹੋ ਤਾਂ ਗੱਲਬਾਤ ਜਾਰੀ ਰੱਖੋ

ਗੱਲਬਾਤ ਸ਼ੁਰੂ ਕਰਨਾ ਕਾਫ਼ੀ ਨਹੀਂ ਹੈ, ਗੱਲਬਾਤ ਜਾਰੀ ਰੱਖਣਾ ਵੀ ਮਹੱਤਵਪੂਰਨ ਹੈ ਅਤੇ ਇਸ ਲਈ ਅਸੀਂ ਕੁਨੈਕਟਰ ਸ਼ਬਦਾਂ ਦੀ ਵਰਤੋਂ ਕਰ ਸਕਦੇ ਹਾਂ

- ਜਿਵੇਂ ਕੀ
- ਯਾਨੀ
- ਉਦਾਹਰਨ ਦੇ ਤੌਰ ਤੇ
- ਤੇ ਫਿਰ
- ਤੁਹਾਡਾ ਮਤਲਬ ਹੈ ਕਿ
- ਇਸ ਲਈ

- ਤਾਂ ਤੁਸੀਂ
- ਅਜਿਹਾ ਕਿਉਂ

ਉਦਾਹਰਨ :

ੳ. ਮੈਨੂੰ ਸ਼ੁਰੂ ਤੋਂ ਹੀ ਮਿਸਟਰ ਐਕਸ ਪਸੰਦ ਨਹੀਂ ਹੈ।

ਬੀ : ਅਜਿਹਾ ਕਿਉਂ?

ੳ. ਕਿਉਂਕਿ ਉਹ ਹਮੇਸ਼ਾ ਆਪਣੇ ਸ਼ਬਦਾਂ ਤੋਂ ਮੁੱਕਰ ਜਾਂਦਾ ਹੈ।

ਬੀ : ਇਸਦਾ ਮਤਲਬ ਹੈ ਕਿ ਅਸੀਂ ਮਿਸਟਰ ਐਕਸ 'ਤੇ ਭਰੋਸਾ ਨਹੀਂ ਕਰ ਸਕਦੇ।

ਹਾਂ : ਤੁਸੀਂ ਸਹੀ ਕਿਹਾ। ਮੈਂ ਤੁਹਾਨੂੰ ਦੱਸਦਾ ਹਾਂ ਕਿ ਉਸਨੇ ਕੀ ਕੀਤਾ ਸੀ।

5 -**ਕੁਝ ਹੋਰ ਸੁਝਾਅ:**

- ਅਜਿਹੇ ਸਵਾਲ ਪੁੱਛੋ ਜੋ ਤੁਹਾਡੀ ਕਲਪਨਾ ਨੂੰ ਚਿੰਗਾਰੀ ਦੇਣ ।
- ਜਦੋਂ ਤੁਸੀਂ ਗੱਲ ਕਰ ਰਹੇ ਹੋ ਤਾਂ ਇਹ ਨਾ ਸੋਚੋ ਕਿ ਦੂਜੇ ਵਿਅਕਤੀ ਨੂੰ ਕੁਝ ਖਾਸ ਗੱਲ ਪਤਾ ਹੋਵੇਗੀ , ਉਸਨੂੰ ਪੁੱਛ ਲੈਣਾ ਹੀ ਬਿਹਤਰ ਹੈ।
- ਗੱਲਾਂ ਨੂੰ ਦੁਹਰਾਓ ਨਾ, ਇਸ ਦੀ ਬਜਾਏ ਕੁਝ ਦੇਰ ਰੁਕੋ ਅਤੇ ਕੁਝ ਨਵਾਂ ਅਤੇ ਰਚਨਾਤਮਕ ਕਹੋ।
- ਲੋਕ ਇਸ ਲਈ ਪੁੱਛਦੇ ਹਨ ਕਿ ਤੁਹਾਡਾ ਵੀਕਐਂਡ ਕਿਵੇਂ ਰਿਹਾ ਤਾਂ ਜੋ ਉਹ ਆਪਣੇ ਵੀਕਐਂਡ ਬਾਰੇ ਆਪਣੇ ਤਜਰਬੇ ਸਾਂਝੇ ਕਰ ਸਕਣ, ਇਸ ਲਈ ਆਪਣਾ ਜਵਾਬ ਦੇਣ ਤੋਂ ਬਾਅਦ, ਉਨ੍ਹਾਂ ਨੂੰ ਪੁੱਛੋ ਕਿ ਉਨ੍ਹਾਂ ਦਾ ਵੀਕਐਂਡ ਕਿਵੇਂ ਰਿਹਾ।
- ਇਨਸਾਨ ਹੋਣ ਦੇ ਨਾਤੇ, ਅਸੀਂ ਸਭ ਕੁਝ ਨਹੀਂ ਜਾਣਦੇ, ਅਤੇ ਨਾ ਹੀ ਅਸੀਂ ਜਾਨ ਸਕਦੇ ਹਾਂ। ਜੋ ਨਹੀਂ ਆਉਂਦਾ ਉਸਨੂੰ ਦੱਸ ਦੋ।

ਯਾਨੀ, ਜੇਕਰ ਤੁਸੀਂ ਕਿਸੇ ਚੀਜ਼ ਬਾਰੇ ਕੁਝ ਨਹੀਂ ਜਾਣਦੇ, ਤਾਂ ਇਸ ਬਾਰੇ ਸਪੱਸ਼ਟਤਾ ਨਾਲ ਦੱਸ ਦੋ ਕਿ ਤੁਸੀਂ ਇਸਨੂੰ ਨਹੀਂ ਜਾਣਦੇ, ਇਸ ਵਿੱਚ ਕੋਈ ਸ਼ਰਮ ਦੀ ਗੱਲ ਨਹੀਂ ਹੈ, ਸਗੋਂ ਇਹ ਤੁਹਾਡੇ ਸਵੈ-ਮਾਣ ਨੂੰ ਦਰਸਾਉਂਦਾ ਹੈ।

- ਜਦੋਂ ਕੋਈ ਗੱਲ ਬਹੁਤ ਮਹੱਤਵਪੂਰਨ ਹੁੰਦੀ ਹੈ, ਤਾਂ ਇਹ ਨਾ ਸੋਚੋ ਕਿ ਦੂਜਾ ਵਿਅਕਤੀ ਤੁਹਾਡੀ ਗੱਲ ਬਿਲਕੁਲ ਉਸੇ ਤਰ੍ਹਾਂ ਸਮਝਦਾ ਹੈ ਜਿਵੇਂ ਤੁਸੀਂ ਸਮਝਾਉਣ ਦੀ ਕੋਸ਼ਿਸ਼ ਕਰ ਰਹੇ ਹੋ ,ਆਪਣੀ ਗੱਲ ਪੂਰੀ ਕਰਨ ਤੋਂ ਬਾਅਦ, ਦੂਜੇ ਵਿਅਕਤੀ ਨੂੰ ਪੁੱਛੋ ਕਿ ਉਸਨੂੰ ਕੀ ਸਮਝ ਆਇਆ। ਜੇਕਰ ਤੁਸੀਂ ਉਸਦੇ ਜਵਾਬ ਤੋਂ ਸੰਤੁਸ਼ਟ ਹੋ ਤਾਂ ਇਹ ਚੰਗਾ ਹੈ, ਨਹੀਂ ਤਾਂ ਆਪਣੀ ਗੱਲ ਦੁਬਾਰਾ ਸਮਝਾਓ।
- ਜਦੋਂ ਵੀ ਤੁਸੀਂ ਬਹੁਤ ਵਿਅਸਤ ਹੁੰਦੇ ਹੋ ਅਤੇ ਤੁਹਾਨੂੰ ਕਿਸੇ ਅਣਜਾਣ ਨੰਬਰ ਤੋਂ ਫ਼ੋਨ ਆਉਂਦਾ ਹੈ ਅਤੇ ਉਹ ਵਿਅਕਤੀ ਤੁਹਾਡੇ ਨਾਲ ਲੰਮੀ ਗੱਲ ਕਰਨਾ ਸ਼ੁਰੂ ਕਰ ਦਿੰਦਾ ਹੈ, ਤਾਂ ਉਸਨੂੰ ਸਾਫ਼-ਸਾਫ਼ ਪੁੱਛੋ ਕਿ ਤੁਸੀਂ ਫ਼ੋਨ ਕਿਉਂ ਕੀਤਾ ਹੈ ਜਾਂ ਸਿੱਧਾ ਪੁੱਛੋ ਕਿ ਤੁਹਾਡੀ ਫ਼ੋਨ ਕਾਲ ਦਾ ਕੀ ਮਕਸਦ ਹੈ?

- ਜਦੋਂ ਵੀ ਪਰਿਵਾਰ ਵਿੱਚ ਕੁਝ ਅਣਸੁਖਾਵਾਂ ਵਾਪਰਦਾ ਹੈ, ਤਾਂ ਸਮੂਹਿਕ ਚਰਚਾ ਕਰੋ ਅਤੇ ਇਸ ਫੈਸਲੇ 'ਤੇ ਪਹੁੰਚੋ ਕਿ ਅਜਿਹੀਆਂ ਚੀਜ਼ਾਂ ਦੁਬਾਰਾ ਨਹੀਂ ਵਾਪਰਨੀਆਂ ਚਾਹੀਦੀਆਂ ਜਿਸ ਨਾਲ ਮਤਭੇਦ ਪੈਦਾ ਹੋਣ ।
- ਸਵਾਲ ਪੁੱਛੋ ਗਿਆਨ ਵਧਾਓ : ਕਿਤਾਬਾਂ ਤੋਂ ਇਲਾਵਾ, ਤੁਸੀਂ ਲੋਕਾਂ, ਖਾਸ ਕਰਕੇ ਜੋ ਮਾਹਿਰ ਹਨ ਉਹਨਾਂ ਨੂੰ ਸਵਾਲ ਪੁੱਛ ਕੇ ਆਪਣੇ ਗਿਆਨ ਵਿੱਚ ਵਾਧਾ ਕਰ ਸਕਦੇ ਹੋ।
- ਖਰੀਦਦਾਰੀ ਕਰਨ ਤੋਂ ਪਹਿਲਾਂ ਲੋਕਾਂ ਦੇ ਸੁਝਾਅ ਲਓ, ਖਾਸ ਕਰਕੇ ਉਨ੍ਹਾਂ ਲੋਕਾਂ ਤੋਂ ਜਿਨ੍ਹਾਂ ਨੇ ਪਹਿਲਾਂ ਉਤਪਾਦ ਖਰੀਦਿਆ ਹੈ। ਉਨ੍ਹਾਂ ਤੋਂ ਸੁਝਾਅ ਮੰਗੋ ਪੁਛੋ ਕੀ ਮੈਂ ਇਹ ਖਰੀਦਣਾ ਚਾਹੁੰਦਾ ਹਾਂ ਅਤੇ ਇਸ ਬਾਰੇ ਤੁਹਾਡੀ ਸਲਾਹ ਦੀ ਲੋੜ ਹੈ।

ਲੋਕ ਵਿਵਹਾਰ ਨਾਲ ਸਬੰਧਤ ਅਮਲ ਕਰਨ ਯੋਗ ਉਪਯੋਗੀ ਗੱਲਾਂ :

- **ਅਜਨਬੀਆਂ ਨਾਲ ਗੱਲ ਨਾ ਕਰਨ ਦਾ ਨਿਯਮ ਬੱਚਿਆਂ ਲਈ ਸਹੀ ਹੈ ਪਰ ਵਡਿਆਂ ਲਈ ਨਹੀਂ:** ਜਦੋਂ ਤੁਸੀਂ ਵੱਡੇ ਹੁੰਦੇ ਹੋ ਤਾਂ ਤੁਹਾਨੂੰ ਸਮਾਜ ਨਾਲ ਉਠਣਾ ਬੈਠਣਾ ਪੈਂਦਾ ਹੈ ਅਤੇ ਤੁਹਾਨੂੰ ਆਪਣੇ ਸਮਾਜਿਕ ਦਾਇਰੇ ਨੂੰ ਜਿੰਨਾ ਹੋ ਸਕੇ ਵੱਡਾ ਬਣਾਉਣ ਦੀ ਕੋਸ਼ਿਸ਼ ਕਰਨੀ ਚਾਹੀਦੀ ਹੈ।
- **ਅਭਿਆਸ ਨਾਲ ਤੁਸੀਂ ਬਿਹਤਰ ਬਣੋਗੇ** : ਜਿੰਨਾ ਜ਼ਿਆਦਾ ਤੁਸੀਂ ਲੋਕਾਂ ਨਾਲ ਗੱਲ ਕਰੋਗੇ ਅਤੇ ਇਹਨਾਂ ਲੋਕ ਵਿਵਹਾਰ ਤਕਨੀਕਾਂ ਦੀ ਵਰਤੋਂ ਕਰੋਗੇ, ਓਨੇ ਹੀ ਤੁਸੀਂ ਬਿਹਤਰ ਬਣੋਗੇ, ਇਸ ਲਈ ਰੁਕੋ ਨਾ, ਕੋਸ਼ਿਸ਼ ਕਰਦੇ ਰਹੋ।

ਅਧਿਆਇ – 35
ਦੂਜਿਆਂ ਤੋਂ ਸਕਾਰਾਤਮਕ ਉਮੀਦਾਂ ਰੱਖੋ

"ਉੱਚੀਆਂ ਉਮੀਦਾਂ ਹਰ ਚੀਜ਼ ਦੀ ਕੁੰਜੀ ਹਨ :ਸੈਮ ਵਾੱਲਟਨ"

ਇੱਕ ਕਹਾਣੀ ਜਿਸਨੇ ਮੈਨੂੰ ਹਮੇਸ਼ਾ ਪ੍ਰੇਰਿਤ ਕੀਤਾ ਹੈ। ਮੈਨੂੰ ਉਮੀਦ ਹੈ ਕਿ ਇਹ ਤੁਹਾਨੂੰ ਵੀ ਪਸੰਦ ਆਏਗੀ। ਇੱਕ ਛੋਟਾ ਬੱਚਾ ਸਕੂਲ ਜਾਣ ਲੱਗ ਪਿਆ ਸੀ। ਉਸਨੂੰ ਸਕੂਲ ਗਏ ਕੁਝ ਦਿਨ ਹੀ ਹੋਏ ਸਨ। ਉਸਦੇ ਕਲਾਸ ਟੀਚਰ ਨੇ ਉਸਨੂੰ ਇੱਕ ਚਿੱਠੀ ਦਿੱਤੀ ਅਤੇ ਕਿਹਾ ਕਿ ਜਦੋਂ ਉਹ ਘਰ ਪਹੁੰਚੇਗਾ ਤਾਂ ਇਹ ਆਪਣੀ ਮਾਂ ਨੂੰ ਦੇ ਦੇਵੇ। ਬੱਚਾ ਬਹੁਤ ਛੋਟਾ ਸੀ ਅਤੇ ਕੁਝ ਦਿਨਾਂ ਤੋਂ ਹੀ ਸਕੂਲ ਗਿਆ ਸੀ। ਇਸ ਲਈ, ਇਹ ਸੁਭਾਵਿਕ ਸੀ ਕਿ ਉਹ ਚਿੱਠੀ ਪੜ੍ਹ ਨਹੀਂ ਸਕਦਾ ਸੀ। ਜਦੋਂ ਸਕੂਲ ਖਤਮ ਹੋ ਗਿਆ ਉਹ ਘਰ ਪਹੁੰਚਿਆ, ਉਸਨੇ ਆਪਣਾ ਬੈਗ ਆਪਣੇ ਮੋਢੇ ਤੋਂ ਉਤਾਰਿਆ, ਚਿੱਠੀ ਕੱਢੀ ਅਤੇ ਆਪਣੀ ਮਾਂ ਨੂੰ ਦੇ ਦਿੱਤੀ। ਮਾਂ ਨੇ ਚਿੱਠੀ ਪੜ੍ਹਨੀ ਸ਼ੁਰੂ ਕਰ ਦਿੱਤੀ, ਅਤੇ ਪੜ੍ਹਦੇ-ਪੜ੍ਹਦੇ, ਉਹ ਅਚਾਨਕ ਜ਼ਮੀਨ 'ਤੇ ਬੈਠ ਗਈ ਅਤੇ ਰੋਣ ਲੱਗ ਪਈ। ਵਿਚਾਰਾ ਛੋਟਾ ਬੱਚਾ ਹੈਰਾਨ ਸੀ, ਸੋਚ ਰਿਹਾ ਸੀ ਕਿ ਚਿੱਠੀ ਵਿੱਚ ਐਸਾ ਕੀ ਲਿਖਿਆ ਹੈ ਜਿਸਨੇ ਉਸ ਦੀ ਮਾਂ ਨੂੰ ਇੰਨਾ ਪਰੇਸ਼ਾਨ ਕੀਤਾ ਕੀ ਉਹ ਰੋਣ ਲੱਗ ਪਈ। ਬੱਚੇ ਦੀ ਪਰੇਸ਼ਾਨੀ ਨੂੰ ਦੇਖ ਕੇ, ਮਾਂ ਨੇ ਆਪਣੇ ਆਪ ਨੂੰ ਸ਼ਾਂਤ ਕੀਤਾ ਅਤੇ ਬੱਚੇ ਨੂੰ ਦਿਲਾਸਾ ਦਿੱਤਾ। ਮਾਂ ਨੇ ਬੱਚੇ ਨੂੰ ਦੱਸਿਆ ਕਿ ਚਿੱਠੀ ਵਿੱਚ ਕਿਹਾ ਗਿਆ ਸੀ ਕਿ ਉਸਦਾ ਬੱਚਾ ਦੁਨੀਆ ਦੇ ਸਭ ਤੋਂ ਬੁੱਧੀਮਾਨ ਬੱਚਿਆਂ ਵਿੱਚੋਂ ਇੱਕ ਹੈ ਅਤੇ ਉਹਨਾਂ ਨੂੰ ਬਹੁਤ ਦੁੱਖ ਹੈ ਕਿ ਉਨ੍ਹਾਂ ਕੋਲ ਕੋਈ ਐਸਾ ਅਧਿਆਪਕ ਨਹੀਂ ਹੈ ਜੋ ਉਸਨੂੰ ਪੜ੍ਹਾਉਣ ਦੇ ਯੋਗ ਹੋਵੇ।

ਅਗਲੇ ਦਿਨ ਤੋਂ ਬੱਚਾ ਸਕੂਲ ਨਹੀਂ ਗਿਆ । ਮਾਂ ਨੇ ਆਪਣੀ ਸਾਰੀ ਬੁੱਧੀ ਬੱਚੇ ਵਿਚ ਪਾ ਦਿੱਤੀ।ਭਲੇ ਹੀ ਮਾਂ ਨੇ ਆਪਣੇ ਬੱਚੇ ਨੂੰ ਘੱਟ ਸਿੱਖਿਆ ਦਿੱਤੀ ਹੋਵੇਗੀ ਪਰ ਉਹ ਆਪਣੇ ਬੱਚੇ ਵਿਚ ਅਟੱਲ ਵਿਸ਼ਵਾਸ ਦਾ ਬੀਜ ਬੀਜਣ ਵਿੱਚ ਸਫਲ ਰਹੀ ਕਿ ਬੱਚਾ ਦੁਨੀਆ ਦੇ ਸਭ ਤੋਂ ਸਫਲ ਅਤੇ

ਬੁੱਧੀਮਾਨ ਬੱਚਿਆਂ ਵਿੱਚੋਂ ਇੱਕ ਹੈ। ਬਦਕਿਸਮਤੀ ਨਾਲ, ਕੁਝ ਦਿਨਾਂ ਬਾਅਦ ਬੱਚੇ ਦੀ ਮਾਂ ਦਾ ਦੇਹਾਂਤ ਹੋ ਗਿਆ । ਬੱਚਾ ਬਹੁਤ ਉਦਾਸ ਸੀ। ਆਪਣੀ ਮਾਂ ਦੇ ਜਾਣ ਤੋਂ ਬਾਅਦ ਬੱਚਾ ਵੱਡਾ ਹੋਇਆ। ਜਿਵੇਂ-ਜਿਵੇਂ ਉਹ ਵੱਡਾ ਹੋਇਆ, ਉਹ ਪੌਦਾ ਜੋ ਉਸਦੀ ਮਾਂ ਦੁਆਰਾ ਬੀਜੇ ਗਏ ਵਿਸ਼ਵਾਸ ਦੇ ਬੀਜ ਤੋਂ ਉੱਗਿਆ ਸੀ, ਹੁਣ ਇੱਕ ਵੱਡਾ ਰੁੱਖ ਬਣ ਗਿਆ ।

ਇੱਕ ਦਿਨ, ਉਹ ਆਪਣੇ ਘਰ ਦੀ ਸਫਾਈ ਕਰ ਰਿਹਾ ਸੀ। ਸਫਾਈ ਕਰਦੇ ਸਮੇਂ, ਉਹ ਆਪਣੀ ਮਾਂ ਦੀ ਅਲਮਾਰੀ ਕੋਲ ਪਹੁੰਚਿਆ ਅਤੇ ਉਸਨੂੰ ਇੱਕ ਕਾਗਜ਼ ਮਿਲਿਆ। ਇਸਨੂੰ ਪੜ੍ਹ ਕੇ, ਉਸਨੂੰ ਬਹੁਤ ਵੱਡਾ ਝਟਕਾ ਲੱਗਾ। ਸਦਮਾ ਇੰਨਾ ਡੂੰਘਾ ਸੀ ਕਿ ਉਹ ਲਗਭਗ ਲੜਖੜਾ ਗਿਆ। ਉਸ ਕਾਗਜ਼ 'ਤੇ ਕੀ ਲਿਖਿਆ ਸੀ? ਇਹ ਉਹੀ ਪੱਤਰ ਸੀ ਜੋ ਬੱਚੇ ਦੇ ਕਲਾਸ ਟੀਚਰ ਨੇ ਉਸਨੂੰ ਆਪਣੀ ਮਾਂ ਨੂੰ ਦੇਣ ਲਈ ਦਿੱਤਾ ਸੀ। ਪੱਤਰ ਵਿੱਚ ਲਿਖਿਆ ਸੀ, "ਤੁਹਾਡਾ ਬੱਚਾ ਮਾਨਸਿਕ ਤੌਰ 'ਤੇ ਕਮਜ਼ੋਰ ਹੈ। ਜੇਕਰ ਇਹ ਬੱਚਾ ਇੱਥੇ ਪੜ੍ਹਦਾ ਹੈ, ਤਾਂ ਇਸਦਾ ਦੂਜੇ ਬੱਚਿਆਂ 'ਤੇ ਬਹੁਤ ਬੁਰਾ ਪ੍ਰਭਾਵ ਪਵੇਗਾ। ਬਿਹਤਰ ਹੋਵੇਗਾ ਕਿ ਉਸਨੂੰ ਇੱਥੋਂ ਹਟਾ ਦਿੱਤਾ ਜਾਵੇ ਅਤੇ ਉਸਨੂੰ ਇੱਕ ਅਜਿਹੇ ਸਕੂਲ ਵਿੱਚ ਪਾ ਦਿੱਤਾ ਜਾਵੇ ਜਿੱਥੇ ਇਸ ਤਰ੍ਹਾਂ ਦੇ ਬੱਚੇ ਪੜ੍ਹਦੇ ਹਨ।" ਇਹ ਛੋਟਾ ਮੁੰਡਾ ਬਾਅਦ ਵਿੱਚ ਮਹਾਨ ਖੋਜੀ ਬਣਿਆ ਜਿਸਨੂੰ ਅਸੀਂ ਅੱਜ ਥਾਮਸ ਐਡੀਸਨ ਵਜੋਂ ਜਾਣਦੇ ਹਾਂ, ਅਤੇ ਇਹ ਸਿਰਫ ਉਸਦੀ ਮਾਂ ਦੇ ਕਾਰਨ ਹੀ ਸੰਭਵ ਹੋਇਆ। ਉਸਨੇ ਕਿਸੇ ਵੀ ਜ਼ਹਿਰੀਲੇ ਪਦਾਰਥ ਨੂੰ ਬੱਚੇ ਦੇ ਸਰੀਰ ਜਾਂ ਉਸਦੇ ਦਿਮਾਗ ਵਿੱਚ ਦਾਖਲ ਨਹੀਂ ਹੋਣ ਦਿੱਤਾ। ਜੇਕਰ ਜ਼ਹਿਰ ਉਸ ਸਮੇਂ ਬੱਚੇ ਦੇ ਦਿਮਾਗ ਵਿੱਚ ਦਾਖਲ ਹੋ ਜਾਂਦਾ ਕੀ ਉਹ ਦਿਮਾਗੀ ਰੂਪ ਵਿੱਚ ਅਵਿਕਸਿਤ ਹੈ ਤਾਂ ਉਹ ਨਾ ਹੀ ਇੱਕ ਮਹਾਨ ਖੋਜੀ ਬਣ ਪਾਂਦਾ, ਅਤੇ ਨਾ ਹੀ ਉਹ ਇੱਕ ਆਮ ਇਨਸਾਨ ਵੀ ਬਣ ਪਾਂਦਾ। ਜਦੋਂ ਕਿ ਉਸਦੇ ਅਧਿਆਪਕ ਨੂੰ ਬੱਚੇ ਤੋਂ ਨਕਾਰਾਤਮਕ ਉਮੀਦਾਂ ਸਨ, ਉਸਦੀ ਮਾਂ ਨੂੰ ਉਸ ਤੋਂ ਸਕਾਰਾਤਮਕ ਉਮੀਦਾਂ ਰੱਖੀਆਂ ਅਤੇ ਬੱਚੇ ਨੇ ਉਨ੍ਹਾਂ ਨੂੰ ਪੂਰਾ ਵੀ ਕੀਤਾ।

ਮਹਾਨ ਗੋਥੇ (ਯੋਹਾਨ ਕੁਲੱਫਗਾਂਗ ਫਾਨ ਗੇਟੇ) ਨੇ ਇੱਕ ਵਾਰ ਕਿਹਾ ਸੀ ਕਿ ਜੇਕਰ ਤੁਸੀਂ ਕਿਸੇ ਵਿਅਕਤੀ ਨਾਲ ਉਵੇਂ ਹੀ ਵਿਵਹਾਰ ਕਰਦੇ ਹੋ ਜਿਵੇਂ ਉਹ ਹੈ, ਤਾਂ ਉਹ ਉਵੇਂ ਹੀ ਰਹੇਗਾ, ਪਰ ਜੇਕਰ ਤੁਸੀਂ ਉਨ੍ਹਾਂ ਨਾਲ ਉਵੇਂ ਹੀ ਵਿਵਹਾਰ ਕਰਦੇ ਹੋ ਜਿਵੇਂ ਉਹ ਬਣ ਸਕਦੇ ਹਨ ਅਤੇ ਹੋ ਸਕਦੇ ਹੈ, ਕੀ ਉਹ ਉਵੇਂ ਹੀ ਬਣ ਕੇ ਦਿੱਖਾ ਦੇਵੇ। ਇਸ ਲਈ, ਲੋਕਾਂ ਤੋਂ ਸਕਾਰਾਤਮਕ ਉਮੀਦਾਂ ਰੱਖੋ।

ਅਬਰਾਹਿਮ ਲਿੰਕਨ ਦੀ ਮਾਂ ਨੇ ਵੀ ਉਸਨੂੰ ਮਰਨ ਵੇਲੇ ਕਿਹਾ ਸੀ ਕਿ ਉਸਨੂੰ ਇਸ ਜ਼ਿੰਦਗੀ ਵਿੱਚ ਜ਼ਰੂਰ ਕੁਝ ਬਣਨਾ ਚਾਹੀਦਾ ਹੈ ਅਤੇ ਉਸਨੇ ਆਪਣੀ ਮਾਂ ਦੀਆਂ ਉਮੀਦਾਂ ਪੂਰੀਆਂ ਕੀਤੀਆਂ ਅਤੇ ਅੱਜ ਵੀ ਉਸਨੂੰ ਇਸ ਦੁਨੀਆ ਦੇ ਮਹਾਨ ਲੋਕਾਂ ਵਿੱਚ ਗਿਣਿਆ ਜਾਂਦਾ ਹੈ।

ਜੇ ਮੈਂ ਆਪਣੇ ਬਾਰੇ ਗੱਲ ਕਰਾਂ, ਜਦੋਂ ਕੋਈ ਮੇਰੇ 'ਤੇ ਵਿਸ਼ਵਾਸ ਨਹੀਂ ਕਰਦਾ ਸੀ ਅਤੇ ਲੋਕ ਸਿਰਫ਼ ਮੇਰੇ ਵਰਤਮਾਨ ਵੱਲ ਦੇਖ ਰਹੇ ਸਨ, ਉਸ ਸਮੇਂ ਮੇਰੇ ਬਾਉਜੀ, ਯਾਨੀ ਮੇਰੇ ਦਾਦਾ ਜੀ, ਨੇ ਮੇਰੇ 'ਤੇ ਅਟੁੱਟ ਵਿਸ਼ਵਾਸ ਕੀਤਾ ਅਤੇ ਉਹ ਮੈਨੂੰ ਹਮੇਸ਼ਾ ਅਤੇ ਵਾਰ-ਵਾਰ ਕਹਿੰਦੇ ਸਨ, "ਉਹ ਸਾਡਾ ਬਾਬੂ ਹੈ ਅਤੇ ਸਾਡਾ ਬਹੁਤ ਨਾਮ ਕਰੇਗਾ।"

ਮੈਨੂੰ ਨਹੀਂ ਪਤਾ ਕਿ ਉਹਨਾਂ ਦਾ ਇਹ ਵਿਸ਼ਵਾਸ ਮੇਰੇ ਮਨ ਵਿੱਚ ਕਿਵੇਂ ਵੱਸ ਗਇਆ। ਪਰਮਾਤਮਾ ਦੀ ਕਿਰਪਾ ਨਾਲ, ਮੇਰੇ ਤੋਂ ਉਹਨਾਂ ਦੀਆਂ ਜ਼ਿਆਦਾਤਰ ਉਮੀਦਾਂ ਪੂਰੀਆਂ ਹੋ ਗਈਆਂ।

ਜ਼ਿਆਦਾਤਰ, ਤੁਸੀਂ ਦੂਜਿਆਂ ਤੋਂ ਜੋ ਵੀ ਉਮੀਦ ਕਰਦੇ ਹੋ, ਉਹ ਉਸ ਉਮੀਦ ਨੂੰ ਪੂਰਾ ਕਰਦੇ ਹਨ। ਉਦਾਹਰਣ ਦੇ ਤੌਰ ਤੇ ਬੱਚਿਆਂ ਨੂੰ ਹੀ ਲੈ ਲਈਏ ਜੇਕਰ ਤੁਸੀਂ ਉਨ੍ਹਾਂ 'ਤੇ ਵਾਰ-ਵਾਰ ਲਾਪਰਵਾਹੀ ਦਾ ਇੱਕ ਪੱਧਰ ਥੋਪਦੇ ਹੋ, ਤਾਂ ਤੁਸੀਂ ਉਨ੍ਹਾਂ ਦੇ ਮਨ ਨੂੰ ਲਾਪਰਵਾਹ ਹੋਣ ਲਈ ਪ੍ਰੋਗਰਾਮਿੰਗ ਕਰਦੇ ਹੋ ਅਤੇ ਉਹ ਵਾਰ-ਵਾਰ ਲਾਪਰਵਾਹ ਹੋਣ ਦੀ ਉਮੀਦ ਨੂੰ ਪੂਰਾ ਕਰਨਗੇ।

ਇਸੇ ਤਰ੍ਹਾਂ ਜਦੋਂ ਤੁਸੀਂ ਆਪਣੇ ਅਧੀਨ ਕੰਮ ਕਰਨ ਵਾਲਿਆਂ ਤੋਂ ਜੋ ਵੀ ਉਮੀਦ ਕਰਦੇ ਹੋ, ਉਹ ਤੁਹਾਡੀਆਂ ਉਮੀਦਾਂ ਵੀ ਪੂਰੀਆਂ ਕਰਨਗੇ।

ਨਾ ਜਾਨੇ ਕਿੰਨੇ ਬੱਚਿਆਂ ਦੀਆਂ ਜ਼ਿੰਦਗੀਆਂ ਬਰਬਾਦ ਹੋ ਗਈਆਂ ਹਨ ਕਿਉਂਕਿ ਉਨ੍ਹਾਂ ਦੇ ਮਾਪਿਆਂ ਜਾਂ ਅਧਿਆਪਕਾਂ ਨੇ ਇਹਨਾਂ ਨੂੰ ਨਜ਼ਰਅੰਦਾਜ਼ ਕੀਤਾ ਹੈ। ਇਸ ਲਈ, ਸਕਾਰਾਤਮਕ ਉਮੀਦਾਂ ਦੇਣਾ ਅਤੇ ਉਨ੍ਹਾਂ ਨੂੰ ਭਰੋਸਾ ਦਿਵਾਉਣਾ ਬਿਹਤਰ ਹੈ ਕਿ ਉਹ ਇਹ ਕਰ ਸਕਦੇ ਹਨ ਅਤੇ ਕਰਨਗੇ।

ਇਹ ਨਿਯਮ ਸਿਰਫ਼ ਬੱਚਿਆਂ 'ਤੇ ਹੀ ਲਾਗੂ ਨਹੀਂ ਹੁੰਦਾ। ਇਹ ਸਾਰਿਆਂ ਨਾਲ ਅਪਣੇ - ਅਪਣੇ ਪਰਿਵਾਰਾਂ ਵਿੱਚ , ਅਪਣੇ ਮਿਤੱਰਾਂ ਵਿਚ ਵੀ ਲਾਗੂ ਹੁੰਦਾ ਹੈ। ਇਸਦੇ ਪਿੱਛੇ ਮੂਲ ਭਾਵਨਾ ਇਹ ਹੋਣੀ ਚਾਹੀਦੀ ਹੈ ਕਿ ਤੁਸੀਂ ਇਹ ਕਰ ਸਕਦੇ ਹੋ। ਮੈਨੂੰ ਆਪ ਦੀਆਂ ਯੋਗਤਾਵਾਂ 'ਤੇ ਪੂਰਾ ਵਿਸ਼ਵਾਸ ਹੈ, ਅਤੇ ਦਸ ਵਿੱਚੋਂ ਨੌਂ ਵਾਰ, ਉਹ ਤੁਹਾਡੇ ਵਿਸ਼ਵਾਸ 'ਤੇ ਖਰੇ ਉਤਰਨਗੇ।

ਲੋਕਾਂ ਨੂੰ ਉਤਸ਼ਾਹਿਤ ਕਰੋ, ਉਨ੍ਹਾਂ ਦਾ ਮਨੋਬਲ ਵਧਾਓ। ਉਹ ਜ਼ਿੰਦਗੀ ਵਿੱਚ ਅੱਗੇ ਵਧਣਗੇ ਅਤੇ ਤੁਹਾਨੂੰ ਯਾਦ ਰੱਖਣਗੇ। ਜ਼ਿਆਦਾਤਰ ਲੋਕ ਤੁਹਾਨੂੰ ਉਤਸ਼ਾਹਿਤ ਨਹੀਂ ਕਰਦੇ; ਉਹ ਤੁਹਾਡੀ ਆਲੋਚਨਾ ਕਰਦੇ ਹਨ ਅਤੇ ਕਾਰਨ ਦੱਸਦੇ ਹਨ ਕਿ ਤੁਸੀਂ ਕੁਝ ਕਿਉਂ ਨਹੀਂ ਕਰ ਸਕਦੇ, ਤੁਹਾਨੂੰ ਉਨ੍ਹਾਂ ਦੇ ਪੱਧਰ ਤੱਕ ਹੇਠਾਂ ਰੱਖਦੇ ਹਨ। ਘੱਟੋ ਘੱਟ ਅਜਿਹਾ ਨਾ ਕਰੋ। ਹਮੇਸ਼ਾ ਲੋਕਾਂ ਨੂੰ ਉਤਸ਼ਾਹਿਤ ਕਰੋ ਅਤੇ ਹਮੇਸ਼ਾ ਉਨ੍ਹਾਂ ਤੋਂ ਸਕਾਰਾਤਮਕ ਉਮੀਦਾਂ ਰੱਖੋ।

ਲੋਕ ਵਿਵਹਾਰ ਨਾਲ ਸਬੰਧਤ ਅਮਲ ਕਰਨ ਯੋਗ ਲਾਭਦਾਇਕ ਤੱਥ :

- **ਜੇਕਰ ਤੁਹਾਨੂੰ ਹੌਸਲੇ ਦੀ ਲੋੜ ਹੈ ਤਾਂ "ਰਾਜਲਨੀਤੀ ਸਟ੍ਰੇਸ ਮੈਨੇਜਮੈਂਟ" ਪੜ੍ਹੋ :** ਜੇਕਰ ਤੁਸੀਂ ਤਣਾਅ ਵਿੱਚ ਹੋ, ਚਿੰਤਤ ਹੋ ਜਾਂ ਹੌਸਲੇ ਦੀ ਲੋੜ ਹੈ ਤਾਂ "ਰਾਜਲਨੀਤੀ ਸਟ੍ਰੇਸ ਮੈਨੇਜ਼ਮੈਂਟ" ਪੜ੍ਹੋ : ਅਤੇ ਚਿੰਤਾ ਮੁਕਤ ਰਹੋ, ਖੁਸ਼ ਰਹੋ।
- **ਹੌਂਸਲਾ ਵਧਾਉਣ ਦੀ ਸ਼ੁਰੂਆਤ ਅਪਣੇ ਘਰ ਤੋਂ ਕਰੋ :** ਆਪਣੇ ਪਰਿਵਾਰ ਦੇ ਮੈਂਬਰਾਂ ਨੂੰ, ਖਾਸ ਕਰਕੇ ਜੋ ਤੁਹਾਡੇ ਤੋਂ ਛੋਟੇ ਹਨ, ਉਤਸ਼ਾਹਿਤ ਕਰੋ ਕਿ ਉਹ ਕੁਝ ਕਿਉਂ ਪ੍ਰਾਪਤ ਕਰ ਸਕਦੇ ਹਨ, ਇਸ ਦੇ ਕਾਰਨ ਦੱਸੋ ਅਤੇ ਉਨ੍ਹਾਂ ਨੂੰ ਦੱਸੋ ਕਿ ਤੁਹਾਨੂੰ ਉਨ੍ਹਾਂ ਦੀਆਂ ਯੋਗਤਾਵਾਂ 'ਤੇ ਪੂਰਾ ਵਿਸ਼ਵਾਸ ਹੈ। ਯਾਦ ਰੱਖੋ, ਜਦੋਂ ਤੁਸੀਂ ਦੂਜਿਆਂ ਨੂੰ ਹੌਸਲਾ ਦਿੰਦੇ ਹੋ, ਤਾਂ ਤੁਹਾਡਾ ਵੀ ਹੌਸਲਾ ਵਧਦਾ ਹੈ।

ਅਧਿਆਇ – 36

ਮੈਂ ਆਪਣੇ ਗੱਲ -ਬਾਤ ਦੇ ਢੰਗ ਨੂੰ ਕਿੱਵੇ ਸੁਧਾਰਿਆ ਹੈ

"ਪਰਮਾਤਮਾ ਨੇ ਸਿਰਫ਼ ਮਨੁੱਖਾਂ ਨੂੰ ਹੀ ਆਪਣੇ ਵਿਚਾਰ ਆਪਣੀ ਬੋਲੀ ਰਾਹੀਂ ਪ੍ਰਗਟ ਕਰਨ ਦੀ ਯੋਗਤਾ ਦਿੱਤੀ ਹੈ, ਇਸ ਲਈ ਸਾਨੂੰ ਦੂਜਿਆਂ ਨੂੰ ਉਤਸ਼ਾਹਿਤ ਕਰਨ ਲਈ ਇਸਦੀ ਵਰਤੋਂ ਸਮਝਦਾਰੀ ਨਾਲ ਕਰਨੀ ਚਾਹੀਦੀ ਹੈ : ਰਾਜਲ"

ਮੈਨੂੰ ਯਾਦ ਹੈ ਜਦੋਂ ਮੈਂ ਸੱਤਵੀਂ ਜਮਾਤ ਵਿੱਚ ਸੀ, ਮੇਰੇ ਕੋਲ ਇੰਨਾ ਆਤਮਵਿਸ਼ਵਾਸ ਨਹੀਂ ਸੀ ਕਿ ਮੈਂ ਆਪਣੇ ਦੋਸਤ ਦੇ ਘਰ ਫ਼ੋਨ ਕਰਾਂ ਅਤੇ ਉਸ ਨਾਲ ਗੱਲ ਕਰਾਂ। ਇਸ ਲਈ, ਮੈਂ ਆਪਣੀ ਮਾਂ ਨੂੰ ਕਹਿੰਦਾ ਕੀ ਉਹ ਮੇਰੇ ਦੋਸਤ ਦੇ ਘਰ ਫ਼ੋਨ ਕਰੇ ਅਤੇ ਜਦੋਂ ਮੇਰੀ ਸਹੇਲੀ ਲਾਈਨ 'ਤੇ ਆਏ ਤਾਂ ਉਹ ਮੈਨੂੰ ਫ਼ੋਨ ਫੜਾ ਦੇਵੇ।

ਇੱਕ ਉਹ ਸਮਾਂ ਸੀ ਤੇ ਇੱਕ ਇਹ ਸਮਾਂ ਹੈ ਕਿ ਜੇ ਤੁਸੀਂ ਅੱਜ ਮੈਨੂੰ ਸੈਂਕੜੇ ਜਾਂ ਹਜ਼ਾਰਾਂ ਲੋਕਾਂ ਦੇ ਸਾਹਮਣੇ ਬੋਲਣ ਲਈ ਕਹੋਗੇ, ਤਾਂ ਮੈਂ ਇਹ ਕੰਮ ਆਸਾਨੀ ਨਾਲ ਕਰ ਲਵਾਂਗਾ।

ਇਹ ਆਤਮਵਿਸ਼ਵਾਸ ਕਿੱਥੋਂ ਆਇਆ? ਕੀ ਕੋਈ ਚਮਤਕਾਰ ਹੋਇਆ? ਨਹੀਂ, ਕੋਈ ਚਮਤਕਾਰ ਨਹੀਂ ਹੋਇਆ। ਪੜ੍ਹਾਈ, ਸਖ਼ਤ ਮਿਹਨਤ ਅਤੇ ਕੋਸ਼ਿਸ਼ ਤਿੰਨ ਚੀਜ਼ਾਂ ਸਨ ਜਿਨ੍ਹਾਂ ਨੇ ਮੇਰਾ ਇਸ ਮੁਕਾਮ ਤੱਕ ਰਸਤਾ ਬਣਾਇਆ।

ਸਾਰਵਜਨਿਕ ਮੰਚਾ ਤੇ ਕਿਵੇ ਬੋਲਦੇ ਹਨ,ਭੀੜ-ਭੜੱਕੇ ਵਾਲੀ ਮੀਟਿੰਗ ਵਿੱਚ ਗੱਲਬਾਤ ਕਿਵੇਂ ਕਰਨੀ ਹੈ, ਇਸ ਬਾਰੇ ਆਨ ਵਾਲੇ ਸਮੇਂ ਵਿਚ ਰਾਜਲਨੀਤੀ ਸ਼੍ਰੰਖਲਾ ਵਿਚ ਇੱਕ ਕਿਤਾਬ ਜ਼ਰੂਰ ਹੋਵੇਗੀ, ਪਰ ਹੁਣ ਮੈਂ ਤੁਹਾਨੂੰ ਦੱਸਾਂਗਾ ਕਿ ਤੁਸੀਂ ਆਪਣੀ ਗੱਲਬਾਤ ਨੂੰ ਕਿਵੇਂ ਬਿਹਤਰ ਬਣਾ ਸਕਦੇ ਹੋ।

- **ਸ਼ਬਦਾਵਲੀ ਵਿਕਸਤ ਕਰੋ** : ਇੱਕ ਦੇਸ਼ ਵਿੱਚ, ਅਪਰਾਧੀਆਂ 'ਤੇ ਖੋਜ ਕੀਤੀ ਗਈ ਤਾਂ ਜੋ ਇਹ ਪਤਾ ਲਗਾਇਆ ਜਾ ਸਕੇ ਕਿ ਉਨ੍ਹਾਂ ਵਿੱਚ ਕਿਹੜੀਆਂ ਸਮਾਨਤਾਵਾਂ ਸਨ। ਇੱਕ ਹੈਰਾਨੀ ਵਾਲਾ ਪਹਲੂ ਜੋ ਉਭਰਿਆ ਉਹ ਇਹ ਸੀ ਕਿ ਉਨ੍ਹਾਂ ਵਿੱਚੋਂ ਜ਼ਿਆਦਾਤਰ ਲੋਕਾਂ ਕੋਲ ਬਹੁਤ ਹੀ ਘੱਟ ਸ਼ਬਦ ਭੰਡਾਰ ਸੀ ਕਿਉਂਕਿ ਉਨ੍ਹਾਂ ਕੋਲ ਸ਼ਬਦਾਂ ਦੀ ਘਾਟ ਸੀ, ਇਸ ਲਈ ਉਹ ਅਪਣੀ ਗੱਲ ਨੂੰ ਚੰਗੀ ਤਰ੍ਹਾਂ ਸਮਝਾ ਨਹੀਂ ਪਾਂਦੇ ਸਨ, ਜਿਸ ਕਰਕੇ ਉਹਨਾਂ ਦੇ ਦੂਜਿਆਂ ਨਾਲ ਰਿਸ਼ਤੇ ਖਰਾਬ ਹੋ ਜਾਂਦੇ ਅਤੇ ਕਈ ਵਾਰ ਤੇ ਉਹ ਅਪਰਾਧ ਕਰਨ ਲੱਗ ਜਾਂਦੇ ਸਨ।

ਉਦਾਹਰਣ ਵਜੋਂ, ਜੇਕਰ ਤੁਸੀਂ ਰਸੋਈ ਦੇ ਭਾਂਡਿਆਂ ਜਿਵੇਂ ਕਿ ਗਲਾਸ, ਚਮਚਾ, ਕਟੋਰਾ, ਪਲੇਟ, ਕੁੱਕਰ ਆਦਿ ਨੂੰ ਸ਼ਬਦ ਮੰਨ ਲਵੋ ਅਤੇ ਮੰਨ ਲਓ ਕਿ ਤੁਹਾਡੇ ਕੋਲ ਇੱਕ ਸਧਾਰਨ ਦਿੱਖ ਵਾਲਾ ਚਮਚਾ ਨਹੀਂ ਹੈ, ਤਾਂ ਉਸਦਾ ਕੰਮ ਗਲਾਸ ਜਾਂ ਕਟੋਰੇ ਨਾਲ ਕੰਮ ਕਰਨਾ ਲਗਭਗ ਅਸੰਭਵ ਹੋਵੇਗਾ। ਜਿਵੇਂ ਹਰ ਭਾਂਡੇ ਦਾ ਵਿਸ਼ੇਸ਼ ਮਹੱਤਵ ਹੁੰਦਾ ਹੈ, ਉਸੇ ਤਰ੍ਹਾਂ ਹਰ ਸ਼ਬਦ ਦਾ ਵਿਸ਼ੇਸ਼ ਮਹੱਤਵ ਹੁੰਦਾ ਹੈ। ਜਿਵੇਂ ਭਾਂਡਿਆਂ ਤੋਂ ਬਿਨਾਂ ਰਸੋਈ ਦਾ ਕੰਮ ਕਰਨਾ ਬਹੁਤ ਮੁਸ਼ਕਲ ਹੋ ਜਾਂਦਾ ਹੈ, ਉਸੇ ਤਰ੍ਹਾਂ ਜੇਕਰ ਸਾਡੇ ਕੋਲ ਲੋੜੀਂਦੀ ਸ਼ਬਦਾਵਲੀ (ਸ਼ਬਦਾਂ ਦਾ ਅਰਥ ਜਾਣਨਾ) ਨਹੀਂ ਹੈ ਤਾਂ ਸਾਨੂੰ ਆਪਣੇ ਵਿਚਾਰਾਂ ਨੂੰ ਪ੍ਰਗਟ ਕਰਨ ਅਤੇ ਦੂਜਿਆਂ ਦੇ ਵਿਚਾਰਾਂ ਨੂੰ ਸਮਝਣ ਵਿੱਚ ਬਹੁਤ ਮੁਸ਼ਕਲ ਦਾ ਸਾਹਮਣਾ ਕਰਨਾ ਪਵੇਗਾ।

ਆਪਣੀ ਸ਼ਬਦਾਵਲੀ ਵਿਕਸਤ ਕਰਨ ਲਈ, ਕਿਤਾਬਾਂ, ਲੇਖ, ਅਖ਼ਬਾਰ ਪੜ੍ਹੋ ਅਤੇ ਆਪਣੇ ਨਾਲ ਇੱਕ ਸ਼ਬਦਕੋਸ਼ (ਡਿਕਸ਼ਨਰੀ) ਰੱਖੋ ਤਾਂ ਜੋ ਤੁਸੀਂ ਉਨ੍ਹਾਂ ਸ਼ਬਦਾਂ ਦੇ ਅਰਥ ਲੱਭ ਸਕੋ ਜੋ ਤੁਹਾਨੂੰ ਸਮਝ ਨਹੀਂ ਆਉਂਦੇ।

- **ਆਪਣੀ ਆਵਾਜ਼ ਨੂੰ ਰਿਕਾਰਡ ਕਰੋ** : ਤੁਸੀਂ ਜਿਸ ਭਾਸ਼ਾ ਵਿੱਚ ਬੋਲਣਾ ਚਾਹੁੰਦੇ ਹੋ ,ਉਸ ਭਾਸ਼ਾ ਦੀ ਕੋਈ ਵੀ ਸਧਾਰਨ ਜਿਹੀ ਕਿਤਾਬ ਚੁੱਕੋ, ਆਪਣੇ ਮੋਬਾਈਲ ਫੋਨ 'ਤੇ ਸਾਊਂਡ ਰਿਕਾਰਡਿੰਗ ਚਾਲੂ ਕਰੋ ਅਤੇ ਉਸ ਕਿਤਾਬ ਨੂੰ ਉੱਚੀ ਆਵਾਜ਼ ਵਿੱਚ ਪੜ੍ਹਨਾ ਸ਼ੁਰੂ ਕਰੋ। ਕੁਝ ਪੰਨੇ ਪੜ੍ਹੋ ਅਤੇ ਰੁਕੋ। ਆਪਣੀ ਰਿਕਾਰਡ ਕੀਤੀ ਆਵਾਜ਼ ਸੁਣੋ ਅਤੇ ਮੁਲਾਂਕਣ ਕਰੋ ਕਿ ਤੁਸੀਂ ਕਿਹੜੇ ਸ਼ਬਦਾਂ ਦਾ ਗਲਤ ਉਚਾਰਨ ਕਰ ਰਹੇ ਹੋ, ਤੁਹਾਡੀ ਬੋਲਣ ਦੀ ਸ਼ੈਲੀ ਨੂੰ ਕਿੱਥੇ ਸੁਧਾਰਿਆ ਜਾ ਸਕਦਾ ਹੈ, ਆਦਿ।

ਇਸਦਾ ਨਿਯਮਿਤ ਅਭਿਆਸ ਕਰੋ। ਕੁਝ ਮਹੀਨਿਆਂ ਦੇ ਅੰਦਰ, ਤੁਸੀਂ ਆਪਣੇ ਬੋਲਣ ਦੇ ਢੰਗ ਵਿੱਚ ਨਾਟਕੀ ਸੁਧਾਰ ਵੇਖੋਗੇ। (ਨਾਲ ਹੀ, ਧਿਆਨ ਦਿਓ ਕਿ ਕਿਹੜੇ ਸ਼ਬਦਾਂ 'ਤੇ ਜ਼ੋਰ ਦੇਣਾ ਹੈ।)

- **ਇੰਟਰਵਿਊ ਦੇਖੋ** : ਨਿਊਜ਼ ਚੈਨਲਾਂ ਅਤੇ ਯੂਟਿਊਬ 'ਤੇ ਅਦਾਕਾਰਾਂ, ਖਿਡਾਰੀਆਂ, ਸਿਆਸਤਦਾਨਾਂ, ਉਦਯੋਗਪਤੀਆਂ, ਵਿਗਿਆਨੀਆਂ ਆਦਿ ਵਰਗੇ ਸਫਲ ਲੋਕਾਂ ਦੇ ਇੰਟਰਵਿਊ ਦੇਖੋ। ਇਸ ਨਾਲ ਨਾ ਤੁਹਾਨੂੰ ਸਿਰਫ਼ ਸਫਲ ਹੋਣ ਦੇ ਉਹਨਾਂ ਦੇ ਅਨੁਭਵ ਅਤੇ ਗਿਆਨ ਤੋਂ ਫਾਇਦਾ ਹੋਵੇਗਾ ਬਲਕਿ ਚੰਗੀ ਤਰ੍ਹਾਂ ਕਿਵੇਂ ਗੱਲ ਬਾਤ ਕਿਤੀ ਜਾਂਦੀ ਹੈ ਇਸ ਦਾ ਵੀ ਤੁਹਾਨੂੰ ਗਿਆਨ ਹੋਵੇਗਾ।

- **ਹਵਾਲੇ / quotes** : ਤੁਸੀਂ ਸਿਰਫ਼ ਇੱਕ ਜਾਂ ਦੋ ਲਾਈਨਾਂ ਵਿੱਚ ਮਹਾਨ ਲੋਕਾਂ ਅਤੇ ਇਤਿਹਾਸ ਬਾਰੇ ਬਹੁਤ ਸਾਰੀਆਂ ਚੰਗੀਆਂ ਗੱਲਾਂ ਸਿੱਖ ਸਕਦੇ ਹੋ।
- **ਸੁਣਨ ਦੀ ਕਲਾ ਨੂੰ ਵਿਕਸਿਤ ਕਰੋ:** ਰੱਬ ਨੇ ਸਾਨੂੰ ਦੋ ਕੰਨ ਅਤੇ ਇੱਕ ਮੂੰਹ ਦਿੱਤਾ ਹੈ।ਇਸ ਤੋਂ ਅਸੀਂ ਇਹ ਵੀ ਅੰਦਾਜ਼ਾ ਲਗਾ ਸਕਦੇ ਹਾਂ ਕਿ ਸਾਨੂੰ ਬੋਲਣ ਨਾਲੋਂ ਦੁੱਗਣਾ ਸੁਣਨਾ ਚਾਹੀਦਾ ਹੈ, ਇੱਕ ਹੋਰ ਮਹੱਤਵਪੂਰਨ ਗੱਲ ਇਹ ਹੈ ਕਿ ਅਸੀਂ ਕਦੇ ਵੀ ਆਪਣੀ ਆਵਾਜ਼ ਸੁਣ ਕੇ ਕੁਝ ਨਹੀਂ ਸਿੱਖਦੇ ਜਦੋਂ ਕਿ ਜਦ ਅਸੀਂ ਦੂਜਿਆਂ ਦੀ ਗੱਲ ਸੁਣਦੇ ਹਾਂ ਤਾਂ ਸਾਨੂੰ ਕੁਝ ਨਾ ਕੁਝ ਸਿੱਖਣ ਨੂੰ ਮਿਲਦਾ ਹੈ।
- **ਬਨਾਵਟੀ ਨਾ ਬਣੋ** : ਤੁਹਾਨੂੰ ਕੁਦਰਤੀ, ਸਰਲ ਅਤੇ ਸੰਜੀਦਾ ਢੰਗ ਨਾਲ ਗੱਲ ਕਰਨੀ ਚਾਹੀਦੀ ਹੈ। ਆਪਣੇ ਸ਼ਬਦਾਂ ਵਿੱਚ ਨਕਲੀਪਣ ਨਾ ਲਿਆਓ, ਕਿਉਂਕਿ ਬਨਾਵਟੀ ਪਣ ਜ਼ਿਆਦਾ ਦੇਰ ਨਹੀਂ ਰਹਿੰਦਾ ਅਤੇ ਲੋਕ ਬਨਾਵਟੀ ਲੋਕਾਂ ਤੋਂ ਜਲਦੀ ਦੂਰੀ ਬਣਾ ਲੈਂਦੇ ਹਨ।
- **ਮੁਸਕੁਰਾਓ**: ਤੁਸੀਂ ਇਹ ਕਹਾਵਤ ਸੁਣੀ ਹੋਵੇਗੀ ਕਿ ਇੱਕ ਮੁਸਕਰਾਹਟ ਦੀ ਕੀਮਤ ਇੱਕ ਕਰੋੜ ਰੁਪਏ ਦੇ ਬਰਾਬਰ ਹੁੰਦੀ ਹੈ ,ਤੁਸੀਂ ਜੋ ਵੀ ਸੇਲਿਬ੍ਰਿਟੀ ਦੇਖੋਗੇ, ਤੁਸੀਂ ਦੇਖੋਗੇ ਕਿ ਉਹ ਹਮੇਸ਼ਾ ਮੁਸਕਰਾਉਂਦੇ ਰਹਿੰਦੇ ਹਨ, ਭਾਵੇਂ ਤੁਹਾਡੇ ਦੰਦ ਜਿਵੇਂ ਦੇ ਵੀ ਹੋਣ, ਤੁਹਾਡੀ ਮੁਸਕਰਾਹਟ ਜਿਵੇਂ ਦੀ ਵੀ ਹੋਵੇ, ਤੁਹਾਨੂੰ ਮੁਸਕਰਾਉਣਾ ਚਾਹੀਦਾ ਹੈ ਕਿਉਂਕਿ ਅਸੀਂ ਗੁੱਸੇ ਦੇ ਮੁਕਾਬਲੇ ਮੁਸਕਰਾਉਣ ਲਈ ਅੱਧੇ ਤੋਂ ਵੀ ਘੱਟ ਮਾਸਪੇਸ਼ੀਆਂ ਦੀ ਵਰਤੋਂ ਕਰਦੇ ਹਾਂ ਅਤੇ ਹਾਂ ਇੱਕ ਹੋਰ ਗੱਲ, ਕੀ ਤੁਸੀਂ ਕਦੇ ਕਿਸੇ ਜਾਨਵਰ ਨੂੰ ਮੁਸਕਰਾਉਂਦੇ ਦੇਖਿਆ ਹੈ? ਇਸ ਦਾ ਜਵਾਬ ਨਹੀਂ ਹੋਵੇਗਾ, ਜਦੋਂ ਰੱਬ ਨੇ ਸਿਰਫ਼ ਇਨਸਾਨਾਂ ਨੂੰ ਮੁਸਕਰਾਉਣ ਦਾ ਤੋਹਫ਼ਾ ਦਿੱਤਾ ਹੈ, ਇਸ ਲਈ ਖੁੱਲ੍ਹ ਕੇ ਮੁਸਕਰਾਓ।

ਲੋਕ ਵਿਵਹਾਰ ਨਾਲ ਸਬੰਧਤ ਅਮਲ ਕਰਨ ਯੋਗ ਉਪਯੋਗੀ ਗੱਲਾਂ:

- **ਲੋਕ ਵਿਵਹਾਰ ਇੱਕ ਐਸਾ ਹੁਨਰ ਹੈ ਜੋ ਸਿੱਖਿਆ ਜਾ ਸਕਦਾ ਹੈ**: ਜਿਵੇਂ ਮੈਂ ਪਹਿਲਾਂ ਹੀ ਜ਼ਿਕਰ ਕੀਤਾ ਸੀ ਕਿ ਮੈਂ ਬਹੁਤ ਸ਼ਰਮੀਲਾ ਸੀ, ਪਰ ਮੈਂ ਲੋਕ ਵਿਵਹਾਰ ਦੀ ਕਲਾ ਸਿੱਖੀ ਅਤੇ ਲਾਗੂ ਕੀਤੀ, ਜਿਸ ਵਿਚ ਮੈਂ ਸਫਲ ਹੋਇਆ। ਮੇਰੇ ਵਾਂਗ, ਤੁਸੀਂ ਵੀ ਲੋਕ ਵਿਵਹਾਰ ਦੀ ਕਲਾ ਸਿੱਖ ਸਕਦੇ ਹੋ ਅਤੇ ਜ਼ਿੰਦਗੀ ਵਿੱਚ ਤਰੱਕੀ ਕਰ ਸਕਦੇ ਹੋ।
- **ਨਿਮਰਤਾ ਵਿਕਸਿਤ ਕਰੋ** : ਇਹ ਕਿਹਾ ਜਾਂਦਾ ਹੈ ਕਿ ਵਿਦਿਆ ਵਿਨਯ ਨੂੰ ਸਿਖਾਉਂਦੀ ਹੈ, ਸਰਲ ਸ਼ਬਦਾਂ ਵਿੱਚ ਕਹੀਏ ਤਾਂ ਕੋਈ ਵਿਅਕਤੀ ਜਿੰਨਾ ਮਹਾਨ ਅਤੇ ਗਿਆਨੀ ਹੁੰਦਾ ਹੈ, ਓਨਾ ਹੀ ਨਿਮਰ ਹੁੰਦਾ ਜਾਂਦਾ ਹੈ।

ਅਧਿਆਇ – 37

ਮੁਸਕਰਾਓ, ਤੁਸੀਂ ਦੁਨੀਆਂ ਦੇ ਸਭ ਤੋਂ ਕੀਮਤੀ ਪ੍ਰਾਣੀ ਹੋ

"ਜ਼ਿੰਦਗੀ ਇੱਕ ਸ਼ੀਸ਼ੇ ਵਾਂਗ ਹੈ, ਇਸ ਵੱਲ ਮੁਸਕਰਾਓ ਅਤੇ ਇਹ ਤੁਹਾਡੇ ਵੱਲ ਮੁਸਕਰਾਏਗਾ : ਪੀਸ ਪਿਲਗ੍ਰੀਮ"

ਤੁਸੀਂ ਅਖ਼ਬਾਰਾਂ ਅਤੇ ਟੀਵੀ 'ਤੇ ਉਤਪਾਦਾਂ ਨੂੰ ਵੇਚਣ ਲਈ ਬਹੁਤ ਸਾਰੇ ਇਸ਼ਤਿਹਾਰ ਦੇਖੇ ਹੋਣਗੇ। ਤੁਸੀਂ ਦੇਖਿਆ ਹੋਵੇਗਾ ਕਿ ਇਨ੍ਹਾਂ ਮਸ਼ਹੂਰ ਅਭਿਨੇਤਰੀਆਂ ਜਾਂ ਖਿਡਾਰੀਆਂ ਦੇ ਚਿਹਰਿਆਂ 'ਤੇ ਇੱਕ ਵਿਸ਼ਾਲ ਅਤੇ ਚਮਕਦਾਰ ਮੁਸਕਰਾਹਟ ਹੁੰਦੀ ਹੈ। ਕਲਪਨਾ ਕਰੋ ਕਿ ਜੇਕਰ ਇਹ ਲੋਕ ਰੋਂਦੇ ਅਤੇ ਉਦਾਸ ਚਿਹਰੇ ਨਾਲ ਇਸ਼ਤਿਹਾਰ ਦਿੰਦੇ, ਤਾਂ ਕੀ ਅਸੀਂ ਉਹ ਉਤਪਾਦ ਖਰੀਦਦੇ? ਅਜਿਹਾ ਲਗਦਾ ਹੈ ਕਿ ਉਤਪਾਦ ਖਰੀਦਣ ਦੀ ਗੱਲ ਤਾਂ ਦੂਰ, ਤੁਸੀਂ ਉਹ ਇਸ਼ਤਿਹਾਰ ਵੀ ਨਹੀਂ ਦੇਖੋਗੇ।

ਮੈਂ ਤੁਹਾਨੂੰ ਇੱਕ ਹੋਰ ਸਵਾਲ ਪੁੱਛਣਾ ਚਾਹੁੰਦਾ ਹਾਂ ਤੁਹਾਨੂੰ ਇੱਕ ਛੋਟੇ ਬੱਚੇ ਵਿਚ ਸਭ ਤੋਂ ਚੰਗੀ ਕੀ ਗੱਲ ਲਗਦੀ ਹੈ?

ਹਾਂ, ਉਹ ਬਹੁਤ ਪਿਆਰੇ ਹੁੰਦੇ ਹਨ ਪਰ ਉਨ੍ਹਾਂ ਦੀ ਮੁਸਕਰਾਹਟ ਹੋਰ ਵੀ ਪਿਆਰੀ ਹੁੰਦੀ ਹੈ।

ਇੱਕ ਵਾਰ ਦੀ ਗੱਲ ਹੈ, ਬਹੁਤ ਸਾਰੇ ਲੋਕ ਡਾਕਟਰ ਦੇ ਕਲੀਨਿਕ ਵਿੱਚ ਆਪਣੀ ਵਾਰੀ ਦੀ ਉਡੀਕ ਕਰ ਰਹੇ ਸਨ, ਸਾਰਿਆਂ ਦੇ ਚਿਹਰੇ 'ਤੇ ਤਣਾਅ ਸਾਫ਼ ਦਿਖਾਈ ਦੇ ਰਿਹਾ ਸੀ, ਤਾਂ ਹੀ ਇੱਕ ਛੋਟਾ ਬੱਚਾ ਇੱਕ ਆਦਮੀ ਵੱਲ ਦੇਖ ਕੇ ਪਿਆਰ ਨਾਲ ਮੁਸਕਰਾਇਆ। ਕੀ ਤੁਸੀਂ ਅੰਦਾਜ਼ਾ ਲਗਾ

ਸਕਦੇ ਹੋ ਕਿ ਉਸ ਆਦਮੀ ਨੇ ਕੀ ਕੀਤਾ ਹੋਵੇਗਾ? ਤੁਸੀਂ ਸਹੀ ਸੋਚਿਆ, ਉਹ ਵੀ ਮੁਸਕਰਾਇਆ, ਅਤੇ ਉਹ ਆਪਣੇ ਦਿਲ ਦੀ ਗਹਿਰਾਈ ਤੋਂ ਮੁਸਕਰਾਇਆ। ਆਪਣੀ ਮੁਸਕਰਾਹਟ ਨਾਲ ਕੰਜੂਸ ਨਾ ਹੋਵੋ, ਪੂਰੇ ਦਿਲ ਨਾਲ ਮੁਸਕਰਾਓ, ਆਪਣੇ ਦੰਦਾਂ ਦੀ ਚਿੰਤਾ ਨਾ ਕਰੋ, ਬੱਸ ਤੁਹਾਡੀ ਮੁਸਕਰਾਹਟ ਸੱਚੀ ਹੋਣੀ ਚਾਹੀਦੀ ਹੈ, ਨਕਲੀ ਨਹੀਂ।

ਤੂੜੀਆ ਨਾਲੋ ਮੁਸਕਰਾਉਣ ਵਿਚ ਜ਼ਿਆਦਾ ਮਾਸਪੇਸ਼ੀਆਂ ਫੈਲਦੀਆਂ ਹਨ। ਇਸ ਲਈ, ਤੂੜੀਆ ਨਾਲੋ ਮੁਸਕਰਾਉਣਾ ਜਿਆਦਾ ਸੌਖਾ ਹੈ। ਇਹ ਨਾਲ ਚਿਹਰਾ ਆਕਰਸ਼ਕ ਦਿਖਦਾ ਹੈ। ਕੋਈ ਵੀ ਗੁੱਸੇ ਜਾਂ ਚਿੜਚਿੜੇ ਵਿਅਕਤੀ ਨਾਲ ਨਹੀਂ ਰਹਿਣਾ ਚਾਹੁੰਦਾ। ਆਪਣੇ ਲਈ ਸੋਚੋ, ਕੀ ਤੁਸੀਂ ਇੱਕ ਝਗੜਾਲੂ ਜਾਂ ਚਿੜਚਿੜੇ ਵਿਅਕਤੀ ਨਾਲ ਰਹਿਣਾ ਚਾਹੋਗੇ? ਜਵਾਬ ਬਿਲਕੁਲ ਨਹੀਂ ਹੈ। ਜੇਕਰ ਅਜਿਹਾ ਹੈ, ਜੇਕਰ ਤੁਸੀਂ ਗੁੱਸੇ ਅਤੇ ਚਿੜਚਿੜੇ ਹੋ, ਤਾਂ ਇਸ ਆਦਤ ਨੂੰ ਤੁਰੰਤ ਬਦਲ ਦਿਓ।

ਇੱਕ ਹੋਰ ਮਹੱਤਵਪੂਰਨ ਗੱਲ ਇਹ ਹੈ ਕਿ ਜਿਸ ਤਰ੍ਹਾਂ ਤੁਸੀਂ ਪ੍ਰਤੀਕਿਰਿਆ ਕਰਦੇ ਹੋ, ਇਸ ਗੱਲ ਦੀ ਬਹੁਤ ਜ਼ਿਆਦਾ ਸੰਭਾਵਨਾ ਹੈ ਕਿ ਦੂਜਾ ਵਿਅਕਤੀ ਵੀ ਉਸੇ ਤਰ੍ਹਾਂ ਪ੍ਰਤੀਕਿਰਿਆ ਕਰੇਗਾ। ਜੇਕਰ ਤੁਸੀਂ ਕਿਸੇ ਨੂੰ ਘੂਰਦੇ ਹੋ, ਤਾਂ ਇਸ ਗੱਲ ਦੀ ਬਹੁਤ ਜ਼ਿਆਦਾ ਸੰਭਾਵਨਾ ਹੈ ਕਿ ਦੂਜਾ ਵਿਅਕਤੀ ਵੀ ਤੁਹਾਨੂੰ ਘੂਰੇਗਾ। ਜੇਕਰ ਤੁਸੀਂ ਕਿਸੇ 'ਤੇ ਦੇਖ ਕੇ ਮੁਸਕਰਾਉਂਦੇ ਹੋ, ਤਾਂ ਉਹ ਵੀ ਮੁਸਕਰਾਏਗਾ ਅਤੇ ਇੱਕ ਚੰਗਾ ਮਾਹੌਲ ਬਣ ਜਾਂਦਾ ਹੈ ਅਤੇ ਸਭ ਤੋਂ ਵਧੀਆ ਗੱਲ ਇਹ ਹੈ ਕਿ ਪਰਮਾਤਮਾ ਦੁਆਰਾ ਦਿੱਤੇ ਗਏ ਅਰਬਾਂ ਦੇ ਇਸ ਤੋਹਫ਼ੇ (ਮੁਸਕਰਾਹਟ) ਨਾਲ, ਸਾਨੂੰ ਕੁਝ ਕਰਨ ਦੀ ਲੋੜ ਨਹੀਂ ਹੈ, ਸਾਨੂੰ ਸਿਰਫ਼ ਮੁਸਕਰਾਉਣਾ ਹੈ।

ਇਹ ਕਿੰਨੀ ਸੱਚ ਗੱਲ ਹੈ ਕਿ ਜਦੋਂ ਤੁਹਾਨੂੰ ਕੋਈ ਚੀਜ਼ ਬਹੁਤ ਮੁਸ਼ਕਲ ਨਾਲ ਮਿਲਦੀ ਹੈ, ਤਾਂ ਹੀ ਤੁਸੀਂ ਉਸਦੀ ਮਹੱਤਤਾ ਨੂੰ ਸਮਝਦੇ ਹੋ ਅਤੇ ਇਸ ਲਈ ਮੁਸਕਰਾਉਣ ਦੀ ਮਹੱਤਤਾ ਨੂੰ ਮੇਰੇ ਤੋਂ ਬਿਹਤਰ ਕੌਣ ਜਾਣ ਸਕਦਾ ਹੈ।18 ਸਾਲਾਂ ਤਕ ਮੇਰੇ ਦੰਦ ਬਾਹਰ ਨਿਕਲੇ ਹੋਏ ਅਤੇ ਟੇਢੇ-ਮੇਢੇ ਸਨ। ਜਦੋਂ ਵੀ ਮੈਂ ਬੋਲਦਾ ਸੀ, ਮੈਨੂੰ ਲੱਗਦਾ ਸੀ ਕਿ ਲੋਕਾਂ ਦਾ ਧਿਆਨ ਮੇਰੇ ਦੰਦਾਂ 'ਤੇ ਸੀ, ਨਾ ਕਿ ਮੇਰੇ ਤੇ। ਇਸ ਲਈ ਮੈਂ ਖੁੱਲ੍ਹ ਕੇ ਮੁਸਕਰਾ ਨਹੀਂ ਸਕਦਾ ਸੀ ਕਿਉਂਕਿ ਮੈਨੂੰ ਲਗਦਾ ਸੀ ਕਿ ਲੋਕ ਕੀ ਸੋਚਣਗੇ। ਪਰ ਮੇਰੇ ਪਿਤਾ ਜੀ ਨੇ ਸੁਝਾਅ ਦਿੱਤਾ ਕਿ ਮੈਂ ਦੰਦਾਂ ਦੇ ਡਾਕਟਰ ਕੋਲ ਜਾਵਾਂ ਅਤੇ ਆਪਣੇ ਦੰਦ ਸਿੱਧੇ ਕਰਾਵਾਂ। ਮੈਂ ਉਹਨਾਂ ਦੀ ਸਲਾਹ 'ਤੇ ਚੱਲਿਆ ਅਤੇ ਉਹੀ ਕੀਤਾ। ਡਾਕਟਰ ਨੇ ਕੁਝ ਦੰਦ ਕੱਢੇ ਅਤੇ ਕੁਝ ਸਾਲਾਂ ਲਈ ਉਨ੍ਹਾਂ ਨੂੰ ਤਾਰ ਨਾਲ ਬੰਨ੍ਹਿਆ। ਇਹ ਥੋੜ੍ਹਾ ਦਰਦਨਾਕ ਸੀ, ਪਰ ਫਾਇਦੇ ਅਨਮੋਲ ਸਨ। ਮੇਰੀ ਗੁਆਚੀ ਹੋਈ ਮੁਸਕਰਾਹਟ ਵਾਪਸ ਆ ਗਈ ਸੀ ਅਤੇ ਮੁਸਕਰਾਉਣ ਨਾਲ ਮੇਰਾ ਆਤਮਵਿਸ਼ਵਾਸ ਵੀ ਵਧਿਆ।

ਖੈਰ, ਮੇਰਾ ਤੁਹਾਨੂੰ ਸੁਝਾਅ ਇਹ ਹੋਵੇਗਾ ਕਿ ਤੁਸੀਂ ਮੁਸਕਰਾਓ ਅਤੇ ਦਿਲੋਂ ਮੁਸਕਰਾਓ ਕਿਉਂਕਿ ਪਰਮਾਤਮਾ ਨੇ ਇਹ ਬਖਸ਼ਿਸ਼ ਸਿਰਫ਼ ਮਨੁੱਖਾਂ ਨੂੰ ਹੀ ਦਿੱਤੀ ਹੈ।

"ਮੁਸਕਾਨ"

"ਮੁਸਕਾਨ ਦੀ ਕੋਈ ਕੀਮਤ ਨਹੀਂ ਹੁੰਦੀ, ਪਰ ਇਹ ਬਹੁਤ ਕੁਝ ਰਚਦੀ ਹੈ

ਇਹ ਲੈਣ ਵਾਲੇ ਨੂੰ ਖੁਸ਼ਹਾਲ ਕਰਦੀ ਹੈ, ਦੇਣ ਵਾਲੇ ਦਾ ਕੁਝ ਘਟਦਾ ਨਾਹੀ

ਇਹ ਪਲ ਭਰ ਦੀ ਹੁੰਦੀ ਹੈ ਪਰ ਇਹ ਹਮੇਸ਼ਾ ਯਾਦਾਂ ਵਿੱਚ ਰਹਿ ਸਕਦੀ ਹੈ

ਕੋਈ ਵੀ ਇੰਨਾ ਅਮੀਰ ਨਹੀਂ ਹੈ ਕਿ ਉਹ ਇਸ ਤੋਂ ਬਿਨਾਂ ਗੁਜ਼ਾਰਾ ਕਰ ਲੇ,

ਅਤੇ ਕੋਈ ਵੀ ਇੰਨਾ ਗਰੀਬ ਨਹੀਂ ਹੈ ਕਿ ਉਹ ਇਸਦੇ ਲਾਭਾਂ ਨੂੰ ਨਾ ਪਾ ਸਕੇ

ਇਹ ਘਰ ਵਿੱਚ ਖੁਸ਼ਹਾਲੀ ਲਿਆਉਂਦੀ ਹੈ, ਕਾਰੋਬਾਰ ਵਿੱਚ ਸਾਖ ਵਧਾਉਂਦੀ ਹੈ,

ਅਤੇ ਇਹ ਦੋਸਤਾਂ ਦੀ ਨਿਸ਼ਾਨੀ ਹੈ।

ਇਹ ਥੱਕੇ ਹੋਏ ਲੋਕਾਂ ਲਈ ਆਰਾਮ ਹੈ, ਨਿਰਾਸ਼ ਲੋਕਾਂ ਲਈ ਰੌਸ਼ਨੀ,

ਉਦਾਸਾਂ ਲਈ ਸੁਨਹਿਰੀ ਧੁੱਪ, ਅਤੇ ਹਰ ਮੁਸ਼ਕਲ ਲਈ ਕੁਦਰਤ ਦੀ ਸਭ ਤੋਂ ਵਧੀਆ ਦਵਾ।

ਫਿਰ ਵੀ ਨਾ ਇਹ ਭੀਖ ਵਿਚ, ਨਾ ਖਰੀਦਣ ਤੇ, ਨਾ ਉਧਾਰ ਮੰਗਭ ਤੇ ਅਤੇ ਨਾ ਹੀ ਚੋਰੀ ਕਰਨ ਨਾਲ ਪ੍ਰਾਪਤ ਹੁੰਦੀ ਹੈ,

ਕਿਉਂਕਿ ਇਹ ਇਕ ਅਜਿਹੀ ਚੀਜ਼ ਹੈ ਜੋ ਤਬ ਤਕ ਕਿਸੀ ਦੇ ਕੰਮ ਦੀ ਨਹੀਂ,

ਜਦੋਂ ਤੱਕ ਤੁਸੀਂ ਇਸਨੂੰ ਕਿਸੇ ਨੂੰ ਦੇ ਨਾ ਦੋ।

ਦਿਨ ਭਰ ਦੀ ਭਾਗ ਦੋੜ ਵਿੱਚ ਕੁਝ ਜਾਣ-ਪਛਾਣ ਵਾਲੇ ਹੋ ਸਕਦੇ ਹਨ

ਕੀ ਇੰਨੇ ਹੋਣ ਕੀ ਮੁਸਕੁਰਾ ਨਾ ਸਕਣ।

ਤਾਂ ਉਨ੍ਹਾਂ ਨੂੰ ਆਪਣੀ ਮੁਸਕਰਾਹਟ ਦਿਓ।

ਕਿਸੇ ਨੂੰ ਮੁਸਕਰਾਹਟ ਦੀ ਓਨੀ ਲੋੜ ਨਹੀਂ ਹੁੰਦੀ,ਜਿੰਨੀ ਕਿ ਉਸਨੂੰ ,

ਜੋ ਖੁਦ ਕਿਸੇ ਹੋਰ ਨੂੰ ਅਪਨੀ ਮੁਸਕਾਨ ਨਾ ਦੇ ਸਕੇ।

ਲੋਕ ਵਿਵਹਾਰ ਨਾਲ ਸਬੰਧਤ ਅਮਲ ਕਰਨ ਯੋਗ ਉਪਯੋਗੀ ਗੱਲਾਂ:

- **ਮੁਸਕਰਾਹਟ ਨੂੰ ਲੱਭੋ:** ਇਸ ਤਣਾਅਪੂਰਨ ਦੁਨੀਆਂ ਵਿੱਚ, ਸਾਡੀ ਮੁਸਕਰਾਹਟਾਂ ਕਿਤੇ ਗੁਆਚੀ ਜਾ ਰਹੀ ਹੈ। ਇਸਨੂੰ ਲੱਭੋ। ਯਾਦ ਰੱਖੋ, ਤੁਸੀਂ ਜਿੰਨੇ ਵੀ ਉਦਾਸ ਅਤੇ ਪਰੇਸ਼ਾਨ ਹੋ, ਦੁਨੀਆਂ ਵਿੱਚ ਬਹੁਤ ਸਾਰੇ ਲੋਕ ਹਨ ਜੋ ਤੁਹਾਡੇ ਤੋਂ ਵੀ ਵੱਧ ਉਦਾਸ ਅਤੇ ਪਰੇਸ਼ਾਨ ਹਨ, ਫਿਰ ਵੀ ਉਹ ਆਪਣੇ ਅਜ਼ੀਜ਼ਾਂ ਦੀ ਖੁਸ਼ੀ ਲਈ ਮੁਸਕਰਾਉਂਦੇ ਹਨ। ਇਸ ਲਈ ਤੁਸੀਂ ਵੀ ਮੁਸਕਰਾਓ ।
- **ਹੱਸਣ ਅਤੇ ਮੁਸਕਰਾਉਣ ਦੀ ਯੋਜਨਾ ਬਣਾਓ** : ਯਾਦ ਰੱਖੋ, ਜ਼ਿੰਦਗੀ ਦੇਖਦੇ - ਦੇਖਦੇ ਬੀਤ ਜਾਵੇਗੀ, ਇਸ ਲਈ ਜਾਣਬੁੱਝ ਕੇ ਖੁਸ਼ ਰਹਿਣ ਅਤੇ ਹੱਸਣ ਅਤੇ ਮੁਸਕਰਾਉਣ ਦੀ ਯੋਜਨਾ ਬਣਾਓ। ਹਰ ਹਫ਼ਤੇ ਘੱਟੋ-ਘੱਟ ਇੱਕ ਕਾਮੇਡੀ ਫਿਲਮ ਦਾ ਆਨੰਦ ਜ਼ਰੂਰ ਮਾਣੋ।

ਅਧਿਆਇ – 38
ਧੰਨਵਾਦ ਕਹਿਣ ਦੇ ਨਿਅਮ

"ਜੇ ਤੁਹਾਨੂੰ ਪ੍ਰਾਰਥਨਾ ਕਰਨੀ ਨਹੀਂ ਆਉਂਦੀ ਤਾਂ ਬਸ ਕਹੋ "ਹੇ ਪ੍ਰਭੂ ਹਰ ਚੀਜ਼ ਲਈ ਤੁਹਾਡਾ ਧੰਨਵਾਦ -ਰਾਜਲ "

ਇਸ ਦੁਨੀਆਂ ਵਿੱਚ ਹਰ ਕਿਸੇ ਦੀ ਇਕ ਵੱਖਰੀ ਕਹਾਣੀ ਹੈ , ਜੇ ਤੁਸੀਂ ਸੋਚਦੇ ਹੋ ਕਿ ਤੁਹਾਨੂੰ ਸਮੱਸਿਆਵਾਂ ਹਨ, ਤਾਂ ਤੁਸੀਂ ਸਹੀ ਹੋ ਸਕਦੇ ਹੋ, ਪਰ ਤੁਹਾਨੂੰ ਇਹ ਵੀ ਸਮਝਣਾ ਪਵੇਗਾ ਕਿ ਇਸ ਦੁਨੀਆਂ ਵਿੱਚ ਅਜਿਹੇ ਲੋਕ ਹਨ ਜੋ ਤੁਹਾਡੇ ਤੋਂ ਵੀ ਜ਼ਿਆਦਾ ਪਰੇਸ਼ਾਨ ਹਨ, ਅਤੇ ਤੁਸੀਂ ਉਨ੍ਹਾਂ ਦੀ ਜਗ੍ਹਾ ਨਹੀਂ ਲੈਣਾ ਚਾਹੋਗੇ, ਪਰ ਉਹ ਖੁਸ਼ੀ-ਖੁਸ਼ੀ ਤੁਹਾਡੀ ਜਗ੍ਹਾ ਲੈਣਾ ਚਾਹਾਂਗੇ। ਇਸ ਲਈ, ਤੁਹਾਡੇ ਕੋਲ ਜੋ ਵੀ ਹੈ, ਭਾਵੇਂ ਉਹ ਕਿੰਨਾ ਵੀ ਛੋਟਾ ਕਿਉਂ ਨਾ ਹੋਵੇ, ਉਸ ਲਈ ਪਰਮਾਤਮਾ ਦੇ ਸ਼ੁਕਰਗੁਜ਼ਾਰ ਰਹੋ।

ਆਕਰਸ਼ਣ ਦੇ ਨਿਯਮ ਦੇ ਅਨੁਸਾਰ, ਤੁਸੀਂ ਜਿਸ ਵੀ ਚੀਜ਼ ਲਈ ਆਭਾਰ ਜਾਂ ਸ਼ੁਕਰਗੁਜ਼ਾਰੀ ਪ੍ਰਗਟ ਕਰਦੇ ਹੋ, ਉਹ ਚੀਜ਼ ਤੁਹਾਡੀ ਜ਼ਿੰਦਗੀ ਵਿੱਚ ਵਧੇਰੇ ਮਾਤਰਾ ਵਿੱਚ ਅਤੇ ਤੇਜ਼ ਰਫ਼ਤਾਰ ਨਾਲ ਖਿੱਚੀ ਜਾਂਦੀ ਹੈ।

ਜੇਕਰ ਅਸੀਂ ਲੋਕ ਵਿਵਹਾਰ ਦੀ ਗੱਲ ਕਰੀਏ, ਤਾਂ ਜਦੋਂ ਵੀ ਕੋਈ ਤੁਹਾਡੇ ਨਾਲ ਕੁਝ ਚੰਗਾ ਕਰਦਾ ਹੈ ਜਾਂ ਕਹਿੰਦਾ ਹੈ, ਤੁਹਾਡੇ ਨਾਲ ਚੰਗਾ ਵਿਵਹਾਰ ਕਰੇ ਜਾਂ ਤੁਹਾਨੂੰ ਕੁਝ ਦੇ ਜਾਂ ਕੋਈ ਹੋਰ ਐਸਾ ਕਾਰਨ ਜਿੱਥੇ ਤੁਹਾਡਾ ਧੰਨਵਾਦ ਕਰਨਾ ਜ਼ਰੂਰੀ ਹੋ ਜਾਂਦਾ ਹੈ, ਤਾਂ ਜ਼ਰੂਰ ਧੰਨਵਾਦ ਕਰੋ।

ਧੰਨਵਾਦ ਕਹਿਣਾ ਤੁਹਾਡੀ ਨਿਮਰਤਾ ਅਤੇ ਸ਼ਿਸ਼ਟਾਚਾਰ ਨੂੰ ਦਰਸਾਉਂਦਾ ਹੈ, ਜਿਸ ਕਾਰਨ ਲੋਕ ਤੁਹਾਨੂੰ ਵਧੇਰੇ ਸਤਿਕਾਰ ਨਾਲ ਦੇਖਦੇ ਹਨ। ਬਦਕਿਸਮਤੀ ਨਾਲ, ਅੱਜ ਦੀ ਵਿਅਸਤ

ਦੁਨੀਆਂ ਵਿੱਚ, ਲੋਕ ਧੰਨਵਾਦ, ਸ਼ੁਕਰਗੁਜ਼ਾਰ ਜਾਂ ਆਭਾਰ ਪ੍ਰਗਟ ਕਰਨਾ ਭੁੱਲ ਗਏ ਹਨ ਪਰ ਤੁਹਾਨੂੰ ਲੋਕਾਂ ਦਾ ਧੰਨਵਾਦ ਕਰਨਾ ਨਹੀਂ ਭੁੱਲਣਾ ਚਾਹੀਦਾ,ਹਰ ਮੌਕੇ ਤੇ ਲੋਕਾਂ ਨੂੰ ਧੰਨਵਾਦ ਦੋ।

ਸਭ ਤੋਂ ਵਧੀਆ ਤਰੀਕੇ ਨਾਲ ਧੰਨਵਾਦ ਕਿਵੇਂ ਕਰੀਏ ਇਸ ਦੇ ਕੁਝ ਸੁਝਾਅ ਇੱਥੇ ਦਿੱਤੇ ਜਾ ਰਹੇ ਹਨ :-

- **ਦਿਲੋਂ ਧੰਨਵਾਦ ਕਰੋ:** ਸਰਲ ਸ਼ਬਦਾਂ ਵਿੱਚ, ਤੁਹਾਨੂੰ ਬਿਨਾਂ ਕਿਸੇ ਰਸਮੀ ਕਾਰਵਾਈ ਦੇ ਖੁਸ਼ੀ ਅਤੇ ਸੱਚੇ ਦਿਲੋਂ ਧੰਨਵਾਦ ਕਰਨਾ ਚਾਹੀਦਾ ਹੈ, ਜੋ ਕਿ ਝੂਠਾ ਨਾ ਹੋਵੇ।
- **ਸਾਫ਼-ਸਾਫ਼ ਧੰਨਵਾਦ ਕਰੋ:** ਇੰਨੀ ਹੌਲੀ ਨਾ ਬੋਲੋ ਕਿ ਤੁਹਾਨੂੰ ਸੁਣਿਆ ਨਾ ਜਾਵੇ। ਤੁਹਾਡੀ ਆਵਾਜ਼ ਇੰਨੀ ਉੱਚੀ ਹੋਣੀ ਚਾਹੀਦੀ ਹੈ ਕਿ ਤੁਹਾਡੇ ਸਾਹਮਣੇ ਵਾਲਾ ਵਿਅਕਤੀ ਤੁਹਾਨੂੰ ਸੁਣ ਸਕੇ ਅਤੇ ਸਮਝ ਸਕੇ ਕਿ ਉਸਨੂੰ ਹੀ ਧੰਨਵਾਦ ਕੀਤਾ ਜਾ ਰਿਹਾ ਹੈ।
- **ਨਾਮ ਲੈ ਕੇ ਧੰਨਵਾਦ ਦੋ :** ਸਿਰਫ਼ ਧੰਨਵਾਦ ਨਾ ਕਹੋ, ਸਗੋਂ ਵਿਅਕਤੀ ਦਾ ਨਾਮ ਵੀ ਦੱਸੋ।ਫਿਰ ਉਨ੍ਹਾਂ ਦਾ ਧੰਨਵਾਦ ਕਰੋ। ਜੇਕਰ ਬਹੁਤ ਸਾਰੇ ਲੋਕ ਹਨ, ਤਾਂ ਸਾਰਿਆਂ ਦਾ ਧੰਨਵਾਦ ਕਰਨ ਦੀ ਬਜਾਏ, ਹਰ ਇਕ ਵਿਅਕਤੀ ਦਾ ਨਾਮ ਲੈ ਕੇ ਧੰਨਵਾਦ ਕਰਨਾ ਬਿਹਤਰ ਹੋਵੇਗਾ।
- **ਉਨ੍ਹਾਂ ਵੱਲ ਦੇਖੋ ਅਤੇ ਉਨ੍ਹਾਂ ਦਾ ਧੰਨਵਾਦ ਕਰੋ :** ਅਜਿਹਾ ਨਹੀਂ ਹੋਣਾ ਚਾਹੀਦਾ ਕਿ ਤੁਸੀਂ ਧੰਨਵਾਦ ਕਹਿ ਰਹੇ ਹੋ ਪਰ ਤੁਹਾਡੀ ਨਜ਼ਰ ਉਸ ਵਿਅਕਤੀ ਦੀ ਬਜਾਏ ਕਿਸੇ ਹੋਰ 'ਤੇ ਹੋਵੇ। ਇਹ ਬਿਹਤਰ ਹੈ ਕਿ ਧੰਨਵਾਦ ਕਹਿੰਦੇ ਹੋਏ ਵੀ, ਤੁਸੀਂ ਉਸ ਵਿਅਕਤੀ ਨਾਲ ਅੱਖਾਂ ਦਾ ਸੰਪਰਕ ਕਰੋ।
- **ਧੰਨਵਾਦ ਕਰਨ ਵਿੱਚ ਥੋੜ੍ਹੀ ਜਿਹੀ ਕੋਸ਼ਿਸ਼ ਕਰੋ :** ਸਾਨੂੰ ਅਜਿਹੀਆਂ ਚੀਜ਼ਾਂ ਲੱਭਣ ਦੀ ਆਦਤ ਪਾਉਣ ਦੀ ਲੋੜ ਹੈ ਜੋ ਸਾਨੂੰ ਦੂਜੇ ਵਿਅਕਤੀ ਪ੍ਰਤੀ ਸ਼ੁਕਰਗੁਜ਼ਾਰ ਬਣਾਉਂਦੀਆਂ ਹਨ, ਭਾਵੇਂ ਕਿੰਨੀ ਵੀ ਛੋਟੀ ਕਿਉਂ ਨਾ ਹੋਵੇ। ਇਸ ਚੰਗੀ ਆਦਤ ਨੂੰ ਵਿਕਸਤ ਕਰੋ ਅਤੇ ਆਪਣੀ ਜ਼ਿੰਦਗੀ ਵਿੱਚ ਫ਼ਰਕ ਮਹਿਸੂਸ ਕਰੋ।
- **ਨਿੱਕੇ -ਵੱਡੇ ,ਅਮੀਰ-ਗਰੀਬ ਸਾਰਿਆਂ ਨੂੰ ਧੰਨਵਾਦ ਦੋ :** ਧੰਨਵਾਦ ਕਰਨ ਵਿੱਚ ਕੋਈ ਭੇਦਭਾਵ ਨਹੀਂ ਹੋਣਾ ਚਾਹੀਦਾ, ਭਾਵੇਂ ਛੋਟਾ ਹੋਵੇ ਜਾਂ ਵੱਡਾ, ਅਮੀਰ ਹੋਵੇ ਜਾਂ ਗਰੀਬ, ਸਾਰਿਆਂ ਦਾ ਉਨ੍ਹਾਂ ਦੇ ਸਮਰਥਨ ਅਤੇ ਅਹਿਸਾਨ ਲਈ ਧੰਨਵਾਦ ਕਰੋ ਅਤੇ ਸਫਲਤਾ ਦੇ ਰਾਹ 'ਤੇ ਅੱਗੇ ਵਧੋ।

ਲੋਕ ਵਿਵਹਾਰ ਨਾਲ ਸਬੰਧਤ ਅਮਲ ਕਰਨ ਯੋਗ ਲਾਭਦਾਇਕ ਗੱਲਾਂ:

- **ਧੰਨਵਾਦ ਕਰਨਾ ਨਾ ਭੁੱਲੋ:** ਸਾਨੂੰ ਸਾਰੀਆਂ ਚੰਗੀਆਂ ਚੀਜ਼ਾਂ ਲਈ ਪਰਮਾਤਮਾ ਦਾ ਸ਼ੁਕਰਗੁਜ਼ਾਰ ਹੋਣਾ ਸਿਖਾਇਆ ਜਾਂਦਾ ਹੈ ਪਰ ਅਸੀਂ ਇਹ ਭੁੱਲ ਜਾਂਦੇ ਹਾਂ ਕਿ ਸਾਨੂੰ ਸੰਸਾਰ ਦੇ ਜੀਵਾਂ ਪ੍ਰਤੀ ਉਨ੍ਹਾਂ ਦੇ ਚੰਗੇ ਕੰਮਾਂ ਲਈ ਵੀ ਸ਼ੁਕਰਗੁਜ਼ਾਰੀ ਦਾ ਪ੍ਰਗਟਾਵਾ ਕਰਨਾ ਚਾਹੀਦਾ ਹੈ।
- **ਧੰਨਵਾਦ ਕਰਨ ਦੀ ਆਦਤ ਬਣਾਓ:** ਧੰਨਵਾਦ ਕਰਨਾ ਇੱਕ ਚੰਗੀ ਆਦਤ ਹੈ, ਇਸ ਲਈ ਇਸ ਚੰਗੀ ਆਦਤ ਨੂੰ ਆਪਣੀ ਜ਼ਿੰਦਗੀ ਦਾ ਹਿੱਸਾ ਬਣਾਓ।

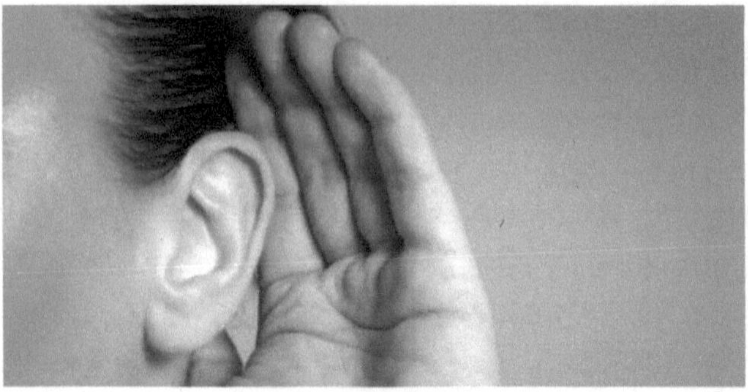

ਅਧਿਆਇ – 39
ਸੁਣਨ ਦੀ ਕਲਾ

"ਪਹਿਲਾਂ ਸਮਝਣ ਦੀ ਕੋਸ਼ਿਸ਼ ਕਰੋ, ਫਿਰ ਸਮਝੇ ਜਾਣ ਦੀ : ਸਟੀਫਨ ਆਰ. ਕਵੀ"

ਰੱਬ ਨੇ ਸਾਨੂੰ ਦੋ ਕੰਨ ਅਤੇ ਇੱਕ ਮੂੰਹ ਦਿੱਤਾ ਹੈ, ਸ਼ਾਇਦ ਇਸ ਲਈ ਕਿ ਅਸੀਂ ਬੋਲਣ ਨਾਲੋਂ ਦੁੱਗਣਾ ਸੁਣ ਸਕੀਏ। ਸੁਣਨ ਦਾ ਇੱਕ ਹੋਰ ਫਾਇਦਾ ਇਹ ਹੈ ਕਿ ਅਸੀਂ ਆਪਣੇ ਆਪ ਨੂੰ ਬੋਲਦੇ ਸੁਣ ਕੇ ਕਦੇ ਵੀ ਨਵਾਂ ਗਿਆਨ ਪ੍ਰਾਪਤ ਨਹੀਂ ਕਰਦੇ, ਜਦੋਂ ਕਿ ਅਸੀਂ ਦੂਜਿਆਂ ਨੂੰ ਸੁਣ ਕੇ ਬਹੁਤ ਕੁਝ ਸਿੱਖ ਸਕਦੇ ਹਾਂ। ਮਹਾਨ ਲੇਖਕ ਸਟੀਫਨ ਆਰ. ਕਵੀ ਕਹਿੰਦੇ ਹਨ ਕਿ ਸਾਨੂੰ ਪਹਿਲਾਂ ਸਮਝਣ ਦੀ ਕੋਸ਼ਿਸ਼ ਕਰਨੀ ਚਾਹੀਦੀ ਹੈ, ਫਿਰ ਸਮਝਾਉਣ ਦੀ।

ਲੋਕਾਂ ਨਾਲ ਪ੍ਰਭਾਵਸ਼ਾਲੀ ਢੰਗ ਨਾਲ ਨਜਿੱਠਣ ਲਈ, ਤੁਹਾਨੂੰ ਇਹ ਜਾਣਨ ਦੀ ਲੋੜ ਹੈ ਕੀ

- ਲੋਕ ਕੀ ਚਾਹੁੰਦੇ ਹਨ?
- ਉਹਨਾਂ ਨੂੰ ਕਿਸ ਚੀਜ਼ ਦੀ ਲੋੜ ਹੈ?
- ਅਤੇ ਉਹ ਕੌਣ ਹਨ (ਤੁਹਾਨੂੰ ਉਨ੍ਹਾਂ ਨੂੰ ਸੁਣ ਕੇ ਹੀ ਪਤਾ ਲੱਗੇਗਾ)।

ਤੁਹਾਨੂੰ ਧਿਆਨ ਨਾਲ, ਹਮਦਰਦੀ ਨਾਲ ਅਤੇ ਇਕਾਗਰਤਾ ਨਾਲ ਸੁਣਨਾ ਚਾਹੀਦਾ ਹੈ। ਤੁਸੀਂ ਕਿਸੇ ਨੂੰ ਜੋ ਸਭ ਤੋਂ ਵੱਡਾ ਸਤਿਕਾਰ ਦੇ ਸਕਦੇ ਹੋ ਉਹ ਹੈ ਉਸਦੀ ਗੱਲਾਂ ਨੂੰ ਧਿਆਨ ਨਾਲ ਸੁਣਨਾ। ਅਜਿਹਾ ਕਰਨ ਨਾਲ, ਤੁਸੀਂ ਉਨ੍ਹਾਂ ਦੇ ਸਵੈ-ਮਾਣ ਨੂੰ ਵਧਾਉਂਦੇ ਹੋ। ਹਰ ਇਨਸਾਨ ਖੁਦ ਨੂੰ ਮਹੱਤਵਪੂਰਨ ਮਹਿਸੂਸ ਕਰਦਾ ਹੈ ਅਤੇ ਉਹ ਸੋਚਦਾ ਹੈ ਕਿ ਉਸ ਕੋਲ ਕੁਝ ਅਜਿਹਾ ਕਹਿਣ ਯੋਗ ਹੈ ਜੋ ਦੂਜਿਆਂ ਨੂੰ ਸੁਣਨਾ ਚਾਹੀਦਾ ਹੈ।

ਕੰਪਨੀਆਂ ਵੀ ਸੁਣਨ ਦੀ ਸ਼ਕਤੀ ਨੂੰ ਸਮਝਦੀਆਂ ਹਨ। ਉਹ ਅਕਸਰ ਇੱਕ ਨਵਾਂ ਉਤਪਾਦ ਲਾਂਚ ਕਰਨ ਤੋਂ ਪਹਿਲਾਂ ਸਰਵੇ ਕਰਵਾਂਦੀਆ ਹਨ ਤਾਂ ਜੋ ਉਹ ਗਾਹਕ ਦੀ ਰਾਏ ਜਾਣ ਸਕਣ। ਤਾਂ ਜੋ ਉਹ ਉਤਪਾਦ ਨੂੰ ਉਹਨਾਂ ਦੀਆਂ ਜ਼ਰੂਰਤਾਂ ਅਨੁਸਾਰ ਤਿਆਰ ਕਰ ਸਕਣ। ਜੇਕਰ ਕੋਈ ਕੰਪਨੀ ਇਹ ਨਹੀਂ ਜਾਣਦੀ ਕਿ ਗਾਹਕ ਕੀ ਸੋਚ ਰਹੇ ਹਨ, ਤਾਂ ਕੋਈ ਵੀ ਉਤਪਾਦ ਕਿੰਨਾ ਵੀ ਮਹਿੰਗਾ ਕਿਉਂ ਨਾ ਹੋਵੇ, ਇਸਦਾ ਅਸਫਲ ਹੋਣਾ ਤੈਅ ਹੈ।

ਇੱਥੇ ਸੁਣਨ ਵਿੱਚ ਪ੍ਰਭਾਵਸ਼ਾਲੀ ਬਣਨ ਲਈ ਕੁਝ ਸੁਝਾਅ ਦਿੱਤੇ ਜਾ ਰਹੇ ਹਨ :-

- **ਸੁਣਨ ਤੋਂ ਪਹਿਲਾਂ ਕੋਈ ਵੀ ਧਾਰਨਾ ਨਾ ਬਣਾਓ :** ਬਿਹਤਰ ਢੰਗ ਨਾਲ ਸੁਣਨ ਲਈ, ਇਹ ਜ਼ਰੂਰੀ ਹੈ ਕਿ ਤੁਸੀਂ ਪਹਿਲਾਂ ਤੋਂ ਕੋਈ ਵੀ ਧਾਰਨਾ ਨਾ ਬਣਾਓ, ਜਿਵੇਂ ਕਿ ਇਹ ਵਿਅਕਤੀ ਕਿਵੇਂ ਦਾ ਹੈ? ਜਾਂ ਕਿਸ ਵਿਸ਼ੇ 'ਤੇ ਚਰਚਾ ਹੋਣ ਵਾਲੀ ਹੈ? ਆਦਿ।
- **ਸਭ ਤੋਂ ਵੱਡੀ ਸਮੱਸਿਆ :** ਇੱਕ ਖੋਜ ਦੇ ਅਨੁਸਾਰ, ਲੋਕ 200 ਮਿਲੀਸਕਿੰਟ ਦੇ ਅੰਦਰ ਪ੍ਰਤੀਕਿਰਿਆ ਦੇ ਦਿੰਦੇ ਹਨ। ਸੁਣਨ ਦੀ ਕਲਾ ਦੀ ਸਭ ਤੋਂ ਵੱਡੀ ਸਮੱਸਿਆ ਇਹ ਹੈ ਕਿ ਅਸੀਂ ਬੋਲਣਾ ਸ਼ੁਰੂ ਕਰਨ ਤੋਂ ਪਹਿਲਾਂ ਦੂਜੇ ਵਿਅਕਤੀ ਦੇ ਬੋਲਣਾ ਖਤਮ ਹੋਣ ਦੀ ਉਡੀਕ ਕਰਦੇ ਹਾਂ। ਅਜਿਹੀ ਸਥਿਤੀ ਵਿੱਚ, ਅਸੀਂ ਧਿਆਨ ਨਾਲ ਉਹਨਾਂ ਦੀਆਂ ਗੱਲਾਂ ਨਹੀਂ ਸੁਣਦੇ, ਜਿਸ ਕਾਰਭ ਅਸੀਂ ਉਨ੍ਹਾਂ ਦੀ ਗੱਲ ਨੂੰ ਬਹੁਤਾ ਚੰਗੀ ਤਰ੍ਹਾਂ ਸਮਝ ਨਹੀਂ ਪਾਉਂਦੇ।
- **ਬੋਲਣ ਵਾਲੇ ਵਿਅਕਤੀ ਨਾਲ ਅੱਖਾਂ ਦਾ ਸੰਪਰਕ ਸਥਾਪਿਤ ਕਰੋ:** ਜਦੋਂ ਤੁਸੀਂ ਬੋਲਣ ਵਾਲੇ ਨਾਲ ਅੱਖਾਂ ਦਾ ਸੰਪਰਕ ਕਰਦੇ ਹੋ, ਤਾਂ ਬੋਲਣ ਵਾਲੇ ਨੂੰ ਲੱਗਦਾ ਹੈ ਕਿ ਤੁਸੀਂ ਉਸਨੂੰ ਸੁਣ ਰਹੇ ਹੋ, ਅਤੇ ਜਦੋਂ ਤੁਸੀਂ ਉਸਦੇ ਬੋਲਦੇ ਸਮੇਂ ਆਲੇ-ਦੁਆਲੇ ਦੇਖਦੇ ਹੋ, ਤਾਂ ਉਹ ਸਮਝਦਾ ਹੈ ਕਿ ਤੁਹਾਡਾ ਧਿਆਨ ਕਿਤੇ ਹੋਰ ਹੈ।
- **ਬੋਲਣ ਵਾਲੇ ਵੱਲ ਦੇਖੋ ਅਤੇ ਉਸ ਵੱਲ ਝੁਕੋ :** ਸਰੀਰਕ ਭਾਸ਼ਾ ਦੇ ਅਨੁਸਾਰ, ਜਦੋਂ ਵੀ ਕੋਈ ਵਿਅਕਤੀ ਤੁਹਾਡੇ ਵੱਲ ਦੇਖਦਾ ਹੈ ਅਤੇ ਤੁਹਾਡੇ ਵੱਲ ਝੁਕਦਾ ਹੈ, ਤਾਂ ਇਸਦਾ ਮਤਲਬ ਹੈ ਕਿ ਉਹ ਤੁਹਾਨੂੰ ਧਿਆਨ ਨਾਲ ਸੁਣ ਰਿਹਾ ਹੈ।
- **ਬੋਲਣ ਵਾਲੇ ਦੀ ਗੱਲ ਧਿਆਨ ਨਾਲ ਸੁਣੋ ਅਤੇ ਸਮਝੋ :** ਤੁਸੀਂ ਸਿਰਫ਼ ਸੁਣਨਾ ਹੀ ਨਹੀਂ ਹੈ ਬੋਲਣ ਵਾਲੇ ਦੀ ਗੱਲ ਨੂੰ ਸਮਝਣਾ ਵੀ ਹੈ।
- **ਬੋਲਣ ਵਾਲੇ ਨੂੰ ਬੋਲਣਾ ਜਾਰੀ ਰੱਖਣ ਲਈ ਉਤਸ਼ਾਹਿਤ ਕਰੋ , ਉਸਦੀ ਗੱਲ ਨਾ ਕਟੋ:** ਬੋਲਣ ਵਾਲੇ ਨੂੰ ਬੋਲਣਾ ਜਾਰੀ ਰੱਖਣ ਲਈ ਉਤਸ਼ਾਹਿਤ ਕਰੋ, ਜਿਵੇਂ ਕਿ - ਅੱਛਾ, ਸੱਚੀ, ਅੱਗੇ ਕੀ ਹੋਇਆ, ਉਸ ਤੋਂ ਬਾਅਦ, ਤੁਸੀਂ ਅੱਗੇ ਕੀ ਕੀਤਾ।
- **ਗੱਲਬਾਤ ਦਾ ਵਿਸ਼ਾ ਨਾ ਬਦਲੋ:** ਜਦੋਂ ਦੂਜਾ ਵਿਅਕਤੀ ਬੋਲ ਰਿਹਾ ਹੋਵੇ, ਤਾਂ ਵਿਸ਼ਾ ਨਾ ਬਦਲੋ। ਉਨ੍ਹਾਂ ਨੂੰ ਬੋਲਣਾ ਜਾਰੀ ਰੱਖਣ ਦਿਓ। ਭਾਵੇਂ ਵਿਸ਼ਾ ਬਦਲਣਾ ਜ਼ਰੂਰੀ ਹੋਵੇ, ਘੱਟੋ ਘੱਟ ਉਨ੍ਹਾਂ ਨੂੰ ਪਹਿਲਾਂ ਆਪਣੀ ਗੱਲ ਪੂਰੀ ਕਰਨ ਦਿਓ।
- **ਜੋ ਚੀਜ਼ ਸਮਝ ਨਾ ਆਵੇ ਉਸ ਨੂੰ ਪੁੱਛ ਲੋ :** ਸੁਣਦੇ ਸਮੇਂ, ਸਵਾਲ ਪੁੱਛੋ ਕਿ ਕੀ ਤੁਹਾਡਾ ਇਹੀ ਮਤਲਬ ਹੈ ਤਾਕੀ ਤੁਹਾਡੀ ਉਲਝਣ ਦੂਰ ਹੋ ਸਕੇ ਅਤੇ ਚੀਜ਼ਾਂ ਸਪੱਸ਼ਟ ਹੋ ਜਾਂਣ ।

- **ਆਪਣੇ ਆਪ ਬੋਲਣ ਤੋਂ ਪਹਿਲਾਂ ਕੁਝ ਪਲ ਉਡੀਕ ਕਰੋ:** ਜਦੋਂ ਦੂਜਾ ਵਿਅਕਤੀ ਬੋਲਣਾ ਪੂਰਾ ਕਰ ਲੈਂਦਾ ਹੈ,ਦੋ ਤੋਂ ਤਿੰਨ ਸਕਿੰਟ ਇੰਤਜ਼ਾਰ ਕਰੋ ਤਾਂ ਜੋ ਜੇਕਰ ਦੂਜੇ ਵਿਅਕਤੀ ਨੇ ਕੁਝ ਹੋਰ ਕਹਿਣਾ ਹੋਵੇ, ਤਾਂ ਉਹ ਆਪਣੀ ਗੱਲ ਪੂਰੀ ਕਰ ਸਕੇ।
- **ਗੱਲਾਂ ਦਾ ਸਾਰ ਦੁਹਰਾਓ :** ਹੁਣ ਜਦੋਂ ਉਹ ਬੋਲਣਾ ਖਤਮ ਕਰ ਲੈਂਦੇ ਹਨ, ਤਾਂ ਉਨ੍ਹਾਂ ਨੇ ਜੋ ਕਿਹਾ ਉਸਦਾ ਸਾਰ ਉਨ੍ਹਾਂ ਦੇ ਆਪਣੇ ਸ਼ਬਦਾਂ ਵਿੱਚ ਦੁਹਰਾਓ ਤਾਂ ਜੋ ਉਨ੍ਹਾਂ ਨੂੰ ਪਤਾ ਲੱਗੇ ਕਿ ਤੁਸੀਂ ਉਨ੍ਹਾਂ ਦੀ ਗੱਲ ਧਿਆਨ ਨਾਲ ਸੁਣੀ ਹੈ ਅਤੇ ਸਮਝ ਲਈ ਹੈ।

ਸੁਣਨ ਦੀ ਕਲਾ ਬਾਰੇ ਕੁਝ ਹੋਰ ਸੁਝਾਅ:

- ਜਦੋਂ ਦੂਸਰੇ ਸਾਡੀ ਗੱਲ ਨਹੀਂ ਸਮਝਦੇ, ਤਾਂ ਅਸੀਂ ਮੰਨਦੇ ਹਾਂ ਕਿ ਸਮੱਸਿਆ ਉਨ੍ਹਾਂ ਵਿੱਚ ਹੈ, ਸਾਡੇ ਵਿੱਚ ਨਹੀਂ। ਇਸ ਲਈ, ਕਲਪਨਾ ਕਰੋ ਕਿ ਜਦੋਂ ਅਸੀਂ ਉਨ੍ਹਾਂ ਨੂੰ ਨਹੀਂ ਸਮਝਦੇ ਤਾਂ ਦੂਸਰੇ ਕਿਵੇਂ ਮਹਿਸੂਸ ਕਰਦੇ ਹਨ। ਸਮਝਣ ਲਈ ਸੁਣਨਾ ਜ਼ਰੂਰੀ ਹੈ, ਇਸ ਲਈ ਧਿਆਨ ਨਾਲ ਸੁਣਨ ਦੀ ਕਲਾ ਵਿਕਸਿਤ ਕਰੋ।
- ਸੁਣਦੇ ਸਮੇਂ ਆਪਣੇ ਮੋਬਾਈਲ ਨੂੰ ਸਾਈਲੈਂਟ 'ਤੇ ਰੱਖੋ।
- ਸੁਣਦ ਸਮੇਂ ਆਪਣੇ ਮਨ ਨੂੰ ਉੱਥੇ ਰੱਖੋ, ਇਸਨੂੰ ਬਾਹਰ ਨਾ ਜਾਣ ਦਿਓ, ਜਿੱਥੇ ਹੋ ਉੱਥੇ ਹੀ ਰਹੋ (ਆਪਣਾ ਮਨ ਉੱਥੇ ਰੱਖੋ, ਨਹੀਂ ਤਾਂ ਇਹ ਕਿਤੇ ਹੋਰ ਚਲਾ ਜਾਵੇਗਾ)।
- ਧਿਆਨ ਸੁਣਨ ਦੀ ਕਲਾ ਨੂੰ ਵਿਕਸਤ ਕਰਨ ਵਿੱਚ ਵੀ ਮਦਦ ਕਰਦਾ ਹੈ। ਸੁਣਨ ਦਾ ਦਿਖਾਵਾ ਨਾ ਕਰੋ। ਜੇਕਰ ਤੁਹਾਨੂੰ ਗੱਲ ਕਰਨ ਦਾ ਮਨ ਨਹੀਂ ਕਰ ਰਹਿਆ ਹੋਏ, ਤਾਂ ਨਿਮਰਤਾ ਨਾਲ ਇਨਕਾਰ ਕਰੋ। ਕਹੋ ਕਿ ਤੁਸੀਂ ਇਸ ਸਮੇਂ ਠੀਕ ਨਹੀਂ ਹੋ ਅਤੇ ਬਾਅਦ ਵਿੱਚ ਚਰਚਾ ਵਿੱਚ ਵਾਪਸ ਆ ਜਾਓਗੇ। ਹੁਣ ਲਈ ਮੁਆਫ਼ੀ ਮੰਗੋ।
- **ਕੱਨ ਦੇ ਕੱਚੇ ਨਾ ਬਣੋ:** ਸੁਣੀਆਂ ਗੱਲਾਂ 'ਤੇ ਤੁਰੰਤ ਵਿਸ਼ਵਾਸ ਨਾ ਕਰੋ, ਸਗੋਂ ਬੋਲਣ ਵਾਲੇ ਦੇ ਪਿਛਲੇ ਇਤਿਹਾਸ ਵੱਲ ਵੀ ਧਿਆਨ ਦਿਓ।
- ਉਨ੍ਹਾਂ ਚੀਜ਼ਾਂ ਨੂੰ ਵੀ ਸੁਣਨ ਦੀ ਹਿੰਮਤ ਰੱਖੋ ਜੋ ਤੁਹਾਨੂੰ ਨਾਪਸੰਦ ਹਨ, ਇਸ ਤੋਂ ਵੀ ਕੁਝ ਸਿੱਖਣ ਦੇ ਯੋਗ ਹੋ ਸਕਦਾ ਹੈ।

ਲੋਕ ਵਿਵਹਾਰ ਨਾਲ ਸੰਬੰਧਿਤ ਅਮਲ ਕਰਨ ਯੋਗ ਕੁਝ ਗੱਲਾਂ :

- **ਸੁਣਨਾ ਇਸ ਲਈ ਵੀ ਮਹੱਤਵਪੂਰਨ ਹੈ:** ਹਰ ਕੋਈ ਜਿਸਨੂੰ ਤੁਸੀਂ ਮਿਲਦੇ ਹੋ ਉਹ ਕੁਝ ਅਜਿਹਾ ਜਾਣਦਾ ਹੋਵੇਗਾ ਜੋ ਤੁਹਾਨੂੰ ਨਹੀਂ ਪਤਾ, ਇਸ ਲਈ ਸਾਰਿਆਂ ਦੀ ਗੱਲਾਂ ਨੂੰ ਧਿਆਨ ਨਾਲ ਸੁਣੋ।
- **ਕਿਸੀ ਨੂੰ ਵੀ ਘੱਟ ਨਾ ਮੰਨੋ** :ਕਿਸੇ ਨੂੰ ਵੀ ਘੱਟ ਨਾ ਸਮਝੋ। ਸੇਵਾਮੁਕਤ ਜਾਂ ਬਜ਼ੁਰਗ ਲੋਕਾਂ ਕੋਲ ਚੰਗਾ ਗਿਆਨ ਹੁੰਦਾ ਹੈ ਅਤੇ ਉਹ ਚੰਗੀ ਅਗਵਾਈ ਪ੍ਰਦਾਨ ਕਰ ਸਕਦੇ ਹਨ, ਇਸ ਲਈ ਉਨ੍ਹਾਂ ਦੀ ਕੀਮਤੀ ਸਲਾਹ ਨੂੰ ਧਿਆਨ ਨਾਲ ਸੁਣੋ।

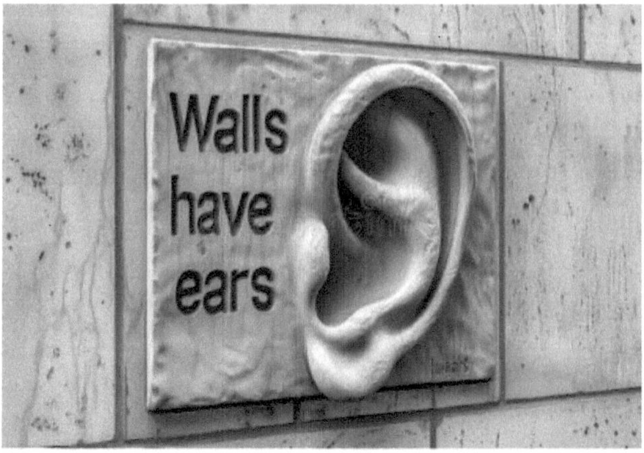

ਅਧਿਆਇ – 40
ਕਿਉਂਕਿ ਕੰਧਾਂ ਦੇ ਵੀ ਕੰਨ ਹੁੰਦੇ ਹਨ

"ਜੋ ਗੱਲ ਤੁਸੀਂ ਚਾਹੁੰਦੇ ਹੋ ਕਿ ਕਿਸੇ ਹੋਰ ਨੂੰ ਨਾ ਪਤਾ ਚਲੇ ਉਸ ਨੂੰ ਆਪਣੀ ਆਤਮਾ ਨੂੰ ਵੀ ਨਾ ਦੱਸੋ : ਗਜ਼ਲ "

ਮੈਨੂੰ ਪੂਰਾ ਯਕੀਨ ਹੈ ਕਿ ਤੁਸੀਂ ਪੁਰਾਣੀ ਕਹਾਵਤ "ਦੀਵਾਰਾਂ ਦੇ ਵੀ ਕੰਨ ਹੁੰਦੇ ਹਨ" ਸੁਣੀ ਹੋਵੇਗੀ। ਇਸ ਅਧਿਆਇ ਵਿੱਚ, ਅਸੀਂ ਇਸ ਦੇ ਦੋ ਪਹਿਲੂਆਂ 'ਤੇ ਚਰਚਾ ਕਰਾਂਗੇ।

- ਗੁਪਤ ਗੱਲਾਂ ਕਿਸੇ ਨੂੰ ਨਾ ਦੱਸੋ।
- ਕਿਸੇ ਨੂੰ ਸ਼ੁਭਚਿੰਤਕ ਸਮਝ ਕੇ ਉਸ ਦੇ ਸਾਹਮਣੇ ਕਿਸੇ ਹੋਰ ਦੀ ਆਲੋਚਨਾ ਨਾ ਕਰੋ।
- ਕੋਈ ਵੀ ਰਾਜ਼ ਗੁਪਤ ਨਹੀਂ ਰਹਿੰਦਾ ਜੇ ਤੁਸੀਂ ਕਿਸੇ ਨਾਲ ਉਸ ਨੂੰ ਸਾਂਝਾ ਕਰਦੇ ਹੋ । ਤੁਸੀਂ ਕਿਸੇ ਹੋਰ ਦੀ ਗਰੰਟੀ ਨਹੀਂ ਦੇ ਸਕਦੇ ਕਿ ਉਹ ਇਸਨੂੰ ਕਿਸੇ ਹੋਰ ਨਾਲ ਸਾਂਝਾ ਨਹੀਂ ਕਰਨਗੇ। ਕਿਉਂਕਿ ਜ਼ਿਆਦਾਤਰ ਲੋਕਾਂ ਦੇ ਪੇਟ ਵਿਚ ਕੋਈ ਗੱਲ ਹਜ਼ਮ ਨਹੀਂ ਹੁੰਦੀ, ਇਸ ਲਈ ਉਨ੍ਹਾਂ ਚੀਜ਼ਾਂ ਨੂੰ ਸਾਂਝਾ ਕਰਨ ਤੋਂ ਬਚਣਾ ਸਭ ਤੋਂ ਵਧੀਆ ਹੈ ਜੋ ਤੁਸੀਂ ਨਹੀਂ ਚਾਹੁੰਦੇ ਕਿ ਕੋਈ ਜਾਣੇ, ਭਾਵੇਂ ਕਿਸੇ ਨਾਲ ਵੀ, ਭਾਵੇਂ ਉਹ ਕਿੰਨਾ ਵੀ ਖਾਸ ਕਿਉਂ ਨਾ ਹੋਵੇ। ਕਿਉਂਕਿ ਹੋ ਸਕਦਾ ਹੈ ਕਿ ਤੁਹਾਡਾ ਰਿਸ਼ਤਾ ਉਸ ਨਾਲ ਅੱਜ ਚੰਗਾ ਹੋਵੇ, ਪਰ ਰੱਬ ਨਾ ਕਰੇ, ਜੇਕਰ ਤੁਹਾਡਾ ਰਿਸ਼ਤਾ ਟੁੱਟ ਜਾਂਦਾ ਹੈ, ਤਾਂ ਉਹ ਤੁਹਾਡੇ ਸਾਰੇ ਰਾਜ਼ ਪ੍ਰਗਟ ਕਰ ਦੇਗਾ।

- ਆਲੋਚਨਾ ਕਰਨ ਦੀ ਆਦਤ ਇੱਕ ਬਹੁਤ ਹੀ ਬੁਰੀ ਆਦਤ ਹੈ ਅਤੇ ਇੱਕ ਨਕਾਰਾਤਮਕ ਸ਼ਖਸੀਅਤ ਨੂੰ ਦਰਸਾਉਂਦੀ ਹੈ। ਇਸ ਆਦਤ ਨੂੰ ਜਿੰਨੀ ਜਲਦੀ ਹੋ ਸਕੇ ਦੂਰ ਕਰਨਾ ਸਭ ਤੋਂ ਵਧੀਆ ਹੈ। ਅਸੀਂ ਅਕਸਰ ਆਲੋਚਨਾ ਕਰਨ ਜਾਂ ਨਿੰਦਾ ਕਰਨ ਤੋਂ ਬਚਣ ਦੀ ਨਸੀਹਤ ਸੁਣੀ ਹੈ। ਅਸੀਂ ਅਕਸਰ ਗੰਭੀਰ ਮੁਸੀਬਤ ਵਿੱਚ ਫਸ ਜਾਂਦੇ ਹਾਂ ਜਦੋਂ ਅਸੀਂ ਆਦਤ ਅਨੁਸਾਰ ਆਲੋਚਨਾ ਕਰਦੇ ਹਾਂ, ਅਤੇ ਜਿਸ ਵਿਅਕਤੀ ਦੀ ਅਸੀਂ ਆਲੋਚਨਾ ਕਰਦੇ ਹਾਂ ਉਹ ਸਾਡੇ ਨੇੜੇ ਹੁੰਦਾ ਹੈ, ਅਸੀ ਉਸ ਤੋਂ ਅਣਜਾਣ ਹੁੰਦੇ ਹਾਂ, ਅਤੇ ਉਹ ਆਲੋਚਨਾ ਨੂੰ ਸੁਣ ਲੈਂਦਾ ਹੈ, ਜਿਸ ਨਾਲ ਸਾਡੇ ਸਬੰਧਾਂ ਖਰਾਬ ਹੋ ਜਾਂਦੇ ਹਨ।

ਇੱਕ ਹੋਰ ਸਥਿਤੀ ਉਦੋਂ ਪੈਦਾ ਹੁੰਦੀ ਹੈ ਜਦੋਂ ਅਸੀਂ ਕਿਸੇ ਅਜਿਹੇ ਵਿਅਕਤੀ ਦੀ ਆਲੋਚਨਾ ਕਰਦੇ ਹਾਂ ਜਿਸਨੂੰ ਅਸੀਂ ਆਪਣਾ ਸ਼ੁਭਚਿੰਤਕ ਸਮਝਦੇ ਹਾਂ, ਅਤੇ ਉਹ ਵਿਅਕਤੀ ਫਿਰ ਸਥਿਤੀ ਨੂੰ ਵਧਾ-ਚੜ੍ਹਾ ਕੇ ਆਲੋਚਨਾ ਕੀਤੇ ਵਿਅਕਤੀ ਨੂੰ ਦੱਸਦਾ ਹੈ, ਇਸ ਤਰ੍ਹਾਂ ਸਾਡੇ ਰਿਸ਼ਤੇ ਖਰਾਬ ਹੋ ਜਾਂਦੇ ਹਨ। ਇਸ ਲਈ ਇਹ ਕਹਾਵਤ ਕਹੀਂ ਗਈ ਹੈ ਕੀ, "ਦੀਵਾਰਾਂ ਦੇ ਵੀ ਕੰਨ ਹੁੰਦੇ ਹਨ।"

ਕਦੇ ਵੀ ਕੁਝ ਵੀ ਅਣਸੁਖਾਵਾਂ ਨਾ ਕਹੋ, ਆਲੋਚਨਾ ਨਾ ਕਰੋ, ਜਾਂ ਨਿੰਦਾ ਨਾ ਕਰੋ। ਇਸਨੂੰ ਇੱਕ ਆਦਤ ਬਣਾਓ। ਆਪਣੇ ਆਪ ਨਾਲ ਵਾਅਦਾ ਕਰੋ ਕਿ ਜਦੋਂ ਵੀ ਤੁਸੀਂ ਆਪਣਾ ਮੂੰਹ ਖੋਲ੍ਹੋਗੇ, ਤੁਸੀਂ ਕੁਝ ਸਕਾਰਾਤਮਕ ਕਹੋਗੇ। ਇੱਕ ਹੋਰ ਤਰੀਕਾ ਹੈ ਜਿਸਦੀ ਤੁਸੀਂ ਕੋਸ਼ਿਸ਼ ਕਰ ਸਕਦੇ ਹੋ ਜੇਕਰ ਤੁਹਾਨੂੰ ਆਲੋਚਨਾ ਕਰਨ ਦੀ ਬਹੁਤ ਇੱਛਾ ਮਹਿਸੂਸ ਹੁੰਦੀ ਹੈ, ਤਾਂ ਮੰਨ ਲਓ ਕਿ ਜਿਸ ਵਿਅਕਤੀ ਦੀ ਤੁਸੀਂ ਆਲੋਚਨਾ ਕਰਨ ਜਾ ਰਹੇ ਹੋ, ਉਹ ਤੁਹਾਡੇ ਨੇੜੇ ਜਾਂ ਤੁਹਾਡੇ ਸਾਹਮਣੇ ਹੈ, ਜੋ ਤੁਹਾਨੂੰ ਸੁਣੇਗਾ, ਜਾਂ ਜਿਸ ਵਿਅਕਤੀ ਦੀ ਤੁਸੀਂ ਆਲੋਚਨਾ ਕਰਨ ਜਾ ਰਹੇ ਹੋ, ਉਹ ਉਸ ਵਿਅਕਤੀ ਦਾ ਸਭ ਤੋਂ ਵਧੀਆ ਦੋਸਤ ਹੈ ਜਿਸਦੀ ਆਲੋਚਨਾ ਕੀਤੀ ਜਾ ਰਹੀ ਹੈ ਅਤੇ ਉਹ ਤੁਹਾਡਾ ਸੁਨੇਹਾ ਉਸ ਤੱਕ ਪਹੁੰਚਾ ਦੇਗਾ।

ਲੋਕ ਵਿਵਹਾਰ ਨਾਲ ਸਬੰਧਤ ਅਮਲ ਕਰਨ ਯੋਗ ਉਪਯੋਗੀ ਗੱਲਾਂ:

- **ਗਾਂਧੀ ਦੇ 3 ਬਾਂਦਰਾਂ ਦੇ ਨਿਯਮ ਯਾਦ ਰੱਖੋ** : ਬੁਰਾ ਨਾ ਬੋਲੋ, ਬੁਰਾ ਨਾ ਸੁਣੋ, ਅਤੇ ਬੁਰਾ ਨਾ ਦੇਖੋ। ਜਦੋਂ ਤੁਸੀਂ ਉਨ੍ਹਾਂ ਨੂੰ ਅਮਲ ਵਿੱਚ ਲਿਆਉਂਦੇ ਹੋ, ਤਾਂ ਤੁਸੀਂ ਨਾ ਸਿਰਫ਼ ਇੱਕ ਬਿਹਤਰ ਵਿਅਕਤੀ ਬਣੋਂਗੇ ਸਗੋਂ ਘੱਟ ਸਮੱਸਿਆਵਾਂ ਵਿੱਚ ਵੀ ਫਸੋਗੇ।
- **ਹਰ ਕਿਸੇ ਵਿੱਚ ਕਮੀਆਂ ਹੁੰਦੀਆਂ ਹਨ**: ਤੁਸੀਂ ਇਹ ਕਹਾਵਤ ਜ਼ਰੂਰ ਸੁਣੀ ਹੋਵੇਗੀ ਕੀ ਜੇਕਰ ਤੁਸੀਂ ਕਿਸੇ ਵੱਲ ਇੱਕ ਉਂਗਲ ਉਠਾਉਂਦੇ ਹੋ, ਤਾਂ ਤੁਹਾਡੇ ਵੱਲ ਵੀ ਚਾਰ ਉਂਗਲਾਂ ਉੱਠਦੀਆਂ ਹਨ, ਜਿਵੇਂ ਕਿ ਤੁਸੀਂ ਸਮਝ ਸਕਦੇ ਹੋ ਕਿ ਹਰ ਕਿਸੇ ਵਿੱਚ ਕਮੀਆਂ ਹੁੰਦੀਆਂ ਹਨ, ਇਸ ਲਈ ਕਿਸੇ ਦੀ ਆਲੋਚਨਾ ਨਾ ਕਰਨਾ ਹੀ ਬਿਹਤਰ ਹੈ।

ਅਧਿਆਇ 41

ਬਹਿਸ ਤੋਂ ਸਿਰਫ਼ ਇੱਕ ਹੀ ਫਾਇਦਾ ਚੁਕਿਆ ਜਾ ਸਕਦਾ ਹੈ, ਅਤੇ ਉਹ ਹੈ ਇਸ ਤੋਂ ਬਚਣਾ

"ਅੰਤ ਵਿਚ ਸਾਨੂੰ ਆਪਣੇ ਦੁਸ਼ਮਣਾਂ ਦੀਆਂ ਗੱਲਾਂ ਨਹੀਂ ਸਗੋਂ ਆਪਣੇ ਦੋਸਤਾਂ ਦੀ ਚੁੱਪੀ ਯਾਦ ਰਹੇਗੀ : ਮਾਰਟਿਨ ਲੂਥਰ ਕਿੰਗ ਜੂਨੀਅਰ"

ਜਦੋਂ ਵੀ ਕੋਈ ਬਹਿਸ ਹੁੰਦੀ ਹੈ, ਤਾਂ ਜ਼ਿਆਦਾਤਰ ਲੋਕ ਸੋਚਦੇ ਹਨ ਕਿ ਇੱਕ ਧਿਰ ਜਿੱਤੇਗੀ ਅਤੇ ਦੂਜੀ ਧਿਰ ਹਾਰ ਜਾਵੇਗੀ, ਪਰ ਇਹ ਗਲਤ ਹੈ ਕਿਉਂਕਿ ਦੋਵੇਂ ਧਿਰਾਂ ਇਸ ਵਿੱਚ ਹਾਰਦੀਆਂ ਹਨ, ਕਿਉਂਕਿ ਹਾਰਨ ਵਾਲੇ ਦੇ ਆਪਣੇ ਮਨ ਵਿੱਚ ਵੀ ਗਲਤ ਭਾਵਨਾ ਪੈਦਾ ਹੋ ਜਾਂਦੀ ਹੈ, ਭਾਵੇਂ ਉਹ ਉਸ ਸਮੇਂ ਸਾਨੂੰ ਕੁਝ ਨਾ ਕਹੇ, ਪਰ ਉਹ ਗੰਢ ਉਸਦੇ ਮਨ ਵਿੱਚ ਹਮੇਸ਼ਾ ਲਈ ਬਣ ਜਾਂਦੀ ਹੈ, ਖਾਸ ਕਰਕੇ ਜਦੋਂ ਉਸਦੀ ਹਾਰ ਬਹੁਤ ਸਾਰੇ ਲੋਕਾਂ ਦੇ ਸਾਹਮਣੇ ਹੋਈ ਹੋਵੇ ।

ਇਸ ਲਈ ਚੰਗਾ ਹੋਵੇਗਾ ਕਿ ਬਹਿਸ ਤੋਂ ਬਚਿਆ ਜਾਵੇ ਅਤੇ ਜੇਕਰ ਤੁਹਾਨੂੰ ਹਮੇਸ਼ਾ ਆਪਣੇ ਆਪ ਨੂੰ ਜਾਇਜ਼ ਠਹਿਰਾਉਣ ਦੀ ਆਦਤ ਹੈ ਤਾਂ ਤੁਰੰਤ ਇਸ ਆਦਤ ਨੂੰ ਬਦਲ ਦੋ । ਕਿਉਂਕਿ ਅਜਿਹੇ ਲੋਕਾਂ ਨੂੰ ਕੋਈ ਪਸੰਦ ਨਹੀਂ ਕਰਦਾ, ਅਤੇ ਜੋ ਲੋਕ ਜ਼ਿਆਦਾ ਬਹਿਸ ਕਰਦੇ ਹਨ ਉਨ੍ਹਾਂ ਦੇ ਬਹੁਤੇ ਦੋਸਤ ਜਾਂ ਸ਼ੁਭਚਿੰਤਕ ਨਹੀਂ ਹੁੰਦੇ।

ਦੇਖੋ, ਮਾਨਸਿਕ ਸ਼ਾਂਤੀ ਤੋਂ ਵਧੀਆ ਕੁਝ ਵੀ ਨਹੀਂ ਹੁੰਦਾ, ਇਸ ਲਈ ਬਹਿਸ ਤੋਂ ਬਚੋ।

ਬਹਿਸਾਂ ਤੋਂ ਬਚਣ ਲਈ ਇੱਥੇ ਕੁਝ ਸੁਝਾਅ ਦਿੱਤੇ ਜਾ ਰਹੇ ਹਨ:

- ਅਸਹਿਮਤ ਹੋਣ ਦਾ ਇੱਕ ਬਿਹਤਰ ਤਰੀਕਾ ਇਹ ਹੈ -ਹੋ ਸਕਦਾ ਹੈ ਮੈਂ ਗਲਤ ਹੋਵਾਂ ਪਰ ਮੈਂ ਇਹ ਕਿਤੇ ਪੜ੍ਹਿਆ ਜਾਂ ਸੁਣਿਆ ਸੀ।
- ਬਿਹਤਰ ਹੈ ਕਿ ਜੇ ਤੁਹਾਨੂੰ ਬਹਿਸ ਕਰਨੀ ਪਵੇ ਤਾਂ ਪਹਿਲਾਂ ਉਹ ਨੁਕਤੇ ਦੱਸੋ ਜਿਨ੍ਹਾਂ 'ਤੇ ਤੁਸੀਂ ਸਹਿਮਤ ਹੋ।
- "ਮੈਨੂੰ ਲੱਗਦਾ ਹੈ", "ਮੈਂ ਸਮਝਦਾ ਹਾਂ" ਵਰਗੇ ਵਾਕ ਵਿਰੋਧ ਦੀ ਸੰਭਾਵਨਾ ਨੂੰ ਘਟਾਉਂਦੇ ਹਨ।
- "ਮੈਂ ਕਈ ਵਾਰ ਗਲਤ ਹੁੰਦਾ ਹਾਂ, ਸ਼ਾਇਦ ਇਸ ਵਾਰ ਵੀ ਹੋਵਾਂ।" ਇਹ ਕਥਨ ਬਹਿਸ ਦੇ ਖਤਮ ਹੋਣ ਦੀਆਂ ਸੰਭਾਵਨਾਵਾਂ ਨੂੰ ਵੀ ਵਧਾਉਂਦਾ ਹੈ।

ਲੋਕ ਵਿਵਹਾਰ ਨਾਲ ਸਬੰਧਤ ਅਮਲ ਕਰਨ ਯੋਗ ਉਪਯੋਗੀ ਗੱਲਾਂ:

- **ਇਸ ਨਾਲ ਕੀ ਪ੍ਰਾਪਤ ਹੋਵੇਗਾ**: ਬਹਿਸ ਕਰਨ ਤੋਂ ਪਹਿਲਾਂ, ਆਪਣੇ ਆਪ ਤੋਂ ਪੁੱਛੋ, ਅਗਰ ਮੈਂ ਇਹ ਦਲੀਲ ਜਿੱਤ ਵੀ ਜਾਵਾਂ, ਮੈਂ ਕੀ ਪ੍ਰਾਪਤ ਕਰਾਂਗਾ?
- **ਦੂਰਦਰਸ਼ੀ ਰਖੋ :** ਸਮਝ ਲਵੋ ਕਿ ਧਰਤੀ 'ਤੇ ਸਾਡੀ ਜ਼ਿੰਦਗੀ ਸੀਮਤ ਹੈ, ਅਤੇ ਸਾਡਾ ਸਮਾਂ ਬਹੁਤ ਕੀਮਤੀ ਹੈ। ਮਹੱਤਵਹੀਣ ਗੱਲਾਂ ਨੂੰ ਨਜ਼ਰਅੰਦਾਜ਼ ਕਰੋ, ਜਿਸ ਵਿੱਚ ਦਲੀਲਾਂ ਵੀ ਸ਼ਾਮਲ ਹਨ। ਕਿਉਂਕਿ ਅੱਜ ਜੋ ਮੁੱਦਾ ਤੁਹਾਨੂੰ ਵੱਡਾ ਜਾਪਦਾ ਹੈ ਸ਼ਾਇਦ ਕੁਝ ਸਮੇਂ ਬਾਅਦ ਇਹ ਤੁਹਾਨੂੰ ਯਾਦ ਵੀ ਨਾ ਹੋਵੇਗਾ।

ਅਧਿਆਇ – 42
ਭੂਮਿਕਾ ਨਿਭਾਉਣਾ

"ਜੇ ਤੁਸੀਂ ਆਪਣਾ ਦਿਮਾਗ ਬਦਲ ਸਕਦੇ ਹੋ, ਤਾਂ ਤੁਸੀਂ ਆਪਣੀ ਜ਼ਿੰਦਗੀ ਬਦਲ ਸਕਦੇ ਹੋ : ਵਿਲੀਅਮ ਜੇਮਜ਼"

ਮਹਾਨ ਅਦਾਕਾਰਾਂ ਅਤੇ ਅਭਿਨੇਤਰੀਆਂ ਨੂੰ ਦੇਖੋ, ਉਹ ਕਿਵੇਂ ਆਪਣੀਆਂ ਭੂਮਿਕਾਵਾਂ ਨਿਭਾਉਂਦੇ ਹਨ ਜਿਵੇਂ ਉਸ ਕਿਰਦਾਰ ਦੀ ਆਤਮਾ ਉਨ੍ਹਾਂ ਵਿੱਚ ਪ੍ਰਵੇਸ਼ ਕਰ ਗਈ ਹੋਵੇ।

ਰਾਲਫ਼ ਵਾਲਡੋ ਇਮਰਸਨ ਨੇ ਵੀ ਕਿਹਾ ਹੈ ਕਿ ਕੰਮ ਕਰੋ ਅਤੇ ਕੰਮ ਕਰਨ ਦੀ ਊਰਜਾ ਤੁਹਾਡੇ ਅੰਦਰ ਆਵੇਗੀ ਅਤੇ ਇਹ ਸੱਚ ਹੈ ਕਿ ਜਦੋਂ ਅਸੀਂ ਕੰਮ ਕਰਨਾ ਸ਼ੁਰੂ ਕਰਦੇ ਹਾਂ ਤਾਂ ਭਾਵਨਾ ਆਪਣੇ ਆਪ ਸਾਡੇ ਅੰਦਰ ਆ ਜਾਂਦੀ ਹੈ।

ਕੀ ਤੁਸੀਂ ਕਦੇ ਦੇਖਿਆ ਹੈ ਕਿ ਜਦੋਂ ਕੋਈ ਬਹੁਤ ਜ਼ਿਆਦਾ ਉਦਾਸ ਹੁੰਦਾ ਹੈ, ਤਾਂ ਉਸਦਾ ਵਿਵਹਾਰ ਅਤੇ ਬੋਲਣ ਦਾ ਢੰਗ ਬਦਲ ਜਾਂਦਾ ਹੈ। ਜਿਵੇਂ ਝੁਕੇ ਹੋਏ ਮੋਢੇ, ਹੌਲੀ ਚਾਲ, ਅਤੇ ਉਸਦੀ ਆਵਾਜ਼ ਵਿੱਚ ਉਦਾਸੀ ਆਦੀ ਚੀਜ਼ਾਂ ਤੋਂ ਇਹ ਸਪੱਸ਼ਟ ਹੋ ਜਾਂਦਾ ਹੈ ਕਿ ਵਿਅਕਤੀ ਬਹੁਤ ਪਰੇਸ਼ਾਨ ਹੈ।

ਇੱਕ ਖੋਜ ਦੇ ਅਨੁਸਾਰ, ਜੇਕਰ ਤੁਸੀਂ ਕਿਸੇ ਵਿਅਕਤੀ ਦੀ ਸਰੀਰਕ ਭਾਸ਼ਾ, ਮਾਨਸਿਕ ਸਥਿਤੀ, ਬੋਲਣ ਦਾ ਤਰੀਕਾ, ਸਾਹ ਲੈਣ ਦਾ ਤਰੀਕਾ, ਤੁਰਨ ਦਾ ਤਰੀਕਾ ਬਦਲਦੇ ਹੋ, ਤਾਂ ਉਸ ਦੀਆਂ ਭਾਵਨਾਵਾਂ ਤੁਰੰਤ ਬਦਲ ਜਾਣਗੀਆਂ। ਤੁਸੀਂ ਖੁਦ ਕੋਸ਼ਿਸ਼ ਕਰੋ ਅਤੇ ਦੇਖੋ ਕੀ ਤੁਸੀਂ ਝੁਕਣ ਦੀ ਬਜਾਏ ਸਿੱਧੇ ਖੜ੍ਹੇ ਹੋ ਜਾਓ, ਜੇ ਤੁਸੀਂ ਝੁਕਣ ਦੀ ਬਜਾਏ ਤੇਜ਼ ਤੁਰਨ ਲਗੋ , ਅਤੇ ਜੇ ਤੁਹਾਡੀ

ਆਵਾਜ਼ ਉਦਾਸ ਹੋਣ ਦੀ ਬਜਾਏ ਜੋਸ਼ੀਲੀ ਅਤੇ ਊਰਜਾਵਾਨ ਹੋ ਜਾਵੇ, ਤਾਂ ਤੁਸੀਂ ਤੁਰੰਤ ਸ਼ਾਨਦਾਰ ਅਤੇ ਬਿਹਤਰ ਮਹਿਸੂਸ ਕਰਨ ਲਗਦੇ ਹੋ।

ਖੋਜਕਰਤਾਵਾਂ ਦਾ ਤਾਂ ਇਹ ਵੀ ਕਹਿਣਾ ਹੈ ਕਿ ਤੁਸੀਂ ਜੋ ਵੀ ਭਾਵਨਾ ਮਹਿਸੂਸ ਕਰਨਾ ਚਾਹੁੰਦੇ ਹੋ, ਜੇਕਰ ਤੁਸੀਂ ਉਸ ਤਰ੍ਹਾਂ ਦੀ ਸਰੀਰਕ ਭਾਸ਼ਾ, ਮਾਨਸਿਕ ਸਥਿਤੀ, ਆਵਾਜ਼ ਦੇ ਸੁਰ ਆਦਿ ਨੂੰ ਕੁਝ ਸਮੇਂ ਲਈ ਅਪਣਾਉਂਦੇ ਹੋ, ਤਾਂ ਉਹ ਭਾਵਨਾ ਤੁਹਾਡੇ ਅੰਦਰ ਆ ਜਾਂਦੀ ਹੈ। ਭਾਵੇਂ ਤੁਸੀਂ ਆਤਮਵਿਸ਼ਵਾਸ ਮਹਿਸੂਸ ਕਰਨਾ ਚਾਹੁੰਦੇ ਹੋ ਜਾਂ ਉਦਾਸ ਮਹਿਸੂਸ ਕਰਨਾ ਚਾਹੁੰਦੇ ਹੋ, ਬਸ ਤੁਹਾਨੂੰ ਸਿਰਫ਼ ਉਸ ਦੇ ਅਨੁਸਾਰ ਹੀ ਆਪਣੀ ਸਰੀਰਕ ਭਾਸ਼ਾ, ਮਾਨਸਿਕ ਸਥਿਤੀ, ਸਾਹ ਲੈਣ ਦਾ ਤਰੀਕਾ ਅਤੇ ਆਵਾਜ਼ ਦੇ ਸੁਰ ਨੂੰ ਅਪਣਾਉਣਾ ਹੋਵੇਗਾ। ਜੇਕਰ ਤੁਹਾਡੇ ਵਿੱਚ ਆਤਮਵਿਸ਼ਵਾਸ ਦੀ ਘਾਟ ਹੈ, ਤਾਂ ਇੱਕ ਅਦਾਕਾਰ ਵਾਂਗ ਵਿਵਹਾਰ ਕਰੋ ਜਿਵੇਂ ਤੁਹਾਡੇ ਕੋਲ ਪਹਿਲਾਂ ਹੀ ਆਤਮਵਿਸ਼ਵਾਸ ਹੈ ਅਤੇ ਥੋੜ੍ਹੇ ਸਮੇਂ ਵਿੱਚ ਤੁਸੀਂ ਆਤਮਵਿਸ਼ਵਾਸ ਮਹਿਸੂਸ ਕਰਨਾ ਸ਼ੁਰੂ ਕਰ ਦਿਓਗੇ। ਬਸ ਯਾਦ ਰੱਖੋ ਕਿ ਤੁਸੀਂ ਜੋ ਵੀ ਭਾਵਨਾ ਮਹਿਸੂਸ ਕਰਨਾ ਚਾਹੁੰਦੇ ਹੋ, ਉਸੀ ਅਨੁਸਾਰ ਆਪਣੀ ਮਾਨਸਿਕ ਸਥਿਤੀ, ਸਾਹ ਲੈਣ ਦਾ ਤਰੀਕਾ, ਸਰੀਰ ਦੀ ਭਾਸ਼ਾ, ਬੋਲਣ ਦਾ ਤਰੀਕਾ ਅਤੇ ਆਵਾਜ਼ ਦੇ ਸੁਰ ਨੂੰ ਬਦਲ ਲਵੋ ਅਤੇ ਤੁਸੀਂ ਉਸ ਭਾਵਨਾ ਨੂੰ ਮਹਿਸੂਸ ਕਰੋਗੇ।

ਲੋਕ ਵਿਵਹਾਰ ਨਾਲ ਸਬੰਧਤ ਅਮਲ ਕਰਨ ਯੋਗ ਉਪਯੋਗੀ ਗੱਲਾਂ:

- **ਮਹਾਨ ਅਦਾਕਾਰਾਂ ਤੋਂ ਸਿੱਖੋ**: ਦੇਖੋ ਕਿ ਇੱਕ ਹੀ ਅਦਾਕਾਰ ਜੋ ਕਿ ਇੱਕ ਇਨਸਾਨ ਹੈ ਵੱਖ-ਵੱਖ ਭੂਮਿਕਾਵਾਂ ਕਿਵੇਂ ਨਿਭਾ ਸਕਦਾ ਹੈ। ਕਈ ਵਾਰ ਉਹ ਨਾਇਕ ਹੁੰਦਾ ਹੈ, ਕਈ ਵਾਰ ਖਲਨਾਇਕ, ਪਰ ਉਹ ਹਰ ਭੂਮਿਕਾ ਨੂੰ ਬਹੁਤ ਸ਼ਾਨਦਾਰ ਢੰਗ ਨਾਲ ਨਿਭਾਉਂਦਾ ਹੈ। ਤੁਸੀਂ ਵੀ ਜੋ ਵੀ ਬਣਨਾ ਚਾਹੁੰਦੇ ਹੋ, ਉਹ ਬਣ ਸਕਦੇ ਹੋ।
- **ਇੱਕ ਸੂਚੀ ਬਣਾਓ**: ਜਦੋਂ ਕੋਈ ਵਿਅਕਤੀ ਨਕਾਰਾਤਮਕ ਹੁੰਦਾ ਹੈ, ਤਾਂ ਉਸਦੀ ਮਾਨਸਿਕ ਸਥਿਤੀ, ਸਰੀਰ ਦੀ ਭਾਸ਼ਾ, ਚਾਲ, ਬੋਲਣ ਦਾ ਲਹਿਜਾ ਕਿਵੇਂ ਦਾ ਹੁੰਦਾ ਹੈ ਅਤੇ ਇਸੇ ਤਰ੍ਹਾਂ, ਸਕਾਰਾਤਮਕ ਸਥਿਤੀ ਵਿੱਚ ਇਹ ਚੀਜ਼ਾਂ ਕਿਵੇਂ ਹੁੰਦੀਆਂ ਹਨ, ਇਸਦੀ ਇੱਕ ਸੂਚੀ ਬਣਾਓ ਅਤੇ ਜੇਕਰ ਤੁਸੀਂ ਸਕਾਰਾਤਮਕ ਬਣਨਾ ਚਾਹੁੰਦੇ ਹੋ, ਤਾਂ ਸਕਾਰਾਤਮਕ ਵਿਵਹਾਰ ਕਰੋ, ਜਿਸ ਕਾਰਨ ਤੁਸੀਂ ਕੁਝ ਸਮੇਂ ਵਿੱਚ ਸਕਾਰਾਤਮਕ ਮਹਿਸੂਸ ਕਰਨਾ ਸ਼ੁਰੂ ਕਰ ਦਿਓਗੇ।

ਅਧਿਆਇ – 43
ਗਲਤਫਹਿਮੀਆਂ ਨੂੰ ਤੁਰੰਤ ਦੂਰ ਕਰੋ

"ਇੱਕ ਛੋਟੀ ਜਿਹੀ ਗਲਤਫਹਿਮੀ ਕਾਰਨ ਇਕੱਠੇ ਬਿਤਾਏ ਸਾਰੇ ਯਾਦਗਾਰੀ ਪਲ ਭੁੱਲਾ ਦਿੱਤੇ ਜਾਂਦੇ ਹਨ : ਅਗਿਆਤ "

ਇੱਕ ਉੱਚਾ, ਚੌੜਾ, ਵਿਸ਼ਾਲ ਰੁੱਖ ਜੋ ਸੈਂਕੜੇ ਸਾਲਾਂ ਤੋਂ ਮਜ਼ਬੂਤੀ ਨਾਲ ਖੜ੍ਹਾ ਸੀ। ਕਈ ਵਾਰ ਬਿਜਲੀ ਡਿੱਗੀ, ਕਈ ਤੂਫ਼ਾਨ ਆਏ ਪਰ ਇਹ ਮਜ਼ਬੂਤੀ ਨਾਲ ਖੜ੍ਹਾ ਰਿਹਾ, ਅੰਤ ਇੱਕ ਦਿਨ ਇੱਕ ਛੋਟੇ ਜਿਹੇ ਕਾਰਨ ਕਰਕੇ ਇਹ ਰੁੱਖ ਡਿੱਗ ਪਿਆ।

ਕੀ ਤੁਸੀਂ ਮੈਨੂੰ ਦੱਸ ਸਕਦੇ ਹੋ ਕਿ ਇਹ ਛੋਟਾ ਜਿਹਾ ਕਾਰਨ ਕੀ ਹੋ ਸਕਦਾ ਹੈ?

ਉਹ ਬਹੁਤ ਛੋਟਾ ਜਿਹਾ ਕਾਰਨ ਦੀਮਕ ਸੀ, ਜਿਸਨੇ ਦਰੱਖਤ ਨੂੰ ਅੰਦਰੋਂ ਖੋਖਲਾ ਕਰ ਦਿੱਤਾ, ਇਸਨੂੰ ਇੰਨਾ ਕਮਜ਼ੋਰ ਕਰ ਦਿੱਤਾ ਕਿ ਇਹ ਡਿੱਗ ਪਿਆ। ਦੀਮਕ ਨੇ ਉਹ ਕੀਤਾ ਜੋ ਵੱਡੇ ਜੀਵ ਵੀ ਨਹੀਂ ਕਰ ਸਕੇ।

ਸਾਡੇ ਪਿਆਰ ਭਰੇ ਰਿਸ਼ਤਿਆਂ ਅਤੇ ਸਬੰਧਾਂ ਵਿੱਚ ਵੀ, ਕੁਝ ਦੀਮਕ ਹਨ ਜਿਨ੍ਹਾਂ ਦੇ ਨਾਮ ਸ਼ੱਕ ਜਾਂ ਵਿਸ਼ਵਾਸ ਦੀ ਘਾਟ ਜਾਂ ਗਲਤਫਹਿਮੀਆਂ ਹਨ।

ਦੇਖੋ, ਇਹ ਦੁਨੀਆਂ ਭਰੋਸੇ 'ਤੇ ਚੱਲਦੀ ਹੈ। ਅਸੀਂ ਇੱਕ ਅਜਿਹੀ ਰੇਲਗੱਡੀ 'ਤੇ ਚੜ੍ਹਦੇ ਹਾਂ ਜਿੱਥੇ ਹਜ਼ਾਰਾਂ ਲੋਕ ਆਪਣੀਆਂ ਜਾਨਾਂ ਜੋਖਮ ਵਿੱਚ ਪਾਉਂਦੇ ਹਨ ਅਤੇ ਰੇਲਗੱਡੀ ਦੇ ਡਰਾਈਵਰ 'ਤੇ ਭਰੋਸਾ ਕਰਦੇ ਹਨ, ਜਿਸਨੂੰ ਜ਼ਿਆਦਾਤਰ ਲੋਕ ਨਾ ਤਾਂ ਜਾਣਦੇ ਹਨ ਅਤੇ ਨਾ ਹੀ ਕਦੇ ਮਿਲੇ ਹਨ। ਇਸੇ ਤਰ੍ਹਾਂ ਜਦੋਂ ਅਸੀਂ ਕਿਸੇ ਰੈਸਟੋਰੈਂਟ ਜਾਂ ਹੋਟਲ ਵਿੱਚ ਜਾਂਦੇ ਹਾਂ ਤਾਂ ਵੀ ਅਸੀਂ ਵਿਸ਼ਵਾਸ

ਕਰਦੇ ਹਾਂ ਕਿ ਭੋਜਨ ਸਾਫ਼ ਹੋਵੇਗਾ ਅਤੇ ਇਸਨੂੰ ਖਾਣ ਨਾਲ ਸਾਨੂੰ ਕੋਈ ਸਿਹਤ ਨਾਲ ਜੁੜੀ ਕੋਈ ਸਮੱਸਿਆ ਨਹੀਂ ਹੋਵੇਗੀ। ਇਸੇ ਤਰ੍ਹਾਂ, ਅਸੀਂ ਡਾਕਟਰਾਂ ਅਤੇ ਵਕੀਲਾਂ 'ਤੇ ਭਰੋਸਾ ਕਰਦੇ ਹਾਂ।

ਪਰ ਕਈ ਵਾਰ ਜਦੋਂ ਅਸੀਂ ਆਪਣਿਆਂ 'ਤੇ ਭਰੋਸਾ ਕਰਨਾ ਛੱਡ ਦਿੰਦੇ ਹਾਂ, ਤਾਂ ਸਮੱਸਿਆਵਾਂ ਪੈਦਾ ਹੋਣ ਲੱਗਦੀਆਂ ਹਨ ਜਿਸ ਕਾਰਨ ਸਾਡਾ ਰਿਸ਼ਤਾ ਖਤਮ ਹੋ ਜਾਂਦਾ ਹੈ। ਜੇਕਰ ਕੋਈ ਉਲਝਣ ਜਾਂ ਦੁਬਿਧਾ ਹੈ, ਤਾਂ ਇਸ ਬਾਰੇ ਕਿਸੇ ਹੋਰ ਨਾਲ ਨਹੀਂ ਸਗੋਂ ਉਸ ਵਿਅਕਤੀ ਨਾਲ ਗੱਲ ਕਰੋ ਜਿਸ 'ਤੇ ਤੁਹਾਨੂੰ ਸ਼ੱਕ ਹੈ, ਦੇਖੋ ਹਰ ਕਿਸੇ ਕੋਲੋਂ ਗਲਤੀਆਂ ਹੁੰਦੀਆਂ ਹਨ ਅਤੇ ਹਰ ਵਿਅਕਤੀ ਆਪਣੀ ਸਮਝ ਅਨੁਸਾਰ ਆਪਣੀ ਪੂਰੀ ਕੋਸ਼ਿਸ਼ ਕਰਨ ਦੀ ਕੋਸ਼ਿਸ਼ ਕਰਦਾ ਹੈ, ਜੇਕਰ ਤੁਹਾਨੂੰ ਕਿਸੇ ਨੂੰ ਸਜ਼ਾ ਦੇਣੀ ਪਵੇ ਤਾਂ ਇੱਕ ਵਾਰ ਯਾਦ ਰੱਖੋ ਕਿ ਉਸ ਵਿਅਕਤੀ ਨੇ ਪਹਿਲਾਂ ਤੁਹਾਡੇ ਲਈ ਕੀ ਕੀਤਾ ਹੈ ਅਤੇ ਤੁਸੀਂ ਜੋ ਵੀ ਫੈਸਲਾ ਲੈਂਦੇ ਹੋ, ਉਸਨੂੰ ਸੋਚ-ਸਮਝ ਕੇ ਲਓ ਕਿਉਂਕਿ ਕਿਸੇ ਵੀ ਰਿਸ਼ਤੇ ਜਾਂ ਬੰਧਨ ਨੂੰ ਬਣਾਉਣ ਵਿੱਚ ਸਦੀਆਂ ਲੱਗ ਜਾਂਦੀਆਂ ਹਨ ਪਰ ਇਸਨੂੰ ਟੁੱਟਣ ਵਿੱਚ ਇੱਕ ਪਲ ਵੀ ਨਹੀਂ ਲੱਗਦਾ। ਇਸ ਲਈ ਗਲਤਫਹਿਮੀਆਂ ਨੂੰ ਤੁਰੰਤ ਦੂਰ ਕਰੋ।

ਲੋਕ ਵਿਵਹਾਰ ਨਾਲ ਸਬੰਧਤ ਅਮਲ ਕਰਨ ਯੋਗ ਉਪਯੋਗੀ ਗੱਲਾਂ:

ਗਲਤਫਹਿਮੀਆਂ ਨੂੰ ਤੁਰੰਤ ਦੂਰ ਕਰਨ ਲਈ ਕੁਝ ਸੁਝਾਅ

- ਕੰਨ ਦੇ ਕੱਚੇ ਨਾ ਬਣੋ, ਉਨ੍ਹਾਂ ਲੋਕਾਂ ਤੋਂ ਸਾਵਧਾਨ ਰਹੋ ਜਿਨ੍ਹਾਂ ਦਾ ਇੱਕੋ ਇੱਕ ਕੰਮ ਅੱਗ ਲਗਾਣਾ ਹੈ।
- ਸ਼ਿਕਾਇਤਾਂ ਲਿਆਉਣ ਵਾਲੇ ਵਿਅਕਤੀ ਦਾ ਇਤਿਹਾਸ ਵੀ ਜਾਣੋ।
- ਅਜਿਹੇ ਵਾਕਾਂ ਜਾਂ ਸ਼ਬਦਾਂ ਦੀ ਵਰਤੋਂ ਤੋਂ ਬਚੋ ਜਾਂ ਸਪਸ਼ਟ ਕਰੋ ਜਿਨ੍ਹਾਂ ਦੇ ਕਈ ਅਰਥ ਹੋਣਦੇ ਹਨ।
- ਸਮਝਾਉਣ ਲਈ ਕਾਗਜ਼ ਦੀ ਵਰਤੋਂ ਕਰੋ ਤਾਂ ਜੋ ਕੋਈ ਉਲਝਣ ਨਾ ਹੋਵੇ।

ਅਧਿਆਇ – 44
ਆਪਣੀਆਂ ਗਲਤੀਆਂ ਦਾ ਸਿਹਰਾ ਲਓ

"ਮਹਾਨਤਾ ਦੀ ਕੀਮਤ ਹੈ ਜ਼ਿੰਮੇਵਾਰੀ- ਵਿੰਸਟਨ ਚਰਚਿਲ "

ਗਲਤੀਆਂ ਤਾਂ ਹੀ ਗਲਤੀਆਂ ਹੁੰਦੀਆਂ ਹਨ ਜਦੋਂ ਅਸੀਂ ਉਨ੍ਹਾਂ ਤੋਂ ਨਹੀਂ ਸਿੱਖਦੇ।

ਇਹ ਮਨੁੱਖੀ ਸੁਭਾਅ ਹੈ ਕਿ ਜਦੋਂ ਵੀ ਕੋਈ ਚੰਗਾ ਕੰਮ ਹੁੰਦਾ ਹੈ, ਤਾਂ ਉਹ ਖੁਸ਼ੀ ਨਾਲ ਉਸਦਾ ਸਿਹਰਾ ਲੈਂਦਾ ਹੈ ਭਾਵੇਂ ਉਸਨੇ ਉਹ ਕੰਮ ਨਾ ਵੀ ਕੀਤਾ ਹੋਵੇ, ਪਰ ਜੇਕਰ ਕਦੇ ਕੋਈ ਗਲਤੀ ਹੋ ਜਾਂਦੀ ਹੈ, ਤਾਂ ਉਹ ਜ਼ਿੰਮੇਵਾਰੀ ਲੈਣ ਤੋਂ ਬਚਦਾ ਹੈ ਅਤੇ ਗਲਤੀ ਦਾ ਦੋਸ਼ ਕਿਸੇ ਹੋਰ 'ਤੇ ਮੜ੍ਹ ਦਿੰਦਾ ਹੈ।

ਦੇਖੋ, ਸਾਨੂੰ ਇਹ ਸਮਝਣਾ ਪਵੇਗਾ ਕਿ ਇਨਸਾਨ ਹੋਣ ਦੇ ਨਾਤੇ, ਜਦੋਂ ਵੀ ਅਸੀਂ ਕੰਮ ਕਰਦੇ ਹਾਂ, ਕੁਦਰਤੀ ਤੌਰ 'ਤੇ ਕੁਝ ਗਲਤੀਆਂ ਹੋਣਗੀਆਂ ਅਤੇ ਜਦੋਂ ਵੀ ਸਾਡੇ ਤੋਂ ਗਲਤੀਆਂ ਹੋਣ, ਤਾਂ ਇਹ ਬਿਹਤਰ ਹੋਵੇਗਾ ਕਿ ਅਸੀਂ ਉਨ੍ਹਾਂ ਗਲਤੀਆਂ ਦੀ ਜ਼ਿੰਮੇਵਾਰੀ ਸਵੀਕਾਰ ਕਰੀਏ ਅਤੇ ਉਨ੍ਹਾਂ ਤੋਂ ਸਿੱਖੀਏ ਅਤੇ ਆਪਣੇ ਆਪ ਨਾਲ ਵਾਅਦਾ ਕਰੀਏ ਕਿ ਅਸੀਂ ਉਸ ਗਲਤੀ ਨੂੰ ਦੁਬਾਰਾ ਨਹੀਂ ਦੁਹਰਾਵਾਂਗੇ।

ਦੇਖੋ, ਇੱਕ ਸੱਚਾ ਨੇਤਾ ਹਮੇਸ਼ਾ ਆਪਣੀਆਂ ਗਲਤੀਆਂ ਦੀ ਜ਼ਿੰਮੇਵਾਰੀ ਲੈਂਦਾ ਹੈ ਅਤੇ ਆਪਣੀ ਸਫਲਤਾ ਦਾ ਸਿਹਰਾ ਆਪਣੀ ਟੀਮ ਨੂੰ ਵੰਡ ਦਿੰਦਾ ਹੈ, ਤੁਸੀਂ ਵੀ ਇੱਕ ਨੇਤਾ ਬਣੋ, ਜ਼ਿੰਮੇਵਾਰੀ ਲੈਣਾ ਸਿੱਖੋ ਅਤੇ ਇੱਕ ਮਹਾਨ ਵਿਅਕਤੀ ਬਣੋ।

ਗਲਤੀਆਂ ਦਾ ਸਿਰੋਪਾ ਲੈਣ ਲਈ ਕੁਝ ਸੁਝਾਅ :-

- ਜੇਕਰ " ਮੈਂ ਗਲਤ ਹਾਂ" ਕਥਨ ਸਾਡੇ ਦਿਲ ਦੀ ਜਗ੍ਹਾ ਸਾਡੇ ਮੂੰਹੋਂ ਸਿਰਫ਼ ਰਸਮੀ ਤੌਰ 'ਤੇ ਨਿਕਲਦਾ ਹੈ , ਤਾਂ ਇਹ ਕਹਿਣ ਨਾਲ ਕੋਈ ਫਾਇਦਾ ਨਹੀਂ ਹੋਵੇਗਾ। ਇਸ ਲਈ ਅਕਸਰ ਸਾਡੇ ਅੰਦਰ ਇੱਕ ਸੱਚੀ ਅਤੇ ਡੂੰਘੀ ਤਬਦੀਲੀ ਦੀ ਲੋੜ ਹੁੰਦੀ ਹੈ, ਕਿਉਂਕਿ

ਸਾਨੂੰ ਇਹ ਸਵੀਕਾਰ ਕਰਨਾ ਪੈਂਦਾ ਹੈ ਕਿ ਅਸੀਂ ਵੀ ਗਲਤ ਹੋ ਸਕਦੇ ਹਾਂ। ਭਾਵੇਂ ਇਹ ਸਵੀਕਾਰ ਕਰਨ ਨਾਲ ਸਾਡੇ ਹਉਮੈ ਨੂੰ ਠੇਸ ਪਹੁੰਚੇ, ਸਾਨੂੰ ਇਹ ਸਮਝਣ ਦੀ ਜ਼ਰੂਰਤ ਹੈ ਕਿ ਇਹ ਮਨੁੱਖੀ ਸੁਭਾਅ ਹੈ, ਅਤੇ ਹਰ ਕਿਸੀ ਕੋਲ ਗਲਤੀਆਂ ਹੁੰਦੀਆਂ ਹਨ।

ਸਾਨੂੰ ਇਹ ਵੀ ਧਿਆਨ ਦੇਣਾ ਜ਼ਰੂਰੀ ਹੈ ਕਿ ਦੂਜਿਆਂ ਅੱਗੇ ਗਲਤੀ ਮੰਨਣ ਨਾਲ ਅਸੀਂ ਉਨ੍ਹਾਂ ਦੇ ਜੀਵਨ 'ਤੇ ਸਕਾਰਾਤਮਕ ਪ੍ਰਭਾਵ ਪਾ ਸਕਦੇ ਹਾਂ। ਗਲਤੀ ਮੰਨਣ ਨਾਲ ਇਹ ਪਤਾ ਚਲਦਾ ਹੈ ਕਿ ਸਾਡੀ ਇੱਛਾ ਖੁਦ ਨੂੰ ਬਦਲਣ ਦੀ ਹੈ।

- **ਸਧਾਰਨ ਨਿਯਮ:** ਜੇਕਰ ਤੁਸੀਂ ਗਲਤ ਹੋ, ਤਾਂ ਇਹ ਕਹੋ ਜਾਂ ਉਨ੍ਹਾਂ ਨੂੰ ਦੱਸੋ ਕਿ ਮੈਂ ਗਲਤੀ ਕੀਤੀ ਹੈ ਅਤੇ ਮੈਂ ਇਸਨੂੰ ਸਵੀਕਾਰ ਕਰਦਾ ਹਾਂ।
- **ਬਹੁਤ ਸਾਰੇ ਦੇਸ਼ ਇਸ ਲਈ ਵਿਕਾਸ ਨਹੀਂ ਕਰਦੇ ਕਿਉਂਕਿ ਉਹ ਆਪਣੀਆਂ ਗਲਤੀਆਂ ਨਹੀਂ ਮੰਨਦੇ:** ਰਾਜਨੀਤੀ ਜਿਵੇਂ ਖੇਤਰਾਂ ਵਿੱਚ, ਲੋਕ ਆਪਣੀਆਂ ਗਲਤੀਆਂ ਸਵੀਕਾਰ ਨਹੀਂ ਕਰਦੇ, ਅਤੇ ਨਾਗਰਿਕਾਂ ਨੂੰ ਇਸਦੇ ਨਤੀਜੇ ਭੁਗਤਣੇ ਪੈਂਦੇ ਹਨ। ਇਸਨੇ ਬਹੁਤ ਸਾਰੇ ਦੇਸ਼ਾਂ ਦੇ ਵਿਕਾਸ ਵਿੱਚ ਰੁਕਾਵਟ ਪਾਈ ਹੈ।
- **ਹਮੇਸ਼ਾ ਸਹੀ ਹੋਣ ਦੀ ਬਿਮਾਰੀ ਤੋਂ ਬਚੋ :** ਆਪਣੇ ਆਪ ਨੂੰ ਹਰ ਸਮੇਂ ਸਹੀ ਮੰਨਣ ਦਾ ਜ਼ਿੱਦੀ ਰਵੱਈਆ ਪਰਿਵਾਰ ਅਤੇ ਦੋਸਤਾਂ ਵਿਚਕਾਰ ਦਰਾਰ ਪੈਦਾ ਕਰ ਸਕਦਾ ਹੈ। ਕਈ ਵਾਰ, ਸਹੀ ਹੋਣ ਦੀ ਜ਼ਿੱਦ ਬੇਲੋੜੀਆਂ ਦਲੀਲਾਂ ਸ਼ੁਰੂ ਕਰ ਦਿੰਦੀ ਹੈ ਜੋ ਜਿੱਤਣ ਦੇ ਯੋਗ ਨਹੀਂ ਹੁੰਦੀਆਂ ਅਤੇ ਜਦੋਂ ਪਿੱਛੇ ਮੁੜ ਕੇ ਦੇਖਿਆ ਜਾਂਦਾ ਹੈ, ਤਾਂ ਉਹ ਮੂਰਖਤਾ ਤੋਂ ਇਲਾਵਾ ਕੁਝ ਵੀ ਨਹੀਂ ਜਾਪਦੀਆਂ।
- **ਕੀ ਤੁਸੀਂ ਬੱਚੇ ਹੋ:** ਬੱਚਿਆਂ ਵੱਲ ਦੇਖੋ, ਉਹ ਵੀ ਆਪਣੀਆਂ ਗਲਤੀਆਂ ਲਈ ਮੁਆਫ਼ੀ ਨਹੀਂ ਮੰਗਦੇ।
- **ਇਹ ਸਵੀਕਾਰ ਕਰੋ ਕਿ ਅਸੀਂ ਸੰਪੂਰਨ ਅਤੇ ਨਿਰਦੋਸ਼ ਨਹੀਂ ਹਾਂ :** ਜਦੋਂ ਵੀ ਤੁਸੀਂ ਗਲਤੀਆਂ ਕਰਦੇ ਹੋ, ਉਨ੍ਹਾਂ ਨੂੰ ਸਵੀਕਾਰ ਕਰਨ ਅਤੇ ਮੁਆਫੀ ਮੰਗਣ ਲਈ ਤਿਆਰ ਰਹੋ।

ਆਪਣੀਆਂ ਗਲਤੀਆਂ ਦਾ ਸਿਹਰਾ ਲੈਣ ਦੇ ਫਾਇਦੇ:-

- ਆਪਣੀਆਂ ਗਲਤੀਆਂ ਮੰਨ ਕੇ, ਅਸੀਂ ਸਹੀ ਹੋਣ ਦੇ ਬੋਝ ਤੋਂ ਮੁਕਤ ਹੋ ਜਾਂਦੇ ਹਾਂ।
- ਖੁਦ ਸੋਚੋ ਜੇਕਰ ਅਸੀਂ ਖੁਦ ਆਪਣੀਆਂ ਗਲਤੀਆਂ ਨੂੰ ਸਵੀਕਾਰ ਨਹੀਂ ਕਰਦੇ ਅਤੇ ਦੂਜਿਆਂ ਪ੍ਰਤੀ ਨਿਆਂ ਅਤੇ ਦਇਆ ਨਹੀਂ ਦਿਖਾਉਂਦੇ, ਤਾਂ ਅਸੀਂ ਆਪਣੇ ਲਈ ਪਰਮਾਤਮਾ ਤੋਂ ਦਇਆ ਅਤੇ ਨਿਆਂ ਦੀ ਉਮੀਦ ਕਿਵੇਂ ਕਰ ਸਕਦੇ ਹਾਂ।
- ਗਲਤੀਆਂ ਸਿੱਖਣ ਅਤੇ ਆਪਣੇ ਆਪ ਨੂੰ ਸੁਧਾਰਨ ਦਾ ਮੌਕਾ ਹੁੰਦੀਆਂ ਹਨ : ਜੇਕਰ ਤੁਸੀਂ ਆਪਣੀਆਂ ਗਲਤੀਆਂ ਨੂੰ ਸਵੀਕਾਰ ਨਹੀਂ ਕਰਦੇ, ਤਾਂ ਤੁਸੀਂ ਉਨ੍ਹਾਂ ਤੋਂ ਕਿਵੇਂ ਸਿੱਖੋਗੇ ਅਤੇ ਸੁਧਾਰ ਕਰੋਗੇ।

ਲੋਕ ਵਿਵਹਾਰ ਨਾਲ ਸਬੰਧਤ ਅਮਲ ਕਰਨ ਯੋਗ ਉਪਯੋਗੀ ਗੱਲਾਂ:

- **ਦਿਖਾਵਾ ਨਾ ਕਰੋ**: ਕਿਸੇ ਅਜਿਹੇ ਵਿਸ਼ੇ ਬਾਰੇ ਜਿਸ ਬਾਰੇ ਤੁਸੀਂ ਬਹੁਤ ਘੱਟ ਜਾਂ ਕੁਝ ਵੀ ਨਹੀਂ ਜਾਣਦੇ।ਉਸ ਬਾਰੇ ਬਹੁਤਾ ਜਾਣਨ ਦਾ ਦਿਖਾਵਾ ਨਾ ਕਰੋ, ਸਗੋਂ ਕਹੋ, ਮੈਨੂੰ ਮਾਫ

ਕਰੋ, ਮੈਨੂੰ ਇਸ ਵਿਸ਼ੇ ਬਾਰੇ ਬਹੁਤਾ ਨਹੀਂ ਪਤਾ, ਪਰ ਮੈਨੂੰ ਜਾਣਨ ਅਤੇ ਸਿੱਖਣ ਵਿੱਚ ਦਿਲਚਸਪੀ ਹੈ।

- **ਗਲਤੀ ਮੰਨਣ ਪਿੱਛੇ ਭਾਵਨਾ ਇਹ ਹੋਣੀ ਚਾਹੀਦੀ ਹੈ**: ਮੈਂ ਗਲਤ ਹਾਂ, ਤੁਸੀਂ ਸਹੀ ਸੀ, ਮੈਨੂੰ ਅਫ਼ਸੋਸ ਹੈ, ਕਿਰਪਾ ਕਰਕੇ ਮੈਨੂੰ ਮਾਫ਼ ਕਰ ਦਿਓ।

ਅਧਿਆਇ – 45

ਗੁੱਸੇ 'ਤੇ ਕਾਬੂ ਪਾਉਣ ਲਈ ਕੁਝ ਸੁਝਾਅ

"ਚਿੰਤਾ ਨਾ ਕਰੋ, ਆਪਣੀ ਪੂਰੀ ਕੋਸ਼ਿਸ਼ ਕਰੋ ਅਤੇ ਇਸ ਬਾਰੇ ਭੁੱਲ ਜਾਓ : ਰਾਜਲ "

ਲੋਕਾਂ ਨਾਲ ਪੇਸ਼ ਆਉਂਦੇ ਸਮੇਂ, ਅਸੀਂ ਕਈ ਵਾਰ ਗੁੱਸੇ ਵਿੱਚ ਆ ਜਾਂਦੇ ਹਾਂ ਅਤੇ ਇਸ ਅਧਿਆਇ ਵਿੱਚ ਅਸੀਂ ਇਨ੍ਹਾਂ ਵਿੱਚੋਂ ਹਰ ਇੱਕ ਨੂੰ ਕਾਬੂ ਕਰਨ ਲਈ ਕੁਝ ਸੁਝਾਅ ਦੇਵਾਂਗੇ। ਦੇਖੋ, ਮਨੁੱਖ ਆਪਣੇ ਮਨ ਦੀ ਬਜਾਏ ਭਾਵਨਾਵਾਂ ਦੇ ਆਧਾਰ 'ਤੇ ਫੈਸਲੇ ਜ਼ਿਆਦਾ ਲੈਂਦੇ ਹਨ, ਅਤੇ ਜ਼ਿਆਦਾਤਰ ਮਨੁੱਖ ਸੋਡਾ ਕੈਨ ਵਰਗੇ ਹੁੰਦੇ ਹਨ ਜਿਸਨੂੰ ਹਿਲਾਉਣ 'ਤੇ ਉਹ (ਉਕਸਾਉਣ 'ਤੇ) ਫਟ ਜਾਂਦੇ ਹਨ (ਹਿਲਾਉਣ ਤੋਂ ਬਾਅਦ ਸੋਡਾ ਕੈਨ ਖੋਲ੍ਹਣ 'ਤੇ ਗੈਸ ਤੇਜ਼ੀ ਨਾਲ ਬਾਹਰ ਆਉਂਦੀ ਹੈ), ਕਿਉਂ ਨਾ ਅਸੀਂ ਪਾਣੀ (ਬੋਤਲ/ਡੱਬੇ ਵਿੱਚ ਭਰਿਆ ਪਾਣੀ) ਬਣੀਏਂ ਅਤੇ ਜਦੋਂ ਵੀ ਸਾਨੂੰ ਹਿਲਾਇਆ ਜਾਏ (ਉਕਸਾਇਆ) ਤਾਂ ਵੀ ਅਸੀਂ ਸ਼ਾਂਤ ਬਨੇ ਰਹੀਏ।

ਕੀ ਤੁਸੀਂ ਅਕਸਰ ਗੁੱਸੇ ਵਿੱਚ ਆ ਜਾਂਦੇ ਹੋ ਅਤੇ ਗੁੱਸੇ ਦੇ ਦੌਰਾਨ ਲੋਕਾਂ ਨੂੰ ਬੁਰਾ-ਭਲਾ ਕਹਿੰਦੇ ਹੋ? ਕਈ ਵਾਰ, ਤੁਸੀਂ ਆਪਣਾ ਗੁੱਸਾ ਕਿਸੇ ਮਾਸੂਮ ਵਿਅਕਤੀ 'ਤੇ ਵੀ ਕੱਢਦੇ ਹੋ, ਪਰ ਬਾਅਦ ਵਿੱਚ ਤੁਹਾਨੂੰ ਪਛਤਾਵਾ ਹੁੰਦਾ ਹੈ,ਕਿ ਤੁਹਾਨੂੰ ਅਜਿਹਾ ਨਹੀਂ ਕਹਿਣਾ ਜਾਂ ਕਰਨਾ ਚਾਹੀਦਾ ਸੀ, ਅਤੇ ਇਹ ਤੁਹਾਨੂੰ ਚਿੰਤਾ ਦਾ ਕਾਰਨ ਬਣਦਾ ਹੈ। ਗੁੱਸਾ ਸਾਡੀ ਰੋਜ਼ਾਨਾ ਜ਼ਿੰਦਗੀ ਦਾ ਇੱਕ ਹਿੱਸਾ ਹੈ। ਸਾਨੂੰ ਗੁੱਸੇ ਤੋਂ ਬਚਣਾ ਆਣਾ ਚਾਹੀਦਾ ਹੈ , ਆਪਣੇ ਗੁੱਸੇ ਤੋਂ ਵੀ ਅਤੇ ਦੂਜਿਆਂ ਦੇ ਗੁੱਸੇ ਤੋਂ ਵੀ। ਅਕਸਰ, ਗੁੱਸੇ ਦੇ ਕਾਰਨ ਸਾਡੇ ਰਿਸ਼ਤੇ ਖਰਾਬ ਹੋ ਜਾਂਦੇ ਹਨ, ਕਈ ਵਾਰ ਸਥਾਈ ਤੌਰ 'ਤੇ। ਗੁੱਸੇ ਨੂੰ ਰੋਕਣ ਲਈ ਅਸੀਂ ਕੀ ਕਰ ਸਕਦੇ ਹਾਂ? ਮੇਰੇ ਕੋਲ ਇਸ ਬਾਰੇ ਜ਼ਿਆਦਾ ਜਾਣਕਾਰੀ ਨਹੀਂ ਹੈ। ਹਾਲਾਂਕਿ, ਮੈਂ ਤੁਹਾਨੂੰ ਦੱਸ ਸਕਦਾ ਹਾਂ ਕਿ ਜਦੋਂ ਸਾਨੂੰ ਗੁੱਸਾ ਆਏ ਤਾਂ ਅਸੀਂ ਕੀ ਕਰ ਸਕਦੇ ਹਾਂ। ਪਹਿਲਾ, ਜਦੋਂ ਗੁੱਸਾ ਆਏ, ਤਾਂ ਕੋਸ਼ਿਸ਼ ਕਰ ਕੇ ਘਰ ਦੇ ਕਿਸੇ ਕੋਨੇ ਵਿੱਚ ਜਾਂ ਕਿਸੇ

ਹੋਰ ਜਗ੍ਹਾ 'ਤੇ ਚਲੇ ਜਾਓ ਜਿੱਥੇ ਕੋਈ ਤੁਹਾਡੇ ਗੁੱਸੇ ਤੋਂ ਪ੍ਰਭਾਵਿਤ ਨਾ ਹੋ ਸਕੇ। ਦੂਜਾ, ਜਦੋਂ ਵੀ ਤੁਹਾਨੂੰ ਗੁੱਸਾ ਆਏ , ਤਾਂ ਜਿੰਨਾ ਹੋ ਸਕੇ ਘੱਟ ਬੋਲਣ ਦੀ ਕੋਸ਼ਿਸ਼ ਕਰੋ, ਕਿਉਂਕਿ ਸੰਭਾਵਨਾ ਜ਼ਿਆਦਾ ਹੁੰਦੀ ਹੈ ਕਿ ਹਰ ਵਾਰ ਜਦੋਂ ਤੁਸੀਂ ਗੁੱਸੇ ਵਿੱਚ ਆਪਣਾ ਮੂੰਹ ਖੋਲੋਗੇ, ਤਾਂ ਤੁਹਾਡੇ ਮੂੰਹ ਵਿਚੋਂ ਜਵਾਲਾਮੁਖੀ ਹੀ ਫਟੇਗਾ। ਤੀਜਾ, ਖੁਦ ਨਾਲ ਸਕਾਰਾਤਮਕ ਗੱਲਬਾਤ ਕਰੋ। ਆਪਣੇ ਆਪ ਨੂੰ ਯਾਦ ਦਿਵਾਓ ਕਿ ਦੂਜਾ ਵਿਅਕਤੀ ਤੁਹਾਡੇ ਜਿੰਨਾ ਬੁੱਧੀਮਾਨ ਨਹੀਂ ਹੈ, ਅਤੇ ਜੇਕਰ ਤੁਸੀਂ ਗੁੱਸਾ ਕਰੋਗੇ, ਤਾਂ ਤੁਸੀਂ ਉਨ੍ਹਾਂ ਦੇ ਪੱਧਰ 'ਤੇ ਆ ਜਾਓਗੇ। ਇਸ ਨਾਲ ਤੁਹਾਡੇ ਅਤੇ ਉਨ੍ਹਾਂ ਵਿਚਕਾਰ ਕੋਈ ਫ਼ਰਕ ਨਹੀਂ ਰਹੇਗਾ। ਚੌਥਾ, ਜਦੋਂ ਵੀ ਤੁਸੀਂ ਗੁੱਸਾ ਮਹਿਸੂਸ ਕਰੋ, ਕਾਗਜ਼ ਦਾ ਇੱਕ ਟੁਕੜਾ ਲਓ ਅਤੇ ਆਪਣੇ ਗੁੱਸੇ ਦਾ ਕਾਰਨ ਵਿਸਥਾਰ ਵਿੱਚ ਲਿਖ ਦੋ। ਕੀ ਹੁੰਦਾ ਹੈ ਕਿ ਜਦੋਂ ਤੁਸੀਂ ਵਿਸਥਾਰ ਵਿੱਚ ਲਿਖਦੇ ਹੋ, ਤਾਂ ਬਹੁਤ ਸਮਾਂ ਬੀਤ ਜਾਂਦਾ ਹੈ ਅਤੇ ਇੱਕ ਉੱਚ ਸੰਭਾਵਨਾ ਹੁੰਦੀ ਹੈ ਕਿ ਉਦੋਂ ਤੱਕ ਤੁਹਾਡਾ ਗੁੱਸਾ ਘੱਟ ਹੋ ਜਾਵੇਗਾ ਅਤੇ ਤੁਸੀਂ ਸ਼ਾਂਤ ਹੋ ਜਾਓਗੇ। ਜਾਂ ਦੂਜਾ, ਜਦੋਂ ਤੁਸੀਂ ਆਪਣਾ ਗੁੱਸਾ ਕਾਗਜ਼ 'ਤੇ ਲਿਖਦੇ ਹੋ, ਤਾਂ ਤੁਸੀਂ ਇੱਕ ਤਰ੍ਹਾਂ ਨਾਲ ਆਪਣਾ ਗੁੱਸਾ ਕੱਢ ਰਹੇ ਹੁੰਦੇ ਹੋ ਅਤੇ ਇਸ ਨਾਲ ਤੁਹਾਨੂੰ ਬਹੁਤ ਰਾਹਤ ਮਿਲਦੀ ਹੈ। ਪੰਜਵਾਂ, ਰਾਹਤ ਪਹੁੰਚਾਉਣ ਦਾ ਤਰੀਕਾ ਹੈ ਕਿ ਤੁਸੀਂ ਸੰਗੀਤ ਜਾਂ ਕਿਸੇ ਮਨੋਰੰਜਕ ਫਿਲਮ ਦਾ ਆਨੰਦ ਲੋ।

ਹੁਣ ਦੂਜੇ ਪਹਿਲੂ ਵੱਲ ਵਧਦੇ ਹਾਂ ਜੇਕਰ ਤੁਹਾਡੇ ਸਾਹਮਣੇ ਵਾਲਾ ਵਿਅਕਤੀ ਗੁੱਸੇ ਵਿੱਚ ਹੋਵੇ ਤਾਂ ਕੀ ਕਰਨਾ ਹੈ : ਪਹਿਲਾਂ, ਗੁੱਸੇ ਵਾਲੇ ਵਿਅਕਤੀ ਨਾਲ ਤਰਕ ਕਰਨ ਦੀ ਕੋਸ਼ਿਸ਼ ਕਰਨ ਤੋਂ ਬਚੋ, ਖਾਸ ਕਰਕੇ ਜਦੋਂ ਉਹ ਗੁੱਸੇ ਵਿੱਚ ਹੋਵੇ, ਕਿਉਂਕਿ ਜਦੋਂ ਉਹ ਗੁੱਸੇ ਵਿੱਚ ਹੁੰਦਾ ਹੈ, ਤਾਂ ਸਭ ਤੋਂ ਵਧੀਆ ਸਲਾਹ ਵੀ ਸਮਝਣਾ ਔਖਾ ਹੁੰਦਾ ਹੈ। ਦੂਜਾ, ਗੁੱਸੇ ਵਾਲੇ ਵਿਅਕਤੀ ਦੇ ਨੇੜੇ ਜਿੰਨਾ ਹੋ ਸਕੇ ਘੱਟ ਜਾਓ ਜਾਂ ਥੋੜ੍ਹੇ ਸਮੇਂ ਲਈ ਰਹੋ, ਕਿਉਂਕਿ ਗੁੱਸੇ ਵਾਲੇ ਵਿਅਕਤੀ ਦੇ ਨੇੜੇ ਰਹਿਣ ਨਾਲ ਤੁਹਾਡੇ ਸ਼ਿਕਾਰ ਬਣਨ ਦੀ ਸੰਭਾਵਨਾ ਵੱਧ ਜਾਂਦੀ ਹੈ। ਤੀਜਾ, ਕੋਈ ਵੀ ਰੌਲਾ ਪਾਉਣ ਜਾਂ ਕੁਝ ਵੀ ਕਰਨ ਤੋਂ ਬਚੋ ਜੋ ਗੁੱਸੇ ਵਾਲੇ ਵਿਅਕਤੀ ਦੇ ਗੁੱਸੇ ਨੂੰ ਹੋਰ ਭੜਕਾ ਸਕਦਾ ਹੋਵੇ। ਚੌਥਾ, ਜੇਕਰ ਕੋਈ ਬਾਹਰੋਂ ਤੁਹਾਡੇ ਘਰ ਵਿੱਚ ਆ ਰਿਹਾ ਹੈ ਜੋ ਗੁੱਸੇ ਤੋਂ ਜਾਣੂ ਨਹੀਂ ਹੈ, ਤਾਂ ਉਨ੍ਹਾਂ ਨੂੰ ਪਹਿਲਾਂ ਹੀ ਚੇਤਾਵਨੀ ਦਿਓ ਕਿ ਦੂਰ ਰਹਿਣਾ ਹੀ ਸਭ ਤੋਂ ਵਧੀਆ ਹੈ। ਪੰਜਵਾਂ, ਜੇਕਰ ਤੁਸੀਂ ਗੁੱਸੇ ਵਾਲੇ ਵਿਅਕਤੀ ਤੋਂ ਨਹੀਂ ਬਚ ਸਕਦੇ ਅਤੇ ਉਹ ਤੁਹਾਨੂੰ ਫੜ ਲੈਂਦੇ ਹਨ ਅਤੇ ਆਪਣਾ ਗੁੱਸਾ ਕੱਢਣ ਲੱਗ ਪੈਂਦੇ ਹਨ, ਤਾਂ ਉਨ੍ਹਾਂ ਨੂੰ ਨਾ ਰੋਕੋ, ਕਿਉਂਕਿ ਜਿੰਨਾ ਜ਼ਿਆਦਾ ਤੁਸੀਂ ਬਹਿਸ ਕਰੋਗੇ, ਉਹ ਓਨਾ ਹੀ ਜ਼ਿਆਦਾ ਗੁੱਸੇ ਵਿੱਚ ਆਉਣਗੇ। ਤੇ ਇਹ ਸਨ ਤੁਹਾਡੇ ਆਪਣੇ ਅਤੇ ਦੂਜਿਆਂ ਦੇ ਗੁੱਸੇ ਤੋਂ ਬਚਣ ਲਈ ਕੁਝ ਸੁਝਾਅ । ਇੰਨ੍ਹਾਂ ਨੂੰ ਅਜ਼ਮਾਓ ਅਤੇ ਦੇਖੋ ਕਿ ਕਿਹੜੇ ਤੁਹਾਡੇ ਲਈ ਕੰਮ ਕਰਦੇ ਹਨ।

ਲੋਕ ਵਿਵਹਾਰ ਨਾਲ ਸੰਬੰਧਿਤ ਅਮਲ ਕਰਨ ਯੋਗ ਲਾਭਦਾਇਕ ਗੱਲਾਂ :

- **ਜਦੋਂ ਤੁਸੀਂ ਗੁੱਸੇ ਵਿੱਚ ਹੋ ਤਾਂ ਆਪਣੀ ਆਵਾਜ਼ ਘੱਟ ਕਰੋ** : ਜਿੰਨਾ ਉੱਚਾ ਤੁਸੀਂ ਬੋਲੋਗੇ, ਓਨਾ ਹੀ ਤੁਹਾਡਾ ਗੁੱਸਾ ਵਧੇਗਾ ਅਤੇ ਇਸੇ ਤਰ੍ਹਾਂ, ਜਿੰਨਾ ਹੌਲੀ ਤੁਸੀਂ ਬੋਲੋਗੇ, ਓਨਾ ਹੀ ਤੁਹਾਡਾ ਗੁੱਸਾ ਘੱਟ ਹੋਵੇਗਾ।

- **ਜਦੋਂ ਦੂਜਾ ਵਿਅਕਤੀ ਖਰਾਬ ਮੂਡ ਵਿੱਚ ਹੁੰਦਾ ਹੈ, ਤਾਂ ਉਸਨੂੰ ਬਹੁਤ ਜ਼ਿਆਦਾ ਸਮਝਾਉਣਾ ਨਹੀਂ ਚਾਹੀਦਾ :** ਜਦੋਂ ਮੂਡ ਖਰਾਬ ਹੁੰਦਾ ਹੈ, ਤੁਸੀਂ ਭਾਵੇਂ ਕਿੰਨੀ ਵੀ ਹਿਤ ਦੀ ਗੱਲ ਕਿਉਂ ਨਾ ਕਹੋ, ਉਹ ਸਮਝ ਨਹੀਂ ਆਉਂਦੀ। ਗੁੱਸੇ ਦੇ ਘੱਟ ਹੋਣ ਦੀ ਉਡੀਕ ਕਰੋ ਅਤੇ ਫਿਰ ਆਪਣੀ ਗੱਲ ਸਮਝਾਓ।* * ਮਹਾਤਮਾ ਬੁੱਧ ਨੇ ਕਿਹਾ ਹੈ ਕਿ ਗੁੱਸਾ ਕਰਨਾ ਆਪਣੇ ਨੰਗੇ ਹੱਥਾਂ ਨਾਲ ਬਲਦੇ ਕੋਲੇ ਚੁੱਕਣ ਵਾਂਗ ਹੈ। ਉਹ ਸਰਲ ਸ਼ਬਦਾਂ ਵਿੱਚ ਸਮਝਾਉਣ ਦੀ ਕੋਸ਼ਿਸ਼ ਕਰ ਰਹੇ ਸਨ ਕਿ ਗੁੱਸਾ ਕਿੰਨਾ ਖ਼ਤਰਨਾਕ ਹੋ ਸਕਦਾ ਹੈ, ਅਤੇ ਸਾਨੂੰ ਇਸ ਤੋਂ ਬਚਣਾ ਚਾਹੀਦਾ ਹੈ।
- ਗੁੱਸੇ ਵਿੱਚ ਕੋਈ ਵੀ ਮਹੱਤਵਪੂਰਨ ਫੈਸਲਾ ਨਾ ਲਓ ਕਿਉਂਕਿ ਜਦੋਂ ਤੁਸੀਂ ਗੁੱਸੇ ਵਿੱਚ ਹੁੰਦੇ ਹੋ ਤਾਂ ਦਿਮਾਗ ਸਹੀ ਢੰਗ ਨਾਲ ਕੰਮ ਨਹੀਂ ਕਰਦਾ।
- ਕਿਸੀ ਮਹਾਨ ਵਿਅਕਤੀ ਨੇ ਇੱਕ ਵਾਰ ਕਿਹਾ ਸੀ ਕਿ ਗੁੱਸੇ ਨਾਲ ਪਾਗਲ ਵਿਅਕਤੀ ਜ਼ਹਿਰ ਨਾਲ ਭਰਿਆ ਹੁੰਦਾ ਹੈ, ਭਾਵ ਉਹ ਕੁਝ ਵੀ ਕਹਿ ਜਾਂ ਕਰ ਸਕਦਾ ਹੈ। ਇਸ ਲਈ, ਲੋਕਾਂ ਨੂੰ ਬੇਲੋੜਾ ਗੁੱਸਾ ਨਾ ਦਿਲਾਓ। ਖੁਦ ਖੁਸ਼ ਰਹੋ ਅਤੇ ਦੂਜਿਆਂ ਵਿੱਚ ਖੁਸ਼ੀ ਫੈਲਾਓ ਗੁੱਸਾ ਨਹੀਂ।
- ਹਮੇਸ਼ਾ ਯਾਦ ਰੱਖੋ ਕਿ ਜ਼ਿਆਦਾਤਰ ਲੋਕ ਦਿਲ ਦੇ ਚੰਗੇ ਹੁੰਦੇ ਹਨ, ਪਰ ਉਹ ਪਰੇਸ਼ਾਨ ਅਤੇ ਚਿੰਤਤ ਹੁੰਦੇ ਹਨ, ਇਸ ਲਈ ਕਈ ਵਾਰ ਅਸੀਂ ਉਨ੍ਹਾਂ ਦੇ ਗੁੱਸੇ ਦਾ ਸ਼ਿਕਾਰ ਹੋ ਜਾਂਦੇ ਹਾਂ। ਗੁੱਸੇ ਤੋਂ ਬਚਣ ਲਈ ਇਨ੍ਹਾਂ ਤਰੀਕਿਆਂ ਨੂੰ ਲਾਗੂ ਕਰਕੇ ਉਨ੍ਹਾਂ ਦੇ ਗੁੱਸੇ ਤੋਂ ਬਚਣਾ ਸਭ ਤੋਂ ਵਧੀਆ ਹੈ। ਕੋਈ ਵੀ ਨਵਾਂ ਹੁਨਰ ਸਿੱਖਣ ਲਈ ਕਾਫ਼ੀ ਮਿਹਨਤ ਦੀ ਲੋੜ ਹੁੰਦੀ ਹੈ। ਆਪਣੇ ਗੁੱਸੇ ਨੂੰ ਕਾਬੂ ਕਰਨ ਅਤੇ ਦੂਜਿਆਂ ਦੇ ਗੁੱਸੇ ਤੋਂ ਬਚਣ ਲਈ ਵੀ ਕਾਫ਼ੀ ਮਿਹਨਤ ਦੀ ਲੋੜ ਹੋਵੇਗੀ।

ਅਧਿਆਇ – 46

ਮੂਡ ਖਰਾਬ ਹੋਣ ਤੋਂ ਬਾਅਦ ਤੁਸੀ ਕਿੰਨੀ ਦੇਰ ਬਾਅਦ ਸਹਿਜ ਹੋ ਪਾਂਦੇ ਹੋ

"ਜਦੋਂ ਮੇਰਾ ਮੂਡ ਖਰਾਬ ਹੁੰਦਾ ਹੈ, ਮੈਨੂੰ ਕੁਝ ਵੀ ਸੁਣਾਈ ਨਹੀਂ ਦਿੰਦਾ : ਕੈਥੀ ਫ੍ਰੀਮੈਨ "

ਇਨ੍ਹੀਂ ਦਿਨੀਂ, ਮੋਬਾਈਲ ਕੰਪਨੀਆਂ ਆਪਣੇ ਫ਼ੋਨਾਂ ਵਿੱਚ ਲਗਾਤਾਰ ਸੁਧਾਰ ਕਰ ਰਹੀਆਂ ਹਨ। ਕੁਝ ਆਪਣੇ ਕੈਮਰੇ ਵਧੀਆ ਰਹੀਆਂ ਹਨ, ਕੁਝ ਆਪਣੀਆਂ ਬੈਟਰੀਆਂ ਅਤੇ ਡਿਜ਼ਾਈਨ। ਕੁਝ ਦਿਨ ਪਹਿਲਾਂ, ਮੈਂ ਇੱਕ ਹੋਰ ਪਹਿਲੂ ਦੇਖਿਆ ਜਿਸ 'ਤੇ ਮੋਬਾਈਲ ਕੰਪਨੀਆਂ ਕੰਮ ਕਰ ਰਹੀਆਂ ਹਨ: ਉਹ ਹੁਣ ਅਜਿਹੇ ਚਾਰਜਰ ਪ੍ਰਦਾਨ ਕਰ ਰਹੀਆਂ ਹਨ ਜਿਨ੍ਹਾਂ ਨੇ ਚਾਰਜਿੰਗ ਸਮਾਂ ਕਈ ਘੰਟਿਆਂ ਤੋਂ ਘਟਾ ਕੇ ਬਹੁਤ ਘੱਟ ਸਮਾਂ ਕਰ ਦਿੱਤਾ ਹੈ। ਇਸਦਾ ਮਤਲਬ ਹੈ ਕਿ ਡਿਸਚਾਰਜ ਤੋਂ ਆਮ ਚਾਰਜ ਜਾਂ ਪੂਰਾ ਚਾਰਜ ਹੋਣ ਤੱਕ ਦਾ ਸਮਾਂ ਜਿੰਨਾ ਘੱਟ ਹੋਵੇਗਾ, ਓਨਾ ਹੀ ਵਧੀਆ। ਮੈਂ ਇਸ ਚਾਰਜਿੰਗ ਸਮੇਂ ਬਾਰੇ ਸੋਚ ਰਿਹਾ ਸੀ। ਫਿਰ ਮੇਰੇ ਮਨ ਵਿੱਚ ਇਹ ਖਿਆਲ ਆਇਆ ਕਿ ਕਈ ਵਾਰ, ਜਦੋਂ ਅਸੀਂ ਚਿੰਤਤ ਹੁੰਦੇ ਹਾਂ ਜਾਂ ਮਾੜੇ ਮੂਡ ਵਿੱਚ ਹੁੰਦੇ ਹਾਂ (ਬਿਲਕੁਲ ਮੋਬਾਈਲ ਬੈਟਰੀ ਦੇ ਡਿਸਚਾਰਜ ਵਾਂਗ), ਤਾਂ ਸਾਨੂੰ ਆਮ ਮੂਡ ਵਿੱਚ ਵਾਪਸ ਆਉਣ ਵਿੱਚ ਕਿੰਨਾ ਸਮਾਂ ਲੱਗਦਾ ਹੈ? ਇਸ ਵਿਚਾਰ ਨੇ ਮੈਨੂੰ ਹੈਰਾਨ ਕਰ ਦਿੱਤਾ: ਅਸੀਂ ਮਾੜੇ ਮੂਡ ਦੇ ਬਹਾਨੇ ਕਿੰਨਾ ਸਮਾਂ ਬਰਬਾਦ ਕਰਦੇ ਹਾਂ, ਅਤੇ ਆਪਣੇ ਕੀਮਤੀ ਕੰਮਾਂ ਨੂੰ ਨਹੀਂ ਕਰਦੇ ।ਕੀ ਇਹ ਬਿਹਤਰ ਨਹੀਂ ਹੋਵੇਗਾ ਜੇਕਰ ਹੁਣ ਤੋਂ ਅਸੀਂ ਆਪਣੇ ਚਾਰਜਿੰਗ ਸਮੇਂ ਨੂੰ ਘੱਟ ਤੋਂ ਘੱਟ ਰੱਖੀਏ, ਬਿਲਕੁਲ ਮੋਬਾਈਲ ਤਕਨਾਲੋਜੀ ਵਾਂਗ, ਯਾਨੀ ਕਿ ਖਰਾਬ ਮੂਡ ਤੋਂ ਆਮ ਮੂਡ ਵਿੱਚ ਜਾਣ ਲਈ ਲੱਗਣ ਵਾਲਾ ਸਮਾਂ ਘੱਟ ਤੋਂ ਘੱਟ ਹੋਵੇ।

ਲੋਕ ਵਿਵਹਾਰ ਸੰਬੰਧਿਤ ਅਮਲ ਕਰਨ ਯੋਗ ਲਾਭਦਾਇਕ ਗੱਲਾਂ :

- ਹੁਣ ਤੋਂ, ਜਦੋਂ ਵੀ ਤੁਹਾਡਾ ਮੂਡ ਖਰਾਬ ਹੋਵੇ, ਤਾਂ ਇਹ ਧਿਆਨ ਵਿੱਚ ਰੱਖੋ ਕਿ ਤੁਹਾਨੂੰ ਸਹਿਜ ਹੋਣ ਵਿੱਚ ਕਿੰਨਾ ਸਮਾਂ ਲੱਗਦਾ ਹੈ। ਉਨ੍ਹਾਂ ਚੀਜ਼ਾਂ ਵੱਲ ਵੀ ਧਿਆਨ ਦਿਓ ਜੋ ਤੁਹਾਡਾ ਮੂਡ ਖਰਾਬ ਕਰਦੀਆਂ ਹਨ। ਬਿਹਤਰ ਹੋਵੇਗਾ ਜੇਕਰ ਤੁਸੀਂ ਅਜਿਹੇ ਲੋਕਾਂ ਜਾਂ ਅਜਿਹੀਆਂ ਗਤੀਵਿਧੀਆਂ ਤੋਂ ਬਚੋ ਜੋ ਤੁਹਾਡਾ ਮੂਡ ਖਰਾਬ ਕਰਦੀਆਂ ਹਨ।
- **ਖਾਣਾ ਖਾਂਦੇ ਸਮੇਂ ਮੂਡ ਖਰਾਬ ਕਰਨ ਵਾਲੀਆਂ ਗੱਲਾਂ ਨਾ ਕਰੋ**: ਇੱਕ ਪਰਿਵਾਰਕ ਨਿਯਮ ਬਣਾ ਲੋ ਕਿ ਖਾਣੇ ਦੀ ਮੇਜ਼ 'ਤੇ ਕੋਈ ਵੀ ਨਕਾਰਾਤਮਕ ਗੱਲ ਨਾ ਹੋਵੇ ਜੋ ਮੂਡ ਨੂੰ ਖਰਾਬ ਕਰੇ, ਕਿਉਂਕਿ ਇਸ ਨਾਲ ਨਾ ਸਿਰਫ਼ ਭੁੱਖ ਮਿਟਦੀ ਹੈ ਸਗੋਂ ਮਾਹੌਲ ਵੀ ਨਕਾਰਾਤਮਕ ਹੋ ਜਾਂਦਾ ਹੈ, ਜਿਸ ਨਾਲ ਘਰ ਦੇ ਹਰ ਮੈਂਬਰ ਦਾ ਮੂਡ ਖਰਾਬ ਹੁੰਦਾ ਹੈ।
- **ਚੰਗਾ ਮੂਡ ਰੱਖਣਾ ਇੱਕ ਚੁਣੌਤੀ ਹੈ** : ਇਸ ਦੁਨੀਆਂ ਵਿੱਚ ਤੁਹਾਨੂੰ ਹਰ ਕਦਮ 'ਤੇ ਨਕਾਰਾਤਮਕ ਲੋਕ ਮਿਲਣਗੇ, ਇਸ ਲਈ ਆਪਣੇ ਮੂਡ ਨੂੰ ਚੰਗਾ ਰੱਖਣਾ ਇੱਕ ਚੁਣੌਤੀ ਬਣ ਜਾਂਦਾ ਹੈ, ਪਰ ਜੇਕਰ ਤੁਸੀਂ ਜ਼ਿੰਦਗੀ ਵਿੱਚ ਸਫਲਤਾ ਪ੍ਰਾਪਤ ਕਰਨਾ ਚਾਹੁੰਦੇ ਹੋ ਤਾਂ ਆਪਣੇ ਮੂਡ ਨੂੰ ਚੰਗਾ ਰੱਖਣਾ ਤੁਹਾਡੀ ਜ਼ਿੰਮੇਵਾਰੀ ਹੈ।

ਅਧਿਆਇ – 47
ਜੇ ਆਲੋਚਨਾ ਕਰਨੀ ਪਵੇ ਤਾਂ ਕਿਵੇਂ ਕਰੀਏ

"ਉਸ ਨੂੰ ਹੀ ਆਲੋਚਨਾ ਕਰਨ ਦਾ ਅਧਿਕਾਰ ਹੈ ਜੋ ਦਿਲ ਨਾਲ ਤੁਹਾਡੀ ਮਦਦ ਕਰਨਾ ਚਾਹੁੰਦਾ ਹੈ: ਅਬਰਾਹਮ ਲਿੰਕਨ "

ਸਾਨੂੰ ਕਦੇ ਵੀ ਕਿਸੇ ਨੂੰ ਬੇਇੱਜ਼ਤ ਕਰਨ, ਸਬਕ ਸਿਖਾਉਣ ਜਾਂ ਆਪਣਾ ਪ੍ਰਭਾਵ ਸਥਾਪਤ ਕਰਨ ਲਈ ਆਲੋਚਨਾ ਨਹੀਂ ਕਰਨੀ ਚਾਹੀਦੀ। ਕਿਉਂਕਿ ਆਲੋਚਨਾ ਕਿਸੇ ਨੂੰ ਵੀ ਚੰਗੀ ਨਹੀਂ ਲਗਦੀ ਅਤੇ ਜਿਸ ਵਿਅਕਤੀ ਦੀ ਆਲੋਚਨਾ ਹੁੰਦੀ ਹੈ ਉਹ ਸਾਡੇ ਪ੍ਰਤੀ ਬੁਰਾਈ ਰੱਖਣ ਲਗਦਾ ਹੈ। ਹਾਲਾਂਕਿ, ਜੇਕਰ ਤੁਸੀਂ ਕਿਸੇ ਨੂੰ ਚੰਗੇ ਇਰਾਦੇ ਨਾਲ ਸੁਧਾਰਨਾ ਚਾਹੁੰਦੇ ਹੋ, ਜੋ ਕਿ ਸਿਰਫ ਆਲੋਚਨਾ ਦੁਆਰਾ ਹੀ ਸੰਭਵ ਹੈ, ਤਾਂ ਇਹ ਬਹੁਤ ਧਿਆਨ ਨਾਲ ਕੀਤਾ ਜਾਣਾ ਚਾਹੀਦਾ ਹੈ। ਇੱਥੇ, ਮੈਂ ਕੁਝ ਸੁਝਾਅ ਦੇਣਾ ਚਾਹੁੰਦਾ ਹਾਂ।

- **ਸੈਂਡਵਿਚ ਤਕਨੀਕ ਦੀ ਵਰਤੋਂ ਕਰੋ** : ਉਦਾਹਰਣ ਵਜੋਂ, ਜੇਕਰ ਪਿਆਜ਼ ਨੂੰ ਇਕੱਲੇ ਖਾਇਆ ਜਾਵੇ, ਤਾਂ ਇਹ ਚੰਗਾ ਨਹੀਂ ਲੱਗ ਸਕਦਾ ਜਾਂ ਕੌੜਾ ਲੱਗ ਸਕਦਾ ਹੈ, ਪਰ ਜੇਕਰ ਇਸਨੂੰ ਹੋਰ ਸਬਜ਼ੀਆਂ ਅਤੇ ਪਨੀਰ ਦੇ ਨਾਲ ਰੋਟੀ ਦੇ ਵਿਚਕਾਰ ਖਾਧਾ ਜਾਵੇ, ਤਾਂ ਇਹ ਸੁਆਦੀ ਬਣ ਜਾਂਦਾ ਹੈ। ਇਸੇ ਤਰ੍ਹਾਂ, ਜਦੋਂ ਆਲੋਚਨਾ ਨੂੰ ਪ੍ਰਸ਼ੰਸਾ ਜਾਂ ਵਿਅਕਤੀ ਬਾਰੇ ਸਕਾਰਾਤਮਕ ਗੱਲਾਂ ਦੇ ਵਿਚਕਾਰ ਰੱਖਿਆ ਜਾਂਦਾ ਹੈ, ਤਾਂ ਇਹ ਬਹੁਤਾ ਤਕਲੀਫ ਨਹੀਂ ਦੇਂਦੀ।ਇਸ ਲਈ, ਪਹਿਲਾਂ ਆਪਣੀ ਗੱਲਬਾਤ ਉਸ ਵਿਅਕਤੀ ਨਾਲ ਸਬੰਧਤ ਕਿਸੇ ਪ੍ਰਸ਼ੰਸਾ ਜਾਂ ਕਿਸੇ ਚੰਗੀ ਗੱਲ ਨਾਲ ਸ਼ੁਰੂ ਕਰੋ, ਫਿਰ ਸੰਤੁਲਿਤ ਸ਼ਬਦਾਂ ਵਿੱਚ

ਉਸਦੀ ਗਲਤੀ ਦੱਸੋ ਅਤੇ ਉਸ ਤੋਂ ਬਾਅਦ ਕਿਸੇ ਸਕਾਰਾਤਮਕ ਪਹਿਲੂ 'ਤੇ ਗੱਲਬਾਤ ਖਤਮ ਕਰੋ।

- **ਵਿਅਕਤੀ ਦੇ ਕੰਮ ਦੀ ਆਲੋਚਨਾ ਕਰੋ, ਵਿਅਕਤੀ ਦੀ ਨਹੀਂ** : ਇਹ ਸਪੱਸ਼ਟ ਹੋਣਾ ਚਾਹੀਦਾ ਹੈ ਕਿ ਤੁਹਾਡੀ ਉਸ ਵਿਅਕਤੀ ਪ੍ਰਤੀ ਕੋਈ ਨਫ਼ਰਤ ਨਹੀਂ ਹੈ; ਤੁਸੀਂ ਉਨ੍ਹਾਂ ਦੇ ਕੰਮ ਜਾਂ ਨਤੀਜਿਆਂ ਤੋਂ ਸੰਤੁਸ਼ਟ ਨਹੀਂ ਹੋ।
- **ਇਹ ਯਕੀਨੀ ਬਣਾਓ ਕਿ ਆਲੋਚਨਾ ਕਰਦੇ ਸਮੇਂ ਕੋਈ ਹੋਰ ਮੌਜੂਦ ਨਾ ਹੋਵੇ** : ਜੇਕਰ ਤੁਸੀਂ ਸਾਰਿਆਂ ਦੇ ਸਾਹਮਣੇ ਜਾਂ ਕਿਸੇ ਹੋਰ ਦੇ ਸਾਹਮਣੇ ਆਲੋਚਨਾ ਕਰ ਰਹੇ ਹੋ, ਤਾਂ ਤੁਸੀਂ ਨਾ ਸਿਰਫ਼ ਉਸ ਵਿਅਕਤੀ ਦਾ ਅਪਮਾਨ ਕਰ ਰਹੇ ਹੋ, ਸਗੋਂ ਆਪਣੇ ਲਈ ਇੱਕ ਦੁਸ਼ਮਣ ਵੀ ਬਣਾ ਰਹੇ ਹੋ ਅਤੇ ਤੁਸੀਂ ਆਪਣੇ ਉਦੇਸ਼ ਤੋਂ ਵੀ ਭਟਕ ਜਾਓਗੇ, ਯਾਨੀ ਕਿ ਤੁਸੀਂ ਉਸ ਵਿਅਕਤੀ ਵਿੱਚ ਸੁਧਾਰ ਨਹੀਂ ਲਿਆ ਸਕੋਗੇ।
- **ਜੇ ਤੁਸੀਂ ਪਹਿਲਾਂ ਵੀ ਅਜਿਹੀਆਂ ਗਲਤੀਆਂ ਅਤੀਤ ਵਿਚ ਕੀਤੀਆਂ ਹਨ, ਤਾਂ ਉਸਨੂੰ ਇਹ ਜ਼ਰੂਰ ਦੱਸੋ** : ਜੇ ਸੰਭਵ ਹੋਵੇ, ਤਾਂ ਉਸਨੂੰ ਆਪਣੀ ਇੱਕ ਉਦਾਹਰਣ ਦਿਓ, ਜਿਸ ਵਿੱਚ ਦਿਖਾਇਆ ਜਾਵੇ ਕਿ ਤੁਸੀਂ ਵੀ ਅਜਿਹੀਆਂ ਗਲਤੀਆਂ ਕੀਤੀਆਂ ਹਨ ਅਤੇ ਤੁਸੀਂ ਉਸਦੀ ਸਥਿਤੀ ਨੂੰ ਸਮਝਦੇ ਹੋ। ਫਿਰ, ਉਸਨੂੰ ਦੱਸੋ ਕਿ ਤੁਸੀਂ ਉਨ੍ਹਾਂ ਗਲਤੀਆਂ ਨੂੰ ਕਿਵੇਂ ਸੁਧਾਰਿਆ ਹੈ।
- **ਜੇ ਸੰਭਵ ਹੋਵੇ, ਤਾਂ ਉਸ ਕੰਮ ਨੂੰ ਕਰਨ ਦਾ ਸਹੀ ਤਰੀਕਾ ਦੱਸੋ** : ਜੇ ਤੁਸੀਂ ਜਾਣਦੇ ਹੋ ਕਿ ਇਸਨੂੰ ਬਿਹਤਰ ਢੰਗ ਨਾਲ ਕਿਵੇਂ ਕਰਨਾ ਹੈ, ਤਾਂ ਉਸ ਨੂੰ ਉਹ ਵੀ ਦੱਸੋ।
- **ਇਕ ਗਲਤੀ ਦੀ ਸਿਰਫ਼ ਇੱਕ ਵਾਰ ਆਲੋਚਨਾ ਕਰੋ:** ਜਿਸ ਤਰ੍ਹਾਂ ਕਿਸੇ ਅਪਰਾਧੀ ਨੂੰ ਕਿਸੇ ਅਪਰਾਧ ਲਈ ਸਿਰਫ਼ ਇੱਕ ਵਾਰ ਸਜ਼ਾ ਮਿਲਦੀ ਹੈ, ਉਸੇ ਤਰ੍ਹਾਂ ਇੱਥੇ ਵੀ ਗਲਤੀ ਦੀ ਸਿਰਫ਼ ਇੱਕ ਵਾਰ ਆਲੋਚਨਾ ਹੋਣੀ ਚਾਹੀਦੀ ਹੈ, ਵਾਰ-ਵਾਰ ਸ਼ਿਕਾਇਤ ਕਰਕੇ ਉਸਨੂੰ ਸ਼ਰਮਿੰਦਾ ਨਾ ਕਰੋ।
- **ਹੁਕਮ ਨਾ ਦਿਓ, ਸਗੋਂ ਸੁਝਾਅ ਦਿਓ ਜਾਂ ਸਹਿਯੋਗ ਮੰਗੋ :** ਅਜਿਹਾ ਨਹੀਂ ਲੱਗਣਾ ਚਾਹੀਦਾ ਕਿ ਤੁਸੀਂ ਉਸਨੂੰ ਇਹ ਕਰਨ ਲਈ ਹੁਕਮ ਦੇ ਰਹੇ ਹੋ, ਸਗੋਂ ਸੁਝਾਅ ਦਿਓ ਕਿ ਇਹ ਕਰਨਾ ਬਿਹਤਰ ਹੋਵੇਗਾ ਜਾਂ ਉਸ ਤੋਂ ਸਹਿਯੋਗ ਮੰਗੋ ਕਿ ਕੀ ਉਹ ਕੰਪਨੀ ਦੇ ਉਦੇਸ਼ਾਂ ਨੂੰ ਪ੍ਰਾਪਤ ਕਰਨ ਜਾਂ ਬਿਹਤਰ ਨਤੀਜੇ ਪ੍ਰਾਪਤ ਕਰਨ ਵਿੱਚ ਤੁਹਾਡੀ ਮਦਦ ਕਰ ਸਕਦਾ ਹੈ।
- **ਆਲੋਚਨਾ ਤੋਂ ਬਾਅਦ, ਗੱਲਬਾਤ ਨੂੰ ਦੋਸਤਾਨਾ ਢੰਗ ਨਾਲ ਖਤਮ ਕਰੋ** : ਉਸਦਾ ਧੰਨਵਾਦ ਕਰੋ ਅਤੇ ਕਹੋ ਕਿ ਤੁਹਾਨੂੰ ਉਸਦੀ ਯੋਗਤਾ 'ਤੇ ਪੂਰਾ ਵਿਸ਼ਵਾਸ ਹੈ ਅਤੇ ਉਹ ਜਲਦੀ ਹੀ ਲੋੜੀਂਦੇ ਨਤੀਜੇ ਪ੍ਰਾਪਤ ਕਰ ਲੇਗਾ।

ਕੁਝ ਹੋਰ ਸੁਝਾਅ

- **ਕਿਸੇ ਦੀ ਪਿੱਠ ਪਿੱਛੇ ਆਲੋਚਨਾ ਨਾ ਕਰੋ** : ਇੱਕ ਵਾਰ ਦੀ ਗੱਲ ਹੈ, ਦੋ ਦੋਸਤ ਬਾਈਕ ਚਲਾ ਰਹੇ ਸਨ ਅਤੇ ਕਿਤੇ ਜਾ ਰਹੇ ਸਨ। ਇਕ ਦੋਸਤ ਜੋ ਬਾਈਕ ਚਲਾ ਰਿਹਾ ਸੀ ਉਹ ਦੂਜੇ ਦੋਸਤ ਨੂੰ ਆਪਣੇ ਇੱਕ ਰਿਸ਼ਤੇਦਾਰ ਦੀ ਆਲੋਚਨਾ ਕਰ ਰਿਹਾ ਸੀ।

ਉਸਨੂੰ ਇਹ ਵੀ ਨਹੀਂ ਪਤਾ ਸੀ ਕਿ ਜਿਸ ਵਿਅਕਤੀ ਦੀ ਉਹ ਆਲੋਚਨਾ ਕਰ ਰਿਹਾ ਸੀ ਉਹ ਉਸਦੇ ਪਿੱਛੇ ਸਵਾਰ ਸੀ। ਉਸਨੇ ਹੈਲਮੇਟ ਪਾਇਆ ਹੋਇਆ ਸੀ ਇਸ ਲਈ ਉਹ ਉਸਨੂੰ ਪਛਾਣ ਨਹੀਂ ਸਕਿਆ। ਕਲਪਨਾ ਕਰੋ ਕਿ ਰਿਸ਼ਤੇਦਾਰ ਤੇ ਆਪਣੇ ਬਾਰੇ ਇਹ ਜ਼ਹਿਰੀਲੇ ਵਿਚਾਰ ਸੁਣ ਕੇ ਕੀ ਗੁਜ਼ਰਿਆ ਹੋਵੇਗਾ। ਕਹਿਣ ਦੀ ਲੋੜ ਨਹੀਂ, ਇਹਨਾਂ ਲੋਕਾਂ ਦੇ ਸੰਬੰਧ ਹੁਣ ਪੂਰੀ ਤਰ੍ਹਾਂ ਖਰਾਬ ਹੋ ਚੁਕੇ ਹਨ। ਤੁਹਾਨੂੰ ਵੀ ਇਸ ਘਟਨਾ ਤੋਂ ਸਿੱਖਣਾ ਚਾਹੀਦਾ ਹੈ ਅਤੇ ਆਲੋਚਨਾ ਨਹੀਂ ਕਰਨੀ ਚਾਹੀਦੀ।

- **ਤੁਹਾਡਾ ਕੰਟਰੋਲ ਸਿਰਫ਼ ਤੁਹਾਡੇ ਦ੍ਰਿਸ਼ਟੀਕੋਣ ਤੇ ਹੈ**: ਇੱਕ ਵਾਰ ਇੱਕ ਬਹੁਤ ਹੀ ਸਫਲ ਆਦਮੀ ਦਾ ਇੰਟਰਵਿਊ ਹੋ ਰਿਹਾ ਸੀ। ਪੱਤਰਕਾਰ ਨੇ ਉਸਨੂੰ ਉਸਦੇ ਵਿਰੋਧੀ ਬਾਰੇ ਪੁੱਛਿਆ। ਇਸ 'ਤੇ ਉਸ ਮਹਾਨ ਵਿਅਕਤੀ ਨੇ ਆਪਣੇ ਵਿਰੋਧੀ ਦੀ ਬਹੁਤ ਪ੍ਰਸ਼ੰਸਾ ਕੀਤੀ। ਇਸ 'ਤੇ ਪੱਤਰਕਾਰ ਨੇ ਬਹੁਤ ਹੈਰਾਨੀ ਨਾਲ ਪੁੱਛਿਆ, ਕੀ ਤੁਹਾਨੂੰ ਪਤਾ ਹੈ ਕਿ ਜਿਨ੍ਹਾਂ ਲੋਕਾਂ ਦੀ ਤੁਸੀਂ ਪ੍ਰਸ਼ੰਸਾ ਕਰ ਰਹੇ ਹੋ, ਉਹ ਤੁਹਾਡੇ ਬਾਰੇ ਕਿੰਨਾ ਗਲਤ ਸੋਚਦੇ ਹਨ? ਇਸ 'ਤੇ ਉਸ ਮਹਾਨ ਵਿਅਕਤੀ ਨੇ ਬਹੁਤ ਵਧੀਆ ਜਵਾਬ ਦਿੱਤਾ, "ਤੁਸੀਂ ਉਨ੍ਹਾਂ ਬਾਰੇ ਮੇਰੀ ਰਾਏ ਪੁੱਛੀ ਹੈ, ਮੇਰੇ ਬਾਰੇ ਉਨ੍ਹਾਂ ਦੀ ਰਾਏ ਨਹੀਂ।"
- **ਬਦਦੁਆਵਾਂ ਨਹੀਂ, ਅਸ਼ੀਰਵਾਦ ਇਕੱਠੇ ਕਰੋ**: ਕਿਸੇ ਵੀ ਵਿਅਕਤੀ ਦੀ ਆਲੋਚਨਾ ਕਰਕੇ ਉਸਨੂੰ ਬੇਇੱਜ਼ਤ ਕਰਨ ਲਈ ਉਸਦੇ ਸਵੈ-ਮਾਣ ਨੂੰ ਠੇਸ ਪਹੁੰਚਾਉਣਾ ਸਭ ਤੋਂ ਵੱਡਾ ਅਪਰਾਧ ਹੈ।
- **ਦੂਜਿਆਂ ਦੀ ਆਪਣੇ ਬਾਰੇ ਰਾਏ ਮਹੱਤਵਪੂਰਨ ਹੁੰਦੀ ਹੈ** : ਇੱਕ ਮਹਾਨ ਵਿਅਕਤੀ ਨੇ ਕਿਹਾ ਹੈ, "ਮੈਨੂੰ ਅਜਿਹਾ ਕੁਝ ਕਹਿਣ ਦਾ ਕੋਈ ਹੱਕ ਨਹੀਂ ਹੈ ਜੋ ਕਿਸੇ ਹੋਰ ਵਿਅਕਤੀ ਨੂੰ ਛੋਟਾ ਕਰ ਦੇ। ਇਹ ਮਾਇਨੇ ਨਹੀਂ ਰੱਖਦਾ ਕਿ ਉਹ ਵਿਅਕਤੀ ਮੇਰੇ ਬਾਰੇ ਕੀ ਸੋਚਦਾ ਹੈ, ਪਰ ਇਹ ਮਾਇਨੇ ਰੱਖਦਾ ਹੈ ਕਿ ਉਹ ਆਪਣੇ ਬਾਰੇ ਕੀ ਸੋਚਦਾ ਹੈ।"ਇਸਲਈ ਦੂਜੇ ਵਿਅਕਤੀ ਦੀ ਇੱਜ਼ਤ ਨੂੰ ਬੇਲੋੜਾ ਨੁਕਸਾਨ ਨਾ ਪਹੁੰਚਾਓ, ਨਹੀਂ ਤਾਂ ਤੁਸੀਂ ਪਰੇਸ਼ਾਨੀ ਵਿਚ ਪੈ ਸਕਦੇ ਹੋ।

ਜੇਕਰ ਸਾਡੀ ਆਲੋਚਨਾ ਕੀਤੀ ਜਾਂਵੇ ਤਾਂ:

ਜਦੋਂ ਵੀ ਸਾਡੀ ਆਲੋਚਨਾ ਕੀਤੀ ਜਾਂਦੀ ਹੈ, ਤਾਂ ਇਹ ਜਾਂਚ ਕਰੋ ਕਿ ਉਹ ਵਿਅਕਤੀ ਸਾਨੂੰ ਨੀਵਾਂ ਦਿਖਾਉਣ ਲਈ ਸਾਡੀ ਆਲੋਚਨਾ ਕਰ ਰਿਹਾ ਹੈ ਜਾਂ ਸਾਨੂੰ ਬਿਹਤਰ ਬਣਾਉਣ ਲਈ। ਜੇਕਰ ਉਹ ਸਾਨੂੰ ਬਿਹਤਰ ਬਣਾਉਣ ਦੇ ਇਰਾਦੇ ਨਾਲ ਸਾਡੀ ਆਲੋਚਨਾ ਕਰ ਰਿਹਾ ਹੈ, ਤਾਂ ਦੇਖੋ ਕਿ ਕੀ ਇਸ ਵਿੱਚ ਕੋਈ ਸੱਚਾਈ ਹੈ ਅਗਰ ਹੈ ਤੇ ਇਸ ਵਿਚ ਨਾਲੋ ਨਾਲ ਸੁਧਾਰ ਕਰੋ :-

ਉਸ ਦਾ ਧੰਨਵਾਦ ਕਰੋ।

- ਸੱਚ ਨਾਲ ਸਹਿਮਤ ਹੋ ਜਾਓ।
- ਜਿੱਥੇ ਤੁਹਾਡੀ ਗਲਤੀ ਹੋਵੇ ਉਸਨੂੰ ਸਵੀਕਾਰ ਕਰੋ ਲੋ।
- ਅਤੇ ਜੇਕਰ ਉਹ ਤੁਹਾਨੂੰ ਨੀਵਾਂ ਦਿਖਾਉਣ ਦੀ ਕੋਸ਼ਿਸ਼ ਕਰ ਰਿਹਾ ਹੈ, ਤਾਂ ਇਹ ਗੱਲ ਧਿਆਨ ਵਿੱਚ ਰੱਖੋ।

- ਹਰ ਕਿਸੇ ਨੂੰ ਆਪਣੀ ਰਾਏ ਰੱਖਣ ਦਾ ਹੱਕ ਹੈ ਅਤੇ ਤੁਸੀਂ ਹਰ ਕਿਸੇ ਦੀ ਰਾਏ ਨਹੀਂ ਬਦਲ ਸਕਦੇ।
- **ਬਹਿਸਾਂ ਤੋਂ ਬਚੋ:** ਬਹਿਸਾਂ ਦਾ ਇੱਕੋ ਇੱਕ ਫਾਇਦਾ ਉਨ੍ਹਾਂ ਤੋਂ ਬਚਣਾ ਹੈ ਕਿਉਂਕਿ ਤੁਸੀਂ ਇੰਨਾ ਸਮਾਂ ਅਤੇ ਊਰਜਾ ਆਪਣੇ ਆਪ ਨੂੰ ਬਿਹਤਰ ਬਣਾਉਣ ਅਤੇ ਆਪਣੇ ਟੀਚਿਆਂ ਨੂੰ ਪ੍ਰਾਪਤ ਕਰਨ ਲਈ ਵਰਤ ਸਕਦੇ ਹੋ।
- **ਚਿੱਕੜ ਵਿਚ ਵੱਟੇ ਨਹੀਂ ਮਾਰਦੇ।** : ਇੱਕ ਕਹਾਵਤ ਹੈ ਕਿ "ਚਿੱਕੜ ਵਿੱਚ ਵੱਟੇ ਨਹੀਂ ਸੁੱਟੀਦੇ' ਅਤੇ ਇੱਕ ਮਹਾਨ ਆਦਮੀ ਨੇ ਇਹ ਵੀ ਕਿਹਾ ਹੈ ਕਿ "ਤੁਸੀਂ ਸੂਰ ਨਾਲ ਨਹੀਂ ਲੜ ਸਕਦੇ, ਉਹ ਸਿਰਫ਼ ਇਹ ਚਾਹੁੰਦਾ ਹੈ ਕਿ ਤੁਸੀਂ ਚਿੱਕੜ ਵਿੱਚ ਉਸ ਨਾਲ ਲੜਨ ਲਈ ਛਾਲ ਮਾਰੋ ਅਤੇ ਗੰਦੇ ਹੋ ਜਾਵੋ" ਇਸ ਲਈ ਆਪਣੀ ਇੱਜ਼ਤ ਬਣਾਈ ਰੱਖੋ।

ਲੋਕ ਵਿਵਹਾਰ ਨਾਲ ਸਬੰਧਤ ਅਮਲ ਕਰਨ ਯੋਗ ਲਾਭਦਾਇਕ ਤੱਥ :

- **ਨਾ ਸਣਨ ਦੀ ਆਦਤ ਪਾਓ** : ਯਾਦ ਰੱਖੋ, ਇਹ ਤੁਹਾਨੂੰ ਨਹੀਂ ਤੁਹਾਡੇ ਪ੍ਰਸਤਾਵ ਨੂੰ ਨਾਂਹ ਕੀਤਾ ਜਾਂਦਾ ਹੈ । ਜੇਕਰ ਕੋਈ ਤੁਹਾਡੀ ਪੇਸ਼ਕਸ਼ ਨੂੰ ਠੁਕਰਾ ਦਿੰਦਾ ਹੈ, ਤਾਂ ਇਸਨੂੰ ਨਿੱਜੀ ਤੌਰ 'ਤੇ ਨਾ ਲਓ। ਇਸਨੂੰ ਭੁੱਲ ਜਾਓ ਅਤੇ ਆਪਣੀ ਜ਼ਿੰਦਗੀ ਵਿੱਚ ਅੱਗੇ ਵਧੋ।
- **ਆਲੋਚਨਾ ਨੂੰ ਸਿਰਫ਼ ਬ੍ਰਹਮਾਸਤ੍ਰ ਦੇ ਸਾਧਨ ਵਜੋਂ ਵਰਤੋ** : ਆਲੋਚਨਾ ਸਿਰਫ਼ ਉਦੋਂ ਕਰੋ ਜਦੋਂ ਹੋਰ ਸਾਰੇ ਵਿਕਲਪ ਖਤਮ ਹੋ ਗਏ ਹੋਣ, ਪਰ ਸਾਵਧਾਨੀ ਨਾਲ ਅਤੇ ਇਸ ਅਧਿਆਇ ਵਿੱਚ ਦੱਸੇ ਗਏ ਨਿਯਮਾਂ ਦੇ ਅਨੁਸਾਰ।

ਅਧਿਆਇ – 48
ਧਿਆਨ ਦਿਓ ਕਿ ਲੋਕ ਕੀ ਦਿਖਾਉਣ ਦੀ ਕੋਸ਼ਿਸ਼ ਕਰ ਰਹੇ ਹਨ

" ਜਿਵੇਂ-ਜਿਵੇਂ ਮੈਂ ਬੁੱਢਾ ਹੁੰਦਾ ਜਾਂਦਾ ਹਾਂ, ਮੈਂ ਲੋਕਾਂ ਦੀਆਂ ਗੱਲਾਂ ਵੱਲ ਘੱਟ ਧਿਆਨ ਦਿੰਦਾ ਹਾਂ ਪਰ ਮੈਂ ਇਸ ਗੱਲ ਤੇ ਧਿਆਨ ਦੇਂਦਾ ਹਾਂ ਕਿ ਲੋਕ ਕਰਦੇ ਕੀ ਹਨ : ਐਂਡਰਿਊ ਕਾਨੇਂਗੀ"

ਕੀ ਤੁਸੀਂ ਕਦੇ ਸੋਚਿਆ ਹੈ ਕਿ ਤੁਸੀਂ ਸਿਰਫ਼ ਉਨ੍ਹਾਂ ਚੀਜ਼ਾਂ ਵੱਲ ਧਿਆਨ ਦਿੰਦੇ ਹੋ ਜਿਨ੍ਹਾਂ ਨੂੰ ਤੁਸੀਂ ਸਭ ਤੋਂ ਮਹੱਤਵਪੂਰਨ ਸਮਝਦੇ ਹੋ? ਪਰ ਅਸਲੀਅਤ ਇਹ ਹੈ ਕਿ ਅਸੀਂ ਆਪਣੇ ਆਲੇ ਦੁਆਲੇ ਦੀਆਂ ਚੀਜ਼ਾਂ ਦਾ ਇੱਕ ਪ੍ਰਤੀਸ਼ਤ ਹਿੱਸਾ ਵੀ ਨਹੀਂ ਦੇਖਦੇ। ਤੁਸੀਂ ਸਿਰਫ਼ ਉਨ੍ਹਾਂ ਚੀਜ਼ਾਂ ਵੱਲ ਧਿਆਨ ਦਿੰਦੇ ਹਾਂ ਜੋ ਤੁਹਾਡੇ ਲਈ ਸਭ ਤੋਂ ਮਹੱਤਵਪੂਰਨ ਹਨ। ਇੱਕੋ ਗਲੀ 'ਤੇ ਤੁਰਨ ਵਾਲੇ ਲੋਕ ਵੱਖੋ-ਵੱਖਰੀਆਂ ਚੀਜ਼ਾਂ ਦੇਖਣਗੇ ਅਤੇ ਗੌਰ ਕਰਾਂਗੇ। ਇਸ ਦੇ ਪਿੱਛੇ ਕਾਰਨ ਸਿਰਫ਼ ਇਹ ਹੈ ਕਿ ਉਨ੍ਹਾਂ ਦੀਆਂ ਰੁਚੀਆਂ ਵੱਖਰੀਆਂ ਵੱਖਰੀਆਂ ਚੀਜਾ ਵਿਚ ਹੁੰਦੀਆਂ ਹਨ। ਇੱਕ ਪ੍ਰਾਪਰਟੀ ਡੀਲਰ ਦੁਕਾਨਾਂ ਨੂੰ ਦੇਖਦਾ ਹੈ ਅਤੇ ਹਰੇਕ ਲਈ ਕਿਰਾਏ ਦਾ ਅੰਦਾਜ਼ਾ ਲਗਾਉਂਦਾ ਹੈ। ਇੱਕ ਲੇਖਕ ਕਿਤਾਬਾਂ ਦੀਆਂ ਦੁਕਾਨਾਂ ਨੂੰ ਦੇਖਦਾ ਹੈ ਅਤੇ ਹੋਰ ਕਿਤਾਬਾਂ ਨੂੰ ਦੇਖਣ ਲਈ ਅੰਦਰ ਜਾਂਦਾ ਹੈ। ਇੱਕ ਬੱਚਾ ਖਿਡੌਣਿਆਂ ਦੀ ਦੁਕਾਨ ਅਤੇ ਅੰਦਰਲੇ ਖਿਡੌਣਿਆਂ ਨੂੰ ਦੇਖਦਾ ਹੈ। ਇੱਕ ਪਤਨੀ ਗਹਿਣਿਆਂ ਅਤੇ ਕੱਪੜਿਆਂ ਦੀਆਂ ਦੁਕਾਨਾਂ ਨੂੰ ਦੇਖਦੀ ਹੈ। ਆਦਿ।

ਇਸ ਲਈ ਜਦੋਂ ਕੋਈ ਸਾਨੂੰ ਦੇਖਦਾ ਹੈ, ਤਾਂ ਇਹ ਸਾਡੇ ਲਈ ਬਹੁਤ ਸਤਿਕਾਰ ਦਰਸਾਉਂਦਾ ਹੈ। ਇਹ ਸਪੱਸ਼ਟ ਹੈ ਕਿ ਉਹ ਸਾਡੀ ਕਦਰ ਕਰ ਰਿਹਾ ਹੈ। ਮਾਹਿਰਾਂ ਦਾ ਕਹਿਣਾ ਹੈ ਕਿ ਛੋਟੇ ਬੱਚਿਆਂ ਦੀਆਂ ੧੦ ਪ੍ਰਤੀਸ਼ਤ ਸ਼ਰਾਰਤਾਂ ਕੇਵਲ ਧਿਆਨ ਖਿੱਚਣ ਦਾ ਢੰਗ ਹੁੰਦੀਆਂ ਹਨ, ਅਤੇ ਉਹ ਸਿਰਫ਼ ਉਦੋਂ ਹੀ ਸ਼ਰਾਰਤ ਕਰਦੇ ਹਨ ਜਦੋਂ ਉਹਨਾਂ ਨੂੰ ਕਿਸੇ ਹੋਰ ਤਰੀਕੇ ਨਾਲ ਧਿਆਨ

ਨਹੀਂ ਮਿਲ ਪਾਉਂਦਾ ਹੈ। ਉਹ ਇਹ ਵੀ ਕਹਿੰਦੇ ਹਨ ਕਿ ਜ਼ਿਆਦਾਤਰ ਸ਼ਰਾਰਤਾਂ, ਅਤੇ ਅੰਗੂਠਾ ਚੂਸਣਾ ਜਾਂ ਬਿਸਤਰੇ ਵਿੱਚ ਪਿਸ਼ਾਬ ਕਰਨਾ ਵਰਗੀਆਂ ਬਹੁਤ ਸਾਰੀਆਂ ਬੁਰੀਆਂ ਆਦਤਾਂ, ਜਲਦੀ ਠੀਕ ਹੋ ਸਕਦੀਆਂ ਹਨ ਜੇਕਰ ਬੱਚੇ ਨੂੰ ਵਧੇਰੇ ਸਮਾਂ ਅਤੇ ਧਿਆਨ ਮਿਲਦਾ ਹੈ।

ਹੁਣ, ਜੇਕਰ ਅਸੀਂ ਅੱਜ ਦੇ ਡਿਜੀਟਲ ਸੰਸਾਰ ਦੀ ਗੱਲ ਕਰੀਏ, ਤਾਂ ਤੁਸੀਂ ਦੇਖਿਆ ਹੋਵੇਗਾ ਕਿ ਲੋਕ ਵਟਸਐਪ 'ਤੇ ਸਟੇਟਸ ਪਾਉਂਦੇ ਹਨ, ਇੰਸਟਾਗ੍ਰਾਮ 'ਤੇ ਲੋਕਾਂ ਦੀਆਂ ਫੋਟੋਆਂ ਦਾ ਹੜ੍ਹ ਆਉਂਦਾ ਹੈ, ਲੋਕ ਦਿਨ-ਰਾਤ ਟਵੀਟਰ(x) ਤੇ ਟਵੀਟ ਕਰਦੇ ਹਨ ਅਤੇ ਫੇਸਬੁੱਕ ਦੇ ਨਾਲ ਵੀ ਇਹੀ ਸਥਿਤੀ ਹੈ।

- ਲੋਕ ਇੱਕ ਛੋਟੀ ਜਿਹੀ ਫੋਟੋ ਖਿੱਚਣ ਲਈ ਘੰਟਿਆਂ ਬੱਧੀ ਮਿਹਨਤ ਕਿਉਂ ਕਰਦੇ ਹਨ?
- ਤਾਂ ਜੋ ਕੋਈ ਉਨ੍ਹਾਂ ਦੀ ਫੋਟੋ ਦੇਖ ਸਕੇ, ਉਸਦੀ ਕਦਰ ਕਰੇ ਅਤੇ ਉਨ੍ਹਾਂ ਨੂੰ ਮਹੱਤਵਪੂਰਨ ਮਹਿਸੂਸ ਕਰਵਾਏ।
- ਲੋਕ ਆਪਣੀ ਨਵੀਂ ਕਾਰ ਜਾਂ ਘਰ ਬਾਰੇ ਸਟੇਟਸ ਕਿਉਂ ਪਾਉਂਦੇ ਹਨ?
- ਤਾਂ ਜੋ ਤੁਸੀਂ ਉਨ੍ਹਾਂ ਨੂੰ ਵਧਾਈ ਦੇ ਸਕੋ, ਅਤੇ ਉਨ੍ਹਾਂ ਨੂੰ ਇੱਕ ਖਾਸ ਵਧਾਈ ਦੇ ਸਕੋ ਕਿਉਂਕਿ ਇਹ ਉਹ ਚੀਜ਼ਾਂ ਹਨ ਜੋ ਹਰ ਰੋਜ਼ ਨਹੀਂ ਖਰੀਦੀਆਂ ਜਾਂਦੀਆਂ।
- ਲੋਕ ਫੇਸਬੁੱਕ 'ਤੇ ਆਪਣੀ ਵਰ੍ਹੇਗੰਢ ਦੀਆਂ ਫੋਟੋਆਂ ਕਿਉਂ ਸਾਂਝੀਆਂ ਕਰਦੇ ਹਨ?
- ਤਾਂ ਜੋ ਤੁਸੀਂ ਵੀ ਉਨ੍ਹਾਂ ਦੇ ਖਾਸ ਪਲ ਨੂੰ ਸਮਝੋ ਅਤੇ ਉਨ੍ਹਾਂ ਨੂੰ ਵਧਾਈ ਦਿਓ।

ਦੇਖੋ, ਇਸ ਡਿਜੀਟਲ ਯੁੱਗ ਵਿੱਚ, ਹਰ ਕੋਈ ਹਰ ਪਲ ਕੁਝ ਨਾ ਕੁਝ ਦਿਖਾਉਣ ਦੀ ਕੋਸ਼ਿਸ਼ ਕਰ ਰਿਹਾ ਹੈ। ਜੇ ਤੁਸੀਂ ਉਸ ਵੱਲ ਥੋੜ੍ਹਾ ਜਿਹਾ ਧਿਆਨ ਦਿਓ ਜੋ ਉਹ ਦਿਖਾਉਣ ਦੀ ਕੋਸ਼ਿਸ਼ ਕਰ ਰਹੇ ਹਨ, ਤਾਂ ਉਨ੍ਹਾਂ ਦੇ ਯਤਨ ਸਫਲ ਹੋਣਗੇ, ਅਤੇ ਤੁਹਾਡਾ ਧਿਆਨ ਉਨ੍ਹਾਂ ਦੇ ਦਿਲਾਂ ਵਿੱਚ ਇੱਕ ਚੰਗੀ ਜਗ੍ਹਾ ਬਣਾਵੇਗਾ। ਤੁਸੀਂ ਉਨ੍ਹਾਂ ਨੂੰ ਖੁਸ਼ ਕਰ ਦੋਗੇ, ਅਤੇ ਤੁਹਾਡਾ ਕੁਝ ਵੀ ਨਹੀਂ ਜਾਏਗਾ ।

ਧਿਆਨ ਦੇਣ ਦੇ ਦੋ ਫਾਇਦੇ ਹਨ: ਦੂਜਾ ਵਿਅਕਤੀ ਖੁਸ਼ ਰਹਿੰਦਾ ਹੈ ਅਤੇ ਉਸ ਵਿਅਕਤੀ ਬਾਰੇ ਤੁਹਾਡੀ ਜਾਣਕਾਰੀ ਵੀ ਅਪਡੇਟ ਰਹਿੰਦੀ ਹੈ ਕਿ ਉਹ ਇਸ ਸਮੇਂ ਕੀ ਕਰ ਰਿਹਾ ਹੈ ਅਤੇ ਉਸਦੀ ਦਿਲਚਸਪੀ ਕੀ ਹੈ।

ਲੋਕ ਵਿਵਹਾਰ ਸੰਬੰਧਿਤ ਅਮਲ ਕਰਨ ਯੋਗ ਲਾਭਦਾਇਕ ਗੱਲਾਂ :

- **ਲੋਕ ਬਿਹਤਰ ਦਿਖਣਾ ਚਾਹੁੰਦੇ ਹਨ ਤਾਂ ਜੋ ਤੁਸੀਂ ਉਨ੍ਹਾਂ ਦੀ ਤਾਰੀਫ ਕਰੋ :** ਅੱਜਕੱਲ੍ਹ ਬਹੁਤ ਸਾਰੀਆਂ ਮੋਬਾਈਲ ਬਿਊਟੀਫਾਇੰਗ ਐਪਸ ਆਦਿ ਉਪਲਬਧ ਹਨ ਜੋ ਲੋਕਾਂ ਦੀਆਂ ਫੋਟੋਆਂ ਨੂੰ ਹੋਰ ਸੁੰਦਰ ਬਣਾਉਂਦੇ ਹਨ ਅਤੇ ਲੋਕ ਇਨ੍ਹਾਂ ਐਪਸ ਦੀ ਵਰਤੋਂ ਇਸ ਲਈ ਕਰਦੇ ਹਨ ਤਾਂ ਜੋ ਤੁਸੀਂ ਉਨ੍ਹਾਂ ਵੱਲ ਧਿਆਨ ਦਿਓ ਅਤੇ ਉਨ੍ਹਾਂ ਦੀ ਤਾਰੀਫ ਕਰੋ।
- **ਤੁਹਾਡੀ ਤਾਰੀਫ ਰਿਸ਼ਤਿਆਂ ਨੂੰ ਮਜ਼ਬੂਤ ਬਣਾਉਂਦੀ ਹੈ** : ਤੁਹਾਡੀ ਥੋੜ੍ਹੀ ਜਿਹੀ ਤਾਰੀਫ ਨਾਲ ਉਹ ਵਿਅਕਤੀ ਤੁਹਾਨੂੰ ਪਸੰਦ ਕਰਨ ਲਗਦਾ ਹੈ ਅਤੇ ਉਸ ਵਿਅਕਤੀ ਨਾਲ ਤੁਹਾਡਾ ਰਿਸ਼ਤੇ ਵੀ ਮਜ਼ਬੂਤ ਹੁੰਦੇ ਹਨ।

ਅਧਿਆਇ – 49

ਜਿਵੇਂ ਦਾ ਦੇਸ਼ , ਉਵੇਂ ਦਾ ਹੀ ਭੇਸ਼

"ਇਕ ਦੇਸ਼ ਦੀ ਸੰਸਕ੍ਰਿਤੀ ਉਸਦੇ ਨਾਗਰਿਕਾਂ ਦੇ ਦਿਲਾਂ ਅਤੇ ਰੂਹਾਂ ਵਿੱਚ ਰਹਿੰਦੀ ਹੈ: ਮਹਾਤਮਾ ਗਾਂਧੀ"

ਤੁਸੀਂ ਸੁਣਿਆ ਹੋਵੇਗਾ ਅਤੇ ਅਨੁਭਵ ਵੀ ਕੀਤਾ ਹੋਵੇਗਾ ਕਿ ਪਾਣੀ ਨੂੰ ਤੁਸੀਂ ਕਿਸੇ ਵੀ ਭਾਂਡੇ ਵਿੱਚ ਪਾਓ ਉਹ ਉਸ ਦਾ ਆਕਾਰ ਲੈ ਲੈਂਦਾ ਹੈ। ਇੱਕ ਕਹਾਵਤ ਵੀ ਹੈ ਕਿ "ਜਿਵੇਂ ਦਾ ਦੇਸ਼ , ਉਵੇਂ ਦਾ ਹੀ ਵੇਸ਼," ਜਿਸਨੂੰ ਅੰਗ੍ਰੇਜ਼ੀ ਵਿਚ "When in Rome,Do as the Romans Do" ਜਿਸਦਾ ਸਿੱਧਾ ਅਰਥ ਹੈ ਜਿੱਥੇ ਜਾਓ ਓਥੇ ਦੇ ਵਾਤਾਵਰਣ ਦੇ ਅਨੁਕੂਲ ਹੋ ਜਾਓ।

"ਜਿਵੇਂ ਦਾ ਦੇਸ਼, ਉਵੇਂ ਦਾ ਪਹਿਰਾਵਾ" ਸ਼ਬਦ ਸੁਣ ਕੇ ਸ਼ਾਇਦ ਤੁਹਾਨੂੰ ਲੱਗੇ ਕਿ ਇੱਥੇ ਇਹ ਸਿਰਫ਼ ਕੱਪੜਿਆਂ ਅਤੇ ਦਿੱਖ ਬਾਰੇ ਹੋਵੇਗਾ, ਪਰ ਇਹ ਸਿਰਫ਼ ਕੱਪੜਿਆਂ ਤੱਕ ਸੀਮਿਤ ਨਹੀਂ ਹੈ, ਇਹ ਭਾਸ਼ਾ, ਭੋਜਨ, ਸੱਭਿਆਚਾਰ ਅਤੇ ਆਦਤਾਂ ਤੋਂ ਵੱਧ ਹੈ, ਫਿਰ ਵੀ ਤੁਸੀਂ ਇਨ੍ਹਾਂ ਚੀਜ਼ਾਂ ਵਿੱਚ ਜਿੰਨੀਆਂ ਜ਼ਿਆਦਾ ਸਮਾਨਤਾਵਾਂ ਪ੍ਰਾਪਤ ਕਰ ਸਕਦੇ ਹੋ, ਓਨਾ ਹੀ ਬਿਹਤਰ ਤੁਸੀਂ ਤਾਲਮੇਲ ਬਿਠਾ ਪਾਓਗੇ।

ਉਦਾਹਰਣ ਵਜੋਂ, ਸਾਲ 2024 ਵਿੱਚ, ਭਾਰਤ ਦੇ ਪ੍ਰਧਾਨ ਮੰਤਰੀ ਨੇ ਯੂਕਰੇਨ ਦਾ ਦੌਰਾ ਕੀਤਾ, ਉੱਥੇ ਪ੍ਰਧਾਨ ਮੰਤਰੀ ਨੂੰ ਉਨ੍ਹਾਂ ਬੱਚਿਆਂ ਨਾਲ ਮਿਲਾਇਆ ਗਿਆ ਜਿਨ੍ਹਾਂ ਨੇ ਹਿੰਦੀ ਸਿੱਖੀ ਸੀ ਅਤੇ ਉਨ੍ਹਾਂ ਨੇ ਪ੍ਰਧਾਨ ਮੰਤਰੀ ਨਾਲ ਹਿੰਦੀ ਵਿੱਚ ਗੱਲ ਕੀਤੀ ਅਤੇ ਪ੍ਰਧਾਨ ਮੰਤਰੀ ਇਸ ਤੋਂ ਬਹੁਤ ਪ੍ਰਭਾਵਿਤ ਹੋਏ।

ਜਦੋਂ ਕਿਸੇ ਵੀ ਦੇਸ਼ ਦੇ ਪ੍ਰਧਾਨ ਮੰਤਰੀ ਜਾਂ ਰਾਸ਼ਟਰਪਤੀ ਸਾਡੇ ਦੇਸ਼ ਦਾ ਦੌਰਾ ਕਰਦੇ ਹਨ, ਤਾਂ ਉਹ ਆਪਣੇ ਭਾਸ਼ਣ ਵਿੱਚ ਹਿੰਦੀ ਨੂੰ ਸ਼ਾਮਲ ਕਰਨ ਦੀ ਕੋਸ਼ਿਸ਼ ਕਰਦੇ ਹਨ ਤਾਂ ਜੋ ਉਹ ਇੱਥੋਂ ਦੇ ਲੋਕਾਂ ਨਾਲ ਬਿਹਤਰ ਢੰਗ ਨਾਲ ਜੁੜ ਸਕਣ।

ਕਈ ਵਾਰ ਲੋਕ ਉਸ ਜਗ੍ਹਾ ਦੇ ਸੱਭਿਆਚਾਰ ਦੇ ਅਨੁਸਾਰ ਕੱਪੜੇ ਵੀ ਪਹਿਨਦੇ ਹਨ ਜਿੱਥੇ ਉਹ ਜਾਂਦੇ ਹਨ।

ਤੁਸੀਂ ਖੁਦ ਸੋਚੋ, ਜੇਕਰ ਤੁਸੀਂ ਵਿਦੇਸ਼ ਜਾਂਦੇ ਹੋ ਅਤੇ ਆਪਣੇ ਦੇਸ਼ ਦੇ ਕਿਸੇ ਵਿਅਕਤੀ ਨੂੰ ਮਿਲਦੇ ਹੋ, ਤਾਂ ਤੁਸੀਂ ਬਹੁਤ ਖੁਸ਼ ਹੋਵੋਗੇ ਕਿਉਂਕਿ ਤੁਹਾਡੇ ਅਤੇ ਉਸ ਵਿੱਚ ਸਮਾਨਤਾਵਾਂ ਹੈ। ਜਾਂ ਜੇਕਰ ਤੁਸੀਂ ਉੱਤਰੀ ਭਾਰਤ ਤੋਂ ਹੋ ਅਤੇ ਦੱਖਣੀ ਭਾਰਤ ਜਾਂਦੇ ਹੋ ਅਤੇ ਤੁਹਾਨੂੰ ਕੋਈ ਹਿੰਦੀ ਬੋਲਦਾ ਹੋਇਆ ਮਿਲਦਾ ਹੈ, ਤਾਂ ਤੁਸੀਂ ਬਹੁਤ ਖੁਸ਼ ਹੋਵੋਗੇ। ਇਸੇ ਤਰ੍ਹਾਂ, ਜੇਕਰ ਤੁਸੀਂ ਦੱਖਣੀ ਭਾਰਤ ਤੋਂ ਹੋ ਅਤੇ ਤੁਹਾਨੂੰ ਉੱਤਰੀ ਭਾਰਤ ਵਿੱਚ ਕੋਈ ਆਪਣੀ ਭਾਸ਼ਾ ਬੋਲਦਾ ਹੋਇਆ ਮਿਲਦਾ ਹੈ, ਤਾਂ ਤੁਸੀਂ ਬਹੁਤ ਖੁਸ਼ ਹੋਵੋਗੇ ਕਿਉਂਕਿ ਇਸ ਨਾਲ ਤੁਹਾਨੂੰ ਸਮਾਨਤਾ ਅਤੇ ਖੁਸ਼ੀ ਦੀ ਭਾਵਨਾ ਮਹਿਸੂਸ ਹੁੰਦੀ ਹੈ, ਜਿਸ ਕਾਰਨ ਤੁਸੀਂ ਦੂਜੇ ਵਿਅਕਤੀ ਨਾਲ ਬਿਹਤਰ ਢੰਗ ਨਾਲ ਜੁੜ ਪਾਂਦੇ ਹੋ।

ਤੁਸੀਂ ਅਕਸਰ ਦੇਖਿਆ ਹੋਵੇਗਾ ਕਿ ਜਦੋਂ ਵੀ ਤੁਸੀਂ ਕਿਸੇ ਵੀ ਕੰਪਨੀ ਦੇ ਹੈਲਪਲਾਈਨ ਨੰਬਰ 'ਤੇ ਕਾਲ ਕਰਦੇ ਹੋ, ਤਾਂ ਤੁਹਾਨੂੰ ਭਾਸ਼ਾ ਚੁਣਨ ਦਾ ਵਿਕਲਪ ਦਿੱਤਾ ਜਾਂਦਾ ਹੈ ਜਿਸ ਵਿੱਚ ਤੁਸੀਂ ਗੱਲ ਕਰਨਾ ਚਾਹੁੰਦੇ ਹੋ ਅਤੇ ਇਹ ਇਸ ਲਈ ਵੀ ਕੀਤਾ ਜਾਂਦਾ ਹੈ ਤਾਂ ਜੋ ਤੁਸੀਂ ਆਪਣੇ ਵਿਚਾਰ ਜਾਂ ਸਮੱਸਿਆਵਾਂ ਨੂੰ ਆਸਾਨੀ ਨਾਲ ਪ੍ਰਗਟ ਕਰ ਸਕੋ ਤਾਂ ਜੋ ਕੰਪਨੀ ਤੁਹਾਨੂੰ ਉਸਦਾ ਹੱਲ ਸਹੀ ਢੰਗ ਨਾਲ ਸਮਝਾ ਸਕੇ।

ਜੇਕਰ ਤੁਸੀਂ ਕਿਸੇ ਨਾਲ ਬਿਹਤਰ ਢੰਗ ਨਾਲ ਜੁੜਨਾ ਚਾਹੁੰਦੇ ਹੋ ਜਾਂ ਉਨ੍ਹਾਂ ਨੂੰ ਪ੍ਰਭਾਵਿਤ ਕਰਨਾ ਚਾਹੁੰਦੇ ਹੋ, ਤਾਂ ਦੂਜੇ ਵਿਅਕਤੀ ਦੀ ਭਾਸ਼ਾ ਅਤੇ ਸੱਭਿਆਚਾਰ ਬਾਰੇ ਜਾਣੋ ਅਤੇ ਜੇ ਸੰਭਵ ਹੋਵੇ ਤਾਂ ਉਨ੍ਹਾਂ ਨਾਲ ਉਸ ਭਾਸ਼ਾ ਵਿੱਚ ਗੱਲ ਕਰਨ ਦੀ ਕੋਸ਼ਿਸ਼ ਕਰੋ। ਭਾਵੇਂ ਤੁਸੀਂ ਉਹ ਭਾਸ਼ਾ ਨਹੀਂ ਜਾਣਦੇ ਹੋ, ਪਰ ਉਨ੍ਹਾਂ ਦੀ ਭਾਸ਼ਾ ਵਿੱਚ ਨਮਸਤੇ ਜਾਂ ਧੰਨਵਾਦ ਵਰਗੇ ਕੁਝ ਛੋਟੇ-ਛੋਟੇ ਸ਼ੁਭਕਾਮਨਾਵਾਂ ਉਨ੍ਹਾਂ ਨੂੰ ਬਹੁਤ ਖੁਸ਼ ਕਰ ਦੇਣਗੇ।

ਲੋਕ ਵਿਵਹਾਰ ਨਾਲ ਸਬੰਧਤ ਅਮਲ ਕਰਨ ਯੋਗ ਉਪਯੋਗੀ ਗੱਲਾਂ:

- **ਵਿਭਿੰਨਤਾ ਦਾ ਸਤਿਕਾਰ ਕਰੋ** : ਭਾਰਤ ਇਸ ਲਈ ਮਹਾਨ ਹੈ ਕਿਉਂਕਿ ਇਸਦੇ ਹਰ ਕੋਨੇ ਵਿੱਚ ਵਿਭਿੰਨਤਾ ਹੈ। ਵੱਖ-ਵੱਖ ਭਾਸ਼ਾਵਾਂ, ਵੱਖ-ਵੱਖ ਸੱਭਿਆਚਾਰ, ਅਤੇ ਵੱਖ-ਵੱਖ ਲੋਕ ਅਤੇ ਇਨ੍ਹਾਂ ਸਾਰਿਆਂ ਦੇ ਸਮੂਹਿਕ ਯੋਗਦਾਨ ਦੁਆਰਾ ਹੀ ਭਾਰਤ ਵਿਕਾਸ ਦੇ ਰਾਹ 'ਤੇ ਅੱਗੇ ਵਧ ਰਿਹਾ ਹੈ।
- **ਸਾਰੀਆਂ ਭਾਸ਼ਾਵਾਂ ਵਿੱਚ ਰਾਜਲਨੀਤੀ ਨੂੰ ਉਪਲਬਧ ਕਰਵਾਉਣਾ** : ਹਰ ਕੋਈ ਆਪਣੀ ਮਾਤ ਭਾਸ਼ਾ ਜਾਂ ਖੇਤਰੀ ਭਾਸ਼ਾ ਵਿਚ ਹੀ ਆਰਾਮਦੇਹ ਹੁੰਦਾ ਹੈ ਅਤੇ ਉਸ ਨੂੰ ਉਤਨੀ ਹੀ ਚੰਗੀ ਤਰ੍ਹਾਂ ਸਮਝਦਾ ਹੈ।ਉਦਾਹਰਣ ਵਜੋਂ, ਕੋਈ ਬੰਗਾਲੀ ਨੂੰ ਚੰਗੀ ਤਰ੍ਹਾਂ ਸਮਝਦਾ ਹੈ ਅਤੇ ਇਸਨੂੰ ਪੜ੍ਹਨ ਵਿੱਚ ਵਧੇਰੇ ਆਰਾਮਦਾਇਕ ਹੁੰਦਾ ਹੈ, ਪਰ ਜੇਕਰ ਉਸਨੂੰ ਮੈਂ ਹਿੰਦੀ ਵਿੱਚ ਰਾਜਨੀਤਿਕ ਕਿਤਾਬ ਪੜ੍ਹਨ ਲਈ ਦਾਂ ਤਾਂ ਉਹਨਾਂ ਨੂੰ ਇਹ ਮੁਸ਼ਕਲ ਲੱਗੇਗਾ। ਇਸ ਨੂੰ ਧਿਆਨ ਵਿੱਚ ਰੱਖਦੇ ਹੋਏ, ਰਾਜਨੀਤਿਕ ਕਿਤਾਬਾਂ ਹਿੰਦੀ, ਅੰਗਰੇਜ਼ੀ, ਬੰਗਾਲੀ, ਮਰਾਠੀ, ਗੁਜਰਾਤੀ, ਉੜੀਆ, ਪੰਜਾਬੀ, ਨੇਪਾਲੀ, ਤੇਲਗੂ, ਆਦਿ ਵਿੱਚ ਵੀ ਉਪਲਬਧ ਹਨ, ਤਾਂ ਜੋ ਉਹਨਾਂ ਭਾਸ਼ਾਵਾਂ ਦੇ ਪਾਠਕ ਉਹਨਾਂ ਨੂੰ ਆਸਾਨੀ ਨਾਲ ਸਮਝ ਸਕਣ।

ਅਧਿਆਇ – 50
ਕਦੇ -ਕਦੇ ਨਾਂ ਵੀ ਕਰਨੀ ਪੈਂਦੀ ਹੈ

" ਜਦੋਂ ਤੁਹਾਡੀਆਂ ਜ਼ਰੂਰਤਾਂ ਮਹੱਤਵ ਦੇ ਕ੍ਰਮ ਵਿੱਚ ਹੋਣ ਤਾਂ ਨਾਂਹ ਕਹਿਣਾ ਸੌਖਾ ਹੋ ਜਾਂਦਾ ਹੈ: ਰਾਜਲ"

ਰਾਜਲਨੀਤੀ ਲੋਕ ਵਿਵਹਾਰ ਦੇ ਅਧਿਆਇ 11 ਵਿਸ਼ਵਾਸ ਦੇ ਬੈਂਕ ਵਿਚ ਸਾਰੀ ਜ਼ਿੰਦਗੀ ਪੈਸਾ ਲਗਾਓ ਅਤੇ ਇਸ ਵਿੱਚ ਇਹ ਕਿਹਾ ਗਿਆ ਸੀ ਕਿ ਸਿਰਫ਼ ਉਹੀ ਵਾਅਦੇ ਕਰੋ ਜੋ ਤੁਸੀਂ ਪੂਰੇ ਕਰ ਸਕਦੇ ਹੋ। ਕਈ ਵਾਰ ਅਜਿਹਾ ਹੁੰਦਾ ਹੈ ਕਿ ਅਸੀਂ ਦੂਜੇ ਵਿਅਕਤੀ ਦੇ ਪ੍ਰਸਤਾਵ ਨੂੰ ਹਾਂ ਕਹਿ ਦਿੰਦੇ ਹਾਂ ਤਾਂ ਜੋ ਉਸਨੂੰ ਬੁਰਾ ਨਾ ਲੱਗੇ ਪਰ ਅਸੀਂ ਅੰਦਰੋਂ ਜਾਣਦੇ ਹਾਂ ਕਿ ਇਹ ਕੰਮ ਸਾਡੇ ਲਈ ਸੰਭਵ ਨਹੀਂ ਹੈ। ਜਦੋਂ ਵੀ ਅਸੀਂ ਕਿਸੇ ਦੇ ਪ੍ਰਸਤਾਵ ਨੂੰ ਹਾਂ ਕਹਿੰਦੇ ਹਾਂ ਤਾਂ ਉਹ ਤੁਹਾਡੇ ਤੋਂ ਉਮੀਦਾਂ ਰੱਖਣ ਲੱਗ ਪੈਂਦਾ ਹੈ ਅਤੇ ਜਦੋਂ ਤੁਸੀਂ ਉਹ ਕੰਮ ਨਹੀਂ ਕਰਦੇ ਤਾਂ ਉਮੀਦਾਂ ਅਤੇ ਵਿਸ਼ਵਾਸ ਟੁੱਟ ਜਾਂਦੇ ਹਨ ਜਿਸ ਨਾਲ ਦੂਜੇ ਵਿਅਕਤੀ ਨੂੰ ਦੁਖ ਹੁੰਦਾ ਹੈ। ਇਸ ਲਈ ਬਿਹਤਰ ਹੋਵੇਗਾ ਕਿ ਅਸੀਂ ਨਾਂਹ ਕਹਿਣਾ ਵੀ ਸਿੱਖ ਲਈਏ।

ਜੋ ਚੀਜ਼ਾਂ ਸੰਭਵ ਨਹੀਂ ਹਨ, ਉਨ੍ਹਾਂ ਨੂੰ ਨਿਮਰਤਾ ਨਾਲ ਨਾ ਕਹੋ, ਨਹੀਂ ਤਾਂ ਲੋਕ ਤੁਹਾਡੇ ਤੋਂ ਝੂਠੀਆਂ ਉਮੀਦਾਂ ਪੈਦਾ ਕਰਨਗੇ ਅਤੇ ਉਨ੍ਹਾਂ ਨੂੰ ਬਾਅਦ ਵਿੱਚ ਹੋਰ ਦੁੱਖ ਹੋਵੇਗਾ, ਚੰਗੀ ਤਰ੍ਹਾਂ ਨਾਲ ਨਾ ਕਹੋ ਤਾਂ ਜੋ ਉਨ੍ਹਾਂ ਨੂੰ ਘੱਟ ਤੋਂ ਘੱਟ ਦੁੱਖ ਹੋਵੇ।

ਇਹ ਵੀ ਦੱਸੋ ਕਿ ਤੁਸੀਂ ਕੰਮ ਕਰਕੇ ਖੁਸ਼ ਹੋਣਦੇ ਪਰ ਰੁਝੇਵਿਆਂ, ਕਿਸੇ ਸਮੱਸਿਆ ਜਾਂ ਸਥਿਤੀ ਦੇ ਕਾਰਨ, ਇਹ ਇਸ ਸਮੇਂ ਸੰਭਵ ਨਹੀਂ ਹੈ।

ਜਦੋਂ ਤੁਸੀਂ ਨਾਂਹ ਕਹਿੰਦੇ ਹੋ, ਤਾਂ ਤੁਹਾਡੇ 'ਤੇ ਵੀ ਦਬਾਅ ਦੂਰ ਹੋ ਜਾਂਦਾ ਹੈ ਅਤੇ ਤੁਸੀਂ ਤਣਾਅ ਮੁਕਤ ਵੀ ਹੋ ਜਾਂਦੇ ਹੋ। ਜੇਕਰ ਤੁਸੀਂ ਅਜਿਹਾ ਨਹੀਂ ਕਰਦੇ, ਤਾਂ ਤੁਹਾਡੇ 'ਤੇ ਇਹ ਬੋਝ ਰਹਿੰਦਾ ਹੈ

ਕਿ ਤੁਸੀਂ ਕਿਸੇ ਨੂੰ ਕੰਮ ਦੇਣ ਦਾ ਵਾਅਦਾ ਕੀਤਾ ਹੈ, ਇਸ ਲਈ ਕਈ ਵਾਰ ਨਾਂਹ ਕਹਿਣਾ ਜ਼ਰੂਰੀ ਹੋ ਜਾਂਦਾ ਹੈ।

ਲੋਕ ਵਿਵਹਾਰ ਨਾਲ ਸਬੰਧਤ ਅਮਲ ਕਰਨ ਲਈ ਉਪਯੋਗੀ ਗੱਲਾਂ:

- **ਇਸ ਤਰ੍ਹਾਂ ਬੋਲੋ ਕਿ ਦੂਜੇ ਵਿਅਕਤੀ ਨੂੰ ਘੱਟ ਤੋਂ ਘੱਟ ਦੁਖ ਹੋਵੇ** : ਆਪਣੇ ਦਿਮਾਗ ਦੀ ਥੋੜ੍ਹੀ ਵਰਤੋਂ ਕਰੋ ਅਤੇ ਕੋਈ ਤਰਕਪੂਰਨ ਕਾਰਨ ਦੱਸੋ ਤਾਂ ਜੋ ਦੂਜਾ ਵਿਅਕਤੀ ਵੀ ਤੁਹਾਡੀ ਬੇਵਸੀ ਨੂੰ ਸਮਝ ਸਕੇ ਅਤੇ ਉਸਨੂੰ ਇਹ ਸਪੱਸ਼ਟ ਹੋ ਜਾਵੇ ਕਿ ਜੇ ਉਹ ਵੀ ਤੁਹਾਡੀ ਸਥਿਤੀ ਵਿੱਚ ਹੁੰਦਾ, ਤਾਂ ਇਹ ਉਸਦੇ ਲਈ ਵੀ ਸੰਭਵ ਨਹੀਂ ਹੁੰਦਾ।
- **ਉਹਨਾਂ ਚੀਜ਼ਾਂ ਨੂੰ ਨਾਂਹ ਕਹਿਣ ਦੀ ਕੋਈ ਲੋੜ ਨਹੀਂ ਹੈ ਜੋ ਆਸਾਨੀ ਨਾਲ ਸੰਭਵ ਹੋਵੇ** : ਅਜਿਹੀ ਚੀਜ਼ ਨੂੰ ਨਾਂਹ ਕਹਿਣ ਦਾ ਕੀ ਮਤਲਬ ਹੈ ਜਿਸਦੀ ਤੁਹਾਨੂੰ ਕੋਈ ਕੀਮਤ ਨਹੀਂ ਪੈਂਦੀ ਅਤੇ ਜੋ ਤੁਹਾਡੇ ਲਈ ਤੁਰੰਤ ਸੰਭਵ ਹੋ ਸਕਦੀ ਹੈ।

ਅਧਿਆਇ – 51
ਸਮਝਦਾਰੀ ਨਾਲ ਗੱਲ ਕਰਨ ਦੇ ਕੁਝ ਸੁਝਾਅ

"ਮੈਨੂੰ ਪਤਾ ਹੈ ਕਿ ਮੈਂ ਸਿਆਣਾ ਹਾਂ ਕਿਉਂਕਿ ਮੈਨੂੰ ਪਤਾ ਹੈ ਕਿ ਮੈਨੂੰ ਕੁਝ ਨਹੀਂ ਪਤਾ: ਸੁਕਰਾਤ"

ਬੋਲਣਾ ਇੱਕ ਕਲਾ ਹੈ, ਅਤੇ ਉਸ ਕਲਾ ਦਾ ਇੱਕ ਮਹੱਤਵਪੂਰਨ ਹਿੱਸਾ ਇਹ ਜਾਣਨਾ ਹੈ ਕਿ ਬਹਿਸਾਂ ਤੋਂ ਕਿਵੇਂ ਬਚਣਾ ਹੈ ਅਤੇ ਦੂਜੇ ਵਿਅਕਤੀ ਨੂੰ ਕਿਵੇਂ ਘੱਟ ਤੋਂ ਘੱਟ ਤਕਲੀਫ ਹੋਏ।। ਸਮਝਦਾਰੀ ਨਾਲ ਗੱਲ ਕਰਨ ਲਈ ਇੱਥੇ ਕੁਝ ਸੁਝਾਅ ਦਿੱਤੇ ਜਾ ਰਹੇ ਹਨ:

- **ਧਰਮ, ਜਾਤ ਜਾਂ ਲਿੰਗ 'ਤੇ ਟਿੱਪਣੀ ਨਾ ਕਰੋ** : ਕੀ ਤੁਸੀਂ ਕਦੇ ਦੇਖਿਆ ਹੈ ਕਿ ਜ਼ਿਆਦਾਤਰ ਵਿਵਾਦ ਧਰਮ ਨਾਲ ਜੁੜੀਆਂ ਗੱਲਾਂ ਤੋਂ ਹੁੰਦੇ ਹਨ, ਉਸ ਤੋਂ ਬਾਅਦ ਸਬਤੋਂ ਜਿਆਦਾ ਵਿਵਾਦ ਜਾਤ ਤੋਂ ।ਇਸ ਲਈ, ਧਰਮ, ਜਾਤ ਜਾਂ ਲਿੰਗ 'ਤੇ ਟਿੱਪਣੀ ਕਰਨ ਤੋਂ ਬਚੋ।
- **ਦੋ ਵਿਕਲਪ ਦਿਓ** : ਇੱਕ ਸੇਲਜ਼ਮੈਨ ਸਾਮਾਨ ਖਰੀਦਣ ਤੋਂ ਪਹਿਲਾਂ ਇੱਕ ਗਾਹਕ ਨੂੰ ਪੁੱਛਦਾ ਹੈ, "ਤੁਸੀਂ ਇਸ ਵਿਚ ਕਿਹੜਾ ਲੋਗੇ ?" ਜਾਂ ਉਹ ਪੁੱਛ ਸਕਦਾ ਹੈ"ਕੀ ਮੈਂ ਲਾਲ ਵਾਲਾ ਪੈਕ ਕਰ ਦਵਾਂ ਜਾਂ ਕਾਲਾ ਵਾਲਾ ?"

ਤੁਸੀਂ ਖੁਦ ਦਸੋ ਕਿ ਕਿਹੜਾ ਸਵਾਲ ਜ਼ਿਆਦਾ ਪ੍ਰਭਾਵਸ਼ਾਲੀ ਰਹੇਗਾ। ਤੁਸੀਂ ਦੂਜੇ ਸਵਾਲ ਨੂੰ ਆਸਾਨੀ ਨਾਲ ਸਮਝ ਸਕਦੇ ਹੋ। ਇੰਝ ਹੀ, ਮੰਨ ਲਓ ਕਿ ਤੁਸੀਂ ਕਿਸੇ ਨੂੰ ਮਿਲਣ ਲਈ ਸਮਾਂ ਲੈਣਾ ਚਾਹੁੰਦੇ ਹੋ। ਇਕ ਤਰੀਕਾ ਹੋਰ ਹੈ , ਤੁਸੀਂ ਕਿਹ ਸਕਦੇ ਹੋ ਕਿ"ਮੈਂ ਤੁਹਾਨੂੰ ਕਦੋਂ ਮਿਲ ਸਕਦਾ

ਹਾਂ?" ਜਾਂ ਦੂਜਾ ਵਿਕਲਪ ਇਹ ਹੋ ਸਕਦਾ ਹੈ, "ਮੈਂ ਤੁਹਾਨੂੰ ਮਿਲਣ ਲਈ ਸੋਮਵਾਰ ਨੂੰ ਆਂਵਾ ਜਾਂ ਐਤਵਾਰ ਨੂੰ ।" ਤੁਸੀਂ ਜੋ ਵੀ ਦੋ ਵਿਕਲਪ ਦੋ ਇਹ ਧਿਆਨ ਰੱਖੋ ਕਿ ਉਹ ਉਹੀ ਹੋਨ ਜੋ ਤੁਸੀਂ ਚਾਹੁੰਦੇ ਹੋ।

- **ਜ਼ਿਆਦਾਤਰ ਸ਼ਬਦ ਦੀ ਵਰਤੋਂ ਕਰੋ** : ਜਦੋਂ ਵੀ ਤੁਸੀਂ ਕਿਸੇ ਅਜਿਹੀ ਚੀਜ਼ ਬਾਰੇ ਗੱਲ ਕਰ ਰਹੇ ਹੋਵੋ ਜੋ ਕਿਸੇ ਨੂੰ ਦੋਸ਼ੀ ਠਹਿਰਾਉਂਦੀ ਹੋਵੇ ਤਾਂ ਇਹ ਨਾ ਕਹੋ ਇਸਦੀ ਥਾਂ ਜ਼ਿਆਦਾਤਰ ਸ਼ਬਦ ਨੂੰ ਅਪਣੀ ਗੱਲ ਨਾਲ ਜੋੜੋ।ਉਦਾਹਰਣ ਵਜੋਂ, ਜੇ ਕੋਈ ਵਿਅਕਤੀ ਕਹਿੰਦਾ ਹੈ, "ਅੱਜ ਕੱਲ੍ਹ ਹਰ ਕੋਈ ਧੋਖੇਬਾਜ਼ ਹੈ," ਤਾਂ ਉਹ ਅਸਲ ਵਿੱਚ ਉਸ ਵਿਅਕਤੀ ਨੂੰ ਵੀ ਧੋਖੇਬਾਜ਼ ਵਜੋਂ ਲੇਬਲ ਕਰ ਰਹਿਆ ਹੈ ਜਿਸ ਨਾਲ ਉਹ ਗੱਲ ਕਰ ਰਹਿਆ ਹੈ। ਇਹ ਕਹਿਣ ਦਾ ਇੱਕ ਬਿਹਤਰ ਤਰੀਕਾ ਇਹ ਹੋ ਸਕਦਾ ਹੈ, "ਅੱਜ ਕੱਲ੍ਹ ਜ਼ਿਆਦਾਤਰ ਲੋਕ ਧੋਖੇਬਾਜ਼ ਹੁੰਦੇ ਹਨ।"
- **"ਹਮੇਸ਼ਾ" ਸ਼ਬਦ ਵੀ ਸੋਚ-ਸਮਝ ਕੇ ਵਰਤੋ** : ਤੁਸੀਂ ਅਕਸਰ ਸੁਣਿਆ ਹੋਵੇਗਾ ਕਿ ਜਦੋਂ ਵੀ ਲੋਕ ਆਪਣੇ ਬੱਚੇ ਨੂੰ ਝਿੜਕਦੇ ਹਨ, ਤਾਂ ਉਹ ਕੁਝ ਅਜਿਹਾ ਕਹਿੰਦੇ ਹਨ ਜਿਵੇਂ "ਤੁਸੀਂ ਹਮੇਸ਼ਾ ਗਲਤੀਆਂ ਕਰਦੇ ਹੋ"। ਹੁੰਦਾ ਇਹ ਹੈ ਕਿ ਬੱਚੇ ਦੇ ਅਵਚੇਤਨ ਮਨ ਵਿੱਚ ਇਹ ਗੱਲ ਬੈਠ ਜਾਂਦੀ ਹੈ ਕਿ ਉਹ ਹਮੇਸ਼ਾ ਗਲਤੀਆਂ ਕਰਦਾ ਹੈ ਅਤੇ ਭਵਿੱਖ ਵਿੱਚ ਵੀ ਕਰਦਾ ਰਹੇਗਾ। ਇਸ ਲਈ, "ਹਮੇਸ਼ਾ" ਸ਼ਬਦ ਨੂੰ ਸੋਚ-ਸਮਝ ਕੇ ਵਰਤਣਾ ਅਤੇ "ਹਮੇਸ਼ਾ" ਵਰਗੇ ਸ਼ਬਦਾਂ ਤੋਂ ਬਚਣਾ ਬਿਹਤਰ ਹੋਵੇਗਾ।
- **ਕ੍ਰਮ ਅਨੁਸਾਰ ਬੋਲੋ ਪਹਿਲਾਂ ਜ਼ਰੂਰੀ ਗੱਲ ਨੂੰ ਕਹੋ** : ਅੱਜਕੱਲ੍ਹ ਲੋਕ ਇੰਨੇ ਵਿਅਸਤ ਹਨ ਕਿ ਉਨ੍ਹਾਂ ਕੋਲ ਸਮਾਂ ਨਹੀਂ ਹੈ, ਅਤੇ ਡਿਜੀਟਲ ਯੁੱਗ ਵਿੱਚ, ਲੋਕਾਂ ਦਾ ਧਿਆਨ ਜਾਂ ਫੋਕਸ ਵੀ ਘੱਟਦਾ ਜਾ ਰਿਹਾ ਹੈ। ਇਸ ਲਈ, ਮਾਮੂਲੀ ਗੱਲਾਂ ਤੋਂ ਬਚੋ ਅਤੇ ਜ਼ਰੂਰੀ ਗੱਲਾਂ ਪਹਿਲਾਂ ਬੋਲੋ। ਨਹੀਂ ਤਾਂ, ਇਹ ਹੋ ਸਕਦਾ ਹੈ ਕਿ ਦੂਜਾ ਵਿਅਕਤੀ ਤੁਹਾਡੇ ਬੋਲਣ ਤੋਂ ਪਹਿਲਾਂ ਹੀ ਚਲਾ ਜਾਏ।
- **ਸਵੈ-ਮਾਣ ਨੂੰ ਬਰਕਰਾਰ ਰਹਿਣ ਦਿਓ** : ਇੱਕ ਸੇਲਜ਼ਮੈਨ, ਇੱਕ ਮੋਟੀ ਔਰਤ ਤੋਂ ਉਸਦੇ ਕੱਪੜਿਆਂ ਦੇ ਆਕਾਰ ਬਾਰੇ ਪੁੱਛਦਾ ਹੋਇਆ, ਉਸਨੂੰ ਅਸਲ ਆਕਾਰ ਤੋਂ ਛੋਟਾ ਦੱਸਦਾ ਹੈ। ਜਦੋਂ ਔਰਤ ਕਹਿੰਦੀ ਹੈ ਕਿ ਨਹੀਂ, ਉਸਦਾ ਆਕਾਰ ਇਹ ਹੈ (ਇਹ ਵੱਡਾ ਹੈ), ਤਾਂ ਸੇਲਜ਼ਮੈਨ ਕਹਿੰਦਾ ਹੈ ਕਿ ਤੁਹਾਨੂੰ ਦੇਖ ਕੇ ਅਜਿਹਾ ਨਹੀਂ ਲੱਗਿਆ ਅਤੇ ਇਹ ਸੁਣ ਕੇ ਔਰਤ ਖੁਸ਼ ਹੋ ਜਾਂਦੀ ਹੈ।
- **ਕਿਸੇ ਨੂੰ ਛੋਟਾ ਮਹਿਸੂਸ ਨਾ ਕਰਵਾਓ** : "ਮੈਂ ਇਹ ਵੀ ਖਰੀਦਿਆ ਹੈ," ਜਾਂ "ਮੇਰੇ ਕੋਲ ਇਹ ਵੀ ਹੈ" ਵਰਗੀਆਂ ਗੱਲਾਂ ਕਹਿ ਕੇ ਦੂਜਿਆਂ ਦੀ ਖੁਸ਼ੀ ਨੂੰ ਘੱਟ ਨਾ ਕਰੋ।
- "ਤੁਸੀਂ ਕਦੇ ਮੇਰੀ ਗੱਲ ਨਹੀਂ ਸੁਣਦੇ," ਕਹਿਣ ਦੀ ਬਜਾਏ ਕਹੋ, "ਤੁਸੀਂ ਇਸ ਵੇਲੇ ਮੇਰੀ ਗੱਲ ਨਹੀਂ ਸੁਣ ਰਹੇ ਹੋ।"
- ਬਿਨਾਂ ਮੰਗੇ ਰਾਏ ਨਾ ਦਿਓ।

ਲੋਕ ਵਿਵਹਾਰ ਨਾਲ ਸਬੰਧਤ ਲਾਗੂ ਕਰਨ ਯੋਗ ਉਪਯੋਗੀ ਗੱਲਾਂ :

- **ਬਜ਼ੁਰਗਾਂ ਨਾਲ ਗੱਲ ਕਰੋ, ਤੁਸੀਂ ਉਨ੍ਹਾਂ ਤੋਂ ਬਹੁਤ ਸਾਰੀ ਸਿਆਣਪ ਸਿੱਖੋਗੇ** : ਜਦੋਂ ਤੁਸੀਂ ਬਜ਼ੁਰਗਾਂ ਨਾਲ ਗੱਲ ਕਰਦੇ ਹੋ, ਤਾਂ ਤੁਹਾਨੂੰ ਉਨ੍ਹਾਂ ਦੇ ਅਨੁਭਵ ਦੇ ਖਜ਼ਾਨੇ ਤੋਂ ਬਹੁਤ ਸਾਰੀ ਸਿਆਣਪ ਸਿੱਖਣ ਨੂੰ ਮਿਲਦੀ ਹੈ ਅਤੇ ਉਸ ਖਜ਼ਾਨੇ ਵਿੱਚੋਂ ਕੁਝ ਚੰਗੀਆਂ ਗੱਲਾਂ ਨੂੰ ਆਪਣੀ ਗੱਲਬਾਤ ਦਾ ਹਿੱਸਾ ਬਣਾਓ।
- **ਮੈਂ ਤੁਹਾਨੂੰ ਸੱਦਾ ਦਿੰਦਾ ਹਾਂ** : "ਜੇਕਰ ਤੁਹਾਡੇ ਕੋਲ ਵੀ ਸਮਝਦਾਰੀ ਨਾਲ ਬੋਲਣ ਦੇ ਸੁਝਾਅ ਹਨ, ਤਾਂ ਮੈਨੂੰ rajalneeti@gmail.com 'ਤੇ ਈਮੇਲ ਕਰੋ, ਅਸੀਂ ਕਿਤਾਬ ਦੇ ਅਗਲੇ ਸੰਸਕਰਣ ਵਿੱਚ ਸਭ ਤੋਂ ਵਧੀਆ ਸੁਝਾਵਾਂ ਨੂੰ ਸ਼ਾਮਲ ਕਰਾਂਗੇ।'

ਅਧਿਆਇ – 52
ਸਰੀਰਕ ਭਾਸ਼ਾ

" ਸਰੀਰਕ ਭਾਸ਼ਾ ਸ਼ਬਦਾਂ ਨਾਲੋਂ ਵਧੇਰੇ ਸ਼ਕਤੀਸ਼ਾਲੀ ਹੁੰਦੀ ਹੈ: ਰਿਕ ਗਰਵੇਜ਼"

ਜੇ ਰੱਬ ਨੇ ਚਾਹਿਆ ਤਾਂ ਰਾਜਲਨੀਤੀ ਲੜੀ ਵਿੱਚ ਸਰੀਰਕ ਭਾਸ਼ਾ 'ਤੇ ਇੱਕ ਕਿਤਾਬ ਜ਼ਰੂਰ ਹੋਵੇਗੀ, ਪਰ ਹੁਣ ਲਈ ਮੈਂ ਤੁਹਾਡੇ ਨਾਲ ਸਰੀਰਕ ਭਾਸ਼ਾ ਨਾਲ ਸਬੰਧਤ ਕੁਝ ਸੁਝਾਅ ਸਾਂਝੇ ਕਰ ਰਿਹਾ ਹਾਂ।

- **ਮੁਸਕਰਾਓ** : ਖੁੱਲ੍ਹ ਕੇ ਮੁਸਕਰਾਉਣਾ ਸਭ ਤੋਂ ਪ੍ਰਭਾਵਸ਼ਾਲੀ ਸਰੀਰਕ ਭਾਸ਼ਾ ਹੈ।
- **ਗੱਲ ਕਰਦੇ ਸਮੇਂ ਅੱਖਾਂ ਦਾ ਸੰਪਰਕ ਬਣਾਈ ਰੱਖੋ**; ਇਹ ਤੁਹਾਡੇ ਆਤਮਵਿਸ਼ਵਾਸ ਅਤੇ ਭਰੋਸੇਯੋਗਤਾ ਨੂੰ ਦਰਸਾਉਂਦਾ ਹੈ।
- ਗੱਲਬਾਤ ਦੌਰਾਨ ਹੱਥ ਬੰਨ੍ਹ ਕੇ ਨਾ ਬੈਠੋ।
- **ਗੱਲਬਾਤ ਦੌਰਾਨ ਬੇਲੋੜੀਆਂ ਹਰਕਤਾਂ ਨਾ ਕਰੋ** : ਜਿਵੇਂ ਕਿ ਆਪਣੀਆਂ ਲੱਤਾਂ ਹਿਲਾਉਣਾ, ਆਪਣੀ ਕੁਰਸੀ ਨੂੰ ਆਪਣੇ ਹੱਥਾਂ ਨਾਲ ਥਪਥਪਾਉਣਾ, ਆਪਣੇ ਨਹੁੰ ਕੱਟਣਾ, ਆਦਿ। ਆਪਣੀਆਂ ਲੱਤਾਂ ਨੂੰ ਨਾ ਹਿਲਾਓ; ਇਹ ਦਰਸਾਉਂਦਾ ਹੈ ਕਿ ਤੁਸੀਂ ਸਬਰ ਗੁਆ ਰਹੇ ਹੋ।
- **ਆਪਣੀਆਂ ਭਾਵਨਾਵਾਂ ਜੋ ਤੁਸੀਂ ਮਹਿਸੂਸ ਕਰਦੇ ਹੋ ਨੂੰ ਪ੍ਰਗਟ ਕਰੋ** : ਜੇ ਤੁਸੀਂ ਖੁਸ਼ ਹੋ ਤਾਂ ਮੁਸਕਰਾਓ, ਜੇ ਤੁਸੀਂ ਉਦਾਸ ਹੋ ਤਾਂ ਉਦਾਸੀ ਪ੍ਰਗਟ ਕਰੋ, ਜੇ ਤੁਸੀਂ ਹੈਰਾਨ ਹੋ ਤਾਂ ਹੈਰਾਨੀ ਪ੍ਰਗਟ ਕਰੋ।

- **ਸਾਹਮਣੇ ਵਾਲੇ ਵਿਅਕਤੀ ਦੀ ਗਤੀ ਦੇ ਅਨੁਸਾਰ ਢਲ ਜਾਓ** : ਮੰਨ ਲਓ ਸਾਹਮਣੇ ਵਾਲੇ ਦੇ ਬੋਲਣ ਦੀ ਗਤੀ ਭਾਵ ਸ਼ਬਦਾਂ ਦੀ ਗਿਣਤੀ ਪ੍ਰਤੀ ਮਿੰਟ ਦੀ ਮਾਤਰਾ ਤੋਂ ਘੱਟ ਹੈ ਅਤੇ ਤੁਹਾਡੀ ਬੋਲਣ ਦੀ ਗਤੀ ਇਸ ਤੋਂ ਵੱਧ ਹੈ, ਤਾਂ ਤੁਹਾਨੂੰ ਉਸਦੀ ਬੋਲਣ ਦੀ ਗਤੀ ਦੇ ਆਲੇ-ਦੁਆਲੇ ਗੱਲ ਕਰਨ ਦੀ ਕੋਸ਼ਿਸ਼ ਕਰਨੀ ਚਾਹੀਦੀ ਹੈ। ਖੋਜ ਦਰਸਾਉਂਦੀ ਹੈ ਕਿ ਅਜਿਹਾ ਕਰਨ ਨਾਲ ਤੁਸੀਂ ਸਾਹਮਣੇ ਵਾਲੇ ਵਿਅਕਤੀ ਨਾਲ ਬਿਹਤਰ ਤਾਲਮੇਲ ਸਥਾਪਤ ਕਰ ਪਾਂਦੇ ਹੋ।
- **ਹੱਥ ਮਿਲਾਉਣ ਦਾ ਤਰੀਕਾ** : ਬਹੁਤ ਢਿੱਲੇ ਢੰਗ ਨਾਲ ਹੱਥ ਨਾ ਮਿਲਾਓ ਤੇ ਇੰਨੀ ਤਾਕਤ ਨਾਲ ਵੀ ਨਹੀਂ ਕਿ ਸਾਹਮਣੇ ਵਾਲੇ ਦਾ ਹੱਥ ਹੀ ਟੁੱਟ ਜਾਵੇ। ਹੱਥ ਨੂੰ ਪ੍ਰਭਾਵਸ਼ਾਲੀ ਢੰਗ ਨਾਲ ਸੰਤੁਲਿਤ ਢੰਗ ਨਾਲ ਮਿਲਾਓ।

ਲੋਕ ਵਿਵਹਾਰ ਨਾਲ ਸਬੰਧਤ ਲਾਗੂ ਕਰਨ ਵਾਲੀਆਂ ਉਪਯੋਗੀ ਗੱਲਾਂ :

- **ਝਿਜਕ ਨੂੰ ਦੂਰ ਕਰੋ**: ਜੇਕਰ ਤੁਸੀਂ ਬਹੁਤ ਹੌਲੀ ਬੋਲਦੇ ਹੋ, ਯਾਨੀ ਕਿ ਤੁਹਾਡੀ ਆਵਾਜ਼ ਸੁਣਨ ਵਿਚ ਲੋਕਾਂ ਨੂੰ ਸਮੱਸਿਆ ਆਉਂਦੀ ਹੈ, ਤਾਂ ਆਪਣੀ ਆਵਾਜ਼ ਉੱਚੀ ਕਰੋ ਅਤੇ ਤੁਸੀਂ ਦੇਖੋਗੇ ਕਿ ਤੁਹਾਡੀ ਝਿਜਕ ਘੱਟ ਹੋਣ ਲਗੀ ਹੈ। ਇਸੇ ਤਰ੍ਹਾਂ, ਜੇਕਰ ਤੁਸੀਂ ਬਹੁਤ ਹੌਲੀ ਚੱਲਦੇ ਹੋ, ਤਾਂ ਆਪਣੀ ਤੁਰਨ ਦੀ ਗਤੀ ਵਧਾਓ।
- **ਸਫਲ ਲੋਕਾਂ ਦੀ ਸਰੀਰਕ ਭਾਸ਼ਾ ਵਲ ਧਿਆਨ ਕਰੋ** : ਆਪਣੇ ਆਲੇ ਦੁਆਲੇ ਦੇ ਸਫਲ ਲੋਕਾਂ ਦੀ ਸਰੀਰਕ ਭਾਸ਼ਾ ਵੇਖੋ ਕਿ ਉਹ ਕਿਵੇਂ ਖੜ੍ਹੇ ਹੁੰਦੇ ਹਨ, ਬੈਠਦੇ ਹਨ, ਤੁਰਦੇ ਹਨ ਅਤੇ ਲੋਕਾਂ ਨਾਲ ਕਿਵੇਂ ਗੱਲ ਕਰਦੇ ਹਨ। ਹੁਣ ਆਪਣੇ ਆਪ ਤੋਂ ਪੁੱਛੋ ਕਿ ਤੁਸੀਂ ਇਨ੍ਹਾਂ ਵਿੱਚੋਂ ਕਿਹੜੀਆਂ ਚੀਜ਼ਾਂ ਨੂੰ ਆਪਣੀ ਸਰੀਰਕ ਭਾਸ਼ਾ ਵਿੱਚ ਸ਼ਾਮਲ ਕਰ ਸਕਦੇ ਹੋ।

ਖੰਡ - 4

ਲੋਕ ਵਿਵਹਾਰ ਨਾਲ ਸਬੰਧਤ ਕੁਝ ਹੋਰ ਮਹੱਤਵਪੂਰਨ ਗੱਲਾਂ

Don't say anything, just do it

ਅਧਿਆਇ – 53
ਕਹੋ ਨਹੀਂ ਕਰਕੇ ਦਿਖਾਓ

" ਸ਼ਬਦ ਪ੍ਰੇਰਨਾ ਦੇ ਸਕਦੇ ਹਨ, ਪਰ ਸਿਰਫ਼ ਕਰਮ ਹੀ ਬਦਲਾਅ ਲਿਆ ਸਕਦੇ ਹਨ: ਸਾਈਮਨ ਸਿਨੇਕ"

'ਜੋ ਗਰਜਦੇ ਹਨ, ਉਹ ਵਰਸਦੇ ਨਹੀਂ ' ਵਰਗੀਆਂ ਬਹੁਤ ਸਾਰੀਆਂ ਕਹਾਵਤਾਂ ਹਨ ਅਤੇ ਇੱਕ ਕਹਾਵਤ ਇਹ ਵੀ ਹੈ ਕਿ 'ਸਿੱਕੇ ਆਵਾਜ਼ ਕਰਦੇ ਹਨ, ਨੋਟ ਨਹੀਂ'। ਇਸ ਦੇ ਪਿੱਛੇ ਦਾ ਅਰਥ ਇੱਕ ਇਹ ਹੋ ਸਕਦਾ ਹੈ ਕਿ ਸਿੱਕੇ ਦੀ ਕੀਮਤ ਘੱਟ ਹੈ ਜਦੋਂ ਕਿ ਨੋਟ ਦੀ ਕੀਮਤ ਜ਼ਿਆਦਾ ਹੈ ਪਰ ਇਸਦਾ ਅਸਲ ਅਰਥ ਇਹ ਹੈ ਕਿ ਜੋ ਵਿਅਕਤੀ ਜ਼ਿਆਦਾ ਕੀਮਤੀ ਅਤੇ ਗਿਆਨਵਾਨ ਹੋਵੇਗਾ ਉਹ ਘੱਟ ਬੋਲੇਗਾ ਜਦੋਂ ਕਿ ਜੋ ਵਿਅਕਤੀ ਘੱਟ ਕੀਮਤੀ ਅਤੇ ਅਗਿਆਨੀ ਹੋਏਗਾ ਉਹ ਜ਼ਿਆਦਾ ਬੋਲੇਗਾ ਅਤੇ ਰੌਲਾ ਪਾਵੇਗਾ।

ਦੇਖੋ, ਦੋ ਤਰ੍ਹਾਂ ਦੇ ਲੋਕ ਹੁੰਦੇ ਹਨ ਉਹ ਜੋ ਸਿਰਫ਼ ਗੱਲਾਂ ਕਰਦੇ ਹਨ ਅਤੇ ਉਹ ਜੋ ਗੱਲਾਂ ਕਰਨ ਦੀ ਬਜਾਏ ਕੰਮ ਕਰਨਾ ਪਸੰਦ ਕਰਦੇ ਹਨ । ਦੂਜੇ ਕਿਸਮ ਦੇ ਲੋਕਾਂ ਨੂੰ ਵਧੇਰੇ ਪਸੰਦ ਕੀਤਾ ਜਾਂਦਾ ਹੈ ਕਿਉਂਕਿ ਉਹ ਨਤੀਜੇ ਦਿੰਦੇ ਹਨ ਅਤੇ ਸਫਲਤਾ ਪ੍ਰਾਪਤ ਕਰਦੇ ਹਨ। ਇਸੇ ਲਈ ਲੋਕ ਉਨ੍ਹਾਂ 'ਤੇ ਭਰੋਸਾ ਕਰਦੇ ਹਨ।

ਜੇਕਰ ਤੁਸੀਂ ਵੀ ਚਾਹੁੰਦੇ ਹੋ ਕਿ ਲੋਕ ਤੁਹਾਡੇ 'ਤੇ ਭਰੋਸਾ ਕਰਨ, ਤਾਂ ਸਿਰਫ਼ ਗੱਲਾਂ ਕਰਨ ਦੀ ਬਜਾਏ ਕਰਮ ਕਰਨ ਵਾਲੇ ਵਿਅਕਤੀ ਬਣੋ। ਕਹਿਣ ਦੀ ਬਜਾਏ ਕੰਮ ਕਰਕੇ ਦਿਖਾਓ।

ਕਿਉਂਕਿ ਸ਼ਾਇਦ ਹੀ ਕੋਈ ਤੁਹਾਡੀਆਂ ਗੱਲਾਂ 'ਤੇ ਵਿਸ਼ਵਾਸ ਕਰੇਗਾ ਪਰ ਜਦੋਂ ਤੁਸੀਂ ਇਸਨੂੰ ਕਰ ਕੇ ਦਿਖਾਉਂਦੇ ਹੋ ਤਾਂ ਸਾਰਿਆਂ ਨੂੰ ਤੁਹਾਡੇ 'ਤੇ ਵਿਸ਼ਵਾਸ ਕਰਨਾ ਪਵੇਗਾ।

ਇਸ ਲਈ ਹੁਣ ਤੋਂ, ਲੋਕਾਂ ਨੂੰ ਆਪਣੇ ਸ਼ਬਦਾਂ ਦੀ ਬਜਾਏ ਆਪਣੇ ਕੰਮਾਂ ਨਾਲ ਜਵਾਬ ਦੇਣ ਦਿਓ।

ਲੋਕ ਵਿਵਹਾਰ ਨਾਲ ਸਬੰਧਤ ਅਮਲ ਕਰਨ ਯੋਗ ਉਪਯੋਗੀ ਗੱਲਾਂ :

- **ਮਹਾਨ ਲੋਕਾਂ ਤੋਂ ਸਿੱਖੋ** : ਮਹਾਨ ਲੋਕ ਸਖ਼ਤ ਮਿਹਨਤ ਕਰਦੇ ਹਨ ਅਤੇ ਸ਼ਬਦਾਂ ਨਾਲ ਤੁਰੰਤ ਜਵਾਬ ਦੇਣ ਦੀ ਬਜਾਏ ਆਪਣੇ ਕੰਮ ਨਾਲ ਜਵਾਬ ਦਿੰਦੇ ਹਨ, ਇਹ ਲੋਕਾਂ ਨੂੰ ਚੁੱਪ ਕਰਵਾ ਦਿੰਦਾ ਹੈ ਅਤੇ ਫਿਰ ਉਨ੍ਹਾਂ ਨੂੰ ਕੁਝ ਵੀ ਸਾਬਤ ਕਰਨ ਦੀ ਜ਼ਰੂਰਤ ਨਹੀਂ ਪੈਂਦੀ।
- **ਉਨ੍ਹਾਂ ਦਾ ਨਿਰਣਾ ਕਰੋ ਜੋ ਸਿਰਫ਼ ਸ਼ੇਖੀ ਮਾਰਦੇ ਹਨ** : ਜ਼ਿਆਦਾਤਰ ਲੋਕ ਜੋ ਸਿਰਫ਼ ਵੱਡੀਆਂ ਗੱਲਾਂ ਕਰਦੇ ਹਨ ਅਤੇ ਸ਼ੇਖੀ ਮਾਰਦੇ ਹਨ, ਜ਼ਿੰਦਗੀ ਵਿੱਚ ਬਹੁਤ ਘੱਟ ਹੀ ਕੁਝ ਪ੍ਰਾਪਤ ਕਰਦੇ ਹਨ। ਇਸ ਲਈ, ਇਹ ਬਿਹਤਰ ਹੈ ਕਿ ਤੁਸੀਂ ਆਪਣੇ ਕੰਮਾਂ ਨੂੰ ਆਪਣੇ ਲਈ ਬੋਲਣ ਦਿਓ। ਆਪਣੇ ਕੰਮਾਂ ਨੂੰ ਬੋਲਣ ਦਿਓ।

ਅਧਿਆਇ – 54
ਆਪਣਿਆਂ ਦਾ ਸਾਥ ਕਦੇ ਨਾ ਛੱਡੋ

- ਜਦੋਂ ਕੋਈ ਚਿੜੀ ਜ਼ਿੰਦਾ ਹੁੰਦੀ ਹੈ ਤਾਂ ਉਹ ਕੀੜੀਆਂ ਨੂੰ ਖਾਂਦੀ ਹੈ।
- ਜਦੋਂ ਉਹੀ ਚਿੜੀ ਮਰ ਜਾਂਦੀ ਹੈ, ਤਾਂ ਕੀੜੀਆਂ ਉਸਨੂੰ ਖਾ ਜਾਂਦੀਆਂ ਹਨ।
- ਇੱਕ ਰੁੱਖ ਤੋਂ ਲੱਖਾਂ ਅਤੇ ਅਰਬਾਂ ਮਾਚਿਸ ਦੀਆਂ ਤੀਲੀਆਂ ਬਣਾਈ ਜਾਂਦੀਆਂ ਹਨ।
- ਪਰ ਮਾਚਿਸ ਦੀ ਤੀਲੀ ਦੀ ਮਦਦ ਨਾਲ, ਉਨ੍ਹਾਂ ਕਰੋੜਾਂ ਅਤੇ ਅਰਬਾਂ ਰੁੱਖਾਂ ਨੂੰ ਇੱਕੋ ਸਮੇਂ ਸਾੜਿਆ ਜਾ ਸਕਦਾ ਹੈ।
- ਸਮਾਂ ਅਤੇ ਹਾਲਾਤ ਕਿਸੇ ਵੀ ਸਮੇਂ ਬਦਲ ਸਕਦੇ ਹਨ। ਇਸ ਲਈ, ਕਿਸੇ ਦਾ ਨਿਰਾਦਰ ਜਾਂ ਅਪਮਾਨ ਨਾ ਕਰੋ।
- ਤੁਸੀਂ ਅੱਜ ਸ਼ਕਤੀਸ਼ਾਲੀ ਹੋ ਸਕਦੇ ਹੋ। ਪਰ, ਹਮੇਸ਼ਾ ਯਾਦ ਰੱਖੋ ਕਿ ਸਮਾਂ ਤੁਹਾਡੇ ਨਾਲੋਂ ਵਧੇਰੇ ਸ਼ਕਤੀਸ਼ਾਲੀ ਹੈ।

ਜਦੋਂ ਸਮਾਂ ਮਾੜਾ ਹੁੰਦਾ ਹੈ ਤਾਂ ਲੋਕ ਅਕਸਰ ਬਹੁਤ ਦੁਖੀ ਹੋ ਜਾਂਦੇ ਹਨ ਅਤੇ ਜ਼ਮੀਨ 'ਤੇ ਪੁੱਜ ਜਾਂਦੇ ਹਨ। ਇੱਕ ਤਰ੍ਹਾਂ ਨਾਲ, ਤੁਸੀਂ ਕਹਿ ਸਕਦੇ ਹੋ ਕਿ ਸਭ ਕੁਝ ਖਤਮ ਹੋ ਜਾਂਦਾ ਹੈ। ਇੱਕ ਕਹਾਵਤ ਹੈ ਕਿ "ਜੋ ਵੀ ਹੁੰਦਾ ਹੈ, ਉਹ ਵਧੀਆ ਲਈ ਹੁੰਦਾ ਹੈ। ਮਾੜੇ ਸਮੇਂ ਵਿੱਚ ਵੀ, ਜਦੋਂ ਸਭ ਕੁਝ ਬਰਬਾਦ ਹੁੰਦਾ ਜਾਪਦਾ ਹੈ, ਤਾਂ ਉਸ ਵਿੱਚ ਵੀ ਇੱਕ ਚੰਗਿਆਈ ਹੁੰਦੀ ਹੈ। ਇਸ ਨਾਲ ਤੁਹਾਡਾ ਭ੍ਰਮੁ ਟੁੱਟ ਜਾਂਦਾ ਹੈ ਕਿ ਇਸ ਭੀੜ ਵਿੱਚ ਅਸਲ ਵਿੱਚ ਤੁਹਾਡਾ ਕੌਣ ਸੀ।

ਇੱਕ ਹੋਰ ਕਹਾਵਤ ਹੈ ਕਿ this too shall pass ਭਾਵ ਇਹ ਵੀ ਲੰਘ ਜਾਵੇਗਾ, ਅਤੇ ਬੁਰਾ ਸਮਾਂ ਵੀ ਲੰਘ ਜਾਂਦਾ ਹੈ, ਪਰ ਬੁਰੇ ਸਮੇਂ ਦੇ ਆਪਣੇ ਅਨੁਭਵ ਨੂੰ ਕਦੇ ਨਾ ਭੁੱਲੋ, ਖਾਸ ਕਰਕੇ

ਉਨ੍ਹਾਂ ਲੋਕਾਂ ਨੂੰ ਜਿਨ੍ਹਾਂ ਨੇ ਬੁਰੇ ਸਮੇਂ ਵਿੱਚ ਤੁਹਾਡਾ ਸਾਥ ਦਿੱਤਾ, ਇਹ ਉਹ ਹੀਰੇ ਹਨ ਜਿਨ੍ਹਾਂ ਨੂੰ ਤੁਹਾਨੂੰ ਬਚਾ ਕੇ ਰੱਖਣਾ ਹੈ ।ਇਹ ਪਰਮਾਤਮਾ ਦੁਆਰਾ ਦਿੱਤੇ ਗਏ ਅਸ਼ੀਰਵਾਦ ਹਨ ਅਤੇ ਸ਼ਾਇਦ ਪਰਮਾਤਮਾ ਤੁਹਾਨੂੰ ਇਸ ਬੁਰੇ ਸਮੇਂ ਵਿੱਚ ਇਹਨਾਂ ਲੋਕਾਂ ਨੂੰ ਪਛਾਣ ਕਰਵਾਉਣਾ ਚਾਹੁੰਦੇ ਹਨ ਕਿ ਦੇਖੋ ਪੁੱਤਰ, ਇਹਨਾਂ ਲੋਕਾਂ ਵੱਲ ਖਾਸ ਧਿਆਨ ਦਿਓ, ਇਹ ਸਮਾਂ ਬਦਲਣ 'ਤੇ ਵੀ ਨਹੀਂ ਬਦਲੇ, ਹੁਣ ਤੁਹਾਡਾ ਸਮਾਂ ਬਦਲਣ ਵਾਲਾ ਹੈ, ਪਰ ਤੁਸੀਂ ਇਹਨਾਂ ਲੋਕਾਂ ਲਈ ਕਦੇ ਵੀ ਨਹੀਂ ਬਦਲਣਾ।

ਜਦੋਂ ਵੀ ਤੁਸੀਂ ਟੁੱਟਣ ਵਾਲੇ ਹੋ, ਤਾਂ ਇਨ੍ਹਾਂ ਲੋਕਾਂ ਨੂੰ ਜ਼ਰੂਰ ਯਾਦ ਕਰ ਲੈਣਾ ਕਿ ਤੁਹਾਡੀ ਜ਼ਿੰਦਗੀ ਦਾ ਉਨ੍ਹਾਂ 'ਤੇ ਕਿੰਨਾ ਪ੍ਰਭਾਵ ਪੈਂਦਾ ਹੈ, ਇਸ ਲਈ ਤੁਸੀਂ ਟੁੱਟ ਕੇ ਖਿਲੱਰ ਨਹੀਂ ਸਕਦੇ ਅਤੇ ਨਾ ਹੀ ਇਹ ਲੋਕ ਤੁਹਾਨੂੰ ਟੁੱਟਣ ਦੇਣਗੇ।

ਮਾੜੇ ਸਮੇਂ ਤੋਂ ਵਧੀਆ ਸਮਾਂ ਕੁਝ ਸਿੱਖਣ ਲਈ ਕੋਈ ਹੋਰ ਨਹੀਂ ਹੁੰਦਾ। ਜਦੋਂ ਬੁਰਾ ਸਮਾਂ ਆਉਂਦਾ ਹੈ, ਤਾਂ ਵਿਸ਼ਵਾਸ ਕਰੋ ਕਿ ਪਰਮਾਤਮਾ ਤੁਹਾਨੂੰ ਕੁਝ ਸਿਖਾਉਣਾ ਚਾਹੁੰਦਾ ਹੈ ਅਤੇ ਇਸ ਗੱਲ ਦੀ ਬਹੁਤ ਸੰਭਾਵਨਾ ਹੈ ਕਿ ਉਹ ਚਾਹੁੰਦਾ ਹੈ ਕਿ ਤੁਸੀਂ ਲੋਕਾਂ ਨੂੰ ਪਛਾਣੋ। ਇਹ ਤੁਹਾਡੇ 'ਤੇ ਨਿਰਭਰ ਕਰਦਾ ਹੈ ਕਿ ਤੁਸੀਂ ਉਨ੍ਹਾਂ ਲੋਕਾਂ ਨੂੰ ਮਾਫ਼ ਕਰਨਾ ਹੈ ਜਾਂ ਨਹੀਂ ਜਿਨ੍ਹਾਂ ਨੇ ਤੁਹਾਡੇ ਨਾਲ ਗਲਤ ਕੀਤਾ ਹੈ, ਪਰ ਮੈਂ ਚਾਹੁੰਦਾ ਹਾਂ ਕਿ ਤੁਸੀਂ ਉਨ੍ਹਾਂ ਲੋਕਾਂ ਨੂੰ ਆਪਣੀ ਮੌਤ ਤੱਕ ਨਾ ਭੁੱਲੋ ਜਿਨ੍ਹਾਂ ਨੇ ਤੁਹਾਡੇ ਬੁਰੇ ਸਮੇਂ ਵਿੱਚ ਤੁਹਾਡਾ ਸਾਥ ਦਿੱਤਾ।

ਲੋਕ ਵਿਵਹਾਰ ਨਾਲ ਸਬੰਧਤ ਅਮਲ ਕਰਨ ਲਈ ਉਪਯੋਗੀ ਗੱਲਾਂ:

- **ਕੋਈ ਤੁਹਾਡਾ ਸਾਥ ਦੇਵੇ ਜਾਂ ਨਾ ਦੇਵੇ, ਕਦੇ ਵੀ ਆਪਣਾ ਸਾਥ ਨਾ ਛੱਡੋ** : ਬੁਰੇ ਸਮੇਂ ਵਿੱਚ, ਬਹੁਤ ਸਾਰੇ ਲੋਕ ਜਿਨ੍ਹਾਂ ਤੋਂ ਤੁਹਾਨੂੰ ਬਹੁਤ ਉਮੀਦਾਂ ਹੁੰਦੀਆਂ ਹਨ, ਗਧੇ ਦੇ ਸਿਰ 'ਤੇ ਸਿੰਗਾਂ ਵਾਂਗ ਅਲੋਪ ਹੋ ਜਾਂਦੇ ਹਨ। ਅਜਿਹੀਆਂ ਸਥਿਤੀਆਂ ਵਿੱਚ ਨਿਰਾਸ਼ਾ ਕੁਦਰਤੀ ਹੈ, ਪਰ ਕੋਈ ਤੁਹਾਡਾ ਸਾਥ ਦੇਵੇ ਜਾਂ ਨਾ ਦੇਵੇ, ਕਦੇ ਵੀ ਆਪਣੇ ਸਮਰਥਨ ਅਤੇ ਆਪਣੇ ਆਪ ਵਿੱਚ ਵਿਸ਼ਵਾਸ ਨੂੰ ਨਾ ਛੱਡੋ। ਬਸ ਪਰਮਾਤਮਾ ਦਾ ਸ਼ੁਕਰ ਕਰੋ ਕਿ ਤੁਸੀਂ ਆਖਰਕਾਰ ਉਸ ਵਿਅਕਤੀ ਦੀ ਅਸਲ ਪਛਾਣ ਨੂੰ ਪਛਾਣ ਲਿਆ ਹੈ, ਅਤੇ ਤੁਸੀਂ ਹੁਣ ਉਨ੍ਹਾਂ 'ਤੇ ਇੰਨੀਆਂ ਉੱਚੀਆਂ ਉਮੀਦਾਂ ਨਹੀਂ ਰੱਖੋਗੇ।
- **ਕੁਝ ਵੀ ਹਮੇਸ਼ਾ ਲਈ ਨਹੀਂ ਰਹਿੰਦਾ:** ਬਹੁਤ ਸਾਰੇ ਲੋਕ ਇਸ ਗਲਤ ਧਾਰਨਾ ਵਿੱਚ ਰਹਿੰਦੇ ਹਨ ਕਿ ਬੁਰਾ ਸਮਾਂ ਹਮੇਸ਼ਾ ਲਈ ਰਹਿੰਦਾ ਹੈ। ਪਰ ਹਮੇਸ਼ਾ ਯਾਦ ਰੱਖੋ, ਭਾਵੇਂ ਚੰਗਾ ਹੋਵੇ ਜਾਂ ਮਾੜਾ, ਕੁਝ ਵੀ ਹਮੇਸ਼ਾ ਲਈ ਨਹੀਂ ਰਹਿੰਦਾ। ਮਾੜੇ ਸਮੇਂ ਨੂੰ ਵੀ ਸਿੱਖਣ ਦੇ ਮੌਕਿਆਂ ਵਜੋਂ ਵੇਖੋ, ਅਤੇ ਜਦੋਂ ਚੰਗਾ ਸਮਾਂ ਆਉਂਦਾ ਹੈ, ਤਾਂ ਪਰਮਾਤਮਾ ਦਾ ਧੰਨਵਾਦ ਕਰੋ।

ਅਧਿਆਇ – 55

ਜੋ ਪੌੜੀ ਉੱਪਰ ਜਾਂਦੀ ਹੈ ਉਹ ਹੇਠਾਂ ਵੀ ਆਉਂਦੀ ਹੈ

"ਆਤਮਵਿਸ਼ਵਾਸ ਅਤੇ ਹੰਕਾਰ ਵਿਚਕਾਰ ਬਹੁਤ ਪਤਲੀ ਲਕੀਰ ਹੈ: ਐਡਮ ਪੀਟੀ"

ਤੁਸੀਂ ਅਜਿਹੇ ਬਹੁਤ ਸਾਰੇ ਲੋਕਾਂ ਬਾਰੇ ਸੁਣਿਆ ਹੋਵੇਗਾ ਅਤੇ ਹੋ ਸਕਦਾ ਹੈ ਕਿ ਤੁਸੀਂ ਕੁਝ ਅਜਿਹੇ ਲੋਕਾਂ ਨੂੰ ਦੇਖਿਆ ਵੀ ਹੋਵੇਗਾ ਜੋ ਇੱਕ ਸਮੇਂ ਕੁਝ ਵੀ ਨਹੀਂ ਸਨ ਪਰ ਅੱਜ ਉਹ ਬਹੁਤ ਕੁਝ ਹਨ ਅਤੇ ਇਸੇ ਤਰ੍ਹਾਂ ਤੁਸੀਂ ਅਜਿਹੇ ਲੋਕਾਂ ਬਾਰੇ ਪੜ੍ਹਿਆ, ਸੁਣਿਆ ਜਾਂ ਦੇਖਿਆ ਹੋਵੇਗਾ ਜੋ ਇੱਕ ਸਮੇਂ ਸ਼ਿਖਰ ਤੇ ਸਨ ਪਰ ਅੱਜ ਉਹ ਕੁਝ ਵੀ ਨਹੀਂ ਹਨ।

ਕੀ ਅਜਿਹੀਆਂ ਘਟਨਾਵਾਂ ਤੋਂ ਸਾਨੂੰ ਕੁਝ ਸਿੱਖਣ ਨੂੰ ਮਿਲਦਾ ਹਾਂ? ਅਤੇ ਜਵਾਬ ਹੈ 'ਹਾਂ'।

ਜੋ ਪੌੜੀ ਉੱਪਰ ਜਾਂਦੀ ਹੈ ਉਹ ਹੇਠਾਂ ਵੀ ਆਉਂਦੀ ਹੈ। ਅਸੀਂ ਅੰਬਾਨੀ ਦੀ ਉਦਾਹਰਣ ਦੇਖਦੇ ਹਾਂ, ਜੋ ਕਦੇ ਪੈਟਰੋਲ ਪੰਪ 'ਤੇ ਕੰਮ ਕਰਦਾ ਸੀ, ਪਰ ਅੱਜ ਉਸਦੀ ਰਿਲਾਇੰਸ ਆਪਣੇ ਸਿਖਰ 'ਤੇ ਹੈ। ਇਸੇ ਤਰ੍ਹਾਂ, ਅਸੀਂ ਮਾਲਿਆ ਦੀ ਉਦਾਹਰਣ ਦੇਖਦੇ ਹਾਂ, ਜੋ ਕਦੇ ਸਿਖਰ 'ਤੇ ਸੀ ਪਰ ਹੁਣ ਉਸਦਾ ਹੋਂਦ ਸੰਕਟ ਵਿਚ ਹੈ।

ਜਦੋਂ ਇਹ ਇੰਨਾ ਸਪੱਸ਼ਟ ਹੈ ਕਿ ਸਮਾਂ ਕਦੇ ਵੀ ਇੱਕੋ ਜਿਹਾ ਨਹੀਂ ਰਹਿੰਦਾ, ਤਾਂ ਕਈ ਵਾਰ ਕੋਈ ਅਜਿਹਾ ਵਿਅਕਤੀ ਜਿਸ ਬਾਰੇ ਸਾਨੂੰ ਕੋਈ ਉਮੀਦ ਨਹੀਂ ਹੁੰਦੀ, ਪਲਕ ਝਪਕਦੇ ਹੀ ਬਹੁਤ ਅੱਗੇ ਵਧ ਜਾਂਦਾ ਹੈ ਅਤੇ ਕਈ ਵਾਰ ਜੋ ਇੰਨਾ ਅੱਗੇ ਜਾਪਦਾ ਹੈ ਕਿ ਇਸਦੀ ਕਦੇ ਕਲਪਨਾ ਵੀ ਨਹੀਂ ਕੀਤੀ ਜਾ ਸਕਦੀ, ਉਹ ਇੰਨਾ ਪਿੱਛੇ ਰਹਿ ਜਾਂਦਾ ਹੈ।

ਕੀ ਹੋਵੇਗਾ ਜੇਕਰ ਤੁਸੀਂ ਕਿਸੇ ਅਜਿਹੇ ਵਿਅਕਤੀ ਦਾ ਸਾਥ ਦਿੱਤਾ ਹੋਵੇ ਜੋ ਕਦੇ ਬਹੁਤ ਪਿੱਛੇ ਸੀ ਅਤੇ ਅੱਜ ਜਦੋਂ ਉਹ ਅੱਗੇ ਹੈ ਤਾਂ ਉਹ ਤੁਹਾਨੂੰ ਮਿਲਦਾ ਹੈ ਅਤੇ ਕਹਿੰਦਾ ਹੈ ਕਿ ਉਸਦੀ ਸਫਲਤਾ ਦੀ ਯਾਤਰਾ ਤੁਹਾਡੇ ਬਿਨਾਂ ਸੰਭਵ ਨਹੀਂ ਸੀ, ਜਾਂ ਕੀ ਹੋਵੇਗਾ ਜੇਕਰ ਤੁਸੀਂ ਕਿਸੇ ਵਿਅਕਤੀ ਨੂੰ ਜਾਣਦੇ ਹੋ ਪਰ ਜਦੋਂ ਉਹ ਸਫਲਤਾ ਦੇ ਸਿਖਰ 'ਤੇ ਸੀ ਤਾਂ ਉਸਨੇ ਤੁਹਾਨੂੰ ਪਛਾਣਨ ਤੋਂ ਇਨਕਾਰ ਕਰ ਦਿੱਤਾ ਅਤੇ ਜਦੋਂ ਉਹ ਵਾਪਸ ਜ਼ਮੀਨ 'ਤੇ ਆ ਗਿਆ ਤਾਂ ਕੀ ਉਹ ਤੁਹਾਡੇ ਤੋਂ ਮਦਦ ਦੀ ਉਮੀਦ ਕਰ ਸਕਦਾ ਹੈ?

ਮੈਂ ਇੱਕ ਭਜਨ ਸੁਣਿਆ ਸੀ ਜਿਸ ਵਿੱਚ ਕਿਹਾ ਗਿਆ ਹੈ, "ਰੱਬ ਦੀ ਕਿਰਪਾ ਨਾਲ, ਰੰਕ ਵੀ ਰਾਜੇ ਬਣ ਜਾਂਦੇ ਹਨ।" ਅਤੇ ਇਸ ਤਰ੍ਹਾਂ "ਰਾਜੇ ਵੀ ਰੰਕ ਹੋ ਜਾਂਦੇ ਹਨ।" ਮੇਰਾ ਮੰਨਣਾ ਹੈ ਕਿ ਸਭ ਕੁਝ ਰੱਬ ਦੀ ਕਿਰਪਾ ਨਾਲ ਹੁੰਦਾ ਹੈ। ਸਾਨੂੰ ਜੋ ਕੁਝ ਵੀ ਦਿੱਤਾ ਜਾਂਦਾ ਹੈ ਉਹ ਰੱਬ ਦਾ ਤੋਹਫ਼ਾ ਹੈ; ਹੰਕਾਰੀ ਨਾ ਬਣੋ, ਪਰ ਸ਼ੁਕਰਗੁਜ਼ਾਰ ਬਣੋ। ਸਾਨੂੰ ਕੁਝ ਕਰਨ ਦੀ ਲੋੜ ਨਹੀਂ ਹੈ, ਬਸ ਸਾਦੇ ਬਣੋ। ਸਾਨੂੰ ਹਰ ਉਸ ਵਿਅਕਤੀ ਦਾ ਸਤਿਕਾਰ ਕਰਨ ਦੀ ਲੋੜ ਹੈ ਜਿਸਨੂੰ ਅਸੀਂ ਮਿਲਦੇ ਹਾਂ, ਜਵਾਨ ਜਾਂ ਬੁੱਢਾ, ਅਮੀਰ ਜਾਂ ਗਰੀਬ। ਇਸਦੀ ਕੋਈ ਕੀਮਤ ਨਹੀਂ ਹੈ, ਪਰ ਤੁਹਾਨੂੰ ਬਦਲੇ ਵਿੱਚ ਬਹੁਤ ਕੁਝ ਮਿਲਦਾ ਹੈ ਲੋਕਾਂ ਦੇ ਚਿਹਰਿਆਂ 'ਤੇ ਖੁਸ਼ੀ, ਉਨ੍ਹਾਂ ਦੇ ਦਿਲਾਂ ਤੋਂ ਅਸੀਸਾਂ। ਜਦੋਂ ਤੁਸੀਂ ਅਜਿਹਾ ਕਰਦੇ ਹੋ, ਰੱਬ ਨਾ ਕਰੇ, ਤੁਹਾਨੂੰ ਬੁਰੇ ਸਮੇਂ ਦਾ ਸਾਹਮਣਾ ਕਰਨਾ ਪਵੇ, ਤਾਂ ਉਸ ਵੇਲੇ ਬਹੁਤ ਸਾਰੇ ਲੋਕ ਤੁਹਾਡੇ ਨਾਲ ਖੜ੍ਹੇ ਹੋਣਗੇ। ਪਰ ਜੇ ਤੁਸੀਂ ਹੰਕਾਰੀ ਰਹਿੰਦੇ ਹੋ, ਤਾਂ ਸ਼ਾਇਦ ਤੁਹਾਡੇ ਆਪਣੇ ਲੋਕ ਵੀ ਤੁਹਾਨੂੰ ਛੱਡ ਦੇਣ। ਇਸ ਲਈ ਹਮੇਸ਼ਾ ਯਾਦ ਰੱਖੋ ਕਿ ਜੋ ਪੌੜੀ ਉੱਪਰ ਵੱਲ ਜਾਂਦੀ ਹੈ ਉਹ ਹੀ ਹੇਠਾਂ ਵੱਲ ਵੀ ਆਉਂਦੀ ਹੈ।

ਲੋਕ ਵਿਵਹਾਰ ਨਾਲ ਸਬੰਧਤ ਅਮਲ ਕਰਨ ਯੋਗ ਉਪਯੋਗੀ ਗੱਲਾਂ :

- **ਇਸ ਸੁਨਹਿਰੀ ਯੁੱਗ ਦਾ ਫਾਇਦਾ ਉਠਾਓ** : ਅਸੀਂ ਖੁਸ਼ਕਿਸਮਤ ਹਾਂ ਕਿ ਅਸੀਂ ਅਜਿਹੇ ਯੁੱਗ ਵਿੱਚ ਰਹਿੰਦੇ ਹਾਂ ਜਿੱਥੇ ਬਹੁਤ ਸਾਰੀਆਂ ਕਿਤਾਬਾਂ, ਫਿਲਮਾਂ, ਅਤੇ ਹਰ ਤਰ੍ਹਾਂ ਦੀਆਂ ਚੰਗੀਆਂ ਚੀਜ਼ਾਂ ਆਸਾਨੀ ਨਾਲ ਉਪਲਬਧ ਹਨ। ਜੀਵਨੀਆਂ ਦਾ ਅਧਿਐਨ ਕਰੋ, ਅਜਿਹੀਆਂ ਫਿਲਮਾਂ ਦੇਖੋ ਜੋ ਜ਼ਿੰਦਗੀ ਦੇ ਸੱਚੇ ਉਤਰਾਅ-ਚੜ੍ਹਾਅ ਨੂੰ ਦਰਸਾਉਂਦੀਆਂ ਹਨ, ਅਤੇ ਉਨ੍ਹਾਂ ਤੋਂ ਸਿੱਖੋ ਕਿ ਜੋ ਪੌੜੀ ਉੱਪਰ ਜਾਂਦੀ ਹੈ ਉਹ ਹੇਠਾਂ ਵੀ ਆਉਂਦੀ ਹੈ।
- **ਜਦੋਂ ਸਭ ਕੁਝ ਪਰਮਾਤਮਾ ਨੇ ਦਿੱਤਾ ਹੈ ਤਾਂ ਫਿਰ ਹੰਕਾਰੀ ਕਿਸ ਗੱਲ ਦਾ** : ਯਾਦ ਰੱਖੋ, ਜੇ ਪਰਮਾਤਮਾ ਚਾਹੇ ਤਾਂ ਉਹ ਇੱਕ ਕੰਗਾਲ ਨੂੰ ਰਾਜਾ ਅਤੇ ਇੱਕ ਰਾਜੇ ਨੂੰ ਕੰਗਾਲ ਬਣਾ ਸਕਦਾ ਹੈ, ਇਸ ਲਈ ਕਦੇ ਵੀ ਹੰਕਾਰ ਨਾ ਕਰੋ।

ਅਧਿਆਇ – 56

ਇਨਸਾਨਾਂ ਅਤੇ ਗਿਰਗਿਟ ਵਿੱਚ ਫ਼ਰਕ ਹੋਣਾ ਚਾਹੀਦਾ ਹੈ

" ਕੰਮ ਪੂਰਾ ਹੋਣ ਤੋਂ ਬਾਅਦ ਵੀ, ਲੋਕਾਂ ਨੂੰ ਯਾਦ ਰੱਖੋ - ਸਵ.ਰਾਧੇਸ਼ਯਾਮ ਗੁਪੱਤ(ਮੇਰੇ ਦਾਦਾ ਜੀ)"

ਇੱਕ ਵਪਾਰੀ ਸੀ ਜੋ ਬਹੁਤ ਘੱਟ ਉਧਾਰ ਲੈਂਦਾ ਸੀ। ਜੇ ਉਹ ਲੈਂਦਾ ਵੀ ਸੀ, ਤਾਂ ਉਹ ਹਮੇਸ਼ਾ ਸਮੇਂ ਸਿਰ ਭੁਗਤਾਨ ਕਰਦਾ ਸੀ। ਉਹ ਚੰਗੇ ਸ਼ਬਦਾਂ ਵਾਲਾ ਆਦਮੀ ਸੀ, ਇਸ ਲਈ ਉਹ ਭਰੋਸੇਯੋਗ ਸੀ।ਤੇ ਦੂਜੀ ਤਰਫ ਇੱਕ ਹੋਰ ਵਪਾਰੀ ਸੀ ਜਿਸਨੇ ਬਹੁਤ ਜ਼ਿਆਦਾ ਉਧਾਰ ਲੈਂਦਾ ਸੀ, ਜਿਸ ਕਾਰਨ ਲੋਕਾਂ ਲਈ ਆਪਣੇ ਪੈਸੇ ਵਾਪਸ ਲੈਣਾ ਬਹੁਤ ਮੁਸ਼ਕਲ ਹੋ ਜਾਂਦਾ ਸੀ। ਉਹ ਕਦੇ ਆਪਣਾ ਫ਼ੋਨ ਨੰਬਰ ਬਦਲ ਲੈਂਦਾ ਸੀ ਤੇ ਅਤੇ ਕਦੇ ਆਪਣਾ ਪਤਾ ।

ਇੱਕ ਵਾਰ, ਜ਼ਬਰਦਸਤ ਮੰਦੀ ਆਈ, ਜਿਸਨੇ ਦੋਵਾਂ ਦੇ ਕਾਰੋਬਾਰਾਂ ਨੂੰ ਬਰਬਾਦ ਕਰ ਦਿੱਤਾ। ਬਹੁਤ ਸਾਰੇ ਸ਼ੁਭਚਿੰਤਕ ਉਸ ਭਰੋਸੇਮੰਦ ਕਾਰੋਬਾਰੀ ਦੀ ਮਦਦ ਲਈ ਆਏ, ਇੱਥੋਂ ਤੱਕ ਕਿ ਉਸਨੂੰ ਉਸਦੀ ਲੋੜੀਂਦੀ ਰਕਮ ਲਈ ਖਾਲੀ ਚੈੱਕ ਵੀ ਦਿੱਤੇ,ਕਿ ਜੋ ਚਾਹੇ ਰਕਮ ਭਰ ਲੋ। ਤੇ ਦੂਜੀ ਤਰਫ, ਕੋਈ ਵੀ ਦੂਜੇ ਵਾਪਾਰੀ ਦੀ ਮਦਦ ਕਰਨ ਲਈ ਤਿਆਰ ਨਹੀਂ ਸੀ, ਕਿਉਂਕਿ ਉਹ ਕੰਮ ਪੂਰਾ ਹੋਣ ਤੋਂ ਬਾਅਦ ਕਿਸੇ ਨੂੰ ਪਹਿਚਾਣਦਾ ਵੀ ਨਹੀਂ ਸੀ, ਅਤੇ ਇਸ ਲਈ ਉਸਦਾ ਅੰਤ ਵੀ ਚੰਗਾ ਨਹੀਂ ਹੋਇਆ।

ਮੇਰੇ ਦਾਦਾ ਜੀ ਅਕਸਰ ਆਪਣੇ ਗਿਆਨ ਅਤੇ ਤਜਰਬੇ ਦੇ ਖਜ਼ਾਨੇ ਤੋਂ ਮੈਨੂੰ ਚੰਗੀ ਗੱਲਾਂ ਦਸਿਆ ਕਰਦੇ ਸਨ।ਅਤੇ ਉਨ੍ਹਾਂ ਵਿੱਚੋਂ ਇੱਕ ਗੱਲ ਇਹ ਵੀ ਸੀ ਕਿ ਕੰਮ ਪੂਰਾ ਹੋਣ ਤੋਂ ਬਾਅਦ ਵੀ ਲੋਕਾਂ ਨੂੰ ਯਾਦ ਰੱਖੋ।

ਉਹ ਸਮਝਾਂਦੇ ਸਨ ਕਿ ਇੱਕ ਮਨੁੱਖ ਅਤੇ ਗਿਰਗਿਟ ਵਿੱਚ ਫ਼ਰਕ ਹੋਣਾ ਚਾਹੀਦਾ ਹੈ। ਬਹੁਤ ਸਾਰੇ ਲੋਕ ਇਹ ਸੋਚਦੇ ਹਨ ਕਿ ਉਹ ਚੰਗੇ, ਮਿੱਠੇ ਅਤੇ ਚਾਪਲੂਸ ਹਨ, ਅਤੇ ਇੱਕ ਵਾਰ ਜਦੋਂ ਉਨ੍ਹਾਂ ਦਾ ਕੰਮ ਹੋ ਜਾਵੇ, ਤਾਂ ਉਸਦੇ ਬਾਅਦ ਉਹ ਕਿਸੇ ਨੂੰ ਪਹਿਚਾਣਨਗੇ ਵੀ ਨਹੀਂ । ਪਰ ਜੋ ਲੋਕ ਇਸ ਤਰ੍ਹਾਂ ਸੋਚਦੇ ਅਤੇ ਕੰਮ ਕਰਦੇ ਹਨ ਉਹ ਆਪਣੇ ਹੀ ਦਾਯਰੇ ਨੂੰ ਸੀਮਤ ਕਰ ਦਿੰਦੇ ਹਨ। ਉਹ ਸਬ ਤੋਂ ਪਹਿਲਾਂ ਤੇ ਆਪਣਾ ਭਰੋਸਾ ਅਤੇ ਜ਼ਿੰਦਗੀ ਵਿੱਚ ਅੱਗੇ ਵਧਣ ਦੀ ਸੰਭਾਵਨਾ ਗੁਆ ਦਿੰਦੇ ਹਨ। ਦੁਨੀਆ ਵਿੱਚ ਉਨ੍ਹਾਂ ਦੀ ਛਵੀ ਅਜਿਹੀ ਬਣ ਜਾਂਦੀ ਹੈ ਕਿ ਉਨ੍ਹਾਂ 'ਤੇ ਭਰੋਸਾ ਨਹੀਂ ਕੀਤਾ ਜਾ ਸਕਦਾ ਕਿਉਂਕਿ ਉਹ ਰੰਗ ਬਦਲਦੇ ਹਨ।

ਹਮੇਸ਼ਾ ਇਕਸਾਰ ਰਹਿਣਾ ਹੀ ਬਿਹਤਰ ਹੈ। ਹਮੇਸ਼ਾ ਸਤਿਕਾਰ ਦਿਖਾਓ। ਲੋਕਾਂ ਨਾਲ ਦਿਆਲਤਾ ਅਤੇ ਸ਼ਿਸ਼ਟਾਚਾਰ ਨਾਲ ਪੇਸ਼ ਆਓ, ਭਾਵੇਂ ਉਹ ਬੱਚੇ ਹੋਣ, ਬੁੱਢੇ ਹੋਣ, ਜਾਂ ਨੌਜਵਾਨ। ਆਪਣੀ ਪੂਰੀ ਕੋਸ਼ਿਸ਼ ਕਰੋ ਜੇ ਲੋਕ ਕੰਮ ਕਰਦੇ ਹਨ, ਤਾਂ ਇਹ ਚੰਗਾ ਹੈ; ਜੇ ਉਹ ਨਹੀਂ ਕਰਦੇ, ਤਾਂ ਵੀ ਠੀਕ ਹੈ। ਗੁੱਸੇ ਨਾ ਰੱਖੋ ਅਤੇ ਜ਼ਿੰਦਗੀ ਵਿੱਚ ਅੱਗੇ ਵਧੋ।

ਦੂਰਅੰਦੇਸ਼ੀ ਰੱਖੋ ਕਿ ਜਦੋਂ ਤੁਸੀਂ ਰੰਗ ਬਦਲਣ ਵਾਲੇ ਅਜਿਹੇ ਕੰਮ ਕਰਦੇ ਹੋ, ਤਾਂ ਤੁਸੀਂ ਨਾ ਸਿਰਫ਼ ਆਪਣੇ ਲਈ, ਸਗੋਂ ਆਪਣੇ ਨਾਲ ਜੁੜੇ ਲੋਕਾਂ ਲਈ ਵੀ ਟੋਆ ਪੁੱਟ ਰਹੇ ਹੋ ਕਿਉਂਕਿ ਲੋਕ ਸੋਚਣਗੇ ਕਿ ਕਿਉਂਕਿ ਤੁਸੀਂ ਇਸ ਤਰ੍ਹਾਂ ਦੇ ਹੋ, ਇਸ ਲਈ ਤੁਸੀਂ ਆਪਣੇ ਬੱਚਿਆਂ ਅਤੇ ਪਰਿਵਾਰ ਨੂੰ ਵੀ ਇਸੇ ਤਰ੍ਹਾਂ ਦੀਆਂ ਸਿੱਖਿਆਵਾਂ ਦਿੱਤੀਆਂ ਹੋਣਗੀਆਂ। ਅਜਿਹਾ ਨਾ ਕਰੋ, ਆਪਣੇ ਪਰਿਵਾਰ ਦੀ ਜ਼ਿੰਦਗੀ ਬਰਬਾਦ ਨਾ ਕਰੋ।

ਲੋਕ ਵਿਵਹਾਰ ਨਾਲ ਸਬੰਧਿਤ ਅਮਲ ਕਰਨ ਯੋਗ ਉਪਯੋਗੀ ਗੱਲਾਂ:

- **ਗਿਰਗਿਟ ਨਾ ਬਣੋ :** ਆਪਣਾ ਕੰਮ ਪੂਰਾ ਹੋਣ ਤੋਂ ਬਾਅਦ ਵੀ ਲੋਕਾਂ ਨੂੰ ਯਾਦ ਰੱਖੋ, ਨਹੀਂ ਤਾਂ ਤੁਹਾਡੇ ਅਤੇ ਗਿਰਗਿਟ ਵਿੱਚ ਕੋਈ ਫ਼ਰਕ ਨਹੀਂ ਰਹੇਗਾ।
- **ਜਿਵੇਂ ਤੁਸੀਂ ਕਰੋਗੇ ਤੁਹਾਡੇ ਬੱਚੇ ਵੀ ਤੁਹਾਡੇ ਵਾਂਗ ਹੀ ਕਰਨਗੇ :** ਜੇਕਰ ਤੁਸੀਂ ਆਪਣਾ ਕੰਮ ਪੂਰਾ ਹੋਣ ਤੋਂ ਬਾਅਦ ਲੋਕਾਂ ਨੂੰ ਭੁੱਲ ਜਾਂਦੇ ਹੋ, ਤਾਂ ਇਹ ਹੋ ਸਕਦਾ ਹੈ ਕਿ ਤੁਹਾਡੇ ਬੱਚੇ ਵੱਡੇ ਹੋ ਕੇ ਤੁਹਾਨੂੰ ਭੁੱਲ ਜਾਣ ਕਿਉਂਕਿ ਬੱਚੇ ਸਿਰਫ਼ ਉਹੀ ਸਿੱਖਦੇ ਹਨ ਜੋ ਉਹ ਤੁਹਾਨੂੰ ਕਰਦੇ ਦੇਖਦੇ ਹਨ।

ਅਧਿਆਇ – 57

ਬਦਲਾ ਲੈਣ ਦਾ ਸਭ ਤੋਂ ਵਧੀਆ ਤਰੀਕਾ

"ਆਰੀ ਭੁੱਲ ਜਾਂਦੀ ਹੈ ਪਰ ਰੁੱਖ ਨੂੰ ਯਾਦ ਰਹਿੰਦਾ ਹੈ: ਅਫ਼ਰੀਕੀ ਕਹਾਵਤ"

ਮੇਰੀ ਜ਼ਿੰਦਗੀ ਵਿੱਚ ਇੱਕ ਸਮਾਂ ਅਜਿਹਾ ਵੀ ਸੀ ਜਦੋਂ ਮੈਂ ਆਪਣੀ ਪੜ੍ਹਾਈ ਛੱਡਣ ਦਾ ਫੈਸਲਾ ਕੀਤਾ। ਇਸਦੇ ਕਈ ਕਾਰਨ ਸਨ ਜਿਵੇਂ ਪੜ੍ਹਾਈ ਵਿੱਚ ਲਗਾਤਾਰ ਅਸਫਲਤਾ, ਸਕੂਲ ਵਿੱਚ ਮਿਲ ਰਹੀਆਂ ਸਜ਼ਾਵਾਂ ਅਤੇ ਤਾਨੇ ਇੱਥੇ ਤੱਕ ਤਾਂ ਠੀਕ ਸੀ ਪਰ ਕੁਝ ਅਧਿਆਪਕਾਂ ਦੁਆਰਾ ਮੇਰੇ ਮਾਪਿਆਂ ਦਾ ਅਪਮਾਨ ਮੇਰੇ ਲਈ ਅਸਹਿ ਸੀ।

ਮੈਨੂੰ ਉਹ ਘਟਨਾ ਯਾਦ ਹੈ ਜਦੋਂ ਇੱਕ ਮਾਪੇ-ਅਧਿਆਪਕ ਮੀਟਿੰਗ ਵਿੱਚ, ਮੇਰੇ ਕਲਾਸ ਟੀਚਰ ਨੇ ਸਭ ਦੇ ਸਾਹਮਣੇ ਉੱਚੀ ਆਵਾਜ਼ ਵਿੱਚ ਮੇਰੀ ਮਾਂ ਨੂੰ ਕਿਹਾ ਸੀ ਕਿ ਯ, "ਮੈਂ ਤੁਹਾਨੂੰ ਲਿਖ ਕੇ ਦੇਂਦੀ ਹਾਂ ਕਿ ਤੁਹਾਡਾ ਪੁੱਤਰ ਜ਼ਿੰਦਗੀ ਵਿੱਚ ਰਿਕਸ਼ਾ ਚਲਾਉਣ ਤੋਂ ਵੱਧ ਕੁਝ ਨਹੀਂ ਕਰ ਸਕਦਾ।" ਮੈਨੂੰ ਉਹ ਦਿਨ ਵੀ ਯਾਦ ਹੈ ਜਦੋਂ ਇੱਕ ਹੋਰ ਅਧਿਆਪਕ ਨੇ ਮੈਨੂੰ ਸਟਾਫ ਰੂਮ ਵਿੱਚ ਬੁਲਾਇਆ ਅਤੇ ਸਾਰੇ ਅਧਿਆਪਕਾਂ ਦੇ ਸਾਹਮਣੇ ਕਿਹਾ, "ਮੇਰੇ ਪਿਤਾ ਜੀ ਕੋਲ ਬਹੁਤ ਪੈਸਾ ਹੈ, ਪਰ ਜਦੋਂ ਤੱਕ ਮੈਂ ਹਰ ਇਕ ਕਲਾਸ ਵਿੱਚ 2-4 ਵਾਰ ਨਹੀਂ ਪੜ੍ਹ ਲੈਂਦਾ ਤਾਂ ਤਕ ਪੈਸਾ ਇਸਤੇਮਾਲ ਕਿਵੇਂ ਹੋਵੇਗਾ।" ਇਸ ਤੋਂ ਬਾਅਦ, ਉਸਨੇ ਮੈਨੂੰ ਅਗਲੇ ਦਿਨ ਆਪਣੇ ਪਿਤਾ ਨੂੰ ਸਕੂਲ ਬੁਲਾਉਣ ਲਈ ਕਿਹਾ।

ਅਗਲੇ ਦਿਨ, ਜਦੋਂ ਮੇਰੇ ਪਿਤਾ ਨੇ ਸਕੂਲ ਦੇ ਗੇਟ 'ਤੇ ਉਹਨਾਂ ਨੂੰ ਨਮਸਕਾਰ ਕੀਤਾ, ਤਾਂ ਉਹਨਾਂ ਨੇ ਮੇਰੇ ਪਿਤਾ ਜੀ ਨੂੰ ਪੂਰੀ ਤਰ੍ਹਾਂ ਨਜ਼ਰਅੰਦਾਜ਼ ਕਰ ਦਿੱਤਾ। ਉਹ ਸਟਾਫ ਰੂਮ ਵਿੱਚ ਖਾਲੀ ਸਨ, ਪਰ ਉਹਨਾਂ ਨੇ ਪਿਤਾ ਜੀ ਨੂੰ ਕਈ ਘੰਟੇ ਤਕ ਉਡੀਕ ਕਰਨ ਲਈ ਮਜਬੂਰ ਕੀਤਾ। ਅਤੇ

ਜਦੋਂ ਮੈਂ ਅੰਤ ਵਿੱਚ ਆਪਣੇ ਪਿਤਾ ਜੀ ਨੂੰ ਮਿਲਿਆ, ਤਾਂ ਉਹਨਾਂ ਨੇ ਸੁਝਾਅ ਦਿੱਤਾ ਕਿ ਮੇਰੇ ਕੋਲ ਦਿਮਾਗ ਨਹੀਂ ਹੈ ਅਤੇ ਮੈਨੂੰ ਸਕੂਲ ਭੇਜ ਕੇ ਉਹ ਪੈਸੇ ਅਤੇ ਸਮਾਂ ਦੋਵਾਂ ਦੀ ਬਰਬਾਦੀ ਕਰ ਰਹੇ ਹਨ। ਫਿਰ ਉਹਨਾਂ ਨੇ ਕੁਝ ਹੋਰ ਗੱਲਾਂ ਵੀ ਕਹੀਆਂ ਜੋ ਕਿਸੇ ਵੀ ਪਿਤਾ ਦਾ ਹੌਂਸਲਾ ਤੋੜਨ ਲਈ ਕਾਫੀ ਸਨ। ਅਜਿਹੀਆਂ ਕਈ ਘਟਨਾਵਾਂ ਨੇ ਮੈਨੂੰ ਸਕੂਲ ਅਤੇ ਪੜ੍ਹਾਈ ਤੋਂ ਨਫ਼ਰਤ ਕਰਨ ਲਈ ਮਜਬੂਰ ਕਰ ਦਿੱਤਾ, ਅਤੇ ਮੈਂ ਅੰਤ ਵਿੱਚ ਸਕੂਲ ਛੱਡ ਦਿੱਤਾ ਅਤੇ ਆਪਣੇ ਪਰਿਵਾਰ ਨੂੰ ਕਿਹਾ ਕਿ ਮੈਂ ਹੋਰ ਪੜ੍ਹਾਈ ਨਹੀਂ ਕਰਨਾ ਚਾਹੁੰਦਾ।

ਮੇਰੇ ਪਰਿਵਾਰ ਨੇ ਮੈਨੂੰ ਮਨਾਉਣ ਦੀ ਬਹੁਤ ਕੋਸ਼ਿਸ਼ ਕੀਤੀ, ਪਰ ਉਹ ਅਸਫਲ ਰਹੇ। ਅੰਤ ਵਿੱਚ, ਦਾਦਾ ਜੀ ਨੇ ਸਮਝਾਂਦੇ ਹੋਏ ਆਖਿਆ, "ਦੇਖੋ ਪੁੱਤਰ, ਜੇ ਤੁਸੀਂ ਆਪਣੀ ਪੜ੍ਹਾਈ ਛੱਡ ਦਿੱਤੀ, ਤਾਂ ਤੁਸੀਂ ਉਨ੍ਹਾਂ ਦੀਆਂ ਭਵਿੱਖਬਾਣੀਆਂ ਨੂੰ ਸਹੀ ਸਾਬਤ ਕਰੋਗੇ। ਉਨ੍ਹਾਂ ਨੇ ਕਿਹਾ ਸੀ ਕਿ ਤੁਸੀਂ ਕਦੇ ਵੀ ਪੜ੍ਹਾਈ ਨਹੀਂ ਕਰ ਸਕੋਗੇ ਕਿਉਂਕਿ ਤੁਹਾਡੇ ਕੋਲ ਕੋਈ ਪ੍ਰਤਿਭਾ ਨਹੀਂ ਹੈ, ਅਤੇ ਜੇ ਤੁਸੀਂ ਪੜ੍ਹਾਈ ਛੱਡ ਦਿੱਤੀ, ਤਾਂ ਉਨ੍ਹਾਂ ਦੀਆਂ ਭਵਿੱਖਬਾਣੀਆਂ 100% ਸੱਚ ਹੋਣਗੀਆਂ। ਮੈਂ ਤੁਹਾਡੀ ਸਥਿਤੀ ਤੋਂ ਚੰਗੀ ਤਰ੍ਹਾਂ ਜਾਣੂ ਹਾਂ। ਤੁਹਾਡਾ ਗੁੱਸਾ ਅਤੇ ਤੁਹਾਡਾ ਦੁੱਖ ਜਾਇਜ਼ ਹੈ। ਮੈਦਾਨ ਛੱਡਣਾ ਜਾਂ ਗੁੱਸੇ ਵਿੱਚ ਪਾਗਲ ਹੋਣਾ ਸਿਆਣਪ ਨਹੀਂ ਹੈ। ਮਜਾ ਤਾਂ ਉਸ ਸਮੇਂ ਆਵੇਗਾ ਜਦੋਂ ਤੁਸੀਂ ਕੁਝ ਅਜਿਹਾ ਕਰੋਗੇ ਜੋ ਉਨ੍ਹਾਂ ਨੂੰ ਹੈਰਾਨ ਕਰ ਦੇਵੇ। ਬਦਲਾ ਲੈਣ ਦਾ ਸਭ ਤੋਂ ਵਧੀਆ ਤਰੀਕਾ ਹੈ ਵੱਡੀ ਸਫਲਤਾ ਪ੍ਰਾਪਤ ਕਰਨਾ। ਜੇ ਤੁਸੀਂ ਸਿਰਫ਼ ਲੋਕਾਂ ਨੂੰ ਦੱਸਦੇ ਫਿਰੋਗੇ ਕਿ ਤੁਹਾਡੇ ਨਾਲ ਗਲਤ ਹੋਇਆ ਹੈ, ਤਾਂ ਕੋਈ ਵੀ ਤੁਹਾਡੇ 'ਤੇ ਵਿਸ਼ਵਾਸ ਨਹੀਂ ਕਰੇਗਾ। ਪਰ ਜੇ ਤੁਸੀਂ ਕੁਝ ਕਰਕੇ ਦਿਖਾਓਗੇ, ਤਾਂ ਲੋਕ ਸਿਰਫ਼ ਤੁਹਾਡੇ 'ਤੇ ਵਿਸ਼ਵਾਸ ਹੀ ਨਹੀਂ ਕਰਨਗੇ, ਸਗੋਂ ਤੁਹਾਡਾ ਸਤਿਕਾਰ ਵੀ ਕਰਨਗੇ। ਇਸ ਲਈ, ਸਿਰਫ਼ ਕਹੋ ਨਾ, ਕਰਕੇ ਦਿਖਾਓ।"

ਇਸ ਤੋਂ ਬਾਅਦ, ਮੇਰੇ ਦਾਦਾ ਜੀ ਨੇ ਮੈਨੂੰ ਆਪਣੀ ਪੜ੍ਹਾਈ ਜਾਰੀ ਰੱਖਣ ਲਈ ਉਤਸ਼ਾਹਿਤ ਕੀਤਾ ਭਾਵੇਂ ਇਹ ਹੌਲੀ ਹੋਵੇ ਪਰ ਮਹੱਤਵਪੂਰਨ ਗੱਲ ਇਹ ਸੀ ਕਿ ਮੈਨੂੰ ਆਪਣੀ ਪੜ੍ਹਾਈ ਜਾਰੀ ਰੱਖਣੀ ਚਾਹੀਦੀ ਹੈ ਅਤੇ ਇਹ ਉਨ੍ਹਾਂ ਦੇ ਵਿਸ਼ਵਾਸ ਕਾਰਨ ਸੀ ਕਿ ਮੈਂ ਆਪਣੀ ਪੜ੍ਹਾਈ ਕਛੂਏ ਦੀ ਰਫ਼ਤਾਰ ਨਾਲ ਜਾਰੀ ਰੱਖੀ ਅਤੇ ਅੰਤ ਵਿੱਚ 9 ਡਿਗਰੀ /ਸਰਟੀਫਿਕੇਟ ਪ੍ਰਾਪਤ ਕੀਤੇ ਜਿਸ ਵਿੱਚ ਐਲ.ਐਲ.ਬੀ., ਪੱਤਰਕਾਰੀ, ਪੀ.ਜੀ.ਡੀ.ਬੀ.ਏ.ਅਤੇ ਬੀ ਲੈਵਲ (ਐਮ.ਸੀ.ਏ.) ਵਰਗੀਆਂ 4 ਪ੍ਰੋਫੇਸ਼ਨਲ ਡਿਗਰੀਆਂ ਵੀ ਸ਼ਾਮਲ ਸਨ।

ਅੱਜਕੱਲ੍ਹ ਲੋਕ ਬਦਲੇ ਦੀ ਭਾਵਨਾ ਵਿਚ ਬਹੁਤ ਚਿੰਤਿਤ ਰਹਿੰਦੇ ਹਨ, ਪਰ ਉਹ ਭੁੱਲ ਜਾਂਦੇ ਹਨ ਕਿ ਬਦਲੇ ਦੀ ਇਸ ਭਾਵਨਾ ਕਾਰਨ, ਉਹ ਆਪਣੇ ਦੁਸ਼ਮਣਾਂ ਨਾਲੋਂ ਆਪਣੇ ਆਪ ਨੂੰ ਜ਼ਿਆਦਾ ਨੁਕਸਾਨ ਪਹੁੰਚਾ ਰਹੇ ਹਨ। ਸੋਚੋ, ਸਾਡੇ ਦੁਸ਼ਮਣ ਸਾਨੂੰ ਭੜਕਾਉਂਦੇ ਹਨ ਅਤੇ ਅਜਿਹੇ ਕੰਮ ਕਰਦੇ ਹਨ ਜਿਸ ਨਾਲ ਸਾਡਾ ਖੂਨ ਉਬਾਲ ਆਉਂਦਾ ਹੈ, ਅਸੀਂ ਗੁੱਸੇ ਨਾਲ ਪਾਗਲ ਹੋ ਜਾਂਦੇ ਹਾਂ ਅਤੇ ਅੰਤ ਵਿੱਚ ਇਹ ਸਾਡਾ ਨੁਕਸਾਨ ਹੁੰਦਾ ਹੈ। ਕੀ ਤੁਹਾਨੂੰ ਨਹੀਂ ਲੱਗਦਾ ਕਿ ਸਾਡੇ ਦੁਸ਼ਮਣ ਕਿੰਨੇ ਖੁਸ਼ ਹੋਣਗੇ ਜੇਕਰ ਉਨ੍ਹਾਂ ਨੂੰ ਪਤਾ ਲੱਗ ਜਾਵੇ ਕਿ ਸਾਨੂੰ ਬਲੱਡ ਪ੍ਰੈਸ਼ਰ ਜਾਂ ਦਿਲ ਦੀ ਬਿਮਾਰੀ ਹੋ ਗਈ ਹੈ। ਬਿਨਾਂ ਸ਼ੱਕ ਤੁਸੀਂ ਇਸ ਦਾ ਜਵਾਬ ਜਾਣਦੇ ਹੋ, ਪਰ ਜਦੋਂ ਅਸੀਂ ਲੰਬੇ ਸਮੇਂ ਤੋਂ ਕਿਸੇ ਨਾਲ ਦੁਸ਼ਮਣੀ, ਈਰਖਾ, ਨਫ਼ਰਤ ਜਾਂ ਬਦਲੇ ਦੀ ਭਾਵਨਾ ਰੱਖਦੇ ਹਾਂ, ਤਾਂ ਸਾਡੇ ਸਰੀਰ ਵਿੱਚ

ਅਲਸਰ, ਬਲੱਡ ਪ੍ਰੈਸ਼ਰ, ਦਿਲ ਦੀ ਬਿਮਾਰੀ ਆਦਿ ਵਰਗੀਆਂ ਕਈ ਬਿਮਾਰੀਆਂ ਪੈਦਾ ਹੋ ਜਾਂਦੀਆਂ ਹਨ।

ਸਾਨੂੰ ਆਪਣੇ ਦੁਸ਼ਮਣਾਂ ਨੂੰ ਮਾਫ਼ ਕਰਨਾ ਚਾਹੀਦਾ ਹੈ, ਆਪਣੇ ਦੁਸ਼ਮਣਾਂ ਲਈ ਨਹੀਂ, ਸਗੋਂ ਆਪਣੀ ਭਲਾਈ ਲਈ। ਸਾਨੂੰ ਆਪਣੇ ਦੁਸ਼ਮਣਾਂ ਨੂੰ ਭੁੱਲਣਾ ਚਾਹੀਦਾ ਹੈ, ਪਰ ਉਨ੍ਹਾਂ ਦੇ ਨਾਮ ਨਹੀਂ, ਕਿਉਂਕਿ ਉਨ੍ਹਾਂ ਨੂੰ ਮਾਫ਼ ਕਰਨ ਤੋਂ ਬਾਅਦ ਵੀ, ਸਾਨੂੰ ਚੌਕਸ ਰਹਿਣਾ ਚਾਹੀਦਾ ਹੈ। ਜੇਕਰ ਸਾਨੂੰ ਬਦਲਾ ਲੈਣਾ ਹੀ ਹੈ, ਤਾਂ ਕਿਉਂ ਨਾ ਇਸ ਨੂੰ ਇੱਕ ਸ਼ਾਨਦਾਰ ਤਰੀਕੇ ਨਾਲ ਕਰੀਏ ਜਿਸ ਨਾਲ ਸਾਡੀ ਵੀ ਤਰੱਕੀ ਹੋਵੇ।

ਬਚਪਨ ਵਿੱਚ, ਅਸੀਂ ਅਕਸਰ ਇਹ ਸਵਾਲ ਸੁਣਦੇ ਸੀ ਕਿ ਐਸਾ ਕੋਣ ਸਾ ਤਰੀਕਾ ਹੈ ਜਿਸ ਨਾਲ ਇੱਕ ਲਾਈਨ ਨੂੰ ਮਿਟਾਏ ਬਿਨਾਂ ਉਸਨੂੰ ਛੋਟਾ ਕੀਤਾ ਜਾ ਸਕੇ। ਇਸ ਦਾ ਇਕ ਛੋਟਾ ਜਿਹਾ ਹੱਲ ਇਹ ਸੀ ਕਿ ਇਸਦੇ ਅੱਗੇ ਇੱਕ ਲੰਬੀ ਲਾਈਨ ਖਿੱਚੀ ਜਾਵੇ, ਅਤੇ ਪਹਿਲੀ ਲਾਈਨ ਆਪਣੇ ਆਪ ਛੋਟੀ ਹੋ ਜਾਵੇਗੀ। ਤਾਂ ਕਿਉਂ ਨਾ ਕੁਝ ਅਜਿਹਾ ਹੀ ਕੀਤਾ ਜਾਵੇ ਅਤੇ ਆਪਣੇ ਆਲੋਚਕਾਂ ਨੂੰ ਚੁੱਪ ਕਰਾਉਣ ਲਈ ਵੱਡੀ ਸਫਲਤਾ ਪ੍ਰਾਪਤ ਕੀਤੀ ਜਾਵੇ।

ਮੈਂ ਕਿਤੇ ਪੜ੍ਹਿਆ ਸੀ ਕਿ "ਸੂਰ ਨਾਲ ਨਾ ਲੜੋ ਕਿਉਂਕਿ ਸੂਰ ਹਮੇਸ਼ਾ ਚਾਹੁੰਦਾ ਹੈ ਕਿ ਤੁਸੀਂ ਉਸ ਦੇ ਚਿੱਕੜ ਵਿੱਚ ਛਾਲ ਮਾਰੋ ਅਤੇ ਉਸ ਵਾਂਗ ਗੰਦੇ ਹੋ ਜਾਓ", ਇਸ ਲਈ ਹਮੇਸ਼ਾ ਇਸ ਕਥਨ ਨੂੰ ਯਾਦ ਰੱਖੋ ਅਤੇ ਨੀਵੀਂ ਸੋਚ ਦੇ ਲੋਕਾਂ ਨਾਲ ਨਾ ਲੜੋ ਅਤੇ ਉਨ੍ਹਾਂ ਦੀਕਤਾਰ ਵਿੱਚ ਸ਼ਾਮਲ ਨਾ ਹੋਵੋ।"

ਲੋਕ ਵਿਵਹਾਰ ਨਾਲ ਸਬੰਧਤ ਅਮਲ ਕਰਨ ਯੋਗ ਉਪਯੋਗੀ ਗੱਲਾਂ :

- ਵੱਡੇ ਲੋਕ (ਸਫਲ ਲੋਕ) ਜਾਣਦੇ ਹਨ ਕਿ ਛੋਟੇ ਲੋਕ (ਅਸਫਲ ਲੋਕ) ਈਰਖਾ ਕਾਰਨ ਉਨ੍ਹਾਂ ਦੀ ਆਲੋਚਨਾ ਕਰਦੇ ਹਨ ਪਰ ਵੱਡੇ ਲੋਕ ਉਨ੍ਹਾਂ ਦੀ ਆਲੋਚਨਾ ਨਹੀਂ ਕਰਦੇ ਕਿਉਂਕਿ ਉਹ ਜਾਣਦੇ ਹਨ ਕਿ ਉਨ੍ਹਾਂ ਦੇ ਮੂੰਹੋਂ ਨਿਕਲਣ ਵਾਲਾ ਹਰ ਸ਼ਬਦ ਮਹੱਤਵਪੂਰਨ ਹੈ ਅਤੇ ਜੇਕਰ ਉਹ ਕਿਸੇ ਕਾਰਨ ਕਰਕੇ ਇੱਕ ਵਾਰ ਵੀ ਕਿਸੇ ਦਾ ਨਾਮ ਲੈਂਦੇ ਹਨ ਤਾਂ ਉਹ ਵਿਅਕਤੀ ਬਿਨਾਂ ਕੁਝ ਕੀਤੇ ਮਸ਼ਹੂਰ ਹੋ ਜਾਂਦਾ ਹੈ।
- **ਯਾਦ ਰੱਖੋ, ਸਿੱਕੇ ਆਵਾਜ਼ ਕਰਦੇ ਹਨ, ਨੋਟ ਨਹੀਂ :** ਛੋਟੀ ਸੋਚ ਵਾਲੇ ਲੋਕ ਗੱਲਾਂ ਕਰਦੇ ਹਨ, ਜਦੋਂ ਕਿ ਵੱਡੀ ਸੋਚ ਵਾਲੇ ਸਫਲ ਲੋਕ ਕੰਮ ਕਰਦੇ ਹਨ ਅਤੇ ਸਫਲ ਹੁੰਦੇ ਹਨ। ਜੇ ਤੁਸੀਂ ਕਿਸੇ ਤੋਂ ਬਦਲਾ ਲੈਣਾ ਚਾਹੁੰਦੇ ਹੋ, ਤਾਂ ਇਸਨੂੰ ਨਫ਼ਰਤ ਨਾਲ ਨਹੀਂ, ਸਗੋਂ ਆਪਣੀ ਸਫਲਤਾ ਨਾਲ ਕਰੋ। ਇੰਨੇ ਸਫਲ ਬਣੋ ਕਿ ਲੋਕ ਦੇਖਦੇ ਹੀ ਰਹਿ ਜਾਣ।

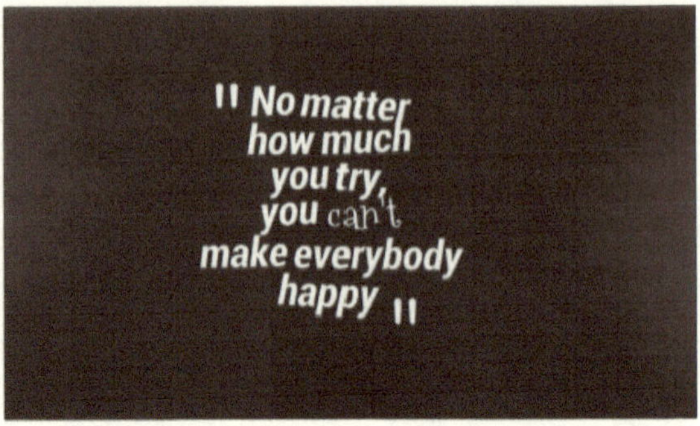

ਅਧਿਆਇ – 58
ਤੁਸੀਂ ਸਾਰਿਆਂ ਨੂੰ ਖੁਸ਼ ਨਹੀਂ ਕਰ ਸਕਦੇ

" ਜੇ ਤੁਸੀਂ ਕਿਸੇ ਅਜਿਹੇ ਵਿਅਕਤੀ ਨੂੰ ਮਿਲਦੇ ਹੋ ਜਿਸ ਦੇ ਚਿਹਰੇ' ਤੇ ਮੁਸਕਰਾਹਟ ਨਹੀਂ ਹੈ, ਤਾਂ ਉਸਨੂੰ ਆਪਣੀ ਮੁਸਕਰਾਹਟ ਜ਼ਰੂਰ ਦਿਓ: ਡੌਲੀ ਪਾਰਟਨ"

ਲੋਕ ਵਿਵਹਾਰ ਦੀ ਕਲਾ ਵਿੱਚ ਮਾਹਰ ਹੋਣ ਦੇ ਬਾਵਜੂਦ, ਤੁਸੀਂ ਸਾਰਿਆਂ ਨੂੰ ਖੁਸ਼ ਨਹੀਂ ਕਰ ਸਕੋਗੇ ਅਤੇ ਸਾਰਿਆਂ ਨਾਲ ਚੰਗੇ ਸਬੰਧ ਨਹੀਂ ਬਣਾ ਸਕੋਗੇ ਕਿਉਂਕਿ 100 ਵਿੱਚੋਂ 98 ਲੋਕ ਚੰਗੇ ਮਿਲਦੇ ਹਨ ਅਤੇ ਤੁਸੀਂ ਉਨ੍ਹਾਂ ਨਾਲ ਬਿਹਤਰ ਢੰਗ ਨਾਲ ਮਿਲ-ਜੁਲ ਕੇ ਰਹਿ ਸਕੋਗੇ।

ਤੁਹਾਡੀ ਮੁਸਕਰਾਹਟ ਲਈ ਉਹ ਵੀ ਮੁਸਕਰਾਉਂਦੇ ਹਨ। ਜਦੋਂ ਤੁਸੀਂ ਉਨ੍ਹਾਂ ਦਾ ਸਤਿਕਾਰ ਕਰਦੇ ਹੋ ਤਾਂ ਉਹ ਵੀ ਤੁਹਾਡਾ ਸਤਿਕਾਰ ਕਰਨਗੇ, ਪਰ 2% ਅਜਿਹੇ ਵੀ ਹਨ ਜਿਨ੍ਹਾਂ ਦਾ ਸਵੈ-ਮਾਣ ਘੱਟ ਹੈ, ਜੋ ਹਰ ਚੀਜ਼ ਨੂੰ ਸ਼ੱਕ ਦੀ ਨਜ਼ਰ ਨਾਲ ਦੇਖਦੇ ਹਨ ਅਤੇ ਕਮੀਆਂ ਲੱਭਦੇ ਹਨ। ਤੁਸੀਂ ਜਿੰਨੀ ਮਰਜ਼ੀ ਕੋਸ਼ਿਸ਼ ਕਰੋ, ਤੁਸੀਂ ਉਨ੍ਹਾਂ ਨਾਲ ਚੰਗੀ ਤਰ੍ਹਾਂ ਤਾਲ ਮੇਲ ਨਹੀਂ ਬਿਠਾ ਸਕੋਗੇ। ਅਤੇ ਇਹ ਇਨ੍ਹਾਂ 2% ਲਈ ਹੈ ਕਿ ਮੈਂ ਇਸ ਅਧਿਆਇ ਦਾ ਸਿਰਲੇਖ ਦਿੱਤਾ ਹੈ, "ਤੁਸੀਂ ਸਾਰਿਆਂ ਨੂੰ ਖੁਸ਼ ਨਹੀਂ ਕਰ ਸਕਦੇ।"

ਜਦੋਂ ਤੁਸੀਂ ਅਜਿਹੇ 2 ਪ੍ਰਤੀਸ਼ਤ ਲੋਕਾਂ ਨੂੰ ਮਿਲਦੇ ਹੋ, ਤਾਂ ਵੀ ਨਿਰਾਸ਼ ਨਾ ਹੋਵੋ ਜਾਂ ਆਪਣੇ ਆਪ ਨੂੰ ਬਦਲਣ ਦੀ ਕੋਸ਼ਿਸ਼ ਨਾ ਕਰੋ ਜਾਂ ਲੋਕ ਵਿਵਹਾਰ ਦੀ ਕਲਾ ਨੂੰ ਨਾ ਛੱਡੋ, ਬੱਸ ਅੱਗੇ ਵਧੋ ਅਤੇ ਆਪਣਾ ਧਿਆਨ ਉਨ੍ਹਾਂ 98 ਪ੍ਰਤੀਸ਼ਤ ਲੋਕਾਂ 'ਤੇ ਕੇਂਦ੍ਰਿਤ ਕਰੋ।

ਦੇਖੋ, ਜ਼ਿਆਦਾਤਰ ਲੋਕ ਚੰਗੇ ਹੁੰਦੇ ਹਨ। ਉਹ ਤੁਹਾਡੇ ਚੰਗੇ ਵਿਵਹਾਰ ਦਾ ਚੰਗਾ ਜਵਾਬ ਦੇਣਗੇ। ਇਸ ਲਈ, ਔਸਤ ਦੇ ਨਿਯਮ ਨੂੰ ਧਿਆਨ ਵਿੱਚ ਰੱਖਦੇ ਹੋਏ, ਜੇਕਰ ਤੁਸੀਂ ਪ੍ਰੀਖਿਆ ਵਿੱਚ 98 ਅੰਕ ਪ੍ਰਾਪਤ ਕਰਦੇ ਹੋ, ਤਾਂ ਤੁਸੀਂ ਆਪਣੇ ਪ੍ਰਦਰਸ਼ਨ ਨੂੰ ਕੀ ਕਹੋਗੇ? ਕੀ ਤੁਸੀਂ ਇਸਨੂੰ ਜਬਰਦਸਤ ਕਹੋਗੇ ,ਸ਼ਾਨਦਾਰ ਕਹੋਗੇ?

ਲੋਕ ਵਿਵਹਾਰ ਦੇ ਅੰਕੜੇ ਇਹ ਵੀ ਕਹਿੰਦੇ ਹਨ ਕਿ ਜਦੋਂ ਤੁਸੀਂ 100 ਲੋਕਾਂ ਨਾਲ ਚੰਗਾ ਵਿਵਹਾਰ ਕਰਦੇ ਹੋ, ਤਾਂ ਤੁਹਾਨੂੰ 98 ਚੰਗੇ ਲੋਕ ਮਿਲਣਗੇ ਜੋ ਤੁਹਾਡੀ ਸਕਰਾਤਮਕਤਾ ਦਾ ਸਕਾਰਾਤਮਕ ਜਵਾਬ ਦੇਣਗੇ ਅਤੇ ਤੁਹਾਨੂੰ 2 ਅਜਿਹੇ ਲੋਕ ਮਿਲਣਗੇ ਜਿਨ੍ਹਾਂ ਲਈ ਤੁਸੀਂ ਕੁਝ ਨਹੀਂ ਕਰ ਸਕਦੇ ਉਹ ਤੁਹਾਨੂੰ ਨਕਾਰਾਤਮਕ ਜਵਾਬ ਹੀ ਦੇਣਗੇ।

ਇਸ ਲਈ ਆਪਣੀ ਪੂਰੀ ਕੋਸ਼ਿਸ਼ ਕਰੋ ਅਤੇ ਇਨ੍ਹਾਂ 2 ਪ੍ਰਤੀਸ਼ਤ ਲੋਕਾਂ ਨੂੰ ਭੁੱਲ ਜਾਓ।

ਲੋਕ ਵਿਵਹਾਰ ਨਾਲ ਸਬੰਧਤ ਲਾਗੂ ਕਰਨ ਵਾਲੀਆਂ ਉਪਯੋਗੀ ਗੱਲਾਂ:

- **ਉਨ੍ਹਾਂ ਨੂੰ ਛੱਡ ਦਿਓ ਅਤੇ ਉਨ੍ਹਾਂ ਲਈ ਰੱਬ ਤੋਂ ਸਦਬੁੱਧੀ ਲਈ ਪ੍ਰਾਰਥਨਾ ਕਰੋ** : ਐਸੇ ਲੋਕ ਜੋ ਤੁਹਾਡੇ ਚੰਗੇ ਵਿਵਹਾਰ ਤੋਂ ਬਾਅਦ ਵੀ ਤੁਹਾਡੇ ਨਾਲ ਬੁਰਾ ਵਿਵਹਾਰ ਕਰਦੇ ਹਨ। ਉਨ੍ਹਾਂ ਨੂੰ ਛੱਡ ਦਿਓ ਅਤੇ ਉਨ੍ਹਾਂ ਲਈ ਰਬ ਤੋਂ ਬੁੱਧੀ ਲਈ ਪ੍ਰਾਰਥਨਾ ਕਰੋ ਇਸ ਲਈ ਚੰਗਾ ਵਿਵਹਾਰ ਕਰਨਾ ਨਾ ਛੱਡੋ।
- **ਯਾਦ ਰੱਖੋ ਹਰ ਵੇਲੇ ਸਾਰਿਆਂ ਨੂੰ ਖੁਸ਼ ਕਰਨਾ ਸੰਭਵ ਨਹੀਂ ਹੁੰਦਾ :** ਕਦੇ ਨਾ ਕਦੇ ਅਜਿਹਾ ਸਮਾਂ ਜ਼ਰੂਰ ਆਵੇਗਾ ਜਦੋਂ ਦੂਜਾ ਵਿਅਕਤੀ ਤੁਹਾਡੇ ਤੋਂ ਨਾਖੁਸ਼ ਹੋਵੇਗਾ, ਇਸ ਲਈ ਇਸਨੂੰ ਸਾਮਾਨਯ ਮਨ ਕੇ ਸਵੀਕਾਰ ਕਰੋ, ਪਰ ਇਹ ਧਿਆਨ ਜ਼ਰੂਰ ਰੱਖੋ ਕਿ ਤੁਸੀਂ ਹਰ ਵਾਰ ਲੋਕਾਂ ਨੂੰ ਨਾਰਾਜ਼ ਨਾ ਕਰੋ।

ਅਧਿਆਇ – 59

ਇਹ ਸੰਭਵ ਨਹੀਂ ਕਿ ਸਭ ਕੁਝ ਤੁਹਾਡੇ ਮੁਤਾਬਕ ਹੋਵੇ

"ਮੈਂ ਹਕੀਕਤ ਨੂੰ ਸਵੀਕਾਰ ਕਰਦਾ ਹਾਂ, ਮੈਂ ਇਸ ਤੇ ਸਵਾਲ ਕਰਨ ਦੀ ਹਿੰਮਤ ਨਹੀਂ ਰਖਦਾ: ਵਾਲਟ ਵ੍ਹਿਟਮੈਨ"

ਉਸਨੂੰ ਚੋਣ ਜਿੱਤਣੀ ਚਾਹੀਦੀ ਸੀ, ਉਸਨੂੰ ਮੈਚ ਜਿੱਤਣਾ ਚਾਹੀਦਾ ਸੀ, ਮੌਸਮ ਅਜਿਹਾ ਹੋਣਾ ਚਾਹੀਦਾ ਸੀ, ਸਰਕਾਰ ਨੂੰ ਅਜਿਹਾ ਕਰਨਾ ਚਾਹੀਦਾ ਸੀ, ਤਿਉਹਾਰਾਂ ਦੌਰਾਨ ਬਿਜਲੀ ਕੱਟ ਨਹੀਂ ਲੱਗਣੇ ਚਾਹੀਦੇ ਸਨ, ਆਦਿ। ਲੋਕਾਂ ਦੇ ਮਨਾਂ ਵਿੱਚ ਬਹੁਤ ਸਾਰੇ ਵਿਚਾਰ ਆਉਂਦੇ ਰਹਿੰਦੇ ਹਨ। ਥੋੜ੍ਹਾ ਜਿਹਾ ਤਾਂ ਚੱਲੇਗਾ, ਪਰ ਇਸ ਹੱਦ ਤੱਕ ਪੀੜਤ ਵਿਅਕਤੀ ਖੁਦ ਵੀ ਪਰੇਸ਼ਾਨ ਹੋਵੇਗਾ ਅਤੇ ਦੂਜਿਆਂ ਨੂੰ ਵੀ ਪਰੇਸ਼ਾਨ ਕਰੇਗਾ।

ਜਿੰਨੀਆਂ ਜ਼ਿਆਦਾ ਉਮੀਦਾਂ ਤੁਸੀਂ ਉਨ੍ਹਾਂ ਚੀਜ਼ਾਂ ਬਾਰੇ ਰੱਖੋਗੇ ਜੋ ਤੁਹਾਡੇ ਕਾਬੂ ਤੋਂ ਬਾਹਰ ਹਨ, ਤੁਸੀਂ ਓਨੇ ਹੀ ਜ਼ਿਆਦਾ ਪਰੇਸ਼ਾਨ ਹੋਵੋਗੇ, ਖਾਸ ਕਰਕੇ ਜਦੋਂ ਚੀਜ਼ਾਂ ਤੁਹਾਡੇ ਅਨੁਸਾਰ ਨਹੀਂ ਹੁੰਦੀਆਂ, ਅਤੇ ਤੁਸੀਂ ਓਨਾ ਹੀ ਜ਼ਿਆਦਾ ਪਰੇਸ਼ਾਨੀ ਮਹਿਸੂਸ ਕਰੋਗੇ। ਇਹਨਾਂ ਲੋਕਾਂ ਵਿੱਚ ਇੱਕ ਹੋਰ ਆਮ ਗੁਣ ਇਹ ਹੈ ਕਿ ਉਹ ਬਹੁਤ ਜ਼ਿਆਦਾ ਚਿੜਚਿੜੇ ਅਤੇ ਸ਼ਿਕਾਇਤ ਕਰਨ ਵਾਲੇ ਹੁੰਦੇ ਹਨ, ਜਿਸ ਕਾਰਨ ਉਹਨਾਂ ਲਈ ਦੂਜਿਆਂ ਨਾਲ ਮੇਲ-ਜੋਲ ਰੱਖਣ ਵਿਚ ਬਹੁਤ ਮੁਸ਼ਕਲਾਂ ਆਉਂਦੀਆਂ ਹਨ।

ਜਿਹੜੇ ਲੋਕ ਇਹ ਸੋਚਣ ਦੀ ਆਦਤ ਤੋਂ ਪੀੜਤ ਹਨ ਕਿ "ਚੀਜ਼ਾਂ ਇਸ ਤਰੀਕੇ ਨਾਲ ਹੋਣੀਆਂ ਚਾਹੀਦੀਆਂ ਹਨ " ਉਨ੍ਹਾਂ ਨੂੰ ਦਰਸ਼ਕ ਦੀ ਭੂਮਿਕਾ ਨਿਭਾਉਣੀ ਚਾਹੀਦੀ ਹੈ ਅਤੇ ਉਨ੍ਹਾਂ ਚੀਜ਼ਾਂ ਨੂੰ ਦੇਖਣਾ ਚਾਹੀਦਾ ਹੈ ਜਿਨ੍ਹਾਂ 'ਤੇ ਉਹਨਾਂ ਦਾ ਕੋਈ ਕੰਟਰੋਲ ਨਹੀਂ ਹੈ ਅਤੇ ਨਾਲ ਹੀ ਸਾਧਨਾ ਜਾਂ ਧਿਆਨ ਵੀ ਉਨ੍ਹਾਂ ਦੀ ਮਦਦ ਕਰ ਸਕਦਾ ਹੈ।

"ਹੇ ਈਸ਼ਵਰ,ਮੈਨੂੰ ਦੇਵੋ

ਸ਼ਾਂਤੀ, ਉਨ੍ਹਾਂ ਚੀਜ਼ਾਂ ਨੂੰ ਸਵੀਕਾਰ ਕਰਨ ਦੀ ਜਿਨ੍ਹਾਂ ਨੂੰ ਅਸੀਂ ਬਦਲ ਨਹੀਂ ਸਕਦੇ,

ਹਿੰਮਤ, ਉਨ੍ਹਾਂ ਚੀਜ਼ਾਂ ਨੂੰ ਬਦਲਣ ਦੀ ਜੋ ਅਸੀਂ ਬਦਲ ਸਕਦੇ ਹਾਂ।

ਅਤੇ ਸਿਆਣਪ, ਦੋਵਾਂ ਵਿਚਲਾ ਫ਼ਰਕ ਜਾਣਨ ਲਈ।"

ਲੋਕ ਵਿਵਹਾਰ ਨਾਲ ਸਬੰਧਤ ਅਮਲ ਕਰਨ ਲਈ ਉਪਯੋਗੀ ਗੱਲਾਂ:

- **ਸਾਧਨਾ/ਧਿਆਨ ਕਰੋ** : ਸਾਧਨਾ ਰਾਹੀਂ ਮਨ ਦੀ ਸ਼ਾਂਤੀ ਬਣਾਈ ਰੱਖੋ, ਕਾਬੂ ਤੋਂ ਬਾਹਰ ਹੋ ਰਹੀਆਂ ਚੀਜ਼ਾਂ ਨੂੰ ਦੇਖਣ ਦੀ ਆਦਤ ਪਾਓ।
- **ਆਪਣੇ ਆਪ ਨੂੰ ਵਿਅਸਤ ਰੱਖੋ** : ਜਦੋਂ ਤੁਸੀਂ ਵਿਅਸਤ ਹੁੰਦੇ ਹੋ, ਤਾਂ ਤੁਹਾਡੇ ਕੋਲ ਇਹ ਸੋਚਣ ਲਈ ਜ਼ਿਆਦਾ ਸਮਾਂ ਨਹੀਂ ਹੋਵੇਗਾ ਕਿ ਚੀਜ਼ਾਂ ਨੂੰ ਇੰਝ ਹੋਣਾ ਚਾਹੀਦਾ ਹੈ।
- **ਜੋ ਬੀਤ ਗਿਆ ਹੈ ਉਸਨੂੰ ਭੁੱਲ ਜਾਓ** : ਤੁਸੀਂ ਬੀਤਿਆ ਹੋਇਆ ਨਹੀਂ ਬਦਲ ਸਕਦੇ, ਪਰ ਤੁਸੀਂ ਵਰਤਮਾਨ ਨੂੰ ਬਦਲ ਸਕਦੇ ਹੋ।

ਅਧਿਆਇ – 60

ਮਸਤੀ ਕਰੋ ਪਰ ਸੀਮਾਵਾਂ ਦੇ ਅੰਦਰ ਰਹਿ ਕੇ

"ਇਕ ਐਸਾ ਦਿਨ ਜਿਸ ਦਿਨ ਅਸੀਂ ਹੱਸੇ ਨਹੀਂ, ਉਹ ਦਿਨ ਪੂਰੀ ਤਰ੍ਹਾਂ ਬਰਬਾਦ ਹੋ ਗਿਆ: ਚਾਰਲੀ ਚੈਪਲਿਨ"

ਕਿਸੇ ਉਦਾਸ, ਦੁਖੀ ਜਾਂ ਰੋਂਦੇ ਚਿਹਰੇ 'ਤੇ ਮੁਸਕਰਾਹਟ ਲਿਆਉਣਾ ਇੱਕ ਬਹੁਤ ਹੀ ਚੰਗਾ ਅਤੇ ਦਾਨੀ ਕੰਮ ਹੈ। ਹੱਸਣਾ ਅਤੇ ਮਜ਼ਾਕ ਕਰਨਾ ਮੂਡ ਨੂੰ ਸੁਧਾਰਦਾ ਹੈ ਅਤੇ ਆਲੇ ਦੁਆਲੇ ਦੇ ਵਾਤਾਵਰਣ ਨੂੰ ਸ਼ਾਨਦਾਰ ਬਣਾਉਂਦਾ ਹੈ। ਜਿਸ ਤਰ੍ਹਾਂ ਸਰੀਰ ਨੂੰ ਤੰਦਰੁਸਤ ਰੱਖਣ ਲਈ ਚੰਗਾ ਭੋਜਨ ਅਤੇ ਰੋਜ਼ਾਨਾ ਕਸਰਤ ਜ਼ਰੂਰੀ ਹੈ, ਉਸੇ ਤਰ੍ਹਾਂ ਦਿਮਾਗ ਨੂੰ ਸਿਹਤਮੰਦ ਰੱਖਣ ਲਈ ਹੱਸਣਾ ਅਤੇ ਖੁਸ਼ ਰਹਿਣਾ ਵੀ ਜ਼ਰੂਰੀ ਹੈ। ਖੋਜ ਅਨੁਸਾਰ, ਹੱਸਣਾ ਕਈ ਬਿਮਾਰੀਆਂ ਨੂੰ ਠੀਕ ਕਰਦਾ ਹੈ। ਖੁਲ ਕੇ ਹੱਸਣ ਨਾਲ ਸਰੀਰ ਵਿੱਚ ਖੂਨ ਸੰਚਾਰ ਵਿੱਚ ਸੁਧਾਰ ਹੁੰਦਾ ਹੈ। ਸਰੀਰ ਵਿੱਚ ਮੇਲਾਟੋਨਿਨ ਨਾਮਕ ਹਾਰਮੋਨ ਕਿਰਿਆਸ਼ੀਲ ਹੁੰਦਾ ਹੈ ਜੋ ਚੰਗੀ ਨੀਂਦ ਲੈਣ ਵਿੱਚ ਵੀ ਮਦਦ ਕਰਦਾ ਹੈ। ਜੇਕਰ ਤੁਸੀਂ ਦਿਨ ਵਿੱਚ 10 ਮਿੰਟ ਵੀ ਖੁਲ ਕੇ ਹੱਸਦੇ ਹੋ, ਤਾਂ ਤੁਹਾਡੀ ਸਿਹਤ ਵਿੱਚ ਚਮਤਕਾਰੀ ਬਦਲਾਅ ਆਉਣਗੇ।

ਜਿਵੇਂ ਕਿ ਅਸੀਂ ਅਧਿਆਇ 22 ਜੋਸ਼ ਨਾਲ ਹੀ ਫਰਕ ਪੈਂਦਾ ਹੈ ਵਿੱਚ ਚਰਚਾ ਕੀਤੀ ਸੀ ਅਤੇ ਦਸਿਆ ਸੀ ਕਿ ਉਤਸ਼ਾਹ ਛੂਤਕਾਰੀ ਹੁੰਦਾ ਹੈ ਅਤੇ ਹਰ ਕੋਈ ਉਤਸ਼ਾਹੀ ਲੋਕਾਂ ਨੂੰ ਪਸੰਦ ਕਰਦਾ ਹੈ, ਖਾਸ ਕਰਕੇ ਖੁਸ਼ਹਾਲ ਲੋਕ ਜੋ ਹਲਕੇ-ਫੁਲਕੇ ਚੁਟਕਲਿਆਂ ਨਾਲ ਮਾਹੌਲ ਨੂੰ ਖੁਸ਼ਨੁਮਾ ਬਣਾ ਦਿੰਦੇ ਹਨ।

ਪਰ ਸਾਡੀ ਭਾਰਤੀ ਸੰਸਕ੍ਰਿਤੀ ਵਿੱਚ ਇੱਕ ਕਹਾਵਤ ਹੈ, "ਅਤਿ ਸਰਵਤ੍ਰ ਵਰਜਯੇਤ੍," ਜਿਸਦਾ ਅਰਥ ਹੈ ਕਿ ਅਤੀ ਕਰਨ ਤੋਂ ਹਮੇਸ਼ਾ ਬਚਣਾ ਚਾਹੀਦਾ ਹੈ। ਇਸ ਲਈ, ਮਜ਼ਾਕ ਕਰਦੇ ਸਮੇਂ, ਸਾਨੂੰ ਧਿਆਨ ਰੱਖਣਾ ਚਾਹੀਦਾ ਹੈ ਕਿ ਕਿਸੇ ਦੀਆਂ ਭਾਵਨਾਵਾਂ ਨੂੰ ਠੇਸ ਨਾ ਪਹੁੰਚੇ। ਕਈ ਵਾਰ,

ਗੱਲਾਂ ਮਜ਼ਾਕ ਵਜੋਂ ਸ਼ੁਰੂ ਹੁੰਦੀਆਂ ਹਨ ਫਿਰ ਬਹਿਸ ਅਤੇ ਸਰੀਰਕ ਝਗੜੇ ਤਕ ਪਹੁੰਚ ਜਾਂਦੀਆਂ ਹਨ।

ਦੇਖੋ ਸਮੱਸਿਆ ਇਹ ਹੈ ਕਿ ਲੋਕਾਂ ਨੂੰ ਮਜ਼ਾਕ ਕਰਨਾ ਤੇ ਆਉਂਦਾ ਹੈ, ਪਰ ਮਜ਼ਾਕ ਸਹਿਣਾ ਨਹੀਂ ਆਉਂਦਾ। ਸਮੱਸਿਆ ਉਦੋਂ ਹੋਰ ਵੀ ਵੱਧ ਜਾਂਦੀ ਹੈ ਜਦੋਂ ਲੋਕ ਮਜ਼ਾਕ ਨੂੰ ਬਹੁਤ ਜ਼ਿਆਦਾ ਨਿੱਜੀ ਲੈਂਦੇ ਹਨ, ਜਿਸ ਨਾਲ ਵਿਵਾਦ ਪੈਦਾ ਹੁੰਦਾ ਹੈ।

ਆਮ ਤੌਰ 'ਤੇ, ਮਜ਼ਾਕ ਆਪਣੇ ਅਜ਼ੀਜ਼ਾਂ ਜਾਂ ਦੋਸਤਾਂ ਨਾਲ ਜਾਂ ਖੁਸ਼ੀ ਦੇ ਮੌਕਿਆਂ 'ਤੇ ਜਾਂ ਖਾਣੇ ਦੀ ਮੇਜ਼ 'ਤੇ ਜਾਂ ਕਿਤੇ ਬਾਹਰ ਜਾਣ ਵੇਲੇ ਕੀਤਾ ਜਾ ਸਕਦਾ ਹੈ ਪਰ ਯਾਦ ਰੱਖੋ ਕਿ ਕਿਸੇ ਵੀ ਦਰਦਨਾਕ ਸਥਿਤੀ ਵਿੱਚ ਜਿਵੇਂ ਕਿ ਕਿਸੇ ਦੇ ਪਰਿਵਾਰ ਵਿੱਚ ਕੋਈ ਗੰਭੀਰ ਬਿਮਾਰ ਹੈ ਜਾਂ ਕੋਈ ਸੋਗ ਸਮਾਰੋਹ ਹੈ, ਸਾਨੂੰ ਮਜ਼ਾਕ ਕਰਨ ਤੋਂ ਬਚਣਾ ਚਾਹੀਦਾ ਹੈ।

ਲੋਕ ਵਿਵਹਾਰ ਨਾਲ ਸਬੰਧਤ ਅਮਲ ਕਰਨ ਵਾਲੀਆਂ ਉਪਯੋਗੀ ਗੱਲਾਂ:

ਮਜ਼ਾਕ ਕਰਦੇ ਸਮੇਂ ਕੁਝ ਸਾਵਧਾਨੀਆਂ ਵਰਤਣਾ ਬਿਹਤਰ ਹੁੰਦਾ ਹੈ, ਜਿਵੇਂ ਕਿ

- ਜੇ ਤੁਸੀਂ ਮਜ਼ਾਕ ਕਰਨਾ ਚਾਹੁੰਦੇ ਹੋ, ਤਾਂ ਆਪਣੇ ਆਪ 'ਤੇ ਮਜ਼ਾਕ ਕਰੋ।
- ਮਜ਼ਾਕ ਕਰਦੇ ਸਮੇਂ ਸੰਤੁਲਿਤ ਸ਼ਬਦਾਂ ਦੀ ਵਰਤੋਂ ਕਰੋ।
- ਧਰਮ, ਰਾਜਨੀਤੀ, ਲਿੰਗ, ਜਾਤ ਆਦਿ ਵਰਗੇ ਵਿਸ਼ਿਆਂ ਤੋਂ ਬਚੋ।
- ਕੁਝ ਸਮੇਂ ਲਈ ਮਜ਼ਾਕ ਕਰਨਾ ਠੀਕ ਹੈ ਪਰ ਲਗਾਤਾਰ ਨਹੀਂ।
- ਹਮੇਸ਼ਾ ਮਜ਼ਾਕ ਨਾ ਕਰੋ ਨਹੀਂ ਤਾਂ ਲੋਕ ਤੁਹਾਨੂੰ ਗੰਭੀਰਤਾ ਨਾਲ ਨਹੀਂ ਲੈਣਗੇ।
- ਕਦੇ ਵੀ ਕਿਸੇ ਦੀ ਬੇਬਸੀ ਦਾ ਮਜ਼ਾਕ ਨਾ ਉਡਾਓ।
- ਜਦੋਂ ਤੁਸੀਂ ਕਿਸੇ ਦੇ ਸ਼ੋਕ ਸਭਾ ਤੇ ਜਾਂਦੇ ਹੋ ਤਾਂ ਹੱਸੀ-ਮਜ਼ਾਕ ਨਾ ਕਰੋ।

ਅਧਿਆਇ – 61

ਨਾ ਤਣਾਅ ਲਓ ਨਾ ਤਣਾਅ ਦਿਓ

"ਣਾਅ ਦੇ ਵਿਰੁੱਧ ਸਾਡਾ ਸਭ ਤੋਂ ਵੱਡਾ ਹਥਿਆਰ ਹੈ, ਸਾਡੇ ਇੱਕ ਵਿਚਾਰ ਨੂੰ ਛੱਡ ਕੇ ਦੂਜੇ ਵਿਚਾਰ ਨੂੰ ਚੁਣਨ ਦੀ ਯੋਗਤਾ: ਵਿਲੀਅਮ ਜੇਮਜ਼"

ਪਰਮਾਤਮਾ ਦੁਆਰਾ ਬਣਾਈ ਗਈ ਦੁਨੀਆਂ ਇੰਨੀ ਸੋਹਣੀ ਹੈ ਕਿ ਇਹ ਕਿਹਾ ਜਾ ਸਕਦਾ ਹੈ ਕਿ ਜੇ ਸਵਰਗ ਹੈ ਤਾਂ ਉਹ ਇੱਥੇ ਹੈ। ਕੁਝ ਲੋਕ ਤਣਾਅ ਪੈਦਾ ਕਰਕੇ ਇਸ ਸਵਰਗ ਦੇ ਮਾਹੌਲ ਨੂੰ ਵਿਗਾੜ ਦਿੰਦੇ ਹਨ, ਅਤੇ ਇਹ ਬਿਹਤਰ ਹੋਵੇਗਾ ਜੇਕਰ ਤੁਸੀਂ ਵੀ ਤਣਾਅ ਤੋਂ ਬਚੋ।

ਤਣਾਅ ਨਾਲ ਸਬੰਧਤ ਕੁਝ ਸੁਝਾਅ :-

- **ਬੁਰੀਆਂ ਖ਼ਬਰਾਂ ਸਾਂਝੀਆਂ ਨਾ ਕਰੋ**: ਕੁਝ ਲੋਕਾਂ ਨੂੰ ਬੁਰੀਆਂ ਖ਼ਬਰਾਂ ਨੂੰ ਖਜ਼ਾਨੇ ਵਾਂਗ ਲੱਭਣ ਅਤੇ ਇਸਨੂੰ ਦੂਜੇ ਲੋਕਾਂ ਤੱਕ ਫੈਲਾਉਣ ਦੀ ਆਦਤ ਹੁੰਦੀ ਹੈ, ਇਸ ਤੋਂ ਬਚੋ ਕਿਉਂਕਿ ਕੋਈ ਵੀ ਨਕਾਰਾਤਮਕ ਲੋਕਾਂ ਨੂੰ ਪਸੰਦ ਨਹੀਂ ਕਰਦਾ।
- **ਵਿਅੰਗ ਨਾ ਕਰੋ**: ਲੋਕਾਂ ਨਾਲ ਸਿੱਧੇ ਤੌਰ 'ਤੇ ਗੱਲ ਕਰੋ ਅਤੇ ਵਿਅੰਗ ਨਾ ਕਰੋ ਕਿਉਂਕਿ ਜਦੋਂ ਤੁਸੀਂ ਵਿਅੰਗ ਕਰਦੇ ਹੋ, ਤਾਂ ਮਾਮਲਾ ਵਧਣ ਲੱਗਦਾ ਹੈ ਅਤੇ ਤਣਾਅ ਵਧਣ ਦੀ ਸੰਭਾਵਨਾ ਹੁੰਦੀ ਹੈ।
- **ਕਿਸੇ ਦੀਆਂ ਮੁਸ਼ਕਲਾਂ ਦਾ ਆਨੰਦ ਨਾ ਮਾਣੋ** : ਸਮਾਂ ਕਦੇ ਇੱਕੋ ਜਿਹਾ ਨਹੀਂ ਰਹਿੰਦਾ। ਜੇ ਅੱਜ ਸਮਾਂ ਚੰਗਾ ਹੈ, ਤਾਂ ਕੱਲ੍ਹ ਮਾੜਾ ਹੋਵੇਗਾ, ਅਤੇ ਜੇ ਅੱਜ ਮਾੜਾ ਹੈ ਤਾਂ ਕੱਲ੍ਹ ਚੰਗਾ ਵੀ ਹੋਵੇਗਾ, ਅਤੇ ਇਹ ਜ਼ਰੂਰੀ ਨਹੀਂ ਹੈ ਕਿ ਜੋ ਦੂਜਿਆਂ ਨਾਲ ਹੋਇਆ ਉਹ ਤੁਹਾਡੇ ਨਾਲ ਨਾ ਹੋਵੇ। ਇਸ ਲਈ, ਕਿਸੇ ਦੀਆਂ ਮੁਸ਼ਕਲਾਂ ਦਾ ਆਨੰਦ ਨਾ ਮਾਣੋ।
- **ਦੂਜਿਆਂ ਨੂੰ ਹੱਲ ਲਿਆਉਣ ਲਈ ਵੀ ਉਤਸ਼ਾਹਿਤ ਕਰੋ, ਸਿਰਫ਼ ਸਮੱਸਿਆਵਾਂ ਨਹੀਂ** : ਬਹੁਤ ਸਾਰੇ ਲੋਕ ਤੁਹਾਡੇ ਕੋਲ ਸਿਰਫ ਇਸ ਉਮੀਦ ਵਿਚ ਸਮੱਸਿਆਵਾਂ ਲੈ ਕੇ

ਆਉਂਦੇ ਹਨ ਕਿ ਉਨ੍ਹਾਂ ਨੂੰ ਕੁਝ ਨਹੀਂ ਕਰਨਾ ਪਵੇ ਅਤੇ ਤੁਸੀਂ ਉਨ੍ਹਾਂ ਦੀ ਸਮੱਸਿਆਵਾਂ ਸੁਲਝਾ ਦੋ। ਇਕ ਵਾਰ ਤੇ ਠੀਕ ਹੈ ਜੇਕਰ ਉਹ ਇਹ ਇੱਕ ਕੰਮ ਵਾਰ-ਵਾਰ ਕਰਦੇ ਹਨ, ਉਹ ਆਪਣੀਆਂ ਯੋਗਤਾਵਾਂ ਦੀ ਵਰਤੋਂ ਕਰਨ ਦੀ ਬਜਾਏ ਤੁਹਾਡੇ 'ਤੇ ਪੂਰੀ ਤਰ੍ਹਾਂ ਨਿਰਭਰ ਹੋ ਜਾਂਦੇ ਹਨ। ਇਸ ਲਈ, ਉਨ੍ਹਾਂ ਨੂੰ ਉਤਸ਼ਾਹਿਤ ਕਰੋ ਕਿ ਅਗਲੀ ਵਾਰ ਤੋਂ ਉਹ ਸਿਰਫ਼ ਸਮੱਸਿਆਵਾਂ ਹੀ ਨਹੀਂ ਬਲਕੀ ਉਸਦਾ ਹਲ ਵੀ ਲੈਕੇ ਆਉਣ , ਕਿਉਂਕਿ ਉਨ੍ਹਾਂ ਦੀਆਂ ਸਮੱਸਿਆਵਾਂ ਨੂੰ ਹੱਲ ਕਰਨਾ ਹਮੇਸ਼ਾ ਤੁਹਾਡੇ ਲਈ ਸੰਭਵ ਨਹੀਂ ਹੈ।

ਲੋਕ ਵਿਹਾਰ ਨਾਲ ਸਬੰਧਤ ਅਮਲ ਕਰਨ ਯੋਗ ਉਪਯੋਗੀ ਗੱਲਾਂ:

- **ਹਰ ਵਿਅਕਤੀ ਪਰੇਸ਼ਾਨ ਹੈ, ਜੇਕਰ ਤੁਸੀਂ ਉਸ ਦੀਆਂ ਮੁਸੀਬਤਾਂ ਨੂੰ ਘੱਟ ਨਹੀਂ ਕਰ ਸਕਦੇ ਤਾਂ ਉਨ੍ਹਾਂ ਨੂੰ ਵਧਾਓ ਵੀ ਨਾ** : ਦੇਖੋ, ਮੌਜੂਦਾ ਸਮੇਂ ਵਿੱਚ ਹਰ ਵਿਅਕਤੀ ਨੂੰ ਕੋਈ ਨਾ ਕੋਈ ਸਮੱਸਿਆ ਹੈ ਅਤੇ ਉਹ ਉਸ ਵਿੱਚ ਫਸਿਆ ਹੋਇਆ ਹੈ, ਤਾਂ ਬਿਹਤਰ ਹੋਵੇਗਾ ਕਿ ਤੁਸੀਂ ਉਸਨੂੰ ਕੁਝ ਵੀ ਐਸਾ ਨਾ ਕਹੋ ਜਿਸ ਨਾਲ ਉਹ ਹੋਰ ਪਰੇਸ਼ਾਨ ਹੋ ਜਾਵੇ।
- **ਰਾਜਲਨੀਤੀ ਸਟ੍ਰੇਸ ਮੈਨੇਜਮੈਂਟ ਤੋਂ ਤਣਾਅ ਪ੍ਰਬੰਧਨ ਦੀਆਂ ਸਾਰੀਆਂ ਤਕਨੀਕਾਂ ਸਿੱਖੋ** : ਜੇਕਰ ਤੁਸੀਂ ਬਿਹਤਰ ਤਣਾਅ ਪ੍ਰਬੰਧਨ ਸਿੱਖਣਾ ਚਾਹੁੰਦੇ ਹੋ ਤਾਂ ਰਾਜਲਨੀਤੀ ਸਟ੍ਰੇਸ ਮੈਨੇਜਮੈਂਟ ਦਾ ਅਧਿਐਨ ਕਰੋ।

ਅਧਿਆਇ – 62
ਨਿਮਰ ਬਣੋ ਪਰ ਸਿੱਧੇ ਨਹੀਂ

" ਜੇ ਕੋਈ ਤੁਹਾਨੂੰ ਪਹਿਲੀ ਵਾਰ ਧੋਖਾ ਦਿੰਦਾ ਹੈ, ਤਾਂ ਇਹ ਉਸਦੀ ਗਲਤੀ ਹੈ; ਜੇ ਉਹੀ ਵਿਅਕਤੀ ਤੁਹਾਨੂੰ ਦੁਬਾਰਾ ਧੋਖਾ ਦਿੰਦਾ ਹੈ, ਤਾਂ ਇਹ ਤੁਹਾਡੀ ਗਲਤੀ ਹੈ : ਐਲੀਨੋਰ ਰੂਜ਼ਵੈਲਟ"

ਇਕ ਥਾਂ ਮੈਂ ਪੜ੍ਹਿਆ ਸੀ ਕਿ ਦੋ ਚੰਗੇ ਲੋਕ ਸਨ, "ਇੱਕ ਨੇ ਆਪਣਾ ਘਰ ਰੇਤ 'ਤੇ ਬਣਾਇਆ ਅਤੇ ਦੂਜੇ ਨੇ ਪੱਥਰ 'ਤੇ। ਹੁਣ ਤੁਸੀਂ ਸਮਝ ਸਕਦੇ ਹੋ ਕਿ ਭਾਵੇਂ ਇਹ ਲੋਕ ਚੰਗੇ ਸਨ, ਉਨ੍ਹਾਂ ਦੇ ਹਾਲਾਤ ਇੰਨੇ ਵੱਖਰੇ ਹੋਣਗੇ। ਜਿਸ ਵਿਅਕਤੀ ਨੇ ਰੇਤ 'ਤੇ ਘਰ ਬਣਾਇਆ ਸੀ, ਉਹ ਪਛਤਾਇਆ ਹੋਵੇਗਾ ਅਤੇ ਜਿਸ ਵਿਅਕਤੀ ਨੇ ਪੱਥਰ 'ਤੇ ਘਰ ਬਣਾਇਆ ਸੀ, ਉਸਦਾ ਭਵਿੱਖ ਸੁਰੱਖਿਅਤ ਹੋਵੇਗਾ।"

ਅੱਜਕੱਲ੍ਹ ਦੁਨੀਆਂ ਗੁੰਝਲਦਾਰ ਹੁੰਦੀ ਜਾ ਰਹੀ ਹੈ ਅਤੇ ਤੁਹਾਨੂੰ ਸੁਚੇਤ ਰਹਿਣਾ ਪਵੇਗਾ ਤਾਂ ਜੋ ਕੋਈ ਤੁਹਾਨੂੰ ਮੂਰਖ ਨਾ ਬਣਾ ਜਾਏ।

ਇਸ ਲਈ ਮੈਂ ਤੁਹਾਨੂੰ ਇਹ ਚੀਜ਼ਾਂ ਕਰਨ ਦਾ ਸੁਝਾਅ ਦੇਵਾਂਗਾ :-

- **ਆਪਣੇ ਮੌਲਿਕ ਅਧਿਕਾਰਾਂ ਬਾਰੇ ਜਾਣੋ** : ਭਾਰਤ ਦਾ ਸੰਵਿਧਾਨ ਤੁਹਾਨੂੰ ਕਿਹੜੇ ਅਧਿਕਾਰ ਦਿੰਦਾ ਹੈ ਅਤੇ ਜੇਕਰ ਇਹਨਾਂ ਅਧਿਕਾਰਾਂ ਦੀ ਉਲੰਘਣਾ ਹੁੰਦੀ ਹੈ ਤਾਂ ਤੁਹਾਨੂੰ ਨਿਆਂ ਕਿੱਥੋਂ ਮਿਲੇਗਾ।

- **ਇਤਿਹਾਸ ਤੋਂ ਸਿੱਖੋ** : ਇਤਿਹਾਸ ਦਾ ਅਧਿਐਨ ਕਰੋ ਤਾਂ ਜੋ ਤੁਸੀਂ ਉਨ੍ਹਾਂ ਗਲਤੀਆਂ ਤੋਂ ਬਚ ਸਕੋ ਜੋ ਤੁਹਾਡੇ ਤੋਂ ਪਹਿਲਾਂ ਲੋਕਾਂ ਨੇ ਕੀਤੀਆਂ ਸਨ।
- **ਪੈਸੇ ਅਤੇ ਖਾਤਿਆਂ ਦੀ ਸਮਝ ਵਿਕਸਤ ਕਰੋ** : ਤੁਹਾਡਾ ਪੈਸਾ ਕਿੱਥੇ ਹੈ,ਕਿੱਥੋਂ ਆ ਰਿਹਾ ਹੈ ਅਤੇ ਕਿੱਥੋਂ ਜਾ ਰਿਹਾ ਹੈ?
- **ਸਾਈਬਰ ਕ੍ਰਾਈਮ ਦੇ ਚੁੰਗਲ ਵਿੱਚ ਨਾ ਫਸੋ** ; ਅੱਜਕੱਲ੍ਹ, ਲੋਕ ਪੈਸੇ ਕਮਾਉਣ ਲਈ ਕਈ ਸ਼ਾਰਟਕੱਟ ਲੱਭ ਰਹੇ ਹਨ ਅਤੇ ਕਈ ਵਾਰ ਉਹ ਫ਼ੋਨ ਰਾਹੀਂ ਅਤੇ ਕਈ ਵਾਰ ਇੰਟਰਨੈੱਟ ਰਾਹੀਂ ਮੂਰਖ ਬਣਾ ਕੇ ਲੋਕਾਂ ਨੂੰ ਆਪਣਾ ਸ਼ਿਕਾਰ ਬਣਾ ਰਹੇ ਹਨ। ਸਾਵਧਾਨ ਰਹੋ ਅਤੇ ਆਪਣੇ ਬੈਂਕ ਜਾਂ ਕ੍ਰੈਡਿਟ ਕਾਰਡ ਨਾਲ ਸਬੰਧਤ ਜਾਣਕਾਰੀ ਸਾਂਝੀ ਨਾ ਕਰੋ।
- **ਝੂਠੇ ਪਿਆਰ ਦੇ ਜਾਲ ਵਿੱਚ ਨਾ ਫਸੋ** : ਇਸ ਦੁਨੀਆਂ ਵਿੱਚ ਪਿਆਰ ਤੋਂ ਵੱਧ ਕੁਝ ਵੀ ਸੁੰਦਰ ਨਹੀਂ ਹੋ ਸਕਦਾ ਪਰ ਇਸ ਦੁਨੀਆਂ ਵਿੱਚ ਕੁਝ ਲੋਕਾਂ ਕਾਰਨ ਪਿਆਰ ਦਾ ਨਾਮ ਬਦਨਾਮ ਹੋ ਜਾਂਦਾ ਹੈ। ਜੇਕਰ ਤੁਸੀਂ ਇੱਕ ਅਮੀਰ ਪਰਿਵਾਰ ਤੋਂ ਹੋ ਤਾਂ ਤੁਹਾਨੂੰ ਖਾਸ ਤੌਰ 'ਤੇ ਸਾਵਧਾਨ ਰਹਿਣਾ ਚਾਹੀਦਾ ਹੈ ਕਿਉਂਕਿ ਤੁਹਾਡੇ ਪੈਸੇ ਅਤੇ ਜਾਇਦਾਦ ਨੂੰ ਹੜੱਪਣ ਲਈ ਬਹੁਤ ਸਾਰੇ ਲੋਕ ਤੁਹਾਨੂੰ ਪਿਆਰ ਦੇ ਝੂਠੇ ਜਾਲ ਵਿੱਚ ਫਸਾ ਕੇ ਆਪਣਾ ਮਕਸਦ ਪੂਰਾ ਕਰਦੇ ਹਨ ਅਤੇ ਜੇਕਰ ਤੁਸੀਂ ਇੱਕ ਅਮੀਰ ਪਰਿਵਾਰ ਤੋਂ ਹੋ ਤਾਂ ਹਮੇਸ਼ਾ ਇੱਕ ਸੁਪਰਹਿੱਟ ਪੁਰਾਣੇ ਗੀਤ ਦੀ ਲਾਈਨ ਯਾਦ ਰੱਖੋ "ਬਾਬੂ ਜੀ ਧੀਰੇ ਚਲਨਾ ,ਪਿਆਰ ਮੈਂ ਜਰਾ ਸੰਭਲਨਾ ਹਾਂ ਬੜੇ ਧੋਖੇ ਹੈ,ਬੜੇ ਧੋਖੇ ਹੈ ਇਸ ਰਾਹ ਮੇਂ ।"

ਲੋਕ ਵਿਵਹਾਰ ਨਾਲ ਸਬੰਧਤ ਲਾਗੂ ਕਰਨ ਵਾਲੀਆਂ ਉਪਯੋਗੀ ਗੱਲਾਂ :

- **ਆਪਣੇ ਬਜ਼ੁਰਗਾਂ ਦੀ ਸਲਾਹ ਮਨੋ** : ਬਹੁਤ ਸਾਰੇ ਲੋਕ ਸੋਚਦੇ ਹਨ ਕਿ ਸਮਾਂ ਬਦਲ ਗਿਆ ਹੈ, ਪਰ ਸਮਾਂ ਕਿੰਨਾ ਵੀ ਬਦਲ ਜਾਵੇ, ਤਜਰਬਾ ਸਮੇਂ ਦੇ ਨਾਲ ਹੀ ਆਉਂਦਾ ਹੈ। ਤਜਰਬੇ ਦੇ ਖਜ਼ਾਨੇ ਤੋਂ ਸਲਾਹ ਅਤੇ ਮਾਰਗਦਰਸ਼ਨ ਲਓ ਅਤੇ ਸਮੱਸਿਆਵਾਂ ਤੋਂ ਬਚੋ।
- **ਅਨੁਭਵ ਸਭ ਤੋਂ ਵੱਡਾ ਅਧਿਆਪਕ** : ਤੁਸੀਂ ਖੁਦ ਕਿਸੇ ਚੀਜ਼ ਦਾ ਅਨੁਭਵ ਕਰਕੇ ਜਿੰਨਾ ਚੰਗਾ ਸਿੱਖ ਸਕਦੇ ਹੋ ਉਹਨਾ ਚੰਗਾ ਸ਼ਾਇਦ ਹੀ ਤੁਸੀਂ ਕਿਸੇ ਹੋਰ ਮਾਧਯਮ ਤੋਂ ਸਿਖ ਸਕੋ ।ਇਸ ਲਈ ਹਰ ਅਨੁਭਵ ਤੋਂ ਸਿੱਖੋ, ਭਾਵੇਂ ਉਹ ਬਹੁਤ ਮਾੜੇ ਵੀ ਹੋਣ, ਅਤੇ ਭਵਿੱਖ ਵਿੱਚ ਉਨ੍ਹਾਂ ਗਲਤੀਆਂ ਨੂੰ ਦੁਹਰਾਉਣ ਤੋਂ ਬਚੋ।

ਅਧਿਆਇ – 63
ਲੋਕ ਉਦੋਂ ਹੀ ਬਦਲਦੇ ਹਨ ਜਦੋਂ ਉਹ ਖੁਦ ਬਦਲਣਾ ਚਾਹਣ

"ਜੇ ਤੁਹਾਨੂੰ ਕੋਈ ਚੀਜ਼ ਪਸੰਦ ਨਹੀਂ ਹੈ, ਤਾਂ ਉਸਨੂੰ ਬਦਲ ਦੋ, ਜੇ ਤੁਸੀਂ ਉਸਨੂੰ ਨਹੀਂ ਬਦਲ ਸਕਦੇ ਤਾਂ ਆਪਣਾ ਨਜ਼ਰੀਆ ਬਦਲ ਦੋ: ਮਾਇਆ ਐਂਜਲੋ"

ਸਾਡੇ ਸਾਰਿਆਂ ਦੀ ਪਸੰਦ ਵੱਖੋ-ਵੱਖ ਹੁੰਦੀ ਹੈ, ਦੁਨੀਆ ਨੂੰ ਦੇਖਣ ਦਾ ਸਾਡਾ ਨਜ਼ਰੀਆ ਵੀ ਵੱਖਰਾ ਹੁੰਦਾ ਹੈ, ਸ਼ਾਇਦ ਇਸੇ ਲਈ ਹੋਟਲ ਦੇ ਇਕ ਮੇਨੂ ਵਿੱਚ ਇੰਨੇ ਸਾਰੇ ਪਕਵਾਨ ਹੁੰਦੇ ਹਨ ਅਤੇ ਕੱਪੜੇ ਦੀ ਦੁਕਾਨ ਵਿੱਚ ਇੰਨੇ ਸਾਰੇ ਤਰ੍ਹਾਂ ਦੇ ਕੱਪੜੇ ਹੁੰਦੇ ਹਨ।

ਮੈਂ ਦੇਖਿਆ ਹੈ ਕਿ ਦੁਨੀਆਂ ਵਿੱਚ ਬਹੁਤ ਸਾਰੀਆਂ ਚੰਗਿਆਈਆਂ ਹਨ, ਇਸ ਵਿੱਚ ਵੱਖ-ਵੱਖ ਤਰ੍ਹਾਂ ਦੇ ਲੋਕ ਹਨ ਅਤੇ ਹਰ ਕੋਈ ਆਪਣੇ ਤਰੀਕੇ ਨਾਲ ਖੁਸ਼ ਹੈ ਅਤੇ ਉਹ ਨਹੀਂ ਚਾਹੁੰਦੇ ਕਿ ਕੋਈ ਉਨ੍ਹਾਂ ਦੀ ਖੁਸ਼ੀ ਨੂੰ ਭੰਗ ਕਰੇ ਜਾਂ ਇਸਨੂੰ ਬਦਲਣ ਦੀ ਕੋਸ਼ਿਸ਼ ਕਰੇ।

ਅੱਜ ਮੈਂ ਅਜਿਹੀਆਂ ਸਿਆਣਪ ਭਰੀਆਂ ਗੱਲਾਂ ਕਹਿ ਰਿਹਾ ਹਾਂ ਕਿਉਂਕਿ ਮੈਂ ਹੁਣ ਸਮਝ ਗਿਆ ਹਾਂ ਕਿ ਇੱਕ ਵਿਅਕਤੀ ਨੂੰ ਉਦੋਂ ਤੱਕ ਨਹੀਂ ਬਦਲਿਆ ਜਾ ਸਕਦਾ ਜਦੋਂ ਤੱਕ ਉਹ ਖੁਦ ਅਜਿਹਾ ਨਹੀਂ ਕਰਨਾ ਚਾਹੁੰਦਾ।

ਮੈਨੂੰ ਇਹ ਅਨੁਭਵ ਇਸ ਤਰ੍ਹਾਂ ਹੋਇਆ। ਸਾਲ 2011 ਵਿੱਚ, ਮੇਰੇ ਮਨ ਵਿੱਚ www.govegetarian.in ਨਾਮ ਦੀ ਇੱਕ ਵੈੱਬਸਾਈਟ ਦਾ ਵਿਚਾਰ ਆਇਆ। ਇਹ ਵੈੱਬਸਾਈਟ ਬਣਾਉਣ ਦਾ ਕੰਮ ਮੈਂ ਅਪਣੇ ਬਚਪਨ ਦੇ ਇੱਕ ਦੋਸਤ ਦੇ ਸਹਿਯੋਗ ਨਾਲ ਕੀਤਾ ਸੀ। ਵੈਬਸਾਈਟ ਦਾ ਉਦੇਸ਼ ਲੋਕਾਂ ਨੂੰ ਪੂਰੀ ਤਰ੍ਹਾਂ ਸ਼ਾਕਾਹਾਰੀ ਬਣਨ ਲਈ ਪ੍ਰੇਰਿਤ ਕਰਨਾ ਸੀ,

ਜਿਸ ਵਿੱਚ ਅੰਡਾ ਛੱਡਣਾ ਵੀ ਸ਼ਾਮਲ ਸੀ, ਅਤੇ ਕੋਈ ਵੀ ਦਿਲਚਸਪੀ ਰੱਖਣ ਵਾਲਾ ਆਪਣਾ ਨਾਮ ਅਤੇ ਫੋਟੋ ਅਪਲੋਡ ਕਰ ਸਕਦਾ ਸੀ।

ਮੈਂ ਲੋਕਾਂ ਨੂੰ ਰਜਿਸਟਰ ਕਰਵਾਉਣ ਅਤੇ ਇਸ ਵੈਬਸਾਈਟ ਦੇ ਵਿਚਾਰਯਾਨੀ ਕਿ ਸ਼ਾਕਾਹਾਰੀ ਬਣਨਾ ਨੂੰ ਸਵੀਕਾਰ ਕਰਾਨ ਦੀ ਕੋਸ਼ਿਸ਼ ਕਰਨੀ ਸ਼ੁਰੂ ਕਰ ਦਿੱਤੀ, ਪਰ ਇੱਕ ਸਖ਼ਤ ਸ਼ਾਕਾਹਾਰੀ ਹੋਣਾ ਮੇਰੀ ਪਸੰਦ ਸੀ, ਲੋਕਾਂ ਦੀ ਨਹੀਂ। ਇਸ ਲਈ, ਮੈਂ ਆਪਣੇ ਕਿਸੇ ਵੀ ਨਜ਼ਦੀਕੀ ਨੂੰ ਨਹੀਂ ਬਦਲ ਸਕਿਆ, ਨਾ ਹੀ ਦੋਸਤ ਅਤੇ ਨਾ ਹੀ ਰਿਸ਼ਤੇਦਾਰ ਨੂੰ , ਬਦਲਣ ਬਾਰੇ ਭੁੱਲ ਜਾਓ, ਰਜਿਸਟਰ ਕਰਨ ਵਾਲੇ ਲੋਕਾਂ ਦੀ ਗਿਣਤੀ ਵੀ 20 ਤੋਂ ਵੱਧ ਨਹੀਂ ਹੋਈ। ਜੇਕਰ ਇਸ ਦੁਨੀਆਂ ਵਿੱਚ ਇੱਕ ਵੀ ਵਿਅਕਤੀ ਹੈ ਜਿਸਨੂੰ ਅਸੀਂ ਬਦਲ ਸਕਦੇ ਹਾਂ, ਤਾਂ ਉਹ ਅਸੀਂ ਖੁਦ ਹਾਂ। ਜੇਕਰ ਅਸੀਂ ਕਿਸੇ ਹੋਰ ਨੂੰ ਜ਼ਬਰਦਸਤੀ ਬਦਲਣ ਦੀ ਕੋਸ਼ਿਸ਼ ਕਰਦੇ ਹਾਂ, ਤਾਂ ਇਹ ਸਾਡੀਆਂ ਚਿੰਤਾਵਾਂ ਨੂੰ ਵਧਾਏਗਾ ਅਤੇ ਦੂਜਿਆਂ ਨਾਲ ਸਾਡੇ ਸਬੰਧਾਂ ਨੂੰ ਵਿਗਾੜੇਗਾ। ਹਮੇਸ਼ਾ ਇੱਕ ਨਿਯਮ ਯਾਦ ਰੱਖੋ, ਲੋਕ ਉਦੋਂ ਹੀ ਬਦਲਦੇ ਹਨ ਜਦੋਂ ਉਹ ਖੁਦ ਬਦਲਣਾ ਚਾਹੁੰਦੇ ਹਨ।

ਮੈਂ ਇੱਕ ਕਿਤਾਬ ਵਿੱਚ ਕੁਝ ਲਾਈਨਾਂ ਪੜ੍ਹੀਆਂ ਸੀ ਇਨ੍ਹਾਂ ਲਾਈਨਾਂ ਨੇ ਮੈਨੂੰ ਪ੍ਰੇਰਿਤ ਕੀਤਾ, ਇਸ ਲਈ ਮੈਂ ਇਹ ਤੁਹਾਡੇ ਨਾਲ ਵੀ ਸਾਂਝੀਆਂ ਕਰ ਰਿਹਾ ਹਾਂ। "ਮੈਂ ਲੋਕਾਂ ਨੂੰ ਵਾਰ-ਵਾਰ ਬਦਲਣ ਦੀ ਕੋਸ਼ਿਸ਼ ਕਰਦੇ-ਕਰਦੇ ਥੱਕ ਗਿਆ ਹਾਂ, ਜੇ ਮੈਂ ਆਪਣੇ ਆਪ ਨੂੰ ਬਦਲਣ ਵਿੱਚ ਇੰਨਾ ਸਮਾਂ ਬਿਤਾਇਆ ਹੁੰਦਾ, ਤਾਂ ਸ਼ਾਇਦ ਮੇਰੇ ਕੁਝ ਚੰਗੇ ਕੰਮਾਂ ਨੂੰ ਦੇਖ ਕੇ ਮੇਰਾ ਪਰਿਵਾਰ ਬਦਲ ਜਾਂਦਾ, ਅਤੇ ਮੇਰੇ ਪਰਿਵਾਰ ਵਿੱਚ ਚੰਗੇ ਬਦਲਾਅ ਦੇਖ ਕੇ ਮੇਰਾ ਇਲਾਕਾ ਅਤੇ ਮੇਰਾ ਸ਼ਹਿਰ ਬਦਲ ਜਾਂਦਾ, ਅਤੇ ਹੋ ਸਕਦਾ ਹੈ ਕਿ ਮੇਰੇ ਸ਼ਹਿਰ ਨੇ ਜੋ ਚੰਗੀ ਮਿਸਾਲ ਕਾਇਮ ਕੀਤੀ ਹੈ ਉਸ ਕਾਰਨ ਮੇਰਾ ਦੇਸ਼ ਬਦਲ ਜਾਂਦਾ " www.govegetarian.in ਹੁਣ ਮੌਜੂਦ ਨਹੀਂ ਹੈ, ਪਰ ਮੈਂ ਇਸ ਨਾਮ ਨਾਲ ਫੇਸਬੁੱਕ 'ਤੇ ਇੱਕ ਗਰੁੱਪ ਬਣਾਇਆ ਸੀ, ਜੇਕਰ ਤੁਸੀਂ ਚਾਹੋ ਤਾਂ ਤੁਸੀਂ ਇਸ ਵਿੱਚ ਸ਼ਾਮਲ ਹੋ ਸਕਦੇ ਹੋ।"

https://www.facebook.com/groups/261885840525593/

ਲੋਕ ਵਿਵਹਾਰ ਨਾਲ ਸਬੰਧਤ ਲਾਗੂ ਕਰਨ ਵਾਲੀਆਂ ਉਪਯੋਗੀ ਗੱਲਾਂ :

- **ਆਪਣੀਆਂ ਪਸੰਦਾਂ ਦੂਜਿਆਂ ਤੇ ਨਾ ਥੋਪੋ** : ਹਰ ਕਿਸੇ ਦੀ ਸੋਚ ਅਤੇ ਪਸੰਦ ਵੱਖਰੀ ਹੁੰਦੀ ਹੈ। ਆਪਣੀਆਂ ਪਸੰਦਾਂ ਨੂੰ ਦੂਜਿਆ ਤੇ ਚਲਾਉਣ ਦੀ ਕੋਸ਼ਿਸ਼ ਕਰਨ ਨਾਲ ਤੁਹਾਡੇ ਰਿਸ਼ਤੇ ਖਰਾਬ ਹੋ ਜਾਣਗੇ ਅਤੇ ਤੁਸੀਂ ਪਰੇਸ਼ਾਨ ਵੀ ਹੋ ਜਾਓਗੇ।
- **ਕਾਰੋਬਾਰ ਵਿੱਚ ਸਫਲਤਾ ਦਾ ਵੱਡਾ ਮੰਤਰ** : ਲੋਕਾਂ ਨੂੰ ਉਹ ਦੋ ਜੋ ਉਹਨਾਂ ਨੂੰ ਪਸੰਦ ਹੈ। ਜੇਕਰ ਤੁਸੀਂ ਇੰਨਾ ਕੁਝ ਕਰ ਸਕਦੇ ਹੋ, ਤਾਂ ਕੋਈ ਵੀ ਤੁਹਾਨੂੰ ਕਾਰੋਬਾਰ ਅਤੇ ਲੋਕ ਵਿਵਹਾਰ ਦੀ ਕਲਾ ਵਿੱਚ ਸਫਲ ਹੋਣ ਤੋਂ ਨਹੀਂ ਰੋਕ ਸਕੇਗਾ।

ਅਧਿਆਇ 64

ਮਾਫ਼ ਕਰੋ ਅਤੇ ਜ਼ਿੰਦਗੀ ਵਿੱਚ ਅੱਗੇ ਵਧੋ

" ਕਮਜ਼ੋਰ ਲੋਕ ਕਦੇ ਮਾਫ਼ ਨਹੀਂ ਕਰ ਸਕਦੇ। ਇਹ ਗੁਣ ਸਿਰਫ਼ ਤਾਕਤਵਰਾਂ ਵਿੱਚ ਹੀ ਮਿਲਦਾ ਹੈ।" - ਮਹਾਤਮਾ ਗਾਂਧੀ"

ਕਿਉਂਕਿ ਅਸੀਂ ਇਨਸਾਨ ਹਾਂ, ਅਸੀਂ ਤਰਕਸ਼ੀਲ ਨਾਲੋਂ ਜ਼ਿਆਦਾ ਭਾਵੁਕ ਜੀਵ ਹਾਂ, ਇਸ ਲਈ ਇਹ ਸੁਭਾਵਿਕ ਹੈ ਕਿ ਕਈ ਵਾਰ ਸਾਨੂੰ ਦੂਜਿਆਂ ਦੀਆਂ ਗੱਲਾਂ ਅਤੇ ਕੰਮਾਂ ਤੋਂ ਦੁੱਖ ਹੁੰਦਾ ਹੈ, ਅਤੇ ਕਈ ਵਾਰ ਇਨ੍ਹਾਂ ਵਿੱਚੋਂ ਬਹੁਤ ਸਾਰੀਆਂ ਚੀਜ਼ਾਂ ਸਾਨੂੰ ਇੰਨੀਆਂ ਦੁਖੀ ਕਰਦੀਆਂ ਹਨ ਕਿ ਅਸੀਂ ਉਸ ਵਿਅਕਤੀ ਨੂੰ ਮਾਫ਼ ਨਹੀਂ ਕਰ ਪਾਉਂਦੇ ਜਿਸਨੇ ਇਹ ਸਭ ਕੀਤਾ ਹੈ।

ਪਰ ਜਿਵੇਂ-ਜਿਵੇਂ ਵਿਗਿਆਨ ਅੱਗੇ ਵਧਦਾ ਜਾ ਰਿਹਾ ਹੈ, ਇਹ ਸਪੱਸ਼ਟ ਹੁੰਦਾ ਜਾ ਰਿਹਾ ਹੈ ਕਿ ਸਾਡੇ ਵਿਚਾਰ ਸਾਡੀ ਸਿਹਤ 'ਤੇ ਕਿੰਨਾ ਡੂੰਘਾ ਪ੍ਰਭਾਵ ਪਾਉਂਦੇ ਹਨ। ਸਾਡੇ ਵਿਚਾਰ ਸਾਨੂੰ ਸਿਹਤਮੰਦ ਜਾਂ ਬਿਮਾਰ ਬਣਾ ਸਕਦੇ ਹਨ। ਇੱਕੋ ਇੱਕ ਚੇਤਾਵਨੀ ਇਹ ਹੈ ਕਿ ਜੇਕਰ ਤੁਸੀਂ ਸਿਹਤਮੰਦ ਰਹਿਣਾ ਚਾਹੁੰਦੇ ਹੋ, ਤਾਂ ਹਮੇਸ਼ਾ ਸਕਾਰਾਤਮਕ ਅਤੇ ਉਤਸ਼ਾਹਜਨਕ ਵਿਚਾਰ ਸੋਚੋ, ਅਤੇ ਜੇਕਰ ਤੁਸੀਂ ਬਿਮਾਰ ਰਹਿਣਾ ਚਾਹੁੰਦੇ ਹੋ, ਤਾਂ ਨਕਾਰਾਤਮਕ ਅਤੇ ਨਿਰਾਸ਼ਾਜਨਕ ਵਿਚਾਰ ਸੋਚੋ।

ਬਹੁਤ ਸਾਰੇ ਲੋਕ ਮੰਨਦੇ ਹਨ ਕਿ ਮਾਫ਼ੀ ਕਮਜ਼ੋਰੀ ਦੀ ਨਿਸ਼ਾਨੀ ਹੈ, ਪਰ ਅਸਲੀਅਤ ਇਹ ਹੈ ਕਿ ਮਾਫ਼ੀ ਕਮਜ਼ੋਰੀ ਦੀ ਨਿਸ਼ਾਨੀ ਨਹੀਂ ਹੈ, ਸਗੋਂ ਖੁਸ਼ਹਾਲ ਜ਼ਿੰਦਗੀ ਦੀ ਕੁੰਜੀ ਹੈ। ਜੇ ਤੁਸੀਂ ਕਿਸੇ ਨੂੰ ਮਾਫ਼ ਨਹੀਂ ਕਰਦੇ, ਤਾਂ ਤੁਹਾਡੀ ਹਾਲਤ ਜੇਲ੍ਹਰ ਅਤੇ ਕੈਦੀ ਵਰਗੀ ਹੋ ਜਾਂਦੀ ਹੈ।ਤੁਸੀਂ ਜੇਲ੍ਹਰ ਹੋ, ਅਤੇ ਕੈਦੀ ਉਹ ਵਿਅਕਤੀ ਹੈ ਜਿਸਨੂੰ ਤੁਸੀਂ ਮਾਫ਼ ਨਹੀਂ ਕਰਦੇ। ਜੇਲ੍ਹਰ ਨੂੰ ਕੈਦੀ 'ਤੇ ਨਜ਼ਰ ਰੱਖਣ ਲਈ 24 ਘੰਟੇ ਡਿਊਟੀ 'ਤੇ ਰਹਿਣਾ ਪੈਂਦਾ ਹੈ, ਇਸ ਲਈ ਉਹ ਕੈਦੀ ਤੇ ਨਜ਼ਰ ਰੱਖਣ ਤੋਂ ਇਲਾਵਾ ਹੋਰ ਕੁਝ ਨਹੀਂ ਕਰ ਸਕਦਾ। ਮੈਨੂੰ ਨਹੀਂ ਲੱਗਦਾ ਕਿ ਤੁਸੀਂ ਇਹ ਪੜ੍ਹਨ ਤੋਂ ਬਾਅਦ ਜੇਲ੍ਹਰ ਬਣਨ ਦਾ ਫੈਸਲਾ ਕਰੋਗੇ।

ਦੂਜਿਆਂ ਨੂੰ ਉਨ੍ਹਾਂ ਲਈ ਨਹੀਂ ਸਗੋਂ ਆਪਣੀ ਮਨ ਦੀ ਸ਼ਾਂਤੀ ਲਈ ਅਤੇ ਸਭ ਤੋਂ ਮਹੱਤਵਪੂਰਨ ਆਪਣੇ ਕੀਮਤੀ ਸਮੇਂ ਲਈ ਮਾਫ਼ ਕਰੋ। ਮਹਾਨ ਲੇਖਕ ਵੇਨ ਡਾਇਰ ਕਹਿੰਦੇ ਹਨ ਕਿ ਉਹ ਆਪਣੇ ਪਿਤਾ ਪ੍ਰਤੀ ਗੁੱਸੇ ਨਾਲ ਭਰੇ ਹੋਏ ਸਨ ਕਿਉਂਕਿ ਉਹਨਾਂ ਦੇ ਪਿਤਾ ਨੇ ਬਚਪਨ ਵਿੱਚ ਹੀ ਉਹਨਾਂ ਦੀ ਮਾਂ ਅਤੇ ਪੂਰੇ ਪਰਿਵਾਰ ਨੂੰ ਛੱਡ ਦਿੱਤਾ ਸੀ। ਬਚਪਨ ਦੀ ਇਸ ਘਟਨਾ ਲਈ ਉਹਨਾਂ ਨੂੰ ਆਪਣੇ ਪਿਤਾ ਪ੍ਰਤੀ ਬਹੁਤ ਗੁੱਸਾ ਸੀ ਅਤੇ ਵੱਡੇ ਹੋਣ ਤੋਂ ਬਾਅਦ ਵੀ ਉਹਨਾਂ ਨੇ ਆਪਣੇ ਪਿਤਾ ਨੂੰ ਮਾਫ਼ ਨਹੀਂ ਕੀਤਾ। ਫਿਰ ਉਹਨਾਂ ਨੂੰ ਪਤਾ ਲੱਗਾ ਕਿ ਉਹਨਾਂ ਦੇ ਪਿਤਾ ਦਾ ਦੇਹਾਂਤ ਹੋ ਗਿਆ ਹੈ। ਇਸ ਤੋਂ ਬਾਅਦ ਵੀ ਉਹਨਾਂ ਦਾ ਗੁੱਸਾ ਬਣਿਆ ਰਿਹਾ ਅਤੇ ਇਸ ਗੁੱਸੇ ਕਾਰਨ ਉਹ ਆਪਣੇ ਲਿਖਣ ਦੇ ਕਰੀਅਰ 'ਤੇ ਧਿਆਨ ਕੇਂਦਰਿਤ ਨਹੀਂ ਕਰ ਪਾ ਰਹੇ ਸਨ ਅਤੇ ਉਨ੍ਹਾਂ ਦੀਆਂ ਲਿਖੀਆਂ ਕਿਤਾਬਾਂ ਲਗਾਤਾਰ ਅਸਫਲ ਹੋ ਰਹੀਆਂ ਸਨ।

ਇੱਕ ਦਿਨ ਪਤਾ ਨਹੀਂ ਕਿਵੇਂ ਉਹਨਾਂ ਦੇ ਮਨ ਵਿੱਚ ਆਪਣੇ ਪਿਤਾ ਦੀ ਕਬਰ 'ਤੇ ਜਾਣ ਦਾ ਵਿਚਾਰ ਆਇਆ।

ਵੇਨ ਡਾਇਰ ਕਹਿੰਦੇ ਹਨ ਕਿ ਉਹ ਉਸ ਦਿਨ ਸਵੇਰ ਤੋਂ ਸ਼ਾਮ ਤੱਕ ਆਪਣੇ ਪਿਤਾ ਦੀ ਕਬਰ 'ਤੇ ਬੈਠੇ ਰਹੇ, ਅਤੇ ਉਹਨਾਂ ਨੇ ਆਪਣੇ ਪਿਤਾ ਨੂੰ ਉਹ ਸਭ ਕਹਿ ਦਿੱਤਾ ਜੋ ਉਹਨਾਂ ਦੇ ਮਨ ਵਿੱਚ ਸੀ। ਆਪਣੀਆਂ ਅੱਖਾਂ ਵਿੱਚ ਹੰਝੂਆਂ ਨਾਲ, ਉਹਨਾਂ ਨੇ ਆਪਣੇ ਪਿਤਾ ਦੀ ਕਬਰ 'ਤੇ ਆਪਣੇ ਆਖਰੀ ਸ਼ਬਦ ਕਹੇ, "ਅਜ ਤੋਂ ਬਾਅਦ ਮੈਂ ਤੁਹਾਨੂੰ ਹਰ ਚੀਜ਼ ਲਈ ਮਾਫ਼ ਕਰਦਾ ਹਾਂ।" ਉਸ ਤੋਂ ਬਾਅਦ, ਉਹ ਦਸਦੇ ਹਨ ਕਿ ਉਹਨਾਂ ਦੀ ਜ਼ਿੰਦਗੀ ਪੂਰੀ ਤਰ੍ਹਾਂ ਬਦਲ ਗਈ ।ਉਹ ਜ਼ਿਆਦਾ ਖੁਸ਼ ਰਹਿਣ ਲਗੇ, ਅਤੇ ਉਕਨਾਂ ਦੀਆਂ ਲਿਖੀਆਂ ਸਾਰੀਆਂ ਕਿਤਾਬਾਂ ਬੇਸਟ ਸੇਲਰ ਦੀ ਸ਼੍ਰੇਣੀ ਵਿਚ ਸ਼ਾਮਿਲ ਹੋਣ ਲਗੀਆਂ। ਇਹ ਸਭ ਇਸ ਲਈ ਹੋਇਆ ਕਿਉਂਕਿ ਉਹਨਾਂ ਨੇ ਮਾਫ਼ ਕਰਨ ਦਾ ਫੈਸਲਾ ਕੀਤਾ। (ਮੈਂ ਤੁਹਾਨੂੰ ਦੱਸਣਾ ਚਾਹਾਂਗਾ ਬਦਕਿਸਮਤੀ ਨਾਲ, ਡਾ. ਵੇਨ ਡਾਇਰ ਦਾ 2015 ਵਿੱਚ ਦੇਹਾਂਤ ਹੋ ਗਿਆ। ਉਹ ਮੇਰੇ ਮਨਪਸੰਦ ਲੇਖਕਾਂ ਵਿੱਚੋਂ ਇੱਕ ਸਨ । ਉਹਨਾਂ ਦੀਆਂ ਸਿੱਖਿਆਵਾਂ ਨੇ ਮੇਰੀ ਜ਼ਿੰਦਗੀ ਨੂੰ ਬਿਹਤਰ ਬਣਾਉਣ ਵਿੱਚ ਮੇਰੀ ਬਹੁਤ ਮਦਦ ਕੀਤੀ।) ਜਦੋਂ ਅਸੀਂ ਆਪਣੇ ਵਿਰੋਧੀਆਂ ਜਾਂ ਨਾਪਸੰਦ ਲੋਕਾਂ ਨੂੰ ਮਾਫ਼ ਨਹੀਂ ਕਰਦੇ, ਤਾਂ ਇਹ ਸਾਡੀ ਚਿੰਤਾ ਨੂੰ ਵਧਾਉਂਦਾ ਹੈ, ਅਤੇ ਚਿੰਤਾ ਦਿਲ ਦੀ ਬਿਮਾਰੀ ਅਤੇ ਹਾਈ ਬਲੱਡ ਪ੍ਰੈਸ਼ਰ ਵਰਗੀਆਂ ਬਿਮਾਰੀਆਂ ਦਾ ਕਾਰਨ ਬਣ ਜਾਂਦੀਆਂ ਹਨ।

ਕਲਪਨਾ ਕਰੋ ਕਿ ਤੁਹਾਡੇ ਵਿਰੋਧੀ ਕਿੰਨੇ ਖੁਸ਼ ਹੋਣਗੇ ਕਿ ਤੁਸੀਂ ਉਨ੍ਹਾਂ ਦੇ ਕੁਝ ਕੀਤੇ ਬਿਨਾਂ ਬਿਮਾਰ ਹੋ ਰਹੇ ਹੋ, ਇਸ ਲਈ ਉਨ੍ਹਾਂ ਨੂੰ ਮਾਫ਼ ਕਰੋ (ਪਰ ਸਾਵਧਾਨ ਰਹਿ ਕੇ) ਅਤੇ ਆਪਣੇ ਆਪ ਨੂੰ ਸਿਹਤਮੰਦ ਰੱਖੋ।

ਲੋਕ ਵਿਵਹਾਰ ਸੰਬੰਧੀ ਅਮਲ ਕਰਨ ਲਈ ਲਾਭਦਾਇਕ ਗੱਲਾਂ :

- ਜੌਨ ਐੱਫ. ਕੈਨੇਡੀ ਦੇ ਇਸ ਹਵਾਲੇ ਨੂੰ ਹਮੇਸ਼ਾ ਯਾਦ ਰੱਖੋ "ਆਪਣੇ ਦੁਸ਼ਮਣਾਂ ਨੂੰ ਭੁੱਲ ਜਾਓ ਪਰ ਉਨ੍ਹਾਂ ਦੇ ਨਾਮ ਕਦੇ ਨਾ ਭੁੱਲੋ" (ਸਧਾਰਨ ਸ਼ਬਦਾਂ ਵਿੱਚ, ਆਪਣੇ ਦੁਸ਼ਮਣਾਂ ਨੂੰ ਭੁੱਲ ਜਾਣ ਤੋਂ ਬਾਅਦ ਵੀ ਉਨ੍ਹਾਂ ਤੋਂ ਸੁਚੇਤ ਰਹੋ)।

- ਇਹ ਮੁਲਾਂਕਣ ਕਰੋ ਕਿ ਤੁਸੀਂ ਆਪਣੇ ਵਿਰੋਧੀਆਂ ਅਤੇ ਨਾਪਸੰਦ ਲੋਕਾਂ ਬਾਰੇ ਸੋਚ ਕੇ ਕਿੰਨਾ ਸਮਾਂ ਬਰਬਾਦ ਕਰਦੇ ਹੋ। ਇਸਨੂੰ ਅਜ਼ਮਾਓ ਅਤੇ ਤੁਸੀਂ ਹੈਰਾਨ ਰਹਿ ਜਾਓਗੇ ਕਿ ਤੁਸੀਂ ਕਿੰਨਾ ਸਮਾਂ ਬਰਬਾਦ ਕਰਦੇ ਹੋ।
- **ਮੁਆਫ਼ੀ ਮੰਗਦੇ ਸਮੇਂ, 'ਪਰ' ਦੀ ਵਰਤੋਂ ਨਾ ਕਰੋ** : ਬਿਨਾਂ ਸ਼ਰਤ ਮੁਆਫ਼ੀ ਮੰਗੋ ,ਜਦੋਂ ਤੁਸੀਂ 'ਪਰ' ਦੀ ਵਰਤੋਂ ਕਰਦੇ ਹੋ, ਤਾਂ ਤੁਸੀਂ ਸ਼ਰਤ ਅਨੁਸਾਰ ਮੁਆਫ਼ੀ ਮੰਗ ਰਹੇ ਹੋ, ਜਿਸ ਕਾਰਨ ਦੂਜਾ ਵਿਅਕਤੀ ਸਮਝਦਾ ਹੈ ਕਿ ਤੁਹਾਨੂੰ ਆਪਣੀ ਗਲਤੀ 'ਤੇ ਕੋਈ ਪਛਤਾਵਾ ਨਹੀਂ ਹੈ ਅਤੇ ਤੁਸੀਂ ਸਿਰਫ਼ ਰਸਮੀ ਤੌਰ ਤੇ ਪੂਰਾ ਕਰ ਰਹੇ ਹੋ।

ਅਧਿਆਇ – 65
ਇਸ ਦੁਨੀਆਂ ਵਿੱਚ ਤੁਸੀਂ ਇਕੱਲੇ ਨਹੀਂ ਹੋ

" ਰੱਬ ਵਿੱਚ ਵਿਸ਼ਵਾਸ ਕਰੋ ਕਿਉਂਕਿ ਰੱਬ ਤੁਹਾਡੇ ਵਿੱਚ ਵਿਸ਼ਵਾਸ ਕਰਦਾ ਹੈ - ਐਡਵਿਨ ਲੁਇਸ ਕੋਲ"

ਮੈਂ ਪੜ੍ਹਾਈ ਵਿੱਚ ਕਮਜ਼ੋਰ ਸੀ, ਆਤਮ-ਵਿਸ਼ਵਾਸ ਦੀ ਘਾਟ ਸੀ, ਅਤੇ ਮੈਨੂੰ ਲੱਗਦਾ ਸੀ ਕਿ ਮੈਂ ਜ਼ਿੰਦਗੀ ਵਿੱਚ ਕਦੇ ਵੀ ਕੁਝ ਪ੍ਰਾਪਤ ਨਹੀਂ ਕਰ ਸਕਾਂਗਾ। ਇੱਕ ਸਮਾਂ ਆਇਆ ਜਦੋਂ ਮੇਰਾ ਮਨ ਆਪਣੀ ਪੜ੍ਹਾਈ ਛੱਡਣ ਨੂੰ ਕਰਦਾ ਸੀ। ਮੇਰੇ ਦਾਦਾ ਜੀ ਵੱਲੋਂ ਦਿੱਤੇ ਗਏ ਹੌਸਲੇ ਨੇ ਮੈਨੂੰ ਬਹੁਤ ਤਾਕਤ ਦਿੱਤੀ, ਅਤੇ ਮੈਂ ਆਪਣੀ ਪੜ੍ਹਾਈ ਦੁਬਾਰਾ ਸ਼ੁਰੂ ਕੀਤੀ। ਚਮਤਕਾਰ ਉਦੋਂ ਸ਼ੁਰੂ ਹੋਇਆ ਜਦੋਂ ਮੈਂ ਪ੍ਰੇਰਨਾਦਾਇਕ ਕਿਤਾਬਾਂ ਅਤੇ ਜੀਵਨੀਆਂ ਪੜ੍ਹਨੀਆਂ ਸ਼ੁਰੂ ਕੀਤੀਆਂ। ਉਨ੍ਹਾਂ ਵਿੱਚ, ਮੈਨੂੰ ਉਨ੍ਹਾਂ ਲੋਕਾਂ ਦੀਆਂ ਬਹੁਤ ਸਾਰੀਆਂ ਉਦਾਹਰਣਾਂ ਮਿਲੀਆਂ ਜੋ ਅੱਜ ਦੁਨੀਆ ਦੇ ਸਭ ਤੋਂ ਮਹਾਨ ਲੋਕਾਂ ਵਿੱਚ ਗਿਣੇ ਜਾਂਦੇ ਹਨ, ਪਰ ਉਹ ਵੀ ਕਈ ਵਾਰ ਅਸਫਲ ਹੋ ਗਏ ਸਨ, ਪੜ੍ਹਾਈ ਵਿੱਚ ਕਮਜ਼ੋਰ ਸਨ। ਉਨ੍ਹਾਂ ਦੀਆਂ ਯੋਗਤਾਵਾਂ 'ਤੇ ਕਈ ਵਾਰ ਸ਼ੱਕ ਕੀਤਾ ਜਾਂਦਾ ਸੀ, ਅਤੇ ਉਨ੍ਹਾਂ ਨੂੰ ਵੀ ਕਈ ਵਾਰ ਕਿਹਾ ਜਾਂਦਾ ਸੀ ਕਿ ਉਹ ਜ਼ਿੰਦਗੀ ਵਿੱਚ ਕਦੇ ਵੀ ਕੁਝ ਪ੍ਰਾਪਤ ਨਹੀਂ ਕਰ ਸਕਣਗੇ।

ਇਹਨਾਂ ਗੱਲਾਂ ਨੂੰ ਪੜ੍ਹਨ ਤੋਂ ਬਾਅਦ, ਮੈਨੂੰ ਵਿਸ਼ਵਾਸ ਹੋ ਗਿਆ ਕਿ ਮੈਂ ਇਕੱਲਾ ਹੀ ਇਸ ਸਮੱਸਿਆ ਨਾਲ ਨਹੀਂ ਜੂਝ ਰਿਹਾ ਸੀ, ਅਤੇ ਜੇਕਰ ਉਹ ਇਹਨਾਂ ਚੁਣੌਤੀਆਂ ਨੂੰ ਪਾਰ ਕਰ ਸਕਦੇ ਹਨ ਅਤੇ ਮਹਾਨ ਇਨਸਾਨ ਬਣ ਸਕਦੇ ਹਨ, ਤਾਂ ਮੈਂ ਵੀ ਬਣ ਸਕਦਾ ਹਾਂ। ਮੇਰੇ ਦਾਦਾ ਜੀ ਦੀ ਪ੍ਰੇਰਨਾ ਅਤੇ ਇਹਨਾਂ ਕਿਤਾਬਾਂ ਦੁਆਰਾ ਮੇਰੇ ਵਿੱਚ ਪੈਦਾ ਕੀਤੇ ਗਏ ਵਿਸ਼ਵਾਸ ਨਾਲ, ਮੈਂ ਛੇਵੀਂ ਜਮਾਤ ਵਿੱਚ ਫੇਲ੍ਹ ਹੋਣ ਤੋਂ ਬਾਅਦ ਨੌਂ ਡਿਗਰੀਆਂ/ਸਰਟੀਫਿਕੇਟ ਪ੍ਰਾਪਤ ਕਰਨ ਤੱਕ ਪਹੁੰਚ ਗਿਆ, ਜਿਸ ਵਿੱਚ ਚਾਰ ਪੇਸ਼ੇਵਰ ਡਿਗਰੀਆਂ ਵੀ ਸ਼ਾਮਲ ਹਨ।

ਇੱਕ ਕਹਾਵਤ ਹੈ ਕਿ ਜਿਸ ਰਸਤੇ 'ਤੇ ਤੁਸੀਂ ਤੁਰਨਾ ਚਾਹੁੰਦੇ ਹੋ ਅਤੇ ਉਹ ਵਿਅਕਤੀ ਜੋ ਤੁਹਾਡੇ ਤੋਂ ਪਹਿਲਾਂ ਉਸ ਰਸਤੇ 'ਤੇ ਚੱਲਿਆ ਹੈ ਅਤੇ ਉੱਥੋਂ ਵਾਪਸ ਆ ਰਿਹਾ ਹੈ, ਸਿਰਫ਼ ਉਹੀ ਤੁਹਾਨੂੰ ਸਭ ਤੋਂ ਵਧੀਆ ਰਸਤਾ ਦੱਸ ਸਕਦਾ ਹੈ, ਇਸ ਲਈ ਜੇਕਰ ਤੁਸੀਂ ਕਿਸੇ ਸਮੱਸਿਆ ਦਾ ਸਾਹਮਣਾ ਕਰ ਰਹੇ ਹੋ (ਭਾਵੇਂ ਇਹ ਕੋਈ ਬਿਮਾਰੀ ਹੋਵੇ, ਵਿੱਤੀ ਸਮੱਸਿਆ ਹੋਵੇ, ਕਾਨੂੰਨੀ ਸਮੱਸਿਆਵਾਂ ਹੋਣ ਆਦਿ) ਤਾਂ ਅਜਿਹੇ ਲੋਕਾਂ ਨੂੰ ਲੱਭੋ ਜਿਨ੍ਹਾਂ ਨੇ ਤੁਹਾਡੇ ਵਾਂਗ ਹੀ ਸਮੱਸਿਆ ਦਾ ਸਾਹਮਣਾ ਕੀਤਾ ਹੋਵੇ ਅਤੇ ਦੇਖੋ ਕਿ ਉਨ੍ਹਾਂ ਨੇ ਉਸ ਸਮੱਸਿਆ ਤੋਂ ਬਾਹਰ ਨਿਕਲਣ ਲਈ ਕੀ ਕੀਤਾ, ਤੁਹਾਨੂੰ ਵੀ ਅਜਿਹਾ ਹੀ ਕਰਨਾ ਚਾਹੀਦਾ ਹੈ ਅਤੇ ਉਸ ਸਮੱਸਿਆ ਤੋਂ ਬਾਹਰ ਨਿਕਲਣਾ ਚਾਹੀਦਾ ਹੈ।

ਡਿਜੀਟਲ ਯੁੱਗ ਵਿੱਚ, ਅਜਿਹੇ ਲੋਕਾਂ ਦੀਆਂ ਵੀਡੀਓਜ਼ ਯੂਟਿਊਬ ਤੇ ਆਸਾਨੀ ਨਾਲ ਮਿਲ ਸਕਦੀਆਂ ਹਨ, ਨਾਲ ਹੀ ਬਹੁਤ ਸਾਰੀਆਂ ਕਿਤਾਬਾਂ ਵੀ ਉਪਲਬਧ ਹਨ ਅਤੇ ਬਹੁਤ ਸਾਰੇ ਅਜਿਹੇ ਲੋਕ ਔਨਲਾਈਨ ਸਲਾਹ-ਮਸ਼ਵਰਾ ਵੀ ਦਿੰਦੇ ਹਨ।

ਸਭ ਤੋਂ ਵਧੀਆ ਗੱਲ ਇਹ ਹੈ ਕਿ ਅਜਿਹੇ ਲੋਕ ਤੁਹਾਡਾ ਦਰਦ ਮਹਿਸੂਸ ਕਰ ਸਕਦੇ ਹਨ ਅਤੇ ਕਿਉਂਕਿ ਉਨ੍ਹਾਂ ਨੇ ਇਹ ਦੁੱਖ ਝੱਲਿਆ ਹੈ, ਉਹ ਨਹੀਂ ਚਾਹੁਣਗੇ ਕਿ ਕੋਈ ਹੋਰ ਇਸਨੂੰ ਦੁਬਾਰਾ ਝੱਲੇ।

ਯਾਦ ਰੱਖੋ ਕਿ ਤੁਸੀਂ ਇਸ ਦੁਨੀਆਂ ਵਿੱਚ ਇਕੱਲੇ ਨਹੀਂ ਹੋ, ਬਹੁਤ ਸਾਰੇ ਲੋਕ ਤੁਹਾਡੇ ਵਰਗੀ ਸਮੱਸਿਆ ਦਾ ਸਾਹਮਣਾ ਕਰ ਚੁੱਕੇ ਹਨ ਅਤੇ ਉਹ ਤੁਹਾਨੂੰ ਇਸ ਸਮੱਸਿਆ ਵਿੱਚੋਂ ਬਾਹਰ ਕਢਨਾ ਚਾਹੁੰਦੇ ਹਨ।

ਲੋਕ ਵਿਵਹਾਰ ਨਾਲ ਸਬੰਧਤ ਅਮਲ ਕਰਨ ਯੋਗ ਉਪਯੋਗੀ ਗੱਲਾਂ:

- **ਪਹਿਲਾਂ ਆਪਣੀ ਸਮੱਸਿਆ ਨੂੰ ਸਪੱਸ਼ਟ ਕਰੋ** : "ਰੋਗ ਦੀ ਪਹਿਚਾਣ ਬਿਮਾਰੀ ਦਾ ਅੱਧਾ ਇਲਾਜ ਹੈ।" ਤੁਸੀਂ ਇਹ ਕਹਾਵਤ ਜ਼ਰੂਰ ਸੁਣੀ ਹੋਵੇਗੀ, ਜਦੋਂ ਤੁਸੀਂ ਆਪਣੀ ਸਮੱਸਿਆ ਨੂੰ ਸਪੱਸ਼ਟ ਕਰਦੇ ਹੋ ਤਾਂ ਤੁਹਾਡੇ ਲਈ ਆਪਣੀ ਸਮੱਸਿਆ ਦਾ ਹੱਲ ਕਰਨਾ ਆਸਾਨ ਹੋ ਜਾਂਦਾ ਹੈ।
- **ਉਨ੍ਹਾਂ ਲੋਕਾਂ ਵੱਲ ਨਾ ਜਾਓ ਜੋ ਉਪਦੇਸ਼ ਦਿੰਦੇ ਹਨ, ਉਨ੍ਹਾਂ ਵੱਲ ਜਾਓ ਜੋ ਨਤੀਜੇ ਦਿੰਦੇ ਹਨ** : ਐਸਾ ਵਿਅਕਤੀ ਜਿਸਦਾ ਆਪਣਾ ਭਾਰ ਜ਼ਿਆਦਾ ਹੈ ਜੇ ਉਹ ਤੁਹਾਨੂੰ ਭਾਰ ਘਟਾਉਣ ਬਾਰੇ ਉਪਦੇਸ਼ ਦਿੰਦਾ ਹੈ ਤਾਂ ਤੁਹਾਨੂੰ ਉਸ ਤੇ ਵਿਸ਼ਵਾਸ ਨਹੀਂ ਕਰਨਾ ਚਾਹੀਦਾ। ਐਸੇ ਗਰੀਬ ਵਿਅਕਤੀ 'ਤੇ ਵਿਸ਼ਵਾਸ ਨਾ ਕਰੋ ਜੋ ਤੁਹਾਨੂੰ ਪੈਸਾ ਕਮਾਉਣ ਬਾਰੇ ਉਪਦੇਸ਼ ਦਿੰਦਾ ਹੈ। ਤੁਹਾਨੂੰ ਸਿਰਫ਼ ਉਨ੍ਹਾਂ 'ਤੇ ਭਰੋਸਾ ਕਰਨਾ ਚਾਹੀਦਾ ਹੈ ਜਿਨ੍ਹਾਂ ਨੇ ਪਹਿਲਾਂ ਹੀ ਉਹ ਨਤੀਜੇ ਪ੍ਰਾਪਤ ਕਰ ਲਏ ਹਨ ਜੋ ਤੁਸੀਂ ਪ੍ਰਾਪਤ ਕਰਨਾ ਚਾਹੁੰਦੇ ਹੋ।

ਅਧਿਆਇ – 66

ਦੂਜਿਆਂ ਦੇ ਉਸ ਵਿਵਹਾਰ ਨੂੰ ਆਪਣੇ ਵਿਵਹਾਰ ਦਾ ਹਿੱਸਾ ਨਾ ਬਣਾਓ ਜੋ ਤੁਹਾਨੂੰ ਪਸੰਦ ਨਹੀਂ ਹੈ।

"ਖੁਦ ਉਹ ਬਦਲਾਅ ਬਣੋ ਜੋ ਤੁਸੀਂ ਦੂਜਿਆਂ ਵਿੱਚ ਦੇਖਣਾ ਚਾਹੁੰਦੇ ਹੋ : ਮਹਾਤਮਾ ਗਾਂਧੀ'

ਮੈਨੂੰ ਲੱਗਦਾ ਹੈ ਕਿ ਤੁਹਾਡੀ ਜ਼ਿੰਦਗੀ ਵਿੱਚ ਕਈ ਵਾਰ ਅਜਿਹਾ ਹੋਇਆ ਹੋਵੇਗਾ ਜਦੋਂ ਤੁਹਾਨੂੰ ਕਿਸੇ ਦਾ ਵਿਵਹਾਰ ਅਣਉਚਿਤ ਲੱਗਿਆ ਹੋਵੇਗਾ ਜਾਂ ਤੁਹਾਨੂੰ ਇਹ ਬਿਲਕੁਲ ਵੀ ਪਸੰਦ ਨਹੀਂ ਆਇਆ ਹੋਵੇਗਾ ਅਤੇ ਤੁਸੀਂ ਸੋਚਿਆ ਹੋਵੇਗਾ ਕਿ ਇਹ ਵਿਅਕਤੀ ਅਜਿਹਾ ਕਿਵੇਂ ਕਰ ਸਕਦਾ ਹੈ।

ਤੁਸੀਂ ਉਸ ਚੀਜ਼ ਬਾਰੇ ਸੋਚ-ਸੋਚ ਕੇ ਪਰੇਸ਼ਾਨ ਹੋ ਸਕਦੇ ਹੋ ਜਾਂ ਤੁਸੀਂ ਉਸ ਵਿਅਕਤੀ ਦੇ ਵਿਵਹਾਰ ਨੂੰ ਬਦਲਣ ਦੀ ਕੋਸ਼ਿਸ਼ ਕਰ ਸਕਦੇ ਹੋ, ਜਿਸ ਵਿੱਚ ਤੁਸੀਂ ਸਫਲ ਹੋ ਸਕਦੇ ਹੋ ਜਾਂ ਨਹੀਂ ਵੀ।

ਦੂਜਿਆਂ ਦੇ ਵਿਵਹਾਰ ਨੂੰ ਬਦਲਣਾ ਬਹੁਤ ਮੁਸ਼ਕਲ ਹੈ ਅਤੇ ਮੈਂ ਮਹਿਸੂਸ ਕੀਤਾ ਹੈ ਕਿ ਲੋਕ ਉਦੋਂ ਹੀ ਬਦਲਦੇ ਹਨ ਜਦੋਂ ਉਹ ਬਦਲਣਾ ਚਾਹੁੰਦੇ ਹਨ, ਪਰ ਤੁਸੀਂ ਜਦੋਂ ਚਾਹੋ ਬਦਲ ਸਕਦੇ ਹੋ ਅਤੇ ਮਹਾਤਮਾ ਗਾਂਧੀ ਨੇ ਇੱਕ ਵਾਰ ਕਿਹਾ ਵੀ ਸੀ ਕਿ ਅਸੀਂ ਖੁਦ ਉਹ ਬਦਲਾਅ ਬਣੀਏ ਜੋ ਅਸੀਂ ਦੁਨੀਆ ਵਿੱਚ ਦੇਖਣਾ ਚਾਹੁੰਦੇ ਹਾਂ।

ਜੇ ਮੈਂ ਆਪਣੇ ਬਾਰੇ ਗੱਲ ਕਰਾਂ ਤਾਂ ਮੈਨੂੰ ਚੰਗਾ ਨਹੀਂ ਲੱਗਦਾ,ਉਹ ਲੋਕ ਜੋ ਫ਼ੋਨ ਨਹੀਂ ਚੁੱਕਦੇ ਅਤੇ ਜਦ ਉਹ ਵਿਹਲੇ ਹੋਣ, ਉਹ ਦੁਬਾਰਾ ਫ਼ੋਨ ਨਹੀਂ ਕਰਦੇ, ਇਸੇ ਤਰ੍ਹਾਂ, ਮੈਨੂੰ ਉਹ ਲੋਕ ਪਸੰਦ ਨਹੀਂ ਹਨ ਜੋ ਆਪਣੀ ਲੋੜ ਅਨੁਸਾਰ ਸਾਮਾਨ ਜਾਂ ਪੈਸੇ ਲੈ ਤਾਂ ਲੈਂਦੇ ਹਨ, ਪਰ ਬਾਅਦ ਵਿੱਚ ਉਸ ਵਿਅਕਤੀ ਦਾ ਫ਼ੋਨ ਨਹੀਂ ਚੁੱਕਦੇ ਜਿਸਨੇ ਉਨ੍ਹਾਂ ਦੀ ਲੋੜ ਸਮੇਂ ਉਨ੍ਹਾਂ ਦੀ ਮਦਦ ਕੀਤੀ ਸੀ।

ਇਸੇ ਤਰ੍ਹਾਂ, ਮੈਨੂੰ ਉਹ ਲੋਕ ਵੀ ਸਮਝ ਨਹੀਂ ਆਉਂਦੇ ਜੋ ਇਸ ਤਰ੍ਹਾਂ ਨਾਟਕ ਕਰਦੇ ਹਨ ਜਿਵੇਂ ਉਨ੍ਹਾਂ ਕੋਲ ਕਿਸੇ ਵਿਸ਼ੇ ਨਾਲ ਸਬੰਧਤ ਸਾਰੀ ਜਾਣਕਾਰੀ ਹੋਵੇ, ਜਦੋਂ ਕਿ ਅਸਲ ਵਿੱਚ ਉਨ੍ਹਾਂ ਕੋਲ ਗਿਆਨ ਦੀ ਘਾਟ ਹੁੰਦਾ ਹੈ। ਜੇ ਮੈਂ ਅਜਿਹੇ ਲੋਕਾਂ ਨੂੰ ਸਮਝਾਉਣ ਦੀ ਕੋਸ਼ਿਸ਼ ਕਰਦਾ ਹਾਂ, ਤਾਂ ਸਭ ਤੋਂ ਪਹਿਲਾਂ, ਇਹ ਬਹੁਤ ਔਖਾ ਹੁੰਦਾ ਹੈ ਅਤੇ ਦੂਜਾ, ਦੂਜਿਆਂ ਨੂੰ ਬਦਲਣ ਦੀ ਕੋਸ਼ਿਸ਼ ਕਰਨ ਵਿੱਚ, ਸਾਹਮਣੇ ਵਾਲਾ ਵਿਅਕਤੀ ਗੁੱਸੇ ਹੋ ਜਾਂਦਾ ਹੈ।

ਸਭ ਤੋਂ ਵਧੀਆ ਗੱਲ ਇਹ ਹੈ ਕਿ ਤੁਸੀਂ ਇਹ ਗਲਤੀਆਂ ਨਾ ਕਰਨ ਦੀ ਕੋਸ਼ਿਸ਼ ਕਰੋ ਜੋ ਦੂਜਿਆਂ ਨੂੰ ਪਰੇਸ਼ਾਨ ਕਰਦੀਆਂ ਹਨ। ਜਿਵੇਂ ਕਿ ਮੈਂ ਦੱਸਿਆ ਹੈ, ਮੈਨੂੰ ਇਹ ਬਹੁਤ ਬੁਰਾ ਲੱਗਦਾ ਹੈ ਜਦੋਂ ਕੋਈ ਮੇਰਾ ਫ਼ੋਨ ਨਹੀਂ ਚੁੱਕਦਾ ਜਾਂ ਵਿਹਲਾ ਹੋਣ ਤੇ ਵੀ ਕਾੱਲ ਵੀ ਨਹੀਂ ਕਰਦਾ। ਇਸ ਲਈ, ਮੈਂ ਫ਼ੋਨ ਚੁੱਕਣ ਦੀ ਪੂਰੀ ਕੋਸ਼ਿਸ਼ ਕਰਦਾ ਹਾਂ, ਅਤੇ ਜੇ ਮੈਂ ਨਹੀਂ ਚੁੱਕ ਸਕਦਾ, ਤਾਂ ਮੈਂ ਖਾਲੀ ਹੋਣ 'ਤੇ ਉਨ੍ਹਾਂ ਨੂੰ ਵਾਪਸ ਫ਼ੋਨ ਕਰਦਾ ਹਾਂ।

ਚਹੁਣ ਤੁਹਾਡੀ ਵਾਰੀ : ਉਨ੍ਹਾਂ ਚੀਜ਼ਾਂ ਦੀ ਇੱਕ ਸੂਚੀ ਬਣਾਓ ਜੋ ਤੁਹਾਨੂੰ ਦੂਜੇ ਲੋਕਾਂ ਵਿੱਚ ਪਸੰਦ ਨਹੀਂ ਹਨ, ਸ਼ਾਇਦ ਇਹ ਗੁਟਖਾ ਜਾਂ ਮਸਾਲਾ ਖਾਣਾ, ਐਧਰ ਓਧਰ ਦੀ ਗੱਲਾਂ ਕਰਨਾ, ਜ਼ਿਆਦਾ ਖਾਣਾ, ਜ਼ਿਆਦਾ ਭਾਰ ਹੋਣਾ ਆਦਿ ਹੋਣ।

ਹੁਣ ਤੁਹਾਨੂੰ ਸਿਰਫ਼ ਇਹ ਦੇਖਣ ਲਈ ਆਪਣੇ ਆਪ ਦੀ ਜਾਂਚ ਕਰਨੀ ਹੈ ਕਿ ਕੀ ਤੁਹਾਡੇ ਵਿੱਚ ਇਹ ਕਮੀਆਂ ਤੇ ਨਹੀਂ ਹਨ। ਜੇ ਨਹੀਂ, ਤਾਂ ਇਹ ਚੰਗੀ ਗੱਲ ਹੈ। ਭਵਿੱਖ ਵਿੱਚ ਇਨ੍ਹਾਂ ਕਮੀਆਂ ਤੋਂ ਬਚਣ ਲਈ ਸਾਵਧਾਨ ਰਹੋ।

ਲੋਕ ਵਿਵਹਾਰ ਨਾਲ ਸਬੰਧਤ ਅਮਲ ਕਰਨ ਯੋਗ ਉਪਯੋਗੀ ਗੱਲਾਂ:

- ਆਪਣੇ ਪਰਿਵਾਰ ਜਾਂ ਦੋਸਤਾਂ ਨਾਲ ਚਰਚਾ ਕਰੋ ਕਿ ਉਹਨਾਂ ਨੂੰ ਦੂਜਿਆਂ ਵਿੱਚ ਕਿਹੜੇ ਵਿਵਹਾਰ ਪਸੰਦ ਨਹੀਂ ਹਨ ਅਤੇ ਮੁਲਾਂਕਣ ਕਰੋ ਕਿ ਕੀ ਤੁਹਾਡੇ ਵੀ ਅਜਿਹੇ ਵਿਵਹਾਰ ਤੇ ਨਹੀਂ ਹਨ। ਜੇਕਰ ਅਜਿਹਾ ਹੈ, ਤਾਂ ਮੁਲਾਂਕਣ ਕਰੋ ਕਿ ਕੀ ਇਹਨਾਂ ਨੂੰ ਸੁਧਾਰਿਆ ਜਾਣਾ ਚਾਹੀਦਾ ਹੈ?
- ਦੂਜਿਆਂ ਨੂੰ ਬਹੁਤ ਜ਼ਿਆਦਾ ਬਦਲਣ ਦੀ ਕੋਸ਼ਿਸ਼ ਨਾ ਕਰੋ, ਇਸ ਦੀ ਬਜਾਏ, ਦੂਜਿਆਂ ਦੀਆਂ ਉਨ੍ਹਾਂ ਕਮੀਆਂ ਨੂੰ ਨਾ ਅਪਣਾਓ ਜੋ ਤੁਹਾਨੂੰ ਪਸੰਦ ਨਹੀਂ ਹਨ।

ਅਧਿਆਇ – 67

ਜੇਕਰ ਲੋਕ ਤੁਹਾਨੂੰ ਤੁਹਾਡੇ ਸਿਧਾਂਤਾਂ ਲਈ ਮੂਰਖ ਸਮਝਦੇ ਹਨ ਤਾਂ ਕੋਈ ਗੱਲ ਨਹੀਂ।

"ਇਹ ਮੇਰੇ ਸਿਧਾਂਤ ਹਨ। ਜੇ ਤੁਹਾਨੂੰ ਇਹ ਪਸੰਦ ਨਹੀਂ ਹਨ, ਤਾਂ ਕੋਈ ਗੱਲ ਨਹੀਂ, ਮੈਂ ਦੂਜੇ ਲੋਕਾਂ ਨੂੰ ਲੱਭ ਲਵਾਂਗਾ। ਗਰੋਚੋ ਮਾਰੱਕਸ"

ਮੇਰੇ ਦਾਦਾ ਜੀ ਸਿਧਾਂਤਾਂ ਦੇ ਮਾਲਕ ਸਨ, ਅਤੇ ਇਹੀ ਸਿਧਾਂਤ ਸਨ ਜਿਨ੍ਹਾਂ ਨੇ ਉਨ੍ਹਾਂ ਨੂੰ ਕੁਝ ਵੀ ਨਹੀਂ ਤੋਂ ਸਿਖਰ ਤਕ ਪਹੁੰਚਣ ਵਿੱਚ ਮਦਦ ਕੀਤੀ। ਉਨ੍ਹਾਂ ਦੇ ਦੇਹਾਂਤ ਤੋਂ ਬਾਅਦ ਵੀ, ਸਾਡਾ ਪਰਿਵਾਰ ਅਜੇ ਵੀ ਚੰਗਾ ਚੱਲ ਰਿਹਾ ਹੈ, ਇਹ ਸਭ ਉਨ੍ਹਾਂ ਦੇ ਸਿਧਾਂਤਾਂ ਦੀ ਬਦੌਲਤ ਹੈ। ਉਨ੍ਹਾਂ ਦੇ ਸਿਧਾਂਤਾਂ ਦਾ ਨਾ ਸਿਰਫ਼ ਉਨ੍ਹਾਂ 'ਤੇ ਸਗੋਂ ਸਾਡੇ ਪੂਰੇ ਪਰਿਵਾਰ 'ਤੇ ਡੂੰਘਾ ਪ੍ਰਭਾਵ ਪਿਆ ਹੈ।

ਅੱਜ ਵੀ, ਅਸੀਂ ਆਪਣੀ ਮਰਜ਼ੀ ਨਾਲ ਆਪਣੇ ਬਾਊ ਜੀ ਯਾਨੀ ਦਾਦਾ ਜੀ ਦੇ ਸਿਧਾਂਤਾਂ ਦੀ ਪਾਲਣਾ ਕਰਦੇ ਹਾਂ। ਕੁਝ ਲੋਕ ਉਨ੍ਹਾਂ ਸਿਧਾਂਤਾਂ ਨੂੰ ਮੂਰਖਤਾਪੂਰਨ ਸਮਝਦੇ ਹਨ ਅਤੇ ਸੋਚਦੇ ਹਨ, "ਸਮਾਜ ਕੀ ਸੋਚੇਗਾ? ਮੇਰੇ ਦੋਸਤ ਕੀ ਸੋਚਣਗੇ? ਜੇ ਅਸੀਂ ਅਜਿਹਾ ਨਹੀਂ ਕਰਦੇ ਤਾਂ ਕੀ ਹੋਵੇਗਾ?"

ਸਾਡੇ ਦਾਦਾ ਜੀ ਦੇ ਕੁਝ ਸਿਧਾਂਤ ਜਿਨ੍ਹਾਂ ਨੇ ਸਾਡੇ ਜੀਵਨ ਨੂੰ ਪ੍ਰਭਾਵਿਤ ਕੀਤਾ ਹੈ:-

- **ਸ਼ਾਕਾਹਾਰ :** ਅਸੀਂ ਕਦੇ ਵੀ ਆਂਡੇ ਜਾਂ ਮਾਸ ਨਹੀਂ ਖਾਧਾ।

- **ਨਸ਼ਾ-ਮੁਕਤ ਜੀਵਨ:** ਅਸੀਂ ਕਦੇ ਵੀ ਸਿਗਰਟ ਨਹੀਂ ਪੀਤੀ ਅਤੇ ਨਾ ਹੀ ਕਿਸੇ ਕਿਸਮ ਦਾ ਨਸ਼ੀਲਾ ਪਦਾਰਥ ਪੀਤਾ ਹੈ ।
- **ਝੂਠੇ ਵਾਅਦੇ ਕਰਕੇ ਜਾਂ ਸੁਪਨੇ ਦਿਖਾ ਕੇ ਕਦੇ ਵੀ ਫਾਇਦਾ ਨਾ ਉਠਾਓ:** ਜ਼ਿਆਦਾਤਰ ਲੋਕ ਸੋਚਦੇ ਹਨ ਕਿ ਉਨ੍ਹਾਂ ਨੂੰ ਕਿਸੇ ਨੂੰ ਇੱਕ ਵਾਰ ਮੂਰਖ ਬਣਾ ਕੇ ਉਸਦਾ ਫਾਇਦਾ ਉਠਾਉਣਾ ਚਾਹੀਦਾ ਹੈ, ਪਰ ਦਾਦਾ ਜੀ ਕਹਿੰਦੇ ਸਨ ਕਿ ਇੱਕ ਵਾਰ ਵਿਸ਼ਵਾਸ ਬਣਾਉਣ ਲਈ ਜ਼ਿੰਦਗੀ ਭਰ ਲੱਗ ਜਾਂਦੀ ਹੈ ਅਤੇ ਇਸਨੂੰ ਗੁਆਉਣ ਲਈ ਇੱਕ ਪਲ। ਕਿਸੇ ਵੀ ਕੀਮਤ ਤੇ ਕਿਸੇ ਦਾ ਵਿਸ਼ਵਾਸ ਨਾ ਤੋੜੋ ਅਤੇ ਇਹ ਸਾਡੀ ਕੋਸ਼ਿਸ਼ ਹੈ।
- **ਆਪਣੇ ਕੰਮ ਵਿੱਚ ਧਿਆਨ ਦਿਓ:** ਦੂਜਿਆਂ ਦੇ ਕੰਮ ਵਿੱਚ ਦਖਲ ਨਾ ਦਿਓ, ਆਪਣੇ ਕੰਮ 'ਤੇ ਧਿਆਨ ਕੇਂਦਰਿਤ ਕਰੋ ਅਤੇ ਇਸਨੂੰ ਬਿਹਤਰ ਬਣਾਉਂਦੇ ਰਹੋ ਅਤੇ ਸਫਲਤਾ ਦੇ ਰਾਹ 'ਤੇ ਅੱਗੇ ਵਧੋ।
- **ਦਿਖਾਵਾ ਨਾ ਕਰੋ :** ਅੱਜ ਦੇ ਸੋਸ਼ਲ ਮੀਡੀਆ ਦੇ ਯੁੱਗ ਵਿੱਚ, ਲੋਕ ਦਿਖਾਵਾ ਕਰਦੇ ਹਨ।ਉਹ ਇਹ ਸਾਬਤ ਕਰਨ ਦੀ ਦੌੜ ਵਿੱਚ ਰਹਿੰਦੇ ਹਨ ਕਿ ਉਹ ਦੂਜਿਆਂ ਨਾਲੋਂ ਕਿਵੇਂ ਬਿਹਤਰ ਹਨ, ਭਾਵੇਂ ਉਹ ਉਨ੍ਹਾਂ ਦੀਆਂ ਪ੍ਰਾਪਤੀਆਂ ਹੋਣ ਜਾਂ ਉਨ੍ਹਾਂ ਦੀ ਦੌਲਤ ਅਤੇ ਉਹ ਇਸਦਾ ਸਿਹਰਾ ਖੁਦ ਲੈਂਦੇ ਹਨ, ਜਦੋਂ ਕਿ ਮੇਰੇ ਪਿਤਾ ਜੀ ਅਕਸਰ ਕਹਿੰਦੇ ਸਨ ਕਿ ਉਹ ਇਸਦੇ ਲਾਇਕ ਨਹੀਂ ਸਨ ਪਰ ਹਨੂੰਮਾਨ ਜੀ ਨੇ ਉਨ੍ਹਾਂ ਨੂੰ ਸਭ ਕੁਝ ਦਿੱਤਾ, ਉਹ ਕਹਿੰਦੇ ਸਨ ਕਿ ਸਾਡੇ ਕੋਲ ਜੋ ਵੀ ਹੈ ਉਹ ਪਰਮਾਤਮਾ ਦਾ ਦਿੱਤਾ ਹੋਇਆ ਹੈ, ਸਾਨੂੰ ਇਸ ਲਈ ਉਨ੍ਹਾਂ ਦਾ ਸ਼ੁਕਰਗੁਜ਼ਾਰ ਹੋਣਾ ਚਾਹੀਦਾ ਹੈ।

ਜੋ ਕੋਈ ਤੁਹਾਨੂੰ ਤੁਹਾਡੇ ਸਿਧਾਂਤਾਂ ਤੋਂ ਪਿੱਛੇ ਹਟਣ ਲਈ ਮਜਬੂਰ ਕਰਦਾ ਹੈ, ਉਸਨੂੰ ਸ਼ੁਭਚਿੰਤਕ ਨਹੀਂ ਮੰਨਿਆ ਜਾ ਸਕਦਾ। ਕੁਝ ਵੀ ਹੋਵੇ, ਆਪਣੇ ਸਿਧਾਂਤਾਂ 'ਤੇ ਕਾਇਮ ਰਹੋ।

ਲੋਕ ਵਿਵਹਾਰ ਨਾਲ ਸਬੰਧਤ ਅਮਲ ਕਰਨ ਯੋਗ ਉਪਯੋਗੀ ਗੱਲਾਂ :

- **ਕੀ ਤੁਸੀਂ ਜ਼ਿੰਦਗੀ ਵਿੱਚ ਕੋਈ ਸਿਧਾਂਤ ਬਣਾਏ ਹਨ :** ਤੁਹਾਡੇ ਕੋਲ ਜ਼ਿੰਦਗੀ ਵਿੱਚ ਸਿਧਾਂਤ ਹੋਣੇ ਹੀ ਚਾਹੀਦੇ ਹਨ।ਆਪਣੇ ਸਿਧਾਂਤਾਂ ਦੀ ਇੱਕ ਸੂਚੀ ਬਣਾਓ। ਬਸ ਇਹ ਯਕੀਨੀ ਬਣਾਓ ਕਿ ਤੁਹਾਡੇ ਸਿਧਾਂਤ ਅਤੇ ਟੀਚੇ ਆਪਸ ਵਿੱਚ ਮੇਲ ਖਾਂਦੇ ਹਨ।
- **ਇਹ ਤੁਹਾਡੀ ਜ਼ਿੰਦਗੀ ਹੈ ਇਸ ਲਈ ਸਿਧਾਂਤ ਵੀ ਤੁਹਾਡੇ ਹੋਣੇ ਚਾਹੀਦੇ ਹਨ :** ਹੋ ਸਕਦਾ ਹੈ ਤੁਹਾਡੇ ਸਿਧਾਂਤ ਸਭ ਨੂੰ ਸਮਝ ਨਾ ਆਣ , ਪਰ ਚਿੰਤਾ ਨਾ ਕਰੋ, ਕਿਉਂਕਿ ਹਰ ਕਿਸੇ ਦੇ ਸੋਚਣ ਦਾ ਇੱਕ ਵੱਖਰਾ ਦ੍ਰਿਸ਼ਟੀਕੋਣ ਹੁੰਦਾ ਹੈ, ਅਤੇ ਯਾਦ ਰੱਖੋ ਕਿ ਦੂਜਿਆਂ ਨੂੰ ਆਪਣੇ ਵਿਚਾਰ ਰੱਖਣ ਦਾ ਪੂਰਾ ਅਧਿਕਾਰ ਹੈ।

ਅਧਿਆਇ – 68
ਪਰੋਪਕਾਰ ਕਰਨ ਦੇ ਚੰਗੇ ਮੌਕੇ ਨਾ ਗੁਆਓ

"ਸਿਰਫ਼ ਉਹ ਹੀ ਲੋਕ ਜੋ ਤੁਹਾਡੀ ਪਰਵਾਹ ਕਰਦੇ ਹਨ ਉਹੀ ਤੁਹਾਡੇ ਚੁਪ ਰਹਿਣ ਤੇ ਵੀ ਤੁਹਾਨੂੰ ਸਮਝ ਸਕਦੇ ਹਨ: ਸਟੀਵ ਮਾਰਬੋਲੀ"

ਸਾਡੇ ਕਰਮ ਸਾਡੀ ਕਿਸਮਤ ਦਾ ਫੈਸਲਾ ਕਰਦੇ ਹਨ ਅਤੇ ਬਹੁਤ ਸਾਰੇ ਛੋਟੇ-ਛੋਟੇ ਚੰਗੇ ਕੰਮ ਵੀ ਸਾਡੀ ਕਿਸਮਤ 'ਤੇ ਸਕਾਰਾਤਮਕ ਪ੍ਰਭਾਵ ਪਾਉਂਦੇ ਹਨ।

ਪਰੋਪਕਾਰ ਦੇ ਅਜਿਹੇ ਛੋਟੇ ਅਤੇ ਚੰਗੇ ਮੌਕੇ ਗੁਆਉਣੇ ਨਹੀਂ ਚਾਹੀਦੇ :-

- ਤੁਹਾਡੇ ਤੋਂ ਰਸਤਾ ਪੁਛਿਆ, ਜੇ ਤੁਹਾਨੂੰ ਪਤਾ ਹੈ ਤਾਂ ਤੁਹਾਨੂੰ ਜ਼ਰੂਰ ਦੱਸਣਾ ਚਾਹੀਦਾ ਹੈ।
- ਜੇਕਰ ਕੋਈ ਤੁਹਾਡੇ ਤੋਂ ਫੁਟਕਰ ਪੈਸੇ ਮੰਗਦਾ ਹੈ ਜੇ ਤੁਹਾਡੇ ਕੋਲ ਹਨ ਤਾਂ ਤੁਹਾਨੂੰ ਉਨ੍ਹਾਂ ਨੂੰ ਜ਼ਰੂਰ ਦੇਣੇ ਚਾਹੀਦੇ ਹਨ।
- ਜੇਕਰ ਕੋਈ ਤੁਹਾਡੇ ਤੋਂ ਬੈਂਕ ਵਿੱਚ ਪੈੱਨ ਮੰਗਦਾ ਹੈ ਅਤੇ ਤੁਹਾਡਾ ਕੰਮ ਖਤਮ ਹੋ ਚੁਕਿਆ ਹੈ, ਤਾਂ ਤੁਹਾਨੂੰ ਉਸਨੂੰ ਪੈੱਨ ਦੇ ਦੇਣਾ ਚਾਹੀਦਾ ਹੈ।
- ਜੇਕਰ ਤੁਸੀਂ ਗੱਡੀ ਚਲਾ ਰਹੇ ਹੋ ਅਤੇ ਤੁਹਾਡੇ ਪਿੱਛੇ ਤੋਂ ਐਂਬੂਲੈਂਸ ਆ ਰਹੀਂ ਹੈ, ਤਾਂ ਤੁਹਾਨੂੰ ਆਪਣੀ ਗੱਡੀ ਹੌਲੀ ਕਰ ਦੇਣੀ ਚਾਹੀਦੀ ਹੈ ਅਤੇ ਉਸਨੂੰ ਰਸਤਾ ਦੇਣਾ ਚਾਹੀਦਾ ਹੈ ਕਿਉਂਕਿ ਇਸਦਾ ਸਮੇਂ ਸਿਰ ਪਹੁੰਚਣਾ ਜ਼ਿਆਦਾ ਜ਼ਰੂਰੀ ਹੈ।
- ਇਸੇ ਤਰ੍ਹਾਂ, ਕਿਸੇ ਵੀ ਵਿਅਕਤੀ ਨੂੰ ਜੋ ਜਨਮ ਤੋਂ ਹੀ ਅੰਨ੍ਹਾ ਹੈ ਜਾਂ ਸੜਕ ਪਾਰ ਕਰਨ ਵਿੱਚ ਬੇਸਹਾਰਾ ਹੈ, ਪੂਰੀ ਸਹਾਇਤਾ ਪ੍ਰਦਾਨ ਕੀਤੀ ਜਾਣੀ ਚਾਹੀਦੀ ਹੈ।

- ਜੇਕਰ ਤੁਸੀਂ ਸੋਸ਼ਲ ਨੈੱਟਵਰਕਿੰਗ 'ਤੇ ਕਿਸੇ ਦੇ ਲਾਪਤਾ ਹੋਣ ਦੀ ਖ਼ਬਰ ਪੜ੍ਹਦੇ ਹੋ, ਤਾਂ ਤੁਹਾਨੂੰ ਇਸਨੂੰ ਜ਼ਰੂਰ ਸਾਂਝਾ ਕਰਨਾ ਚਾਹੀਦਾ ਹੈ।
- ਤੁਸੀਂ ਦੇਖਦੇ ਹੋ ਕਿ ਕਿਸੇ ਨੂੰ ਖੂਨ ਦੀ ਲੋੜ ਹੈ, ਹੋ ਸਕਦਾ ਹੈ ਕਿ ਤੁਸੀਂ ਸਿਹਤ ਕਾਰਨਾਂ ਕਰਕੇ ਜਾਂ ਨਿੱਜੀ ਕਾਰਨਾਂ ਕਰਕੇ ਖੂਨਦਾਨ ਨਾ ਕਰ ਸਕੋ ਪਰ ਤੁਸੀਂ ਇਸਨੂੰ ਦੂਜੇ ਲੋਕਾਂ ਨਾਲ ਸਾਂਝਾ ਕਰਕੇ ਮਦਦ ਕਰ ਸਕਦੇ ਹੋ।
- ਲੋੜਵੰਦਾਂ ਨੂੰ ਪੁਰਾਣੇ ਕੱਪੜੇ ਦਾਨ ਕਰੋ।
- ਪੁਰਾਣੀਆਂ ਕਿਤਾਬਾਂ ਸਕੂਲ ਦੇ ਪ੍ਰਿੰਸੀਪਲ ਜਾਂ ਕਲਾਸ ਟੀਚਰ ਨੂੰ ਦਿਓ, ਜੋ ਉਨ੍ਹਾਂ ਨੂੰ ਕਿਸੇ ਲੋੜਵੰਦ ਨੂੰ ਦੇ ਸਕਦੇ ਹਨ।
- ਜਦੋਂ ਵੀ ਪਰਿਵਾਰ ਵਿੱਚ ਕਿਸੇ ਦਾ ਜਨਮਦਿਨ ਜਾਂ ਵਰ੍ਹੇਗੰਢ ਹੁੰਦੀ ਹੈ, ਤਾਂ ਗਰੀਬਾਂ ਜਾਂ ਲੋੜਵੰਦਾਂ ਲਈ ਕੁਝ ਕਰੋ ਜਿਵੇਂ ਕਿ ਉਨ੍ਹਾਂ ਨੂੰ ਖਾਣਾ ਖੁਆਓ ਜਾਂ ਅਨਾਥ ਬੱਚਿਆਂ ਨਾਲ ਕੇਕ ਕੱਟ ਕੇ ਆਪਣਾ ਜਨਮਦਿਨ ਮਨਾਓ।
- ਜਦੋਂ ਕੋਈ ਐਂਬੂਲੈਂਸ ਜਾਂ ਫਾਇਰ ਬ੍ਰਿਗੇਡ ਗੱਡੀ ਉੱਥੋਂ ਲੰਘਦੀ ਹੈ, ਤਾਂ ਕੁਝ ਪਲਾਂ ਲਈ ਪੀੜਤ ਲਈ ਪ੍ਰਾਰਥਨਾ ਕਰੋ।
- ਜੇ ਤੁਸੀਂ ਸੜਕ 'ਤੇ ਕੇਲੇ ਦਾ ਛਿਲਕਾ ਦੇਖੋ, ਤਾਂ ਇਸਨੂੰ ਇੱਕ ਪਾਸੇ ਕਰ ਦਿਓ ਤਾਂ ਜੋ ਕੋਈ ਹੋਰ ਇਸ 'ਤੇ ਨਾ ਡਿੱਗੇ।

ਕੁਝ ਅਜਿਹੇ ਛੋਟੇ-ਛੋਟੇ ਕੰਮ ਕਰਕੇ, ਤੁਸੀਂ ਨੇਕੀ ਕਮਾਉਣ ਦੇ ਕੁਝ ਮੌਕੇ ਪ੍ਰਾਪਤ ਕਰ ਸਕਦੇ ਹੋ।

ਲੋਕ ਵਿਵਹਾਰ ਨਾਲ ਸਬੰਧਤ ਅਮਲ ਕਰਨ ਲਈ ਉਪਯੋਗੀ ਗੱਲਾਂ:-

- **ਪਰੋਪਕਾਰ ਦੇ ਹੋਰ ਕਿਹੜੇ ਛੋਟੇ-ਛੋਟੇ ਕੰਮ ਹੋ ਸਕਦੇ ਹਨ** : ਅਜਿਹੇ ਹੋਰ ਕਿਹੜੇ ਕੰਮ ਕੀਤੇ ਜਾ ਸਕਦੇ ਹਨ ਉਸਨੂੰ ਤੁਸੀਂ rajalneeti@gmail.com 'ਤੇ ਮੇਲ ਕਰੋ। ਅਸੀਂ ਇਸ ਕਿਤਾਬ ਦੇ ਅਗਲੇ ਐਡੀਸ਼ਨ ਵਿੱਚ ਚੰਗੇ ਸੁਝਾਅ ਸ਼ਾਮਲ ਕਰਾਂਗੇ।
- **ਬੂੰਦ-ਬੂੰਦ ਨਾਲ ਘੜਾ ਭਰਦਾ ਹੈ**: ਅਜਿਹੇ ਛੋਟੇ-ਛੋਟੇ ਦਾਨੀ ਯਤਨਾਂ ਨਾਲ, ਤੁਸੀਂ ਇਸ ਦੁਨੀਆਂ ਨੂੰ ਇੱਕ ਬਿਹਤਰ ਦੁਨੀਆਂ ਬਣਾ ਸਕਦੇ ਹੋ ਅਤੇ ਆਪਣੇ ਗੁਣਾਂ ਦੇ ਖਾਤੇ ਵਿੱਚ ਕਾਫ਼ੀ ਵਾਧਾ ਕਰ ਸਕਦੇ ਹੋ।
- **ਆਪਣੇ ਦੋਸਤਾਂ ਨੂੰ ਸਮੱਸਿਆਵਾਂ ਤੋਂ ਬਾਹਰ ਕਢਨ ਵਿੱਚ ਮਦਦ ਕਰੋ** : ਮੇਰੀ ਜ਼ਿੰਦਗੀ ਦੇ ਔਖੇ ਸਮੇਂ ਦੌਰਾਨ, ਮੇਰਾ ਇੱਕ ਬਹੁਤ ਵਧੀਆ ਬਚਪਨ ਦਾ ਦੋਸਤ ਮੈਨੂੰ ਆਪਣੇ ਧਰਮ ਨਾਲ ਸਬੰਧਤ ਰੋਜ਼ਾਨਾ ਪ੍ਰੇਰਣਾਦਾਇਕ ਵੀਡੀਓ ਭੇਜਦਾ ਹੁੰਦਾ ਸੀ। ਭਾਵੇਂ ਸਾਡੇ ਵੱਖੋ-ਵੱਖਰੇ ਧਰਮ ਸਨ, ਪਰ ਉਨ੍ਹਾਂ ਵੀਡੀਓਜ਼ ਨੇ ਮੈਨੂੰ ਪ੍ਰੇਰਿਤ ਕੀਤਾ। ਉਨ੍ਹਾਂ ਵੀਡੀਓਜ਼ ਦਾ ਸਮੁੱਚਾ ਸਿੱਟਾ ਇਹ ਸੀ ਕਿ ਜਦੋਂ ਕੋਈ ਹੋਰ ਤੁਹਾਡੇ ਨਾਲ ਨਹੀਂ ਹੁੰਦਾ, ਤਾਂ ਵੀ ਪਰਮਾਤਮਾ ਹਮੇਸ਼ਾ ਤੁਹਾਡੇ ਨਾਲ ਹੁੰਦਾ ਹੈ। ਜੇ ਤੁਹਾਨੂੰ ਕੁਝ ਮੰਗਣਾ ਹੈ, ਤਾਂ ਪਰਮਾਤਮਾ ਤੋਂ ਮੰਗੋ, ਅਤੇ ਆਣ ਵਾਲਾ ਕੱਲ੍ਹ ਜ਼ਰੂਰ ਬਦਲ ਜਾਵੇਗਾ, ਅਤੇ ਪਰਮਾਤਮਾ ਤੁਹਾਡੀਆਂ ਸਾਰੀਆਂ ਸਮੱਸਿਆਵਾਂ ਨੂੰ ਜਲਦੀ ਦੂਰ ਕਰ ਦੇਵੇਗਾ।

ਅਧਿਆਇ – 69
ਇੱਕ ਦਿਨ ਬਿਕ ਜਾਏਗਾ ਮਾਟੀ ਕੇ ਮੋਲ,ਜਗ ਮੇਂ ਰਹਿ ਜਾਏਂਗੇ ਪਿਆਰੇ ਤੇਰੇ ਬੋਲ

" ਆਪਣੇ ਆਪ ਤੋਂ ਪੁੱਛੋ, ਕੀ ਤੁਸੀਂ ਅੱਜ ਜੋ ਕਰ ਰਹੇ ਹੋ, ਕੀ ਉਹ ਤੁਹਾਨੂੰ ਕੱਲ੍ਹ ਨੂੰ ਉੱਥੇ ਪਹੁੰਚਾਏਗਾ ਜਿੱਥੇ ਤੁਸੀਂ ਹੋਣਾ ਚਾਹੁੰਦੇ ਹੋ? : ਪਾਉਲੋ ਕੋਏਲਹੋ"

ਤੁਸੀਂ ਕਿਵੇਂ ਯਾਦ ਕੀਤੇ ਜਾਣਾ ਪਸੰਦ ਕਰੋਗੇ? ਲਗਭਗ ਸੌ ਸਾਲ ਪਹਿਲਾਂ, ਇੱਕ ਆਦਮੀ ਇੱਕ ਅਖ਼ਬਾਰ ਦੇ ਸ਼ਰਧਾਂਜਲੀ(obituary) ਕਾਲਮ ਵਿੱਚ ਆਪਣਾ ਨਾਮ ਦੇਖ ਕੇ ਹੈਰਾਨ ਰਹਿ ਗਿਆ। ਅਖ਼ਬਾਰ ਨੇ ਗਲਤੀ ਨਾਲ ਉਸਦਾ ਨਾਮ ਛਾਪ ਦਿੱਤਾ ਸੀ। ਇਸਨੂੰ ਪੜ੍ਹ ਕੇ, ਉਹ ਸੋਚਣ ਲੱਗ ਪਿਆ ਕਿ ਕੀ ਉਹ ਅਜੇ ਵੀ ਜ਼ਿੰਦਾ ਹੈ ਜਾਂ ਨਹੀਂ।

ਜਦੋਂ ਉਸਨੂੰ ਹੋਸ਼ ਆਇਆ, ਤਾਂ ਉਸਨੇ ਸੋਚਿਆ ਕਿ ਲੋਕਾਂ ਨੇ ਉਸਦੇ ਬਾਰੇ ਕੀ ਕਿਹਾ ਹੈ। ਉਸਦੇ ਬਾਰੇ ਕਿਹਾ ਜਾਂਦਾ ਸੀ, "ਡਾਇਨਾਮਾਈਟ ਦਾ ਰਾਜਾ ਮਰ ਗਿਆ ਹੈ" ਅਤੇ "ਉਹ ਮੌਤ ਦਾ ਵਪਾਰੀ ਸੀ।" ਕਿਉਂਕਿ ਇਸ ਮਹਾਨ ਆਦਮੀ ਨੇ ਡਾਇਨਾਮਾਈਟ ਦੀ ਕਾਢ ਕੱਢੀ ਸੀ।

"ਮੌਤ ਦਾ ਵਪਾਰੀ" ਅਖਬਾਰ ਦੀ ਸੁਰਖੀ ਪੜ੍ਹਨ ਤੋਂ ਬਾਅਦ, ਉਸਨੇ ਆਪਣੇ ਆਪ ਤੋਂ ਪੁੱਛਿਆ, "ਕੀ ਮੈਨੂੰ ਵੀ ਮਰਨ ਤੋਂ ਬਾਅਦ ਇਸ ਤਰ੍ਹਾਂ ਯਾਦ ਕੀਤਾ ਜਾਵੇਗਾ?" ਫਿਰ ਉਹਨਾਂ ਨੇ ਫੈਸਲਾ ਕੀਤਾ ਕਿ ਉਹ ਬਿਲਕੁਲ ਨਹੀਂ ਚਾਹੇਗਾ ਸੀ ਕਿ ਦੁਨੀਆਂ ਉਹਨਾਂ ਨੂੰ ਇਸ ਤਰ੍ਹਾਂ ਯਾਦ ਰੱਖੇ। ਉਸ ਦਿਨ ਤੋਂ, ਉਹਨਾਂ ਨੇ ਆਪਣੀ ਸਾਰੀ ਜ਼ਿੰਦਗੀ ਸ਼ਾਂਤੀ ਲਈ ਕੰਮ ਕੀਤਾ। ਉਹਨਾਂ ਦਾ ਨਾਮ ਅਲਫ੍ਰੇਡ ਨੋਬਲ ਸੀ ਅਤੇ ਉਹਨਾਂ ਨੂੰ ਨੋਬਲ ਪੁਰਸਕਾਰ ਨਾਲ ਸਨਮਾਨਿਤ ਕੀਤਾ ਗਿਆ ਸੀ।

ਜਿਵੇਂ ਐਲਫ੍ਰੇਡ ਨੋਬਲ ਨੇ ਆਪਣੇ ਜੀਵਨ ਮੁੱਲਾਂ ਨੂੰ ਮੁੜ ਪਰਿਭਾਸ਼ਿਤ ਕੀਤਾ, ਸਾਨੂੰ ਵੀ ਆਪਣੇ ਪਿਛਲੇ ਜੀਵਨ ਦਾ ਮੁਲਾਂਕਣ ਕਰਨਾ ਚਾਹੀਦਾ ਹੈ ਅਤੇ ਆਪਣੇ ਜੀਵਨ ਮੁੱਲਾਂ ਨੂੰ ਮੁੜ ਪਰਿਭਾਸ਼ਿਤ ਕਰਨਾ ਚਾਹੀਦਾ ਹੈ।

ਸੰਸਾਰ ਤੁਹਾਨੂੰ ਕਿਵੇਂ ਯਾਦ ਰੱਖੇਗਾ? ਕੀ ਲੋਕ ਤੁਹਾਡੇ ਬਾਰੇ ਚੰਗੀਆਂ ਗੱਲਾਂ ਕਹਿਣਗੇ? ਕੀ ਤੁਹਾਨੂੰ ਸਤਿਕਾਰ ਨਾਲ ਯਾਦ ਕੀਤਾ ਜਾਵੇਗਾ, ਜਾਂ ਲੋਕ ਇਹ ਕਹਿਣਗੇ ਕਿ ਚੰਗਾ ਹੋਇਆ ਚਲਾ ਗਿਆ, ਬਹੁਤ ਵੱਡਾ ਧੋਖੇਬਾਜ਼ ਸੀ।

ਲੋਕ ਵਿਵਹਾਰ ਨਾਲ ਸਬੰਧਤ ਅਮਲ ਕਰਨ ਯੋਗ ਉਪਯੋਗੀ ਗੱਲਾਂ:-

- **ਮਨੁੱਖੀ ਜੀਵਨ ਸੀਮਤ ਸਮੇਂ ਦਾ ਹੁੰਦਾ ਹੈ** : ਕਿਹਾ ਜਾਂਦਾ ਹੈ ਕਿ ਜੀਵਨ ਸਿਰਫ਼ ਚਾਰ ਦਿਨ ਦਾ ਹੁੰਦਾ ਹੈ, ਭਾਵ ਜ਼ਿੰਦਗੀ ਪਲ ਭਰ ਵਿੱਚ ਲੰਘ ਜਾਂਦੀ ਹੈ, ਤਾਂ ਕਿਉਂ ਨਾ ਕੁਝ ਚੰਗਾ ਕਰੀਏ ਅਤੇ ਕੁਝ ਚੰਗਾ ਕਹੀਏ।
- **ਕੀ ਪ੍ਰਾਪਤ ਹੋਇਆ:** ਆਪਣੇ ਆਪ ਤੋਂ ਪੁੱਛੋ ਕਿ ਤੁਸੀਂ ਹੁਣ ਤੱਕ ਜ਼ਿੰਦਗੀ ਵਿੱਚ ਕੀ ਪ੍ਰਾਪਤ ਕੀਤਾ ਹੈ?
- **ਅੰਤ ਨੂੰ ਧਿਆਨ ਵਿੱਚ ਰੱਖ ਕੇ ਸ਼ੁਰੂਆਤ ਕਰੋ** : ਇਸ ਅਧਿਆਇ ਵਿੱਚ ਦਿੱਤੀ ਗਈ ਐਲਫ੍ਰੇਡ ਨੋਬਲ ਦੀ ਕਹਾਣੀ ਨੂੰ ਦੁਬਾਰਾ ਪੜ੍ਹੋ ਅਤੇ ਆਪਣੇ ਆਪ ਨੂੰ ਉਸਦੀ ਸਥਿਤੀ ਵਿੱਚ ਕਲਪਨਾ ਕਰੋ ਅਤੇ ਤੁਸੀਂ ਜ਼ਿੰਦਗੀ ਵਿੱਚ ਕਿਵੇਂ ਯਾਦ ਕੀਤੇ ਜਾਣਾ ਚਾਹੁੰਦੇ ਹੋ। ਕੀ ਤੁਸੀਂ ਅੱਜ ਉਹ ਕੰਮ ਕਰ ਰਹੇ ਹੋ ਕਿ ਲੋਕ ਤੁਹਾਡੇ ਨਾਂ ਨੂੰ ਓਵੇਂ ਹੀ ਯਾਦ ਰੱਖਣ ਜਿਵੇਂ ਤੁਸੀਂ ਚਾਹੁੰਦੇ ਹੋ? ਜੇ ਨਹੀਂ, ਤਾਂ ਤੁਰੰਤ ਉਵੇਂ ਹੀ ਕੰਮ ਕਰਨਾ ਸ਼ੁਰੂ ਕਰ ਦਿਓ।

ਖੰਡ- 5

ਹੋਰ ਖੇਤਰਾਂ ਦੇ ਲੋਕ ਵਿਵਹਾਰ

ਅਧਿਆਇ – 70
ਰੱਬ ਅਤੇ ਲੋਕ ਵਿਵਹਾਰ

" ਹੇ ਪ੍ਰਭੂ, ਭਾਵੇਂ ਸਾਰੀ ਦੁਨੀਆਂ ਮੇਰੇ ਵਿਰੁੱਧ ਹੋ ਜਾਵੇ ਤਾਂ ਵੀ ਦੋ ਲੋਕ ਹਮੇਸ਼ਾ ਮੇਰੇ ਨਾਲ ਖੜ੍ਹੇ ਰਹਿਣਗੇ - ਤੁਸੀਂ ਅਤੇ ਮੈਂ: ਰਾਜਲ"

ਅਸੀਂ ਪਰਮਾਤਮਾ ਤੋਂ ਬਿਨਾਂ ਇਸ ਸੁੰਦਰ ਦੁਨੀਆਂ ਦੀ ਕਲਪਨਾ ਵੀ ਨਹੀਂ ਕਰ ਸਕਦੇ। ਜ਼ਿਆਦਾਤਰ ਲੋਕ ਪਰਮਾਤਮਾ ਨੂੰ ਸਿਰਫ਼ ਲੋੜ ਜਾਂ ਮੁਸ਼ਕਲ ਦੇ ਸਮੇਂ ਹੀ ਯਾਦ ਕਰਦੇ ਹਨ, ਪਰ ਇਹ ਬਿਹਤਰ ਹੋਵੇਗਾ ਜੇਕਰ ਅਸੀਂ ਹਮੇਸ਼ਾ ਉਹਨਾਂ ਨੂੰ ਆਪਣੇ ਦਿਲ ਦੀ ਗਹਿਰਾਈ ਤੋਂ ਯਾਦ ਕਰੀਏ ਅਤੇ ਆਪਣੀ ਜ਼ਿੰਦਗੀ ਵਿੱਚ ਹਰ ਚੀਜ਼ ਲਈ ਦਿਲੋਂ ਧੰਨਵਾਦ ਪ੍ਰਗਟ ਕਰੀਏ।

ਮੇਰੇ ਕੁਝ ਸੁਝਾਅ ਇਸ ਪ੍ਰਕਾਰ ਹਨ:-

- **ਆਪਣੇ ਰੱਬ ਵਿੱਚ ਵਿਸ਼ਵਾਸ ਰੱਖੋ ਪਰ ਦੂਜੇ ਧਰਮਾਂ ਦਾ ਵੀ ਸਤਿਕਾਰ ਕਰੋ** : ਮੈਂ ਇੱਕ ਹਿੰਦੂ ਹਾਂ ਅਤੇ ਮੈਨੂੰ ਆਪਣੇ ਧਰਮ ਤੇ ਮਾਣ ਹੈ ਪਰ ਮੈਂ ਦੂਜੇ ਧਰਮਾਂ ਦਾ ਵੀ ਸਤਿਕਾਰ ਕਰਦਾ ਹਾਂ।ਮੈਂ ਖੁਸ਼ਕਿਸਮਤ ਹਾਂ ਕਿ ਮੇਰੇ ਕੋਲ ਲਗਭਗ ਹਰ ਧਰਮ ਦੇ ਦੋਸਤ ਹਨ, ਅਤੇ ਅਸੀਂ ਬਹੁਤ ਵਧੀਆ ਢੰਗ ਨਾਲ ਮਿਲਦੇ-ਜੁਲਦੇ ਹਾਂ। ਕਦੇ ਵੀ ਕਿਸੇ ਹੋਰ ਧਰਮ ਬਾਰੇ ਬੁਰਾ ਨਾ ਬੋਲੋ। ਇਹ ਨਾ ਸਿਰਫ਼ ਸਾਡੇ ਰਿਸ਼ਤਿਆਂ ਨੂੰ ਨੁਕਸਾਨ ਪਹੁੰਚਾਉਂਦਾ ਹੈ, ਸਗੋਂ ਸਮਾਜਿਕ ਵਾਤਾਵਰਣ ਨੂੰ ਵੀ ਨੁਕਸਾਨ ਪਹੁੰਚਾਉਂਦਾ ਹੈ।
- **ਤੁਹਾਡੇ ਕੋਲ ਜੋ ਵੀ ਚੀਜ਼ ਹੈ ਉਸ ਲਈ ਪਰਮਾਤਮਾ ਦਾ ਧੰਨਵਾਦ ਕਰੋ** : ਕੀ ਤੁਸੀਂ ਜਾਣਦੇ ਹੋ ਕਿ ਹਰ ਰੋਜ਼ ਦੁਨੀਆ ਵਿੱਚ ਲੱਖਾਂ ਲੋਕ ਭੁੱਖੇ ਸੌਂਦੇ ਹਨ। ਤੁਸੀਂ ਅਤੇ ਮੈਂ ਬਹੁਤ ਖੁਸ਼ਕਿਸਮਤ ਹਾਂ ਕਿ ਪਰਮਾਤਮਾ ਨੇ ਸਾਨੂੰ ਖਾਣ ਲਈ ਸਾਫ਼ ਭੋਜਨ ਦਿੱਤਾ ਹੈ।

ਕੀ ਤੁਸੀਂ ਦੇਖਿਆ ਹੈ ਕਿ ਦੁਨੀਆ ਭਰ ਵਿੱਚ ਬਹੁਤ ਸਾਰੀਆਂ ਥਾਵਾਂ 'ਤੇ, ਜੰਗ ਭੜਕ ਰਹੀ ਹੈ, ਘਰ ਤਬਾਹ ਕਰ ਰਹੀ ਹੈ ਅਤੇ ਲੋਕਾਂ ਨੂੰ ਸੜਕਾਂ 'ਤੇ ਰਹਿਣ ਲਈ ਮਜਬੂਰ ਕਰ ਰਹੀ ਹੈ? ਤੁਸੀਂ ਅਤੇ ਮੈਂ ਖੁਸ਼ਕਿਸਮਤ ਹਾਂ ਕਿ ਸਾਡੇ ਦੇਸ਼ ਵਿੱਚ ਸੁਖ ਅਤੇ ਸ਼ਾਂਤੀ ਦਾ ਮਾਹੌਲ ਹੈ, ਅਤੇ ਅਸੀਂ ਆਪਣੇ ਘਰਾਂ ਵਿੱਚ ਸੁਰੱਖਿਅਤ ਰਹਿ ਰਹੇ ਹਾਂ।

ਕੀ ਤੁਸੀਂ ਦੇਖਿਆ ਹੈ ਕਿ ਕੋਰੋਨਾ ਕਾਲ ਦੌਰਾਨ ਲੱਖਾਂ-ਕਰੋੜਾਂ ਲੋਕ ਮਾਰੇ ਗਏ ਸਨ। ਤੁਸੀਂ ਅਤੇ ਮੈਂ ਬਹੁਤ ਖੁਸ਼ਕਿਸਮਤ ਹਾਂ ਕਿ ਅਸੀਂ ਨਾ ਸਿਰਫ਼ ਉਸ ਔਖੇ ਸਮੇਂ ਵਿੱਚੋਂ ਬਾਹਰ ਆਏ ਬਲਕਿ ਅੱਜ ਵੀ ਜ਼ਿੰਦਾ ਹਾਂ।

- **ਰੱਬ ਤੋਂ ਮਾਰਗਦਰਸ਼ਨ ਮੰਗੋ**: ਕੋਈ ਵੀ ਆਪਣਾ ਭਵਿੱਖ ਨਹੀਂ ਜਾਣਦਾ, ਅਤੇ ਕਈ ਵਾਰ ਅਸੀਂ ਦੁਬਿਧਾ ਵਿੱਚ ਹੁੰਦੇ ਹਾਂ ਕਿ ਸਾਨੂੰ ਕੀ ਕਰਨਾ ਚਾਹੀਦਾ ਹੈ, ਮੈਨੂੰ ਯਾਦ ਹੈ ਕਿ ਇੱਕ ਵਾਰ ਮੈਨੂੰ ਅਚਾਨਕ ਸੈਂਕੜੇ ਲੋਕਾਂ ਦੇ ਸਾਹਮਣੇ ਆਪਣੇ ਵਿਚਾਰ ਪ੍ਰਗਟ ਕਰਨ ਲਈ ਸੱਦਾ ਦਿੱਤਾ ਗਿਆ ਸੀ ਕਿਉਂਕਿ ਮੈਂ ਇਸਦੇ ਲਈ ਬਿਲਕੁਲ ਵੀ ਤਿਆਰ ਨਹੀਂ ਸੀ, ਪਰ ਸਟੇਜ ਤੇ ਜਾਣ ਤੋਂ ਪਹਿਲਾਂ ਮੈਂ ਆਪਣੇ ਦਿਲੋਂ ਪਰਮਾਤਮਾ ਨੂੰ ਯਾਦ ਕੀਤਾ ਅਤੇ ਉਸਦੀ ਅਗਵਾਈ ਅਤੇ ਮਦਦ ਮੰਗੀ, ਮੈਨੂੰ ਲੱਗਦਾ ਹੈ ਕਿ ਜੇਕਰ ਮੈਂ ਤਿਆਰੀ ਕੀਤੀ ਹੁੰਦੀ ਤਾਂ ਵੀ ਮੈਂ ਇੰਨੀ ਚੰਗੀ ਤਰ੍ਹਾਂ ਬੋਲ ਨਹੀਂ ਸਕਦਾ ਸੀ, ਦਰਸ਼ਕਾਂ ਨੇ ਮੇਰੇ ਵਿਚਾਰਾਂ ਦੀ ਬਹੁਤ ਕਦਰ ਕੀਤੀ ਅਤੇ ਮੈਂ ਵੀ ਆਪਣੀਆਂ ਕੋਸ਼ਿਸ਼ਾਂ ਤੋਂ ਬਹੁਤ ਸੰਤੁਸ਼ਟ ਸੀ।
- **ਕੋਈ ਵੀ ਕੰਮ ਕਰਦੇ ਸਮੇਂ ਸਾਨੂੰ ਹਮੇਸ਼ਾ ਪਰਮਾਤਮਾ ਤੋਂ ਡਰਨਾ ਚਾਹੀਦਾ ਹੈ** : ਜਦੋਂ ਵੀ ਅਸੀਂ ਕੋਈ ਵੀ ਕੰਮ ਕਰਦੇ ਹਾਂ, ਸਾਨੂੰ ਹਮੇਸ਼ਾ ਪਰਮਾਤਮਾ ਤੋਂ ਡਰਨਾ ਚਾਹੀਦਾ ਹੈ ਕਿ ਉਹ ਸਾਨੂੰ ਦੇਖ ਰਿਹਾ ਹੈ ਅਤੇ ਸਾਡੇ ਸਾਰੇ ਕੰਮਾਂ ਦਾ ਲੇਖਾ-ਜੋਖਾ ਹੋਵੇਗਾ। ਜੇਕਰ ਅਸੀਂ ਚੰਗੇ ਕੰਮ ਕਰਾਂਗੇ, ਤਾਂ ਸਾਨੂੰ ਚੰਗੇ ਨਤੀਜੇ ਮਿਲਣਗੇ ਅਤੇ ਜੇਕਰ ਅਸੀਂ ਗਲਤ ਕਰਾਂਗੇ, ਤਾਂ ਸਾਨੂੰ ਇਸ ਦੇ ਮਾੜੇ ਨਤੀਜੇ ਇਸੇ ਜੀਵਨ ਵਿੱਚ ਭੁਗਤਣੇ ਪੈਣਗੇ।
- **ਜਦੋਂ ਜ਼ਿੰਦਗੀ ਵਿੱਚ ਕੁਝ ਚੰਗਾ ਵਾਪਰਦਾ ਹੈ ਤਾਂ ਪਰਮਾਤਮਾ ਨੂੰ ਇਸਦਾ ਸਿਹਰਾ ਦਿਓ** : ਜ਼ਿਆਦਾਤਰ ਮਨੁੱਖਾਂ ਦੀ ਜ਼ਿੰਦਗੀ ਵਿਚ ਜਦ ਕੁਝ ਚੰਗਾ ਹੁੰਦਾ ਹੈ ਤਾਂ ਉਹ ਉਸ ਚੰਗੀ ਚੀਜ਼ ਦਾ ਸਿਹਰਾ ਆਪਣੇ ਸਿਰ ਲੈ ਲੈਂਦੇ ਹਨ, ਕਹਿੰਦੇ ਹਨ, "ਅਸੀਂ ਇਹ ਕੀਤਾ," ਜਾਂ "ਇਹ ਸਾਡੇ ਕਾਰਨ ਹੋਇਆ।" ਇਸ ਦੀ ਬਜਾਏ, ਕਹੋ, "ਇਹ ਪਰਮਾਤਮਾ ਦੀ ਕਿਰਪਾ ਨਾਲ ਹੋਇਆ," ਜਾਂ "ਪਰਮਾਤਮਾ ਨੇ ਮੇਰਾ ਇਹ ਕੰਮ ਕਰ ਦਿੱਤਾ।"
- **ਜਦੋਂ ਕਿਸੇ ਚੁਣੌਤੀਪੂਰਨ ਕੰਮ ਹੋਏ ਤਾਂ ਇਹ ਕਹੋ** : "ਇਹ ਕੰਮ ਔਖਾ ਤੇ ਹੈ, ਪਰ ਮੈਂ ਇਹ ਕੰਮ ਪਰਮਾਤਮਾ ਦੀ ਮਦਦ ਨਾਲ ਕਰ ਲਾਂਗਾਂ" ਜਾਂ "ਪਰਮਾਤਮਾ ਹਮੇਸ਼ਾ ਮੇਰੇ ਨਾਲ ਹੈ ਤਾਂ ਡਰ ਕਿਸ ਗੱਲ ਦਾ"

ਅਜਿਹੇ ਛੋਟੇ-ਛੋਟੇ ਵਾਕਾਂ ਦਾ ਅਭਿਆਸ ਆਸਥਾ ਅਤੇ ਵਿਸ਼ਵਾਸ ਨਾਲ ਕਰਨ ਨਾਲ, ਤੁਹਾਡਾ ਆਤਮਵਿਸ਼ਵਾਸ ਵਧਦਾ ਹੈ ਅਤੇ ਤੁਸੀਂ ਚੁਣੌਤੀਪੂਰਨ ਕੰਮ ਵੀ ਆਸਾਨੀ ਨਾਲ ਕਰਨ ਦੇ ਯੋਗ ਹੋ ਜਾਂਦੇ ਹੋ।

- **ਆਪਣੇ ਧਾਰਮਿਕ ਗ੍ਰੰਥਾਂ ਨੂੰ ਪੜ੍ਹੋ** : ਲਗਭਗ ਸਾਰੇ ਧਰਮ ਇੱਕ ਚੀਜ਼ ਵੱਲ ਇਸ਼ਾਰਾ ਕਰਦੇ ਹਨ ਅਤੇ ਉਹ ਹੈ ਮਨੁੱਖਤਾ। ਤੁਹਾਡਾ ਧਾਰਮਿਕ ਗ੍ਰੰਥ ਜੋ ਵੀ ਹੋਵੇ, ਇਸਨੂੰ ਇੱਕ ਵਾਰ ਜ਼ਰੂਰ ਪੜ੍ਹੋ ਇਸ ਤੋਂ ਬਾਅਦ ਤੁਸੀਂ ਜ਼ਰੂਰ ਇੱਕ ਬਹੁਤ ਵਧੀਆ ਇਨਸਾਨ ਬਣ ਜਾਓਗੇ।

"ਹੇ ਈਸ਼ਵਰ ਤੁਸੀਂ ਹੀ ਮੇਰੀ ਤਾਕਤ ਹੋ : ਰਾਜਲ"

ਲੋਕ ਵਿਵਹਾਰ ਨਾਲ ਸਬੰਧਤ ਅਮਲ ਕਰਨ ਯੋਗ ਉਪਯੋਗੀ ਗੱਲਾਂ:-

- **ਹਰ ਧਰਮ ਮਨੁੱਖਤਾ ਸਿਖਾਉਂਦੀ ਹੈ** : ਸੋਚੋ ਕਿ ਤੁਸੀਂ ਮਨੁੱਖਤਾ ਦੀ ਭਲਾਈ ਲਈ ਕੀ ਕਰ ਸਕਦੇ ਹੋ। ਇਹ ਕਿਸੇ ਪਿਆਸੇ ਵਿਅਕਤੀ ਨੂੰ ਪਾਣੀ ਪਿਲਾਉਣ ਜਾਂ ਕਿਸੇ ਬਜ਼ੁਰਗ ਵਿਅਕਤੀ ਨੂੰ ਸੜਕ ਪਾਰ ਕਰਨ ਵਿੱਚ ਮਦਦ ਕਰਨ ਵਰਗੀ ਛੋਟਾ ਜਿਹਾ ਕੰਮ ਵੀ ਹੋ ਸਕਦਾ ਹੈ।
- **ਜੇ ਤੁਸੀਂ ਕਿਸੇ ਦਾ ਭਲਾ ਨਹੀਂ ਕਰ ਸਕਦੇ ਤਾਂ ਕਿਸੇ ਦਾ ਬੁਰਾ ਵੀ ਨਾ ਕਰੋ** : ਇੱਕ ਹੋਰ ਛੋਟੀ ਜਿਹੀ ਗੱਲ ਜਿਵੇਂ ਕਿ ਤੁਸੀਂ ਜਾਣਦੇ ਹੋ ਕਿ ਇਸ ਧਰਤੀ 'ਤੇ ਸਾਡੇ ਸਾਰੇ ਕੰਮਾਂ ਦਾ ਲੇਖਾ-ਜੋਖਾ ਹੁੰਦਾ ਹੈ, ਇਸ ਲਈ ਜੇ ਤੁਸੀਂ ਕਿਸੇ ਦਾ ਭਲਾ ਨਹੀਂ ਕਰ ਸਕਦੇ ਤਾਂ ਕਿਸੇ ਦਾ ਬੁਰਾ ਨਾ ਕਰੋ।
- ਜਦੋਂ ਪਰਮਾਤਮਾ ਤੁਹਾਨੂੰ ਮੁਸ਼ਕਲਾਂ ਵਿੱਚੋਂ ਬਾਹਰ ਕੱਢਦਾ ਹੈ, ਤਾਂ ਉਹਨਾਂ ਦਾ ਆਭਾਰ ਪ੍ਰਗਟ ਕਰਨ ਲਈ ਕੁਝ ਚੰਗਾ ਕੰਮ ਕਰੋ।

ਅਧਿਆਇ -71
ਸਿਹਤ ਅਤੇ ਲੋਕ ਵਿਵਹਾਰ

"*ਜਿਵੇਂ ਦਾ ਅੰਨ, ਉਵੇਂ ਦਾ ਮੰਨ: ਭਾਰਤੀ ਕਹਾਵਤ*"

ਮੈਨੂੰ ਨਹੀਂ ਪਤਾ ਕਿ ਤੁਸੀਂ ਕਦੇ ਧਿਆਨ ਦਿੱਤਾ ਹੈ ਜਾਂ ਨਹੀਂ, ਜਦੋਂ ਤੁਹਾਡੀ ਸਿਹਤ ਚੰਗੀ ਹੁੰਦੀ ਹੈ ਤਾਂ ਤੁਸੀਂ ਚੰਗਾ ਮਹਿਸੂਸ ਕਰਦੇ ਹੋ ਅਤੇ ਫਿਰ ਤੁਸੀਂ ਲੋਕਾਂ ਨਾਲ ਚੰਗਾ ਵਿਵਹਾਰ ਕਰਦੇ ਹੋ ਅਤੇ ਜਦੋਂ ਤੁਹਾਡੀ ਸਿਹਤ ਚੰਗੀ ਨਹੀਂ ਹੁੰਦੀ ਤਾਂ ਤੁਸੀਂ ਚੰਗਾ ਨਹੀਂ ਮਹਿਸੂਸ ਕਰਦੇ, ਫਿਰ ਤੁਸੀਂ ਲੋਕਾਂ ਨਾਲ ਚਿੜ ਜਾਂਦੇ ਹੋ ਅਤੇ ਆਪਣਾ ਗੁੱਸਾ ਉਨ੍ਹਾਂ 'ਤੇ ਕੱਢਦੇ ਹੋ, ਜਿਸ ਕਾਰਨ ਤੁਹਾਡੇ ਰਿਸ਼ਤੇ ਖਰਾਬ ਹੋ ਜਾਂਦੇ ਹਨ।

ਇਸ ਲਈ ਬਿਹਤਰ ਹੈ ਕਿ ਤੁਸੀਂ ਆਪਣੀ ਸਿਹਤ ਨੂੰ ਚੰਗਾ ਰੱਖੋ, ਚੰਗਾ ਮਹਿਸੂਸ ਕਰੋ ਅਤੇ ਲੋਕਾਂ ਨਾਲ ਚੰਗਾ ਵਿਵਹਾਰ ਕਰੋ।

ਇਸ ਅਧਿਆਇ ਵਿੱਚ, ਮੈਂ ਕੁਝ ਵਿਚਾਰ ਸਾਂਝੇ ਕਰਾਂਗਾ ਕਿ ਤੁਸੀਂ ਚੰਗੀ ਸਿਹਤ ਕਿਵੇਂ ਬਣਾਈ ਰੱਖ ਸਕਦੇ ਹੋ ਅਤੇ ਲੋਕਾਂ ਨਾਲ ਆਪਣੇ ਸਬੰਧਾਂ ਵਿੱਚ ਮਿਠਾਸ ਕਿਵੇਂ ਬਣਾਈ ਰੱਖ ਸਕਦੇ ਹੋ।

- **ਆਪਣੇ ਭੋਜਨ ਵਿੱਚ ਫਲ ਸ਼ਾਮਲ ਕਰੋ**: ਅੱਜ ਦੇ ਸਮੇਂ ਵਿੱਚ, ਫਾਸਟ ਫੂਡ ਅਤੇ ਪੈਕ ਕੀਤੀਆਂ ਚੀਜ਼ਾਂ ਦੀ ਵਰਤੋਂ ਇੰਨੀ ਜ਼ਿਆਦਾ ਹੋ ਗਈ ਹੈ ਕਿ ਫਲਾਂ 'ਤੇ ਸਾਡੀ ਨਿਰਭਰਤਾ ਘੱਟਦੀ ਜਾ ਰਹੀ ਹੈ। ਸਿਹਤ ਮਾਹਿਰ ਤਾਂ ਇੱਥੋਂ ਤੱਕ ਕਹਿੰਦੇ ਹਨ ਕਿ ਸਵੇਰੇ ਉੱਠਦੇ ਹੀ ਸਭ ਤੋਂ ਪਹਿਲਾਂ ਫਲ ਖਾਓ, ਅਤੇ ਕੋਸ਼ਿਸ਼ ਕਰੋ ਕਿ 11-12 ਵਜੇ ਤੱਕ ਭੋਜਨ ਵਿੱਚ ਫਲਾਂ ਤੋਂ ਇਲਾਵਾ ਕੋਈ ਹੋਰ ਚੀਜ਼ ਨਾ ਹੋਵੇ। ਇਹ ਸਲਾਹ ਥੋੜ੍ਹੀ ਗੁੰਝਲਦਾਰ ਹੈ, ਪਰ ਇੱਕ ਚੀਜ਼ ਜੋ ਅਸੀਂ ਯਕੀਨੀ ਤੌਰ 'ਤੇ ਕਰ ਸਕਦੇ ਹਾਂ ਉਹ ਹੈ ਉੱਠਦੇ ਹੀ ਫਲ ਖਾਓ, ਜਿਵੇਂ ਕਿ ਇੱਕ ਸੇਬ।

- **ਆਪਣੀ ਖੁਰਾਕ ਵਿੱਚ ਸਲਾਦ ਵੀ ਸ਼ਾਮਲ ਕਰੋ**: ਕਈ ਸਰਵੇਖਣਾਂ ਵਿੱਚ ਇਹ ਪਾਇਆ ਗਿਆ ਹੈ ਕਿ ਜਦੋਂ ਅਸੀਂ ਖਾਣਾ ਪਕਾਉਂਦੇ ਹਾਂ ਤਾਂ ਤਾਪਮਾਨ ਬਹੁਤ ਸਾਰੇ ਪੌਸ਼ਟਿਕ ਤੱਤਾਂ ਨੂੰ ਨਸ਼ਟ ਕਰ ਦਿੰਦਾ ਹੈ ਇਸ ਲਈ ਸਾਨੂੰ ਸਬਜ਼ੀਆਂ ਕੱਚੀਆਂ ਖਾਣੀਆਂ ਚਾਹੀਦੀਆਂ ਹਨ। ਸਲਾਦ ਨਾ ਸਿਰਫ਼ ਭੋਜਨ ਦਾ ਸੁਆਦ ਵਧਾਉਂਦਾ ਹੈ ਬਲਕਿ ਤੁਹਾਨੂੰ ਬਹੁਤ ਸਾਰੇ ਪੌਸ਼ਟਿਕ ਤੱਤ ਵੀ ਪ੍ਰਦਾਨ ਕਰਦਾ ਹੈ ਜੋ ਤੁਹਾਡੇ ਸਰੀਰ ਦੇ ਵਿਕਾਸ ਲਈ ਬਹੁਤ ਜ਼ਰੂਰੀ ਹਨ।
- **ਸਾਡਾ ਸਰੀਰ 70 ਪ੍ਰਤੀਸ਼ਤ ਪਾਣੀ ਨਾਲ ਬਣਿਆ ਹੋਇਆ ਹੈ ਪਰ ਅਸੀਂ ਅਕਸਰ ਇਸ ਤੱਥ ਨੂੰ ਭੁੱਲ ਜਾਂਦੇ ਹਾਂ:** ਅਸੀਂ ਕਈ ਥਾਵਾਂ 'ਤੇ ਪੜ੍ਹਿਆ ਹੈ ਕਿ ਸਾਡੇ ਸਰੀਰ ਦਾ 70 ਪ੍ਰਤੀਸ਼ਤ ਹਿੱਸਾ ਪਾਣੀ ਹੈ। ਜੇ ਇਹ ਸੱਚ ਹੈ, ਤਾਂ ਸਾਡੇ ਸਰੀਰ ਨੂੰ ਕਾਫ਼ੀ ਮਾਤਰਾ ਵਿੱਚ ਪਾਣੀ ਦੀ ਲੋੜ ਹੁੰਦੀ ਹੈ।ਪਰ ਸਾਡੀ ਰੁਝੇਵਿਆਂ ਭਰੀ ਜ਼ਿੰਦਗੀ ਵਿੱਚ, ਅਸੀਂ ਸਿਰਫ਼ ਉਦੋਂ ਹੀ ਪਾਣੀ ਪੀਂਦੇ ਹਾਂ ਜਦੋਂ ਸਾਡਾ ਗਲਾ ਸੁੱਕਾ ਮਹਿਸੂਸ ਹੁੰਦਾ ਹੈ। ਪਰ ਸਾਨੂੰ ਇਹ ਸਥਿਤੀ ਪੈਦਾ ਨਹੀਂ ਹੋਣ ਦੇਣੀ ਚਾਹੀਦੀ। ਡੀਹਾਈਡਰੇਸ਼ਨ ਨੂੰ ਰੋਕਣ ਲਈ ਸਾਨੂੰ ਨਿਯਮਿਤ ਤੌਰ 'ਤੇ ਲੋੜੀਂਦੀ ਮਾਤਰਾ ਵਿੱਚ ਪਾਣੀ ਪੀਣਾ ਚਾਹੀਦਾ ਹੈ।
- **ਆਕਸੀਜਨ ਦੀ ਲੋੜੀਂਦੀ ਮਾਤਰਾ ਲਓ** : ਅਸੀਂ ਆਕਸੀਜਨ ਨੂੰ ਭੋਜਨ ਨਹੀਂ ਮੰਨਦੇ, ਪਰ ਕਈ ਵਾਰ ਇਹ ਭੋਜਨ ਨਾਲੋਂ ਵਧੇਰੇ ਮਹੱਤਵਪੂਰਨ ਭੂਮਿਕਾ ਨਿਭਾਉਂਦਾ ਹੈ। ਅਸੀਂ ਭੋਜਨ ਤੋਂ ਬਿਨਾਂ ਕੁਝ ਘੰਟੇ ਜਾਂ ਦਿਨ ਜੀ ਸਕਦੇ ਹਾਂ, ਪਰ ਆਕਸੀਜਨ ਤੋਂ ਬਿਨਾਂ ਕੁਝ ਮਿੰਟਾਂ ਤੋਂ ਵੱਧ ਨਹੀਂ। ਇਹ ਸਾਡੇ ਲਈ ਆਕਸੀਜਨ ਦੀ ਮਹੱਤਤਾ ਨੂੰ ਸਪੱਸ਼ਟ ਤੌਰ 'ਤੇ ਦਰਸਾਉਂਦਾ ਹੈ। ਵਿਸ਼ਵਵਿਆਪੀ ਪ੍ਰਦੂਸ਼ਣ ਅਤੇ ਸਾਡੀਆਂ ਕੰਮ ਦੀਆਂ ਆਦਤਾਂ ਦੇ ਕਾਰਨ, ਅਸੀਂ ਸਾਫ਼ ਹਵਾ ਦੀ ਲੋੜੀਂਦੀ ਮਾਤਰਾ ਵਿੱਚ ਸਾਹ ਨਹੀਂ ਲੈ ਸਕਦੇ। ਇਸ ਲਈ, ਆਪਣੇ ਦਿਨ ਦੀ ਸ਼ੁਰੂਆਤ ਪ੍ਰਾਣਾਯਾਮ ਅਤੇ ਯੋਗਾ ਨਾਲ ਕਰਨਾ ਸਭ ਤੋਂ ਵਧੀਆ ਹੈ। ਜੇ ਸੰਭਵ ਹੋਵੇ, ਤਾਂ ਕਿਸੇ ਪਾਰਕ ਜਾਂ ਮੈਦਾਨ ਵਿੱਚ ਜਾਓ, ਜਾਂ ਤੁਹਾਡੇ ਘਰ ਦੀ ਛੱਤ ਵੀ ਇੱਕ ਚੰਗਾ ਵਿਕਲਪ ਹੈ। ਜੇਕਰ ਤੁਸੀਂ ਇੱਕ ਹਫ਼ਤੇ ਲਈ ਵੀ ਪ੍ਰਾਣਾਯਾਮ ਦਾ ਸਹੀ ਢੰਗ ਨਾਲ ਅਭਿਆਸ ਕਰਦੇ ਹੋ, ਤਾਂ ਤੁਸੀਂ ਦੇਖ ਕੇ ਹੈਰਾਨ ਹੋਵੋਗੇ ਕਿ ਤੁਸੀਂ ਕਿੰਨੇ ਵਧੀਆ ਤਰੀਕੇ ਨਾਲ ਕੰਮ ਕਰ ਰਹੇ ਹੋ। ਇਸ ਲਈ, ਪ੍ਰਾਣਾਯਾਮ ਨੂੰ ਆਪਣੀ ਰੋਜ਼ਾਨਾ ਰੁਟੀਨ ਦਾ ਹਿੱਸਾ ਬਣਾਓ।
- **ਸਿਗਰਟ ਅਤੇ ਨਸ਼ਿਆਂ ਤੋਂ ਬਚੋ**: ਮੈਨੂੰ ਤੁਹਾਨੂੰ ਇਹ ਦੱਸਦੇ ਹੋਏ ਮਾਣ ਹੋ ਰਿਹਾ ਹੈ ਕਿ ਮੈਂ ਆਪਣੀ ਜ਼ਿੰਦਗੀ ਵਿੱਚ ਕਦੇ ਵੀ ਸਿਗਰਟ ਨਹੀਂ ਪੀਤੀ ਜਾਂ ਨਸ਼ੇ ਨਹੀਂ ਲਏ। ਹਾਂ, ਮੈਂ ਨਸ਼ਾ ਕੀਤਾ ਹੈ ਕਿਤਾਬਾਂ ਪੜ੍ਹਨ ਦਾ ਅਤੇ ਇੱਕ ਬਿਹਤਰ ਇਨਸਾਨ ਬਣਨ ਦਾ। ਸਿਗਰਟਅਤੇ ਨਸ਼ਿਆਂ ਬਾਰੇ ਕੁਝ ਵਿਚਾਰ ਮੈਂ ਤੁਹਾਡੇ ਨਾਲ ਸਾਂਝਾ ਕਰਨਾ ਚਾਹੁੰਦਾ ਹਾਂ। ਸਭ ਤੋਂ ਪਹਿਲੀ ਗੱਲ ਤੇ ਕਦੇ ਵੀ ਇਸ ਨੂੰ ਸ਼ੁਰੂ ਹੀ ਨਾ ਕਰੋ। ਬਹੁਤ ਸਾਰੇ ਲੋਕ ਸੋਚਦੇ ਹਨ ਕਿ ਸਿਰਫ ਇੱਕ ਵਾਰ, ਇਸ ਨੂੰ ਮੈਂ ਅਗਲੀ ਵਾਰ ਹੱਥ ਵੀ ਨਹੀਂ ਲਗਾਉਂਗਾ। ਪਰ ਇੱਕ ਵਾਰ ਜਦੋਂ ਤੁਸੀਂ ਇਸਦੇ ਜਾਲ ਵਿੱਚ ਫਸ ਜਾਂਦੇ ਹੋ, ਤਾਂ ਫਸਦੇ ਹੀ ਚਲੇ ਜਾਂਦੇ ਹੋ।ਦੂਜੀ ਗੱਲ ਇਹ ਹੈ ਕਿ ਤੁਹਾਨੂੰ ਇੱਕ ਚੰਗੀ ਉਦਾਹਰਣ ਬਣਨਾ

ਚਾਹੀਦਾ ਹੈ। ਮੇਰਾ ਤੁਹਾਡੇ ਲਈ ਇੱਕ ਸਵਾਲ ਹੈ, ਜੇਕਰ ਤੁਸੀਂ ਨਸ਼ੇ ਦੇ ਆਦੀ ਹੋ, ਤਾਂ ਕੀ ਤੁਸੀਂ ਆਪਣੇ ਬੱਚਿਆਂ ਨੂੰ ਨਸ਼ੇ ਕਰਨ ਤੋਂ ਰੋਕ ਸਕਦੇ ਹੋ? ਸ਼ਾਇਦ ਨਹੀਂ, ਕਿਉਂਕਿ ਬੱਚਾ ਤੁਰੰਤ ਤੁਹਾਡੇ ਵੱਲ ਉਂਗਲ ਉਠਾਏਗਾ। ਅਜਿਹੀ ਉਦਾਹਰਣ ਨਾ ਬਣਾਓ ਜੋ ਤੁਸੀਂ ਨਹੀਂ ਚਾਹੁੰਦੇ ਕਿ ਤੁਹਾਡੇ ਬੱਚੇ ਵੀ ਕਰਨ ।

- **ਜੇ ਸੰਭਵ ਹੋਵੇ ਤਾਂ ਸ਼ਾਕਾਹਾਰੀ ਬਣੋ** : ਮੈਂ ਇਸ ਬਹਿਸ ਵਿੱਚ ਨਹੀਂ ਪੈਣਾ ਚਾਹੁੰਦਾ ਕਿ ਸ਼ਾਕਾਹਾਰ ਚੰਗਾ ਹੁੰਦਾ ਹੈ ਜਾਂ ਮਾਸਾਹਾਰ , ਜਿੱਥੋਂ ਤੱਕ ਮੇਰਾ ਸਵਾਲ ਹੈ। ਮੈਂ ਇਸ ਗੱਲ ਦਾ ਬਹੁਤ ਧੰਨਵਾਦੀ ਹਾਂ ਕਿ ਮੇਰੇ ਪੁਰਖਿਆਂ ਨੇ ਮੇਰੇ ਅੰਦਰ 100% ਸ਼ਾਕਾਹਾਰੀ ਹੋਣ ਦਾ ਵਿਸ਼ਵਾਸ ਅਤੇ ਕਦਰਾਂ-ਕੀਮਤਾਂ ਪੈਦਾ ਕੀਤੀਆਂ। ਜਪਾਨ ਵਿੱਚ 100 ਸਾਲ ਤੋਂ ਵੱਧ ਉਮਰ ਦੇ ਲੋਕਾਂ ਦੇ ਇੱਕ ਸਮੂਹ ਦੇ ਅਧਿਐਨ ਵਿੱਚ ਬਹੁਤ ਸਾਰੀਆਂ ਸਮਾਨਤਾਵਾਂ ਪਾਈਆਂ ਗਈਆਂ, ਜਿਨ੍ਹਾਂ ਵਿੱਚ ਸ਼ਾਕਾਹਾਰੀ ਸਭ ਤੋਂ ਪ੍ਰਮੁੱਖ ਸੀ। ਅਸੀਂ ਅਕਸਰ ਸੁਣਦੇ ਹਾਂ ਕਿ ਪ੍ਰਮੁੱਖ ਅਦਾਕਾਰਾਂ ਜਾਂ ਐਥਲੀਟਾਂ ਨੇ ਮਾਸ ਛੱਡ ਕੇ ਸ਼ਾਕਾਹਾਰੀ ਖੁਰਾਕ ਅਪਣਾਈ ਹੈ। ਇਸਦਾ ਇੱਕ ਵੱਡਾ ਕਾਰਨ ਇਹ ਹੈ ਕਿ ਸਾਡੀ ਬਹੁਤ ਸਾਰੀ ਊਰਜਾ ਭੋਜਨ ਨੂੰ ਹਜ਼ਮ ਕਰਨ ਵਿੱਚ ਖਰਚ ਹੁੰਦੀ ਹੈ, ਅਤੇ ਜਦੋਂ ਅਸੀਂ ਮਾਸ ਖਾਂਦੇ ਹਾਂ, ਤਾਂ ਲੋੜੀਂਦੀ ਊਰਜਾ ਹੋਰ ਵੀ ਜ਼ਿਆਦਾ ਹੁੰਦੀ ਹੈ। ਜਦ ਕਿ ਸ਼ਾਕਾਹਾਰੀ ਭੋਜਨ ਨੂੰ ਹਜ਼ਮ ਕਰਨ ਲਈ ਨਾ ਸਿਰਫ਼ ਘੱਟ ਊਰਜਾ ਦੀ ਲੋੜ ਹੁੰਦੀ ਹੈ, ਸਗੋਂ ਜਲਦੀ ਪਚ ਵੀ ਜਾਂਦਾ ਹੈ। ਸ਼ਾਕਾਹਾਰੀ ਭੋਜਨ ਦੇ ਬਹੁਤ ਸਾਰੇ ਫਾਇਦੇ ਹਨ, ਜਿਨ੍ਹਾਂ ਦੀ ਤੁਸੀਂ ਇੰਟਰਨੈਟ ਤੇ ਖੋਜ ਕਰ ਸਕਦੇ ਹੋ, ਅਤੇ ਮੈਂ ਇਹ ਦੁਹਰਾਉਣਾ ਚਾਹਾਂਗਾ ਕਿ ਜੇ ਸੰਭਵ ਹੋਵੇ, ਤਾਂ ਸ਼ਾਕਾਹਾਰੀ ਖੁਰਾਕ ਅਪਣਾਓ।
- **ਅਤੀ ਹਮੇਸ਼ਾ ਨੁਕਸਾਨ ਦਾਇਕ ਹੁੰਦੀ ਹੈ** : ਕਿਸੇ ਵੀ ਚੀਜ਼ ਦੀ ਬਹੁਤ ਜ਼ਿਆਦਾ ਮਾਤਰਾ ਨੁਕਸਾਨਦੇਹ ਹੁੰਦੀ ਹੈ। ਬਹੁਤ ਸਾਰੇ ਨੌਜਵਾਨ, ਇਹ ਸੋਚਦੇ ਹੋਏ ਕਿ ਪ੍ਰੋਟੀਨ ਸਰੀਰਕ ਵਿਕਾਸ ਲਈ ਜ਼ਰੂਰੀ ਹੈ, ਉਹ ਬਹੁਤ ਜ਼ਿਆਦਾ ਮਾਤਰਾ ਵਿੱਚ ਪ੍ਰੋਟੀਨ ਦਾ ਸੇਵਨ ਕਰਦੇ ਹਨ, ਜੋ ਕਿ ਲਾਭ ਪ੍ਰਦਾਨ ਕਰਨ ਦੀ ਬਜਾਏ, ਅਸਲ ਵਿੱਚ ਉਨ੍ਹਾਂ ਨੂੰ ਨੁਕਸਾਨ ਪਹੁੰਚਾ ਸਕਦਾ ਹੈ। ਸਿਰਫ਼ ਪ੍ਰੋਟੀਨ ਹੀ ਨਹੀਂ, ਸਗੋਂ ਵਿਟਾਮਿਨ, ਕੈਲਸ਼ੀਅਮ ਅਤੇ ਹੋਰ ਕੋਈ ਵੀ ਤੱਤ ਹੋਏ ਸਾਰੀ ਚੀਜਾ ਵਿਚ ਸੰਤੁਲਨ ਬਹੁਤ ਜ਼ਰੂਰੀ ਹੈ।

ਲੋਕ ਵਿਵਹਾਰ ਨਾਲ ਸਬੰਧਤ ਅਮਲ ਕਰਨ ਯੋਗ ਉਪਯੋਗੀ ਗੱਲਾਂ:-

- **ਜਿਵੇਂ ਅੰਨ, ਉਵੇਂ ਮਨ** : ਤੁਸੀਂ ਇੱਕ ਕਹਾਵਤ ਜ਼ਰੂਰ ਸੁਣੀ ਹੋਵੇਗੀ, ਜਿਵੇਂ ਅੰਨ ਉਵੇਂ ਮਨ , ਸਰਲ ਸ਼ਬਦਾਂ ਵਿੱਚ ਤੁਸੀਂ ਜਿਵੇਂ ਦਾ ਭੋਜਨ ਖਾਂਦੇ ਹੋ, ਉਵੇਂ ਹੀ ਤੁਹਾਡਾ ਮਨ ਹੁੰਦਾ ਹੈ।ਇਸ ਲਈ, ਅਜਿਹਾ ਭੋਜਨ ਖਾਣਾ ਸਿਆਣਪ ਹੈ ਜਿਸ ਨਾਲ ਸਾਡਾ ਮਨ ਚੰਗਾ ਰਹੇ।
- **ਫਲ** : ਸਵੇਰੇ ਉਠਦੇ ਹੀ ਸਭ ਤੋਂ ਪਹਿਲਾਂ ਫਲ ਖਾਓ। ਕੁਝ ਸਿਹਤ ਮਾਹਿਰ ਤਾਂ ਦੁਪਹਿਰ 12 ਵਜੇ ਤੱਕ ਸਿਰਫ਼ ਫਲ ਖਾਣ ਦੀ ਸਲਾਹ ਵੀ ਦਿੰਦੇ ਹਨ।

- **ਸਲਾਦ**: ਆਪਣੀ ਖੁਰਾਕ ਵਿੱਚ ਰੋਜ਼ਾਨਾ ਸਲਾਦ ਖਾਓ, ਇਸ ਵਿੱਚ ਗਾਜਰ, ਚੁਕੰਦਰ, ਟਮਾਟਰ, ਮੂਲੀ, ਸ਼ਲਗਮ ਆਦਿ ਵਰਗੀਆਂ ਵੱਧ ਤੋਂ ਵੱਧ ਚੀਜ਼ਾਂ ਸ਼ਾਮਲ ਕਰਨ ਦੀ ਕੋਸ਼ਿਸ਼ ਕਰੋ।
- **ਹਰੀਆਂ ਸਬਜ਼ੀਆਂ ਖਾਓ**: ਸਾਗ, ਮਟਰ, ਪੱਤਾ ਗੋਭੀ ਆਦਿ ਚੀਜ਼ਾਂ ਦਾ ਸੇਵਨ ਕਰੋ ਜੋ ਸਿਹਤ ਲਈ ਫਾਇਦੇਮੰਦ ਹਨ।
- **ਨਿਯਮਤ ਕਸਰਤ ਅਤੇ ਯੋਗਾ ਕਰੋ**: ਹਰ ਰੋਜ਼ ਆਪਣੇ ਸਰੀਰ ਲਈ ਸਮਾਂ ਕੱਢੋ।ਭਾਵੇਂ ਤੁਸੀਂ ਅੱਧੇ ਘੰਟੇ ਤੋਂ ਘੱਟ ਸਮਾਂ ਕਸਰਤ ਜਾਂ ਯੋਗਾ ਕਰਨ ਵਿੱਚ ਬਿਤਾਓ, ਤੁਸੀਂ ਦੇਖੋਗੇ ਕਿ ਇਹ ਛੋਟਾ ਜਿਹਾ ਨਿਵੇਸ਼ ਤੁਹਾਨੂੰ ਤੰਦਰੁਸਤ ਅਤੇ ਸਿਹਤਮੰਦ ਰੱਖੇਗਾ ਅਤੇ ਤੁਸੀਂ ਦਿਨ ਭਰ ਲੋਕਾਂ ਨਾਲ ਚੰਗੀ ਤਰ੍ਹਾਂ ਗੱਲਬਾਤ ਕਰ ਸਕੋਗੇ ਅਤੇ ਆਪਣਾ ਕੰਮ ਪੂਰੀ ਇਕਾਗਰਤਾ ਨਾਲ ਕਰੋਗੇ ।
- **ਅਪਣੇ ਵਜਨ ਨੂੰ ਕੰਟਰੋਲ ਵਿਚ ਰੱਖੋ** : ਜੇਕਰ ਤੁਸੀਂ ਚੰਗੀ ਖੁਰਾਕ ਖਾਂਦੇ ਹੋ ਅਤੇ ਨਿਯਮਿਤ ਤੌਰ 'ਤੇ ਕਸਰਤ ਕਰਦੇ ਹੋ ਤਾਂ ਤੁਸੀਂ ਆਪਣਾ ਆਦਰਸ਼ ਭਾਰ ਬਣਾਈ ਰੱਖਣ ਵਿਚ ਸਫਲ ਹੋ ਸਕੋਗੇ।

ਅਧਿਆਇ – 72

ਬੱਚੇ ਅਤੇ ਲੋਕ ਵਿਵਹਾਰ

"ਚਲੋ' ਅੱਜ ਦਾ ਬਲੀਦਾਨ ਕਰੀਏ ਤਾਂ ਜੋ ਸਾਡੇ ਬੱਚਿਆਂ ਦਾ ਆਨ ਵਾਲਾ' ਕੱਲ੍ਹ ਉੱਜਵਲ ਹੋਵੇ: ਏ.ਪੀ.ਜੇ. ਅਬਦੁਲ ਕਲਾਮ'

ਮੇਰਾ ਮੰਨਣਾ ਹੈ ਕਿ ਬੱਚੇ ਪਰਮਾਤਮਾ ਵੱਲੋਂ ਦਿੱਤਾ ਗਿਆ ਸਭ ਤੋਂ ਵੱਡਾ ਆਸ਼ੀਰਵਾਦ ਹਨ ਅਤੇ ਸਾਨੂੰ ਇਸ ਦਾ ਪਾਲਣ-ਪੋਸ਼ਣ ਕਰਦੇ ਸਮੇਂ ਸਿਆਣਪ ਦੇ ਨਾਲ-ਨਾਲ ਸਾਵਧਾਨੀ ਵੀ ਦਿਖਾਉਣੀ ਚਾਹੀਦੀ ਹੈ।

- **ਬੱਚੇ ਸਾਡੇ ਸ਼ਬਦਾਂ ਨਾਲੋਂ ਸਾਡੀ ਉਦਾਹਰਣ ਤੋਂ ਜ਼ਿਆਦਾ ਸਿੱਖਦੇ ਹਨ** : ਬੱਚੇ ਸਾਡੇ ਸ਼ਬਦਾਂ ਨਾਲੋਂ ਸਾਡੀ ਉਦਾਹਰਣ ਤੋਂ ਜ਼ਿਆਦਾ ਸਿੱਖਦੇ ਹਨ, ਯਾਨੀ ਕਿ ਉਹ ਇਸ ਗੱਲ ਤੋਂ ਜ਼ਿਆਦਾ ਸਿੱਖਦੇ ਹਨ ਕਿ ਉਨ੍ਹਾਂ ਦੇ ਮਾਂਪੇ ਕੀ ਕਰ ਰਹੇ ਹਨ। ਮੈਨੂੰ ਨਹੀਂ ਲੱਗਦਾ ਕਿ ਕੋਈ ਵੀ ਮਾਂਪੇਂ ਇਹ ਚਾਹਾਂਗੇ ਕਿ ਉਨ੍ਹਾਂ ਦਾ ਬੱਚਾ ਨਸ਼ਾ ਕਰੇ। ਇਸ ਲਈ, ਇਹ ਸਭ ਤੋਂ ਵਧੀਆ ਹੋਵੇਗਾ ਕਿ ਤੁਸੀਂ ਖੁਦ ਨਸ਼ਾ ਨਾ ਕਰੋ, ਨਹੀਂ ਤਾਂ ਤੁਸੀਂ ਆਪਣੇ ਬੱਚਿਆਂ ਨੂੰ ਕਿਵੇਂ ਰੋਕ ਸਕੋਗੇ ਜਦੋਂ ਤੁਸੀਂ ਖੁਦ ਉਹੀ ਹਦਾਇਤਾਂ ਦੀ ਪਾਲਣਾ ਨਹੀਂ ਕਰਦੇ? ਅਸੀਂ ਆਪਣੇ ਆਪ ਨੂੰ ਬਹੁਤ ਖੁਸ਼ਕਿਸਮਤ ਸਮਝਦੇ ਹਾਂ ਕਿ ਸਾਡੇ ਦਾਦਾ ਜੀ ਨੇ ਇਹ ਯਕੀਨੀ ਬਣਾਇਆ ਕਿ ਅਸੀਂ ਕਦੇ ਵੀ ਸ਼ਰਾਬ, ਮਾਸ ਆਦਿ ਨਾ ਖਾਈਏ। ਉਨ੍ਹਾਂ ਨੇ ਆਪਣੀ ਸਾਰੀ ਜ਼ਿੰਦਗੀ ਦੌਰਾਨ ਕਦੇ ਵੀ ਇਨ੍ਹਾਂ ਚੀਜ਼ਾਂ ਦਾ ਸੇਵਨ ਨਹੀਂ ਕੀਤਾ। ਉਨ੍ਹਾਂ ਦੁਆਰਾ ਵਿਕਸਤ ਕੀਤੀ ਗਈ ਇਹ ਪਰੰਪਰਾ ਮੇਰੇ ਪਿਤਾ ਨੇ ਨਿਭਾਈ ਅਤੇ ਮੈਨੂੰ ਪੂਰਾ ਵਿਸ਼ਵਾਸ ਹੈ ਕਿ ਇਹ ਪਰੰਪਰਾ ਭਵਿੱਖ ਵਿੱਚ ਵੀ ਇੰਵੇਂ ਹੀ ਜਾਰੀ ਰਹੇਗੀ।

- **ਬੱਚਿਆਂ ਨੂੰ ਹਮੇਸ਼ਾ ਸੱਚ ਬੋਲਣ ਲਈ ਉਤਸ਼ਾਹਿਤ ਕਰੋ** : ਸਾਨੂੰ ਬੱਚਿਆਂ ਦੇ ਅੰਦਰ ਇਕ ਵਿਸ਼ਵਾਸ ਪੈਦਾ ਕਰਨਾ ਚਾਹੀਦਾ ਹੈ ਕਿ ਉਹ ਆਪਣੇ ਮਾਪਿਆਂ ਨਾਲ ਹਮੇਸ਼ਾ ਸੱਚ ਬੋਲਣ। ਜੇਕਰ ਉਹ ਕਦੇ ਗਲਤੀ ਕਰਦੇ ਹਨ, ਤਾਂ ਉਨ੍ਹਾਂ ਨੂੰ ਹੌਂਸਲਾ ਦੋ ਅਤੇ ਉਨ੍ਹਾਂ ਨੂੰ ਸਮਝਾਓ ਕਿ ਉਨ੍ਹਾਂ ਨੂੰ ਆਪਣੀਆਂ ਗਲਤੀਆਂ ਤੋਂ ਸਿੱਖਣਾ ਚਾਹੀਦਾ ਹੈ ਅਤੇ ਉਹੀ ਗਲਤੀ ਵਾਰ-ਵਾਰ ਨਾ ਦੁਹਰਾਉਣ ਦੀ ਕੋਸ਼ਿਸ਼ ਕਰਨੀ ਚਾਹੀਦੀ ਹੈ।
- **ਸਫਲਤਾ ਅਤੇ ਅਸਫਲਤਾ ਦੋਵਾਂ ਦੌਰਾਨ ਆਪਣੇ ਬੱਚਿਆਂ ਨਾਲ ਇੱਕੋ ਜਿਹਾ ਪਿਆਰ ਕਰੋ:** ਮੈਂ ਆਪਣੇ ਆਪ ਨੂੰ ਬਹੁਤ ਖੁਸ਼ਕਿਸਮਤ ਸਮਝਦਾ ਹਾਂ ਕਿ ਜਦ ਮੈਂ ਜ਼ਿੰਦਗੀ ਦੇ ਹਰ ਪਹਿਲੂ ਵਿੱਚ ਪੂਰੀ ਤਰ੍ਹਾਂ ਅਸਫਲ ਸੀ, ਜਿਸ ਵਿੱਚ ਪੜ੍ਹਾਈ ਵੀ ਸ਼ਾਮਲ ਹੈ ।ਜ਼ਿਆਦਾਤਰ ਲੋਕ ਮੰਨਦੇ ਹਨ ਕਿ ਜੇਕਰ ਤੁਸੀਂ ਪੜ੍ਹਾਈ ਤੇ ਖੇਤਰ ਵਿਚ ਜ਼ਿਆਦਾ ਸਫਲ ਨਹੀਂ ਹੋ, ਤਾਂ ਤੁਸੀਂ ਬਹੁਤ ਅੱਗੇ ਨਹੀਂ ਵਧ ਸਕਦੇ। ਕਿਉਂਕਿ ਮੈਂ ਅਕਾਦਮਿਕ ਸਿੱਖਿਆ ਵਿੱਚ ਚੰਗਾ ਨਹੀਂ ਸੀ, ਇਸ ਲਈ ਲੋਕ ਮੰਨਦੇ ਸਨ ਕਿ ਮੈਂ ਅਸਫਲ ਹੋ ਜਾਵਾਂਗਾ। ਪਰ ਇਨ੍ਹਾਂ ਮੁਸ਼ਕਲ ਹਾਲਾਤਾਂ ਵਿੱਚ ਵੀ, ਮੇਰੇ ਪਰਿਵਾਰ ਨੇ ਹਮੇਸ਼ਾ ਮੇਰਾ ਸਮਰਥਨ ਕੀਤਾ, ਜਿਸ ਵਿੱਚ ਮੇਰੇ ਦਾਦਾ ਜੀ ਵੀ ਸ਼ਾਮਲ ਸਨ ਜੋ ਮੇਰੇ ਨਾਲ ਚੱਟਾਨ ਵਾਂਗ ਖੜ੍ਹੇ ਸਨ,ਇਸ ਤੋਂ ਬਾਅਦ ਮੇਰੇ ਪਰਿਵਾਰ ਦੇ ਹਰ ਮੈਂਬਰ ਨੇ ਮੇਰਾ ਸਾਥ ਦਿੱਤਾ।

ਕਹਿਣ ਦਾ ਮਤਲਬ ਇਹ ਹੈ ਕਿ ਇੱਕ ਬੱਚੇ ਨੂੰ ਇਹ ਵਿਸ਼ਵਾਸ ਹੋਣਾ ਚਾਹੀਦਾ ਹੈ ਕਿ ਕੁਝ ਵੀ ਹੋਵੇ, ਉਨ੍ਹਾਂ ਦਾ ਪਰਿਵਾਰ ਉਨ੍ਹਾਂ ਦੇ ਨਾਲ ਖੜ੍ਹਾ ਰਹੇਗਾ। ਜਦੋਂ ਇੱਕ ਬੱਚੇ ਵਿੱਚ ਅਜਿਹੀ ਭਾਵਨਾ ਪੈਦਾ ਹੁੰਦੀ ਹੈ, ਤਾਂ ਉਨ੍ਹਾਂ ਦਾ ਆਤਮਵਿਸ਼ਵਾਸ ਬਹੁਤ ਵਧ ਜਾਂਦਾ ਹੈ, ਅਤੇ ਜ਼ਿੰਦਗੀ ਵਿੱਚ ਉਨ੍ਹਾਂ ਦੀ ਸਫਲਤਾ ਦੀਆਂ ਸੰਭਾਵਨਾਵਾਂ ਕਾਫ਼ੀ ਵੱਧ ਜਾਂਦੀਆਂ ਹਨ।

- **ਛੋਟੇ ਬੱਚਿਆਂ ਨੂੰ ਕਹਾਣੀਆਂ ਸੁਣਾਓ**: ਜਦੋਂ ਅਸੀਂ ਛੋਟੇ ਸੀ ਤਾਂ ਮੇਰੇ ਪਰਿਵਾਰ ਨੇ ਐਸੀ ਵਿਵਸਥਾ ਕੀਤੀ ਸੀ ਕਿ ਸਾਡੇ ਕੋਲ ਹਮੇਸ਼ਾ ਕਹਾਣੀਆਂ ਦੀਆਂ ਕਿਤਾਬਾਂ ਦੀ ਪਹੁੰਚ ਹੋਵੇ। ਖਾਸ ਕਰਕੇ ਮੇਰੇ ਦਾਦਾ ਜੀ, ਕਹਾਣੀਆਂ ਵਾਲੀਆਂ ਮਾਸਿਕ ਬੱਚਿਆਂ ਦੀਆਂ ਕਿਤਾਬਾਂ ਦਾ ਪ੍ਰਬੰਧ ਕਰਦੇ ਸਨ, ਜੋ ਅਖਬਾਰ ਵਾਲਾ ਦੇ ਜਾਂਦਾ ਸੀ। ਅਸੀਂ ਇਹ ਕਹਾਣੀਆਂ ਪੜ੍ਹਦੇ ਸੀ ਅਤੇ ਉਨ੍ਹਾਂ ਤੋਂ ਬਹੁਤ ਕੁਝ ਸਿੱਖਦੇ ਸੀ। ਕਹਾਣੀਆਂ ਬਾਰੇ ਸਭ ਤੋਂ ਵਧੀਆ ਗੱਲ ਇਹ ਹੈ ਕਿ ਉਹ ਸਮਝਣ, ਸਿੱਖਣ ਅਤੇ ਯਾਦ ਰੱਖਣ ਵਿੱਚ ਆਸਾਨ ਹੁੰਦੀਆਂ ਹਨ। ਇਸ ਲਈ ਮੈਂ ਤੁਹਾਡੇ ਬੱਚੇ ਨੂੰ ਉਨ੍ਹਾਂ ਦੀ ਕਲਪਨਾ ਅਤੇ ਫੈਸਲਾ ਲੈਣ ਦੀ ਸਮਰੱਥਾ ਨੂੰ ਵਧਾਉਣ ਲਈ ਬਹੁਤ ਛੋਟੇ ਹੋਣ 'ਤੇ ਕਹਾਣੀਆਂ ਸੁਣਾਉਣ ਦੀ ਸਿਫਾਰਸ਼ ਕਰਦਾ ਹਾਂ। ਇਨ੍ਹਾਂ ਕਹਾਣੀਆਂ ਵਿੱਚੋਂ ਕੁਝ ਵਿੱਚ ਪੰਚਤੰਤਰ ਦੀਆਂ ਕਹਾਣੀਆਂ, ਦਾਦਾ-ਦਾਦੀ ਦੀਆਂ ਕਹਾਣੀਆਂ, ਇਸਪ ਦੀ ਕਹਾਣੀਆ ਸ਼ਾਮਲ ਹਨ, ਅਤੇ ਇਸ ਡਿਜੀਟਲ ਯੁੱਗ ਵਿੱਚ, ਤੁਸੀਂ ਯੂਟਿਊਬ 'ਤੇ ਵੀਡੀਓ ਦਾ ਸਹਾਰਾ ਵੀ ਲੈ ਸਕਦੇ ਹੋ, ਜਿਸ ਵਿੱਚ ਵਿਕਰਮਵੇਤਾਲ, ਰਾਮਾਇਣ, ਅਤੇ ਹੋਰ ਬਹੁਤ ਕੁਝ ਸ਼ਾਮਲ ਕਰ ਸਕਦੇ ਹਾਂ।
- **ਚੰਗੀ ਸਿਹਤ ਬਣਾਈ ਰੱਖੋ ਤਾਂ ਜੋ ਤੁਸੀਂ ਲੰਬੇ ਸਮੇਂ ਤੱਕ ਜੀ ਸਕੋ ਅਤੇ ਆਪਣੇ ਬੱਚਿਆਂ ਨੂੰ ਲੰਬੇ ਸਮੇਂ ਤੱਕ ਮਾਰਗਦਰਸ਼ਨ ਕਰ ਸਕੋ** : ਜਦੋਂ ਮੇਰਾ ਪੁੱਤਰ ਪੈਦਾ

ਹੋਇਆ, ਤਾਂ ਸਾਡੀ ਦਾਦੀ ਇੱਕ ਪੜਦਾਦੀ ਬਣ ਗਈ। ਇਹ ਸਾਡੇ ਲਈ ਬਹੁਤ ਫਕਰ ਦੀ ਗੱਲ ਹੈ ਹੈ। ਅੱਜ ਵੀ, ਬਹੁਤ ਵਾਰ ਅਜਿਹੇ ਸਮੇਂ ਆਉਂਦੇ ਹਨ ਜਦੋਂ ਸਾਨੂੰ ਮਾਰਗਦਰਸ਼ਨ ਦੀ ਲੋੜ ਹੁੰਦੀ ਹੈ, ਅਤੇ ਸਾਡੀ ਦਾਦੀ ਸਾਡਾ ਮਾਰਗਦਰਸ਼ਨ ਕਰਦੀ ਹੈ।

- **ਉਨ੍ਹਾਂ ਨੂੰ ਸਿਖਾਓ ਕਿ ਉਹ ਦੂਜਿਆਂ ਦੀਆਂ ਕਮਜ਼ੋਰੀਆਂ ਦਾ ਮਜ਼ਾਕ ਨਾ ਉਡਾਉਣ** : ਬੱਚਪਨ ਵਿਚ ਤੁਸੀਂ ਇਹ ਮਹਸੂਸ ਕੀਤਾ ਹੋਵੇਗਾ ਕਿ ਬੱਚੇ ਅਕਸਰ ਇੱਕ ਦੂਜੇ ਦੀਆਂ ਕਮਜ਼ੋਰੀਆਂ ਦਾ ਮਜ਼ਾਕ ਉਡਾਉਂਦੇ ਹਨ। ਉਸਦੇ ਦਿਲ ਤੇ ਕੀ ਗੁਜਰਦੀ ਹੈ ਪਰ ਅਸੀਂ ਅਕਸਰ ਸਹੀ ਅੰਦਾਜ਼ਾ ਨਹੀਂ ਲਗਾ ਸਕਦੇ ਕਿ ਮਜ਼ਾਕ ਉਡਾਏ ਜਾ ਰਹੇ ਬੱਚੇ ਨੂੰ ਕੀ ਮਹਿਸੂਸ ਹੁੰਦਾ ਹੈ, ਅਤੇ ਇਹ ਸਧਾਰਨ ਮਜ਼ਾਕ ਆਤਮ-ਵਿਸ਼ਵਾਸ ਦੀ ਕਮੀ ਦਾ ਕਾਰਨ ਬਣ ਸਕਦਾ ਹੈ।

ਜਦੋਂ ਬੱਚੇ ਵੱਡੇ ਹੋ ਜਾਂਦੇ ਹਨ, ਤਾਂ ਵੀ ਉਨ੍ਹਾਂ ਦੇ ਅੰਦਰਲਾ ਬੱਚਾ ਦੂਜਿਆਂ ਦੀਆਂ ਕਮੀਆਂ ਨੂੰ ਲੱਭਦਾ ਅਤੇ ਮਾਣਦਾ ਰਹਿੰਦਾ ਹੈ। ਹਾਂ, ਫਰਕ ਸਿਰਫ਼ ਇਹ ਹੈ ਕਿ ਉਹ ਹੁਣ ਆਪਣੇ ਦਿਲਾਂ ਵਿੱਚ ਇਸਦਾ ਆਨੰਦ ਮਾਣਦੇ ਹਨ। ਸਫਲਤਾ ਦਾ ਨਿਯਮ ਇਹ ਹੈ ਕਿ ਇਕੋ ਜਹੀ ਚੀਜ਼ ਓਹੋ ਜਹੀ ਚੀਜ ਨੂੰ ਆਕਰਸ਼ਿਤ ਕਰਦਾ ਹੈ। ਇਸ ਲਈ, ਜਦੋਂ ਤੁਸੀਂ ਸਿਰਫ਼ ਦੂਜਿਆਂ ਦੀਆਂ ਕਮਜ਼ੋਰੀਆਂ 'ਤੇ ਧਿਆਨ ਕੇਂਦਰਿਤ ਕਰਦੇ ਹੋ, ਤਾਂ ਤੁਸੀਂ ਖੁਦ ਚੰਗੇ ਗੁਣ ਵਿਕਸਤ ਨਹੀਂ ਕਰ ਸਕਦੇ।

ਇਸ ਲਈ, ਬਿਹਤਰ ਹੋਵੇਗਾ ਕਿ ਬੱਚਿਆਂ ਨੂੰ ਸ਼ੁਰੂ ਤੋਂ ਹੀ ਚੰਗੀਆਂ ਚੀਜ਼ਾਂ ਅਤੇ ਚੰਗੇ ਗੁਣਾਂ ਨੂੰ ਲੱਭਣ ਦੀ ਸਿਖਲਾਈ ਦਿੱਤੀ ਜਾਵੇ, ਤਾਂ ਜੋ ਉਹ ਖੁਦ ਜ਼ਿੰਦਗੀ ਵਿੱਚ ਅੱਗੇ ਵਧ ਸਕਣ ਅਤੇ ਦੂਜਿਆਂ ਨੂੰ ਵੀ ਅੱਗੇ ਵਧਣ ਵਿੱਚ ਮਦਦ ਕਰ ਸਕਣ।

ਲੋਕ ਵਿਵਹਾਰ ਨਾਲ ਸਬੰਧਤ ਅਮਲ ਕਰਨ ਯੋਗ ਉਪਯੋਗੀ ਗੱਲਾਂ:-

- **ਆਪਣੇ ਬੱਚੇ ਦੀ ਜਾਣ-ਪਛਾਣ ਬਹੁਤ ਵਧੀਆ ਢੰਗ ਨਾਲ ਕਰਵਾਓ** : ਜਦੋਂ ਵੀ ਤੁਸੀਂ ਆਪਣੇ ਬੱਚਿਆਂ ਨੂੰ ਦੂਜਿਆਂ ਨਾਲ ਮਿਲਾਉਂਦੇ ਹੋ, ਤਾਂ ਸਿਰਫ਼ ਸਕਾਰਾਤਮਕ ਗੱਲਾਂ ਹੀ ਕਹੋ, ਆਲੋਚਨਾ ਜਾਂ ਨਕਾਰਾਤਮਕ ਗੱਲਾਂ ਨਾ ਕਹੋ, ਇਸ ਨਾਲ ਬੱਚੇ ਦਾ ਮਨੋਬਲ ਟੁੱਟ ਜਾਂਦਾ ਹੈ।
- **ਬੱਚਿਆਂ ਨੂੰ ਛੋਟੇ-ਛੋਟੇ ਫੈਸਲੇ ਲੈਣੇ ਸਿਖਾਓ**: ਉਦਾਹਰਣ ਵਜੋਂ, ਕੱਪੜੇ ਖਰੀਦਦੇ ਸਮੇਂ, ਉਨ੍ਹਾਂ ਨੂੰ ਖਰੀਦਣ ਤੋਂ ਪਹਿਲਾਂ ਉਨ੍ਹਾਂ ਦੀਆਂ ਪਸੰਦਾਂ ਪੁੱਛੋ। ਉਨ੍ਹਾਂ ਨੂੰ ਪੁੱਛੋ ਕਿ ਉਹ ਕਿਸੇ ਵਿਸ਼ੇ ਬਾਰੇ ਕੀ ਸੋਚਦੇ ਹਨ। ਇਸ ਤਰ੍ਹਾਂ ਦੇ ਛੋਟੇ-ਛੋਟੇ ਕੰਮ ਕਰਨ ਨਾਲ ਉਨ੍ਹਾਂ ਦਾ ਆਤਮਵਿਸ਼ਵਾਸ ਵਧਦਾ ਹੈ।

ਅਧਿਆਇ – 74

ਪਰਿਵਾਰ ਅਤੇ ਲੋਕ ਵਿਵਹਾਰ

" ਪਰਿਵਾਰ ਤੁਹਾਡੀ ਸਭ ਤੋਂ ਕੀਮਤੀ ਅਤੇ ਸਭ ਤੋਂ ਵੱਡੀ ਸੰਪਤੀ ਹੁੰਦੀ ਹੈ: ਰਾਜਲ"

ਤੁਸੀਂ ਸੁਣਿਆ ਹੀ ਹੋਵੇਗਾ ਕਿ ਘਰ ਇੱਟਾਂ ਨਾਲ ਨਹੀਂ, ਸਗੋਂ ਉਸ ਵਿੱਚ ਰਹਿਣ ਵਾਲੇ ਲੋਕਾਂ ਨਾਲ ਬਣਦਾ ਹੈ। ਇਹ ਕਿੰਨਾ ਸੱਚ ਹੈ। ਜੇਕਰ ਤੁਹਾਡਾ ਪਰਿਵਾਰ ਚੰਗਾ ਹੈ, ਤਾਂ ਤੁਹਾਨੂੰ ਰੱਬ ਤੋਂ ਹੋਰ ਕੁਝ ਮੰਗਣ ਦੀ ਲੋੜ ਨਹੀਂ ਹੈ। ਮੈਂ ਇਹ ਕਿਤਾਬ, ਰਾਜਲਨੀਤੀ ਲੋਕ ਵਿਵਹਾਰ, ਆਪਣੇ ਪਰਿਵਾਰ ਨੂੰ ਸਮਰਪਿਤ ਕੀਤੀ ਹੈ ਕਿਉਂਕਿ ਮੈਂ ਅੱਜ ਜੋ ਕੁਝ ਵੀ ਹਾਂ ਉਹ ਪਰਮਾਤਮਾ ਦੀ ਕਿਰਪਾ ਅਤੇ ਆਪਣੇ ਪਰਿਵਾਰ ਦੇ ਕਾਰਨ ਹਾਂ। ਮੇਰੇ ਲਈ, ਮੇਰਾ ਪਰਿਵਾਰ ਮੇਰਾ ਸਵਰਗ ਹੈ। ਬਹੁਤ ਸਾਰੇ ਚੰਗੇ ਪਲ ਆਏ ਅਤੇ ਬਹੁਤ ਸਾਰੇ ਬੁਰੇ ਪਲ ਵੀ । ਮੇਰੇ ਸਭ ਤੋਂ ਹਨੇਰੇ ਪਲਾਂ ਵਿੱਚ, ਜਿਸਦੀ ਮੈਂ ਸਭ ਤੋਂ ਵੱਧ ਉਮੀਦ ਕਰਦਾ ਸੀ, ਉਸਨੇ ਮੈਨੂੰ ਛੱਡ ਦਿੱਤਾ, ਅਤੇ ਦੁਨੀਆ ਦੇ ਜ਼ਿਆਦਾਤਰ ਲੋਕਾਂ ਨੇ ਮੇਰਾ ਸਮਰਥਨ ਨਹੀਂ ਕੀਤਾ, ਪਰ ਮੇਰੇ ਪਰਿਵਾਰ ਨੇ ਮੈਨੂੰ ਕਦੇ ਨਹੀਂ ਛੱਡਿਆ। ਉਹ ਮੇਰੇ ਨਾਲ ਚੱਟਾਨ ਵਾਂਗ, ਢਾਲ ਵਾਂਗ ਖੜ੍ਹੇ ਰਹੇ। ਉਨ੍ਹਾਂ ਨੇ ਮੈਨੂੰ ਹੌਂਸਲਾ ਦਿੱਤਾ, ਮੈਨੂੰ ਵਿਸ਼ਵਾਸ ਦਿੱਤਾ, ਅਤੇ ਆਪਣੇ ਪਰਿਵਾਰ ਦੇ ਕਾਰਨ, ਮੈਂ ਦੁਬਾਰਾ ਖੜ੍ਹਾ ਹੋਣ ਦੇ ਯੋਗ ਹੋਇਆ। ਇਸੇ ਲਈ ਅੱਜ ਮੈਂ ਤੁਹਾਡੇ ਨਾਲ ਆਪਣੀ ਕੋਸ਼ਿਸ਼, ਰਾਜਲਨੀਤੀ ਲੋਕ ਵਿਵਹਾਰ ਸਾਂਝਾ ਕਰ ਰਿਹਾ ਹਾਂ।

- **ਆਪਣੇ ਬਜ਼ੁਰਗਾਂ ਨੂੰ ਬੋਝ ਨਾ ਸਮਝੋ**: ਜੇ ਰੁੱਖ ਦੀਆਂ ਜੜ੍ਹਾਂ ਨਾ ਹੁੰਦੀਆਂ, ਤਾਂ ਰੁੱਖ ਨਾ ਹੁੰਦੇ। ਜੇ ਪੁਰਖੇ ਨਾ ਹੁੰਦੇ, ਵਡੇ ਬਜ਼ੁਰਗ ਨਾ ਹੁੰਦੇ ਤਾਂ ਤੁਸੀਂ ਵੀ ਨਾ ਹੁੰਦੇ।ਉਨ੍ਹਾਂ ਨੇ ਤੁਹਾਡੇ ਪਰਿਵਾਰ ਨੂੰ ਇੱਕ ਚੰਗੀ ਜ਼ਿੰਦਗੀ ਦੇਣ ਲਈ ਜ਼ਿੰਦਗੀ ਭਰ ਕੰਮ ਕੀਤਾ ਹੈ। ਹੁਣ ਉਨ੍ਹਾਂ ਨੂੰ ਕੁਝ ਆਰਾਮ ਦਿਓ। ਉਨ੍ਹਾਂ ਦੇ ਤਜ਼ਰਬੇ ਦੇ ਭੰਡਾਰ ਤੋਂ ਲਾਭ ਉਠਾਓ, ਹਮੇਸ਼ਾ ਉਨ੍ਹਾਂ

ਦੀ ਅਗਵਾਈ ਲਓ, ਅਤੇ ਹਮੇਸ਼ਾ ਉਨ੍ਹਾਂ ਦੀ ਗੱਲ ਸੁਣੋ। ਅਤੇ ਇੱਕ ਹੋਰ ਗੱਲ ਉਨ੍ਹਾਂ ਨੂੰ ਕਦੇ ਵੀ ਇਕੱਲਾ ਮਹਿਸੂਸ ਨਾ ਹੋਣ ਦਿਓ।

- **ਏਕਤਾ ਵਿੱਚ ਤਾਕਤ:** ਜਦੋਂ ਮੈਂ ਬੱਚਾ ਸੀ, ਦੂਰਦਰਸ਼ਨ 'ਤੇ ਇੱਕ ਪ੍ਰਚਾਰ ਆਉਂਦਾ ਸੀ, ਜਿਸ ਵਿੱਚ ਇਹ ਦਿਖਾਇਆ ਗਿਆ ਸੀ ਕਿ ਲੱਕੜ ਦਾ ਇੱਕ ਟੁਕੜਾ ਆਸਾਨੀ ਨਾਲ ਤੋੜਿਆ ਜਾ ਸਕਦਾ ਹੈ, ਪਰ ਜੇਕਰ ਲੱਕੜ ਦੇ ਕਈ ਟੁਕੜਿਆਂ ਨੂੰ ਇਕੱਠਾ ਕੀਤਾ ਜਾਵੇ, ਤਾਂ ਉਹਨਾਂ ਨੂੰ ਤੋੜਨਾ ਲਗਭਗ ਅਸੰਭਵ ਹੋ ਜਾਵੇਗਾ। ਪ੍ਰਭੂ ਨੇ ਸਾਨੂੰ ਇਕੱਠੇ ਜੋੜਿਆ ਹੈ ਅਤੇ ਸਾਡਾ ਪਰਿਵਾਰ ਬਣਾਇਆ ਹੈ। ਪਰਿਵਾਰ ਇੱਕ ਟੀਮ ਵਾਂਗ ਹੈ ਇਸ ਲਈ ਸਮੂਹਿਕ ਯਤਨਾਂ ਦੀ ਲੋੜ ਹੁੰਦੀ ਹੈ। ਪਰਿਵਾਰ ਦੇ ਮੈਂਬਰਾਂ ਵਿੱਚ ਮੁਕਾਬਲੇ ਜਾਂ "ਮੈਂ ਤੁਹਾਡੇ ਨਾਲੋਂ ਬਿਹਤਰ ਹਾਂ" ਭਾਵਨਾਵਾਂ ਲਈ ਕੋਈ ਜਗ੍ਹਾ ਨਹੀਂ ਹੋਣੀ ਚਾਹੀਦੀ।
- **ਚਾਹੇ ਚੰਗਾ ਸਮਾਂ ਹੋਵੇ ਜਾਂ ਮਾੜਾ, ਅਸੀਂ ਹਮੇਸ਼ਾ ਇਕੱਠੇ ਹਾਂ** : ਸਾਡੇ ਵਿੱਚ ਬਹੁਤ ਜ਼ਿਆਦਾ ਆਤਮਵਿਸ਼ਵਾਸ ਆ ਜਾਂਦਾ ਹੈ ਜਦੋਂ ਤੁਹਾਨੂੰ ਇਹ ਵਿਸ਼ਵਾਸ ਹੁੰਦਾ ਹੈ ਕਿ ਭਾਵੇਂ ਕੁਝ ਵੀ ਹੋ ਜਾਵੇ, ਕੋਈ ਤਾਂ ਹੈ ਜੋ ਮੈਨੂੰ ਕਦੇ ਨਹੀਂ ਛੱਡੇਗਾ, ਭਾਵੇਂ ਦੁਨੀਆਂ ਉਲਟ ਜਾਵੇ, ਭਾਵੇਂ ਮੇਰੇ ਕੋਲ ਜੋ ਕੁਝ ਹੈ ਉਹ ਬਰਬਾਦ ਹੋ ਜਾਵੇ ਅਤੇ ਤੁਹਾਨੂੰ ਇਹ ਵਿਸ਼ਵਾਸ ਆਪਣੇ ਪਰਿਵਾਰ ਤੋਂ ਮਿਲਦਾ ਹੈ। ਤੁਸੀਂ ਸਮਾਜ ਤੋਂ ਸਾਰੇ "ਖੁਸ਼ੀ ਦੇ ਸਾਥੀ" ਪ੍ਰਾਪਤ ਕਰ ਸਕਦੇ ਹੋ ਪਰ ਤੁਹਾਨੂੰ ਆਪਣੇ ਪਰਿਵਾਰ ਤੋਂ "ਦੁੱਖ ਦੇ ਕੁਝ ਸਾਥੀ" ਮਿਲਣ ਦੀ ਜ਼ਿਆਦਾ ਸੰਭਾਵਨਾ ਹੁੰਦੀ ਹੈ।
- **ਜ਼ਿੰਦਗੀ ਵਿੱਚ ਸਿਰਫ਼ ਇੱਕ ਵਾਰ:** ਮੇਰੇ ਪਿਤਾ ਜੀ ਮੈਨੂੰ ਦੱਸਦੇ ਹਨ ਕਿ ਜ਼ਿੰਦਗੀ ਵਿੱਚ ਕੁਝ ਚੀਜ਼ਾਂ ਸਿਰਫ਼ ਇੱਕ ਵਾਰ ਹੀ ਮਿਲਦੀਆਂ ਹਨ, ਅਤੇ ਸਾਨੂੰ ਉਨ੍ਹਾਂ ਦੀ ਕਦਰ ਕਰਨੀ ਚਾਹੀਦੀ ਹੈ - ਜਿਵੇਂ ਕਿ ਦਾਦਾ-ਦਾਦੀ,ਨਾਨਾ -ਨਾਨੀ, ਮਾਤਾ-ਪਿਤਾ, ਭੈਣ-ਭਰਾ - ਅਤੇ ਉਨ੍ਹਾਂ ਦੀ ਮਹੱਤਤਾ ਨੂੰ ਸਮਝਣਾ ਚਾਹੀਦਾ ਹੈ। ਕਿਉਂਕਿ ਇੱਕ ਵਾਰ ਜਦੋਂ ਤੁਸੀਂ ਉਨ੍ਹਾਂ ਨੂੰ ਗੁਆ ਦਿੰਦੇ ਹੋ, ਤਾਂ ਤੁਸੀਂ ਉਨ੍ਹਾਂ ਨੂੰ ਕਦੇ ਵੀ ਵਾਪਸ ਨਹੀਂ ਪਾ ਸਕਦੇ।
- **ਸਾਂਝਾ ਪਰਿਵਾਰ ਸਭ ਤੋਂ ਵਧੀਆ** : ਅੱਜਕੱਲ੍ਹ ਸਾਂਝੇ ਪਰਿਵਾਰ ਘੱਟ ਹੁੰਦੇ ਜਾ ਰਹੇ ਹਨ।ਪਰ ਸਾਂਝੇ ਪਰਿਵਾਰ ਸਭ ਤੋਂ ਵਧੀਆ ਪਰਿਵਾਰ ਹੁੰਦੇ ਹਨ। ਕਿੰਨਾ ਵਧੀਆ ਹੁੰਦਾ ਹੈ ਜਦੋਂ ਇੱਕ ਬੱਚਾ ਪੈਦਾ ਹੁੰਦਾ ਹੈ ਅਤੇ ਉਸਨੂੰ ਸਾਰਿਆਂ ਦਾ ਪਿਆਰ ਮਿਲਦਾ ਹੈ - ਦਾਦਾ-ਦਾਦੀ, ਚਾਚਾ-ਚਾਚੀ, ਮਾਤਾ-ਪਿਤਾ, ਆਦਿ। ਜੇਕਰ ਘਰ ਵਿੱਚ ਕੋਈ ਜ਼ਰੂਰੀ ਕੰਮ ਜਾਂ ਸਮੱਸਿਆ ਆਉਂਦੀ ਹੈ, ਤਾਂ ਇਸਨੂੰ ਇਕੱਠੇ ਮਿਲ ਕੇ ਆਸਾਨੀ ਨਾਲ ਹੱਲ ਕੀਤਾ ਜਾ ਸਕਦਾ ਹੈ।
- **ਸਕੂਲ/ਕਾਲਜ ਦੀ ਸਿੱਖਿਆ ਜ਼ਰੂਰੀ ਹੈ ਪਰ ਘਰ ਦਾ ਚੰਗਾ ਮਾਹੌਲ ਹੋਣਾ ਵੀ ਜ਼ਰੂਰੀ ਹੈ** : ਬੱਚਾ ਬਾਅਦ ਵਿੱਚ ਸਕੂਲ ਜਾਂਦਾ ਹੈ ਪਹਿਲਾਂ ਉਸਨੂੰ ਮੁੱਢਲੀ ਜਾਣਕਾਰੀ ਉਸਦੇ ਘਰ ਤੋਂ ਮਿਲਦੀ ਹੈ। ਬੱਚਾ ਕੁਝ ਸਮੇਂ ਲਈ ਸਕੂਲ ਵਿੱਚ ਰਹਿੰਦਾ ਹੈ ਪਰ ਇਸ ਤੋਂ ਬਾਅਦ, ਉਹ ਆਪਣਾ ਜ਼ਿਆਦਾਤਰ ਸਮਾਂ ਘਰ ਵਿੱਚ ਬਿਤਾਉਂਦਾ ਹੈ। ਬੱਚੇ ਦੇਖ ਕੇ ਸਿੱਖਦੇ ਹਨ, ਇਸ ਲਈ ਇੱਕ ਸਕਾਰਾਤਮਕ ਅਤੇ ਚੰਗਾ ਘਰੇਲੂ ਮਾਹੌਲ ਬਣਾਈ

ਰੱਖਣਾ ਜ਼ਰੂਰੀ ਹੈ ਤਾਂ ਜੋ ਅਸੀਂ ਉਨ੍ਹਾਂ ਨੂੰ ਸਭ ਤੋਂ ਵਧੀਆ ਸੰਭਵ ਪਾਲਣ-ਪੋਸ਼ਣ ਪ੍ਰਦਾਨ ਕਰ ਸਕੀਏ।

ਲੋਕ ਵਿਵਹਾਰ ਨਾਲ ਸਬੰਧਤ ਅਮਲ ਕਰਨ ਯੋਗ ਉਪਯੋਗੀ ਗੱਲਾਂ:-

- **ਘਰ ਦੀ ਗੱਲ ਘਰ ਵਿਚ ਹੀ ਰੱਖੋ** : ਘਰੇਲੂ ਮਾਮਲਿਆਂ ਨੂੰ ਬੰਦ ਦਰਵਾਜ਼ਿਆਂ ਪਿੱਛੇ ਘਰ ਦੇ ਅੰਦਰ ਹੀ ਹੱਲ ਕਰਨ ਦੀ ਕੋਸ਼ਿਸ਼ ਕਰੋ। ਕਿਉਂਕਿ ਜ਼ਿਆਦਾਤਰ ਲੋਕ ਤੁਹਾਡੀਆਂ ਸਮੱਸਿਆਵਾਂ ਦਾ ਆਨੰਦ ਮਾਣਨਗੇ, ਅਤੇ ਚੀਜ਼ਾਂ ਨੂੰ ਜਨਤਕ ਕਰਨ ਨਾਲ ਤੁਹਾਡੇ ਪਰਿਵਾਰ ਦੀ ਹੀ ਬਦਨਾਮੀ ਹੋਵੇਗੀ।
- **ਆਪਣੇ ਮਾਪਿਆਂ ਨਾਲ ਉਸੇ ਤਰ੍ਹਾਂ ਪੇਸ਼ ਆਓ ਜਿਵੇਂ ਤੁਸੀਂ ਚਾਹੁੰਦੇ ਹੋ ਕਿ ਤੁਹਾਡੇ ਬੱਚੇ ਤੁਹਾਡੇ ਨਾਲ ਪੇਸ਼ ਆਉਣ** : ਬੱਚੇ ਉਹੀ ਸਿੱਖਦੇ ਹਨ ਜੋ ਉਹ ਦੇਖਦੇ ਹਨ। ਜੇਕਰ ਤੁਸੀਂ ਆਪਣੇ ਮਾਪਿਆਂ ਨਾਲ ਚੰਗਾ ਵਿਵਹਾਰ ਨਹੀਂ ਕਰਦੇ, ਤਾਂ ਉਹ ਵੱਡੇ ਹੋਣ ਤੇ ਤੁਹਾਡੇ ਨਾਲ ਮਾੜਾ ਵਿਵਹਾਰ ਹੀ ਕਰਨਗੇ। ਆਪਣੇ ਮਾਪਿਆਂ ਦਾ ਸਤਿਕਾਰ ਕਰੋ ਤਾਂ ਜੋ ਤੁਹਾਡੇ ਬੱਚੇ ਵੱਡੇ ਹੋਣ ਤੇ ਤੁਹਾਡਾ ਸਤਿਕਾਰ ਕਰਣ।

ਅਧਿਆਇ – 73
ਪਤੀ-ਪਤਨੀ ਅਤੇ ਲੋਕ ਵਿਵਹਾਰ

"ਸੁਖੀ ਵਿਆਹਾ ਜੋੜਾ ਭਵਿੱਖ ਵੱਲ ਦੇਖਦਾ ਹੈ, ਭੂਤਕਾਲ ਵੱਲ ਨਹੀਂ" : ਡੇਲ ਪੈਟਰਿਜ

ਵਿਆਹ ਕਰਕੇ ਇਕ ਨਵੀਂ ਜ਼ਿੰਦਗੀ ਵਿੱਚ ਪ੍ਰਵੇਸ਼ ਕਰਨਾ ਇੱਕ ਵਿਅਕਤੀ ਦੇ ਜੀਵਨ ਵਿੱਚ ਇੱਕ ਨਿਰਣਾਇਕ ਪਲ ਹੁੰਦਾ ਹੈ। ਇੱਕ ਮਹਾਨ ਵਿਅਕਤੀ ਨੇ ਇੱਕ ਵਾਰ ਕਿਹਾ ਸੀ ਕਿ ਇਸ ਦੁਨੀਆਂ ਵਿੱਚ ਵਿਆਹ ਤੋਂ ਵੱਡਾ ਕੋਈ ਜੂਆ ਨਹੀਂ ਹੈ। ਜੇਕਰ ਵਿਆਹ ਸਫਲ ਹੁੰਦਾ ਹੈ, ਤਾਂ ਤੁਹਾਡੀ ਜ਼ਿੰਦਗੀ ਸਵਰਗ ਬਣ ਜਾਵੇਗੀ, ਅਤੇ ਜੇਕਰ ਇਹ ਅਸਫਲ ਹੁੰਦਾ ਹੈ, ਤਾਂ ਕੋਈ ਵੀ ਇਸਨੂੰ ਨਰਕ ਬਣਨ ਤੋਂ ਨਹੀਂ ਰੋਕ ਸਕਦਾ। ਇਨ੍ਹਾਂ ਸ਼ਬਦਾਂ ਤੋਂ ਤੁਸੀਂ ਇਹ ਸਮਝ ਹੀ ਗਏ ਹੋਵੋਗੇ ਕਿ ਵਿਆਹ ਇੱਕ ਵਿਅਕਤੀ ਦੇ ਜੀਵਨ ਵਿੱਚ ਕਿੰਨੀ ਮਹੱਤਵਪੂਰਨ ਭੂਮਿਕਾ ਨਿਭਾ ਸਕਦਾ ਹੈ, ਅਤੇ ਇਹ ਜਾਂ ਤਾਂ ਤੁਹਾਡੀ ਜ਼ਿੰਦਗੀ ਨੂੰ ਖੁਸ਼ੀ ਨਾਲ ਭਰ ਸਕਦਾ ਹੈ ਜਾਂ ਦੁੱਖ ਲਿਆ ਸਕਦਾ ਹੈ। ਇਸ ਅਧਿਆਇ ਵਿੱਚ, ਮੈਂ ਕੁਝ ਸੁਝਾਅ ਸਾਂਝੇ ਕਰਨਾ ਚਾਹੁੰਦਾ ਹਾਂ ਜੋ ਤੁਹਾਨੂੰ ਇੱਕ ਬਿਹਤਰ ਵਿਆਹੁਤਾ ਜੀਵਨ ਪ੍ਰਾਪਤ ਕਰਨ ਵਿੱਚ ਮਦਦ ਕਰ ਸਕਦੇ ਹਨ।

- **ਬਰਾਬਰ ਸੋਚ ਦਾ ਬੰਧਨ**: ਵਿਆਹ ਕਰਦੇ ਸਮੇਂ ਆਪਣੇ ਸਾਥੀ ਦੀ ਚੋਣ ਕਰਦੇ ਸਮੇਂ ਇਹ ਦੇਖਣਾ ਬਿਹਤਰ ਹੋਵੇਗਾ ਕਿ ਤੁਹਾਡੇ ਸਾਥੀ ਦੀ ਸੋਚ ਦਾ ਪੱਧਰ ਤੁਹਾਡੇ ਪੱਧਰ ਦੇ ਬਰਾਬਰ ਹੋਵੇ, ਕਿਉਂਕਿ ਦਿੱਖ ਸਮੇਂ ਦੇ ਨਾਲ ਬਾਅਦ ਵਿੱਚ ਢਲ ਜਾਵੇਗੀ ਪਰ ਜੇਕਰ

ਵਿਚਾਰ ਅਤੇ ਇਰਾਦੇ ਚੰਗੇ ਹਨ ਤਾਂ ਤੁਸੀਂ ਲੰਬੇ ਸਮੇਂ ਤੱਕ ਵਿਆਹੁਤਾ ਜੀਵਨ ਦਾ ਆਨੰਦ ਮਾਣ ਸਕੋਗੇ।

- **ਕਦੇ ਵੀ ਪੈਸੇ ਲਈ ਵਿਆਹ ਨਾ ਕਰੋ**: ਤੁਸੀਂ ਅਕਸਰ ਬਾਲੀਵੁੱਡ ਫਿਲਮਾਂ ਵਿੱਚ ਇਹ ਦੇਖਦੇ ਹੋਵੋਗੇ ਕਿ ਬਹੁਤ ਸਾਰੇ ਲੋਕ ਸਫਲਤਾ ਦੇ ਸ਼ਾਰਟਕੱਟਾਂ ਦੀ ਭਾਲ ਵਿੱਚ ਹੁੰਦੇ ਹਨ ਅਤੇ ਉਨ੍ਹਾਂ ਵਿੱਚੋਂ ਸਭ ਤੋਂ ਮਹੱਤਵਪੂਰਨ ਇਹ ਹੈ ਕਿ ਕਿਸੇ ਅਮੀਰ ਵਿਅਕਤੀ ਨੂੰ ਪਿਆਰ ਦੇ ਜਾਲ ਵਿੱਚ ਫਸਾਉਣਾ ਅਤੇ ਉਸ ਨਾਲ ਵਿਆਹ ਕਰਨਾ ਪਰ ਅਜਿਹੀ ਗਲਤੀ ਨਾ ਕਰਨਾ, ਜ਼ਿੰਦਗੀ ਵਿੱਚ ਪੈਸਾ ਬਹੁਤ ਮਹੱਤਵਪੂਰਨ ਹੈ ਪਰ ਜੇਕਰ ਤੁਹਾਡੇ ਕੋਲ ਸਿਰਫ਼ ਪੈਸਾ ਹੈ ਅਤੇ ਮਾਨਸਿਕ ਸ਼ਾਂਤੀ ਨਹੀਂ ਹੈ ਤਾਂ ਅਜਿਹੇ ਪੈਸੇ ਦਾ ਕੋਈ ਫਾਇਦਾ ਨਹੀਂ ਹੈ। ਦੂਜਾ, ਅਜਿਹਾ ਕਰਨ ਵਾਲੇ ਲੋਕਾਂ ਦੀ ਇਸ ਦੁਨੀਆਂ ਵਿੱਚ ਕੋਈ ਇੱਜ਼ਤ ਨਹੀਂ ਹੁੰਦੀ ਅਤੇ ਜਿੱਥੋਂ ਤੱਕ ਮੇਰਾ ਸਵਾਲ ਹੈ ਜੇਕਰ ਤੁਸੀਂ ਮੈਨੂੰ ਪੁੱਛੋ ਕਿ ਦੁਨੀਆਂ ਦਾ ਸਭ ਤੋਂ ਵੱਡਾ ਅਪਰਾਧ ਕੀ ਹੈ ਤਾਂ ਮੇਰਾ ਸਿੱਧਾ ਜਵਾਬ ਹੋਵੇਗਾ "ਪੈਸੇ ਲਈ ਵਿਆਹ ਕਰਨਾ" ਅਜਿਹਾ ਕਰਕੇ ਤੁਸੀਂ ਨਾ ਸਿਰਫ਼ ਕਿਸੇ ਦਾ ਵਿਸ਼ਵਾਸ ਮਾਰਦੇ ਹੋ ਸਗੋਂ ਇੱਕ ਪੂਰੇ ਪਰਿਵਾਰ ਨੂੰ ਵੀ ਬਰਬਾਦ ਕਰ ਦਿੰਦੇ ਹੋ।
- **ਤੁਹਾਡੇ ਬੱਚੇ ਤੁਹਾਡੇ ਹੰਕਾਰ ਨਾਲੋਂ ਜ਼ਿਆਦਾ ਮਹੱਤਵਪੂਰਨ ਹਨ**: ਤੁਹਾਡੇ ਬੱਚੇ ਦਾ ਜਨਮ ਉਨ੍ਹਾਂ ਦੀ ਇੱਛਾ ਨਾਲ ਨਹੀਂ, ਸਗੋਂ ਤੁਹਾਡੀ ਮਰਜੀ ਨਾਲ ਹੋਇਆ ਹੈ। ਤੁਸੀਂ ਉਨ੍ਹਾਂ ਨੂੰ ਜ਼ਿੰਦਗੀ ਦਿੱਤੀ ਹੈ, ਇਸ ਲਈ ਇਹ ਤੁਹਾਡੀ ਜ਼ਿੰਮੇਵਾਰੀ ਹੈ ਕਿ ਉਨ੍ਹਾਂ ਨੂੰ ਇੱਕ ਚੰਗਾ ਬਚਪਨ ਦਿਓ ਅਤੇ ਉਨ੍ਹਾਂ ਨੂੰ ਚੰਗੇ ਇਨਸਾਨ ਬਣਨ ਲਈ ਪਾਲੋ। ਆਪਣੇ ਜੀਵਨ ਸਾਥੀ ਨਾਲ ਨਿੱਜੀ ਮਤਭੇਦਾਂ ਨੂੰ ਪਾਸੇ ਰੱਖੋ।
- **ਓਨੇ ਹੀ ਬੱਚੇ ਚੰਗੇ,ਜਿੰਨਿਆਂ ਨੂੰ ਤੁਸੀਂ ਬਿਹਤਰ ਜ਼ਿੰਦਗੀ ਦੇ ਸਕੋ** :ਜਿਵੇਂ ਕਿ ਮੈਂ ਪਹਿਲਾਂ ਹੀ ਕਿਹਾ ਸੀ ਕਿ ਬੱਚੇ ਆਪਣੀ ਮਰਜ਼ੀ ਨਾਲ ਨਹੀਂ, ਸਗੋਂ ਤੁਹਾਡੀ ਮਰਜ਼ੀ ਨਾਲ ਆਉਂਦੇ ਹਨ। ਇਸ ਲਈ, ਪਹਿਲਾਂ ਤੋਂ ਯੋਜਨਾ ਬਣਾਉਣਾ ਸਭ ਤੋਂ ਵਧੀਆ ਹੈ ਕਿ ਤੁਸੀਂ ਕਿੰਨੇ ਬੱਚਿਆਂ ਨੂੰ ਬਿਹਤਰ ਜ਼ਿੰਦਗੀ ਦੇ ਸਕਦੇ ਹੋ। ਚੰਗੀ ਖੁਰਾਕ ਅਤੇ ਚੰਗੀ ਸਿੱਖਿਆ ਵਰਗੀਆਂ ਬੁਨਿਆਦੀ ਜ਼ਰੂਰਤਾਂ ਪ੍ਰਦਾਨ ਕਰਨ ਦੇ ਨਾਲ, ਤੁਹਾਨੂੰ ਆਪਣਾ ਕੀਮਤੀ ਸਮਾਂ ਅਤੇ ਧਿਆਨ ਵੀ ਸਮਰਪਿਤ ਕਰਨ ਦੀ ਜ਼ਰੂਰਤ ਹੋਏਗੀ।
- **ਬੰਦ ਕਮਰਿਆਂ ਵਿੱਚ ਝਗੜੇ ਅਤੇ ਆਲੋਚਨਾ**: ਵਿਆਹ ਵਿੱਚ ਕੁਝ ਹੱਦ ਤੱਕ ਝਗੜੇ ਅਤੇ ਆਲੋਚਨਾ ਸ਼ਾਮਲ ਹੋਣੀ ਤੈਅ ਹੈ। ਪਰ ਇਹ ਬਿਹਤਰ ਹੈ ਜੇਕਰ ਇਹ ਚੀਜ਼ਾਂ ਪਤੀ-ਪਤਨੀ ਵਿਚਕਾਰ ਬੰਦ ਕਮਰੇ ਵਿੱਚ ਹੋਣ। ਜਦੋਂ ਇਹ ਚੀਜ਼ਾਂ ਬਾਹਰ ਨਿਕਲਦੀਆਂ ਹਨ, ਤਾਂ ਰਿਸ਼ਤੇ ਵਿੱਚ ਵਿਸ਼ਵਾਸ ਘੱਟਣਾ ਸ਼ੁਰੂ ਹੋ ਜਾਂਦਾ ਹੈ, ਅਤੇ ਦੂਜੇ ਲੋਕ ਆਪਣੇ ਫਾਇਦੇ ਲਈ ਤੁਹਾਡਾ ਸ਼ੋਸ਼ਣ ਕਰ ਸਕਦੇ ਹਨ। ਤੇ ਇਹ ਸਨ ਕੁਝ ਸੁਝਾਅ ਆਪਣੀ ਵਿਆਹੁਤਾ ਜ਼ਿੰਦਗੀ ਨੂੰ ਚਿੰਤਾ-ਮੁਕਤ ਰੱਖਣ ਲਈ, ਉਨ੍ਹਾਂ ਨੂੰ ਲਾਗੂ ਕਰੋ ਅਤੇ ਬਿਹਤਰ ਜ਼ਿੰਦਗੀ ਦਾ ਆਨੰਦ ਲੋ।

ਲੋਕ ਵਿਵਹਾਰ ਨਾਲ ਸਬੰਧਤ ਲਾਗੂ ਕਰਨ ਵਾਲੀਆਂ ਉਪਯੋਗੀ ਗੱਲਾਂ:-

- **ਘਰ ਤੋਂ ਬਾਹਰ ਵੀ ਸਤਿਕਾਰ ਦੋ :** ਜਦੋਂ ਵੀ ਤੁਸੀਂ ਘਰ ਤੋਂ ਬਾਹਰ ਨਿਕਲੋ ਤਾਂ ਆਪਣੇ ਜੀਵਨ ਸਾਥੀ ਦਾ ਸਤਿਕਾਰ ਕਰੋ। ਉਨ੍ਹਾਂ ਨੂੰ ਸਤਿਕਾਰ ਨਾਲ ਸੰਬੋਧਨ ਕਰੋ, ਕਿਸੇ ਵੀ ਤਰ੍ਹਾਂ ਦੇ ਮਜ਼ਾਕ ਜਾਂ ਚੁਟਕਲੇ ਦਾ ਪ੍ਰਯੋਗ ਨਾ ਕਰੋ।
- **ਨਿਯਮਤ ਬੱਚਤ ਦੀ ਯੋਜਨਾ ਬਣਾਓ:** ਪੈਸੇ ਸਿਰਫ਼ ਖਰਚ ਕਰਨ ਲਈ ਹੀ ਨਹੀਂ ਕਮਾਓ ਬਲਕੀ ਅਚਾਨਕ ਜ਼ਰੂਰਤਾਂ ਲਈ ਕੁਝ ਬੱਚਤ ਰੱਖੋ, ਅਤੇ ਆਪਣੇ ਬੱਚਿਆਂ ਦੇ ਉੱਜਵਲ ਭਵਿੱਖ ਲਈ ਨਿਯਮਿਤ ਧਨ ਦਾ ਨਿਵੇਸ਼ ਵੀ ਕਰੋ।

ਅਧਿਆਇ – 75

ਦੁਸ਼ਮਣਾਂ ਨਾਲ ਲੋਕ ਵਿਵਹਾਰ

"ਜਦੋਂ ਤੁਹਾਡਾ ਦੁਸ਼ਮਣ ਗਲਤੀ ਕਰ ਰਿਹਾ ਹੋਵੇ ਤਾਂ ਉਸਨੂੰ ਕਦੇ ਨਾ ਰੋਕੋ: ਨੈਪੋਲੀਅਨ ਬੋਨਾਪਾਰਟ"

ਤੁਸੀਂ ਸੋਚ ਰਹੇ ਹੋਵੋਗੇ ਕਿ ਇਹ ਕਿਹੋ ਜਿਹਾ ਸਿਰਲੇਖ ਹੈ, ਦੁਸ਼ਮਣਾਂ ਨਾਲ ਲੋਕ ਵਿਵਹਾਰ ਪਰ ਇਹ ਹਕੀਕਤ ਹੈ, ਸਾਡੀ ਜ਼ਿੰਦਗੀ ਅਜਿਹੀ ਹੈ ਕਿ ਸਾਨੂੰ ਪਸੰਦ ਹੋਵੇ ਜਾਂ ਨਾ, ਸਾਡੇ ਦੁਸ਼ਮਣ ਹੁੰਦੇ ਹੀ ਹਨ ਅਤੇ ਕਿਉਂਕਿ ਸਾਡੇ ਦੁਸ਼ਮਣ ਹਨ, ਸਾਨੂੰ ਨਾ ਚਾਹੁੰਦੇ ਹੋਏ ਵੀ ਉਨ੍ਹਾਂ ਨਾਲ ਨਜਿੱਠਣਾ ਪੈਂਦਾ ਹੈ। ਕੁਝ ਦਿਨ ਪਹਿਲਾਂ ਮੈਂ ਫੇਸਬੁੱਕ 'ਤੇ ਇੱਕ ਹਵਾਲਾ ਪੜ੍ਹਿਆ ਜੋ ਮੈਨੂੰ ਬਹੁਤ ਪਸੰਦ ਆਇਆ ਅਤੇ ਮੈਂ ਇਸਨੂੰ ਤੁਹਾਡੇ ਨਾਲ ਸਾਂਝਾ ਕਰ ਰਿਹਾ ਹਾਂ "ਸ਼ਾਂਤ ਰਹਿਣਾ ਸਿੱਖੋ, ਲੋਹਾ ਠੰਡਾ ਹੋਣ 'ਤੇ ਮਜ਼ਬੂਤ ਹੁੰਦਾ ਹੈ ਅਤੇ ਗਰਮ ਹੋਣ 'ਤੇ ਕਿਸੇ ਵੀ ਰੂਪ ਵਿੱਚ ਸੁੱਟਿਆ ਜਾ ਸਕਦਾ ਹੈ" ਅਤੇ ਇਹੀ ਸਾਡੇ ਦੁਸ਼ਮਣ ਵੀ ਕਰਦੇ ਹਨ, ਉਹ ਸਾਨੂੰ ਭੜਕਾਉਂਦੇ ਹਨ ਤਾਂ ਜੋ ਅਸੀਂ ਆਪਣਾ ਸਬਰ ਗੁਆ ਬੈਠੀਏ ਅਤੇ ਕੁਝ ਅਜਿਹਾ ਕਰੀਏ ਜੋ ਸਾਨੂੰ ਨਹੀਂ ਕਰਨਾ ਚਾਹੀਦਾ।

ਦੁਸ਼ਮਣਾਂ ਨਾਲ ਜਨਤਕ ਵਿਵਹਾਰ ਲਈ ਕੁਝ ਸੁਝਾਅ ਇਹ ਹਨ : -

- **ਦਾਦਾ ਜੀ ਦਾ ਆਪਣੇ ਦੁਸ਼ਮਣਾਂ ਨੂੰ ਨਮਸਕਾਰ ਕਰਨਾ** : ਇੱਕ ਸਮਾਂ ਸੀ ਜਦੋਂ ਸਾਡੇ ਦਾਦਾ ਜੀ ਇੱਕ ਮੁਕੱਦਮਾ ਲੜ ਰਹੇ ਸਨ, ਅਤੇ ਜਦੋਂ ਵੀ ਉਹ ਵਿਰੋਧੀ ਪਾਰਟੀ ਨੂੰ ਮਿਲਦੇ ਸਨ, ਉਹ ਉਸਦਾ ਸਵਾਗਤ ਨਮਸਕਾਰ ਨਾਲ ਕਰਦੇ ਸਨ। ਉਹ ਕਹਿੰਦੇ ਸਨ, ਸਾਰਿਆਂ ਦਾ ਸਤਿਕਾਰ ਕਰਨਾ ਮੇਰਾ ਸੁਭਾਅ ਅਤੇ ਮੇਰਾ ਉਦੇਸ਼ ਕੋਈ ਕੇਸ

ਲੜਨਾ ਨਹੀਂ ਸਗੋਂ ਸਮਾਧਾਨ ਵਲ ਵਧਨਾ ਹੈ ਅਤੇ ਇਹੀ ਕੁਝ ਬਹੁਤ ਸਾਲਾਂ ਬਾਅਦ ਹੋਇਆ ਜਦੋਂ ਉਨ੍ਹਾਂ ਦਾ ਪਿਆਰ ਨਾਲ ਸੁਲ੍ਹਾ ਹੋ ਗਈ। ਸਿੱਧੇ ਸ਼ਬਦਾਂ ਵਿੱਚ, ਦੁਸ਼ਮਣੀ ਵਿੱਚ ਪੈਣ ਤੋਂ ਪਹਿਲਾਂ, ਆਪਣੇ ਉਦੇਸ਼ ਨੂੰ ਧਿਆਨ ਵਿੱਚ ਰੱਖੋ ਕਿ ਤੁਸੀਂ ਕੀ ਪ੍ਰਾਪਤ ਕਰਨਾ ਚਾਹੁੰਦੇ ਹੋ?

- **ਧੋਖੇਬਾਜ਼ਾਂ ਤੋਂ ਸਾਵਧਾਨ ਰਹੋ** : ਇਹ ਦੁਨੀਆਂ ਬਹੁਤ ਸੁੰਦਰ ਹੈ, ਪਰ ਕੁਝ ਧੋਖੇਬਾਜ਼ ਵੀ ਹਨ ਜਿਨ੍ਹਾਂ ਤੋਂ ਸਾਨੂੰ ਸਾਵਧਾਨ ਰਹਿਣ ਦੀ ਲੋੜ ਹੈ। ਉਹ ਤੁਹਾਨੂੰ ਇਸ ਤਰ੍ਹਾਂ ਭੜਕਾਉਂਦੇ ਹਨ ਕਿ ਤੁਸੀਂ ਆਪਣਾ ਆਪਾ ਗੁਆ ਬੈਠੋ ਅਤੇ ਜਾਂ ਤਾਂ ਗਾਲੀ-ਗਲੋਚ ਦੀ ਵਰਤੋਂ ਕਰੋ ਜਾਂ ਸਰੀਰਕ ਲੜਾਈ ਵਿੱਚ ਪੈ ਜਾਓ, ਅਤੇ ਉਹ ਉਸਦੀ ਰਿਕਾਰਡ ਅਤੇ ਸੰਪਾਦਿਤ ਕਰ ਤੁਹਾਨੂੰ ਫਸਾ ਲੈਣ। ਇਸ ਲਈ, ਇੱਕ ਬਹੁਤ ਮਹੱਤਵਪੂਰਨ ਹੁਨਰ ਜੋ ਸਾਨੂੰ ਸਿੱਖਣਾ ਚਾਹੀਦਾ ਹੈ ਉਹ ਹੈ ਆਪਣੇ ਗੁੱਸੇ ਨੂੰ ਕਾਬੂ ਕਰਨਾ। ਆਪਣੇ ਦੁਸ਼ਮਣਾਂ ਅਤੇ ਉਨ੍ਹਾਂ ਦੇ ਇਰਾਦਿਆਂ ਨੂੰ ਪਛਾਣੋ, ਅਤੇ ਆਪਣਾ ਸਬਰ ਨਾ ਗੁਆਓ।
- **ਦੁਸ਼ਮਣੀ ਤੋਂ ਕੋਈ ਫਾਇਦਾ ਨਹੀਂ ਮਿਲਦਾ** : ਅਸੀਂ ਦੂਜੇ ਲੋਕਾਂ ਨੂੰ ਨਹੀਂ ਬਦਲ ਸਕਦੇ ਪਰ ਅਸੀਂ ਆਪਣੇ ਆਪ ਨੂੰ ਬਦਲ ਸਕਦੇ ਹਾਂ। ਜੇਕਰ ਕਿਸੇ ਹੋਰ ਨੂੰ ਸਾਡੇ ਨਾਲ ਦੁਸ਼ਮਣੀ ਹੈ ਤਾਂ ਹੋ ਸਕਦਾ ਹੈ ਕਿ ਅਸੀਂ ਉਸਨੂੰ ਬਦਲਣਾ ਸੰਭਵ ਨਾ ਕਰੀਏ ਪਰ ਜੇਕਰ ਸਾਡੀ ਕਿਸੇ ਨਾਲ ਦੁਸ਼ਮਣੀ ਹੈ ਤਾਂ ਅਸੀਂ ਉਸ ਭਾਵਨਾ ਨੂੰ ਬਦਲ ਸਕਦੇ ਹਾਂ। ਉਦਾਹਰਣ ਵਜੋਂ, ਮੰਨ ਲਓ ਕਿ ਸਾਡੇ ਸਕੂਲ ਦੇ ਦਿਨਾਂ ਵਿੱਚ ਸਾਡੀ ਕਿਸੇ ਦੋਸਤ ਨਾਲ ਲੜਾਈ ਹੋਈ ਸੀ, ਪਰ ਅੱਜ ਉਸ ਘਟਨਾ ਨੂੰ 15 ਸਾਲ ਹੋ ਗਏ ਹਨ, ਇਹ ਸੰਭਵ ਹੈ ਕਿ ਤੁਹਾਨੂੰ ਇਹ ਘਟਨਾ ਯਾਦ ਹੋਵੇ ਪਰ ਜਿਸ ਵਿਅਕਤੀ ਨਾਲ ਤੁਹਾਡੀ ਲੜਾਈ ਹੋਈ ਸੀ ਉਸਨੂੰ ਇਹ ਯਾਦ ਨਾ ਹੋਵੇ ਅਤੇ ਤੁਸੀਂ ਇਸ ਨੂੰ ਮੁੱਦਾ ਬਣਾ ਬੈਠੇ ਹੋ।
- **ਮਾਨਸਿਕ ਸ਼ਾਂਤੀ ਤੋਂ ਵਧੀਆ ਕੁਝ ਨਹੀਂ ਹੁੰਦਾ** : ਮੈਂ ਆਪਣੀ ਕਿਤਾਬ ਰਾਜਨੀਤੀ ਟਾਈਮ ਮੈਨੇਜਮੈਂਟ ਵਿੱਚ ਇਹ ਵੀ ਚਰਚਾ ਕੀਤੀ ਹੈ ਕਿ ਜਦੋਂ ਅਸੀਂ ਦੁਸ਼ਮਣੀ ਕਰਦੇ ਹਾਂ, ਤਾਂ ਅਸੀਂ ਆਪਣਾ ਸਮਾਂ ਬਰਬਾਦ ਕਰਦੇ ਹਾਂ ਕਿਉਂਕਿ ਕੀ ਹੁੰਦਾ ਹੈ ਕਿ ਅਸੀਂ ਜੇਲ੍ਹਰ ਬਣ ਜਾਂਦੇ ਹਾਂ ਅਤੇ ਕੈਦੀ ਯਾਨੀ ਆਪਣੇ ਦੁਸ਼ਮਣ ਨੂੰ ਆਪਣੇ ਮਨ ਵਿੱਚ ਰੱਖਦੇ ਹਾਂ, ਜਿਸ ਕਾਰਨ ਸਾਡੀ ਸਾਰੀ ਊਰਜਾ ਬਰਬਾਦ ਹੋ ਜਾਂਦੀ ਹੈ ਅਤੇ ਇਸ ਕਾਰਨ ਅਸੀਂ ਉਸ ਸਮੇਂ ਦੌਰਾਨ ਕੋਈ ਹੋਰ ਕੰਮ ਨਹੀਂ ਕਰ ਪਾਉਂਦੇ।
- **ਬਦਲਾ ਲੈਣ ਦਾ ਸਭ ਤੋਂ ਵਧੀਆ ਤਰੀਕਾ ਵੱਡੀ ਸਫਲਤਾ ਹੈ** : ਬਚਪਨ ਵਿੱਚ, ਮੈਂ ਅਕਸਰ ਅਜਿਹੇ ਸਵਾਲ ਸੁਣਦੇ ਸੀ, ਤੁਸੀਂ ਇੱਕ ਲਾਈਨ ਨੂੰ ਮਿਟਾਏ ਬਿਨਾਂ ਕਿਵੇਂ ਛੋਟੀ ਕਰ ਸਕਦੇ ਹੋ?ਜਵਾਬ ਸੀ ਕਿ ਇਸਦੇ ਅੱਗੇ ਇੱਕ ਵੱਡੀ ਲਾਈਨ ਖਿੱਚੋ। ਜੇਕਰ ਅਸੀਂ ਕਿਸੇ ਤੋਂ ਬਦਲਾ ਲੈਣਾ ਚਾਹੁੰਦੇ ਹਾਂ ਤਾਂ ਸਾਨੂੰ ਬਿਲਕੁਲ ਉਹੀ ਕਰਨਾ ਚਾਹੀਦਾ ਹੈ। ਈਰਖਾ ਕਰਨ ਜਾਂ ਨਫ਼ਰਤ ਕਰਨ ਦੀ ਬਜਾਏ, ਸਾਨੂੰ ਆਪਣੀ ਊਰਜਾ ਵੱਡੀ ਸਫਲਤਾ ਪ੍ਰਾਪਤ ਕਰਨ ਵਿੱਚ ਲਗਾਉਣੀ ਚਾਹੀਦੀ ਹੈ।

ਮੇਰੇ ਦਾਦਾ ਜੀ ਮੈਨੂੰ ਅਕਸਰ ਕਹਿੰਦੇ ਹੁੰਦੇ ਸਨ, "ਸਿਰਫ਼ ਕਹਿਣਾ ਹੀ ਨਾ, ਕਰਕੇ ਦਿਖਾਓ ਕਿਉਂਕਿ ਜਦੋਂ ਤੁਸੀਂ ਕਰ ਕੇ ਦਿਖਾਓਗੇ, ਤਾਂ ਸਾਰਿਆਂ ਨੂੰ ਵਿਸ਼ਵਾਸ ਹੋ ਜਾਏਗਾ।"

ਯਾਦ ਰੱਖੋ, ਬਦਲੇ ਦੀ ਭਾਵਨਾ ਰੱਖਣ ਨਾਲ, ਅਸੀਂ ਸਿਰਫ਼ ਆਪਣੇ ਆਪ ਨੂੰ ਨੁਕਸਾਨ ਪਹੁੰਚਾਉਂਦੇ ਹਾਂ ਅਤੇ ਬਦਲਾ ਲੈਣ ਦਾ ਸਭ ਤੋਂ ਵਧੀਆ ਤਰੀਕਾ ਵੱਡੀ ਸਫਲਤਾ ਹੈ।

ਲੋਕ ਵਿਵਹਾਰ ਨਾਲ ਸਬੰਧਤ ਅਮਲ ਕਰਨ ਯੋਗ ਉਪਯੋਗੀ ਗੱਲਾਂ :-

- ਆਪਣੇ ਵਿਰੋਧੀਆਂ ਨੂੰ ਇਹ ਨਾ ਦੱਸੋ ਕਿ ਤੁਹਾਨੂੰ ਕੀ ਪਸੰਦ ਨਹੀਂ ਹੈ, ਨਹੀਂ ਤਾਂ ਉਹ ਵਾਰ-ਵਾਰ ਉਹੀ ਕੰਮ ਕਰਨਗੇ।
- ਅੰਤਰ ਦਾ ਸਤਿਕਾਰ ਕਰੋ।
- ਭੱਜਣ ਨਾਲੋਂ ਸ਼ਾਂਤ ਰਹਿਣਾ ਬਿਹਤਰ ਹੈ।
- ਆਪਣੇ ਅਤੇ ਆਪਣੇ ਦੁਸ਼ਮਣ ਵਿਚਕਾਰ ਇੱਕ ਸਾਂਝਾ ਬਿੰਦੂ ਲੱਭੋ ਜਿਸ 'ਤੇ ਇਕ ਰਾਏ ਜਾਂ ਸੁਲ੍ਹਾ ਹੋ ਸਕੇ।
- ਆਪਣੇ ਵਿਰੋਧੀਆਂ ਨੂੰ ਵੀ ਸਤਿਕਾਰ ਦਿਓ।
- ਵਿਰੋਧੀਆਂ ਦੇ ਬੱਚਿਆਂ ਨਾਲ ਕੋਈ ਟਕਰਾਅ ਨਹੀਂ, ਉਨ੍ਹਾਂ ਨੂੰ ਇਸ ਤੋਂ ਦੂਰ ਰੱਖੋ, ਕੀ ਤੁਸੀਂ ਇਹ ਲੜਾਈ ਅਗਲੀ ਪੀੜ੍ਹੀ ਲਈ ਛੱਡਣਾ ਚਾਹੁੰਦੇ ਹੋ?
- ਆਪਣੇ ਵਿਰੋਧੀਆਂ ਤੋਂ ਇਹ ਜਾਣਨ ਦੀ ਕੋਸ਼ਿਸ਼ ਕਰੋ ਕਿ ਉਨ੍ਹਾਂ ਦੇ ਗੁੱਸੇ ਦਾ ਕਾਰਨ ਕੀ ਹੈ।

ਅਧਿਆਇ – 76

ਡਿਜੀਟਲ ਯੁੱਗ ਵਿੱਚ ਲੋਕ ਵਿਵਹਾਰ

"ਅਸੀਂ ਤਕਨਾਲੋਜੀ ਨਾਲ ਦੁਨੀਆ ਨੂੰ ਬਦਲ ਰਹੇ ਹਾਂ: ਬਿਲ ਗੇਟਸ"

ਜ਼ਿਆਦਾਤਰ ਲੋਕ ਮੰਨਦੇ ਹਨ ਕਿ ਇਸ ਡਿਜੀਟਲ ਯੁੱਗ ਵਿੱਚ ਲੋਕ ਵਿਵਹਾਰ ਖ਼ਤਰੇ ਵਿੱਚ ਹੈ, ਲੋਕਾਂ ਵਿਚਕਾਰ ਦੂਰੀਆਂ ਵਧ ਰਹੀਆਂ ਹਨ ਅਤੇ ਜਾਣ-ਪਛਾਣ ਦਾ ਘੇਰਾ ਵੀ ਸੀਮਤ ਹੁੰਦਾ ਜਾ ਰਿਹਾ ਹੈ।

ਇਹ ਕਾਫ਼ੀ ਹੱਦ ਤੱਕ ਸੱਚ ਹੈ ਪਰ ਸਿਆਣਪ ਇਹੀ ਹੈ ਕਿ ਹਰ ਚੀਜ਼ ਦੇ ਸਕਾਰਾਤਮਕ ਪਹਿਲੂਆਂ ਨੂੰ ਦੇਖਿਆ ਜਾਵੇ ਅਤੇ ਜਿੰਨਾ ਸੰਭਵ ਹੋ ਸਕੇ ਇਸਦੀ ਵਧੀਆ ਵਰਤੋਂ ਕੀਤੀ ਜਾਵੇ।

ਤੁਹਾਨੂੰ ਯਾਦ ਹੋਵੇਗਾ ਕਿ ਇੱਕ ਸਮਾਂ ਸੀ ਜਦੋਂ ਰਾਜੇ ਆਪਣੇ ਦੂਤਾਂ ਨੂੰ ਸੰਦੇਸ਼ ਪਹੁੰਚਾਉਣ ਲਈ ਵਰਤਦੇ ਸਨ, ਜਿਸ ਵਿੱਚ ਕਈ ਦਿਨਾਂ ਤੋਂ ਲੈ ਕੇ ਕਈ ਮਹੀਨੇ ਲੱਗ ਜਾਂਦੇ ਸਨ।ਇਸੇ ਤਰ੍ਹਾਂ, ਕਬੂਤਰ ਵਰਗੇ ਜਾਨਵਰਾਂ ਦੀ ਵਰਤੋਂ ਵੀ ਜਾਣਕਾਰੀ ਪਹੁੰਚਾਉਣ ਲਈ ਕੀਤੀ ਜਾਂਦੀ ਸੀ।

ਪਰ ਡਿਜੀਟਲ ਯੁੱਗ ਨੇ ਇਨ੍ਹਾਂ ਸਾਰੀਆਂ ਸਮੱਸਿਆਵਾਂ ਨੂੰ ਖਤਮ ਕਰ ਦਿੱਤਾ ਹੈ। ਹੁਣ, ਤੁਸੀਂ ਪਲਕ ਝਪਕਦੇ ਹੀ ਦੁਨੀਆ ਦੇ ਇੱਕ ਕੋਨੇ ਤੋਂ ਦੂਜੇ ਕੋਨੇ ਨਾਲ ਜੁੜ ਸਕਦੇ ਹੋ। ਇਸ ਡਿਜੀਟਲ ਯੁੱਗ ਵਿੱਚ, ਸੰਚਾਰ ਦੇ ਪੰਜ ਮੁੱਖ ਸਾਧਨ ਹਨ ਜਿਨ੍ਹਾਂ ਦੀ ਅਸੀਂ ਸਭ ਤੋਂ ਵੱਧ ਵਰਤੋਂ ਕਰਦੇ ਹਾਂ, ਅਤੇ ਸਭ ਤੋਂ ਵੱਧ ਫਲਦਾਇਕ ਗੱਲ ਇਹ ਹੈ ਕਿ ਉਨ੍ਹਾਂ ਵਿੱਚੋਂ ਜ਼ਿਆਦਾਤਰ ਜਾਂ ਤਾਂ ਮੁਫਤ ਹਨ ਜਾਂ ਬਹੁਤ ਘੱਟ ਕੀਮਤ 'ਤੇ ਉਪਲਬਧ ਹਨ।

- ਵਾਟਸਐਪ
- ਫੇਸਬੁੱਕ
- ਈ-ਮੇਲ

- ਫ਼ੋਨ
- ਵੀਡੀਓ ਕਾਲ
- **ਵਾਟਸਐਪ :** ਬਦਕਿਸਮਤੀ ਨਾਲ, ਇਸਦੀ ਬਹੁਤ ਜ਼ਿਆਦਾ ਦੁਰਵਰਤੋਂ ਹੁੰਦੀ ਹੈ, ਜ਼ਿਆਦਾਤਰ ਲੋਕ ਇਸਦੀ ਵਰਤੋਂ ਅਫਵਾਹਾਂ ਅਤੇ ਨਕਾਰਾਤਮਕ ਸੰਦੇਸ਼ ਫੈਲਾਉਣ ਲਈ ਕਰਦੇ ਹਨ, ਜਦੋਂ ਕਿ ਇਸਨੂੰ ਤਿਉਹਾਰਾਂ, ਵਿਸ਼ੇਸ਼ ਸਮਾਗਮਾਂ, ਸੱਦੇ ਪੱਤਰਾਂ ਆਦਿ ਲਈ ਬਹੁਤ ਵਧੀਆ ਢੰਗ ਨਾਲ ਵਰਤਿਆ ਜਾ ਸਕਦਾ ਹੈ ਅਤੇ ਉਹ ਵੀ ਬਿਲਕੁਲ ਮੁਫਤ। ਹੁਣ ਵਾਟਸਐਪ ਨੇ ਈਮੇਲ ਨੂੰ ਵੀ ਪਿੱਛੇ ਛੱਡ ਦਿੱਤਾ ਹੈ ਅਤੇ ਇਸ ਵਿੱਚ ਦਸਤਾਵੇਜ਼ਾਂ ਤੋਂ ਲੈ ਕੇ ਮੀਡੀਆ ਤੱਕ ਸਭ ਕੁਝ ਜੋੜਨ ਅਤੇ ਭੇਜਣ ਦੀ ਸਹੂਲਤ ਹੋ ਗਈ ਹੈ।
- **ਫੇਸਬੁੱਕ:** ਪੁਰਾਣੇ ਦਿਨਾਂ ਵਿੱਚ, ਜਦੋਂ ਲੋਕ ਸਕੂਲੋਂ ਬਾਹਰ ਆਉਂਦੇ ਸਨ, ਉਨ੍ਹਾਂ ਨੂੰ ਪਤਾ ਹੀ ਨਹੀਂ ਹੁੰਦਾ ਸੀ ਕਿ ਉਹਨਾਂ ਦੇ ਜ਼ਿਆਦਾਤਰ ਦੋਸਤ ਕਿੱਥੇ ਹਨ ਜਾਂ ਉਹ ਕੀ ਕਰ ਰਹੇ ਸਨ, ਸਗੋਂ ਉਹਨਾਂ ਨੂੰ ਇਹ ਵੀ ਨਹੀਂ ਪਤਾ ਸੀ ਕਿ ਉਹ ਹੁਣ ਕਿਹੋ ਜਿਹੇ ਦਿਖਾਈ ਦਿੰਦੇ ਹਨ। ਫੇਸਬੁੱਕ ਨੇ ਆਪਣੇ ਅਜ਼ੀਜ਼ਾਂ ਨਾਲ ਜੁੜਨਾ ਆਸਾਨ ਬਣਾ ਦਿੱਤਾ ਹੈ। ਅਸੀਂ ਇਹ ਵੀ ਆਸਾਨੀ ਨਾਲ ਪਤਾ ਲਗਾ ਸਕਦੇ ਹਾਂ ਕਿ ਜਿਨ੍ਹਾਂ ਲੋਕਾਂ ਨਾਲ ਅਸੀਂ ਫੇਸਬੁੱਕ ਤੇ ਜੁੜਦੇ ਹਾਂ ਉਨ੍ਹਾਂ ਦੇ ਜਨਮਦਿਨ ਜਾਂ ਵਰ੍ਹੇਗੰਢ ਕਦੋਂ ਆਉਂਦੇ ਹਨ, ਜਿਸ ਨਾਲ ਅਸੀਂ ਅਜਿਹੇ ਖੁਸ਼ੀ ਦੇ ਮੌਕਿਆਂ ਤੇ ਉਹਨਾਂ ਨੂੰ ਵਧਾਈਆਂ ਦੇ ਸਕਦੇ ਹਾਂ।
- **ਈਮੇਲ:** ਮੰਨ ਲਓ ਕਿ ਤੁਸੀਂ ਕਿਸੇ ਮਸ਼ਹੂਰ ਸੇਲਿਬ੍ਰਿਟੀ, ਕਿਸੇ ਮਸ਼ਹੂਰ ਸਿਆਸਤਦਾਨ, ਜਾਂ ਕਿਸੇ ਮਸ਼ਹੂਰ ਐਥਲੀਟ ਨੂੰ ਸੁਨੇਹਾ ਭੇਜਣਾ ਚਾਹੁੰਦੇ ਹੋ। ਸੰਭਾਵਨਾ ਹੈ ਕਿ ਇਹਨਾਂ ਵਿਅਕਤੀਆਂ ਦੇ ਮੋਬਾਈਲ ਨੰਬਰ ਜ਼ਿਆਦਾਤਰ ਲੋਕਾਂ ਲਈ ਆਸਾਨੀ ਨਾਲ ਉਪਲਬਧ ਨਹੀਂ ਹੁੰਦੇ, ਅਤੇ ਨਾ ਹੀ ਉਹ ਆਪਣੇ ਫ਼ੋਨ 'ਤੇ ਅਜਨਬੀਆਂ ਨਾਲ ਸੰਪਰਕ ਕਰਨ ਵਿੱਚ ਆਰਾਮਦਾਇਕ ਹੁੰਦੇ ਹਨ। ਹਾਲਾਂਕਿ, ਉਹਨਾਂ ਦੇ ਈਮੇਲ ਪਤੇ ਅਕਸਰ ਆਸਾਨੀ ਨਾਲ ਉਪਲਬਧ ਹੁੰਦੇ ਹਨ, ਜਿਸ ਨਾਲ ਤੁਸੀਂ ਉਹਨਾਂ ਨੂੰ ਆਪਣਾ ਸੁਨੇਹਾ ਭੇਜ ਸਕਦੇ ਹੋ।

ਭਾਵੇਂ ਵਾਟਸਐਪ ਦੇ ਆਉਣ ਤੋਂ ਬਾਅਦ ਈਮੇਲ ਦੀ ਵਰਤੋਂ ਵਿੱਚ ਗਿਰਾਵਟ ਆਈ ਹੈ, ਪਰ ਇਹ ਅਜੇ ਵੀ ਵਰਤੋਂ ਵਿੱਚ ਹੈ ਅਤੇ ਤੁਹਾਨੂੰ ਆਪਣਾ ਸੁਨੇਹਾ ਕਈ ਤਰ੍ਹਾਂ ਦੀਆਂ ਵਿਸ਼ੇਸ਼ਤਾਵਾਂ ਦੇ ਨਾਲ ਭੇਜਣ ਦੀ ਸੁਵਿਧਾ ਪ੍ਰਦਾਨ ਕਰਦਾ ਹੈ। ਬਹੁਤ ਸਾਰੇ ਲੋਕ ਆਪਣੇ ਵਾਟਸਐਪ ਨੰਬਰ ਸਾਂਝੇ ਨਹੀਂ ਕਰਨਾ ਚਾਹੁੰਦੇ, ਪਰ ਉਹ ਆਪਣੇ ਈਮੇਲ ਪਤੇ ਆਸਾਨੀ ਨਾਲ ਸਾਂਝੇ ਕਰਦੇ ਹਨ, ਜਿਸ ਨਾਲ ਈਮੇਲ ਰਾਹੀਂ ਤੁਸੀਂ ਆਪਣਾ ਸੁਨੇਹਾ ਉਹਨਾਂ ਨੂੰ ਆਰਾਮ ਨਾਲ ਪਹੁੰਚਾ ਸਕਦੇ ਹੋ।

- **ਫ਼ੋਨ:** ਲੋਕ ਪਹਿਲਾਂ ਇੱਕ ਦੂਜੇ ਨੂੰ ਨਿੱਜੀ ਤੌਰ 'ਤੇ ਵਧਾਈਆਂ ਦੇਂਦੇ ਸਨ, ਪਰ ਅੱਜਕੱਲ੍ਹ, ਜੇ ਉਹ ਵਧਾਈਆਂ ਦੇਂਦੇ ਵੀ ਹਨ, ਤਾਂ ਉਹ ਅਕਸਰ ਵਾਟਸਐਪ ਜਾਂ ਫੇਸਬੁੱਕ ਰਾਹੀਂ ਅਜਿਹਾ ਕਰਦੇ ਹਨ। ਇੱਕ ਦੂਜੇ ਨੂੰ ਬਿਲਕੁਲ ਨਾ ਕਹਿਣ ਨਾਲੋਂ ਬਿਹਤਰ ਹੈ ਕਿ ਉਹ ਵਧਾਈ ਦਿੱਤੀ ਜਾਏ। ਸਭ ਤੋਂ ਵਧੀਆ ਗੱਲ ਤੇ ਇਹ ਹੈ ਕਿ ਨਿੱਜੀ ਤੌਰ 'ਤੇ ਵਧਾਈ ਦਿੱਤੀ ਜਾਵੇ, ਪਰ ਅੱਜ ਦੀ ਰੁਝੇਵਿਆਂ ਭਰੀ ਦੁਨੀਆਂ ਵਿੱਚ, ਇਹ ਹਮੇਸ਼ਾ ਆਸਾਨੀ ਨਾਲ

ਸੰਭਵ ਨਹੀਂ ਹੁੰਦਾ। ਇਸ ਦੀ ਬਜਾਏ, ਫ਼ੋਨ 'ਤੇ ਇੱਕ ਦੂਜੇ ਨੂੰ ਵਧਾਈ ਦੇਣਾ ਓਨਾ ਹੀ ਪ੍ਰਭਾਵਸ਼ਾਲੀ ਹੋਵੇਗਾ ਅਤੇ ਤੁਹਾਡੇ ਸਬੰਧਾਂ ਨੂੰ ਮਜ਼ਬੂਤ ਕਰੇਗਾ।

- **ਵੀਡੀਓ ਕਾਲ:** ਵੀਡੀਓ ਕਾਲ ਡਿਜੀਟਲ ਯੁੱਗ ਦਾ ਇੱਕ ਵਰਦਾਨ ਹੈ। ਬਹੁਤ ਸਾਰੇ ਬੱਚੇ, ਜਦੋਂ ਉਹ ਵੱਡੇ ਹੁੰਦੇ ਹਨ, ਤਾਂ ਉਨ੍ਹਾਂ ਨੂੰ ਕੰਮ ਲਈ ਆਪਣਾ ਸ਼ਹਿਰ ਛੱਡਣਾ ਪੈਂਦਾ ਹੈ ਅਤੇ ਅਜਿਹੀ ਸਥਿਤੀ ਵਿੱਚ, ਕਈ ਵਾਰ ਅਜਿਹਾ ਹੁੰਦਾ ਹੈ ਕਿ ਉਨ੍ਹਾਂ ਲਈ ਕਈ ਮਹੱਤਵਪੂਰਨ ਤਿਉਹਾਰਾਂ ਤੇ ਵੀ ਆਉਣਾ ਸੰਭਵ ਨਹੀਂ ਹੁੰਦਾ। ਅਜਿਹੀ ਸਥਿਤੀ ਵਿੱਚ, ਵੀਡੀਓ ਕਾਲਿੰਗ ਉਸ ਦਰਦ ਨੂੰ ਕੁਝ ਹੱਦ ਤੱਕ ਘਟਾਉਂਦੀ ਹੈ।

ਲੋਕ ਵਿਵਹਾਰ ਨਾਲ ਸਬੰਧਤ ਅਮਲ ਕਰਨ ਯੋਗ ਉਪਯੋਗੀ ਗੱਲਾਂ:-

ਅੱਜਕੱਲ੍ਹ, ਫੇਸਬੁੱਕ ਅਤੇ ਵਟਸਐਪ ਦਾ ਯੁੱਗ ਹੈ, ਅਤੇ ਉਨ੍ਹਾਂ ਨੇ ਸਾਡੇ ਰਹਿਣ-ਸਹਿਣ ਅਤੇ ਕੰਮ ਕਰਨ ਦੇ ਤਰੀਕੇ ਨੂੰ ਪੂਰੀ ਤਰ੍ਹਾਂ ਬਦਲ ਦਿੱਤਾ ਹੈ। ਸਾਡੀ ਜ਼ਿਆਦਾਤਰ ਗੱਲ -ਬਾਤ ਹੁਣ ਇਨ੍ਹਾਂ ਮਾਧਿਅਮਾਂ ਰਾਹੀਂ ਹੁੰਦੀ ਹੈ, ਜਿਸ ਕਰਕੇ ਇਹ ਜ਼ਰੂਰੀ ਹੋ ਜਾਂਦਾ ਹੈ ਕਿ ਅਸੀਂ ਸੰਚਾਰ ਦੇ ਇਸ ਮਹੱਤਵਪੂਰਨ ਪਹਿਲੂ ਦੀ ਗੱਲ ਕਰੀਏ ਤਾਂ ਵਿਸ਼ੇਸ਼ ਧਿਆਨ ਰੱਖੀਏ। ਆਓ ਇਸ ਨਾਲ ਜੁੜੇ ਕੁਝ ਮਹੱਤਵਪੂਰਨ ਸੁਝਾਵਾਂ 'ਤੇ ਇੱਕ ਨਜ਼ਰ ਮਾਰਦੇ ਹਾਂ:-

- ਫੇਸਬੁੱਕ ਇੱਕ ਸਾਰਵਜਨਿਕ ਪਲੇਟਫਾਰਮ ਹੈ, ਇਸ ਲਈ ਭਾਸ਼ਾ ਦੀ ਸ਼ਾਨ ਅਤੇ ਮਰਿਆਦਾ ਵੱਲ ਵਿਸ਼ੇਸ਼ ਧਿਆਨ ਦੇਣਾ ਜ਼ਰੂਰੀ ਹੈ। ਸਾਨੂੰ ਇਹ ਨਹੀਂ ਭੁੱਲਣਾ ਚਾਹੀਦਾ ਕਿ ਬਹੁਤ ਸਾਰੀਆਂ ਅੱਖਾਂ ਸਾਨੂੰ ਦੇਖ ਰਹੀਆਂ ਹਨ, ਜਿਨ੍ਹਾਂ ਵਿੱਚ ਹਰ ਉਮਰ ਦੇ ਲੋਕ, ਛੋਟੇ ਅਤੇ ਵੱਡੇ ਦੋਵੇਂ ਸ਼ਾਮਲ ਹਨ।
- ਧਰਮ, ਜਾਤ ਅਤੇ ਰਾਜਨੀਤੀ ਤੋਂ ਦੂਰ ਰਹੋ, ਧਰਮ, ਜਾਤ ਅਤੇ ਰਾਜਨੀਤੀ ਨਾਲ ਸਬੰਧਤ ਚੀਜ਼ਾਂ ਨਾ ਲਿਖੋ, ਕਿਉਂਕਿ ਇਸ ਨਾਲ ਬੇਲੋੜੇ ਵਿਵਾਦ ਦੀ ਸੰਭਾਵਨਾ ਵੱਧ ਜਾਂਦੀ ਹੈ।
- ਜਦੋਂ ਵੀ ਕੋਈ ਤੁਹਾਨੂੰ ਵਧਾਈ ਦਿੰਦਾ ਹੈ ਜਾਂ ਲਾਈਕ ਦੇ ਨਾਲ-ਨਾਲ ਟਿੱਪਣੀ ਕਰਦਾ ਹੈ, ਤਾਂ ਬਿਹਤਰ ਹੋਵੇਗਾ ਕਿ ਤੁਸੀਂ ਵੀ ਟਿੱਪਣੀ ਕਰੋ ਜਾਂ ਜੇਕਰ ਉਹ ਵਿਅਕਤੀ ਤੁਹਾਡੇ ਤੋਂ ਵੱਡਾ ਹੈ, ਤਾਂ ਉਸਦੇ ਨਾਮ ਨਾਲ 'ਜੀ' ਜੋੜ ਕੇ ਟਿੱਪਣੀ ਕਰੋ।
- ਫੇਸਬੁੱਕ ਦੀ ਖਾਸੀਅਤ ਇਹ ਹੈ ਕਿ ਜ਼ਿਆਦਾਤਰ ਲੋਕ ਆਪਣੇ ਜਨਮਦਿਨ ਦੀ ਮਿਤੀ ਫੇਸਬੁੱਕ 'ਤੇ ਪੋਸਟ ਕਰਦੇ ਹਨ ਅਤੇ ਇਹ ਬਿਹਤਰ ਹੋਵੇਗਾ ਜੇਕਰ ਅਸੀਂ ਉਨ੍ਹਾਂ ਨੂੰ ਜਨਮਦਿਨ ਦੀਆਂ ਸ਼ੁਭਕਾਮਨਾਵਾਂ ਜ਼ਰੂਰ ਦੇਈਏ।
- ਇਸੇ ਤਰ੍ਹਾਂ, ਜੇਕਰ ਤੁਸੀਂ ਫੇਸਬੁੱਕ 'ਤੇ ਕਿਸੇ ਦੀ ਵਰ੍ਹੇਗੰਢ ਦੇਖਦੇ ਹੋ, ਤਾਂ ਉਨ੍ਹਾਂ ਨੂੰ ਵਧਾਈ ਦਿਓ ਅਤੇ ਅਜਿਹੀਆਂ ਹੋਰ ਪ੍ਰਾਪਤੀਆਂ ਲਈ ਵੀ ਵਧਾਈ ਦੇਣਾ ਨਾ ਭੁੱਲੋ।
- ਭਾਵੇਂ ਇਹ ਵਾਟਸਐਪ ਹੋਵੇ, ਫੇਸਬੁੱਕ ਹੋਵੇ ਜਾਂ ਕੋਈ ਹੋਰ ਮਾਧਿਅਮ, ਕਿਸੇ ਵੀ ਸੁਨੇਹੇ ਨੂੰ ਅੱਗੇ ਭੇਜਣ ਜਾਂ ਸਾਂਝਾ ਕਰਨ ਤੋਂ ਬਚੋ ਜੋ ਅਫਵਾਹ ਹੋ ਸਕਦਾ ਹੈ।
- ਜੇਕਰ ਤੁਸੀਂ ਚਾਹੁੰਦੇ ਹੋ ਕਿ ਤੁਹਾਡੇ ਸੁਨੇਹਿਆਂ ਨੂੰ ਗੰਭੀਰਤਾ ਨਾਲ ਲਿਆ ਜਾਵੇ ਤਾਂ ਚੋਣਵੇਂ ਅਤੇ ਮਹੱਤਵਪੂਰਨ ਸੁਨੇਹੇ ਭੇਜੋ, ਮੈਂ ਅਕਸਰ ਦੇਖਦਾ ਹਾਂ ਕਿ ਬਹੁਤ ਸਾਰੇ ਲੋਕ ਹਰ ਰੋਜ਼ ਵਾਟਸਐਪ ਰਾਹੀਂ ਦਰਜਨਾਂ ਸੁਨੇਹੇ ਭੇਜਦੇ ਹਨ ਅਤੇ ਹੁੰਦਾ ਇਹ ਹੈ ਕਿ ਉਨ੍ਹਾਂ

ਨੂੰ ਨਜ਼ਰਅੰਦਾਜ਼ ਕਰਨ ਤੋਂ ਇਲਾਵਾ ਕੋਈ ਵਿਕਲਪ ਨਹੀਂ ਬਚਦਾ ਕਿਉਂਕਿ ਵਾਟਸਐਪ ਵੀ ਸੰਚਾਰ ਦਾ ਇੱਕ ਮਾਧਿਅਮ ਹੈ ਅਤੇ ਇਸਦੀ ਵਰਤੋਂ ਇਸੇ ਤਰ੍ਹਾਂ ਕੀਤੀ ਜਾਣੀ ਚਾਹੀਦੀ ਹੈ।

- ਵਾਟਸਐਪ ਦੇ ਆਉਣ ਨਾਲ ਸਾਡੀ ਏਸ ਏਮ ਏਸ ਤੇ ਨਿਰਭਰਤਾ ਬਹੁਤ ਹੱਦ ਤੱਕ ਘੱਟ ਗਈ ਹੈ, ਇਸ ਲਈ ਇਹ ਇੱਕ ਵਧੀਆ ਮੌਕਾ ਹੈ ਕਿ ਅਸੀਂ ਲੋਕਾਂ ਨੂੰ ਹੋਲੀ, ਦੀਵਾਲੀ, ਦੁਸਹਿਰਾ, ਈਦ, ਕ੍ਰਿਸਮਸ ਆਦਿ ਵਰਗੇ ਸਾਰੇ ਪ੍ਰਮੁੱਖ ਤਿਉਹਾਰਾਂ 'ਤੇ ਸ਼ੁਭਕਾਮਨਾਵਾਂ ਦੇਣਾ ਨਾ ਭੁੱਲੀਏ।

ਅਧਿਆਇ – 77

ਮੇਰਾ ਪਹਿਲਾ ਪ੍ਰੋਜੈਕਟ ਅਤੇ ਲੋਕ ਵਿਵਹਾਰ

" ਬਸ ਨਿਯਮਾਂ ਦੀ ਪਾਲਣਾ ਕਰੋ ਅਤੇ ਤੁਹਾਨੂੰ ਪਤਾ ਲੱਗ ਜਾਵੇਗਾ ਕਿ ਤੁਸੀਂ ਕਿਵੇਂ ਜਿੱਤੋਗੇ: ਅਰਨੋਲਡ ਪਾਮਰ"

ਜਦੋਂ ਮੈਨੂੰ ਇਸ ਸਿਧਾਂਤ ਬਾਰੇ ਪਤਾ ਲੱਗਾ ਉਸ ਸਮੇਂ ਮੈਂ ਕਾਲਜ ਦਾ ਵਿਦਿਆਰਥੀ ਸੀ ਅਤੇ ਮੈਂ 'rg-tech education' ਨਾਮਕ ਇੱਕ ਸੰਸਥਾ ਸ਼ੁਰੂ ਕੀਤੀ ਸੀ। ਮੇਰੇ ਸਰੋਤ ਸੀਮਤ ਸਨ, ਇੱਕ ਪੁਰਾਣਾ ਘਰ, ਇੱਕ ਪੁਰਾਣਾ ਕੰਪਿਊਟਰ ਜੋ ਮੈਂ ਘਰੋਂ ਲਿਆਇਆ ਸੀ, ਚਾਰ ਕੁਰਸੀਆਂ, ਅਤੇ ਇੱਕ ਮੇਜ਼। ਪਰ ਮੇਰਾ ਸਭ ਤੋਂ ਵੱਡਾ ਸਰੋਤ ਸੀ ਲੋਕ ਵਿਵਹਾਰ ਦਾ ਇਹ ਗੁਣ ਭਾਵ ਲੋਕਾਂ ਨੂੰ ਪਹਿਲ ਦੇਣਾ ਅਤੇ ਉਨ੍ਹਾਂ ਵਿੱਚ ਦਿਲਚਸਪੀ ਲੈਣਾ।

ਮੈਂ ਜਵਾਨ ਸੀ, ਅਤੇ ਪੜ੍ਹਨ ਲਈ ਆਉਣ ਵਾਲੇ ਜ਼ਿਆਦਾਤਰ ਵਿਦਿਆਰਥੀ ਮੇਰੇ ਤੋਂ ਵੱਡੇ ਸਨ। ਸਾਡੇ ਕੇਂਦਰ ਵਿੱਚ ਅਧਿਆਪਨ ਦੀ ਭੂਮਿਕਾ ਇੱਕ ਮਹਿਲਾ ਅਧਿਆਪਕਾ ਦੁਆਰਾ ਸੰਭਾਲੀ ਜਾਂਦੀ ਸੀ, ਅਤੇ ਮੈਂ ਹਮੇਸ਼ਾ ਉਹਨਾਂ ਨਾਲ ਚਰਚਾ ਕਰਦਾ ਸੀ ਕਿ ਅਸੀਂ ਹੋਰ ਲੋਕਾਂ ਨੂੰ ਕਿਵੇਂ ਜੋੜ ਸਕਦੇ ਹਾਂ ਅਤੇ ਆਪਣੀ ਗੁਣਵੱਤਾ ਨੂੰ ਕਿਵੇਂ ਸੁਧਾਰ ਸਕਦੇ ਹਾਂ।

ਇਸੇ ਤਰ੍ਹਾਂ, ਮੈਂ ਸ਼ਾਮਲ ਹੋਣ ਵਾਲੇ ਵਿਦਿਆਰਥੀਆਂ ਤੋਂ ਫੀਡਬੈਕ ਲੈਂਦਾ ਸੀ ਕਿ ਅਸੀਂ ਆਪਣੀਆਂ ਸੇਵਾਵਾਂ ਨੂੰ ਕਿਵੇਂ ਬਿਹਤਰ ਬਣਾ ਸਕਦੇ ਹਾਂ, ਅਤੇ ਉਨ੍ਹਾਂ ਤੋਂ ਇਹ ਵੀ ਸੁਝਾਅ ਲੈਂਦਾ ਸੀ ਕਿ ਜੇ ਤੁਸੀਂ ਸਾਡੀ ਜਗ੍ਹਾ ਹੁੰਦੇ ਅਤੇ ਇਸ ਸੰਸਥਾ ਨੂੰ ਚਲਾਉਂਦੇ ਤਾਂ ਤੁਸੀਂ ਕੀ ਕਰਦੇ?

ਉਨ੍ਹਾਂ ਦੇ ਜਵਾਬਾਂ ਨੇ ਸਾਨੂੰ ਉਹ ਕੀਮਤੀ ਜਾਣਕਾਰੀ ਮਿਲ ਜਾਂਦੀ ਸੀ ਜਿਸਦੀ ਸਾਨੂੰ ਉਮੀਦ ਵੀ ਨਹੀਂ ਹੁੰਦੀ ਸੀ, ਅਤੇ ਹੌਲੀ-ਹੌਲੀ ਕਰਕੇ ਅਸੀਂ ਵਧੀਆ ਹੁੰਦੇ ਚਲੇ ਗਏ ਅਤੇ ਵਿਸਤਾਰ ਕੀਤਾ।

ਸਵਾਲ ਪੁੱਛਣ ਅਤੇ ਰਾਏ ਮੰਗਣ ਨਾਲ ਉਨ੍ਹਾਂ ਵਿੱਚ ਆਪਣਾਪਣ ਅਤੇ ਮਹੱਤਵ ਦੀ ਭਾਵਨਾ ਪੈਦਾ ਹੁੰਦੀ ਸੀ ਉਨ੍ਹਾਂ ਨੂੰ ਮਹਿਸੂਸ ਹੁੰਦਾ ਸੀ ਕਿ ਉਹ ਅਤੇ ਉਨ੍ਹਾਂ ਦੇ ਵਿਚਾਰ ਮਾਇਨੇ ਰੱਖਦੇ ਹਨ।

ਇਹ ਵੀ ਸੱਚ ਹੈ ਕਿ ਇਹ ਸਾਰੇ ਲੋਕ ਸਾਡੇ ਲਈ ਬਹੁਤ ਮਹੱਤਵਪੂਰਨ ਸਨ। ਮੈਂ ਉਨ੍ਹਾਂ ਸਾਰਿਆਂ ਦੇ ਨਾਮ ਯਾਦ ਰਖੇ ਅਤੇ ਉਨ੍ਹਾਂ ਸਾਰਿਆਂ ਨੂੰ ਉਨ੍ਹਾਂ ਦੇ ਨਾਮ ਤੋਂ ਪਹਿਲਾਂ "ਜੀ" ਲਿਖ ਕੇ ਸੰਬੋਧਿਤ ਕੀਤਾ।

ਕਿਉਂਕਿ ਮੇਰੇ ਕੋਲ ਸਾਰੇ ਦਾਖਲੇ ਦੇ ਫਾਰਮ ਹੁੰਦੇ ਸਨ, ਇਸ ਲਈ ਸਾਰਿਆਂ ਦੀ ਜਨਮ ਮਿਤੀ ਵੀ ਉਨ੍ਹਾਂ ਵਿੱਚ ਭਰੀ ਗਈ ਸੀ ਕਿਉਂਕਿ ਇਹ ਸਾਰੇ ਲੋਕ ਮੇਰੇ ਲਈ ਮਹੱਤਵਪੂਰਨ ਸਨ, ਇਸ ਲਈ ਜਿਵੇਂ ਮੈਨੂੰ ਆਪਣਾ ਜਨਮਦਿਨ ਯਾਦ ਸੀ, ਉਸੇ ਤਰ੍ਹਾਂ ਮੈਂ ਉਨ੍ਹਾਂ ਦੇ ਜਨਮਦਿਨ ਵੀ ਯਾਦ ਰਖੇ।

ਅਤੇ ਜਦੋਂ ਵੀ ਕਿਸੇ ਦਾ ਜਨਮਦਿਨ ਆਉਂਦਾ ਸੀ, ਮੈਂ ਉਨ੍ਹਾਂ ਨੂੰ ਸ਼ੁਭਕਾਮਨਾਵਾਂ ਦਿੰਦਾ ਸੀ। ਕਾਸ਼ ਤੁਸੀਂ ਉਨ੍ਹਾਂ ਦੇ ਚਿਹਰਿਆਂ 'ਤੇ ਖੁਸ਼ੀ ਦੇਖ ਸਕਦੇ। ਸ਼ਬਦਾਂ ਵਿੱਚ ਬਿਆਨ ਨਹੀਂ ਕੀਤਾ ਜਾ ਸਕਦਾ। ਉਨ੍ਹਾਂ ਵਿੱਚੋਂ ਬਹੁਤ ਸਾਰੇ ਤਾਂ ਇਹ ਵੀ ਕਹਿੰਦੇ ਸਨ ਕਿ ਮੈਂ ਇਕੱਲਾ ਵਿਅਕਤੀ ਸੀ ਜਿਸਨੇ ਉਨ੍ਹਾਂ ਨੂੰ ਜਨਮਦਿਨ ਦੀਆਂ ਸ਼ੁਭਕਾਮਨਾਵਾਂ ਦਿੱਤੀਆਂ ਸਨ।

ਅਸੀਂ ਇੱਥੇ ਹੀ ਨਹੀਂ ਰੁਕੇ ਅਸੀਂ ਪੁੱਛਣਾ ਸ਼ੁਰੂ ਕਰ ਦਿੱਤਾ ਕਿ ਅਗਰ ਕਿਸੇ ਦੀ ਕੋਈ ਵੀ ਸਮੱਸਿਆ ਹੈ ਤਾਂ ਅਸੀਂ ਲੋਕ ਉਸਦੇ ਸਮਾਧਾਨ ਲਈ ਮਦਦ ਕਰ ਸਕਦੇ ਹਾਂ। ਜ਼ਿਆਦਾਤਰ ਲੋਕਾਂ ਨੇ ਕਿਹਾ ਕਿ ਉਨ੍ਹਾਂ ਨੂੰ ਅੰਗਰੇਜ਼ੀ ਸਮਝਣ ਵਿੱਚ ਮੁਸ਼ਕਲ ਆ ਰਹੀ ਹੈ। ਅਸੀਂ ਅੰਗਰੇਜ਼ੀ ਸਿੱਖਣ ਵਿੱਚ ਦਿਲਚਸਪੀ ਰੱਖਣ ਵਾਲੇ ਕਿਸੇ ਵੀ ਵਿਅਕਤੀ ਲਈ ਮੁਫ਼ਤ ਪੜ੍ਹਾਈ ਕਰਨ ਲਈ ਆਉਣ ਦਾ ਪ੍ਰਬੰਧ ਕੀਤਾ। ਇਸ ਨਾਲ ਉਨ੍ਹਾਂ ਨੂੰ ਫਾਇਦਾ ਹੋਇਆ ਅਤੇ ਉਨ੍ਹਾਂ ਨੂੰ ਅੰਗਰੇਜ਼ੀ ਵਿੱਚ ਆਤਮਵਿਸ਼ਵਾਸ ਆ ਗਿਆ।

ਅਸੀਂ ਇੱਥੇ ਹੀ ਨਹੀਂ ਰੁਕੇ, ਅਸੀਂ ਉਨ੍ਹਾਂ ਵਿੱਚ ਵਿਸ਼ਵਾਸ ਕੀਤਾ ਅਤੇ ਉਨ੍ਹਾਂ ਨੇ ਸਾਡੇ ਵਿੱਚ ਵਿਸ਼ਵਾਸ ਕੀਤਾ, ਇੱਕ ਦੂਜੇ ਦੇ ਸਮਰਥਨ ਨਾਲ ਅਸੀਂ ਅੱਗੇ ਵਧਦੇ ਰਹੇ।

ਕੁਝ ਵਿਦਿਆਰਥੀਆਂ ਤੋਂ ਸ਼ੁਰੂਆਤ ਕਰਕੇ, ਅਸੀਂ ਬਾਅਦ ਵਿੱਚ ਆਪਣੇ ਸਵਰਗਵਾਸੀ ਦਾਦਾ ਜੀ ਨੂੰ ਸਮਰਪਿਤ ਹਜ਼ਾਰਾਂ ਬੱਚਿਆਂ ਨੂੰ ਮੁਫ਼ਤ ਨੌਕਰੀ ਦੀ ਸਿਖਲਾਈ ਦਿੱਤੀ ਅਤੇ ਮੈਂ ਪੜ੍ਹਾਉਣ ਲਈ ਲੋਕਾਂ ਦੀ ਇੱਕ ਟੀਮ ਬਣਾਈ, ਅਤੇ ਉਨ੍ਹਾਂ ਨੂੰ ਹਰ ਵਾਰ ਸਭ ਤੋਂ ਅੱਗੇ ਰੱਖਿਆ, ਜਿਵੇਂ ਕਿ ਜਦੋਂ ਵੀ ਮੈਨੂੰ ਵਿਦਿਆਰਥੀਆਂ ਨੂੰ ਸਰਟੀਫਿਕੇਟ ਜਾਂ ਕੋਈ ਪੁਰਸਕਾਰ ਦੇਣਾ ਪੈਂਦਾ ਸੀ, ਮੈਂ ਉਨ੍ਹਾਂ ਰਾਹੀਂ ਹੀ ਦਿੰਦਾ ਸੀ, ਜਦੋਂ ਵੀ ਸ਼ਹਿਰ ਦੀ ਕੋਈ ਵੱਡੀ ਸ਼ਖਸੀਅਤ ਆਉਂਦੀ ਸੀ, ਮੈਂ ਉਨ੍ਹਾਂ ਨੂੰ ਉਨ੍ਹਾਂ ਤੋਂ ਸਨਮਾਨਿਤ ਕਰਵਾਂਦਾ ਸੀ, ਜਦੋਂ ਵੀ ਅਖ਼ਬਾਰਾਂ ਦੁਆਰਾ ਮੀਡੀਆ ਕਵਰੇਜ ਹੁੰਦੀ ਸੀ, ਮੈਂ ਆਪਣੀ ਟੀਮ ਦੇ ਸਾਰੇ ਲੋਕਾਂ ਦੇ ਨਾਮ ਸ਼ਾਮਲ ਕਰਨ ਦੀ ਕੋਸ਼ਿਸ਼ ਕਰਦਾ ਸੀ।

ਪਰਮਾਤਮਾ ਦੀ ਕਿਰਪਾ ਨਾਲ, ਸਾਡੀ ਟੀਮ ਦੇ ਸਮੂਹਿਕ ਯਤਨਾਂ ਰਾਹੀਂ, ਅਸੀਂ ਭਾਈਚਾਰੇ ਦੀ ਬਹੁਤ ਵਧੀਆ ਸੇਵਾ ਕੀਤੀ। ਬਦਕਿਸਮਤੀ ਨਾਲ, ਕੋਵਿਡ-19 ਮਹਾਂਮਾਰੀ ਆਈ, ਜਿਸ ਨਾਲ ਸਾਨੂੰ ਰੁਕਣਾਂ ਪਿਆ।

ਪਰ ਫਿਰ ਵੀ ਅਸੀਂ ਆਪਣੇ ਨਿਰਧਾਰਤ ਉਦੇਸ਼ ਨੂੰ ਪੂਰਾ ਕੀਤਾ ਅਤੇ ਮੈਂ ਤੁਹਾਨੂੰ ਇਹੀ ਕਹਿਣਾ ਚਾਹੁੰਦਾ ਹਾਂ ਕਿ ਜੇਕਰ ਤੁਸੀਂ ਵੀ ਲੋਕ ਵਿਵਹਾਰ ਦੇ ਇਸ ਸਿਧਾਂਤ ਨੂੰ ਅਪਣਾਉਂਦੇ ਹੋ ਯਾਨੀ ਕਿ ਜੇਕਰ ਤੁਸੀਂ ਲੋਕਾਂ ਵਿੱਚ ਸੱਚੀ ਦਿਲਚਸਪੀ ਲੈਂਦੇ ਹੋ, ਤਾਂ ਤੁਸੀਂ ਸਿਰਫ਼ 2 ਮਹੀਨਿਆਂ ਵਿੱਚ ਹੀ ਉਸ ਤੋਂ ਵੱਧ ਦੋਸਤ ਬਣਾ ਲਓਗੇ ਜਿਹਨੇ ਤੁਸੀਂ 20 ਸਾਲਾਂ ਤੋਂ ਇਸ ਸਿਧਾਂਤ ਤੋਂ ਬਿਨਾ ਬਨਾ ਪਾਂਦੇ।

ਲੋਕ ਵਿਵਹਾਰ ਨਾਲ ਸਬੰਧਤ ਲਾਗੂ ਕਰਨ ਯੋਗ ਉਪਯੋਗੀ ਗੱਲਾਂ:-

- **ਤੁਸੀਂ ਜਿੱਥੇ ਵੀ ਹੋ, ਤੁਹਾਡੇ ਕੋਲ ਜੋ ਵੀ ਸਾਧਨ ਹਨ, ਉਨ੍ਹਾਂ ਸਾਧਨਾਂ ਨਾਲ ਸ਼ੁਰੂਆਤ ਕਰੋ** : ਹਰ ਕਿਸੇ ਕੋਲ ਉਦੋਂ ਲੋੜੀਂਦੇ ਸਾਧਨ ਨਹੀਂ ਹੁੰਦੇ ਜਦੋਂ ਉਹ ਹੁਣੇ ਸ਼ੁਰੂਆਤ ਕਰ ਰਹੇ ਹੁੰਦੇ ਹਨ। ਤੁਸੀਂ ਇਹ ਕਹਾਵਤ ਸੁਣੀ ਹੋਵੇਗੀ, "ਰੱਬ ਉਨ੍ਹਾਂ ਦੀ ਮਦਦ ਕਰਦਾ ਹੈ ਜੋ ਆਪਣੀ ਮਦਦ ਆਪ ਕਰਦੇ ਹਨ।" ਜਿਵੇਂ ਹੀ ਤੁਸੀਂ ਆਪਣੇ ਕਦਮ ਚੁੱਕਦੇ ਹੋ, ਰੱਬ ਤੁਹਾਡਾ ਮਾਰਗਦਰਸ਼ਨ ਕਰੇਗਾ ਅਤੇ ਤੁਹਾਡਾ ਸਮਰਥਨ ਕਰੇਗਾ।
- **ਜੇ ਤੁਸੀਂ ਤੇਜ਼ੀ ਨਾਲ ਜਾਣਾ ਚਾਹੁੰਦੇ ਹੋ, ਤਾਂ ਇਕੱਲੇ ਜਾਓ। ਜੇ ਤੁਸੀਂ ਬਹੁਤ ਦੂਰ ਜਾਣਾ ਚਾਹੁੰਦੇ ਹੋ, ਤਾਂ ਸਾਰਿਆਂ ਨੂੰ ਆਪਣੇ ਨਾਲ ਲੈ ਕੇ ਜਾਓ :** ਜੇ ਤੁਸੀਂ ਅੱਗੇ ਵਧਣਾ ਚਾਹੁੰਦੇ ਹੋ ਅਤੇ ਕੁਝ ਵੱਡਾ ਪ੍ਰਾਪਤ ਕਰਨਾ ਚਾਹੁੰਦੇ ਹੋ, ਤਾਂ ਯਾਦ ਰੱਖੋ ਕਿ ਤੁਸੀਂ ਸਭ ਕੁਝ ਆਪਣੇ ਆਪ ਨਹੀਂ ਕਰ ਸਕਦੇ। ਤੁਹਾਨੂੰ ਲੋਕਾਂ ਦੇ ਸਮਰਥਨ ਦੀ ਜ਼ਰੂਰਤ ਹੋਏਗੀ, ਜਿਸ ਲਈ ਇੱਕ ਟੀਮ ਬਣਾਉਣ ਦੀ ਜ਼ਰੂਰਤ ਹੋਏਗੀ। ਇਸ ਵਿੱਚ ਲੋਕ ਵਿਵਹਾਰ ਦੀ ਕਲਾ ਬਹੁਤ ਮਦਦਗਾਰ ਹੋਵੇਗੀ।

ਭਾਗ - 6

ਸਮਾਪਤੀ

ਅਧਿਆਇ – 78
ਸ਼ੁਰੂਆਤ ਕਿੱਥੋਂ ਕਰੀਏ

"ਮੈਂ ਇਸ ਰਸਤੇ' ਤੇ ਸਿਰਫ਼ ਇੱਕ ਵਾਰ ਹੀ ਚੱਲਾਂਗਾ। ਇਸ ਲਈ ਜੇਕਰ ਮੈਂ ਕੁਝ ਚੰਗਾ ਕਰ ਸਕਦਾ ਹਾਂ ਜਾਂ ਕਿਸੇ ਇਨਸਾਨ ਦਾ ਕੁਝ ਭਲਾ ਕਰ ਸਕਦਾ ਹਾਂ, ਤਾਂ ਮੈਂ ਇਹ ਹੁਣੇ ਕਰ ਦਾਂ। ਮੈਂ ਇਸਨੂੰ ਟਾਲਾਂਗਾਂ ਨਹੀ, ਮੈਂ ਇਸਨੂੰ ਅਣਦੇਖਾ ਨਹੀਂ ਕਰਾਂਗਾ, ਕਿਉਂਕਿ ਮੈਂ ਇਸ ਰਸਤੇ ਤੇ ਦੁਬਾਰਾ ਨਹੀਂ ਪਰਤਾਂਗਾ: ਅਣਜਾਣ"

ਥੀਓਡੋਰ ਰੂਜ਼ਵੈਲਟ ਨੇ ਇੱਕ ਵਾਰ ਕਿਹਾ ਸੀ ਕਿ ਤੁਸੀਂ ਜਿੱਥੇ ਵੀ ਹੋ ਅਤੇ ਤੁਹਾਡੇ ਕੋਲ ਜੋ ਵੀ ਸਾਧਨ ਹਨ, ਜੋ ਵੀ ਹੋ ਸਕੇ ਕਰੋ। ਅਤੇ ਮੈਂ ਤੁਹਾਨੂੰ ਵੀ ਇਹ ਹੀ ਕਹਿਣਾ ਚਾਹੁੰਦਾ ਹਾਂ ਕਿ ਤੁਸੀਂ ਜਿੱਥੇ ਵੀ ਹੋ, ਰਾਜਲਨੀਤਿ ਲੋਕ ਵਿਵਹਾਰ ਵਿੱਚ ਸਿਖਾਏ ਗਏ ਸਿਧਾਂਤਾਂ ਦਾ ਅਮਲ ਕਰਨਾ ਉਥੇ ਹੀ ਸ਼ੁਰੂ ਕਰੋ। ਸ਼ੁਰੂਆਤ ਕਰਨ ਲਈ ਸਭ ਤੋਂ ਵਧੀਆ ਜਗ੍ਹਾ ਤੁਹਾਡਾ ਆਪਣਾ ਘਰ ਹੋ ਸਕਦਾ ਹੈ। ਪਰਿਵਾਰ ਵਿੱਚ ਸਭ ਤੋਂ ਛੋਟੇ ਤੋਂ ਲੈ ਕੇ ਵੱਡੇ ਤੱਕ, ਸਾਰਿਆਂ ਨਾਲ ਸਤਿਕਾਰ ਨਾਲ ਪੇਸ਼ ਆਓ, ਸਾਰਿਆਂ ਨੂੰ ਉਤਸ਼ਾਹਿਤ ਕਰੋ, ਅਤੇ ਘਰ ਵਿੱਚ ਇੱਕ ਸਕਾਰਾਤਮਕ ਮਾਹੌਲ ਬਣਾਓ। ਉਦਾਹਰਣ ਦੇ ਕੇ ਅਗਵਾਈ ਕਰੋ। ਅਗਰ ਕੋਈ ਗਲਤੀ ਹੋਵੇ ਤਾਂ ਉਸ ਨੂੰ ਸਵੀਕਾਰ ਕਰੋ। ਜੇਕਰ ਵਿਆਹ ਤੋਂ ਬਾਅਦ ਕੋਈ ਨਵਾਂ ਮੈਂਬਰ ਪਰਿਵਾਰ ਵਿੱਚ ਸ਼ਾਮਲ ਹੋਇਆ ਹੈ, ਤਾਂ ਉਸ ਨੂੰ ਵੀ ਘੁਲਨ ਮਿਲਨ ਵਿੱਚ ਮਦਦ ਕਰੋ।

ਇਸੇ ਤਰ੍ਹਾਂ ਦਫ਼ਤਰ ਵਿੱਚ ਜਾਂ ਆਪਣੇ ਕੰਮ ਵਾਲੀ ਥਾਂ ਤੇ ਲੋਕਾਂ ਦੀ ਗੱਲ ਸੁਣੋ। ਉਨ੍ਹਾਂ ਦੀ ਕਦਰ ਕਰੋ। ਉਨ੍ਹਾਂ ਦੀਆਂ ਖ਼ੁਸ਼ੀਆਂ ਵਿੱਚ ਹਿੱਸਾ ਲਓ ਅਤੇ ਉਨ੍ਹਾਂ ਦੀਆਂ ਮੁਸ਼ਕਲਾਂ ਸਮੇਂ ਹਮਦਰਦੀ ਦਿਖਾਓ।

ਜੇਕਰ ਤੁਸੀਂ ਕਿਸੇ ਐਂਬੂਲੈਂਸ ਜਾਂ ਫਾਇਰ ਟਰੱਕ ਨੂੰ ਸੜਕ ਤੇ ਦੇਖਦੇ ਹੋ, ਤਾਂ ਉਸ ਲਈ ਪ੍ਰਾਰਥਨਾ ਕਰੋ। ਕਿਸੇ ਬਜ਼ੁਰਗ ਜਾਂ ਅੰਨ੍ਹੇ ਵਿਅਕਤੀ ਨੂੰ ਸੜਕ ਪਾਰ ਕਰਨ ਵਿੱਚ ਮਦਦ ਕਰੋ।

ਕੁੱਲ ਮਿਲਾ ਕੇ, ਤੁਸੀਂ ਜਿੱਥੇ ਵੀ ਹੋ, ਜਨਤਕ ਆਚਰਣ ਦੇ ਸਿਧਾਂਤਾਂ ਨੂੰ ਹਰ ਜਗ੍ਹਾ ਲਾਗੂ ਕਰੋ ਕਿਉਂਕਿ ਇੱਕ ਮਹਾਨ ਵਿਅਕਤੀ ਦੁਆਰਾ ਕਹੇ ਗਏ ਇਸ ਵਾਕ ਨੂੰ ਹਮੇਸ਼ਾ ਯਾਦ ਰੱਖੋ, "ਮੈਂ ਇਸ ਰਸਤੇ 'ਤੇ ਸਿਰਫ਼ ਇੱਕ ਵਾਰ ਹੀ ਚੱਲਾਂਗਾ। ਇਸ ਲਈ ਜੇਕਰ ਮੈਂ ਕੁਝ ਚੰਗਾ ਕਰ ਸਕਦਾ ਹਾਂ ਜਾਂ ਕਿਸੇ ਵਿਅਕਤੀ ਦਾ ਭਲਾ ਕਰ ਸਕਦਾ ਹਾਂ, ਤਾਂ ਮੈਂ ਇਸਨੂੰ ਹੁਣੇ ਕਰ ਦਾਂ। ਮੈਂ ਇਸਨੂੰ ਟਾਲਾਂਗਾਂ ਨਹੀਂ ਜਾਂ ਇਸਨੂੰ ਅਣਦੇਖਾ ਨਹੀਂ ਕਰਾਂਗਾ, ਕਿਉਂਕਿ ਮੈਂ ਦੁਬਾਰਾ ਇਸ ਰਸਤੇ ਤੇ ਵਾਪਸ ਨਹੀਂ ਆਵਾਂਗਾ।"

ਲੋਕ ਵਿਵਹਾਰ ਵਿੱਚ ਸੰਬੰਧਿਤ ਅਮਲ ਕਰਨ ਯੋਗ ਉਪਯੋਗੀ ਗੱਲਾਂ:-

- **ਜਿੱਥੇ ਵੀ ਤੁਸੀਂ ਜਾਓ ਲੋਕ ਵਿਵਹਾਰ ਅਜਮਾਓ** : ਯਾਦ ਰੱਖੋ ਤੁਹਾਡੀ ਸਫਲਤਾ ਦਾ 85 ਪ੍ਰਤੀਸ਼ਤ ਲੋਕ ਵਿਵਹਾਰ ਦੀ ਕਲਾ 'ਤੇ ਨਿਰਭਰ ਕਰਦਾ ਹੈ, ਇਸ ਲਈ ਤੁਸੀਂ ਜਿੱਥੇ ਵੀ ਜਾਓ, ਲੋਕ ਵਿਵਹਾਰ ਦਾ ਅਭਿਆਸ ਕਰਨਾ ਨਾ ਭੁੱਲੋ।
- **ਲਗੇ ਰਹੋ, ਵਾਰ-ਵਾਰ ਅਭਿਆਸ ਕਰਦੇ ਰਹੋ** : ਯਾਦ ਰੱਖੋ, ਕੋਈ ਵੀ ਸ਼ੁਰੂਆਤ ਵਿੱਚ ਮਾਸਟਰ ਨਹੀਂ ਹੁੰਦਾ, ਕੋਈ ਵੀ ਸ਼ੁਰੂਆਤ ਵਿੱਚ ਚੰਗਾ ਨਹੀਂ ਹੁੰਦਾ, ਮੁਹਾਰਤ ਵਾਰ-ਵਾਰ ਅਭਿਆਸ ਨਾਲ ਆਉਂਦੀ ਹੈ, ਇਸ ਲਈ ਹਮੇਸ਼ਾ ਲਗਾਤਾਰ ਲਗੇ ਰਹੋ ਅਤੇ ਵਾਰ-ਵਾਰ ਅਭਿਆਸ ਕਰਦੇ ਰਹੋ।

ਅਧਿਆਇ – 79
ਨੇਕੀ ਕਰ ਦਰਿਆ ਵਿਚ ਪਾ

"ਠਗਨਾ ਪਾਪ ਹੈ,ਠਗੇ ਜਾਨਾ ਨਹੀਂ: ਪ੍ਰਭੂ ਸ੍ਰੀ ਰਾਮ"

ਦੇਖੋ, ਕਿਸੇ ਨੇ ਕਿਹਾ ਹੈ ਕਿ ਦੂਜਿਆਂ ਨੂੰ ਉੱਚਾ ਚੁੱਕਣ ਨਾਲ ਅਸੀਂ ਵੀ ਉਚਾ ਉਠਦੇ ਹਾਂ। ਇਹ ਗੱਲ ਸੱਚ ਹੈ ਜਦੋਂ ਅਸੀਂ ਕਿਸੇ ਦਾ ਭਲਾ ਕਰਦੇ ਹਾਂ, ਚੰਗਾ ਬੋਲਦੇ ਹਾਂ, ਤਾਂ ਅਸੀਂ ਚੰਗਾ ਮਹਿਸੂਸ ਕਰਦੇ ਹਾਂ। ਅਤੇ ਜਦੋਂ ਅਸੀਂ ਕਿਸੇ ਦਾ ਬੁਰਾ ਕਰਦੇ ਹਾਂ, ਜਾਂ ਉਨ੍ਹਾਂ ਨੂੰ ਬੁਰਾ ਕਹਿੰਦੇ ਹਾਂ, ਤਾਂ ਅਸੀਂ ਅੰਦਰੋਂ ਜਾਣਦੇ ਹਾਂ ਕਿ ਅਸੀਂ ਗਲਤ ਕੀਤਾ ਹੈ, ਜਿਸ ਕਰਕੇ ਸਾਨੂੰ ਬੁਰਾ ਲੱਗਦਾ ਹੈ।

ਸਮੱਸਿਆ ਉਦੋਂ ਪੈਦਾ ਹੁੰਦੀ ਹੈ ਜਦੋਂ ਅਸੀਂ ਕਿਸੇ ਨਾਲ ਬਹੁਤ ਚੰਗਾ ਕੀਤਾ ਹੋਵੇ ਅਤੇ ਉਹ ਸਾਨੂੰ ਧੋਖਾ ਦਿੰਦਾ ਰਹੇ, ਤਾਂ ਫਿਰ ਸਾਡਾ ਚੰਗੇ ਕੰਮ ਕਰਨ ਤੋਂ ਵਿਸ਼ਵਾਸ ਉਠ ਜਾਂਦਾ ਹੈ। ਭਗਵਾਨ ਰਾਮ ਨੇ ਵੀ ਕਿਹਾ ਹੈ ਕਿ 'ਠਗਨਾ ਪਾਪ ਹੈ, ਠਗੇ ਜਾਣਾ ਨਹੀਂ।' ਜੇਕਰ ਕਿਸੇ ਨੇ ਤੁਹਾਨੂੰ ਧੋਖਾ ਦਿੱਤਾ ਹੈ, ਤਾਂ ਉਹ ਪਾਪ ਉਨ੍ਹਾਂ ਨੇ ਕੀਤਾ ਹੈ, ਤੁਸੀਂ ਨਹੀਂ। ਇਸ ਲਈ, ਸ਼ਰਮਿੰਦਾ ਹੋਣ ਦੀ ਕੋਈ ਲੋੜ ਨਹੀਂ ਹੈ। ਟੁੱਟਣ ਦੀ ਕੋਈ ਲੋੜ ਨਹੀਂ ਹੈ। ਕਿਹਾ ਵੀ ਜਾਂਦਾ ਹੈ ਕਿ ਪਰਮਾਤਮਾ ਦੀ ਸੋਟੀ ਦੀ ਕੋਈ ਆਵਾਜ਼ ਨਹੀਂ ਹੁੰਦੀ , ਅਤੇ ਇਹ ਗੱਲ ਸੱਚ ਹੈ। ਇਸ ਵਿੱਚ ਸਮਾਂ ਲੱਗ ਸਕਦਾ ਹੈ, ਪਰ ਨਿਆਂ ਹਮੇਸ਼ਾ ਮਿਲਦਾ ਹੈ।

ਮੈਂ ਕੁਝ ਦਿਨ ਪਹਿਲਾਂ ਇੱਕ ਕ੍ਰਿਕਟਰ ਬਾਰੇ ਪੜ੍ਹ ਰਿਹਾ ਸੀ ਜੋ ਆਪਣੇ ਵਿਆਹ ਵਿੱਚ ਮਿਲੇ ਵਿਸ਼ਵਾਸਘਾਤ ਤੋਂ ਪੂਰੀ ਤਰ੍ਹਾਂ ਟੁੱਟ ਗਿਆ ਸੀ, ਪਰ ਸਮਾਂ ਬਦਲਿਆ ਅਤੇ ਉਹ ਇਸ ਜ਼ਖ਼ਮ ਤੋਂ ਠੀਕ ਹੋ ਗਏ,ਉਹਨਾਂ ਨੇ ਸ਼ਾਨਦਾਰ ਪ੍ਰਦਰਸ਼ਨ ਕੀਤਾ, ਜਦੋਂ ਉਹਨਾਂ ਨੂੰ ਖਿਲਕੁਲ ਵੀ ਉਮੀਦ

ਨਹੀਂ ਸੀ, ਤਾਂ ਉਹਨਾਂ ਨੂੰ ਟੀਮ ਵਿੱਚ ਜਗ੍ਹਾ ਮਿਲੀ ਅਤੇ ਪ੍ਰਮਾਤਮਾ ਦੀ ਕਿਰਪਾ ਨਾਲ, ਉਹਨਾਂ ਨੇ ਦੁਬਾਰਾ ਵਿਆਹ ਕਰਵਾ ਲਿਆ ਅਤੇ ਅੱਜ ਉਹਨਾਂ ਦੀ ਦੁਨੀਆ ਖੁਸ਼ੀਆਂ ਨਾਲ ਭਰੀ ਹੋਈ ਹੈ।

ਬਸ ਆਪਣਾ ਕੰਮ ਕਰਦੇ ਰਹੋ, ਚੰਗਾ ਕਰਦੇ ਰਹੋ, ਇਹ ਸੰਭਵ ਹੈ ਕਿ ਜਿਸ ਵਿਅਕਤੀ ਨਾਲ ਤੁਸੀਂ ਚੰਗਾ ਕੀਤਾ ਹੈ ਉਹ ਤੁਹਾਡਾ ਚੰਗਾ ਨਾ ਕਰੇ ਪਰ ਜ਼ਿੰਦਗੀ ਦੇ ਇਸ ਰਸਤੇ ਤੇ ਤੁਹਾਨੂੰ ਹੋਰ ਵੀ ਬਹੁਤ ਸਾਰੇ ਲੋਕ ਮਿਲਣਗੇ ਜੋ ਤੁਹਾਡਾ ਚੰਗਾ ਕਰਨਗੇ।

ਯਾਦ ਰੱਖੋ, ਜੇਕਰ ਬੱਦਲ ਸੂਰਜ ਨੂੰ ਅਸਥਾਈ ਤੌਰ 'ਤੇ ਢੱਕ ਦਿੰਦੇ ਹਨ, ਤਾਂ ਇਸਦਾ ਮਤਲਬ ਇਹ ਨਹੀਂ ਕਿ ਸੂਰਜ ਚਲਾ ਗਿਆ ਹੈ। ਬੱਦਲ ਸਾਫ਼ ਹੋ ਜਾਣਗੇ, ਅਤੇ ਸੂਰਜ ਦੀ ਰੌਸ਼ਨੀ ਦੁਬਾਰਾ ਚਮਕੇਗੀ।

ਬਸ ਤੁਸੀਂ ਗਲਤ ਨਾ ਕਰੋ, ਚੰਗੇ ਕੰਮ ਕਰੋ, ਚੰਗੇ ਸ਼ਬਦ ਬੋਲੋ ਕਿਉਂਕਿ ਸਿਰਫ਼ ਇਹੀ ਤੁਹਾਡੇ ਕਾਬੂ ਵਿੱਚ ਹੈ। ਮੈਂ ਇਸ ਅਧਿਆਇ ਨੂੰ "ਪੈਰਾਡਾਕੱਸੀਕਲ ਕਮਾਂਡਮੇਂਟਸ ਆੱਫ ਲੀਡਰਸ਼ਿਪ" ਨਾਲ ਖਤਮ ਕਰ ਰਿਹਾ ਹਾਂ। ਇਸਨੂੰ ਜ਼ਰੂਰ ਪੜ੍ਹੋ।

"ਪੈਰਾਡੱਕਸੀਕਲ ਕਮਾਂਡਮੇਂਟਸ ਆੱਫ ਲੀਡਰਸ਼ਿਪ "

- "ਲੋਕ ਅਸੰਗਤ, ਅਤਰਕਹੀਣ ਅਤੇ ਸਵੈ-ਕੇਂਦਰਿਤ ਹੁੰਦੇ ਹਨ, ਪਰ ਫਿਰ ਵੀ ਉਨ੍ਹਾਂ ਨੂੰ ਪਿਆਰ ਕਰੋ।
- ਭਾਵੇਂ ਤੁਸੀਂ ਚੰਗਾ ਕੰਮ ਕਰਦੇ ਹੋ, ਲੋਕ ਤੁਹਾਡੇ 'ਤੇ ਸੁਆਰਥੀ ਹੋਣ ਅਤੇ ਲੁਕਵੇਂ ਇਰਾਦੇ ਰੱਖਣ ਦਾ ਦੋਸ਼ ਲਗਾਉਣਗੇ- ਪਰ ਫਿਰ ਵੀ ਤੁਸੀਂ ਚੰਗਾ ਕਰਦੇ ਰਹੋ।
- ਸਫਲ ਹੋਣ ਤੇ, ਤੁਹਾਨੂੰ ਝੂਠੇ ਦੋਸਤ ਅਤੇ ਸੱਚੇ ਦੁਸ਼ਮਣ ਮਿਲਣਗੇ - ਫਿਰ ਵੀ ਤੁਸੀਂ ਜਿੱਤੋਗੇ।
- ਤੁਹਾਡਾ ਅੱਜ ਦਾ ਚੰਗਾ ਕੰਮ ਕੱਲ੍ਹ ਨੂੰ ਭੁੱਲ ਸਕਦਾ ਹੈ - ਫਿਰ ਵੀ ਚੰਗਾ ਕੰਮ ਜਾਰੀ ਰੱਖੋ।
- ਇਮਾਨਦਾਰੀ ਅਤੇ ਸਪੱਸ਼ਟਤਾ ਤੁਹਾਨੂੰ ਦੁੱਖ ਪਹੁੰਚਾ ਸਕਦੀ ਹੈ, ਪਰ ਫਿਰ ਵੀ ਇਮਾਨਦਾਰ ਅਤੇ ਸਪੱਸ਼ਟ ਬਨੇ ਰਹੋ।
- ਸਭ ਤੋਂ ਵੱਧ ਉਦਾਰ ਵਿਅਕਤੀ ਦੇ ਵੱਡੇ ਤੋਂ ਵੱਡੇ ਵਿਚਾਰਾਂ ਨੂੰ ਇੱਕ ਛੋਟੇ ਦਿਮਾਗ ਦੇ ਛੋਟੇ ਵਿਅਕਤੀ ਦੁਆਰਾ ਚਕਨਾਚੂਰ ਕੀਤਾ ਜਾ ਸਕਦਾ ਹੈ - ਫਿਰ ਵੀ ਵੱਡਾ ਸੋਚਦੇ ਰਹੋ।
- ਲੋਕ ਹਾਰਨ ਵਾਲੇ ਦਾ ਪੱਖ ਲੈਂਦੇ ਹਨ, ਪਰ ਜਿੱਤਣ ਵਾਲੇ ਦਾ ਪਾਲਣ ਕਰਦੇ ਹਨ - ਫਿਰ ਵੀ ਹਾਰਨ ਵਾਲੇ ਲਈ ਲੜਦੇ ਰਹੋ।
- ਸਾਲਾਂ ਦੀ ਸਖ਼ਤ ਮਿਹਨਤ ਨਾਲ ਬਣੀ ਤੁਹਾਡੀ ਇਮਾਰਤ ਰਾਤੋ-ਰਾਤ ਢਹਿ ਸਕਦੀ ਹੈ - ਫਿਰ ਵੀ ਬਣਾਂਦੇ ਰਹੋ।
- ਲੋਕਾਂ ਨੂੰ ਮਦਦ ਦੀ ਲੋੜ ਪਵੇਗੀ ਪਰ ਉਹ ਤੁਹਾਡੀ ਮਦਦ ਕਰਨ ਤੇ ਤੁਹਾਡੇ ਤੇ ਹਮਲਾ ਕਰ ਸਕਦੇ ਹਨ - ਫਿਰ ਵੀ ਮਦਦ ਕਰਦੇ ਰਹੋ।
- ਦੁਨੀਆਂ ਨੂੰ ਆਪਣਾ ਸਭ ਤੋਂ ਵਧੀਆ ਦੇਣ ਤੋਂ ਬਾਅਦ ਵੀ ਤੁਸੀਂ ਚੋਟ ਖਾਓਗੇ - ਫਿਰ ਵੀ ਆਪਣਾ ਸਭ ਤੋਂ ਵਧੀਆ ਕੰਮ ਕਰਦੇ ਰਹੋ।"

ਲੋਕ ਵਿਵਹਾਰ ਨਾਲ ਸਬੰਧਤ ਲਾਗੂ ਕਰਨ ਯੋਗ ਉਪਯੋਗੀ ਗੱਲਾਂ:-

- **ਸੋਚੋ** : ਜੇ ਤੁਸੀਂ ਸਤਿਕਾਰ ਮੰਗਦੇ ਹੋ, ਤਾਂ ਹੋ ਸਕਦਾ ਹੈ ਕਿ ਇਹ ਤੁਹਾਨੂੰ ਨਹੀਂ ਮਿਲੇ , ਪਰ ਜੇ ਤੁਸੀਂ ਸਤਿਕਾਰ ਦਿੰਦੇ ਹੋ, ਤਾਂ ਤੁਹਾਨੂੰ ਕੌਣ ਰੋਕ ਸਕਦਾ ਹੈ? ਇਸੇ ਤਰ੍ਹਾਂ, ਜੇ ਤੁਸੀਂ ਕਿਸੇ ਤੋਂ ਪਿਆਰ ਦੀ ਉਮੀਦ ਕਰਦੇ ਹੋ, ਤਾਂ ਹੋ ਸਕਦਾ ਹੈ ਕਿ ਇਹ ਤੁਹਾਨੂੰ ਨਹੀਂ ਮਿਲੇ, ਪਰ ਜੇ ਤੁਸੀਂ ਪਿਆਰ ਦਿੰਦੇ ਹੋ, ਤਾਂ ਤੁਹਾਨੂੰ ਕੌਣ ਰੋਕ ਸਕਦਾ ਹੈ?
- **ਤੁਹਾਡਾ ਸਿਰਫ਼ ਆਪਣੇ ਕੰਮਾਂ ਤੇ ਕੰਟਰੋਲ ਹੈ, ਦੂਜਿਆਂ ਦੇ ਕੰਮਾਂ ਤੇ ਨਹੀਂ** : "ਜੇ ਕੋਈ ਮੇਰਾ ਭਲਾ ਨਹੀਂ ਕਰਦਾ, ਤਾਂ ਮੈਂ ਕਿਸੇ ਦਾ ਭਲਾ ਕਿਉਂ ਕਰਾਂ?" "ਅੱਜ ਤੱਕ ਕਿਸੇ ਨੇ ਮੇਰੀ ਮਦਦ ਨਹੀਂ ਕੀਤੀ।" ਅਜਿਹੀਆਂ ਗੱਲਾਂ ਤੋਂ ਉੱਪਰ ਉੱਠੋ, ਆਪਣਾ ਕੰਮ ਕਰੋ, ਜੇ ਤੁਸੀਂ ਚੰਗਾ ਕਰੋਗੇ, ਤਾਂ ਤੁਹਾਨੂੰ ਚੰਗੇ ਨਤੀਜੇ ਮਿਲਣਗੇ, ਜੇ ਅੱਜ ਨਹੀਂ ਤਾਂ ਕੱਲ੍ਹ ਨੂੰ।
- **ਇਸ ਦੁਨੀਆਂ ਵਿੱਚ ਸਿਰਫ਼ ਤੁਹਾਡੇ ਕੰਮ ਹੀ ਰਹਿ ਜਾਣਗੇ** : ਤੁਸੀਂ ਇਸ ਧਰਤੀ ਤੋਂ ਕੁਝ ਵੀ ਨਹੀਂ ਲੈ ਸਕਦੇ, ਪਰ ਤੁਹਾਡੇ ਚਲੇ ਜਾਣ ਤੋਂ ਬਾਅਦ ਵੀ, ਤੁਹਾਡੇ ਕੰਮ ਰਹਿ ਜਾਣਗੇਂ। ਤੁਸੀਂ ਲੋਕਾਂ ਨੂੰ ਜੋ ਕਿਹਾ ਸੀ, ਜੋ ਤੁਸੀਂ ਆਪਣੇ ਜੀਵਨ ਕਾਲ ਦੌਰਾਨ ਕੀਤਾ ਸੀ।ਇੰਝ ਦੀਆਂ ਗੱਲਾਂ ਲਈ ਹੀ ਤੁਸੀਂ ਯਾਦ ਕੀਤੇ ਜਾਓਗੇ।

ਸੰਖੇਪ

ਰਾਜਲਨੀਤੀ ਲੋਕ ਵਿਵਹਾਰ ਦੀ ਸ਼ੁਰੂਆਤ ਵਿੱਚ ਅਸੀਂ ਚਰਚਾ ਕੀਤੀ ਸੀ ਕਿ ਕਿਵੇਂ ਲੋਕ ਵਿਵਹਾਰ ਦੀ ਕਲਾ ਸਾਡੀ ਸਫਲਤਾ ਵਿੱਚ 85 ਪ੍ਰਤੀਸ਼ਤ ਭੂਮਿਕਾ ਨਿਭਾਉਂਦੀ ਹੈ। ਹੁਣ ਜਦੋਂ ਤੁਸੀਂ ਇਸ ਕਿਤਾਬ ਨੂੰ ਪੂਰਾ ਪੜ੍ਹ ਲਿਆ ਹੈ, ਤਾਂ ਤੁਸੀਂ ਸਫਲਤਾ ਵੱਲ ਤੇਜ਼ੀ ਨਾਲ ਵਧਣ ਲਈ ਤਿਆਰ ਹੋ। ਅਭਿਆਸ ਨਾਲ ਤੁਹਾਡੇ ਲੋਕ ਵਿਵਹਾਰ ਦੇ ਹੁਨਰ ਵਿੱਚ ਸੁਧਾਰ ਹੋਵੇਗਾ। ਜਦੋਂ ਤੁਸੀਂ ਉਨ੍ਹਾਂ ਨੂੰ ਅਮਲ ਵਿੱਚ ਲਿਆਉਗੇ, ਤਾਂ ਲੋਕਾਂ ਨਾਲ ਤੁਹਾਡੇ ਰਿਸ਼ਤੇ ਨਵੀਆਂ ਉਚਾਈਆਂ ਤੇ ਹੋਵਾਂਗੇ, ਤੁਹਾਡਾ ਆਤਮਵਿਸ਼ਵਾਸ ਵਧੇਗਾ, ਅਤੇ ਤੁਸੀਂ ਕੁਝ ਹੀ ਸਮੇਂ ਵਿੱਚ ਬਹੁਤ ਮਸ਼ਹੂਰ ਹੋ ਜਾਓਗੇ।

ਮੇਰਾ ਇਸ ਕਿਤਾਬ ਨੂੰ ਲਿਖਣ ਦਾ ਇੱਕੋ ਇੱਕ ਮਕਸਦ ਇਹ ਹੀ ਸੀ ਕਿ ਤੁਹਾਨੂੰ ਲੋਕ ਵਿਵਹਾਰ ਦੀ ਕਲਾ ਦਾ ਮਾਹਰ ਬਣਾਵਾ, ਤਾਂ ਜੋ ਤੁਸੀਂ ਪ੍ਰਸਿੱਧ ਅਤੇ ਸਫਲ ਬਣ ਸਕੋ। ਮਾਹਰ ਹੋਣ ਲਈ ਤੁਹਾਨੂੰ ਉਹੀ ਚੀਜ਼ ਵਾਰ-ਵਾਰ ਪੜ੍ਹਨੀ ਪੈਂਦੀ ਹੈ ਅਤੇ ਉਸਨੂੰ ਅਮਲ ਵਿੱਚ ਲਿਆਉਣਾ ਪੈਂਦਾ ਹੈ। "ਰਾਜਲਨੀਤੀ ਲੋਕ ਵਿਵਹਾਰ" ਨੂੰ ਸਿਰਫ਼ ਇੱਕ ਵਾਰ ਪੜ੍ਹ ਕੇ ਨਾ ਰਖੋ ਸਗੋਂ ਇਸਨੂੰ ਵਾਰ-ਵਾਰ ਪੜ੍ਹੋ ਤਾਂ ਜੋ ਤੁਸੀਂ ਹਰ ਵਾਰ ਕੁਝ ਨਵਾਂ ਸਿੱਖ ਸਕੋ। ਜਿੰਨਾ ਜ਼ਿਆਦਾ ਤੁਸੀਂ ਪੜ੍ਹੋਗੇ, ਓਨਾ ਹੀ ਇਸਨੂੰ ਲਾਗੂ ਕਰਨ ਦੇ ਮੌਕੇ ਵੱਧ ਜਾਣਗੇ। ਮੈਂ ਨਿੱਜੀ ਤੌਰ 'ਤੇ "ਰਾਜਲਨੀਤੀ ਲੋਕ ਵਿਵਹਾਰ" ਵਿੱਚ ਦੱਸੇ ਗਏ ਸਿਧਾਂਤਾਂ ਨੂੰ ਸਿੱਖਿਆ ਹੈ ਅਤੇ ਉਨ੍ਹਾਂ ਦਾ ਅਭਿਆਸ ਕੀਤਾ ਹੈ, ਅਤੇ ਉਨ੍ਹਾਂ ਤੋਂ ਮੈਨੂੰ ਬਹੁਤ ਸਫਲਤਾ ਅਤੇ ਪ੍ਰਸਿੱਧੀ ਮਿਲੀ ਹੈ। ਮੈਨੂੰ ਵਿਸ਼ਵਾਸ ਹੈ ਕਿ ਇਹ ਸਿਧਾਂਤ ਤੁਹਾਡੀ ਜ਼ਿੰਦਗੀ ਵਿੱਚ ਵੀ ਉਹੀ ਅਚੰਭੇ ਦਾ ਕੰਮ ਕਰਨਗੇ। ਜਦੋਂ ਅਜਿਹਾ ਹੋਏਗਾ ਤਾਂ ਮੈਂ ਮਹਿਸੂਸ ਕਰਾਂਗਾ ਕਿ ਮੇਰਾ "ਰਾਜਲਨੀਤੀ ਲੋਕ ਵਿਵਹਾਰ" ਲਿਖਣਾ ਸਾਰਥਕ ਰਹਿਆ।

ਕਿਰਪਾ ਕਰਕੇ ਮੈਨੂੰ ਦੱਸਣਾ ਕਿ ਤੁਹਾਨੂੰ ਇਹ ਕਿਤਾਬ ਕਿਵੇਂ ਲੱਗੀ।

ਰਾਜਲਨੀਤੀ ਲੋਕ ਵਿਵਹਾਰ ਨੂੰ ਪੜ੍ਹਨ ਅਤੇ ਆਪਣਾ ਪਿਆਰ ਅਤੇ ਵਿਸ਼ਵਾਸ ਮੇਰੇ ਤੇ ਹਮੇਸ਼ਾ ਬਣਾਈ ਰੱਖਣ ਲਈ ਤੁਹਾਡਾ ਦਿਲੋਂ ਧੰਨਵਾਦ,

ਈਸ਼ਵਰ ਤੋਂ ਤੁਹਾਡੇ ਉੱਜਵਲ ਭਵਿੱਖ ਦੀ ਕਾਮਨਾ ਕਰਦਾ ਹਾਂ

ਮਰਹੂਮ ਰਾਧੇਸ਼ਿਆਮ ਗੁਪਤਾ ਜੀ ਦਾ ਪੋਤਾ -"ਰਾਜਲ"

E-mail : rajalneeti@gmail.com

Website : www.rajalneeti.com

Youtube: www.youtube.com/rajalneeti

Instagram : www.instagram.com/ rajaneeti

Facebook : www.facebook.com/therajal

X : www.x.com/therajal

ਤੁਹਾਡਾ ਧੰਨਵਾਦ

- ਸਾਡੇ ਬਾਉਜੀ (ਦਾਦਾ ਜੀ) ਸਵਰਗੀ ਰਾਧੇਸ਼ਿਆਮ ਗੁਪਤਾ ਸਾਡੇ ਆਦਰਸ਼ ਅਅਤੇ ਪ੍ਰੇਰਨਾ ਸਰੋਤ ਸਨ। ਅਸੀਂ ਅੱਜ ਜੋ ਵੀ ਹਾਂ, ਉਨ੍ਹਾਂ ਕਰਕੇ ਹੀ ਹਾਂ।
- ਸਵਰਗੀ ਡਾ. ਕੀਰਤੀ ਬਾਲਾ ਬੂਆਜੀ ਅਤੇ ਸਵਰਗੀ ਕਿਰਨ ਬੂਆਜੀ
- ਸਾਡੇ ਪੂਰੇ ਪਰਿਵਾਰ ਦਾ ਧੰਨਵਾਦ, ਤੁਸੀਂ ਮੇਰੀ ਤਾਕਤ ਹੋ।
- ਸਾਡੀ ਅੰਮਾ ਜੀ (ਦਾਦੀ) ਸ਼੍ਰੀਮਤੀ ਕਾਮਿਨੀ ਦੇਵੀ ਗੁਪਤਾ ਜੀ ਦਾ ਦਿਲੋਂ ਧੰਨਵਾਦ ਜਿਨ੍ਹਾਂ ਦਾ ਆਸ਼ੀਰਵਾਦ ਅਤੇ ਮਾਰਗਦਰਸ਼ਨ ਹਮੇਸ਼ਾ ਸਾਡੇ ਪਰਿਵਾਰ ਦੇ ਨਾਲ ਹੈ।
- ਤਸਵੀਰਾਂ ਲਈ ਗੂਗਲ, ਯਾਹੂ ਅਤੇ ਹੋਰ ਸਰਚ ਇੰਜਣਾਂ ਦਾ ਦਿਲੋਂ ਧੰਨਵਾਦ।

ਦਿਲ ਦੀਆਂ ਗਹਿਰਾਈਆਂ ਤੋਂ ਧੰਨਵਾਦ।

- ਪਾਠਕਾਂ ਦੇ ਪਿਆਰ ਅਤੇ ਵਿਸ਼ਵਾਸ ਨੇ ਰਾਜਲਨੀਤੀ ਟਾਈਮ ਮੈਨੇਜਮੈਂਟ ਅਤੇ ਰਾਜਲਨੀਤੀ ਸਟ੍ਰੇਸ ਮੈਨੇਜਮੈਂਟ ਨੂੰ ਸਭ ਤੋਂ ਵੱਧ ਵਿਕਣ ਵਾਲੀਆਂ ਕਿਤਾਬਾਂ ਬਣਾ ਦਿੱਤਾ।
- ਡਾਇਮੰਡ ਗਰੁੱਪ ਦੇ ਚੇਅਰਮੈਨ ਸਤਿਕਾਰਯੋਗ ਸ਼੍ਰੀ ਨਰਿੰਦਰ ਵਰਮਾ ਜੀ ਦਾ -ਮੈਨੂੰ ਹਮੇਸ਼ਾ ਤੁਹਾਡੇ ਤੋਂ ਬਿਹਤਰ ਕੰਮ ਕਰਨ ਦੀ ਪ੍ਰੇਰਨਾ ਮਿਲਦੀ ਹੈ।

ਮਾਣਯੋਗ ਮੁੱਖ ਮੰਤਰੀ ਸ਼੍ਰੀ ਯੋਗੀ ਆਦਿੱਤਿਆਨਾਥ ਜੀ ਰਾਜਲਨੀਤੀ ਟਾਇਮ ਮੈਨੇਜਮੈਂਟ ਨੂੰ ਜਾਰੀ ਕਰਦੇ ਹੋਏ

ਉਸ ਸਮੇਂ ਦੇ ਮਾਨਯੋਗ ਰਾਜਪਾਲ ਸ਼੍ਰੀਰਾਮ ਨਾਇਕ ਜੀ ਰਾਜਲਨੀਤੀ ਲੜੀ ਦੀ ਇੱਕ ਹੋਰ ਕਿਤਾਬ ਨੂੰ ਜਾਰੀ ਕਰਦੇ ਹੋਏ।

ਮਾਣਯੋਗ ਸੰਸਦ ਮੈਂਬਰ ਅਤੇ ਅਭਿਨੇਤਾ ਸ੍ਰੀ ਰਵੀ ਕਿਸ਼ਨ ਜੀ ਰਾਜਲ ਨੀਤੀ ਲੋਕ ਵਿਵਹਾਰ ਦਾ ਕਵਰ ਲਾਂਚ ਕਰਦੇ ਹੋਏ।

ਹਿਮਾਚਲ ਪ੍ਰਦੇਸ਼ ਦੇ ਮਾਣਯੋਗ ਰਾਜਪਾਲ ਸ੍ਰੀ ਸ਼ਿਵ ਪ੍ਰਤਾਪ ਸ਼ੁਕਲਾ ਜੀ ਦੁਆਰਾ ਰਾਜਲ ਨੀਤੀ ਲੜੀ ਦੀ ਇੱਕ ਹੋਰ ਕਿਤਾਬ ਦਾ ਵਿਮੋਚਨ ਕੀਤਾ ਗਿਆ।

ਹਿੰਦੁਸਤਾਨ ਟਾਈਮਜ਼ ਲਖਨਊ ਵਿਚ ਪ੍ਰਕਾਸ਼ਿਤ

From school dropout to bestseller author, Gkp man redeems self

GORAKHPUR: The wonders that timely and proper mentoring can do is oft repeated and well documented, and the story Rajal Gupta is just another chapter in that book.

Then just 9, Rajal Gupta, under severe stress, failed Class 6 and then decided to altogether discontinue studies in Class 9, following continuous humiliation by school teachers. The teachers even told his parents that the boy was so weak that there were hardly any chances of him clearing Board exams.

"You are good-for-nothing. It is best that you leave and sit at your father's watch shop," these teachers said. Some even used to make me stand on the last bench from the first period to the last, as other students mocked me. Such remarks and repeated humiliation finally pushed me into depression and I thought I really was good-for-nothing," Gupta recalled. "At home, I didn't tell anyone the actual reason why I was not going to school but confided in my Dadaji," he said.

His grandfather, Radhey Shyam Gupta, stood by him, counselled and mentored the boy. The healing touch not only helped him come out of depression but also transformed his personality from a shy, introvert boy to a confident, outspoken student. After a lay-off from studies for a year, he rejoined classes, cleared his Board exams, and went on to collect four professional degrees including those in journalism, LLB, PGDBA, and certificates like B Level, among others, shutting up critics.

Recently, Gupta, now 34, has got a big reason to smile. A 160-page book which he wrote on time management, 'Rajal Niti: Time Management', has been listed among the bestsellers by publisher Diamond Publications, as it is witnessing a huge demand on online sites like Amazon and Flipkart. The book is available in nine languages including English, Hindi, Malayalam, Odia, Bengali and Gujarati, and so far, has sold over 25,000 copies.

Rajal Gupta

The publisher told me that the book is being demanded by students, so they asked me to add a separate chapter on time management for students

RAJAL GUPTA, Author

The earlier edition of the book, consisting of 76 pages, was released by chief minister Yogi Adityanath in 2017. Gupta had also received a congratulatory message from the secretary of vice-president M Venkaiah Naidu in 2017 for the book.

The latest edition of the book has an added chapter titled 'Time management for students'. "The publisher told me that the book is being demanded by students, so they asked me to add a separate chapter on time management for students," Gupta said.

In the wake of a surge of complaints about stress, especially in this time of the pandemic, Gupta is currently working on his second book on stress management for different sections of society, including students, traders, professionals and hopes that it will be completed soon.

Abdul Jadid

ਮੀਡਿਆ ਕਵਰੇਜ

युवा राजल की लिखी किताबें न सिर्फ भारत में बल्कि पूरे विश्व में युवाओं का कर रहीं हैं मार्गदर्शन

دنیا کو بہترین راہ دکھائی ہوئی نوجوان مصنف راجل کی کتابیں نوجوانوں کی کر رہیں رہنمائی

ਮੀਡਿਆ ਕਵਰੇਜ

सराहा जा रहा राजलनीति का टाइम मैनेजमेंट

राजलनीति -2 : पुस्तक का विमोचन करते मुख्यमंत्री योगी आदित्यनाथ

गोरखपुर : टाइम मैनेजमेंट को लेकर युवा लेखक राजल गुप्ता द्वारा लिखी गई राजलनीतिः 2 पुस्तक लोगों में खूब सराही जा रही है। इस किताब से आमजन को ऐसे सिद्धांतों की जानकारी मिल रही है, जिससे कोई भी व्यक्ति अपने समय का बेहतर प्रबंधन करके कम समय से आगे बढ़ सकता है। इस पुस्तक का लोकार्पण दो दिन पूर्व गोरखनाथ मंदिर में मुख्यमंत्री योगी आदित्यनाथ द्वारा किया गया।

लेखक राजल ने बताया कि इससे पूर्व के संस्करण राजलनीति-1 का लोकार्पण भी पिछले वर्ष योगी आदित्यनाथ द्वारा ही किया गया था। उन्होंने बताया कि राजलनीति-1 के पहले अध्याय 'बच्चे मुश्किल में हों तो मां ही काम आती है' को इंटरनेट पर पांच लाख से ज्यादा लोगों ने पढ़ा और सराहा है।

"दैनिक जागरण"
गोरखपुर
23/10/2017

सीएम ने किया राजल नीति-2 का विमोचन

GORAKHPUR (21 Oct): राजल नीति-2 टाइम मैनेजमेंट पुस्तक का विमोचन सीएम योगी आदित्यनाथ ने गोरखनाथ मंदिर परिसर में किया. उन्होंने इस पुस्तक की सफलता के लिए लेखक राजल को शुभकामनाएं दी. राजल नीति के पूर्व संस्करण का लोकार्पण भी उन्होंने ही किया था. इस पुस्तक के पहले अध्याय 'बच्चे मुश्किल में हों तो मां ही काम आती है' को इंटरनेट पर पांच लाख से ज्यादा लोगों ने पढ़ा और सराहा था. राजल नीति-2 के लेखक राजल ने कहा कि वे खुद भी एक युवा हैं इसलिए आज के युवाओं की अपेक्षाएं, उनकी समस्याओं से भलीभांति परिचित हैं. उन्होंने कहा कि हमारे देश के युवा अपने कीमती समय का इस्तेमाल अपने जीवन के लक्ष्य की प्राप्ति के लिए करें ताकि देश उन्नति की ओर अग्रसर हो. इस अवसर पर कामिनी, राजेश, पूनम, नीतू, साक्षी, विजयलक्ष्मी, नीरज वर्मा, धीरज वर्मा आदि लोग मौजूद रहे.

"दैनिक जागरण I-Next"
गोरखपुर
22/10/2017

सीएम ने राजलनीति 2 का किया विमोचन

"हिंदुस्तान",
गोरखपुर 19/10/2017

ਮੀਡਿਆ ਕਵਰੇਜ

मुख्यमंत्री ने किया राजल नीति-2 का विमोचन

गोरखपुर (एसएनबी)। राजलनीति-2 टाइम मैनेजमेंट पुस्तक का विमोचन मुख्यमंत्री योगी आदित्यनाथ ने गोरखनाथ मंदिर प्रांगण में किया। उन्होंने इस पुस्तक की सफलता के लिए लेखक राजल को शुभकामनाएं भी दीं। राजलनीति के पूर्व संस्करण का लोकार्पण भी योगी आदित्यनाथ द्वारा हुआ था। इस पुस्तक के पहले अध्याय 'बच्चे मुश्किल में हों तो माँ ही काम आती है' को इंटरनेट पर पांच लाख से ज्यादा लोगों ने पढ़ा और सराहा था। राजलनीति के दूसरे संस्करण को अपने नाना स्व. पुरुषोत्तम गुप्त व नानी स्व. सुषमा गुप्ता को समर्पित करते हुए राजल ने कहा कि आज वो जो भी हैं अपने दादाजी स्व. राधेश्याम गुप्त की प्रेरणा से हैं। [illegible] इस अवसर पर शैवाल श्रीवास्तव, कामिनी, राजेश, पूनम, नीतू, साक्षी, विजयलक्ष्मी, नीरज वर्मा, धीरज वर्मा आदि मौजूद रहे।

"राष्ट्रीय सहारा"

गोरखपुर 19/10/2017

मुख्यमंत्री ने किया राजलनीति -२ का लोकार्पण

गोरखपुर, १८ अक्टूबर। राजलनीति २ टाइम मैनेजमेंट पुस्तक का लोकार्पण उत्तर प्रदेश मुख्यमंत्री योगी आदित्यनाथ ने किया। [illegible]

[illegible] इस अवसर पर शैवाल श्रीवास्तव, कामनी, राजेश, पूनम, नीतू, साक्षी, विजयलक्ष्मी, नीरज वर्मा आदि उपस्थित थे।

"आज" गोरखपुर,19/10/2017

सीएम ने किया राजलनीति-2 का विमोचन

गोरखपुर। टाइम मैनेजमेंट संबंधित पुस्तक राजलनीति-2 का विमोचन सीएम योगी आदित्यनाथ ने किया। उन्होंने इस पुस्तक की सफलता के लिए लेखक राजल को आशीर्वाद दिया।

राजलनीति के पूर्व संस्करण का विमोचन भी महंत योगी आदित्यनाथ ने 19 अक्टूबर 2016 को किया था। इस पुस्तक के पहले अध्याय बच्चे मुश्किल में हों तो मां ही काम आती है को इंटरनेट पर पांच लाख से ज्यादा लोगों द्वारा पढ़ा और सराहा गया है। राजल ने इस पुस्तक को अपने नाना स्व. पुरुषोत्तम गुप्त व नानी स्व. सुषमा गुप्ता को समर्पित किया है। कहा कि आज वो जो भी हैं अपने दादा स्व. राधेश्याम गुप्त की प्रेरणा से हैं। जहां तक इस पुस्तक का विषय है मैं

खुद भी एक युवा हूं और इसलिए आज के युवाओं की अपेक्षाएं, उनकी समस्याओं से भली भांति परिचित हूं। हमारे देश के युवा अपने कीमती समय का इस्तेमाल अपने जीवन के लक्ष्य की प्राप्ति के लिए करें और हमारा देश उन्नति की ओर अग्रसर हो। इस अवसर पर शैवाल श्रीवास्तव, कामनी, राजेश, पूनम, नीतू, साक्षी, विजयलक्ष्मी, नीरज वर्मा, धीरज वर्मा आदि उपस्थित थे।

"तूफान : शान ए पूर्वांचल",गोरखपुर

22/10/2017

GFR **Gorakhpur News**

18 Oct at 16:15

पुस्तक को भारत सरकार द्वारा कॉपीराइट भी प्राप्त है। यह पुस्तक अमेज़न जैसी ऑनलाइन वेबसाइट पर भी उपलब्ध होगी।

https://www.facebook.com/GorakhpurLive/
http://gorakhpur.finalreport.in/

सीएम योगी ने किया राजलनीति 2 का लोकार्पण

गोरखपुर: मुख्यमंत्री योगी आदित्यनाथ ने बुधवार को राजलनीति 2...

gorakhpur.finalreport.in

गोरखपुर न्यूज़ फ़ाइनल रिपोर्ट

मुख्यमंत्री ने किया राजलनीति 2 का लोकार्पण

गोरखपुर : राजलनीति 2 टाइम मैनेजमेंट पुस्तक का लोकार्पण...

newslivesindia.com

न्यूज़ लाइव इंडिया . कॉम

'गोरखपुर : CM योगी आदित्यनाथ ने किया 'राजलनीति 2' का विमोचन' Eenadu India Hindi -

गोरखपुर : CM योगी आदित्यनाथ ने किया 'राजलनीति 2' का विमोचन

hindi.eenaduindia.com

ईनाडु इंडिया . कॉम

गोरखपुर में मुख्यमंत्री योगी आदित्यनाथ ने किया राजनीति 2 का लोकार्पण

gorakhpurtimes.com

Gorakhpur Times

गोरखपुर में मुख्यमंत्री योगी आदित्यनाथ ने किया राजलनीति 2 का लोकार्पण

गोरखपुर टाइम्स . कॉम

''भारत के माननीय उपराष्ट्रपति श्री वेंकैया नायडू जी ने राजलनीति टाइम मैनेजमेंट पुस्तक को अपनी शुभकामनाएं दी''

उपराष्ट्रपति ने राजलनीति किताब के लिए दी बधाई

गोरखपुर। देश के उपराष्ट्रपति वैंकैया नायडू ने शहर के युवा लेखक राजल गुप्त की किताब 'राजलनीति' के लिए उन्हें शुभकामना दी है। मंगलवार को राजल ने बताया कि उपराष्ट्रपति के निजी सचिव एन युवराज ने पत्र भेजकर किताब मिलने की पुष्टि की है। साथ ही शुभकामना संदेश भी दिया है।

''हिन्दुस्तान''. गोरखपर

उप राष्ट्रपति ने दी 'राजलनीति-2' के लिए शुभकामना

गोरखपुर (एसएनबी)। भारत के उप राष्ट्रपति वेंकैया नायडू ने युवा लेखक राजल को उनकी पुस्तक 'राजलनीति-2' के लिए शुभकामनाएं दी हैं। इस पुस्तक का विषय समय प्रबंधन है। राजल को उप राष्ट्रपति ने एक पत्र के माध्यम से अपनी शुभकामनाएं दी। राजलनीति-2 का विमोचन इसी वर्ष उत्तर प्रदेश के मुख्यमंत्री महंत योगी आदित्यनाथ ने किया था। वर्ष 2006 में महंत योगी आदित्यनाथ ने ही राजलनीति के प्रथम संस्करण का भी विमोचन किया था। राजलनीति-2 ऐसे सिद्धांत बताती है जिन पर चलकर व्यक्ति अपने समय का बेहतर प्रबंधन करके कम समय में ही काफी आगे बढ़ सकता है। लेखक राजल ने बताया कि पुस्तकों की लोकप्रियता का देखते हुए राजलनीति तथा राजलनीति-2 का अंग्रेजी संस्करण भी जल्द ही उपलब्ध होगा।

''राष्ट्रीय सहारा'', गोरखपुर

PUNJABI BOOKS

Part (1-4)

www.ingramcontent.com/pod-product-compliance
Lightning Source LLC
LaVergne TN
LVHW060438051026
849518LV00002B/508
* 9 7 8 9 3 4 8 5 7 2 3 1 8 *